AF797520

വെള്ളിത്തിരയുടെ രാഷ്ട്രീയം

vellithirayude rashtreeyam
chalachithra samskara padanam

•

dr. resmi g & anilkumar k s

•

first edition
december 2018

•

typesetting & published
chintha publishers, thiruvananthapuram

•

cover
vinod

വിതരണം

ദേശാഭിമാനി ബുക്ക് ഹൗസ്
H O തിരുവനന്തപുരം-695 035
phone: 0471-2303026, 6063026
www.chinthapublishers.com
chinthapublishers@gmail.com

ബ്രാഞ്ചുകൾ

ഹെഡ്ഡാഫീസ് ബ്രാഞ്ച് കുന്നുകുഴി • സ്റ്റാച്യു തിരുവനന്തപുരം • കെ എസ് ആർ ടി സി ബസ് സ്റ്റേഷൻ ആലപ്പുഴ • കെ എസ് ആർ ടി സി ബസ് സ്റ്റേഷൻ എറണാകുളം • മച്ചിങ്ങൽ ലെയ്ൻ തൃശൂർ • ഐ ജി റോഡ് കോഴിക്കോട് • മാവൂർ റോഡ് കോഴിക്കോട് • എൻ ജി ഒ യൂണിയൻ ബിൽഡിങ് കണ്ണൂർ • സെൻട്രൽ ബസ് ടെർമിനൽ കോംപ്ലക്സ് താവക്കര കണ്ണൂർ

CO - 2731/4924
ISBN - 978-93-88485-04-3

വെള്ളിത്തിരയുടെ രാഷ്ട്രീയം

ചലച്ചിത്ര സംസ്കാരപഠനം

ഡോ. രശ്മി ജി
അനിൽകുമാർ കെ എസ്

ചിന്ത പബ്ലിഷേഴ്സ്
തിരുവനന്തപുരം-695 035

ഡോ. രശ്മി ജി

തിരുവനന്തപുരം നേമത്ത് വിജയകുമാരൻ നായരുടെയും ഗിരിജകുമാരിയുടെയും മകൾ. സ്വാമി വിവേകാനന്ദ സെൻട്രൽ സ്കൂൾ, ഗവൺമെന്റ് ഗേൾസ് ഹയർ സെക്കന്ററി സ്കൂൾ കരമന എന്നിവിടങ്ങളിൽ സ്കൂൾ വിദ്യാഭ്യാസം. കരമന എൻ എസ് എസ് വിമൻസ് കോളേജിൽനിന്നും മലയാളത്തിൽ ബിരുദം. കാര്യവട്ടം മലയാള വിഭാഗത്തിൽ നിന്ന് എം എ, എം ഫിൽ ബിരുദങ്ങൾ. കേരള സർവ്വകലാശാലയിൽ നിന്നും ഡോ. വത്സലാ ബേബിയുടെ മേൽനോട്ടത്തിൽ ഡോക്ടറേറ്റ്.

അനിൽകുമാർ കെ എസ്

കോട്ടയം കറുകച്ചാലിൽ കെ ആർ സുകുമാരന്റെയും പൊന്നമ്മയുടെയും മകൻ. എൻ എസ് എസ് ഹൈസ്കൂൾ പരിപ്പ്, ഗവൺമെന്റ് മോഡൽ ഹയർ സെക്കന്ററി സ്കൂൾ കോട്ടയം, ഗവൺമെന്റ് കോളേജ് നാട്ടകം, എൻ എസ് എസ് ഹിന്ദു കോളേജ് ചങ്ങനാശ്ശേരി, കാര്യവട്ടം കാമ്പസ്, ശ്രീനാരായണ കോളേജ് ഓഫ് എഡ്യൂക്കേഷൻ മൂവാറ്റുപുഴ, എം ജി സർവ്വകലാശാല, കേരളസർവ്വകലാശാല എന്നിവിടങ്ങളിൽ വിദ്യാഭ്യാസം.

പുരസ്കാരങ്ങൾ:

2014 ലെ മികച്ച ചലച്ചിത്രലേഖനത്തിനുള്ള ഫിലിം ക്രിറ്റിക്സ് അവാർഡ്, 2017 ലെ മികച്ച ചലച്ചിത്രലേഖനത്തിനുള്ള സംസ്ഥാന അവാർഡ് (സ്പെഷ്യൽ ജൂറി), ചലച്ചിത്രഅക്കാദമി നവതി ഫെലോഷിപ്പ്.

കൃതികൾ: *മലയാളം റാങ്ക്ഫയൽ, കഥയുടെ കാലാന്തരങ്ങൾ, ചെറുകഥയുടെ രാഷ്ട്രീയം.*

ചലച്ചിത്ര പഠനഗ്രന്ഥങ്ങൾ: *ജനകീയ സിനിമ, തിരക്കാഴ്ചകളുടെ സൗന്ദര്യദർശനങ്ങൾ - ലെനിൻ രാജേന്ദ്രന്റെ ചലച്ചിത്രം, ജീവിതം, രാഷ്ട്രീയം (എഡി), സുവർണ്ണ ചലച്ചിത്രങ്ങൾ, തിരവെളിച്ചം - കാലം ജീവിതം സമൂഹം.*

ക്വീയർപൊളിറ്റിക്സ് ഗ്രന്ഥപരമ്പര: *വിമതലൈംഗികത: ചരിത്രം സിദ്ധാന്തം രാഷ്ട്രീയം, ട്രാൻസ്ജന്റർ: ചരിത്രം സംസ്കാരം പ്രതിനിധാനം, ലെസ്ബോസ് - മലയാളത്തിലെ ലെസ്ബിയൻ കഥകൾ* (എഡി.), *സോദോം മലയാളത്തിലെ ഗേ കഥകൾ* (എഡി).

വിലാസം : വിജയഗിരി, കൊടുവാറ,
ഇടയ്ക്കോട്, നേമം പി ഒ
തിരുവനന്തപുരം 695020

ഫോൺ : 9605421086,9645600692

email/fb : resmianil2009@gmail.com

ഉള്ളടക്കം

പ്രസാധകക്കുറിപ്പ്

മനുഷ്യന്റെ ജീവിതവ്യവഹാരങ്ങളാണ് സിനിമയുടെ മുഖ്യ പ്രമേയം. സിനിമ മനുഷ്യന്റെ ജീവിതവ്യവഹാരങ്ങളെയും സ്വാധീ നിക്കുന്നു. അങ്ങനെ പരസ്പരം കൊണ്ടും കൊടുത്തുമാണ് ചല ച്ചിത്ര ഭാവുകത്വം എന്ന സാംസ്കാരിക വിനിമയം മുന്നോട്ടുപോകു ന്നത്. മലയാളസിനിമ തൊണ്ണൂറുവർഷം പിന്നിടുമ്പോൾ എങ്ങ നെയാണ് മലയാളി ജീവിതത്തിന്റെ വ്യത്യസ്തങ്ങളായ അടരു കൾ സിനിമയിലേക്ക് സ്വാംശീകരിക്കപ്പെട്ടതെന്ന് പരിശോധിക്കു കയാണ് *വെള്ളിത്തിരയുടെ രാഷ്ട്രീയം* എന്ന ഈ പുസ്തകം. ദേശം, സമൂഹം, സെക്സ്, ജന്റർ, കാഴ്ച, രാഷ്ട്രീയം, പ്രതിനി ധാനം, ഫാസിസ്റ്റ് പ്രവണതകൾ തുടങ്ങിയവയെ സമഗ്രമായി പരി ശോധിക്കുകയാണിവിടെ. മലയാളചലച്ചിത്രത്തിന്റെ ചരിത്രത്തെ സമകാലിക 'സാംസ്കാരിക രാഷ്ട്രീയത്തിന്റെ ടൂൾ' ഉപയോഗ പ്പെടുത്തി വിശകലനം ചെയ്യുകയാണ് ഡോ. രശ്മി ജിയും അനിൽകുമാർ കെ എസും. ചലച്ചിത്രസംസ്കാരത്തെ സംബ ന്ധിച്ച് ആഴത്തിലും പരപ്പിലും നടക്കുന്ന ആദ്യ പഠന ഗ്രന്ഥമാണിത്.

ചിന്ത പബ്ലിഷേഴ്സ്

ഞങ്ങളുടെ അച്ഛനമ്മമാർക്ക്
സഹോദരങ്ങൾക്ക്....

ആമുഖം

ചലച്ചിത്ര ഭാവനകളും സാംസ്കാരിക പരിണാമങ്ങളും

(ജന)സമൂഹത്തിലെ ദൈനംദിന ജീവിതവ്യവഹാരങ്ങൾ എല്ലാം തന്നെ രാഷ്ട്രീയമായ ഉള്ളടക്കത്തിന്റെ പിൻബലത്തിലാണ് നിർവ്വഹിക്കപ്പെടുന്നത്. രാഷ്ട്രീയമെന്നത് കേവലം ഭരണകൂടമെന്ന സ്ഥാപനത്തിന്റെ രൂപീകരണം, തുടർ പ്രവർത്തനങ്ങൾ, ജനസമൂഹവുമായുള്ള ഇടപെടലുകൾ എന്നിവയുമായി ചേർത്തുവെച്ച് നിർവ്വചിക്കുന്നതും വിശകലനം ചെയ്യുന്നതുമായ രീതി കാലഹരണപ്പെട്ട ഒന്നാണ്. മനുഷ്യജീവിതത്തിന്റെ സൂക്ഷ്മതലങ്ങളിൽ വരെ ഗാഢമായി സ്വാധീനം ചെലുത്തുന്നതും മനുഷ്യജീവിത വ്യവഹാരങ്ങളെ നിയന്ത്രിക്കുകയും ചെയ്യുന്ന 'അധികാരവും' അതിന്റെ 'പ്രയോഗങ്ങളും' 'വ്യാപനശേഷി'യുമെല്ലാമാണ് രാഷ്ട്രീയമെന്ന സംജ്ഞയിൽ യഥാർത്ഥത്തിൽ ഉള്ളടക്കം ചെയ്തിരിക്കുന്നത്. മനുഷ്യന്റെ ജനനം മുതൽ മരണംവരെയുള്ള കാലയളവിൽ വിഭിന്നങ്ങളായ സാമൂഹ്യസാംസ്കാരിക സ്ഥാപനങ്ങളിൽ നിന്നുള്ള അധികാരത്തിന്റെ രാഷ്ട്രീയഇടപെടലുകൾ ജീവിതത്തിൽ നിർവ്വഹിക്കപ്പെടുന്നുണ്ട്. ഇത്തരത്തിലുള്ള പ്രത്യക്ഷവും പരോക്ഷവുമായ അധികാരഘടനകളെയും സാമൂഹ്യസംവിധാനങ്ങളെയും അതിസമർത്ഥമായി കീഴടക്കിയും തന്ത്രപരമായി ഉപയോഗപ്പെടുത്തിക്കൊണ്ടുമാണ് കൊളോണിയൽഭരണകൂടം മുതൽ വർത്തമാനകാല ഇന്ത്യൻ സമൂഹത്തിലെ ഫാസിസ്റ്റുഭരണകൂടം വരെ വ്യക്തി/സമൂഹത്തെ വരുതിയിൽ നിറുത്തുന്നതും സാംസ്കാരികമായ അടിത്തറകളെ നിർമ്മിച്ചെടുക്കുന്നതും. ഇത്തരമൊരു സന്ദർഭത്തിൽ പൊതുജനത്തിനുവേണ്ടി (?) നിർമ്മിക്കപ്പെടുന്ന കലാസാഹിത്യാദി സൃഷ്ടികളിലെല്ലാം രാഷ്ട്രീയമായ നിലപാടുകൾ സ്വാഭാവികമായി പ്രകടമായിരിക്കും. അരാഷ്ട്രീയമായ ഉള്ളടക്കങ്ങൾ ഉൾപ്പെടുന്നവയോടൊപ്പം വ്യക്തമായ രാഷ്ട്രീയ നിലപാടുകൾ പുലർത്തുന്നവയും കലാസൃഷ്ടികളിൽ പതിവാണ്. നിലവിലുള്ള സാമൂഹ്യാധികാര

ഘടനകളെ വെല്ലുവിളിച്ചും അട്ടിമറിച്ചുമാണ് ചലച്ചിത്രങ്ങൾ സൃഷ്ടിക്കപ്പെടുന്നതെന്നുള്ള 'വാദം' കാലാകാലങ്ങളിലായി ഉയർന്നുവരാറുണ്ട്. 'അധികാരഘടനകളോടു സമരസപ്പെടുന്ന' 'പ്രായോഗികവാദത്തിൽ അടിയുറച്ചു നില്ക്കുന്ന' രചനകൾ/സൃഷ്ടികളാണ് ഭൂരിപക്ഷവും എന്നതിനാൽ മേൽപറഞ്ഞ വാദം ഒരു 'ടിപ്പിക്കൽ ക്ലീഷേ' മാത്രമായി മാറുന്നു. അധികാരവ്യവസ്ഥിതികളോടു വിയോജിപ്പുകൾ പ്രകടിപ്പിക്കുന്ന സൃഷ്ടികൾ ചെറിയൊരു ശതമാനം മാത്രമേയുള്ളൂ. അവ ഏതുപക്ഷം പിടിക്കുന്നുവെന്നതും ഏതുതരം പ്രത്യയശാസ്ത്രത്തെയാണ് വിനിമയം ചെയ്യുന്നതെന്നുമുള്ള അന്വേഷണം നിർവ്വഹിക്കേണ്ടത് രാഷ്ട്രീയജാഗ്രതയുള്ള വ്യക്തികളുടെ കടമയാണ്.

ഇത്തരമൊരു പശ്ചാത്തലത്തിലാണ് *വെള്ളിത്തിരയുടെ രാഷ്ട്രീയം* പ്രസക്തമാകുന്നത്. ജനസമൂഹത്തിന്റെ ദൈനംദിന ജീവിതവ്യവഹാരങ്ങളെ രൂപപ്പെടുത്തുന്നതിൽ നിർണ്ണായകമായ കർതൃത്വം വെള്ളിത്തിരയ്ക്കുണ്ട്. സാധാരണ ജനങ്ങളുടെ വസ്ത്രധാരണവും പെരുമാറ്റങ്ങളും സംഭാഷണങ്ങളും സ്വപ്നങ്ങളുമെല്ലാം ജനപ്രിയസിനിമയുടെ സ്വാധീനവലയത്തിനുള്ളിൽ നിന്നുകൊണ്ടാണ് ക്രമീകരിക്കപ്പെടുന്നത്. മനുഷ്യന്റെ ലൈംഗികത ഉൾപ്പെടെയുള്ള അടിസ്ഥാനചോദനകളെയും പ്രണയകാമനകളേയും സ്വകാര്യജീവിതത്തിലെ രതിഭാവനകളേയും ഉത്തേജിപ്പിക്കുന്നതിനും സമ്പുഷ്ടമാക്കുന്നതിനുമുള്ള മാധ്യമമായി ചലച്ചിത്രങ്ങൾ മാറുന്നുണ്ട്. മലയാളി 'ആണത്ത'ങ്ങളുടെ പ്രകടനപരതകളെ പൊലിപ്പിച്ചെടുക്കുന്നതും മലയാളി 'പെണ്ണത്ത' മാതൃകകളെ ശാലീനസുന്ദരിയായി നിലനിർത്തുന്നതും ചലച്ചിത്രങ്ങൾ പകർന്നു നല്കിയ ബോധങ്ങളുടെ അടിസ്ഥാനത്തിലാണ്.

ഫ്യൂഡൽ വർഗ്ഗത്തിന്റെ അഭിരുചികളെയും രീതിശാസ്ത്രങ്ങളെയും ലാവണ്യബോധങ്ങളെയും തൃപ്തിപ്പെടുത്താനുള്ള ശ്രമങ്ങളോടൊപ്പം ജാതീയമായ ധ്രുവീകരണങ്ങളെ നിലനിർത്തുന്ന കാഴ്ചപ്പാടുകളുമാണ് ആദ്യകാല ചലച്ചിത്ര സൃഷ്ടികളിലുണ്ടായിരുന്നത്. നവോത്ഥാനമൂല്യങ്ങളെ പ്രതിഫലിപ്പിക്കുന്ന ചലച്ചിത്ര സൃഷ്ടികളും അക്കാലയളവിൽ ഉണ്ടായിരുന്നുവെന്നതു വിസ്മരിക്കുന്നില്ല. കേരളീയസമൂഹത്തിലേയും സാഹിത്യത്തിലേയും നവോത്ഥാനത്തിന്റെ തുടർച്ചകളാണ് ചലച്ചിത്രമേഖലയിൽ സംജാതമായത്. ചരിത്രപരമായ ഇത്തരം മുന്നേറ്റങ്ങളുടെ ഫലമായിട്ടാണ് *നീലക്കുയിൽ* (1954) ഉൾപ്പെടെയുള്ള ചിത്രങ്ങളിലൂടെ അരികുവല്ക്കരിക്കപ്പെട്ടവരുടെ ജീവിതം തിരശ്ശീലയിലെത്തിയത്. കേരളീയ സാമൂഹ്യാവസ്ഥകളുടെ പുരോഗമനാഭിമുഖ്യം *നീലക്കുയിലിൽ* പ്രകടമാകുന്നുവെങ്കിലും അതിനുള്ളിൽ ശക്തമായ അടിത്തറയായി ദളിത്‌വിരുദ്ധത നിലനില്ക്കുന്നു. ജാതി/മത/വർഗ്ഗ/വർണ്ണ/ലിംഗവിവേചനങ്ങളെ മൂർത്തമായി നിലനിർത്തുകയും ഉപരിവർഗ്ഗവിഭാഗങ്ങളുടെ വംശശുദ്ധിവാദങ്ങളെ സ്ഥാപിച്ചെടുക്കുകയുമായിരുന്നു മലയാള സിനിമ. ഒറ്റപ്പെട്ട ചെറു ബദലുകൾ, സമാന്തരമായ ചലച്ചിത്രാവിഷ്കാരങ്ങൾ ഇതിനെതിരായി ഉയർന്നു വന്നുവെങ്കിലും കമ്പോളത്തിന്റെ ആധിപത്യസ്വഭാ

വങ്ങളെ നിരാകരിച്ചുകൊണ്ട് സജീവമായി ഇടപെടലുകൾ നിർവ്വഹിക്കുവാൻ അവയ്ക്കു കഴിഞ്ഞില്ല. വർത്തമാനകാലത്തേക്കു എത്തുമ്പോഴും മലയാളസിനിമ അതിന്റെ യാഥാസ്ഥിതിക ബോധങ്ങളിൽനിന്നും സമ്പൂർണ്ണമായ വിടുതൽ പ്രാപിച്ചിട്ടില്ല എന്നതാണ് വ്യക്തമാകുന്നത്.

ചലച്ചിത്രപ്രദർശനങ്ങൾ താല്ക്കാലിക കൂടാരങ്ങളിൽനിന്നും സ്ഥിരം പ്രദർശനശാലകളിലേക്ക് ചേക്കേറുന്ന കാലയളവിലാണ് മലയാളസിനിമ വ്യാവസായികമായി കൂടുതൽ ഉണർവ്വ് പ്രാപിക്കുന്നത്. 'കൊട്ടകകൾ' ഓരോ പ്രാദേശിക ജനസമൂഹത്തിന്റെയും സാംസ്കാരിക ബോധത്തിൽ അത്രമേൽ ഇഴുകിച്ചേർന്നിരുന്നു. ചലച്ചിത്ര പ്രദർശനങ്ങൾക്കൊപ്പം വിവാഹങ്ങൾ, സമ്മേളനങ്ങൾ, മറ്റു ജനകീയകൂട്ടായ്മകൾ എന്നിവയ്ക്കുള്ള പൊതുവേദിയായി പരിണമിച്ചിരുന്ന പ്രദർശനശാലകൾ സാംസ്കാരികമായ ഇടപെടലുകളാണ് നിർവ്വഹിച്ചിരുന്നത്. 'കൊട്ടക'യുടെ സുവർണ്ണകാലത്തുനിന്നും മൾട്ടിപ്ലക്സുകളുടെ ആഘോഷ കാലത്തേക്ക് എത്തുമ്പോൾ കേരളീയപൊതുമണ്ഡലത്തിൽ സാംസ്കാരികവും രാഷ്ട്രീയവും സാമ്പത്തികവുമായ ഒട്ടനവധി പരിണാമ സന്ദർഭങ്ങളെ കണ്ടെടുക്കുവാൻ കഴിയും. ഭൂപരിഷ്കരണത്തെ തുടർന്ന് സൃഷ്ടിക്കപ്പെട്ട മധ്യവർഗ്ഗത്തിന്റെ ഇടപെടലുകൾ കേരളീയ പൊതുമണ്ഡലത്തിൽ ദൂരവ്യാപകമായ ഫലങ്ങൾ സൃഷ്ടിച്ചിരുന്നു. ഫ്യൂഡൽ മൂല്യങ്ങളുടെ തുടർച്ചയെയാണ് മധ്യവർഗ്ഗം ആഘോഷിച്ചതും കലാസാഹിത്യാദി മാധ്യമങ്ങളിലൂടെ പുനഃസൃഷ്ടിച്ചതും ആധികാരിക രേഖകളാക്കി മാറ്റിയതും. വരേണ്യ വർഗ്ഗ സാംസ്കാരിക പശ്ചാത്തലങ്ങളെ അവതരിപ്പിച്ച സാഹിത്യകൃതികൾ സ്വീകരിക്കപ്പെടുമ്പോൾതന്നെ മറുഭാഗത്ത് ദളിത്/ആദിവാസി/സ്ത്രീ/ലൈംഗിക/ജന്റർ ന്യൂനപക്ഷ വിഭാഗങ്ങളുടെ കൃതികളും എഴുതപ്പെടുകയും സ്വീകരിക്കപ്പെടുന്നുമുണ്ടായിരുന്നു. ടെലിവിഷന്റെ കടന്നുവരവും പൊതുസ്വീകാര്യതയും കേരളീയജനതയുടെ ദൃശ്യാഭിരുചികളിൽ വിപ്ലവകരമായ പരിവർത്തനങ്ങളാണ് സൃഷ്ടിച്ചത്. വീട്ടകത്തുതന്നെ 'കളർഫുൾ കാഴ്ചകൾ' ലഭിക്കുമെന്നായതോടെ തിയറ്ററുകളിലെത്തിയിരുന്ന പ്രേക്ഷകരിൽ വലിയൊരു വിഭാഗം ആളുകൾ, സ്ത്രീ പ്രേക്ഷകർ വീട്ടിനുള്ളിലേക്കു ഒതുങ്ങിക്കൂടി. വീഡിയോ പാർലറുകളും വീഡിയോ കാസറ്റുകളും വീട്ടകത്തെ കാണികളെ അതിവേഗം ആകർഷിച്ചെടുത്തു. ഇതേകാലയളവിൽ തന്നെയാണ് പൊതുമണ്ഡലത്തിൽ ജാതി - മത വർഗ്ഗീയധ്രുവീകരണങ്ങൾ അതിശക്തമാകുന്നതും ഹിന്ദുത്വ ആശയപ്രചരണങ്ങൾക്കു മേൽക്കോയ്മ ശക്തമാകുന്നതും. അത്തരമൊരു പന്ഥാവിലൂടെ നീങ്ങിയ മലയാളസിനിമയ്ക്കൊപ്പം പുണ്യപുരാണ മെഗാപരമ്പരകളിലൂടെ (ദൂരദർശൻ) ടെലിവിഷനും പ്രേക്ഷകസമൂഹത്തെ ഫ്യൂഡൽ ഹൈന്ദവ മധ്യവർഗ്ഗ താല്പര്യങ്ങളിലും അഭിരുചികളിലും അഭിരമിക്കാൻ പ്രേരിപ്പിച്ചു. ടെലിവിഷന്റെ പിന്നാലെയെത്തിയ ഇന്റർനെറ്റും മൊബൈൽഫോണും വാട്ട്സ് ആപ്പും ഫെയ്സ്ബുക്കും ട്വിറ്ററുമെല്ലാം മനുഷ്യന് അതിരുകളില്ലാത്ത ലോകമാണ് സമ്മാനിച്ചത്. നവമാധ്യമങ്ങളുടെ വ്യാപനത്തോടൊപ്പം പൊതുസമൂഹത്തിലുണ്ടായ

സാമ്പത്തിക പരിണാമങ്ങളോടുംകൂടി കൊട്ടകകൾ നാമാവശേഷമാകുകയും റിയൽ എസ്റ്റേറ്റ് മാഫിയകൾ അത്തരം സ്ഥലങ്ങളെ കീഴടക്കിയെടുക്കുകയുമുണ്ടായി. നവ സാങ്കേതികവിദ്യയുടെ കാലഘട്ടത്തിൽ സാമൂഹ്യ സാംസ്കാരിക വിദ്യാഭ്യാസ മേഖലകളിലുമെല്ലാം വിപ്ലവകരമായ പരിണാമങ്ങളാണുണ്ടായത്. നവമധ്യ മധ്യവർഗ്ഗത്തിന്റെ രൂപപ്പെടലും വളർച്ചയുമാണ് പൊതുവിൽ ദൃശ്യമാകുന്നത്. ചിക്കിങ്ങും (Chiking) കെ എഫ് സിയും കോഫി കഫേ ഡേയും ഡോമിനോസും ട്രെൻഡ്സും ബിഗ് ബസാറും ഷോപ്പിംഗ് മാളുകളും മൾട്ടിപ്ലക്സുകളുമെല്ലാം ഇത്തരമൊരു വർഗ്ഗത്തിന്റെ ജീവിത സംസ്കാരത്തിന്റെ അനിവാര്യ ഘടകങ്ങൾ ആകുന്നു. മൾട്ടിപ്ലക്സ് ചലച്ചിത്രങ്ങൾ ഈ നവമധ്യവർഗ്ഗത്തിന്റെ ജീവിത പശ്ചാത്തലങ്ങളിലാണ് ശ്രദ്ധ കേന്ദ്രീകരിച്ചിരിക്കുന്നത്. നവമാധ്യമങ്ങളുടെ ആഗോള സ്വീകാര്യത ജനജീവിതത്തിൽ പുതിയ മാറ്റങ്ങൾ സൃഷ്ടിച്ചു. ഓൺലൈൻ ചലച്ചിത്രങ്ങൾ വരെ, മലയാളിയുടെ ജീവിതത്തിന്റെ ഭാഗമായി.

ഓൺലൈൻ കൂട്ടായ്മകളിലൂടെ ട്രോളുകൾ നിർമ്മിക്കപ്പെടുന്നതും ആഗോളീയമായി അവ സ്വീകാര്യത നേടുന്നതും, പരമ്പരാഗത മതബോധങ്ങളെ നിരാകരിച്ച 'ഡിങ്കമത'വും രൂപപ്പെടുന്നത് ഇതേ കാലയളവിൽ തന്നെയാണ്. നവമാധ്യമങ്ങൾ കേന്ദ്രീകരിച്ചുള്ള കാമ്പയിനും നവമാധ്യമ കൂട്ടായ്മകളിലൂടെയുള്ള ജനകീയ സമരങ്ങളും നിർവ്വഹിക്കപ്പെടുന്നതും ഇതേ സന്ദർഭത്തിലാണ്. സ്ത്രീ/പുരുഷൻ എന്ന ദ്വന്ദ്വ ഭാവനകൾക്കപ്പുറത്ത് സ്ത്രീ/പുരുഷൻ/ട്രാൻസ്ജന്റേഴ്സ് (ട്രാൻസ്ജന്റർ, ട്രാൻസ്മാൻ, ട്രാൻസ്വുമൺ, ബൈസെക്ഷ്വൽ, ഇന്റർസെക്സ്) എന്ന പൊതു ഭാവനയിലേക്ക് മലയാളിസമൂഹം സഞ്ചരിച്ചു. സദാചാരഗുണ്ടായിസത്തിനെതിരെയുള്ള പ്രതിഷേധമായി ചുംബന സമരവും സംഘടിത - അസംഘടിത തൊഴിൽ മേഖലകളിലെ സ്ത്രീ സമൂഹത്തിന്റെ വ്യത്യസ്തങ്ങളായ സമരങ്ങളും ഇതേ കാലഘട്ടത്തിൽ തന്നെയാണ് ഉയർന്നുവന്നത്. ഇവിടെ ശ്രദ്ധേയമാകുന്ന ഒരു കാര്യം സാമൂഹ്യമായി ഇടതുപക്ഷത്തിനു ലഭിച്ച പൊതുസ്വീകാര്യത ആറു പതിറ്റാണ്ടു പിന്നിടുമ്പോഴും ഉലച്ചിലുകൾ തട്ടാതെ നിലനില്ക്കുന്നുവെന്നതാണ്. അതേ സന്ദർഭത്തിൽ തന്നെ കേരളീയ സമൂഹത്തിന്റെ പൊതുബോധം സവർണ്ണ മധ്യവർഗ്ഗത്തിന്റെ സൗന്ദര്യശാസ്ത്ര സങ്കല്പനങ്ങളിലും മൂല്യ സമ്പ്രദായങ്ങളിലും അധിഷ്ഠിതമായി നിലകൊള്ളുന്നു. ആയതിനാൽ തന്നെ ജാതി/മത/വർണ്ണ/വർഗ്ഗ/ലിംഗ പദവികളിൽ വിവേചനങ്ങൾ നേരിടുന്നവരും താഴേക്കിടയിലായി പോയവരും പൊതുമണ്ഡലത്തിലും കലാസാഹിത്യാദി മേഖലകളിലും അപരവല്ക്കരണത്തിനു വിധേയമാകുന്നു.

ഇത്തരം പശ്ചാത്തലങ്ങളുടെ അടിസ്ഥാനത്തിൽ ഫ്യൂഡൽ പുരുഷാധികാര മൂല്യങ്ങളെയും ജാതി/മത/വർണ്ണ/വർഗ്ഗ/ലിംഗ വിവേചനങ്ങളെ നിരന്തരമായി ഉല്പാദിപ്പിച്ചുകൊണ്ടിരിക്കുന്ന ജനപ്രിയ ചലച്ചിത്ര സംസ്കാരത്തിന്റെ രീതിശാസ്ത്രങ്ങളെ വിശകലനം ചെയ്യുവാനാണ് **വെള്ളിത്തിരയുടെ രാഷ്ട്രീയം** എന്ന ഈ ചലച്ചിത്ര സംസ്കാര പഠന

ഗ്രന്ഥം ലക്ഷ്യമിടുന്നത്. ദളിത്/സ്ത്രീ രാഷ്ട്രീയ നിലപാടുകൾ, ലിംഗ/ലൈംഗിക ന്യൂനപക്ഷങ്ങളുടെ അതിജീവനങ്ങൾ, കൊളോണിയൽ - ഫ്യൂഡൽ സംവിധാനങ്ങൾ അശ്ലീലവല്ക്കരിച്ച സ്വവർഗ്ഗ/ഭിന്നവർഗ്ഗ ലൈംഗികതയുടെ, അശ്ലീലത്തിന്റെ, നഗ്നതയുടെ, ആർത്തവത്തിന്റെ, തെറിയുടെ, ചേരി/കോളനി/പുറമ്പോക്ക്/തുരുത്ത് നിവാസികളുടെ സാംസ്കാരിക നിലപാടുകളെയെല്ലാം വെള്ളിത്തിരയിലെ കാഴ്ചകളെ മുൻനിർത്തി വിശകലനം ചെയ്യുകയാണ് ഈ പഠനഗ്രന്ഥം. ദൈനംദിന വ്യവഹാരങ്ങളിൽ മുഖ്യധാര സൃഷ്ടിച്ച ശുദ്ധി/അശുദ്ധി, ശ്ലീലം/അശ്ലീലം, സവർണ്ണം/അവർണ്ണം, നന്മ/തിന്മ, കറുപ്പ്/വെളുപ്പ്, നല്ലത്/ചീത്ത, മാന്യം/അമാന്യം, അകം/പുറം, പൊതു/സ്വകാര്യം എന്നിവയെ തിരക്കാഴ്ചകളുടെ പശ്ചാത്തലത്തിൽ പ്രശ്നവല്ക്കരിക്കുന്ന ഇത്തര മൊരു പഠനഗ്രന്ഥം ചലച്ചിത്ര പഠനമേഖലയിൽ ആദ്യത്തേതാണ്. ആർത്തവം, തെറി, നഗ്നത, സ്വവർഗ്ഗ ലൈംഗികത എന്നിവയെയൊക്കെ മുൻനിറുത്തിയുള്ള ഇത്തരം പഠനങ്ങൾക്ക് സാധ്യതകളുണ്ടോയെന്നുള്ള അന്വേഷണങ്ങൾ പലരിൽ നിന്നുമുണ്ടായേക്കാം. ജാതി രാഷ്ട്രീയം, ഉടൽ രാഷ്ട്രീയ വ്യവഹാരങ്ങൾ, നഗ്നത സൃഷ്ടിക്കുന്ന രാഷ്ട്രീയമാനങ്ങൾ എന്നിവയോടൊപ്പം വർത്തമാനകാലത്തിന്റെ കമ്പോളതാല്പര്യങ്ങ ളെയും അഭിസംബോധന ചെയ്യാതെ കടന്നുപോകുവാൻ പുരോഗമനാ ത്മകമൂല്യങ്ങളിൽ വിശ്വസിക്കുന്നവർക്കു കഴിയില്ല എന്ന ബോധ്യത്തിന്റെ അടിസ്ഥാനത്തിലാണ് ഇത്തരമൊരു ഗ്രന്ഥരചന ഞങ്ങൾ നിർവ്വഹിച്ചത്.

മലയാളചലച്ചിത്രത്തിന്റെ നടപ്പുരീതിശാസ്ത്രങ്ങളെയും ചലച്ചിത്ര ങ്ങൾ സൃഷ്ടിച്ച പൊതുബോധങ്ങളെയും വിമർശനാത്മകമായി വിലയി രുത്തുന്ന ഈ പഠനഗ്രന്ഥത്തിൽ 1951 ലെ *ജീവിതനൗക* മുതൽ 2018 ലെ *കുട്ടനാടൻ ബ്ലോഗ്* വരെയുള്ള ചലച്ചിത്ര ദൃശ്യപാഠങ്ങളെയും 1928 ലെ *വിഗതകുമാരൻ* മുതൽ 1950 ലെ *സ്ത്രീ* വരെയുള്ള പതിമൂന്നു ചിത്ര ങ്ങളുടെ ലഭ്യമായ രേഖകളെയും (ആസ്വാദനക്കുറിപ്പുകൾ, പത്രപ്ര വർത്തകരുടെ റിപ്പോർട്ടുകൾ, വാർത്തകൾ, ഫിലിം ഡയറക്ടറികൾ മുത ലായവ) ഉപയോഗപ്പെടുത്തിയിരിക്കുന്നു.

യശഃശരീരനായ രവീന്ദ്രന്റെ (മാർക്സിസ്റ്റ് കലാചിന്തകൻ/ചലച്ചിത്ര നിരൂപകൻ/സംവിധായകൻ) പഠനങ്ങൾ, ലേഖനങ്ങൾ, അഭിമുഖങ്ങൾ എന്നിവയോടൊപ്പം ചലച്ചിത്ര നിരൂപകരായ വി കെ ജോസഫ്, സി എസ് വെങ്കിടേശ്വരൻ, ജി പി രാമചന്ദ്രൻ, എൻ പി സജീഷ്, കെ പി ജയകു മാർ എന്നിവരുടെ അഭിമുഖങ്ങളും ലേഖനങ്ങളും ഈയൊരു പഠനത്തി നുള്ള പ്രചോദനമായിരുന്നു എന്നത് നന്ദിയോടെ സ്മരിക്കുന്നു. ചലച്ചി ത്രത്തിന്റെ അതിബൃഹത്തായ ചരിത്രത്തെ സംബന്ധിച്ചുള്ള അന്വേഷ ണങ്ങൾക്കു എപ്പോഴും മറുപടി തന്ന ശ്രീ. വിജയകൃഷ്ണൻ സാറിന്റെ സംഭാവനകളെയും അനുസ്മരിക്കുന്നു. ഒമ്പതുപതിറ്റാണ്ടു പിന്നിടുന്ന മലയാളസിനിമയുടെ സാംസ്കാരികവിശകലനങ്ങൾക്കും ചർച്ചകൾക്കും *വെള്ളിത്തിരയുടെ രാഷ്ട്രീയം* വഴിതെളിക്കുമെന്നു പ്രതീക്ഷിക്കുന്നു.

ഡോ. രശ്മി ജി, അനിൽകുമാർ കെ എസ്

ഭാഗം ഒന്ന്

ദേശം/ജനസമൂഹം/സംസ്കാരം/രാഷ്ട്രീയം

1

ചലച്ചിത്രം:
പ്രതിനിധാനവും പൊതുബോധവും

ജനപ്രിയസംസ്കാരത്തിന്റെ മുഖ്യവാദം തന്നെ പ്രേക്ഷക നില വാരത്തിന്റെ യഥാർത്ഥ പ്രാതിനിധ്യമവകാശപ്പെട്ടുകൊണ്ടുള്ളതാണ് - ഭൂരിപക്ഷം കാണികൾക്ക് ഇതാണ് വേണ്ടത്; അതിനാൽ അത് തങ്ങൾ വിതരണം ചെയ്യുന്നു, ഇതാണ് നിലവാരം, ഇതാണ് ജീവിതത്തിന്റെ പ്രധാന വിഷയങ്ങൾ, ഇങ്ങനെയാണ് പ്രശ്നങ്ങളെ കാണേണ്ടത് എന്നെല്ലാം പഠിപ്പിക്കുന്ന ഒരു സംവിധാനമായാണ് ജനപ്രിയസംസ്കാരം പ്രവർത്തിക്കുന്നത്. ഇങ്ങനെ ജനങ്ങൾ അവരുടെ യഥാർത്ഥ വൈവിദ്ധ്യ - വൈരുദ്ധ്യങ്ങളിൽനിന്ന് അകറ്റപ്പെടുന്നു; സ്വന്തം ലോകബോധത്തെ പ്പറ്റി അന്യസൃഷ്ടമായ ഒരു വ്യാജതത്ത്വം അവർക്ക് സ്വാംശീകരിക്കേണ്ടി വരുന്നു.

*- ഇ പി രാജഗോപാലൻ**

മൂലധനവ്യവസ്ഥയേയും സാങ്കേതികവിദ്യയേയും ആശ്രയിച്ചു രൂപം കൊണ്ട ചലച്ചിത്രങ്ങൾ മനുഷ്യജീവിത വ്യവഹാരങ്ങളെ ആവിഷ്കരി ക്കുവാനാണ് ആദ്യകാലം മുതൽക്കേ ഉദ്യമിച്ചത്. മലയാളക്കരയിൽ ജെ സി ഡാനിയേലിന്റെ നേതൃത്വത്തിൽ രൂപപ്പെട്ട *വിഗതകുമാരൻ* (1928) സിനിമ എന്നാൽ സോഷ്യൽ ഡ്രാമയെന്ന സങ്കല്പനത്തിലാണ് ഊന്നൽ നല്കിയിരുന്നത്. ഫ്യൂഡൽ നാടുവാഴി അധികാരവ്യവസ്ഥിതികളുടെ കാലത്തു നിർമ്മിക്കപ്പെട്ട *വിഗതകുമാരൻ*, അതേ വ്യവസ്ഥിതികളുടെ തന്നെ ആക്രമണങ്ങൾക്കിരയായി. ചലച്ചിത്രത്തിന്റെ സാമൂഹ്യമായ സ്വീകാര്യതയെ സംബന്ധിച്ച വിശകലനങ്ങൾക്കുള്ള അവസരങ്ങളാണ് ഈ ചിത്രം കേരളീയജനതയ്ക്കു നല്കിയത്. ജാതി-മത-വർണ്ണ-വർഗ്ഗ ലിംഗപരമായ വിവേചനങ്ങളുടെ ആക്രമണത്തിനിരയായ നായിക

* *നിർമ്മിക്കപ്പെടുന്ന ജനത, മാധ്യമം* (ആഴ്ചപ്പതിപ്പ്) പുതുവർഷപ്പതിപ്പ് 2009.

പി കെ റോസി, ആക്രമണത്തെത്തുടർന്നുള്ള പലായനത്തിലൂടെ ചരിത്രത്തിൽ നിന്നുതന്നെ തിരോഭവിച്ചു. *വിഗതകുമാരൻ* (1928) മുതൽ *തീവണ്ടി* (2018) വരെയുള്ള കാലയളവിൽ ജാതിയെന്ന സാംസ്കാരിക രാഷ്ട്രീയവിഷയത്തെ അതിന്റെ 'ആഴങ്ങളിൽ' ചെന്നു വിശകലനം ചെയ്ത് ദൃശ്യവല്ക്കരിക്കാനുള്ള 'ധൈര്യം' മലയാള ചലച്ചിത്ര മേഖലയ്ക്കുണ്ടായില്ല എന്നതാണ് യാഥാർത്ഥ്യം. കമ്പോളതാല്പര്യങ്ങളിൽ പോറലേല്പിക്കാത്ത വിധത്തിൽ കേവലം ഉപരിപ്ലവമായ ജാതി ബന്ധങ്ങളെ വിശകലനം ചെയ്യുവാൻ മലയാള ചലച്ചിത്രങ്ങൾ വിസ്മരിച്ചിരുന്നില്ല. ഉപഭോക്താവിന്റെ താല്പര്യങ്ങളെ സംരക്ഷിക്കുക, അഭിരുചികളെ തൃപ്തിപ്പെടുത്തുക എന്നീ കമ്പോള തത്വത്തിലൂന്നി നിന്നുകൊണ്ടാണ് ജനപ്രിയചലച്ചിത്രങ്ങൾ അവയുടെ രസക്കൂട്ടുകളെ ഉല്പാദിപ്പിക്കുന്നത്. അതുകൊണ്ടുതന്നെ സാമൂഹികമായ 'ഒത്തുതീർപ്പു'കൾക്കും 'സമവായ'ങ്ങൾക്കും 'സന്ധിരാഷ്ട്രീയ'ത്തിനും ജനപ്രിയസിനിമ സദാ സന്നദ്ധമായിരുന്നു. സാമൂഹികമായ ഒത്തുതീർപ്പുകളെന്നാൽ പാട്രിയാർക്കിയൽ ഘടനയിലൂടെ സ്ത്രീവിരുദ്ധതകളെ ഉല്പാദിപ്പിക്കുക, ദളിത് - ആദിവാസി വംശീയഹത്യകളെ ആഘോഷമായ ദൃശ്യവിരുന്നാക്കി മാറ്റുക, ലിംഗ/ലൈംഗിക ന്യൂനപക്ഷങ്ങളെ ഉന്മൂലനം ചെയ്യുക, മതന്യൂനപക്ഷങ്ങളെ അപരവല്ക്കരിക്കുകയും നിരന്തരമായി ഹിംസിക്കുകയും ചെയ്യുക, പ്രാദേശികഭാഷാസ്വത്വങ്ങളെ അവഹേളിക്കുക എന്നിങ്ങനെയുള്ള പ്രതിലോമകരമായ പ്രവണതകളെ 'സ്വാഭാവികവും' 'മാന്യവും' 'സംസ്കാരബദ്ധമായും' സൃഷ്ടിച്ചെടുക്കുകയെന്നതാണ്. പൊതുബോധങ്ങളോടു കലഹിച്ചുകൊണ്ട് ജനപ്രിയചലച്ചിത്രങ്ങൾക്കു നിലനില്ക്കാനാവില്ലെന്നുള്ള കമ്പോളത്തിന്റെ മിഥ്യാധാരണയുടെ പിൻബലത്തിലാണ് ആവർത്തന വിരസമായ ഇത്തരം കാഴ്ചകളെ ചലച്ചിത്രങ്ങൾ സൃഷ്ടിച്ചുകൊണ്ടിരിക്കുന്നത്.

ജനപ്രിയസംസ്കാരവും പൊതുബോധവും

കേരളീയജനസമൂഹത്തിന്റെ സാംസ്കാരികവ്യവഹാരങ്ങളെ അതിഗാഢമായി സ്വാധീനിച്ചുകൊണ്ടിരിക്കുന്ന കലാരൂപമെന്ന നിലയിലും, ജനപ്രിയസംസ്കാരത്തെ ഉല്പാദിപ്പിക്കുന്ന മാധ്യമം എന്ന നിലയിലും ചലച്ചിത്രങ്ങൾ സവിശേഷമായ സ്ഥാനത്താണ് നിലകൊള്ളുന്നത്. സാധാരണ ജനങ്ങൾ ആസ്വദിക്കുകയും ആഘോഷിക്കുകയും പിന്തുടരുകയും ചെയ്യുന്ന സംസ്കാരത്തിനെയാണ് സാമാന്യമായി ജനപ്രിയ സംസ്കാരം (Popular Culture) എന്നു നിർവ്വചിക്കുന്നത്. മൂലധനത്തിന്റെയും കമ്പോളത്തിന്റെയും പശ്ചാത്തലത്തിലാണ് ജനപ്രിയ സംസ്കാരത്തിന്റെ നിർമ്മിതികളുണ്ടാകുന്നത്. മാത്യുഅർനോൾഡിന്റെ കാലഘട്ടത്തിൽ (1822-88) ഇംഗ്ലണ്ടിലാണ് ജനപ്രിയ സംസ്കാരത്തെക്കുറിച്ചുള്ള വിശകലനങ്ങൾക്ക് ആരംഭം കുറിക്കുന്നത്. *Culture and Aanarchy* എന്ന ഗ്രന്ഥത്തിൽ പ്രതിപാദിതമായ ആശയങ്ങളിൽ നിന്നാണ് ജനപ്രിയ സംസ്കാരത്തിന്റെ

തലങ്ങളെക്കുറിച്ചുള്ള സംവാദങ്ങൾ ഉയർന്നുവരുന്നത്. സമൂഹത്തിലെ വരേണ്യതയെ കേന്ദ്രീകരിച്ചുള്ള മൂല്യവ്യവസ്ഥിതികൾക്കു ശോഷണം സംഭവിക്കുന്നത് അതിസാധാരണക്കാരുടെ ഇടപെടലുകൾ മൂലമാണ് എന്ന ആശയത്തെയാണ് മാത്യുഅർനോൾഡ് അവതരിപ്പിച്ചത്. ജന പ്രിയസംസ്കാര പഠനത്തെ സവിശേഷ പഠനശാഖയാക്കിയത് തിയോ ഡർ അഡോണോ, ഹെർബർട്ട് മാർക്യൂസ് ഉൾപ്പെടെയുള്ള ഫ്രാങ്ക്ഫർട്ട് സ്കൂൾ സൈദ്ധാന്തികരായിരുന്നു. സംസ്കാരത്തെ വ്യവസായമായും ആസ്വാദകരെ ഉപഭോക്താക്കളായും പരിഗണിക്കുന്ന അഡോണോ Culture Industry യെന്ന പരികല്പനയെ ഉപയോഗിച്ചാണ് ജനപ്രിയ സംസ്കാരത്തെ നിർവ്വചിക്കുന്നത്. വാൾട്ടർബെഞ്ചമിൻ, റെയ്മണ്ട് വില്യംസ്, ഫ്രെഡറിക് ജയിംസൺ ഉൾപ്പെടെയുള്ള സൈദ്ധാന്തികരും ജനപ്രിയസംസ്കാരത്തെ വ്യത്യസ്ത തലങ്ങളിൽ വിശദീകരിച്ചവരാണ്.

ജനപ്രിയമായ സംസ്കാരത്തെ ചലച്ചിത്രങ്ങൾ സൃഷ്ടിച്ചെടുക്കു ന്നത് അവയ്ക്കുള്ളിലെ പ്രതിനിധാനത്തിലൂടെയാണ്. ഒരു ജനസമൂഹ ത്തിലെ ഒന്നോ അതിലധികമോ വ്യക്തികളുടെ ജീവിത കാഴ്ചകളെ കൃത്യമായ രൂപഭാവകല്പനകളിലൂടെയും ആകർഷണീയമായ പശ്ചാ ത്തലങ്ങളിലൂടെയും ഒരുക്കിയെടുത്തുകൊണ്ടാണ് മലയാളസിനിമ കേര ളീയ ജനതയെ ആകർഷിച്ചത്. മനുഷ്യന്റെ ദൈനംദിന ജീവിതവ്യവ ഹാരങ്ങളിൽനിന്നും വ്യതിരിക്തമായി അത്യാകർഷകമായ കാഴ്ചാനുഭ വങ്ങൾ നല്കിയ ചലച്ചിത്രങ്ങൾക്കുള്ളിലെ കഥാപാത്രങ്ങളും, അവരുടെ പ്രതിനിധാനവും പ്രേക്ഷകന്റെ സാംസ്കാരികപശ്ചാത്തലങ്ങളെ അതി ഗാഢമായി സ്വാധീനിച്ചു. ജാതിവ്യവസ്ഥിതികൾ പ്രബലമായിരുന്ന കേര ളീയാന്തരീക്ഷത്തിൽ സവർണ്ണമൂല്യവ്യവസ്ഥിതികളെ കേന്ദ്രീകരിച്ചുള്ള പൊതുബോധങ്ങളാണ് സമ്പൂർണ്ണമായി വിനിമയം ചെയ്യപ്പെട്ടത്.

പൊതുബോധമെന്നത് ജാതി/മതം/വംശം/വർണ്ണം/വർഗ്ഗം/ലിംഗ പദവി എന്നിവയെ മുൻനിറുത്തി ജനസമൂഹത്തിന്റെ പാരമ്പര്യബോധ ങ്ങളിൽനിന്നും ഉരുവം കൊള്ളുന്ന 'മുൻവിധി'കളാണ്. അധീശത്വവർഗ്ഗം ഓരോ സന്ദർഭത്തിലും ഇത്തരം 'മുൻവിധി'കളെ 'വിരുദ്ധ ദ്വന്ദ്വ'ങ്ങളുടെ 'താരതമ്യ'ങ്ങളിലൂടെ കൂടുതൽ മഹത്വവല്ക്കരിക്കുകയും ചെയ്യുന്നു. വരേണ്യവർഗ്ഗക്കാർ 'ഉത്തമന്മാരും' കീഴാളവർഗ്ഗക്കാർ 'അധമന്മാരു'മാ കുന്നത് ഈയൊരു സാംസ്കാരിക പശ്ചാത്തലത്തിലാണ്. മുൻവിധിക ളുടെ അടിസ്ഥാനത്തിൽ രൂപപ്പെടുന്ന പൊതുബോധങ്ങളെ 'സ്ഥിരം വാർപ്പു മാതൃകകൾ' ഉപയോഗിച്ച് ഊട്ടിയുറപ്പിക്കുക എന്ന കർത്ത വ്യത്തെ അധീശത്വവർഗ്ഗം തന്ത്രപരമായി നിറവേറ്റുന്നു. അതിനായി ജന സമൂഹത്തിൽ സ്വാധീനമുറപ്പിച്ച ചലച്ചിത്രമുൾപ്പെടെയുള്ള മാധ്യമങ്ങളെ ഉപയോഗപ്പെടുത്തുന്നു. പൊതുസമൂഹത്തിൽ വിനിമയം ചെയ്യപ്പെടുന്ന ഹോമോഫോബിയ, ട്രാൻസ്ഫോബിയ, സെനോഫോബിയ, ഇസ്ലാമോ ഫോബിയ അടക്കമുള്ള ഒട്ടനവധി 'ഫോബിയകൾ' പൊതുബോധ ത്തിന്റെ പ്രതിഫലനങ്ങളാണ്. ചലച്ചിത്രങ്ങളെ കേന്ദ്രീകരിച്ചുള്ള പൊതു

ബോധത്തിന്റെ സൃഷ്ടിക്കായി അവ സാമൂഹ്യമായ വിവേചനങ്ങളെയും അസമത്വങ്ങളെയും അതിനാടകീയമാണെങ്കിലും 'സ്വാഭാവികമായ വിധത്തിൽ' ആവിഷ്കരിച്ചെടുക്കുന്നു. ജനാധിപത്യസമൂഹത്തിൽ നിലനില്ക്കുന്ന വൈവിദ്ധ്യങ്ങളെയും വൈരുദ്ധ്യങ്ങളെയും അതിസങ്കീർണ്ണമായ മാനുഷിക വ്യവഹാരങ്ങളെയും സ്ഥിരം വാർപ്പുമാതൃകകളായി (Steriotypes) സൃഷ്ടിച്ചെടുത്തുകൊണ്ടാണ് 'സാമൂഹ്യമായ പൊതുബോധം' അതിന്റെ അടിത്തറയെ പ്രബലമാക്കുന്നത്. അധീശത്വപ്രത്യയശാസ്ത്രത്തിന്റെ ഉല്പന്നങ്ങളിലൊന്നായ പൊതുബോധത്തെ ചലച്ചിത്രങ്ങൾ നിരന്തരമായ കാഴ്ചകളിലൂടെ പ്രേക്ഷകമനസ്സിൽ ഉറപ്പിച്ചെടുക്കുന്നു. അത്തരം സ്ഥിരം വാർപ്പുമാതൃകകളിലൂടെ തൊലികറുത്തുപോയ കീഴാളർ 'ക്രിമിനലുകളായും', സ്വവർഗ്ഗരതിതല്പരരായ 'ഗേ' കൾ പ്രകൃതിവിരുദ്ധരായും, ട്രാൻസ്ജന്ററുകൾ ക്രിമിനലുകളായും ലൈംഗികതൊഴിലാളികളായും, ആദിവാസികൾ പ്രാകൃതരായും, മുസ്ലീംവർഗ്ഗത്തിൽ ഉൾപ്പെടുന്നവർ വർഗ്ഗീയതീവ്രവാദികളായും തമിഴനും ബംഗാളികളുമടക്കമുള്ള അന്യസംസ്ഥാന തൊഴിലാളികൾ 'അപകടകാരികളായ മനുഷ്യരായും' മാറുന്നു. ഇത്തരം പൊതുബോധങ്ങളിലൂടെ വിദ്വേഷത്തിന്റെ സംസ്കാര (Hate Culture) മാണ് വിനിമയം ചെയ്യപ്പെടുന്നത്. അപകടകരമായ ഈ രീതിശാസ്ത്രത്തിന്റെ ഉല്പന്നമാണ് സദാചാരഗുണ്ടായിസവും ആൾക്കൂട്ടആക്രമണങ്ങളും. ജനാധിപത്യരാഷ്ട്രത്തിൽ അരാഷ്ട്രീയവല്ക്കരിക്കപ്പെട്ട ആൾക്കൂട്ടം അതിവേഗത്തിൽ ഫാസിസ്റ്റ് മുന്നേറ്റങ്ങളുടെ പിണിയാളുകളായി മാറുന്നു.

ദളിത് പ്രതിനിധാനവും വംശീയഹത്യകളും

നൂറ്റാണ്ടുകളായി അടിമത്തത്തിൽ കഴിയേണ്ടിവന്ന ദളിത് ജനവിഭാഗങ്ങളുടെ മുന്നേറ്റങ്ങളുടെയും അതിജീവനത്തിന്റെയും ഭാഗമായിട്ടാണ് ദളിത്സാഹിത്യ സംവാദമണ്ഡലങ്ങൾ വികസിച്ചു വരുന്നത്. മ്ലേച്ഛർ, ഹരിജനങ്ങൾ, ദസ്യുക്കൾ, പട്ടികജാതി എന്നു തുടങ്ങി പല പേരുകളിൽ അറിയപ്പെട്ടിരുന്ന, താഴേക്കിടയിലായിപ്പോയ അധഃസ്ഥിതരെ കുറിക്കുന്ന പദമാണ് ദളിതർ. 1972 ൽ മുംബൈ കേന്ദ്രീകരിച്ചുകൊണ്ട് ദളിത് പാന്തേഴ്സ് പ്രസ്ഥാനം രൂപംകൊണ്ടു. അതിന്റെ മുഖ്യപ്രവർത്തകനായ മറാഠി കവി നാംദേവ് ധസലാണ് ദളിത് എന്ന പദത്തെ പ്രയോഗത്തിൽ കൊണ്ടുവന്നത്. പട്ടികജാതി/പട്ടികവർഗ്ഗ/അവശ ക്രൈസ്തവർ ഉൾപ്പെടുന്ന വലിയൊരു ജനവിഭാഗത്തെയാണ് ദളിത് എന്ന പദം അഭിസംബോധന ചെയ്യുന്നത്. ജാതിവ്യവസ്ഥയുമായി ബന്ധപ്പെട്ടുകൊണ്ടാണ് ഇന്ത്യയിൽ ദളിത് സംവാദപരിസരങ്ങൾ വികസിക്കുന്നത്. അടിച്ചമർത്തപ്പെട്ടവരുടെ പ്രതിഷേധങ്ങൾ കലാസാഹിത്യാദി മാധ്യമങ്ങളിലൂടെ പുറത്തുവന്നു. ബ്രാഹ്മണിക്കൽ ജ്ഞാനമണ്ഡലം പുറത്തുനിർത്തിയ ദളിത് ജനവിഭാഗങ്ങളുടെ ദുരന്തങ്ങളും വേദനകളുമാണ് ദളിത് ആഖ്യാനങ്ങളിലൂടെ പ്രകടമായത്. ഇന്ത്യയിലെ ദളിത് - നവോത്ഥാന മുന്നേറ്റങ്ങളുടെ ചരിത്രമാണ് ദളിത് സാഹിത്യചരിത്രത്തിനുള്ളത്.

വ്യവസ്ഥാപിത അധികാരഘടനകൾക്കെതിരെയുള്ള മുന്നേറ്റങ്ങളെ ത്വരിതപ്പെടുത്തുകയെന്ന കർത്തവ്യമാണ് ദളിത്സംവാദങ്ങൾ ഏറ്റെടുത്തത്. ഇത്തരത്തിലുള്ള സംവാദമണ്ഡലങ്ങളാണ് ദളിത്സൗന്ദര്യശാസ്ത്രത്തെ രൂപപ്പെടുത്തിയത്. ബ്രാഹ്മണിക്കൽപ്രത്യയശാസ്ത്രങ്ങൾക്കെതിരായി ഉയർന്നുവന്ന മുന്നേറ്റങ്ങൾ ദളിത് സൗന്ദര്യശാസ്ത്രത്തെ വികസിപ്പിക്കുകയുണ്ടായി. ദളിത്സമൂഹം എഴുത്തിന്റെ മേഖലയിൽ ഇടപെടുവാൻ തുടങ്ങിയതോടുകൂടി സാഹിത്യമേഖലയിൽ ദളിത് സൗന്ദര്യശാസ്ത്രം കൂടുതലായി പ്രചരിപ്പിക്കപ്പെട്ടു. പാർശ്വവല്ക്കരിക്കപ്പെട്ട ദളിത് ജനവിഭാഗങ്ങളുടെ പ്രതിനിധാനം മലയാളത്തിന്റെ വെള്ളിത്തിരിയിൽ സാധ്യമായിട്ടുണ്ട്. കേരളീയ നവോത്ഥാനത്തിന്റെ തുടർച്ചയും നവോത്ഥാനകാല സാഹിത്യപ്രതിഭകളുടെ ചലച്ചിത്രരംഗത്തേക്കുള്ള കടന്നുവരവുകളുമാണ് അത്തരമൊരു മുന്നേറ്റത്തിന് അടിത്തറയൊരുക്കിയത്. 1954 ലെ *നീലക്കുയി*ലോടുകൂടി ദളിത് കഥാപാത്രങ്ങൾ വെള്ളിത്തിരയിലെത്തുകയും തുടർന്ന് *മുടിയനായ പുത്രൻ* (1961/രാമുകാര്യാട്ട്), *രണ്ടിടങ്ങഴി* (1958/പി സുബ്രഹ്മണ്യം), *കലക്ടർ മാലതി* (1967/എം കൃഷ്ണൻ നായർ) എന്നീ ചിത്രങ്ങളിലൂടെ അതിനൊരു തുടർച്ചയുണ്ടാവുകയും ചെയ്തു.

കലയെന്നും കമ്പോളമെന്നും ചലച്ചിത്രമേഖല വേർതിരിയുന്ന എഴുപതുകളുടെ ഘട്ടം മുതൽ കീഴാളജീവിതങ്ങൾ മുൻകാലങ്ങളെയപേക്ഷിച്ച് ചലച്ചിത്രങ്ങളിൽ കൂടുതലായി പ്രത്യക്ഷപ്പെടുന്നുണ്ട്. *നെല്ല്* (1974/രാമുകാര്യാട്ട്), *കാഞ്ചനസീത* (1978/അരവിന്ദൻ), *അവളുടെ രാവുകൾ* (1978/ഐ വി ശശി), *ചുവന്ന വിത്തുകൾ* (1978/പി എ ബക്കർ), *കുമ്മാട്ടി* (1979/അരവിന്ദൻ), *കരിമ്പന* (1980/ഐ വി ശശി), *ചാപ്പ* (1982/പി എ ബക്കർ), *ചിദംബരം* (1985/അരവിന്ദൻ), *വിഷ്ണുലോകം (1991/കമൽ), പെരുന്തച്ചൻ* (1990/അജയൻ), *വെങ്കലം* (1993/ഭരതൻ), *കാബൂളിവാല* (1993/സിദ്ദിഖ് ലാൽ), *രക്തസാക്ഷികൾ സിന്ദാബാദ്* (1998/വേണു നാഗവള്ളി), *കുടമാറ്റം* (1997/സുന്ദർദാസ്), *ഭൂതക്കണ്ണാടി* (1997/ലോഹിതദാസ്), *കന്മദം* (1998/ലോഹിതദാസ്), *തിരകൾക്കപ്പുറം* (1998/അനിൽ ആദിത്യൻ), *മാട്ടുപ്പെട്ടി മച്ചാൻ* (1998/ജോസ്തോമസ്), *കണ്ണെഴുതി പൊട്ടുംതൊട്ട്* (1999/ടി കെ രാജീവ്കുമാർ), *ശാന്തം* (2000/ജയരാജ്) എന്നിങ്ങനെ ഒരുനിര ചിത്രങ്ങൾ മില്ലേനിയംവരെയുള്ള കാലഘട്ടത്തിൽ പാർശ്വവൽകൃത ജീവിതങ്ങളെ കേന്ദ്രീകരിച്ചു നിർമ്മിക്കപ്പെട്ടവയാണ്. അതേസമയം പോപ്പുലർ താരങ്ങളഭിനയിച്ച, ജനപ്രിയചേരുവകൾ കുത്തിനിറച്ച നിരവധി ചലച്ചിത്രങ്ങളിൽ അപ്രസക്ത കഥാപാത്രങ്ങൾ/ജീവിതങ്ങളായി ദളിത് വിഭാഗങ്ങൾ കടന്നു പോകുന്നുണ്ട്. ജനപ്രിയ നായകന്റെ താരപ്രകടനങ്ങളെ പൊലിപ്പിക്കുന്ന ജനപ്രിയ ചിത്രങ്ങളിൽ ആൾക്കൂട്ടങ്ങളായി, ചിതറിയവരായി, ചേരി/ കോളനിവാസികളായി പ്രതിനായകരായി പ്രത്യക്ഷപ്പെടുന്ന കീഴാളർ നായകന്റെ തല്ലും തലോടുകളും ശാസനകളും മർദ്ദനങ്ങളും നിർദ്ദേശങ്ങളും ഏറ്റുവാങ്ങേണ്ടിവരുന്നത് സ്ഥിരം കാഴ്ചകളാണ്.

നായകന്റെ ആണത്ത സൗന്ദര്യസങ്കല്പങ്ങളിലും പ്രകടനപരതകളിലും കുടുങ്ങികിടന്നിരുന്ന മലയാള സിനിമ 'വ്യതിരിക്തമായ ചില ആഖ്യാനങ്ങൾ' എന്ന തലത്തിൽ ദളിത് പശ്ചാത്തലങ്ങളെ ഏറ്റെടുക്കുകയുണ്ടായി. *കരുമാടിക്കുട്ടൻ* (2001/വിനയൻ), *കണ്ണകി* (2001/ജയരാജ്), *ലോകനാഥൻ ഐ എ എസ്* (2005/അനിൽ ബാബു), *ചിതറിയവർ* (2004/ലാൽജി), *അച്ഛനുറങ്ങാത്ത വീട്* (2006/ലാൽ ജോസ്), *ഫോട്ടോഗ്രാഫർ* (2006/രഞ്ജൻ പ്രമോദ്), *പുലിജന്മം* (2006/പ്രിയനന്ദൻ), *തലപ്പാവ്* (2008/മധുപാൽ), *തകരച്ചെണ്ട* (2007/അവിര റബേക്ക), *മേൽവിലാസം* (2011/മാധവ് രാംദാസ്), *പപ്പിലിയോ ബുദ്ധ* (2013/ജയൻ ചെറിയാൻ), *ലൈറ്റ്* (2011/ദേവപ്രസാദ്), *മിഴി തുറക്കൂ* (2013/സന്തോഷ് സൗപർണ്ണിക), *ചായില്യം* (2012/മനോജ് കാന), *പേരറിയാത്തവർ* (2014/ഡോ. ബിജു), *ബോധി* (2014/അജയൻ), *നെഗലുകൾ* (2015/അവിര റബേക്ക), *കരി* (2014/ഷാനവാസ് നരണിപ്പുഴ), *ഒഴിവുദിവസത്തെ കളി* (2015/സനൽകുമാർ ശശിധരൻ), *വെളുത്ത രാത്രികൾ* (2015/മുഹമ്മദ് റാസി), *ജലം* (2016/എം ബി പത്മകുമാർ), *കിസ്മത്ത്* (2016/ഷാനവാസ് കെ ബാവക്കുട്ടി), *ആറടി* (2016/സജി പാലമേൽ), *പതിനൊന്നാം സ്ഥലം* (2016/രഞ്ജിത്ത് ചിറ്റാത), *മാൻഹോൾ* (2016/വിധു വിൻസെന്റ്), *ഒറ്റയാൾപ്പാത* (2016/സതീഷ് ബാബുസേനൻ & സന്തോഷ് ബാബുസേനൻ), *ഒറ്റക്കോലം* (2016/ജയൻ കെ സാജ്), *ഉദാഹരണം സുജാത* (2017/ഫാന്റം പ്രവീൺ, *അയാൾ ശശി* (2017/സജിൻ ബാബു), *കാലിയാൻ* (2017/ജിജോ പാങ്ങോട്), *കറുത്ത ജൂതൻ* (2017/സലിംകുമാർ) എന്നിങ്ങനെ നിരവധി ചിത്രങ്ങളിലായി കീഴാള ജീവിതങ്ങൾ പ്രേക്ഷകരുടെ മുമ്പിലെത്തി.

മലയാള സിനിമയിലെ ദളിത് പ്രതിനിധാനത്തെ "ചലച്ചിത്രവും ദളിത് സൗന്ദര്യശാസ്ത്രവും" എന്ന അദ്ധ്യായത്തിൽ വിശദമായി വിശകലനം ചെയ്തിട്ടുണ്ട്. ചലച്ചിത്രത്തിനുള്ളിൽ നടത്തപ്പെടുന്ന ദളിത്ഹത്യകൾ സ്വാഭാവികമായ രീതിയിൽ ആർപ്പുവിളികളോടെ പ്രേക്ഷകർ സ്വീകരിക്കുകയും ചെയ്യുന്നു. ചലച്ചിത്രങ്ങൾ സൃഷ്ടിക്കുന്ന ദളിത് വിരുദ്ധ ബോധങ്ങളേക്കാൾ അതിതീവ്രമാണ് ഇന്ത്യൻസമൂഹത്തിൽ നിലനില്ക്കുന്ന ദളിത്‌വിരുദ്ധപൊതുബോധങ്ങൾ. ഉത്തരേന്ത്യൻ സംസ്ഥാനങ്ങളിൽ വിശേഷിച്ച് ഹരിയാനയിലെ ഖാപ്പ് പഞ്ചായത്തുകൾ, ബംഗാളിലെ സലീഷി പഞ്ചായത്തുകൾ എന്നിവയെല്ലാം ദളിത് ഉന്മൂലനങ്ങൾക്കുവേണ്ടി നിലകൊള്ളുന്നു. ചാതുർവർണ്ണ്യത്തിന്റെ രീതിശാസ്ത്രങ്ങളെ പിന്തുടരുന്ന സവർണ്ണഹൈന്ദവർക്ക് വേട്ടയാടാനുള്ള ഇരകൾ മാത്രമാണ് ഉത്തരേന്ത്യൻസംസ്ഥാനങ്ങളിലെ ദളിതർ. താടി വളർത്തുന്നതിന്റെയും മീശപിരിക്കുന്നതിന്റെയും പേരിൽ ദളിതർ (ഗുജറാത്ത്, ബീഹാർ മുതലായവ) ആക്രമിക്കപ്പെടുന്നു. ഉത്തരേന്ത്യൻ സമൂഹത്തിലെ ദളിത് വംശീയഹത്യകളെപ്പറ്റി വിമർശിച്ചുകൊണ്ടിരുന്ന കേരളീയ സമൂഹത്തിൽ അത്തരം സംഭവങ്ങൾ ഉണ്ടാവുകയില്ലെന്നൊരു സാമാന്യ ധാരണയുണ്ടായിരുന്നു. എന്നാൽ ആദിവാസി മധുവിന്റെ

ആൾക്കൂട്ട കൊലപാതകവും (2018, ഫെബ്രുവരി 22) ദുരഭിമാനകൊലയ്ക്കിരയായിത്തീർന്ന കെവിനുമെല്ലാം (2018, മെയ് 28) ഓർമ്മപ്പെടുത്തുന്നത് സവർണ്ണവർഗ്ഗത്തിന്റെ അപകടകരമായ ദളിത്‌വിരുദ്ധനിലപാടുകളെയാണ്. ഇന്ത്യൻസമൂഹത്തിൽ നിലവിലുള്ള സാമൂഹ്യസാമ്പത്തിക രാഷ്ട്രീയ അധികാരഘടനകളോട് കലഹിച്ചുകൊണ്ടാണ് ദളിതർ അവരുടേതായ ഇടങ്ങൾ സ്വന്തമാക്കുന്നത്. അതിജീവനത്തിനായി നിരന്തരം സംഘർഷങ്ങളിലേർപ്പെട്ടു കൊണ്ടിരിക്കുന്ന ദളിത്ജനവിഭാഗത്തിനോടുള്ള മനോഭാവത്തിൽ ഇന്ത്യൻ സമൂഹം കാതലായ പരിവർത്തനങ്ങൾ വരുത്തേണ്ടതുണ്ട്.

ആദിവാസി ഗോത്രങ്ങളും മലയാളി സങ്കല്പനങ്ങളും

ചലച്ചിത്രസൃഷ്ടികളിൽ നിരന്തരമായി അപഹസിക്കപ്പെട്ടു കൊണ്ടിരിക്കുന്ന മനുഷ്യ വർഗ്ഗങ്ങളിലൊന്നാണ് ഗോത്രവർഗ്ഗക്കാരായ ആദിവാസി ജനസമൂഹം. ഒട്ടനവധി ഗോത്ര വർഗ്ഗങ്ങളെ ഉൾക്കൊള്ളുന്ന ബൃഹത്തായ ഒരു സംജ്ഞയാണ് 'ആദിവാസി.' 1956 ലെ ഷെഡ്യൂൾഡ് കാസ്റ്റ് & ഷെഡ്യൂൾഡ് ട്രൈബ്സ് (മോഡിഫിക്കേഷൻ) ഓർഡർ ഷെഡ്യൂൾഡ് കാസ്റ്റ്സ് & ഷെഡ്യൂൾസ് ട്രൈബ്സ് ആക്ട് പ്രകാരം പട്ടികവർഗ്ഗത്തിൽ 35 കൂട്ടരാണുള്ളത്. അടിയാൻ, അരണ്ടൻ, ഇരവാലൻ, ഹിൽപുലയൻ, ഇരുളർ, കാടാർ, കമ്മാറ, കാണിക്കാർ, കാട്ടുനായിക്കൻ, കൊച്ചുവേലൻ കൊണ്ട കപ്പൂസ്, കൊണ്ടറെഡ്ഡി, കൊരഗ, കൊടാ, കുടിയ, കുറിച്ചിയൻ, കുറുമൺ, കുറുംബൻ, മഹാമലസർ, മലഅരയൻ, മലമ്പണ്ടാരം, മലവേടൻ, മലക്കുറവൻ, മലസർ, മലയൻ, മലഅരയർ, മന്നാൻ, മറാട്ടി, മുതുവാൻ, പളൈയർ, പള്ളിയൻ, പള്ളിയാർ, പണിയൻ, ഉള്ളാടൻ, ഊരാളി എന്നിവയാണ് ലിസ്റ്റിൽ ഉൾപ്പെടുന്നത്. 2011 ലെ സെൻസസ് പ്രകാരം കേരളത്തിൽ 36 ആദിവാസി വിഭാഗങ്ങൾ 140458 കുടുംബങ്ങളിലായി ജീവിച്ചുവരുന്നു. 119400 കുടുംബങ്ങൾ ഗ്രാമത്തിലാണെങ്കിൽ 21068 കുടുംബങ്ങൾ നഗര പ്രദേശങ്ങളിലാണ് ജീവിച്ചുവരുന്നത്. കാടിന്റെ തനിമയും സ്വത്വവുമായി അഭേദ്യമാം വിധത്തിൽ ഇടപഴകി കഴിയുന്ന ഏതാനും ചില ഗോത്രവർഗ്ഗങ്ങളെ മുൻനിർത്തിയാണ് കേരളീയർ 'ആദിവാസി'യെ പരിചരിച്ചതും വിലയിരുത്തിയതും. എന്നാൽ കാടിനു പുറത്തു കാണാത്ത നിരവധി വർഗ്ഗങ്ങളടക്കമുള്ള ആദിവാസികൾ ഉൾപ്പെടുന്ന ഗോത്രവർഗ്ഗമാണിത്. ആദിവാസിയെന്ന ബൃഹത്തായ സമൂഹത്തെ അപരിഷ്കൃതർ, പ്രാകൃതർ, അല്പന്മാർ, കാടന്മാർ, കോമാളികൾ, ഭ്രാന്തന്മാർ, മോഷ്ടാക്കൾ എന്നീ വാർപ്പുമാതൃകളിലൂടെയാണ് മലയാള സിനിമ സൃഷ്ടിച്ചെടുത്തത്.

നെല്ല് (1974/രാമുകാര്യാട്ട്), *പഞ്ചമി* (1976/ഹരിഹരൻ), *കാഞ്ചനസീത* (1978/അരവിന്ദൻ), *ബാംബൂബോയ്സ്* (2002/അലി അക്ബർ), *ഫോട്ടോ*

സി കെ കരുണാകരൻ, *ആദിവാസികളുടെ ലോകം*, കേരള ഭാഷാ ഇൻസ്റ്റിറ്റ്യൂട്ട്, (രണ്ടാം പതിപ്പ്), ഒക്ടോബർ 2014.

ഗ്രാഫർ (2006/രഞ്ജൻ പ്രമോദ്), *കാട്ടുചെമ്പകം* (2002/വിനയൻ), *ഇലകൾ പച്ച പൂക്കൾ മഞ്ഞ* (2017/വിജയകൃഷ്ണൻ), *ഉടലാഴം* (2018/ഉണ്ണികൃഷ്ണൻ ആവള) എന്നിവയുൾപ്പെടെയുള്ള ചിത്രങ്ങളിൽ പ്രധാന കഥാപാത്രങ്ങളായും ഇതര ജനപ്രിയ ചലച്ചിത്രങ്ങളുടെ ആഖ്യാനത്തിൽ മിന്നിമറയുന്നവരായും (ഉദാ: *അശ്വാരൂഢൻ* (2006/ജയരാജ്), *മരംകൊത്തി* (2014/ബേബി തോമസ്), *ശിഖാമണി* (2016/വിനോദ് ഗുരുവായൂർ), *പുലിമുരുകൻ* (2016/വൈശാഖ്) ആദിവാസികൾ പ്രത്യക്ഷപ്പെടുന്നുണ്ട്. ഗോത്രസംസ്കൃതികളെ പിന്തുടർന്നുകൊണ്ട് പ്രകൃതിയുടെ ചലനങ്ങളെ അടുത്തറിഞ്ഞു ജീവിക്കുന്ന ആദിവാസിവിഭാഗങ്ങളെ 'പ്രാകൃതരായി' ചിത്രീകരിച്ചെടുക്കുകയായിരുന്നു മലയാളസിനിമ. കാട്ടുവാസികൾ/കാടർ/വനവാസികൾ എന്നിങ്ങനെ വിശേഷിപ്പിക്കപ്പെടുന്ന ആദിവാസികൾ തിരസ്കൃതരാകുന്നത് മുഖ്യധാരാസമൂഹത്തിന്റെ "ഞങ്ങളും നിങ്ങളുമെന്ന" പരിഷ്കൃത/അപരിഷ്കൃത വർഗ്ഗീകരണത്തിന്റെ രീതിശാസ്ത്രത്തിലൂന്നിക്കൊണ്ടാണ്. പരിഷ്കൃതസമൂഹത്തിന്റെ ജീവിതശൈലികളെക്കുറിച്ചു ധാരണകളില്ലാത്ത പ്രാകൃതർ എന്ന പൊതുബോധത്തിലൂന്നിക്കൊണ്ട് ആദിവാസികൾ അല്പന്മാരായും (*പഞ്ചമി/1976*) യൂറോപ്യൻ ക്ലോസറ്റിൽ നിന്നും വെള്ളംനക്കിക്കുടിക്കുന്നവരായും കുളിസോപ്പ് കടിച്ചുതിന്നുന്നവരായും (*ബാംബൂ ബോയ്സ്/2002*) തമ്പുരാന്റെ/പൊലീസുകാരന്റെ ലൈംഗികകാമനകളെ ഉത്തേജിപ്പിക്കുന്ന പെണ്ണുടലുകളായും (*നെല്ല്, ഇന്ദ്രിയം, കാട്ടുചെമ്പകം*), ലൈംഗികാതിക്രമങ്ങൾക്കിരയാകേണ്ടുന്നവളായും (*അപരിചിതൻ, ഏഴാമത്തെ വരവ്*), ഭാഷയറിയാത്ത പ്രാകൃതരായും (*യോദ്ധ, തേന്മാവിൻ കൊമ്പത്ത്*), കുളിയും നനയുമില്ലാത്ത വൃത്തികെട്ടവരായും (*ചിത്രം, മഴത്തുള്ളിക്കിലുക്കം*), നഗരവാസികൾക്കു ഭയന്നു നിലവിളിക്കാനുള്ള ഭീകരസ്വത്വങ്ങളായും (*സാൾട്ട് ആൻഡ് പെപ്പർ*) പൊലീസ് ഭരണകൂട അധികാരികൾക്കു മർദ്ദിക്കാനുള്ള ഉടലുകളായും (*വാസ്തവം, ബൊളീവിയൻ ഡയറി, കാടുപൂക്കും നേരം*) തിരക്കാഴ്ചകളിൽ പ്രത്യക്ഷപ്പെടുന്നു.

ആദിവാസി സാന്നിദ്ധ്യങ്ങളില്ലാത്ത ജനപ്രിയചലച്ചിത്രങ്ങളിൽ പോലും വംശീയമായ അധിക്ഷേപങ്ങളെ ഉല്പാദിപ്പിച്ചെടുത്തുകൊണ്ടാണ് ജനപ്രിയചലച്ചിത്രങ്ങൾ പ്രേക്ഷകരിൽ ചിരിയുണർത്തുന്നതും കമ്പോളവിജയങ്ങൾ നേടുന്നതും. സിദ്ദിഖ് സംവിധാനം ചെയ്ത *ഫ്രണ്ട്സിൽ* ചക്കച്ചാംപറമ്പിൽ ജോയ്, അരവിന്ദനോടും ചന്തുവിനോടും 'എന്നെപ്പോലുള്ള സാധാരണക്കാർക്ക് പാടാനും ഡാൻസ് ചെയ്യാനും ഉള്ള പാട്ട്' ആവശ്യപ്പെടുമ്പോൾ 'അതിനിപ്പോ കാട്ടുജാതിക്കാർക്കൊക്കെ പാടാൻ പറ്റിയ പാട്ടേതാ ഉള്ളത്' എന്ന മറുപടിയാണ് ചന്തു നല്കുന്നത്. അരുൺ വൈദ്യനാഥൻ സംവിധാനം ചെയ്ത *പെരുച്ചാഴിയിൽ* നായകന്റെയും കൂട്ടുകാരുടെയും പെരുമാറ്റത്തെ '*അട്ടപ്പാടിയിൽ നിന്നുള്ളവർ* ലുലുമാൾ കാണാൻ വന്നതുപോലെ എന്നാ അലമ്പും ബഹളവുമായെ'ന്നാണ് സണ്ണി വിശേഷിപ്പിക്കുന്നത്. ഡയലോഗും അത്രമേൽ

നീചമായിരുന്നു. ഇത്തരം ഡയലോഗുകൾക്കു തിയറ്ററുകളിൽ ലഭിക്കുന്ന കൈയടികളും നവമാധ്യമങ്ങളിൽ ലഭിക്കുന്ന പ്രചാരണങ്ങളും മലയാളിയുടെ ആദിവാസി വിരുദ്ധ പൊതുബോധത്തെ വ്യക്തമാക്കുന്നു. സാധാരണക്കാരന്റെ പാട്ടെന്നാൽ കാട്ടുവാസികളുടെ പാട്ടെന്നാണെങ്കിൽ *നെല്ലി*ൽ ലതാ മങ്കേഷ്കർ പാടിയ 'കദളി ചെങ്കദളീ പൂ വേണോ?'യെന്ന പാട്ട് ഏതു ജനവിഭാഗത്തെയും സംസ്കാരത്തെയുമാണ് പ്രതിനിധീകരിക്കുന്നത്? കെ ജി ജോർജ്ജിന്റെ *ഇലവങ്കോടു ദേശ*ത്തിലെ ഗാനത്തിൽ കെട്ടിത്തൂക്കിയ ഇറച്ചിത്തുണ്ടുകളുടെ പശ്ചാത്തലത്തിൽ അർദ്ധ നഗ്നരായി നൃത്തം ചെയ്യുന്ന ആദിവാസിപ്പെണ്ണുങ്ങൾ ആർക്കുവേണ്ടി - ഏതു പൊതുബോധത്തെയാണ് പിന്തുടരുന്നതെന്നു വ്യക്തമാണ്.

സിനിമയിലൂടെ സൃഷ്ടിക്കപ്പെടുന്ന ആദിവാസിവിരുദ്ധ പൊതുബോധത്തിന്റെ പ്രതിഫലനങ്ങൾ ഇന്ത്യൻ/കേരളീയസമൂഹത്തിലും പ്രകടമാണ്. ആദിവാസികളെ കുടിയിറക്കിക്കൊണ്ടു വനപ്രദേശങ്ങൾ കയ്യേറാനുള്ള നടപടിക്രമങ്ങളാണ് സമകാലിക ഇന്ത്യൻസമൂഹത്തിൽ നടത്തപ്പെടുന്നത്. കാട്ടുവാസികളായ ആദിവാസികൾ കാടിനു പുറത്ത് പരിഷ്കൃതരായ ജനസമൂഹത്തിലിടപെടുന്നതിൽ പൊരുത്തക്കേടുകളുണ്ടെന്നു വിശ്വസിക്കുന്ന മലയാളിബോധം അവനെ മർദ്ദിച്ചോടിക്കുവാനും തയ്യാറാകുന്നു. അതോടൊപ്പം മുഖ്യധാരാസമൂഹത്തിന്റെ 'ഔദാര്യങ്ങളിലും' 'ദയാദാക്ഷിണ്യങ്ങളിലും' 'സംഭാവനകളിലും' 'തല്ലുകളിലും' 'തലോടലുകളിലും' അടങ്ങിയൊതുങ്ങി നില്ക്കേണ്ടുന്ന വർഗ്ഗമാണ് ആദിവാസികൾ എന്ന പൊതുബോധത്തെയും മലയാളചലച്ചിത്രങ്ങൾ പ്രതിഫലിപ്പിക്കുന്നുണ്ട്. 2018 ഫെബ്രുവരി 22 നാണ് അഗളിയിൽ ആദിവാസി യുവാവ് മധു ആൾക്കൂട്ടത്തിന്റെ മർദ്ദനങ്ങൾക്കിരയായി കൊല്ലപ്പെടുന്നത്. ഉത്തരേന്ത്യൻ ഗ്രാമങ്ങളിൽ വരേണ്യവർഗ്ഗത്തിന്റെ ആക്രമണങ്ങൾക്കിരയായി ആദിവാസികൾ കൊല്ലപ്പെടുന്നതിന്റെ തുടർച്ചയാണ്, മധുവിന്റെ കൊലപാതകത്തിലുള്ളത്. മധുവിന്റെ മരണം മുത്തങ്ങാ വെടിവയ്പ്പിൽ കൊല്ലപ്പെട്ട ജോഗിയെയും മലയാളിയുടെ സ്മൃതിപഥത്തിലെത്തിക്കുന്നു. വംശീയവെറിയുടെ പാഠങ്ങളെ സമർത്ഥമായി സൃഷ്ടിച്ചെടുക്കുന്ന കേരളീയന്റെ വികൃതഭാവനകളെയാണ് ചലച്ചിത്രങ്ങൾ അവയുടെ ദൃശ്യപഥങ്ങളിൽ ഒരുക്കിയെടുത്തത്.

പ്രാകൃതരെന്നും കാട്ടുവാസികളെന്നും മുദ്രകുത്തപ്പെട്ട ആദിവാസി വർഗ്ഗങ്ങൾ കേരളത്തിലെ മൊത്തം ജനസംഖ്യയിൽ 1.45 ശതമാനത്തോളമാണ് വരുന്നത്. സംഘടിതമായൊരു സമരത്തിലേക്ക് ആദിവാസികൾ എത്തുമെന്ന് വിശ്വസിക്കാൻപോലും പറ്റാതിരുന്ന കാലത്താണ് മുത്തങ്ങ സമരവും (2003, ജനുവരി 3) കുടിൽ കെട്ടൽ സമരവും (2001, ജനുവരി 25) നില്പ് സമരവുമൊക്കെ (2014, ജൂലൈ 9) നടത്തി തങ്ങളുടെ പ്രതിഷേധങ്ങളും ആവശ്യകതകളും ഭരണകൂടത്തിന്റെ മുമ്പിലവതരിപ്പിച്ചത്. 'രാഷ്ട്രമെന്ന' സങ്കല്പനത്തിനുള്ളിൽനിന്നും പുറത്താക്കപ്പെട്ട ഗോത്ര വർഗ്ഗങ്ങളുടെ അതിജീവനത്തിനുള്ള പരിശ്രമങ്ങളാണ് ഇത്തരം പ്രതി

ഷേധ സമരങ്ങളുടെ അടിസ്ഥാനം.

മുഖ്യധാരയുടെ ചൂഷണപ്രത്യയശാസ്ത്രങ്ങൾക്കെതിരെ സംഘടിതമായ പ്രവർത്തനങ്ങളിലൂടെയും നിലപാടുകളിലൂടെയും പ്രതികരിക്കാനുള്ള ആർജ്ജവം കേരളത്തിലെ ആദിവാസിജനസമൂഹം നേടിയെടുത്തിട്ടുണ്ട്. ഇത്തരമൊരു ജനസമൂഹത്തെയാണ് മധ്യവർഗ്ഗാഭിരുചികളെ മുൻനിറുത്തി 'നിന്ദിതരും പീഡിതരു'മാക്കി കലാസാഹിത്യാദി മാധ്യമങ്ങൾ അവതരിപ്പിച്ചുകൊണ്ടേയിരിക്കുന്നത്. 'അട്ടപ്പാടി'യെന്നത് ഒരു ഗതിയും പരഗതിയുമില്ലാത്ത 'പഞ്ഞം പിടിച്ച ദാരിദ്ര്യ മേഖല'യെന്ന പൊതുബോധത്തിൽ ആനന്ദം കണ്ടെത്തുന്നവരാണ് മലയാളികൾ. ആദിവാസികളെന്ന വർഗ്ഗം തിരസ്കൃതരാക്കി നിർത്തപ്പെടേണ്ടത് അനിവാര്യമാണ് എന്ന വിലക്ഷണ യുക്തിയുടെ അടിസ്ഥാനത്തിലാണ് *ഉടലാഴ* (2018/ഉണ്ണികൃഷ്ണൻ ആവള) ത്തിൽ അനുമോളോടൊപ്പം അഭിനയിച്ച ആദിവാസി യുവാവ് മണിയുടെ ശരീരവും (*ഫോട്ടോഗ്രാഫർ ഫെയിം*), ടൊയോട്ടയുടെ എത്തിയോസ് ജി ഡി കാർ വാങ്ങിയ ആദിവാസി നേതാവ് സി കെ ജാനുവിന്റെ സാമ്പത്തിക - തൊഴിൽ വരുമാന സാധ്യതകളും ഓൺലൈൻ സൈബർ ആക്രമണങ്ങൾക്കും ഓഫ്ലൈൻ പരിഹാസങ്ങൾക്കും വിധേയമായത്. ഗോത്രസംസ്കൃതിയോട് നാഗരിക സമൂഹത്തിനുള്ള പുച്ഛവും വെറുപ്പും വിദ്വേഷവുമാണ് ആദിവാസി വിരുദ്ധനിലപാടുകളിൽ പ്രകടമാകുന്നത്.

ആദിവാസിയെ സംബന്ധിച്ച സ്ഥിരം വാർപ്പുമാതൃകകൾ എല്ലാം വികല സൃഷ്ടികളായതുകൊണ്ടുതന്നെ അവയെ പൊളിച്ചെഴുതുന്ന ചലച്ചിത്ര സൃഷ്ടികൾ ഉണ്ടാവേണ്ടതുണ്ട്. വയനാടിന്റെ ആദിവാസി മിത്തുകളിലൊന്നായ *കരിന്തണ്ടന്റെ* കഥ പറയുന്ന ലീലയുടെ (*ഗോത്രവർഗ്ഗത്തിൽ നിന്നുള്ള പ്രഥമ സംവിധായിക*) യുടെ പ്രോജക്റ്റ് ഗോത്ര വിഭാഗങ്ങളുടെ തനതു ജീവിതമായിരിക്കുമെന്നു സംവിധായിക സാക്ഷ്യപ്പെടുത്തുന്നു.*

ഇസ്ലാമോഫോബിയയും ദേശരാഷ്ട്ര ഭാവനകളും

മുസ്ലീം ജനസമൂഹത്തെ അവരുടെ സാംസ്കാരികതനിമകളോടു ചേർന്നുനിന്നുകൊണ്ടാണ് സിനിമ അവതരിപ്പിക്കുന്നത് എന്ന പൊതുബോധമാണ് ചലച്ചിത്ര/ചലച്ചിത്രേതര സമൂഹത്തിൽ നിലനില്ക്കുന്നത്. യഥാർത്ഥത്തിൽ അതിനു ഘടകവിരുദ്ധമായ കാഴ്ചപ്പാടുകളാണ് ചലച്ചിത്രങ്ങൾക്കുള്ളിൽ സന്നിവേശിപ്പിച്ചിരിക്കുന്നത്. മുസ്ലീംസമൂഹത്തിന്റെ ചരിത്രമാരംഭിക്കുന്നത് കച്ചവടക്കാരായ അറബികളിൽ നിന്നാണ്. സാമൂതിരി ഭരണകാലത്തു രാജാവിന്റെ അംഗീകാരങ്ങൾ നേടിയ ഇക്കൂട്ടർ കൊളോണിയൽ അധിനിവേശങ്ങളോടുകൂടി മാറ്റിനിർത്തപ്പെടുന്നുണ്ട്.

* *ഇതുവരെ കണ്ടതൊന്നും ഞങ്ങളെയല്ല, കേട്ടത് ഞങ്ങളുടെ കഥയുമല്ല* - ലീല സന്തോഷ്/റഫീഖ് ഇബ്രാഹിം, മാതൃഭൂമി ആഴ്ചപ്പതിപ്പ്, 2018 ആഗസ്റ്റ് 5 - 11, പു:96.

മാനവിക ഐക്യത്തെ വിഘടിപ്പിക്കുന്നതിനും തകർക്കുന്നതിനുമായി 'വിഭജിച്ചു ഭരിച്ച' കൊളോണിയൽ ഭരണകൂടത്തിന്റെ ഇരകളായിരുന്നു മുസ്ലീം ജനസമൂഹം. ഭാഷ, സാഹിത്യം, സംസ്കാരം, കല, രാഷ്ട്രീയം, അചാരാനുഷ്ഠാനങ്ങൾ എന്നു തുടങ്ങി സമസ്ത മേഖലകളിലും മുസ്ലീം സാംസ്കാരിക മുദ്രകൾ ആഴത്തിൽ പതിഞ്ഞു കിടക്കുന്നു. അറബി മലയാള സാഹിത്യവും മാപ്പിളപ്പാട്ടുകളും കേരളീയ സമൂഹത്തിന് വിപുലമായ സംഭാവനകൾ നല്കിയിട്ടുണ്ട്. ആദ്യകാല മലയാള സിനിമകളായ *ഖദീജ* (1967/എം കൃഷ്ണൻനായർ), *കസവുതട്ടം* (1967/കുഞ്ചാക്കോ), *ബല്ലാത്ത പഹയൻ* (1969), *ഉമ്മാച്ചു* (1971/പി ഭാസ്കരൻ), *അച്ഛനും ബാപ്പയും* (1962/കെ എസ് സേതുമാധവൻ) ഉൾപ്പെടെയുള്ളവ മുസ്ലീം സംസ്കാരത്തിന്റെ തനിമകളെ ആവിഷ്ക്കരിക്കുകയുണ്ടായി.

അറുപതുകളിലേയും എഴുപതുകളിലേയും പുരോഗമനമൂല്യങ്ങളെ നിരാകരിച്ചുകൊണ്ടാണ് മലയാള സിനിമ തൊണ്ണൂറുകളിൽ മുസ്ലീം കഥാപാത്രങ്ങളെ 'വികൃത' ഹാസ്യമാതൃകകളായും 'പ്രതിനായകരാ'യും അവരോധിച്ചത്. ജോഷിയുടെ *ധ്രുവം* (1992) മുതലാണ് മുസ്ലീംപ്രതിനായകർ കടുത്ത ചായക്കൂട്ടുകൾക്കുള്ളിൽ വാർപ്പുമാതൃകകളായി മെനഞ്ഞെടുക്കപ്പെട്ടതെന്ന് ജി പി രാമചന്ദ്രൻ, സി എസ് വെങ്കിടേശ്വരൻ, എൻ പി സജീഷ്, കെ പി ജയകുമാർ അടക്കമുള്ള ചലച്ചിത്ര നിരൂപകർ ചൂണ്ടിക്കാട്ടുകയുണ്ടായിട്ടുണ്ട്. ഹൈദർ (*ധ്രുവം/ടൈഗർ പ്രഭാകർ*), പൂക്കോയ (*സ്ഫടികം/ശ്രീരാമൻ*), യൂസഫ്ഷാ (*ഉസ്താദ്/രാജീവ്*), മായമ്പറംബാവ (*വല്യേട്ടൻ/എൻ എഫ് വർഗ്ഗീസ്*), ഖാലിദ് മുഹമ്മദ് (*സി ഐ ഡി മൂസ/ശരത് സക്സേന*) ഹൈദരാലി (*ഭരത്ചന്ദ്രൻ ഐ പി എസ്/സായികുമാർ*), ബഷീർ (*ബാലേട്ടൻ/വിമൽരാജ്*), ഫാറൂഖ് ഷാ (*പതാക/സായികുമാർ*), ബാബു (*ബാബാകല്യാണി/ഇന്ദ്രജിത്ത്*), ജാവേദ് (*കേരളോത്സവം/വിനുമോഹൻ*) എന്നു തുടങ്ങി ചെർക്കളക്കാരൻ കായിക്ക ഖാദർ (*പുലിമുരുകൻ/സുധീർ കരമന*) ഉൾപ്പെടെയുള്ള കഥാപാത്രങ്ങളായി മുസ്ലീംപ്രതിനായകർ അവതരിപ്പിക്കപ്പെട്ടുകൊണ്ടേയിരിക്കുന്നു.

ബഹുസ്വരരാഷ്ട്രമായ ഇന്ത്യയിൽ മുസ്ലീംജനവിഭാഗങ്ങൾ അപരിഷ്കൃതരും അപകടകാരികളും ഭീകരവാദികളും വർഗ്ഗീയവാദികളുമായി അപരവല്ക്കരിക്കപ്പെട്ടു കഴിഞ്ഞു. കൊളോണിയൽഭരണകൂടത്തിന്റെ വിഭജിച്ചു ഭരിക്കുകയെന്ന തന്ത്രത്തിൽ നിന്നാണ് ഹിന്ദുക്കളും മുസ്ലീങ്ങളും തമ്മിലുള്ള വൈരം ഉടലെടുക്കുന്നത്. ഇന്ത്യാ-പാക് വിഭജനത്തോടുകൂടി ഹിന്ദു-മുസ്ലീം വേർതിരിവുകൾ അതിന്റെ ഏറ്റവും ശക്തമായ അവസ്ഥയിൽ എത്തുകയും ചെയ്തു. മുസ്ലീം ഭരണാധികാരികൾ ക്രൂരന്മാരായ ഭരണാധിപന്മാരായിരുന്നു എന്നുള്ള ഹിന്ദുത്വവാദികളുടെ വ്യാജ പ്രചരണങ്ങൾ ഇന്ത്യൻജനസമൂഹത്തിൽ, വിശിഷ്യാ ഹിന്ദുസമൂ

ജി പി രാമചന്ദ്രൻ, *മലയാള സിനിമ ദേശം ഭാഷ സംസ്കാരം*, കേരള ഭാഷാ ഇൻസ്റ്റിറ്റ്യൂട്ട്, ആഗസ്റ്റ് 2009

ഹത്തിൽ ആഴത്തിൽ പതിയുകയുണ്ടായി. ബ്രിട്ടീഷുകാരുടെ വ്യാജ പ്രചരണങ്ങളെ അന്ധമായി ഏറ്റെടുത്ത ഹിന്ദുത്വവാദികൾ മുസ്ലീമിനെ വർഗ്ഗീയവാദികളായി പ്രതിഷ്ഠിച്ചു. ബാബറി മസ്ജിദ് (1992, ഡിസംബർ 6) ആക്രമണത്തോടുകൂടി ഇന്ത്യൻസമൂഹത്തിൽ ഹിന്ദു-മുസ്ലീം സ്പർധ ഒരിക്കലും സന്ധിയാകില്ലെന്ന രാഷ്ട്രീയസാഹചര്യത്തെക്കൂടി സൃഷ്ടിച്ചു. ഇത്തരമൊരു പശ്ചാത്തലത്തിലാണ് ഇന്ത്യയിലെ മുസ്ലീം ജനസമൂഹത്തിന് 'ഇന്ത്യൻ മുസ്ലീ'മെന്നു ആവർത്തിച്ചാവർത്തിച്ച് പറഞ്ഞുകൊണ്ട് തങ്ങളുടെ 'ദേശീയ ബോധത്തെ' സ്ഥാപിച്ചെടുക്കേണ്ടി വരുന്നത്. ഇന്ത്യൻ മുസ്ലീം/പാകിസ്ഥാൻ മുസ്ലീം, നല്ല മുസ്ലീം/ചീത്ത മുസ്ലീം, രാജ്യസ്നേഹി/രാജ്യദ്രോഹി എന്നീ വിരുദ്ധ ദ്വന്ദ്വങ്ങളെ മുൻനിറുത്തി മുസ്ലീംസമൂഹത്തെ ദൃശ്യവല്ക്കരിക്കുന്ന നിരവധി ചലച്ചിത്രങ്ങൾ *കീർത്തിചക്ര (2006), കുരുക്ഷേത്ര (2008), എഫ് ഐ ആർ (1999), ദാദാസാഹിബ് (2000), പ്രജ (2001), കിളിച്ചുണ്ടൻ മാമ്പഴം (2003), ബസ്കണ്ടക്ടർ (2005), കേരളോത്സവം (2009)* ഉൾപ്പെടെയുള്ള അനവധി ചിത്രങ്ങൾ) ഇന്ത്യയിൽ നിർമ്മിക്കപ്പെട്ടിട്ടുണ്ട്. സവർണ്ണ 'ഹൈന്ദവ ഐഡിയോളജി'കളുടെ പശ്ചാത്തലത്തിൽ നിർമ്മിക്കപ്പെട്ട ചലച്ചിത്രങ്ങളിലെ പ്രതിനായകർ മുസ്ലീം പുരുഷന്മാരായത് കേവലം യാദൃച്ഛികതയല്ല.

പ്രതിനായകരെപ്പോലെ തന്നെ ഹാസ്യമാതൃകകൾക്കായി മുസ്ലീം കഥാപാത്രങ്ങളെ മലയാള സിനിമ ധാരാളിത്തത്തോടുകൂടി ഉപയോഗിച്ചെടുക്കുന്നുണ്ട്. *കിരീടം* (1989/സിബി മലയിൽ), *മലപ്പുറം ഹാജി മഹാനായ ജോജി* (1994/തുളസിദാസ്), *ഉദയപുരം സുൽത്താൻ* (1999/ജോസ് തോമസ്), *പ്രണയനിലാവ്* (1999/വിനയൻ), *ഷാർജ ടു ഷാർജ* (2001/വേണുഗോപൻ), *കിളിച്ചുണ്ടൻ മാമ്പഴം* (2003/പ്രിയദർശൻ), *ഞാൻ സൽപ്പേര് രാമൻകുട്ടി* (2004/അനിൽബാബു), *ബസ് കണ്ടക്ടർ* (2005/വി എം വിനു), *കൈയെത്തും ദൂരത്ത്* (2002/ഫാസിൽ), *മാന്ത്രികൻ* (2012/അനിൽ), *ഇന്ത്യൻ റുപ്പി* (2011/രഞ്ജിത്), *മാണിക്യക്കല്ല്* (2011/എം മോഹനൻ), *അമർ അക്ബർ അന്തോണി* (2015/നാദിർഷ), *ആട് ഒരു ഭീകരജീവിയാണ്* (2015/മിഥുൻ മാനുവൽ തോമസ്), *മൈലാഞ്ചി മൊഞ്ചുള്ള വീട്,* (2014/ബെന്നി ജോസഫ്), *ഫുക്രി* (2017/സിദ്ദിഖ്) എന്നിവയുൾപ്പെടെയുള്ള നിരവധി ചിത്രങ്ങളിൽ അപരിഷ്കൃതരും അല്പന്മാരും ആർത്തിപ്പണ്ടാരങ്ങളും അന്ധമായ മതവിശ്വാസികളും ആയിട്ടാണ് മുസ്ലീം കഥാപാത്രങ്ങൾ തിരമലയാളത്തിൽ ആവിർഭവിച്ചതും നിറഞ്ഞാടിയതും ഹാസ്യത്തെ സൃഷ്ടിച്ചതും. ഇവരുടെ വടക്കൻ ഭാഷാശൈലി, തടിച്ചുകുറുകിയ ശരീരം, സുന്നത്ത്, ബഹുഭാര്യാത്വം, സ്വവർഗ്ഗലൈംഗികതാല്പര്യം, ഭിന്നവർഗ്ഗലൈംഗികതയോടുള്ള അനിയന്ത്രിതമായ അഭിനിവേശം, ആഭിചാരക്രിയകൾ എന്നിവയെ കേന്ദ്രീകരിച്ചാണ് ആക്ഷേപങ്ങളും പരിഹാസങ്ങളും സൃഷ്ടിക്കപ്പെടുന്നത്. മുസ്ലീങ്ങളിലൊരു വിഭാഗം ആളുകൾ 'കുണ്ടന്മാർ' (പുരുഷ സ്വവർഗ്ഗരതിക്കാരന്റെ പ്രാദേശിക സംബോധന) ആണെന്ന്, പ്രത്യേകിച്ച് വടക്കന്മാരെ കേന്ദ്രീകരി

ച്ചുള്ള പൊതുധാരണ കേരളീയസമൂഹത്തിൽ നിലനില്ക്കുന്നതു കൊണ്ടുതന്നെ അത്തരമൊരു ബോധത്തെ മലയാളസിനിമ പിന്തുടരുന്നുണ്ട്. *ഭരത് ചന്ദ്രൻ ഐ പി എസ്* (2005/രൺജി പണിക്കർ), *കിംഗ് ആൻഡ് കമ്മീഷ്ണർ* (2012/ഷാജി കൈലാസ്), *ഡാ തടിയാ* (2012/ആഷിക് അബു), *സൂഫി പറഞ്ഞ കഥ* (2010/പ്രിയനന്ദനൻ), *മൈലാഞ്ചി മൊഞ്ചുള്ള വീട്* എന്നിവ ഉദാഹരണം. കലാസാഹിത്യാദി മാധ്യമങ്ങൾക്ക് ഏതു ജാതിമത വിഭാഗത്തേയും ആവിഷ്കരിക്കുവാനും വിമർശന വിധേയമാക്കുവാനും സ്വാതന്ത്ര്യമുണ്ട്. വലതുപക്ഷ ഹിന്ദുത്വത്തിന്റെ വിദ്വേഷത്തിലധിഷ്ഠിതമായ സാമൂഹ്യ വിവേചനങ്ങളോട് ഇത്തരം കലാരൂപങ്ങൾ അന്ധമായി പിന്തുടരുന്നു എന്നതാണ് പ്രശ്നം.

തിരക്കാഴ്ചകളിൽ പ്രത്യക്ഷപ്പെടുന്ന 'അറബികൾ', 'ഗൾഫുകാർ' എന്നിവരെല്ലാം നികൃഷ്ടമായ കഥാപാത്രങ്ങളായാണ് നിലനിന്നത്. ഗൾഫ് നാടുകളിലെ അറബികൾ പൊതുവേ ഭീകരരാണ് എന്നൊരു ധാരണയെ മുസ്ലീംസമൂഹം സൃഷ്ടിച്ചെടുത്തിരുന്നു. കേരളത്തിലെത്തുന്ന അറബികളെ വികൃതമായ ഭാവനകളിലൂടെയാണ് ചലച്ചിത്രങ്ങളിൽ ആവിഷ്കരിച്ചിരുന്നത്. 'കാട്ടറബി' യെന്ന പ്രയോഗംപോലും വംശീയ വിരുദ്ധമായ നിലപാടിനെ പ്രതിഫലിപ്പിക്കുന്നതായിരുന്നു. മലയാളിയെ സംബന്ധിച്ചിടത്തോളം ഗൾഫിൽ പോയി പണമുണ്ടാക്കി വരുന്ന 'ഗൾഫൻ' അല്പനും വിവരമില്ലാത്തവനും ഡംഭ് കാട്ടുന്നവനുമാണ്. ഭൂപരിഷ്കരണാനന്തരമുള്ള കേരളീയ സമൂഹത്തിൽ, ഗൾഫ് രാജ്യം യുവാക്കളുടെ സാമ്പത്തിക പ്രതീക്ഷകളിലൊന്നായി മാറിയിരുന്നു. കുടുംബത്തിന്റെ ദാരിദ്ര്യം മാറ്റാൻ അക്കരയ്ക്കു പോകുന്ന നായകന്റെ കഷ്ടപ്പാടുകൾ, അയാളുടെ പോക്കുവരവുകൾ എന്നിവയെല്ലാം എൺപതുകളിലെ കമ്പോള സിനിമകൾ ആഘോഷിച്ചിരുന്നു. (*ഈ നാട്, വരവേൽപ്പ്, ആമിനാ ടെയിലേഴ്സ്*) ഗൾഫ് പണം കേരളത്തിന്റെ സമ്പദ്വ്യവസ്ഥയിൽ വൻചലനങ്ങളാണ് സൃഷ്ടിച്ചത്. അത് വ്യാപാരമേഖലയിലും റിയൽ എസ്റ്റേറ്റ് മേഖലയിലും പുതിയ സാമ്പത്തികതന്ത്രങ്ങളെ അവതരിപ്പിച്ചു. 'കൈ നിറയെ പൊന്നും' 'പെട്ടി നിറയെ കാശും' 'തിളങ്ങുന്ന പളുപളപ്പൻ കുപ്പായവുമായി' കടൽ കടന്നുവരുന്ന 'ദുഫായ്'ക്കാരന്മാർ അല്പന്മാരാണ് എന്ന പൊതുബോധത്തെയാണ് മലയാളസിനിമ എൺപതുകൾ മുതലിങ്ങോട്ടുള്ള കാലയളവിൽ സൃഷ്ടിച്ചെടുത്തത്. *വരവേല്പ്പി*ലെ 'ബസ് മുതലാളി' (മോഹൻലാൽ/1989), *പുലിവാൽ കല്യാണ*ത്തിലെ 'മണവാളൻ' (സലിംകുമാർ/2003) ചിറ്റ്ഫണ്ട്സിന്റെ ഉടമ 'മണവാളൻ', *വെനീസിലെ വ്യാപാരി*യിലെ 'പേർഷ്യാക്കാരൻ കമലാസനൻ' (ബോംബെയിൽ പോയി പേർഷ്യാക്കാരൻ ലുക്കിൽ വന്നിറങ്ങുന്ന കമലാസനൻ) (സലിംകുമാർ/2011), *തൽസമയം ഒരു പെൺകുട്ടി*യെ വിവാഹം കഴിക്കാനെത്തുന്ന 'ഗൾഫൻ ഷിബു' (സുരാജ്/2012), നാട്ടുകാരുടെ മുമ്പിൽ കോടീശ്വരനായി അഭിനയിക്കുന്ന 'കുഞ്ഞളിയൻ' (ജയസൂര്യ/2012) നിരന്തരമായി കല്യാണാലോചനകൾ പരാജയപ്പെടുന്ന

'കുഞ്ഞിരാമൻ' (വിനീത് ശ്രീനിവാസൻ/2015) എന്നിവരെല്ലാം മലയാളിയെ ചിരിപ്പിച്ചവരാണ്. സാമ്പത്തികമായി താഴേക്കിടയിലായിപ്പോയവൻ പ്രവാസജീവിതത്തിലൂടെ കാശു സമ്പാദിച്ച് തിരിച്ചെത്തുമ്പോൾ അവനെ 'പുത്തൻപണക്കാരൻ' എന്ന പേരിൽ സവർണ്ണ മധ്യവർഗ്ഗത്തിൽപ്പെട്ടവർ അക്ഷേപിച്ചിരുന്നു. *ദേവാസുരം, മഹാത്മാ* ഉൾപ്പെടെയുള്ള ചിത്രങ്ങളിൽ പുത്തൻപണക്കാരായ ഗൾഫുകാരന്മാരോടുള്ള അസംതൃപ്തികൾ ആവിഷ്കരിക്കപ്പെടുന്നുണ്ട്.

മലയാളസിനിമയിലെ 'ഗൾഫൻ' സ്റ്റാൻഡേർഡ് കുറഞ്ഞ 'വിവരദോഷി'യാണെങ്കിൽ അമേരിക്കൻ/യൂറോപ്യൻ പ്രവാസി മലയാളികൾ 'സ്റ്റാൻഡേർഡ്' ഉള്ളവരായിട്ടാണ് ചിത്രീകരിക്കപ്പെടുന്നത്. *അരം + അരം = കിന്നരം* (1985/പ്രിയദർശൻ), *വർണ്ണപ്പകിട്ട്* (1997/ഐ വി ശശി), *എ ബി സി ഡി* (2013/മാർട്ടിൻ പ്രക്കാട്ട്), *കടൽ കടന്നൊരു മാത്തുക്കുട്ടി* (2013/രഞ്ജിത്) ഉൾപ്പെടെയുള്ള ചിത്രങ്ങൾ ഉദാഹരണം. പാലാ, പൂഞ്ഞാർ, കാഞ്ഞിരപ്പള്ളി, തിരുവല്ല, കുമ്പനാട് പ്രദേശങ്ങളിലെ സമ്പന്ന ക്രിസ്ത്യൻ കുടുംബത്തിൽ നിന്നുള്ളവരാണ് അമേരിക്കൻ/യൂറോപ്യൻ രാജ്യങ്ങളിലേക്കു കുടിയേറിയത്. ഗൾഫിലേക്കാകട്ടേ തൊഴിൽരഹിതരായ ദരിദ്രജനവിഭാഗങ്ങളാണ് കുടിയേറിയതും. 'വിവരോം വിദ്യാഭ്യാസോം' കുറവായതിനാൽത്തന്നെ വെകിളിത്തരങ്ങൾ കാട്ടുന്നവനും പത്രാസു കാട്ടുന്നവനും മിഥ്യാഭിമാനിയായുമൊക്കെ 'ഗൾഫൻ' ആവിഷ്കരിക്കപ്പെടുന്നു. ഗൾഫുകാരന്റെ പ്രതിനിധാനം ഇത്തരമൊരു വികലയുക്തിയാണെങ്കിൽ ഗൾഫന്റെ ഭാര്യ പൊങ്ങച്ചക്കാരിയായും അതിലൈംഗികത (Hyper Sexuality) യുള്ളവളായും ക്രമീകരിക്കപ്പെട്ടിരിക്കുന്നു. ഭർത്താവിന്റെ അസാന്നിധ്യത്താൽ ലൈംഗിക അംസതൃപ്തിയുള്ളവരാണ് ഗൾഫുകാരന്റെ ഭാര്യമാർ എന്ന പൊതുബോധത്തെ ജനപ്രിയ പൈങ്കിളി നോവൽ/കഥകൾ ഏറ്റെടുത്ത് അവതരിപ്പിക്കുകയുണ്ടായിട്ടുണ്ട്. ഗൾഫുകാരന്റെ ഭാര്യയെ കേന്ദ്രീകരിച്ചു പ്രചരിപ്പിക്കപ്പെട്ട അശ്ലീല 'അതിഹിതബന്ധ' കഥകൾ ഇത്തരമൊരു പൊതുബോധത്തിന്റെ തുടർച്ചയായിരുന്നു. ഗൾഫ് ജോലിക്കാരിയുടെ (നേഴ്സ്/സ്റ്റോർ കീപ്പർ മുതലായവ) നാട്ടിലുള്ള തൊഴിൽരഹിതനായ ഭർത്താവ് 'ഭർത്താവുദ്യോഗം' നയിക്കുന്ന 'കിഴങ്ങൻ' ആണെന്ന മലയാളിബോധത്തെ എൺപതുകളിലേയും തൊണ്ണൂറുകളിലേയും ചലച്ചിത്രങ്ങൾ അവതരിപ്പിച്ചതുകൂടി ഇവിടെ പരാമർശമർഹിക്കുന്നു.

തൊലിക്കറുപ്പിന്റെ കാഴ്ചകളും നിലപാടുകളും

വെള്ളിത്തിരയിലെ കറുത്ത ഉടലുകളേയും വെളുത്ത ഉടലുകളേയും കേന്ദ്രീകരിച്ച് സൃഷ്ടിക്കപ്പെട്ട പൊതുബോധങ്ങൾ കേരളീയ സമൂഹത്തിന്റെ ഫ്യൂഡൽ ജാതി അധികാര പാരമ്പര്യ വ്യവസ്ഥിതികളുടെ ധാരണകളോട് ആഴത്തിൽ ചേർന്നു നില്ക്കുന്നവയായിരുന്നു. 'കറുപ്പ്' എന്നാൽ അപകൃഷ്ടം/മ്ലേച്ഛം/ഭീകരം/ഭയാനകം/വെറുപ്പ് എന്നിങ്ങനെ

യാണെങ്കിൽ വെളുപ്പ്, എന്നാൽ ഉത്കൃഷ്ടം/ഉദാത്തം/മാന്യം/ആഢ്യത്വം എന്നിങ്ങനെയുള്ള പൊതുബോധങ്ങളും ഭാവനകളുമാണ് ചലച്ചിത്രങ്ങളിലും പൊതുസമൂഹത്തിലും നിറഞ്ഞുനില്ക്കുന്നത്.

വെള്ളിത്തിരയിലെ കറുപ്പ് - വെളുപ്പ് ഉടലുകളെ നിരന്തരമായി താരതമ്യപ്പെടുത്തിക്കൊണ്ടാണ് ചലച്ചിത്രങ്ങൾ വെളുത്ത നിറത്തെ ഉദാത്തീകരിക്കുന്നതും മഹത്വവല്ക്കരിക്കുന്നതും. 'കറുപ്പ്' ഹാസ്യമുല്പാദിപ്പിക്കുന്നതിനുള്ള ഒരു 'സ്ഥിരം മെറ്റീരിയലായി' കമ്പോളസിനിമ ഉപയോഗപ്പെടുത്തുന്നു. തൊലിയെയും നിറത്തെയും സംബന്ധിച്ചുള്ള ആത്മഗതങ്ങളും സ്വയംവിമർശനങ്ങളും നടത്തുന്ന കഥാപാത്രങ്ങൾ, വൈരൂപ്യമുള്ളവൻ തനിക്കു മികച്ച സൗന്ദര്യമുണ്ടെന്നു നടത്തുന്ന പ്രസ്താവനകൾ എന്നിവയെല്ലാം ഹാസ്യരസത്തെ സൃഷ്ടിക്കുന്നു. സഹകഥാപാത്രങ്ങൾ നിറത്തെ കേന്ദ്രീകരിച്ചു നടത്തുന്ന ആക്ഷേപങ്ങളും ഇതിന്റെ ഭാഗമാണ്.

ചലച്ചിത്രങ്ങളിലെ കറുത്ത ഉടൽ രൂപങ്ങൾ (താരശരീരങ്ങൾ) ആഢ്യത്വമുള്ള സവർണ്ണ നായകന്റെ അപരശരീരമായും പ്രതിനായക ശരീരമായുമാണ് ആവിഷ്കരിക്കപ്പെട്ടത്. മോഹൻലാൽ - ശ്രീനിവാസൻ, മുകേഷ് - ശ്രീനിവാസൻ, ജയറാം - കലാഭവൻമണി, ദിലീപ് - കലാഭവൻമണി, ദിലീപ് - സലീംകുമാർ, ജയറാം - സലീംകുമാർ, മമ്മൂട്ടി - സലീംകുമാർ, മമ്മൂട്ടി - ഷാജോൺ, ദുൽഖർ സൽമാൻ - ജേക്കബ് ഗ്രിഗറി, തുടങ്ങിയ താരദ്വന്ദ്വങ്ങളിൽ നായകന്റെ ഗുണമഹിമകൾക്കു നേർവിപരീതമായി പ്രത്യക്ഷപ്പെടുന്ന കറുത്തഉടലുകൾ 'നാണംകെട്ട അപരന്മാരെ'യാണ് പ്രതിനിധീകരിക്കുന്നത്. കറുത്തവന്റെ നിറം/കുലം/വംശം/പാരമ്പര്യം എന്നിവയെ സംബന്ധിച്ചുള്ള വിശകലനങ്ങളാണ് കറുപ്പ് - വെളുപ്പ് ദ്വന്ദ്വങ്ങൾക്കുള്ളിൽ ഹാസ്യരൂപത്തിലും ആക്ഷേപരൂപത്തിലും നിർവ്വഹിക്കപ്പെടുന്നത്.

ഇന്ത്യൻ സമൂഹത്തിൽ വെളുത്തതാണ് മനോഹരം, വെൺമയ്ക്കാണ് സ്വീകാര്യത എന്നൊരു പൊതുബോധം അടിയുറച്ചു നിലനില്ക്കുന്നതു കൊണ്ടുതന്നെ 'കറുത്ത' ഉടലുകൾക്കു സാമൂഹ്യമായ അംഗീകാരങ്ങൾ ലഭ്യമാകാതെ വരുന്നു. കറുത്ത ഉടലിനോടുള്ള ഭയം/വെറുപ്പ്/വിരക്തി എന്നിവയെ ആവർത്തിച്ചാവർത്തിച്ച് ഉല്പാദിപ്പിക്കുന്ന കമ്പോള ചലച്ചിത്രങ്ങളുടെ അപകടകരമായ നിലപാടിനെ അതിനേക്കാൾ കൂടിയ അളവിലാണ് പൊതുസമൂഹം സ്വീകരിക്കുന്നതും പ്രയോഗിക്കുന്നതും. തൊലികറുത്തവരോടുള്ള പുച്ഛവും അകാരണമായ വെറുപ്പും കേരളീയ പൊതുമണ്ഡലത്തിൽ ജാതി-മത ഫ്യൂഡൽ പാരമ്പര്യങ്ങളെ അന്ധമായി പിന്തുടരുന്നവർ പ്രകടിപ്പിക്കുന്നുണ്ട്. കരി ഓയിൽ, കരിവീട്ടി, കറുത്തമുത്ത്, കരിവിളക്ക്, കറുമ്പൻ, കരിക്കാടി, കാട്ടുമാക്കാൻ, കരിമ്പനടിച്ചവൻ, മാടൻ, മറുത, കരിഞ്ഞവൻ, കുട്ടിച്ചാത്തൻ, കാട്ടുപോത്ത് എന്നിങ്ങനെയുള്ള വിളികളിലൂടെയാണ് വെള്ളിത്തിരയിലെ 'കറുത്ത' കഥാപാത്രങ്ങൾ ക്രമീകരിക്കപ്പെട്ടിരുന്നത്. പുതിയ പാറ്റേണിലുള്ള ഹെയർ

ഫിക്സിന്റെയും സ്കിൻ ടൈറ്റനിംഗിന്റേയും പിൻബലത്തിൽ യുവത്വം നിലനിർത്തുന്ന നായകന്മാരുടെ ആഘോഷിക്കപ്പെടുന്ന വെളുത്ത ഉടലുകൾക്കൊപ്പം അപഹസിക്കപ്പെടുന്ന കറുത്ത ഉടലുകൾ മധ്യവർഗ്ഗ ഭാവനകളുടെ കാല്പനിക സൃഷ്ടികളാണ്.

വെളുപ്പിന്റെ സൗന്ദര്യശാസ്ത്രത്തെ മഹത്വവല്ക്കരിക്കുന്ന ചലച്ചിത്രങ്ങൾ നിരന്തരമായി ഉല്പാദിപ്പിച്ചുകൊണ്ടിരിക്കുന്ന പൊതുബോധങ്ങൾ കറുത്ത ഉടലുകളെ വെറുക്കപ്പെട്ടവരാക്കി നിലനിർത്തുന്നു. ചർമ്മം കറുത്തിരുന്നാൽ സൗന്ദര്യവും ആത്മവിശ്വാസവും ഉണ്ടാകില്ലായെന്നും അതുകൊണ്ട് വെളുത്ത ചർമ്മബോധത്തിലേയ്ക്കു പരിണമിക്കൂയെന്നാണ് *ഫെയർ ആൻഡ് ലൗലി, ഇന്ദുലേഖ വൈറ്റ്* ഉൾപ്പെടെയുള്ള ഉല്പന്നങ്ങളും ബ്രാൻഡഡ് കമ്പനികളും മാധ്യമങ്ങളിലൂടെ നിരന്തരമായി ആവശ്യപ്പെടുന്നത്. വെളുത്ത ഉടലുകൾക്കു ലഭിക്കുന്ന സ്വീകാര്യതകൾ 'ഗ്ലോറിഫൈ' ചെയ്യപ്പെടുന്നതോടു കൂടി അത്തരം വിപണി താല്പര്യങ്ങളിലേക്ക് നീങ്ങുവാൻ കറുത്ത ചർമ്മമുള്ളവർ നിർബന്ധിതമാകുന്നു.

ചലച്ചിത്രത്തിലെ കറുത്ത പെണ്ണുടലുകൾ ആൺ ഉടലുകളേക്കാൾ കീഴാള നിലയിലാണ് പരിചരിക്കപ്പെട്ടത് പാടത്തെയും പറമ്പിലെയും അടുക്കളയിലെയും 'പണിക്കാരത്തി' യായ കറുത്ത, മാദകത്വമുള്ള (പെൺ) ഉടൽ അസംതൃപ്ത ജീവിതത്തിന്റെ പ്രതിരൂപമായിരുന്നു. അതിലൈംഗികതയുടെ ബിംബമായിട്ടാണ് കറുത്ത പെണ്ണുടലുകൾ വെള്ളത്തിൽ പ്രത്യക്ഷപ്പെട്ടത് (*നെല്ല്/ചെമ്മീൻ/നീലത്താമര/തകര/പറങ്കിമല* മുതലായവ) ലൈംഗികതയെ സംബന്ധിച്ചുള്ള കൗതുകങ്ങളുടെ അന്വേഷണങ്ങളെ കറുത്ത ഉടലുകളിലൂടെ സാധ്യമാക്കിയ ചലച്ചിത്രങ്ങൾ വഴിപിഴച്ചവൾ/വേശ്യ/ലൈംഗികദാഹമുള്ളവൾ എന്നിങ്ങനെയുള്ള പൊതുബോധങ്ങളെ സൃഷ്ടിച്ചു. നീണ്ടു ചുരുണ്ട മുടിയും കരിയെഴുതിയ ആകർഷണീയമായ കരിങ്കണ്ണുകളും കഴുത്തിറക്കമുള്ള, ഇറുകിപ്പിടിച്ച ബ്ലൗസിനുള്ളിൽ നിറഞ്ഞ മാറിടങ്ങളുമായി വേലക്കാരി ജാനു (+ മറ്റുള്ളവരും) ചിരിച്ചു കുഴയുമ്പോൾ ആർക്കും എപ്പോൾ വേണമെങ്കിലും ചെന്നെത്താവുന്നതും പ്രാപിക്കാവുന്നതുമായ ഒരു 'കേസുകെട്ടായി അവർ മാറുന്നു. വേലക്കാരിയോടുള്ള ലൈംഗികാഭിനിവേശങ്ങളെ ആദർശാത്മകപ്രണയബന്ധമായി ആവിഷ്കരിച്ച് കമ്പോള വിജയത്തെ സ്വന്തമാക്കുന്ന നിലപാടുകളും മലയാളസിനിമ അവതരിച്ചിട്ടുണ്ട്. *നീലത്താമര, നന്ദനം* എന്നിവ ഉദാഹരണം. ഗോത്രസംസ്കൃതിയുടെ നന്മകളെ കാത്തു പരിപാലിക്കുന്ന മൂപ്പന്റെ മകൾ 'നീലി'യും അതിലൈംഗികതയുടെ ബിംബങ്ങളിലൊന്നായി പ്രതിഷ്ഠിക്കപ്പെടുന്നു. 'അർദ്ധനഗ്നതയിലുള്ള മഴനൃത്ത'വും 'കാട്ടുചോലയിൽ നനഞ്ഞു കുതിർന്നുള്ള കുളി'യുമെല്ലാം നീലിയുടെയും കാളിയുടെയും പഞ്ചമിയുടെയും ലൈംഗികാഭിലാഷങ്ങളുടെ പ്രകടനപരതകളായി മാറുന്നു. ജാതീയമായ വേർതിരിവുകളിലൂടെ ദളിത്/ആദിവാസി സ്ത്രീകളെ തീണ്ടാപ്പാടകലെ നിർത്തിയ ഫ്യൂഡൽ മാടമ്പിവർഗ്ഗം ലൈംഗിക പൂരണത്തിനായി അതേ

കറുത്ത ഉടലുകളെ ഇരുളിന്റെ മറവിൽ ഉപയോഗപ്പെടുത്തിയിരുന്നു. അത്തരമൊരു ചരിത്ര പശ്ചാത്തലത്തെ സ്മൃതിപഥത്തിലെത്തിക്കുന്ന വയാണ് ദളിത്/ആദിവാസി പ്രമേയ ചലച്ചിത്രങ്ങൾ.

ചലച്ചിത്രങ്ങളിലെ വില്ലന്മാർ, ഗുണ്ടകൾ, ചേരി/കോളനികളിൽ താമസിക്കുന്നവർ, സാമൂഹ്യവിരുദ്ധർ എന്നിവരെയെല്ലാം 'നല്ല' കറുപ്പിലൂടെയാണ് വെള്ളിത്തിരയിൽ പ്രത്യക്ഷപ്പെടുന്നത്. മഹിഷ്മതി സാമ്രാജ്യത്തെ ആക്രമിക്കാനെത്തുന്ന കാലകേയനും സംഘവും (*ബാഹുബലി, ദ ബിഗിനിങ്ങ്* (2015)) കറുത്തിരുണ്ട പ്രകൃതക്കാരാണ്. എസ് ഐ ബിജു പൗലോസിനെപ്പോലെയുള്ളവർ (*ആക്ഷൻ ഹീറോ ബിജു*, 2016) വേട്ടയാടുന്ന ഉടലുകളെല്ലാം കറുത്ത ഉടലുകളാണ്. വംശീയമായ തനിമകളെ പ്രകടിപ്പിക്കുന്ന കറുത്ത ഉടലിനോടുള്ള അകാരണമായ വിദ്വേഷങ്ങളെ ഹൈലൈറ്റ് ചെയ്തുകൊണ്ടാണ് അരയ/മുക്കുവ/മത്സ്യതൊഴിലാളി കോളനികൾ മലയാളത്തിന്റെ തിരക്കാഴ്ചകളിൽ പ്രത്യക്ഷപ്പെട്ടതും. ദളിത്/ആദിവാസി കോളനികളിൽനിന്നും വിഭിന്നമായ പൊതുബോധത്തിന്റെ അടിസ്ഥാനത്തിലായിരുന്നില്ല ഇത്തരം ഇടങ്ങളും നിർമ്മിക്കപ്പെട്ടത്. 'ശുദ്ധി'യേയും 'വൃത്തി'യേയും 'മാന്യത'യേയും 'മര്യാദ'യേയും സംബന്ധിച്ചുള്ള മധ്യവർഗ്ഗ ആശങ്കകൾ അരയ കോളനികളേയും വൃത്തിയില്ലാത്ത ഇടമായി മുദ്രകുത്തുന്നു.

കടലിനോടു മല്ലടിക്കുന്ന മത്സ്യത്തൊഴിലാളികൾ സാമൂഹ്യ സാമ്പത്തിക സാംസ്കാരിക നിലകളിൽ പിന്നോക്കമായതിനാൽതന്നെ അവർ മധ്യവർഗ്ഗ ജനതയുടെ താല്പര്യ - അഭിരുചികൾക്കു ഭീഷണികൾ സൃഷ്ടിക്കുന്നവരും അപരിഷ്കൃതരും (*ലാൽസലാം* (1990), *ഗോഡ്ഫാദർ* (1991), *മായാവി* (2007) എന്നീ ചിത്രങ്ങൾ ഉദാഹരണം) ആയി മാറുന്നു. ജീവിതത്തെ സത്യസന്ധമായി സമീപിക്കുന്ന മത്സ്യതൊഴിലാളികൾ ദാരിദ്ര്യം, സാമ്പത്തിക പ്രതിസന്ധികൾ, പാർപ്പിടമില്ലായ്മ, തൊഴിൽ സുരക്ഷയില്ലായ്മ എന്നിവയെല്ലാം നേരിട്ടുകൊണ്ടിരിക്കുന്നു. കടൽ കേന്ദ്രീകൃത പ്രമേയമായിവന്ന ചലച്ചിത്രങ്ങൾ ഇത്തരം മേഖലകളിലേയ്ക്കു സഞ്ചരിച്ചിരുന്നില്ല. 2018 ആഗസ്റ്റിൽ കേരളത്തിലുണ്ടായ മഹാപ്രളയത്തിൽ രക്ഷാപ്രവർത്തനങ്ങൾ നടത്തി ഒരു ജനസമൂഹത്തിനു തന്നെ തുണയായവരാണ് മത്സ്യതൊഴിലാളികൾ എന്നതിവിടെ സ്മരണീയമാണ്. ചലച്ചിത്രത്തിൽ പ്രത്യക്ഷപ്പെട്ട ചേരി/കോളനി/പുറമ്പോക്ക്/വെളിമ്പ്രദേശങ്ങൾ 'കെട്ടതും' 'നാറിയതും' 'മുഷിഞ്ഞതും' 'അവിഞ്ഞതു'മായ സ്ഥലമാണെങ്കിൽ അവിടുത്തെ മനുഷ്യർ അപരിഷ്കൃതരായും 'അധഃകൃതരാ'യും 'വിവരോം വിദ്യാഭ്യാസോം' ഇല്ലാത്തവരായും 'ക്രിമിനലു'കളായും 'സാമൂഹ്യവിരുദ്ധ'രായും 'കോമാളി'കളായും സ്ഥിരപ്രതിഷ്ഠ നേടിയവരാണ്. പൊതുസമൂഹത്തിലെ പ്രശ്നബാധിത മേഖലയെന്ന നിലയിലാണ് ചേരി/കോളനികൾ അവതരിപ്പിക്കപ്പെടുന്നതും.

താഴേക്കിടയിലുള്ള ആളുകൾ തിങ്ങിപ്പാർക്കുന്ന ചേരികളും കോള

നികളും പൊതുസദാചാര സങ്കല്പനങ്ങളോടു പൊരുത്തപ്പെടുന്നവയല്ലാത്തതിനാൽ മധ്യവർഗ്ഗ സൗന്ദര്യശാസ്ത്രങ്ങൾക്കു അവ അസ്വീകാര്യമാണ്. അതിജീവനത്തിനായി പൊരുതുന്ന ചേരി/കോളനിവാസികൾ കർതൃത്വമില്ലാത്തവരായി, ശബ്ദമില്ലാത്തവരായി കത്തിയെരിയാൻ വിധിക്കപ്പെടുന്നതിന്റെ സൂചനകൾ *ദി കിംഗ്* (1995/ഷാജി കൈലാസ്), *ആറാം തമ്പുരാൻ* (1997/ഷാജി കൈലാസ്), *ദ ഗോഡ്മാൻ* (1999/കെ മധു), *ഭരത്ചന്ദ്രൻ ഐ പി എസ്* (2005/രൺജി പണിക്കർ) തുടങ്ങിയ ചലച്ചിത്രങ്ങളിൽ പ്രകടമാണ് *(ചേരി/കോളനികളെ സംബന്ധിച്ച വിശദപഠനം തുടർന്നുവരുന്ന അധ്യായത്തിലുണ്ട്.)*

അസ്പൃശ്യനായ തമിഴനും മലയാളി അഭിസംബോധനകളും

തിരമലയാളത്തിലെ അന്യസംസ്ഥാനക്കാരുടെ പ്രതിനിധാനത്തെ സൂക്ഷ്മമായി വിശകലനം ചെയ്താൽ മലയാളിയുടെ സങ്കുചിതമായ കാഴ്ചപ്പാടുകൾ വ്യക്തമാകും. കേരളജനതയ്ക്കു ആവശ്യമായ ഭക്ഷ്യവസ്തുക്കൾ നല്കുന്നവരും കാർഷികവൃത്തിയിലും സാങ്കേതികവിദ്യാരംഗത്തും കഠിനമായി അധ്വാനിക്കുന്നവരുമായ തമിഴ്ജനസമൂഹം മലയാളിയുടെ നിരന്തരമായ അവമതിക്കലുകൾക്കും പരിഹാസങ്ങൾക്കും വിധേയരാകുന്നവരാണ്. 'ശുദ്ധി', 'വൃത്തി', 'സംസാരരീതി', 'ഭക്ഷണശീലങ്ങൾ', 'അതിവൈകാരികത' എന്നിവയിൽ മലയാളിയിൽനിന്നും വിഭിന്നനായ 'തമിഴനെ' 'പാണ്ടി/അണ്ണാച്ചി' എന്നീ പദങ്ങളിലൂടെ സ്ഥാനപ്പെടുത്തിയ മലയാളിസമൂഹം അവനെ സാമൂഹ്യമായി അസ്പൃശ്യനാക്കിയെടുത്തു. 'വൃത്തി'യില്ലായ്മയുടെയും 'ബുദ്ധി'യില്ലായ്മയുടെയും 'അന്തസ്സില്ലായ്മ'യുടെയും 'അലമ്പിന്റെയും' അന്ധമായ താര രാഷ്ട്രീയ വ്യക്ത്യാരാധനകളുടെയും പ്രതിരൂപമാണ് തമിഴൻ എന്ന പൊതുബോധത്തെ, സംസ്കാര സമ്പന്നനായ (?) മലയാളി സൃഷ്ടിച്ചെടുത്തിരുന്നു. കേരളത്തിലെ നിർമ്മാണമേഖലയിൽ 'ബംഗാളികളുടെ' 'കടന്നുകയറ്റങ്ങ' ളുണ്ടാകുന്നതിനു മുമ്പുള്ള കാലഘട്ടത്തിൽ തമിഴ് തൊഴിലാളികളുടെ സജീവ പങ്കാളിത്തമുണ്ടായിരുന്നു. കേരളത്തിലെ മലയോര തോട്ടംമേഖലകളിലെ തൊഴിലുകൾക്കായിട്ടാണ് തമിഴ്നാടിനോടു ചേർന്നു കിടക്കുന്ന ഭൂപ്രദേശങ്ങളിലേക്ക് തമിഴ്തൊഴിലാളികൾ കുടിയേറുന്നത്. ഇടുക്കി ജില്ലയിലെ മൂന്നാറും പീരുമേടും അടക്കമുള്ള നിരവധി തേയിലത്തോട്ടങ്ങളിൽ അസംഖ്യം തമിഴ് തൊഴിലാളികൾ ജോലികൾ ചെയ്യുന്നുണ്ട്. തോട്ടം മേഖലയിലെ തൊഴിലാളികൾക്കു പുറമേ കേരളത്തിലെ നിർമ്മാണമേഖലയിലും ചെറുകിടവ്യാപാരസ്ഥാപനങ്ങളിലെ തൊഴിൽമേഖലയിലും തമിഴ്ജനതയെത്തുകയുണ്ടായി. കേരളത്തിന്റെ നിർമ്മാണമേഖലയിൽ തൊഴിലാളി ദൗർലഭ്യമുണ്ടായ കാലയളവിലാണ് തമിഴരുടെ കുത്തൊഴുക്ക് കേരളത്തിലേക്കുണ്ടാകുന്നതും. തൊഴിലില്ലായ്മയും പട്ടിണിയും കടബാധ്യതകളുംമൂലം കേരളത്തിലേക്കു കുടിയേറിയ തമിഴർ കഠിനാധ്വാനങ്ങളിലൂടെ തങ്ങളുടെ കഴിവു തെളിയിക്കുകയും മികച്ച കൂലി നേടി

യെടുക്കുകയുമുണ്ടായി. നിർമ്മാണമേഖലയിലെ തൊഴിലുകൾക്കൊപ്പം തെരുവോരകച്ചവടമേഖലയിലും കുടിയേറ്റ തമിഴരുടെ സജീവമായ ഇടപെടലുകളുണ്ടായി. എൺപതുകളിലും തൊണ്ണൂറുകളിലുമുണ്ടായ തമിഴരുടെകുടിയേറ്റങ്ങൾ കേരളത്തിന്റെ സാമൂഹ്യ സാമ്പത്തിക സാംസ്കാരികമേഖലകളിൽ ബംഗാളികൾ സൃഷ്ടിച്ചതുപോലെയുള്ള വൻ ചലനങ്ങൾ സൃഷ്ടിക്കുകയുണ്ടായില്ല. മെച്ചപ്പെട്ട ജീവിതസാഹചര്യങ്ങൾ ലഭിച്ചപ്പോൾ നിർമ്മാണ മേഖലയിൽ തൊഴിലെടുത്തിരുന്നവരിൽ ഭൂരിപക്ഷവും സ്വദേശത്തേക്കു മടങ്ങുകയും ചെറുകിട വ്യാപാരമേഖല, വഴിയോര കച്ചവടമേഖലകളിലുള്ളവർ തങ്ങളുടെ തൊഴിൽ തുടരുകയും ചെയ്തു. നിലവിൽ ചേരി/കോളനി പ്രദേശങ്ങളിലെ ബ്ലെയ്ഡ് പിരിവുകാരൻ, പാൽക്കാരൻ, ചായക്കടക്കാരൻ, ഇസ്തിരിക്കാരൻ, തുണി വില്പനക്കാരൻ, വെജിറ്റേറിയൻ ഹോട്ടൽ/ടെക്സ്റ്റയിൽസിലെ ജീവനക്കാരൻ എന്നിങ്ങനെയാണ് 'ശരാശരി തമിഴനെ' കേരളീയ സമൂഹം അടയാളപ്പെടുത്തിയിരിക്കുന്നു.

സമൂഹത്തിൽനിന്നും ചലച്ചിത്ര കാഴ്ചയിലേക്കു വരുമ്പോൾ അവയ്ക്കുള്ളിൽ 'തമിഴന്റെ' പ്രതിനിധാനം 'അപഹാസ്യനാകുന്നവൻ' 'പ്രതിനായകൻ' എന്നീ നിലകളിലേയ്ക്കു മാത്രമായി ഒരുക്കിയെടുത്തിരിക്കുന്നു. മലയാളിയുടെ സംതൃപ്ത കുടുംബജീവിതത്തേയും സാമൂഹ്യാവസ്ഥകളെയും അസ്വസ്ഥരാക്കുന്ന വ്യക്തിത്വങ്ങളാണ് തമിഴ് പ്രതിനായകർ. *കന്മദം* (1998/ലോഹിതദാസ്), *ഒരു മറവത്തൂർ കനവ്* (1998/ലാൽ ജോസ്), *സത്യമേവ ജയതേ* (2001/വിജിതമ്പി), *മയിലാട്ടം* (2004/വി എം വിനു), *കൊച്ചിരാജാവ്* (2005/ജോണി ആന്റണി), *രാജമാണിക്യം* (2005/അൻവർ റഷീദ്), *ഉടയോൻ* (2005/ഭദ്രൻ), *പാണ്ടിപ്പട* (2005/മെക്കാർട്ടിൻ), *തൊമ്മനും മക്കളും* (2005/ഷാഫി), *നല്ലവൻ* (2010/അജി ജോൺ), *തുറുപ്പ് ഗുലാൻ (2006/ജോണി ആന്റണി), ഔട്ട്സൈഡർ* (2012/പ്രേംലാൽ), *നേരം* (2013/അൽഫോൺസ് പുത്രൻ), *നാടോടിമന്നൻ* (2013/വിജിതമ്പി), *പുതിയ നിയമം* (2016/എ കെ സാജൻ), *അടികപ്യാരേ കൂട്ടമണി* (2015/ജോൺ വർഗ്ഗീസ്), *ആട് 2* (2017/മിഥുൻ മാനുവൽ) അടക്കമുള്ള നിരവധി ചിത്രങ്ങൾ ഉദാഹരണം വ്യക്തിപരമായ പ്രശ്നങ്ങളിൽ പെട്ടുഴലുന്ന മലയാളിയുടെ (കഥാപാത്രങ്ങളുടെ) പ്രതിസന്ധികളെ അതിസങ്കീർണ്ണമാക്കുന്ന പ്രതിനായകരാണ് തമിഴർ. തേവരും ഭൂതപ്പാണ്ടിയും അണ്ണാച്ചിയും മുനിയാണ്ടിയും ഗൗണ്ടറും തമിഴനും ആണ്ടവനും ആണ്ടിപ്പെട്ടിയും ചൊക്കലിംഗവും അമ്പത്തിയൂർ സിങ്കവും വട്ടിരാജയും പാണ്ടിയുമെല്ലാം ബുദ്ധിയില്ലാത്തവരും തടിയൂക്കുള്ളതുമായ വില്ലന്മാരാണ്. *പാണ്ടിപ്പട* പോലെ ടൈറ്റിലിൽ തന്നെ തമിഴരെ അവഹേളനാത്മകമായി മുദ്ര കുത്തുവാൻ മലയാള സിനിമയ്ക്കു കഴിഞ്ഞു. മുറിത്തമിഴും മുറിഞ്ഞ മലയാളവുമായി ചിരിക്കുള്ള വകയൊരുക്കുവാൻ തമിഴ് കഥാപാത്രങ്ങൾ മലയാളസിനിമയ്ക്ക് ആവശ്യമായിരുന്നു.

സാംസ്കാരികമായൊരൗന്നത്യം ഉണ്ടെന്നവകാശപ്പെടുന്ന മലയാളി,

മലയാളിയേതര ഭാഷാവിഭാഗങ്ങളെ 'വൃത്തിഹീനരായും' 'സംസ്കാര ശൂന്യരായും' വിലയിരുത്തുന്നതിന്റെ ഉത്തമ ഉദാഹരണങ്ങളാണ് തമിഴരെ മുൻനിറുത്തിയുള്ള അളിഞ്ഞ തമാശകൾ. 'തുള വീണ കളർ ബനിയ'നും 'മുഷിഞ്ഞു ചുരുണ്ട കൈലി'യും 'എണ്ണമയമില്ലാത്ത' മുടിയും 'കറുത്തു കുറുകിയ' ഉടലും 'മഞ്ഞപ്പു പടർന്ന പല്ലു'കളുമുള്ള 'പാണ്ടി' യായാണ് മലയാളി പൊതുബോധത്തിൽ തമിഴൻ നിലനില്ക്കുന്നത് എന്നതുകൊണ്ടുതന്നെ അതിന്റെ നേർ പകർപ്പാണ് വെള്ളിത്തിരയിലും പ്രത്യക്ഷപ്പെട്ടത്. *ചിത്രം* (1988/മണിയൻപിള്ള രാജു), *മഴത്തുള്ളിക്കിലുക്കം* (2002/സലിംകുമാർ), *മറവത്തൂർക്കനവ്* (1998/ശ്രീനിവാസൻ), *പാണ്ടിപ്പട* (2005/കലാഭവൻ ഹനീഫ), *ഈ പറക്കും തളിക* (2001/മച്ചാൻ വർഗ്ഗീസ്) തുടങ്ങിയ ചിത്രങ്ങളിൽ 'ടിപ്പി'ക്കൽ തമിഴന്മാരുടെ രൂപം പ്രത്യക്ഷപ്പെട്ടിരുന്നു. സംസ്കാരത്തിലും ജീവിതശൈലികളിലും വിരുദ്ധ ധ്രുവങ്ങളിൽ നില്ക്കുന്ന മലയാളി - തമിഴ് ജനജീവിതത്തെ താരതമ്യപ്പെടുത്തിക്കൊണ്ട് തമിഴരെ അപഹാസ്യരും മ്ലേച്ഛന്മാരുമാക്കുന്ന പൊതുപ്രവണതയെ അപകടകരമായ വിധത്തിൽ ചിത്രീകരിച്ച ചലച്ചിത്രങ്ങളാണ് *മേലേപ്പറമ്പിൽ ആൺവീട്* (1993/രാജസേനൻ), *മലയാളി മാമനു വണക്കം* (2002/രാജസേനൻ), *നരേന്ദ്രൻ മകൻ ജയകാന്തൻ വക* (2001/സത്യൻ അന്തിക്കാട്), *കേരളഹൗസ് ഉടൻ വില്പനയ്ക്ക്* (2004/താഹ), *പാണ്ടിപ്പട, തൊമ്മനും മക്കളും, രസതന്ത്രം* (2006/സത്യൻ അന്തിക്കാട്), *അണ്ണൻതമ്പി* (2008/അൻവർ റഷീദ്), *കസിൻസ്* (2014/വൈശാഖ്), *ജമ്നാപ്യാരി* (2015/തോമസ് കെ സെബാസ്റ്റ്യൻ), *ജോമോന്റെ സുവിശേഷങ്ങൾ* (2017/സത്യൻ അന്തിക്കാട്), *അരവിന്ദന്റെ അതിഥികൾ* (2018/എം മോഹനൻ) ഉൾപ്പെടെയുള്ളവ.

"ടാ തമിഴാ നിന്നെപ്പോലെ കഴുതപ്പാലു കുടിക്കുന്നവരല്ല ഞങ്ങൾ... നീ മുല്ലപ്പെരിയാറിൽ നിന്നു വെള്ളം കൊണ്ടു പോകുമല്ലേ" തോമസ് വള്ളിക്കാലാ (ഇന്നസെന്റ്/*നരേന്ദ്രൻ മകൻ ജയകാന്തൻ വക*) യുടെ ഇത്തരമൊരു സംഭാഷണവും "പാണ്ടികളുടെ ഒരു ഹുങ്കേ" ഫ്രാൻസിസിന്റെ (മുകേഷ്/*പെരുച്ചാഴി*) സംഭാഷണവും ശരാശരി മലയാളിയുടെ അപകടകരമായ തമിഴ് വിരുദ്ധ പൊതുധാരണയെ പ്രതിഫലിപ്പിക്കുന്നു. 'മുല്ലപ്പെരിയാർ ഡാം അപകടത്തിൽ' എന്ന വിവാദ കാലയളവിൽ (2011 - 2015) തമിഴ് വിരോധങ്ങൾ അതിവൈകാരികമായി മലയാളികൾ പ്രകടിപ്പിച്ചിരുന്നു. 'തമിഴനും' 'തമിഴത്തിയും' മലയാളി കുടുംബ സങ്കല്പത്തിനു പുറത്തു നിർത്തപ്പെടുന്നവരായിട്ടാണ് മലയാള സിനിമ പരിഗണിച്ചത്. ജാതി അധികാര ഘടനയിലും സദാചാര സങ്കല്പനങ്ങളിലും വിള്ളലുകൾ വീഴുമെന്നുള്ള സവിശേഷ സാഹചര്യങ്ങളിൽ തമിഴനും തമിഴത്തിയും സ്വീകാര്യയാകാറുണ്ട്. ആൺകോയ്മയുടെ ഇടമായ *മേലേപ്പറമ്പിൽ ആൺവീട്ടിൽ* പവിഴം സ്വീകാര്യയാകുന്നത് ജയകൃഷ്ണന്റെ

കുടിയേറിവരുന്നവരുടെ കേരളം, ഡോ. ഡി രത്നരാജ്, ഡോ. ജോമോൻ മാത്യു, മാതൃഭൂമി ദിനപത്രം 2017 ഒക്ടോബർ 18.

കുട്ടിയെ ഗർഭം ധരിച്ചതിനെത്തുടർന്നാണ്. നിവൃത്തികേടിന്റെ പുറത്തു തമിഴരെ കൂടെ കൂട്ടേണ്ടിവരുന്ന മലയാളി നായകന്റെ കാഴ്ചകളും വെള്ളിത്തിരയിൽ വിരളമല്ല. സാംസ്കാരികമായി പിന്നോക്കം നില്ക്കുന്നവരാണ് തമിഴർ എന്ന മലയാളിബോധം ചലച്ചിത്രങ്ങളിൽ കൃത്യമായ ഇടവേളകൾക്കുള്ളിൽ പ്രത്യക്ഷപ്പെടാറുണ്ട്. ഉറക്കെ സംസാരിക്കുന്ന തമിഴ് സ്ത്രീകളെ 'അലമ്പു പിടിച്ച വഴക്കാളി' സ്ത്രീകളായി കാണുന്ന നിലപാടുകളും അതോടൊപ്പം പ്രകടമാണ്. തമിഴ്ജനതയെ മലയാളി അപഹസിക്കുമ്പോൾ, മലയാളിക്കു സാധ്യമാകാത്ത ആർജ്ജവവും ഇച്ഛാശക്തിയും തമിഴ് ജനത പ്രകടിപ്പിക്കുന്നു. ജല്ലിക്കെട്ട് നിരോധനത്തെ, ഐതിഹാസികമായ സമരത്തിലൂടെ മറികടന്നവരാണ് തമിഴ്ജനത. തമിഴ് സംസ്കാരത്തെയും ഭാഷയെയും സംരക്ഷിക്കുവാൻ അവർ നടത്തുന്ന പ്രവർത്തനങ്ങളും ശ്ലാഘനീയമാണ്.

'ബംഗാളികളെന്ന' വരത്തന്മാരും 'പരദേശി' സ്വത്വങ്ങളും

ചലച്ചിത്രങ്ങളിൽ തമിഴർക്കു സമാനമായ രീതിയിൽ അപഹസിക്കപ്പെടുന്ന വിഭാഗമാണ് ഉത്തരേന്ത്യൻ തൊഴിലാളികൾ. എൺപതുകളിലും തൊണ്ണൂറുകളിലുമാണ് കേരളത്തിലേക്കു തമിഴ് കുടിയേറ്റങ്ങൾ വൻതോതിൽ നടന്നതെങ്കിൽ രണ്ടായിരത്തിപത്തിനു ശേഷമുള്ള കാലയളവിലാണ് ബീഹാർ, ഉത്തർപ്രദേശ്, ഒഡിഷ, പശ്ചിമബംഗാൾ, മണിപ്പൂർ, അസം എന്നീ ഇന്ത്യൻ സംസ്ഥാനങ്ങളിൽനിന്നും ബംഗ്ലാദേശിൽ നിന്നും ഉള്ള തൊഴിലന്വേഷകർ കേരളത്തിലേക്കു കുടിയേറിയത്. വ്യത്യസ്ത സംസ്ഥാനങ്ങളിൽ നിന്നുള്ള ഈ തൊഴിലാളികളെ 'ബംഗാളികൾ' എന്ന 'പൊതുസംബോധന'യിലൂടെ മലയാളി ക്രമപ്പെടുത്തിയെടുത്തു. നിർമ്മാണമേഖലയിലെ 80% തൊഴിലുകളും ചെയ്യുന്ന അന്യസംസ്ഥാനക്കാർ സാങ്കേതികപരിജ്ഞാനവും വിദ്യാഭ്യാസവും കുറഞ്ഞ അവിദഗ്ധ തൊഴിലാളികളാണ്. കേരളത്തിലെ മൊത്തം ജനസംഖ്യയുടെ പത്തു ശതമാനത്തോളം ആളുകൾ കേരളത്തിനു പുറത്തെ തൊഴിൽ സാധ്യതകൾ തേടിപോയപ്പോൾ കേരളത്തിലുണ്ടായ തൊഴിലാളി ദൗർലഭ്യത്തെ പരിഹരിച്ചത് ഈ അന്യസംസ്ഥാനക്കാരുടെ കുടിയേറ്റമായിരുന്നു. ഇത്തരമൊരു റിവേഴ്സ് മൈഗ്രേഷനിലൂടെ (Reverse Migration) അന്യസംസ്ഥാനക്കാർ കേരളത്തിലെ തൊഴിൽമേഖലയിൽ നിർണ്ണായകമായ സ്ഥാനം നേടിയെടുത്തു. ഉയർന്ന കൂലിയും മികച്ച തൊഴിൽ സാഹചര്യവും നല്കുന്ന കേരളം ഉത്തരേന്ത്യൻ തൊഴിലാളികൾക്ക് മലയാളികൾക്ക് 'ഗൾഫ്' എന്ന പോലെ ആകർഷകമായി. തൊഴിലില്ലായ്മയും ദാരിദ്ര്യവുമാണ് ഉത്തരേന്ത്യൻസംസ്ഥാനക്കാരെ കേരളത്തിലേയ്ക്കു കുടിയേറുവാൻ പ്രേരിപ്പിച്ചത്. അമ്പതുരൂപയും എഴുപത്തഞ്ചു രൂപയും സ്വദേശത്തു ലഭിക്കുന്ന തൊഴിലാളികൾക്ക് കേരളത്തിൽ അനുനൂറു മുതൽ തൊള്ളായിരം രൂപവരെ പ്രതിദിനം ലഭിക്കുന്നതാണ് അന്യസംസ്ഥാനക്കാരുടെ കുത്തൊഴുക്കിനുള്ള അടിസ്ഥാന കാരണം. ഇക്കൂ

ട്ടരുടെ വരവോടുകൂടിയാണ് സാധാരണ മലയാളികൾ ബംഗാളിയും ഒറിയയും അടക്കമുള്ള അന്യഭാഷകൾ പഠിച്ചതും, കേരളത്തിലെ വിവിധ ജില്ലകളിൽ സൺഡേ മാർക്കറ്റുകൾ സജീവമായതും. വഴിയോരക്കച്ചവടത്തിന്റെ പ്രധാന ഉപഭോക്താക്കളും അന്യസംസ്ഥാനക്കാരാണ്.

മലയാളികൾക്കു അന്യസംസ്ഥാന തൊഴിലാളികളോടുള്ള സാമൂഹ്യഭീതിയെ ആളിക്കത്തിച്ചത് പെരുമ്പാവൂർ ജിഷ (2017, ഏപ്രിൽ 28) കൊലപാതകത്തോടുകൂടിയാണ്. ബംഗാളികളെല്ലാം ഹാൻസും തമ്പാക്കും കഞ്ചാവും അടക്കമുള്ള ലഹരിവസ്തുക്കൾ ഉപയോഗിക്കുന്നവരും ക്രിമിനലുകളുമാണെന്ന പൊതുബോധത്തെ അത് കൂടുതൽ പ്രബലമാക്കി. അന്യസംസ്ഥാനക്കാരുടെ അനിയന്ത്രിതമായ കുടിയേറ്റം കേരളത്തിലെ കുടിയേറ്റ സദാചാര സാംസ്കാരിക സാമ്പത്തികാവസ്ഥകളെ പ്രതികൂലമായി ബാധിക്കുമെന്നു വിശ്വസിക്കുന്ന യാഥാസ്ഥിതികർ നമ്മുടെയിടയിലുണ്ട്. അതുകൊണ്ടു തന്നെ 'ശുദ്ധി'യിലും 'വൃത്തി'യിലും 'മാന്യത'യിലും 'മര്യാദ'യിലും 'പെരുമാറ്റ'ത്തിലും 'സംസ്കാര'ത്തിലും താഴേക്കിടയിലായ ബംഗാളികളെ പ്രതിനായകരായും കോമാളികളായും അല്പന്മാരായുമാണ് മലയാള സിനിമ സൃഷ്ടിച്ചെടുത്തത്. *മസാല റിപ്പബ്ലിക്ക്* (2014/വൈശാഖ് ജി എസ്), *ഒരു വടക്കൻ സെൽഫി* (2015/ജി പ്രജിത്ത്), *ഓംശാന്തി ഓശാന* (2014/ജൂഡ് ആന്റണി), *നഗരവാരിധി നടുവിൽ ഞാൻ* (2014/ഷിബു ബാലൻ), *മരുഭൂമിയിലെ ആന* (2016/വി കെ പ്രകാശ്), *രാജമ്മ @ യാഹൂ* (2015/രഘുരാമവർമ്മ), *ഭാസ്കർ ദ റാസ്കൽ* (2015/സിദ്ദിഖ്), *ആൻമരിയ കലിപ്പിലാണ്* (2016/മിഥുൻ മാനുവൽ), *ആട് 2* (2017/മിഥുൻ മാനുവൽ) എന്നിവയിൽ കോമാളികളായ കഥാപാത്രങ്ങളായി അന്യസംസ്ഥാനക്കാർ പ്രത്യക്ഷപ്പെടുന്നുവെങ്കിൽ *അമർ അക്ബർ അന്തോണി* (2015/നാദിർഷ) പോലെയുള്ള ചിത്രങ്ങളിൽ പ്രതിനായകരായും ഇക്കൂട്ടർ അവതരിപ്പിക്കപ്പെടുന്നു.

മലയാളിസമൂഹം മലയാളിയേതര വിഭാഗങ്ങളെ വെറുപ്പിന്റെയും ഭയാശങ്കകളുടെയും അടിസ്ഥാനത്തിൽ വീക്ഷിക്കുന്നതിന്റെ പ്രതിഫലനമാണ് ചലച്ചിത്രങ്ങളിൽ പ്രകടമാകുന്നത്. കേരളത്തിലെ അന്യസംസ്ഥാനതൊഴിലാളികൾക്കായി കേരള ഗവൺമെന്റ് ജില്ലകൾ തോറും സാമൂഹ്യസുരക്ഷാ ഇൻഷുറൻസ്, സൗജന്യ ചികിത്സാപദ്ധതി, നൈപുണ്യ വികസന ഇൻസ്റ്റിറ്റ്യൂട്ടുകൾ, 'ചങ്ങാതിയെന്ന' മലയാളഭാഷാ പഠന പദ്ധതി എന്നിവയെല്ലാം നടപ്പിലാക്കിക്കൊണ്ട് അവരെ സുരക്ഷിതരായി സംരക്ഷിക്കുന്നു. ഇത്തരമൊരു സന്ദർഭത്തിലാണ് അന്യസംസ്ഥാനക്കാരുടെ തൊഴിൽ കുടിയേറ്റത്തെ 'ഭാരതം വീണ്ടും അധിനിവേശത്തിന്റെ പൊറുതികേടുകളിലേക്ക് വഴുതിവീഴുന്നു'വെന്നും 'മതസ്വത്വഭേദത്തിന്റെ സിദ്ധാന്തങ്ങൾ ഉന്നയിച്ച് അവകാശം പിരിഞ്ഞുപോയ അയൽക്കാർ ഭാരതത്തിന്റെ തൊഴിലിടങ്ങളിലേക്ക് പ്രച്ഛന്ന വേഷധാരികളായി നുഴഞ്ഞു കയറുന്നു'വെന്നുമുള്ള വാദത്തെ ഹിന്ദുത്വവാദികൾ പ്രചരിപ്പിക്കുന്നത്. ഫെയ്സ്ബുക്ക്, വാട്ട്സ്ആപ് ഗ്രൂപ്പുകളിലൂടെ

ഇത്തരം വ്യാജപ്രചരണങ്ങളെ സജീവമാക്കി നിലനിർത്തുന്ന ഹിന്ദുത്വ വാദികളുടെ പൊതുനിലപാടുകളെ സ്വാംശീകരിച്ചുകൊണ്ടാണ് മലയാള സിനിമ അന്യസംസ്ഥാന തൊഴിലാളിവിരുദ്ധ മാതൃകകളെ സൃഷ്ടിച്ചെടുത്തത്. അന്യസംസ്ഥാനക്കാരായ ഉത്തരേന്ത്യൻ തൊഴിലാളികളോടുള്ള മലയാളിവിദ്വേഷങ്ങളെ മർദ്ദനങ്ങളിലൂടെ പ്രകടിപ്പിക്കുന്ന സങ്കുചിത ബോധത്തെ *കിസ്മത്ത്* (മലയാളിയുടെ കുറ്റകൃത്യത്തിനു ബലിയാടാക്കപ്പെടുന്ന അന്യസംസ്ഥാനക്കാരൻ) *സ്വാതന്ത്ര്യം അർദ്ധരാത്രി*യിൽ (ജയിലറുടെ അകാരണമായ മർദ്ദനങ്ങൾക്ക് ഇരയാകുവാനും തുരങ്കനിർമ്മാണത്തിൽ അത്യധ്വാനം ചെയ്യുവാനും വിധിക്കപ്പെടുന്നവൻ) എന്നീ ചിത്രങ്ങൾ ദൃശ്യവല്ക്കരിക്കുന്നുണ്ട്. മലയാളി നായകൻ/നായികയുടെ സുരക്ഷിത ജീവിതത്തിനു ബലിയർപ്പിക്കപ്പെടേണ്ടുന്ന പാഴ് ജന്മങ്ങളാണ് അന്യ സംസ്ഥാന തൊഴിലാളികൾ എന്ന ധാരണയെ *ഭയ്യ ഭയ്യ* (2014/ ജോണി ആന്റണി), *C/o സൈറബാനു* (2017/ആന്റണി സോണി) എന്നീ ചിത്രങ്ങൾ സ്ഥാപിച്ചെടുക്കുന്നുണ്ട്.

അന്യസംസ്ഥാനക്കാരെപ്പോലെ അന്യരാജ്യങ്ങളിൽ നിന്നെത്തുന്ന 'ആഫ്രിക്കൻ വംശജർ', 'തൊലി വെളുത്ത വിദേശികൾ' എന്നിവരെയെല്ലാം മലയാളസിനിമ സ്ഥാനപ്പെടുത്തുന്നത് പ്രതിനായകരായും കോമാളികളായുമാണ്. *ആനവാൽ മോതിര*ത്തിൽ ബ്രൂണോയെന്ന കഥാപാത്രത്തെയവതരിപ്പിച്ച ഗാവിൻ പക്കാഡിന് മലയാള സിനിമയിലെ 'വില്ലൻ സായ്പ്പ്' എന്ന സ്ഥിരം പരിവേഷമാണ് ലഭിച്ചത്. *ആര്യൻ* (1988/ പ്രിയദർശൻ), *സീസൺ* (1989/പത്മരാജൻ), *ആയുഷ്ക്കാലം* (1992/ കമൽ), *ബോക്സർ* (1995/ബൈജു കൊട്ടാരക്കര) എന്നീ ചിത്രങ്ങൾ അതിനുദാഹരണം. *ഒറ്റയാൾ പട്ടാളം* (1990/ടി കെ രാജീവ്കുമാർ), *നാക്കു പെന്റ നാക്കു ടാക്ക* (2014/വയലാർ മാധവൻ), *എസ്കേപ് ഫ്രം ഉഗാണ്ട* (2013/രാജേഷ്നായർ) മുതലായ ചിത്രങ്ങൾ കറുത്ത വർഗ്ഗക്കാരെ സംബന്ധിച്ചുള്ള ഭീതികളെയാണ് അവതരിപ്പിച്ചിട്ടുള്ളതും. ഷാഫിയുടെ *ടൂ കൺട്രീസിൽ* (2015) സുരാജിന്റെ വൈഫിനെ സംബന്ധിച്ച് നടത്തുന്ന പരമാർശങ്ങൾ വംശീയമായ അധിക്ഷേപങ്ങൾക്കുള്ള മികച്ച ഉദാഹരണങ്ങളിലൊന്നാണ്. ഭൂരഹിതരായ നാടോടികൾ, ഭിക്ഷക്കാർ, സർക്കസുകാർ, ദരിദ്രർ എന്നു തുടങ്ങി ഏറ്റവും താഴേക്കിടയിലുള്ള വ്യക്തികൾ വരെ പൊതുസമൂഹത്തിൽ സംശയദൃഷ്ട്യാ വീക്ഷിക്കപ്പെടുന്നവരാണ്. മോഷണം, കൊലപാതകം, കുട്ടികളെ തട്ടിക്കൊണ്ടുപോകൽ എന്നിവ ചെയ്യുന്നവരായി നാടോടികളും ഭിക്ഷക്കാരും പൊതുവിൽ വിലയിരുത്തപ്പെടുന്നു. അത്തരമൊരു ബോധത്തെ അന്ധമായി മലയാള സിനിമ പിന്തുടരുന്നു. *കാബൂളിവാല* (1993/സിദ്ദിഖ് - ലാൽ) പോലെയുള്ള ചിത്രങ്ങൾ ഉദാഹരണം.

കുള്ളന്മാരും തടിയന്മാരും മലയാളി ആണത്തങ്ങളും പെണ്ണത്തങ്ങളും

സാമ്പ്രദായിക ആൺ - പെൺ ശരീര ലക്ഷണശാസ്ത്രങ്ങളുടെ പരിധിക്കു പുറത്തു നില്ക്കുന്ന ഉടൽ - ഘടനയുള്ളവർ കോമാളികൾ/ഭീകരർ/മന്ദബുദ്ധികൾ/ഭക്ഷണപ്രിയർ എന്നിവരായി നിരന്തരം പരിഹസിക്കപ്പെട്ടു കൊണ്ടിരിക്കുന്നു. *മാനത്തെ കൊട്ടാരം* (1994/സുനിൽ), *ജോക്കർ* (2000/ലോഹിതദാസ്), *ചൈനാടൗൺ* (2011/മെക്കാർട്ടിൻ), *ഡാ തടിയാ* (2012/ആഷിക് അബു), *ജിലേബി* (2015/അരുൺ ശേഖർ), *ബീവെയർ ഓഫ് ഡോഗ്സ്* (2014/വിഷ്ണുപ്രസാദ്), *റിംഗ് മാസ്റ്റർ* (2014/റാഫി) *എന്നിവയിൽ 'തടിയന്മാരും' ട്വന്റി 20* (2008/ജോഷി), *മീശമാധവൻ* (2002/ലാൽജോസ്), *വെനീസിലെ വ്യാപാരി* (2011/ഷാഫി), *ബോഡിഗാർഡ്* (2010/സിദ്ദിഖ്) എന്നിവയിൽ 'കുള്ളന്മാരും' അപഹാസ്യരാകുന്ന കഥാപാത്രങ്ങളായി അവതരിപ്പിക്കപ്പെട്ടു. ഹാസ്യത്തിനായി വലിയ ശരീരമുള്ള കഥാപാത്രങ്ങൾ/നടന്മാർ അത്തരം തടിച്ച ശരീരത്തിന്റെ പേരിൽ തിരസ്കൃതനും അപഹാസ്യനുമാകുന്നു. ഫോട്ടോഗ്രാഫർ/അഭിനേതാവ് ആയിരുന്ന എൻ എൽ ബാലകൃഷ്ണൻ അവതരിപ്പിച്ച ഭൂരിപക്ഷം കഥാപാത്രങ്ങളും മണ്ടനായ തടിയൻ, അലമ്പൻ, കള്ളുകുടിയൻ, മന്ദബുദ്ധി കഥാപാത്രങ്ങളായിരുന്നു. ന്യൂരാജസ്ഥാൻ മാർബിളിന്റെ പരസ്യ ഫലകത്തിലൂടെ മലയാളിക്കു പരിചിതമായ 'സുമോ' കഥാപാത്രത്തെ അത്യന്തം നികൃഷ്ടമായിട്ടാണ് മലയാളസിനിമ ചിത്രീകരിച്ചതെന്നതിന്റെ തെളിവാണ് *ചൈനാടൗൺ*. 'ഇറച്ചി വിലയ്ക്കു തൂക്കി വാങ്ങിയെടുക്കാവുന്നതും' 'നഗ്നത മറയ്ക്കാൻ ടയർ ട്യൂബ് ചുറ്റിക്കെട്ടി നടത്തിക്കാവുന്നതും' അല്പന്മാരായ മലയാളികൾക്കു 'ഞോണ്ടി'യും 'ചാമ്പി'യും 'തത്തിച്ചും' കളിക്കാവുന്നതുമായ ഒരു ശരീരമായി സുമോയുടെ ശരീരം മാറുന്നുണ്ട്. എൻ എൽ ബാലകൃഷ്ണനു സംഭവിച്ച രീതിയിൽ സുനിൽ സുഖദയുടെയും [*ഇതിഹാസ* 2014/ബിനു എസ്] വിജേഷിന്റെയും [*നമ്മൾ* (2002/കമൽ), *സ്വപ്നക്കൂട്* (2003/കമൽ)], സിദ്ധാർത്ഥ് ശിവയുടെയും [*അയാളും ഞാനും തമ്മിൽ* (2012/ലാൽ ജോസ്), *സഹസ്രം*], ശേഖർ മേനോന്റെയും (*ബീവെയർ ഓഫ് ഡോഗ്സ്*/2014) തടിച്ച ഉടലുകൾ കോമാളിത്തരങ്ങൾക്കായി ചലച്ചിത്രങ്ങളിൽ ഉപയോഗിക്കപ്പെടുന്നു.

തടിച്ചുരുണ്ട ആൺഉടലുകളെ ആവിഷ്കരിച്ചതിനേക്കാൾ വികലവും വികൃതവുമായ രീതിയിലാണ് 'തടിച്ചുരുണ്ട പെൺഉടലുകളെ' മലയാള സിനിമ ദൃശ്യവല്ക്കരിച്ചത്. ലളിതശ്രീ, പൊന്നമ്മ ബാബു, ബിന്ദു പണിക്കർ എന്നിവരുടെ അഭിനയജീവിതത്തിലെ രണ്ടാംഘട്ടത്തിലെ കഥാപാത്രങ്ങൾ തടിച്ച ശരീരത്തിന്റെ വിലക്ഷണ ഹാസ്യത്തെ ഉപയോഗപ്പെടുത്തുന്നവയായിരുന്നു. ശശിശങ്കറിന്റെ *മിസ്റ്റർ ബട്ട്ലറി*ലെ ഒരു കോമഡി സ്വീക്വൻസിൽ ലളിതശ്രീയുടെ തടിച്ച ഉടൽ നിരവധി വികൃത പരീക്ഷ

ണങ്ങൾക്കു വിധേയമാക്കപ്പെടുന്നുണ്ട്. പൊന്നമ്മബാബു അഭിനയിച്ച *ഞങ്ങൾ സന്തുഷ്ടരാണ്* (1994), *പ്രജ* (2001), *മയിലാട്ടം* (2004), *ചതിക്കാത്ത ചന്തു* (2004), *അത്ഭുതദ്വീപ്* (2005), *ഷേക്സ്പിയർ എം എ മലയാളം* (2008), *മേരിക്കുണ്ടൊരു കുഞ്ഞാട്* (2010), *തേജാഭായി & ഫാമിലി* (2011), *മായാമോഹിനി* (2012), *മിസ്റ്റർ മരുമകൻ* (2012), *താപ്പാന* (2012), *101 വെഡ്ഡിംഗ്സ്* (2012), *പുണ്യാളൻ അഗർബത്തീസ്* (2013), *പോളിടെക്നിക്ക്* (2014) ഉൾപ്പെടെയുള്ള ചിത്രങ്ങളിൽ തടിച്ച ഉടലിന്റെ ഹാസ്യവും അശ്ലീലചേഷ്ടകളും ചേർന്ന കഥാപാത്രങ്ങളായിരുന്നു. ബിന്ദുപ്പണിക്കരുടെ *ശ്രീകൃഷ്ണപുരത്തെ നക്ഷത്രത്തിളക്കം* (1998), *മയിൽപ്പീലിക്കാവ്* (1998), *നാറാണത്തുതമ്പുരാൻ* (2001), *മായാവി* (2007), *ചോക്ലേറ്റ്* (2007), *പോക്കിരിരാജ* (2010) എന്നീ ചിത്രങ്ങളിലെ കഥാപാത്രങ്ങൾ തടിച്ച ഉടൽ സൃഷ്ടിക്കുന്ന ഹാസ്യമാതൃകകളെക്കൂടി ഉൾച്ചേർന്നതായിരുന്നു. ഫ്രെയ്മിൽ തെളിയുന്ന തടിച്ച സ്ത്രീ നിതംബത്തിനൊപ്പം ആനയുടെ ചിന്നംവിളിയും വികൃതമെന്നു ധ്വനിപ്പിക്കുന്ന പശ്ചാത്തല സംഗീതവും കൂടി ചേർക്കുന്നതിലൂടെ ഹാസ്യരസം സൃഷ്ടിക്കപ്പെടുമെന്നു വിശ്വസിക്കുന്ന ചലച്ചിത്രകാരന്റെ ഭാവന എത്രയോ അശ്ലീലം നിറഞ്ഞതാണ്. 'ഗുണ്ടുമണിയും' 'മറുതയും' 'ആനക്കുട്ടി'യും 'പൂതനയും' 'ചന്ത മറിയ'യും 'ജട്ടി രമണി'യും 'മലഞ്ചരക്ക് വണ്ടി'യും 'ബുൾഡോസറും' 'റോഡ് റോളറു'മെല്ലാം തടിച്ച പെണ്ണുടലിന്റെ വിശേഷണങ്ങളായി വെള്ളിത്തിരയിലും പൊതുസമൂഹത്തിലും വിനിമയം ചെയ്യപ്പെടുന്നു.

മലയാള ചലച്ചിത്രങ്ങളിൽ 'ചന്തപ്പെണ്ണുങ്ങളുടെ' പ്രതിനിധാനമാണ് തടിച്ച ശരീരമുള്ള പെൺ ഉടലുകളിലൂടെ സാധ്യമായത്. ഹാസ്യത്തിന്റെ സൃഷ്ടിക്കുവേണ്ടിയാണ് ലളിതശ്രീയുടെയും പൊന്നമ്മ ബാബുവിന്റെയും ബിന്ദുപണിക്കരുടെയും ശരീരഭാഷയെ ചലച്ചിത്രങ്ങൾ ഉപയോഗപ്പെടുത്തിയതെങ്കിൽ ഷക്കീലയെന്ന താരത്തെ മലയാള സിനിമ പ്രയോജനപ്പെടുത്തിയത് തുണ്ടു പടങ്ങൾ/കമ്പിപ്പടങ്ങളുടെ നിർമ്മിതിക്കായിരുന്നു. അടിച്ചമർത്തപ്പെട്ട മലയാളി ആൺലൈംഗിക ഭാവനകളെ പ്രചോദിപ്പിക്കുവാനും പുരുഷ ലൈംഗികതൃഷ്ണകളെ ഉദ്ദീപിപ്പിക്കുവാനും പ്രദർശനശാലകളെ 'ആൺഇടമായി' പരിമിതപ്പെടുത്തിയെടുക്കുവാനും ഷക്കീലയുടെ തടിച്ച ഉടലിനു (+ ഡ്യൂപ്പ് സുരയ്യാഭാനുവിന്റെ ഉടലും) സാധിച്ചു. മലയാളിയുടെ അശ്ലീലമായ രതിഭാവനകളുടെ ബിംബമായിരുന്നു ഷക്കീലയുടെ തടിച്ചുരുണ്ട തുടകളും സാമാന്യത്തിലധികം വലുപ്പമുണ്ടായിരുന്ന മാറിടങ്ങളും. ഇത്തരത്തിൽ തടിച്ച സ്ത്രീയുടലുകൾ അശ്ലീലവല്ക്കരിക്കപ്പെടുന്നതിന്റെ തുടർകാഴ്ചകൾ ടെലിവിഷൻ കോമഡി റിയാലിറ്റി ഷോകളിൽ കാണാം. തടിച്ച സ്ത്രീ - മെലിഞ്ഞുണങ്ങിയ പുരുഷൻ എന്ന ദ്വന്ദ്വത്തിൽ തടിച്ച സ്ത്രീയുടെ കൈയിൽ കിടന്നു ശ്വാസം മുട്ടുന്ന വ്യക്തിയായും അവൾ(ർ)ക്ക് ഒക്കത്തെടുത്ത് കൊണ്ടു നടക്കാവുന്ന കൈക്കുഞ്ഞായും മെലിഞ്ഞ പുരുഷൻ അവത

രിപ്പിക്കപ്പെടുന്നു. ചലച്ചിത്രത്തിൽ മെലിഞ്ഞുണിയ' ശരീരഘടനയുള്ളവർ അത്തരം ശരീരഘടനയുടെ പേരിൽതന്നെ കോമാളികളാവുകയും നായകന്റെ വികൃത ഹാസ്യമാതൃകകളായും അവരോധിക്കപ്പെട്ടു. 'നത്തോലി'യും 'കുടക്കമ്പി'യും 'വെട്ടുക്കിളി'യും 'ചുള്ളിക്കമ്പും' 'ഒട്ടകവും' അത്തരം മാതൃകകൾക്കുള്ള ഉദാഹരണങ്ങളാണ്. (ഇന്ദ്രൻസ്/വെട്ടുകിളി പ്രകാശ്) ഉടൽ കേന്ദ്രീകൃതമായ മലയാളിയുടെ പൊതുബോധം അങ്ങേയറ്റം വികലമാണെന്നാണ് ഇത്തരം കാഴ്ചകൾ ബോധ്യപ്പെടുത്തുന്നത്.

സ്ത്രീ പ്രതിനിധാനവും ആൺ കാമനകളും

തിരമലയാളത്തിൽ 'സ്ത്രീ'യെ അടയാളപ്പെടുത്തിയത് 'കുലസ്ത്രീ'കളും 'ചന്തപ്പെണ്ണുങ്ങ'ളും എന്ന വിരുദ്ധ ദ്വന്ദ്വങ്ങളിൽ (*കുലസ്ത്രീ/ചന്തപ്പെണ്ണ് - കടപ്പാട് ജെ ദേവിക*) ഊന്നിക്കൊണ്ടാണ്. ലിംഗപരമായി വേർതിരിവുകൾ അഭിമുഖീകരിക്കുന്ന സ്ത്രീ ജാതീയമായ വിവേചനങ്ങളെക്കൂടി നേരിടേണ്ടി വരുന്നതിന്റെ നേർകാഴ്ചകളെ ചലച്ചിത്രങ്ങൾ പിന്തുടരുന്നുണ്ട്. *വിഗതകുമാരൻ* (1928) മുതൽ *കുട്ടനാടൻ ബ്ലോഗ്* (2018) വരെയുള്ള ചലച്ചിത്രങ്ങളെ വിശകലനം ചെയ്യുമ്പോൾ 'ഉത്തമ സ്ത്രീ' വർഗ്ഗത്തെയാണ് ആദർശാത്മക സ്ത്രീബിംബമായി മലയാള സിനിമ ആഘോഷിച്ചതെന്നു വ്യക്തമാണ്. 'വെളുത്ത'തും 'കൊലുന്നനെ'യുള്ളതും ആൺ സൗന്ദര്യസങ്കല്പനങ്ങളെ തൃപ്തിപ്പെടുത്തുന്നതുമായ 'സവർണ്ണ പെണ്ണുടൽ വടിവു'കളാണ് 'ഉത്തമ ഭാര്യ'/'കാമുകി'യായി ചലച്ചിത്രങ്ങളിൽ നിറഞ്ഞത്. ഇതിനു വിരുദ്ധമായി ചന്തപ്പെണ്ണുങ്ങളായി ദളിത്/ആദിവാസി ന്യൂനപക്ഷ വിഭാഗങ്ങളിൽ ഉൾപ്പെടുന്ന കറുത്ത പെണ്ണുടലുകൾ വെള്ളിത്തിരയിൽ പ്രത്യക്ഷപ്പെട്ടിരുന്നു എന്ന കാര്യം വിസ്മരിക്കുന്നില്ല. ആർക്കും എപ്പോൾ വേണമെങ്കിലും പ്രാപിക്കാവുന്നതും എളുപ്പത്തിൽ വിധേയപ്പെടുന്നതുമായ പെണ്ണുടലുകളായി ഇക്കൂട്ടർ ചലച്ചിത്രഭാഷ്യങ്ങളിൽ ക്രമീകരിക്കപ്പെട്ടത് അരനൂറ്റാണ്ടു കാലത്തെ മലയാള സിനിമ നമ്മെ ബോധ്യപ്പെടുത്തുന്നു.

വ്യാവസായികമായി മലയാള സിനിമയുടെ അടിത്തറയെ ബലപ്പെടുത്തിയ *ജീവിതനൗക* (1952) സർവ്വംസഹയായ ഉത്തമ കുടുംബിനിയെ അത്യന്തം നാടകീയവല്ക്കരിക്കപ്പെട്ട കഥാസന്ദർഭങ്ങളിലൂടെയവതരിപ്പിച്ചു. സ്ത്രീജീവിതങ്ങളുടെ പെരുവെള്ളപ്പാച്ചിലാണ് തുടർന്ന് വെള്ളിത്തിരയിൽ അരങ്ങേറിയത്. പാതിവ്രത്യത്തിന്റെ ശക്തികൊണ്ട് പ്രതിസന്ധികളെ അയത്നലളിതമായി തരണം ചെയ്യുന്ന പുണ്യപുരാണ വനിതകളുടെ രൂപമാതൃക അമ്പതുകൾ മുതൽ എഴുപതുകൾ വരെ ഒഴിയാബാധയായി മലയാളസിനിമയെ പിന്തുടർന്നിരുന്നു. തുടർന്നുള്ള കാലയളവിൽ സവർണ്ണ സ്ത്രീജീവിതങ്ങളുടെ ഘോഷയാത്രയാണ് സിനിമയിൽ നിറഞ്ഞത്. കേരളീയ സ്ത്രീത്വമെന്നാൽ സെറ്റുമുണ്ടും ചന്ദനക്കുറിയും തുളസിക്കതിരും തുമ്പുകെട്ടിയ ചുരുൾമുടിയുമുള്ള വെളുത്തു

കൊലുന്നനെയുള്ള സ്ത്രീയാണെന്ന മാതൃക മലയാളസിനിമ സൃഷ്ടിച്ചെടുത്ത് പൊതുമണ്ഡലത്തിൽ പ്രചരിപ്പിച്ചു. എൺപതുകളിലും തൊണ്ണൂറുകളിലും ഇത്തരം വാർപ്പുമാതൃകകൾ തുടർപരമ്പരയിലെന്നപോലെ മലയാള സിനിമയിൽ പകർത്തപ്പെടുന്നുണ്ട്.

പെണ്ണുടലിനെ ഒരു 'ഷോ' പീസ് ആയി കമ്പോളത്തിന്റെ താല്പര്യങ്ങൾക്കനുസരിച്ച് ചലച്ചിത്രങ്ങൾ ചിത്രീകരിച്ചെടുത്തിരുന്നു. സ്ത്രീയുടലിന്റെ നിമ്നോന്നതങ്ങളിൽ ശ്രദ്ധ കേന്ദ്രീകരിക്കുന്ന പ്രേക്ഷകരുടെ 'ആൺനോട്ട'ങ്ങളെ തൃപ്തിപ്പെടുത്തുന്നതിനായി അരക്കെട്ട്, പൊക്കിൾ, മാറിടം, നിതംബം തുടങ്ങിയ ശരീരഭാഗങ്ങളെ ക്ലോസപ്പ് ഷോട്ടുകളിലൂടെ ചിത്രീകരിച്ച് ഗാനനൃത്തരംഗങ്ങളിൽ ധാരാളിത്തത്തോടുകൂടി പ്രദർശിപ്പിച്ചിരുന്നു. ഒട്ടനവധി ചിത്രങ്ങളിൽ കേവലം 'ലൈംഗികാവയങ്ങൾ മാത്രമായി', അസ്തിത്വമില്ലാത്തവളായി സ്ത്രീകഥാപാത്രങ്ങൾ പ്രത്യക്ഷപ്പെട്ടിട്ടുണ്ട്. വടക്കൻപാട്ടു ചിത്രങ്ങൾ, ഹൊററർ ചിത്രങ്ങൾ, വനചിത്രങ്ങൾ എന്നിങ്ങനെയുള്ളവ പെണ്ണുടലിന്റെ കമ്പോളസാധ്യതകളെ ഉപയോഗപ്പെടുത്തി ലാഭം നേടുക എന്ന ലക്ഷ്യത്തോടു കൂടി നിർമ്മിക്കപ്പെട്ടവയായിരുന്നു. വടക്കൻപാട്ടുചിത്രങ്ങളിലെ അഭിനേത്രികളുടെ 'അരക്കച്ച/മുലക്കച്ച' വേഷവിധാനങ്ങൾ സ്ത്രീശരീരത്തിന്റെ നിമ്നോന്നതങ്ങളെ വെളിപ്പെടുത്തുമ്പോൾ, വനചിത്രങ്ങളിൽ പ്രാകൃതമെന്നു ധ്വനിപ്പിക്കുന്ന വസ്ത്രങ്ങളിലൂടെ അർദ്ധനഗ്നത വെളിപ്പെടുത്തുമ്പോൾ പ്രേക്ഷകന്റെ ദൃശ്യാനുഭൂതികളിൽ സ്ത്രീ നിരന്തരം ലൈംഗികമായി ഭോഗിക്കപ്പെടുന്നു.

പുരുഷനിർമ്മിതമായ അശ്ലീലകഥകളിലും, തമാശകളിലും എല്ലാം സ്ത്രീ - ഗുണ്ട്, പടക്കം, വെടി, ചരക്ക്, പീസ്, കമ്പിളി, മസാലദോശ, ഡ്രൈവിംഗ് സ്കൂൾ എന്നിത്യാദി അഭിസംബോധനകളിൽ പരിപാലിക്കപ്പെടുന്നു. ആൺകൂട്ടങ്ങളിൽ നിറയുന്ന രതിക്കഥകളിൽ സ്ത്രീ അനേകം തവണ വെർബൽ റേപ്പിങ്ങിനു വിധേയമാക്കപ്പെടുന്നുണ്ട്. പൊതുമണ്ഡലത്തിലെ ഇത്തരം കാഴ്ചപ്പാടുകളുടെ പ്രതിഫലനങ്ങൾ വള്ളുവനാടൻ സിനിമകളിലും പില്ക്കാല ന്യൂജനറേഷൻ സിനിമകളിലും ധാരാളിത്തത്തോടുകൂടി കാണുവാൻ കഴിയുന്നതാണ്.

ലൈംഗിക/ജന്റർ ന്യൂനപക്ഷങ്ങളും ഹോമോ/ട്രാൻസ്ഫോബിയകളും

ഭിന്നവർഗ്ഗലൈംഗികതയുടെ (Hetero Sexuality) മേൽക്കോയ്മാ പ്രത്യയശാസ്ത്രങ്ങൾ അരികുവല്ക്കരിച്ച ലൈംഗിക/ജന്റർ ന്യൂനപക്ഷ (Sexual Minority/Gender Minority) വിഭാഗങ്ങളുടെ ജീവിതത്തെ പ്രതിലോമകരമായ രീതിയിലാണ് വെള്ളിത്തിര അടയാളപ്പെടുത്തിയത്. ഒരേ വർഗ്ഗത്തിൽ ഉൾപ്പെടുന്നവരോടു പ്രണയമുള്ള പുരുഷ സ്വവർഗ്ഗാനുരാഗികളെ (Gays) 'കുണ്ടൻ'മാരായും 'പിരിയൻ'മാരായും 'പ്രകൃതിവിരുദ്ധൻ'മാരായുമാണ് കേരളീയപൊതുബോധം സ്ഥാനപ്പെടുത്തിയിരിക്കുന്നത്. ഭിന്നവർഗ്ഗലൈംഗികതയിൽനിന്നും വിഭിന്നരാണ് എന്നതും പര

മ്പരാഗത മൂല്യസമ്പ്രദായങ്ങളിലധിഷ്ഠിതമായ കുടുംബവ്യവസ്ഥയെ സ്വവർഗ്ഗാനുരാഗികൾ തകർക്കുമെന്ന ഭയാശങ്കകളുമാണ് ലൈംഗിക ന്യൂനപക്ഷങ്ങളെ വെറുക്കപ്പെട്ടവരാക്കുന്നത്. കൊളോണിയൽ ഭരണ കൂടം സൃഷ്ടിച്ച 377-ാം വകുപ്പ് പ്രകാരം സ്വവർഗ്ഗരതി ക്രിമിനൽ കുറ്റ മായി ഇന്ത്യൻ സമൂഹത്തിൽ നിലനിന്നിരുന്നു.

2018 സെപ്റ്റംബർ ആറിനു ഉഭയ സമ്മതപ്രകാരമുള്ള സ്വവർഗ്ഗര തിയെ ക്രിമിനൽ കുറ്റമല്ലെന്നു സുപ്രീംകോടതിയുടെ അഞ്ചംഗ ഭരണ ഘടനാ ബെഞ്ച് വിധിച്ചത് പുതിയൊരു ചരിത്രം കുറിച്ചു. ഇത്തരം വിപ്ല വകരമായ ഇടപെടലുകൾ ഉണ്ടാകുമ്പോഴും ഇന്ത്യൻ സമൂഹത്തിൽ മത സദാചാര സംഹിതകളേയും കുടുംബ മൂല്യങ്ങളേയും അട്ടിമറിക്കുന്ന 'പ്രകൃതിവിരുദ്ധ'രാണ് സ്വവർഗ്ഗാനുരാഗികൾ എന്ന പൊതുബോധം നില നില്ക്കുന്നു. ഗേ/ലെസ്ബിയൻ വിരുദ്ധ പൊതുബോധങ്ങളോടു താദാ ത്മ്യപ്പെടുന്നവയാണ് ട്രാൻസ്ജന്റർ വിഭാഗങ്ങളെക്കുറിച്ചുള്ള കാഴ്ചപ്പാ ടുകളും. മലയാള സിനിമയുടെ ആദ്യത്തെ ഏഴു പതിറ്റാണ്ടുകളിൽ ജന്റർ ന്യൂനപക്ഷങ്ങൾ എന്നൊരു വിഭാഗം ജനസമൂഹത്തിൽ ഉള്ളതായിട്ടു പോലും പരിഗണന ലഭിച്ചിരുന്നില്ല. കഴിഞ്ഞ രണ്ടു പതിറ്റാണ്ടുകളിലാണ് ട്രാൻസ്ജന്റർ ജീവിതങ്ങൾ വെള്ളിത്തിരയിൽ പ്രത്യക്ഷപ്പെടുന്നത്. ട്രാൻസ്ജന്റർ/ട്രാൻസ് സെക്ഷ്വൽസ്/ട്രാൻസ്മെൻ/ട്രാൻസ് വുമൺ/ ഇന്റർസെക്ഷ്വൽസ് എന്നീ വിഭാഗങ്ങളാണ് ജന്റർന്യൂനപക്ഷത്തിലുൾപ്പെ ടുന്നത്. ആൺ പെൺ രൂപമാതൃകകളിൽനിന്നും വിഭിന്നമായ ട്രാൻസ്ജന്റ റുകളെ വികലമായ ഹാസ്യത്തിനാണ് ചലച്ചിത്രങ്ങൾ ഉപയോഗപ്പെടു ത്തിയിരുന്നത്. ആൺവേഷം കെട്ടിയ ട്രാൻസ്ജന്ററുകൾ 'ചിരി'ക്കുള്ള വകയെ ഒരുക്കിയെടുക്കുമ്പോൾ സ്ത്രൈണത കലർന്ന ആൺശരീരഭാ ഷകളും ഭാഷണങ്ങളും ഹാസ്യത്തെ വിപുലീകരിക്കുന്നു. *സൂത്രധാരൻ* (2001/ലോഹിതദാസ്) മുതൽ *ഞാൻ മേരിക്കുട്ടി* (2018/രഞ്ജിത് ശങ്കർ) വരെയുള്ള ചിത്രങ്ങളിലൂടെ ട്രാൻസ്ജന്റർ ജീവിതങ്ങൾ വെള്ളിത്തിര യിലെത്തിയെങ്കിൽ തന്നെയും *ഇരട്ടജീവിതം* (2018/സുരേഷ് നാരായ ണൻ) *ഞാൻ മേരിക്കുട്ടി* (രഞ്ജിത് ശങ്കർ) എന്നീ ചിത്രങ്ങളാണ് ട്രാൻസ്ജന്റർ സമൂഹത്തോടു അല്പമാത്രമായ നീതി പുലർത്തിയത്.

ആണത്തം/പെണ്ണത്തം, സ്വവർഗ്ഗം/ഭിന്നവർഗ്ഗം എന്നീ പരികല്പന കളെയും അവയുടെ രാഷ്ട്രീയ വ്യവസ്ഥിതികളെയും നിരാകരിക്കുന്ന ട്രാൻസ്ഉടലുകൾ നല്കുന്ന വൈവിദ്ധ്യങ്ങളാണ് പരമ്പരാഗത സ്ത്രീ - പുരുഷബോധങ്ങളിൽ പ്രകോപനങ്ങൾ സൃഷ്ടിക്കുന്നത്. ആണും പെണ്ണും കെട്ടവൻ (ൾ) എന്ന പ്രയോഗത്തിനു പിന്നിലുള്ള അടിസ്ഥാ നവും ഫ്യൂഡൽപുരുഷാധിപത്യ യുക്തികളാണ്. ട്രാൻസ്ജന്ററുകളെ ന്നാൽ ലൈംഗികതൊഴിലാളികൾ, ക്രിമിനലുകൾ, പ്രകൃതിവിരുദ്ധർ, അഴി ഞ്ഞാട്ടക്കാർ, അമിതലൈംഗികാസക്തിയുള്ളവർ എന്നീ പൊതുബോധ

രശ്മി ജി, അനിൽകുമാർ കെ എസ്, *വിമതലൈംഗികത: ചരിത്രം സിദ്ധാന്തം രാഷ്ട്രീയം*, ചിന്ത പബ്ലിഷേഴ്സ്, ആഗസ്റ്റ് 2016.

ങ്ങളെയാണ് മലയാളസിനിമ സൃഷ്ടിച്ചെടുത്തത്. അപരിഷ്കൃതരും അമാന്യരുമായ ട്രാൻസുകളെ ഭിന്നവർഗ്ഗലൈംഗികതയുടെ സാമൂഹ്യ സ്ഥാപനങ്ങളിൽ നിന്നും ബഹിഷ്കൃതരാക്കണമെന്ന ആഹ്വാനങ്ങൾ കൂടി മലയാളചലച്ചിത്രങ്ങൾ നിർവ്വഹിക്കുന്നുണ്ട്. ചലച്ചിത്രത്തിലും പൊതുസമൂഹത്തിലും പ്രകടമായ ട്രാൻസ്വിരുദ്ധ പൊതുബോധങ്ങളെ അതിതീവ്രമായി ടെലിവിഷൻ ചാനലുകൾ പ്രേക്ഷകരിലേയ്ക്കു സന്നി വേശിപ്പിക്കുന്നു. തകർപ്പൻ കോമഡി (മഴവിൽ മനോരമ), വോഡഫോൺ കോമഡി സ്റ്റാർസ് (ഏഷ്യാനെറ്റ്) എന്നിങ്ങനെയുള്ള തകർപ്പൻ കോമ ഡികളിൽ ട്രാൻസുകളുടെ ശരീരഭാഷ, സ്ത്രൈണത കലർന്ന സംഭാ ഷണശൈലി, കടുംവെട്ട് കളർ വസ്ത്രങ്ങൾ, അമിതമായ മേയ്ക്കപ്പ് എന്നിവയെല്ലാം കോമഡിഷോകളിൽ 'അളിഞ്ഞ' ഹാസ്യത്തെ ഉല്പാ ദിപ്പിക്കുന്നു.

മലയാളിയുടെ കൗതുകത്തിൽ പൊതിഞ്ഞ പരിഹാസങ്ങളിൽ ഫ്യൂഡൽ വരേണ്യ ബോധങ്ങളും പ്രകടമാണ്. ജന്റർന്യൂനപക്ഷങ്ങൾക്ക്, ഭരണഘടന ഇന്ത്യൻ പൗരനു നല്കിയിരിക്കുന്ന അവകാശങ്ങളും സ്വാത ന്ത്ര്യങ്ങളുമാണ് അനിവാര്യമായ ആവശ്യകതയായിട്ടുള്ളത്. ഒരു പൗരൻ എന്ന നിലയിൽ ട്രാൻസുകൾക്കു ലഭിക്കേണ്ട ജനാധിപത്യ അവകാശ ങ്ങളുടെ ലഭ്യത ഉറപ്പുവരുത്തുകയാണ് ഓരോ പൗരനും ചെയ്യേണ്ടത്. പൊതുസമൂഹത്തിൽ നിലനില്ക്കുന്ന ട്രാൻസ് വിരുദ്ധതകളെ അന്ധ മായി പിന്തുടരുന്നവയാണ് ട്രാൻസ് ചലച്ചിത്രങ്ങൾ. ലൈംഗിക/ജന്റർ ന്യൂനപക്ഷങ്ങൾ പ്രകൃതിയിലെ സ്വാഭാവിക വ്യക്തിത്വങ്ങൾ തന്നെയാ ണെന്നു തിരിച്ചറിഞ്ഞ് അംഗീകരിക്കുവാൻ കേരളീയ സമൂഹം ഇനിയും ബഹുദൂരം സഞ്ചരിക്കേണ്ടതുണ്ട്. സമൂഹത്തിന്റെ അടിത്തട്ടിൽ വേരുറ ച്ചുപോയ ലൈംഗിക/ജന്റർ ന്യൂനപക്ഷ വിരുദ്ധ മനോഭാവങ്ങൾ അടി മുടി മാറിയെങ്കിൽ മാത്രമേ പാർശ്വവല്കൃതരായ ഈ വിഭാഗങ്ങൾക്കു സ്വാഭാവികതയുള്ള ഇടങ്ങൾ ലഭ്യമാകുകയുള്ളൂ.

ഭാഷാ ന്യൂനപക്ഷങ്ങളും ഹാസ്യശില്പങ്ങളും

പ്രാദേശിക ഭാഷാസ്വത്വങ്ങൾ, ജാതിമതസ്വത്വങ്ങൾ എന്നിവയെല്ലാം നിരന്തരമായി വെള്ളിത്തിരയിൽ പരിഹസിക്കപ്പെട്ടിരുന്നു. വള്ളുവനാടൻ പ്രമേയങ്ങൾക്ക് പൊതുസ്വീകാര്യതയും ആധിപത്യവും ലഭിച്ചിരുന്ന കാല ഘട്ടത്തിൽ വള്ളുവനാടനേതര ഭാഷാശൈലികൾ വികൃത ഹാസ്യമാ തൃകകളായി ആവിഷ്ക്കരിക്കപ്പെട്ടിരുന്നു. ചലച്ചിത്രങ്ങളിൽ സവർണ്ണ ഭാഷാപ്രയോഗങ്ങൾക്ക് 'മാന്യത'യും അവർണ്ണ ഭാഷാശൈലികൾക്ക് 'അമാന്യത'യും കല്പിച്ചുകൊടുത്തിരുന്നു. 'തിരന്തോരം' മുതൽ 'കാസ്രോടൻ' ഭാഷകൾ വരെ ചലച്ചിത്രങ്ങളിൽ അവതരിപ്പിക്കപ്പെടുന്നു ണ്ടെങ്കിലും മാനകഭാഷയിൽ സംസാരിക്കുന്നവർ 'മാന്യ'രായും 'നില വാര'മുള്ളവരായും നാട്ടുഭാഷയിൽ സംസാരിക്കുന്നവർ 'അമാന്യരായും' 'നിലവാരമില്ലാത്തവരാ'യും പൊതുവിൽ വിലയിരുത്തപ്പെടുന്നു. മാനക

ഭാഷയുടെ സർവ്വ സ്വീകാര്യതയിൽ പ്രാദേശിക കീഴാളവിഭാഗങ്ങളുടെ ഭാഷകൾ കർതൃത്വമില്ലാതെ, അടയാളപ്പെടുത്താതെ പോകുന്നുണ്ട്. പ്രാദേശികഭാഷ സംസാരിക്കുന്നത് അശ്ലീലമായും അല്പത്തരമായും വിലയിരുത്തുന്ന പൊതുബോധം മലയാളിസമൂഹത്തിലുണ്ട്. കഥാപാത്രങ്ങളുടെ ന്യൂനീകരണത്തിനും വിലക്ഷണഹാസ്യത്തിനുമുള്ള ഉത്തമ ഉപാധികളായിരുന്നു പ്രാദേശികഭാഷകൾ.

പ്രാദേശിക ഭാഷാസ്വത്വങ്ങളെപ്പോലെ ഭാഷാന്യൂനപക്ഷങ്ങളും ചലച്ചിത്രങ്ങളിൽ അപഹാസ്യരാക്കപ്പെടുന്നത് സ്ഥിരം കാഴ്ചയാണ്. കേരളത്തിൽ കുടിയേറിയ ജനസമൂഹങ്ങളിലൊന്നാണ് കൊങ്കണി സമൂഹം (ഗൗഡസാരസ്വത ബ്രാഹ്മണർ) ജന്മദേശമായ ഗോവയിൽനിന്നും കൊങ്കണി സമൂഹത്തിനു പലായനം ചെയ്യേണ്ടിവന്നത് പോർച്ചുഗീസുകാരുടെ പീഡനങ്ങൾ മൂലമായിരുന്നു. എ ഡി 1559 ൽ പോർച്ചുഗൽ രാജാവ് ജോ ആവോ മൂന്നാമൻ ക്രിസ്തുമത വിശ്വാസികളല്ലാത്തവരെ രാജ്യത്തുനിന്നും പുറത്താക്കുമെന്ന കല്പന പുറപ്പെടുവിച്ചപ്പോൾ പലായനം ചെയ്ത കൊങ്കണിമാർ കൊച്ചിയിലും തിരുവിതാംകൂറിലുമെത്തി. നാട്ടുരാജ്യങ്ങളുടെ ഭാഗമായിത്തീർന്ന ഇക്കൂട്ടർ കേരള സംസ്ഥാന രൂപീകരണത്തോടുകൂടി സംസ്ഥാനത്തിന്റെ ഭാഗമാകുകയും പില്ക്കാല തലമുറകൾ കേരളത്തിന്റെ സാമ്പത്തികവളർച്ചയിൽ ഗണ്യമായ പങ്കുവഹിക്കുകയും ചെയ്തു. ഇത്തരമൊരു ജനവിഭാഗത്തെ എത്രയോ വികൃതമായിട്ടാണ് മലയാളസിനിമ പരിചരിച്ചത് എന്ന് *പൈ ബ്രദേഴ്സ്* (1993/അലി അക്ബർ), *ഫ്രൈഡേ* (2012/ലിജിൻ ജോസ്), *കമ്മത്ത് ആന്റ് കമ്മത്ത്* (2013/തോമസ് കെ തോമസ്, കനൽക കണ്ണൻ), *വിക്രമാദിത്യൻ* (2014/ലാൽജോസ്) എന്നീ ചിത്രങ്ങളിൽ നിന്നു വ്യക്തമാകും. കേരളത്തിൽ കൊങ്കണി ഭാഷ സംസാരിക്കുന്ന ഗൗഡസാരസ്വത ബ്രാഹ്മണർ ഭാഷാ ന്യൂനപക്ഷമാണെന്ന് ഗവൺമെന്റ് അംഗീകരിച്ചിട്ടുണ്ട്. ഇത്തരമൊരു ഭാഷ ന്യൂനപക്ഷത്തെ വികൃതമാതൃകകളിലൂടെയും മുറിയൻ സംഭാഷണങ്ങളിലൂടെയും നിരന്തരമായി മലയാള സിനിമ അവഹേളിച്ചിരുന്നു.

മലയാള ചലച്ചിത്രങ്ങളിൽ ആംഗ്ലോ ഇന്ത്യൻസിന്റെ പ്രതിനിധാനവും ഹാസ്യം/കോമാളിരസക്കൂട്ടുകൾക്കു വേണ്ടിയുള്ളതായിരുന്നു. *ബോയിംഗ് ബോയിംഗ്* (1985/പ്രിയദർശൻ), *വന്ദനം* (1989/പ്രിയദർശൻ) (സുകുമാരിയുടെ കഥാപാത്രങ്ങൾ), *ചട്ടക്കാരി* (1974/കെ എസ് സേതുമാധവൻ), *മദനോത്സവം* (1978/എൻ ശങ്കരൻ നായർ), *അനശ്വരം* (1991/ജോമോൻ), *ഗുരുജീ ഒരു വാക്ക്* (1985/രാജൻ ശങ്കരാടി), *ദൈവത്തിന്റെ വികൃതികൾ* (1992/ലെനിൻ രാജേന്ദ്രൻ), *അനുരാഗി* (1988/ഐ വി ശശി), *ഈ തണുത്ത വെളുപ്പാൻ കാലത്ത്* (1990/ജോഷി), *അനുപല്ലവി* (1979/ബേബി), *പീറ്റർസ്കോട്ട്* (1995/വിശ്വനാഥ്) തുടങ്ങിയവ ചില ഉദാഹര

പോൾ മണലിൽ, *കേരളത്തിലെ ഭാഷാ ന്യൂനപക്ഷങ്ങൾ*, മാതൃഭൂമി ബുക്സ്, കോഴിക്കോട് 2006.

ണങ്ങൾ മാത്രം. കേരളത്തിന്റെ സാംസ്കാരിക ഭൂപടത്തിൽ സുദീർഘമായൊരു ചരിത്രവും സംസ്കാരവും അവകാശപ്പെടുവാനുള്ള ആംഗ്ലോ ഇന്ത്യൻസിനെ വേറിട്ടു കാണുന്ന നിലപാടാണ് മലയാള സിനിമ സ്വീകരിച്ചത്. മുറി (ഞ്ഞ) മലയാളവും മുറി ഇംഗ്ലീഷും മംഗ്ലീഷുമായി ആംഗ്ലോ ഇന്ത്യൻസിനെ വികൃത ഹാസ്യമാതൃകകളായി മലയാളസിനിമ സൃഷ്ടിച്ചെടുക്കുകയും ചെയ്തു.

കുലത്തൊഴിലുകൾ ചെയ്യുന്ന ജാതിവിഭാഗങ്ങൾ, സാമുദായികമായി പ്രവർത്തിക്കുന്ന ആളുകൾ എന്നിങ്ങനെയുള്ള വിഭാഗങ്ങളും വെള്ളിത്തിരയിൽ മലയാളിക്ക് ചിരിയുടെ രസക്കൂട്ടൊരുക്കുന്ന കഥാപാത്രങ്ങളായി ആവിഷ്കരിക്കപ്പെടുന്നു. മലയാളി പൊതുബോധമെന്നത് അങ്ങേയറ്റം യാഥാസ്ഥിതികവും വരേണ്യബോധത്തിന്റെ അടിത്തറയിൽ സൃഷ്ടിക്കപ്പെട്ടതും ഭൂതകാല മഹത്വങ്ങളെ ഉള്ളടക്കം ചെയ്തതുമായ 'ശീല' മായതിനാൽ അതിനു പുറത്തു നില്ക്കുന്നവർ അപഹസിക്കപ്പെട്ടു കൊണ്ടേയിരിക്കും. സാമൂഹ്യവിമർശനങ്ങളിൽനിന്നും ഏതൊരു വ്യക്തിയും അതീതനാണ് എന്ന വാദമല്ല ഇവിടെ സൂചിപ്പിക്കുന്നത്. ഒരു വിഭാഗം ആളുകൾ എല്ലായ്പ്പോഴും അപഹസിക്കപ്പെടുകയും ആക്രമിക്കപ്പെടുകയും ചെയ്യുമ്പോൾ മറുഭാഗത്ത് യാഥാസ്ഥിതിക നിലപാടുകളുള്ളവരുടേയും ആധുനികമായ സാമൂഹ്യ വ്യവസ്ഥിതികൾക്കുള്ളിൽ ഫ്യൂഡൽ മൂല്യബോധങ്ങളെ പിന്തുടരുന്നവരുടേയും സാംസ്കാരിക പശ്ചാത്തലങ്ങൾ മഹത്വവല്ക്കരിക്കപ്പെട്ടു കൊണ്ടിരിക്കുന്നു. നിരന്തരമായി സൃഷ്ടിക്കപ്പെട്ടുകൊണ്ടിരിക്കുന്ന ഇത്തരമൊരു പ്രക്രിയയുടെ മറുഭാഗത്ത് ജാതി/മത/വർണ്ണ/വർഗ്ഗ/ലൈംഗിക രീതിശാസ്ത്രങ്ങളിൽ വിഭിന്നരായവരെ അപരവല്ക്കരിച്ചു കൊണ്ടേയിരിക്കുന്നു.

നല്ലത്/ചീത്ത, പാരമ്പര്യം/ആധുനികം എന്നിങ്ങനെയുള്ള 'വിരുദ്ധ ദ്വന്ദ്വങ്ങളെ മുൻനിറുത്തി പാരമ്പര്യശീലങ്ങളെ പിന്തുടരുന്നതും സ്ത്രൈണമാതൃകകളെ ഉദാത്തവല്ക്കരിക്കുന്നതുമായ നിഗൂഢ തന്ത്രത്തെ പൊളിച്ചെഴുതുവാൻ മലയാളചലച്ചിത്രങ്ങൾ ശ്രമിച്ചു തുടങ്ങിയിട്ടുണ്ട്. 'മുസ്ലീം വിരുദ്ധ/കറുപ്പ് ഉടൽ വിരുദ്ധ' പൊതുബോധങ്ങളിൽ നിന്നു വിച്ഛേദനങ്ങൾ സൃഷ്ടിച്ചുകൊണ്ട് ജനപ്രിയചലച്ചിത്രഭാഷ്യങ്ങൾ സൃഷ്ടിക്കാൻ കഴിയുമെന്ന സക്കരിയയുടെ *സുഡാനി ഫ്രം നൈജീരിയ* (2018) തെളിയിക്കുന്നു. സമാനമായ രീതിയിൽ ട്രാൻസ്ജന്ററുകളെ കോമാളികളും പ്രതിനായകരുമെന്ന ലേബലിനുള്ളിൽ നിന്നു മോചിപ്പിച്ചെടുക്കുവാനും അവരുടെ അതിജീവനത്തിന്റെ ചരിത്രപാഠങ്ങളെ ദൃശ്യവല്ക്കരിക്കുവാനും പുതിയ കാലത്തെ മലയാള സിനിമ തയ്യാറാവുന്നു. ജൂഡിത്ത് നമ്രദത്തിന്റെ *ആഭാസം* (2018) ആഷിഖ് അബുവിന്റെ *മായാനദി* (2018) എന്നിവ ഉദാഹരണം.

പൊതുബോധങ്ങളുടെ ശിഥിലീകരണവും നവ സംസ്കാര നിർമ്മിതിയും

ജനപ്രിയസംസ്കാരത്തിനുള്ളിൽ 'ജനവിരുദ്ധമായ' ആശയങ്ങളാണ് 'സ്വാഭാവികമായ' രീതിയിൽ പ്രക്ഷേപിക്കപ്പെടുന്നത്. നിരന്തരമായ കാഴ്ചകൾ നല്കുന്ന ആനന്ദാനുഭൂതികൾ പ്രേക്ഷകന്റെ യുക്തിബോധത്തിനു മുകളിൽ ആധിപത്യം സ്ഥാപിക്കുന്നതിനാൽ തന്നെ ഇത്തരം ജനവിരുദ്ധതയെ തിരിച്ചറിയാൻ കഴിയാതെ പോകുന്നു. വ്യത്യസ്ത ജാതി മതവിഭാഗങ്ങളിൽപ്പെടുന്നവരും വ്യത്യസ്തങ്ങളായ തൊഴിലുകൾ ചെയ്ത് ഉപജീവനം കഴിക്കുന്നവരും കുടിയേറി വന്ന വിവിധ ജനവിഭാഗങ്ങളുമെല്ലാം ഇടകലർന്നു സ്വാഭാവികമായി (?) ജീവിക്കുന്ന കേരളീയ പൊതുമണ്ഡലത്തിൽ (?) നന്മയുടെ പൂക്കാലങ്ങളാണ് (?) ഉള്ളതെന്ന ബോധ്യം സമൂഹത്തിലും ചലച്ചിത്രങ്ങളിലും സാമാന്യമായി പ്രചരിപ്പിക്കപ്പെട്ടിട്ടുണ്ട്. ജാതി മത വർണ്ണ വർഗ്ഗ ബോധങ്ങൾ കൂടുതൽ കരുത്താർജ്ജിക്കുന്നതും അവയുടെ സംഘടിത സ്വഭാവരീതികൾ ഫാസിസ്റ്റു മുന്നേറ്റങ്ങളെ കൂടുതൽ പ്രബലമാക്കുന്നതും പാർശ്വവല്ക്കരിക്കപ്പെട്ട ജനവിഭാഗങ്ങൾ സാമൂഹ്യ അരക്ഷിതാവസ്ഥകൾ അനുഭവിക്കുന്നതും ഇതേ കേരളീയ സമൂഹത്തിൽ തന്നെയാണ്. മലയാളി മധ്യവർഗ്ഗ ബോധത്തിന്റെ സവർണ്ണ സൗന്ദര്യശാസ്ത്രസങ്കല്പനങ്ങളുടെ പ്രതിനിധാനമാണ് മലയാളസിനിമയുടെ ആകത്തുക. കമ്പോളസിനിമയുടെ അതിലളിതവല്ക്കരണ പാഠത്തിനുള്ളിൽ നിറഞ്ഞു നില്ക്കുന്ന ഇത്തരം പ്രതിലോമകരമായ പ്രവണതകളെ പൊളിച്ചെഴുതുവാൻ കഴിയുന്നത് രാഷ്ട്രീയ ബോധ്യമുള്ള ഫിലിംമേക്കർമാർക്കാണ്. ജനാധിപത്യ മതേതര മൂല്യങ്ങളിൽ അടിയുറച്ചു വിശ്വസിക്കുന്ന ഒരു ഫിലിംമേക്കർ ജാതി, മത, വർഗ്ഗ, വർണ്ണ, ലിംഗ, ലൈംഗിക വിവേചനങ്ങളെ നിലനിർത്തുകയോ പുനരുല്പാദിപ്പിക്കുകയോ, ഹിംസയുടെ പ്രത്യയശാസ്ത്രത്തെ ന്യായീകരിക്കുകയോ സാധൂകരിക്കുകയോ ഫ്യൂഡൽ മൂല്യങ്ങളെ പുതിയ രൂപമാതൃകകളിലൂടെ പുനരാനയിക്കുകയോ ചെയ്യുന്ന ചലച്ചിത്ര കാഴ്ചകൾ സൃഷ്ടിക്കുകയില്ല.

'ആദിവാസി മൂപ്പന്റെ മകൾ നീലി'യും 'വേലക്കാരി ജാനു'വും 'കള്ളൻ രാമു'വും 'തമിഴൻ മുനിയാണ്ടി'യും 'നായരുടെ ചായക്കട'യും എല്ലാമെല്ലാം മലയാളചലച്ചിത്രത്തിന്റെ സ്റ്റീരിയോടൈപ്പുകൾ (Steriotypes) ആണ്. *കട്ടപ്പനയിലെ ഋത്വിക് റോഷൻ* (2016/നാദിർഷ), *ചിറകൊടിഞ്ഞ കിനാവുകൾ* (2015/സന്തോഷ് വിശ്വനാഥ്) ഉൾപ്പെടെയുള്ള ചലച്ചിത്രങ്ങൾ ഇത്തരം ക്ലീഷേകളെ പരിഹസിച്ചു കൊണ്ടുള്ള ഹാസ്യരംഗങ്ങൾ സൃഷ്ടിച്ചിരുന്നു. ചലച്ചിത്രങ്ങൾ സൃഷ്ടിച്ച പൊതുബോധങ്ങളെ ടെലിവിഷനും നവമാധ്യമങ്ങളും അന്ധമായി പിന്തുടരുകയാണുണ്ടായത്. ഏഷ്യാനെറ്റിന്റെ *വോഡഫോൺ കോമഡി സ്റ്റാർസ്*, മഴവിൽ മനോരമയിലെ *മിമിക്രി മഹാമേള, തകർപ്പൻ കോമഡി* ഉൾപ്പെടെയുള്ള ജനപ്രിയ 'കോമഡി ഷോകൾ' തൊലികറുത്തവർ, ആൺ/

പെൺ ലക്ഷണശാസ്ത്രങ്ങളെ അതിലംഘിക്കുന്ന ട്രാൻസ്ജന്ററുകൾ, ശാരീരികമായി വൈകല്യമുള്ളവർ, കുലത്തൊഴിലുകൾ ചെയ്യുന്നവർ, അന്യസംസ്ഥാന തൊഴിലാളികൾ, സ്ത്രീകൾ എന്നിങ്ങനെയുള്ളവരെ അപഹസിച്ചുകൊണ്ടാണ് ഹാസ്യരസങ്ങളെ സൃഷ്ടിച്ചെടുക്കുന്നത്. മലയാളത്തിൽ ജനപ്രിയമായ മെഗാടെലിവിഷൻ പരമ്പരകൾ സ്ത്രീവിരുദ്ധമായ സമീപനങ്ങളാൽ അതിസമ്പന്നമായിരിക്കുന്നതും ഇവയോടൊപ്പം പരാമർശമർഹിക്കുന്നു.

മലയാളസിനിമ സൃഷ്ടിച്ച പൊതുബോധം അങ്ങേയറ്റം ദളിത്/ആദിവാസി/സ്ത്രീ/ഗേ/ലെസ്ബിയൻ/ട്രാൻസ്ജന്റർ/മത ഭാഷാ ന്യൂനപക്ഷ വിരുദ്ധമായിരുന്നു. പ്രേക്ഷകസമൂഹമെന്ന കമ്പോളത്തെ പൂർണ്ണമായും ലക്ഷ്യംവെച്ചുകൊണ്ടാണ് ജനപ്രിയചലച്ചിത്രങ്ങൾ നിർമ്മിക്കപ്പെടുന്നത്. അത്തരമൊരു ലക്ഷ്യത്തെ വിജയപഥത്തിലെത്തിക്കുന്നതിനായി കേരളീയ സമൂഹത്തിൽ നിലനില്ക്കുന്നതും സജീവമായി പ്രചരിച്ചുകൊണ്ടിരിക്കുന്നതുമായ പൊതുബോധങ്ങളെയും അധീശത്വ വ്യവഹാരങ്ങളേയും അവയുടെ സാംസ്കാരിക സംവിധാനങ്ങളേയും അന്ധമായി ചലച്ചിത്രങ്ങൾ സ്വീകരിക്കുന്നു. പൊതുബോധമെന്നത് അധീശവർഗ്ഗത്തിന്റെ നിലപാടുകളുടെ അടിസ്ഥാനത്തിൽ രൂപപ്പെടുന്നതായതിനാൽ അതൊരു 'ശരിയായ ബോധ'മെന്ന, ധാരണ സമൂഹത്തിൽ പ്രകടമാണ്. മിത്തുകളും അചാരാനുഷ്ഠാനങ്ങളും അന്ധവിശ്വാസങ്ങളും ജാതി ശരീര കേന്ദ്രീകൃതമായ ശുദ്ധാശുദ്ധി സങ്കല്പനങ്ങളുമെല്ലാം ഈയൊരു ബോധത്തിന്റെ അടിത്തറയായി നിലകൊള്ളുന്നു. ദളിത്/ആദിവാസി/സ്ത്രീ/ലൈംഗിക/ജന്റർ ന്യൂനപക്ഷങ്ങൾ, ഭാഷ - മത ന്യൂനപക്ഷങ്ങൾ എന്നിവയല്ലാം അധീശത്വ വർഗ്ഗത്തിന്റെ രാഷ്ട്രീയഭാവനകളെ അലോസരപ്പെടുത്തുന്നതിനാൽ തന്നെ അവർ വംശീയാധിക്ഷേപങ്ങൾക്കും സാമൂഹ്യാതിക്രമങ്ങൾക്കും ഇരകളായിത്തീരേണ്ടിവരുന്നു. വംശീയവും മതപരവും ജാതീയവും സദാചാരപരവുമായ ആക്രമണങ്ങളെ ലളിതവല്ക്കരിക്കുവാനും സ്വാഭാവികമാക്കുവാനും കമ്പോളത്തിനു കഴിയുന്നുവെന്നതാണ് ജനപ്രിയ ചലച്ചിത്രങ്ങളുടെ സ്വീകാര്യത തെളിയിക്കുന്നത്.

സാമൂഹ്യ സാംസ്കാരിക ചലച്ചിത്രമണ്ഡലങ്ങളിൽ 'സ്ഥിര പ്രതിഷ്ഠ' നേടിയ സാംസ്കാരികശീലങ്ങളെയും ആഴത്തിൽ വേരു പടർത്തിയിട്ടുള്ള പൊതുബോധങ്ങളെയും ലളിതമായ സൂത്രവാക്യങ്ങളിലൂടെ ദ്രുതഗതിയിൽ മാറ്റിയെടുക്കുവാൻ കഴിയില്ല. വിപ്ലവകരമായ ആഹ്വാനങ്ങളെ ഉള്ളടക്കം ചെയ്തിരുന്ന ചലച്ചിത്രങ്ങൾ യഥാർത്ഥത്തിൽ അത്തരം പൊതുബോധങ്ങളോടു ചേർന്നു നില്ക്കുന്നവയായിരുന്നു. കേരളീയസാംസ്കാരിക ഭാവനകളിൽ വേരുറച്ചുപോയ പൊതുബോധങ്ങളെ പൊളിച്ചെഴുതുക, പ്രേക്ഷകന്റെ ബോധമണ്ഡലത്തിൽ ആഴത്തിൽ പതിഞ്ഞു കിടക്കുന്ന കാഴ്ചാശീലങ്ങളെ ശിഥിലമാക്കി കാഴ്ചയുടെ നവസംസ്കാരത്തെ സൃഷ്ടിച്ചെടുക്കുക, ചലച്ചിത്രങ്ങളുടെ പ്രമേയ ആഖ്യാനപശ്ചാത്തലങ്ങളിൽ ജനാധിപത്യവിരുദ്ധമായ പൊതുനിലപാ

ടുകളെ നിരാകരിക്കുക എന്നിങ്ങനെയുള്ള ബഹുമുഖമായ കർത്തവ്യങ്ങളെയാണ് ചലച്ചിത്രങ്ങൾ ഏറ്റെടുക്കേണ്ടത്. ജനാധിപത്യപരവും സംവാദാത്മകവുമായ കൂട്ടായ്മകളിലൂടെ സാധ്യമാകുന്ന ചലച്ചിത്രങ്ങൾക്ക് നിരന്തരമായ ഇടപെടലുകളിലൂടെ ഇത്തരം പൊളിച്ചെഴുത്തുകളെ ഒരു പരിധിവരെ നടപ്പിലാക്കുവാൻ കഴിയും. ഈയൊരു ഉദ്യമത്തിനായി ജനാധിപത്യപരവും സംവാദാത്മകവുമായ കൂട്ടായ്മയിലേക്ക്, പരമ്പരാഗത രീതിശാസ്ത്രങ്ങളിൽനിന്ന് വേർപെട്ടുകൊണ്ട് പരിവർത്തിപ്പിക്കപ്പെടാൻ മലയാള ചലച്ചിത്രമേഖല എത്രത്തോളം തയ്യാറാകുമെന്നുള്ള ചോദ്യം അവശേഷിക്കുന്നു. ഏതൊന്നിനെയാണോ നമ്മൾ നിരാകരിക്കാനും നിഷേധിക്കാനും നോക്കുന്നത്, അത് കൂടുതൽ ശക്തമായ രീതിയിൽ ആധിപത്യമുറപ്പിക്കുന്ന കാഴ്ചകൾക്കാണ് ഇന്ത്യൻ സമൂഹം സാക്ഷ്യം വഹിച്ചുകൊണ്ടിരിക്കുന്നത്.

റഫറൻസ്

I.1. കെ എൻ ഗണേശ്, *മലയാളിയുടെ ദേശകാലങ്ങൾ*, റാസ്ബെറി ബുക്സ്, കോഴിക്കോട് ഏപ്രിൽ 2016.

2. പി കെ മുഹമ്മദ് കുഞ്ഞി, *മുസ്ലീങ്ങളും കേരളസംസ്കാരവും*, കേരളസാഹിത്യഅക്കാദമി, തൃശൂർ, ഡിസംബർ 2008 (തേർഡ് എഡിഷൻ)

3. കെ ഇ എൻ, *കേരളീയ നവോത്ഥാനത്തിന്റെ ചരിത്രവും വർത്തമാനവും*, ചിന്ത പബ്ലിഷേഴ്സ്, തിരുവനന്തപുരം (ചിന്ത എഡിഷൻ), ജൂൺ 2016.

4. ഷാജി ജേക്കബ്ബ്, *ജനപ്രിയ സംസ്കാരം ചരിത്രവും സിദ്ധാന്തവും*, മാതൃഭൂമി ബുക്സ്, കോഴിക്കോട്, 2009.

II.1. *തൊഴിലിടങ്ങളിലെ അധിനിവേശം*, സുധീർ നീരേറ്റുപുറം, കേസരി വാരിക, 2013 മെയ് 26, പുസ്തകം 62, ലക്കം 21.

2. *കേരളം വിദേശത്തേക്ക്, ഇന്ത്യ കേരളത്തിലേക്കും*, അരുൺ എഴുത്തച്ഛൻ, ദേശാഭിമാനി വാരിക, 2014 മാർച്ച് 23, പുസ്തകം 45, ലക്കം 44.

3. *ജലാംഗിയുടെ ഭാഗ്യക്കുറി*, ഡോ. എം ഷാജഹാൻ, ഞായറാഴ്ച, മലയാള മനോരമ, 2014 ഒക്ടോബർ 26.

III. കടപ്പാട്

1. സ. കെ ആർ മല്ലിക (കഥാകൃത്ത്/നോവലിസ്റ്റ്)
2. സ. രാധാകൃഷ്ണൻ ചെറുവല്ലി (സബ് എഡിറ്റർ, ചിന്ത പബ്ലിഷേഴ്സ്)
3. സ. രാജേഷ് ചിറപ്പാട് (സബ് എഡിറ്റർ, ചിന്ത പബ്ലിഷേഴ്സ്)

2

വെള്ളിത്തിരയുടെ രാഷ്ട്രീയം

ജനകീയമാധ്യമം എന്ന നിലയിൽ മറ്റേതൊരു കലാരൂപത്തേക്കാളും പ്രചാരത്തിലും പൊതുസ്വീകാര്യതയിലും സ്വയംനവീകരണശേഷിയിലും മുൻപന്തിയിൽ നില്ക്കുന്ന ചലച്ചിത്രം ഒരു സാമൂഹ്യ സാമ്പത്തിക സാംസ്കാരിക രാഷ്ട്രീയ ഉല്പന്നമാണ്. കൂട്ടായ്മയുടെ കലയെന്ന നിലയിൽ ഉല്പാദിപ്പിക്കപ്പെടുന്ന ചലച്ചിത്രം പൊതു (ജന) സമൂഹത്തിൽ എത്തപ്പെടുന്നതോടുകൂടി അത് ആ പൊതുമണ്ഡലത്തിന്റെ സാംസ്കാരിക വൈജ്ഞാനിക രാഷ്ട്രീയ വിനോദ വ്യവഹാരങ്ങളുടെ ഭാഗമാകുന്നു. ഒരു ജനക്കൂട്ടത്തിന്റെ താല്പര്യങ്ങളെയും അഭിരുചികളെയും അതിവേഗത്തിൽ സ്വാധീനിക്കുവാനും പുനർനിർണ്ണയിക്കുവാനും പുനരുല്പാദിപ്പിക്കുവാനും കഴിയുന്ന കലാരൂപമെന്ന നിലയിൽ ചലച്ചിത്രം അതിശക്തമായ ഒരു മാധ്യമമാണ്. ചലച്ചിത്രത്തിന്റെ സ്വാധീനശേഷി നിർണ്ണായകമായതിനാൽ തന്നെ അവ അവതരിപ്പിക്കുന്ന ആശയങ്ങളെ അതിഗഹനമായും ഗൗരവതരമായും വിശകലനം ചെയ്യേണ്ടതുണ്ട്. അയത്നലളിതമായും അതിനിഷ്ക്കളങ്കമായും നിർമ്മിക്കപ്പെടുന്നവയാണ് ചലച്ചിത്രങ്ങൾ എന്ന പൊതുബോധം കമ്പോളസിനിമകളെ അടിസ്ഥാനമാക്കി സൃഷ്ടിക്കപ്പെട്ടു. മൂലധനവും സാങ്കേതികവിദ്യയും സർഗ്ഗാത്മകതയും സമ്മേളിക്കുന്ന കലാരൂപമെന്ന നിലയിൽ ചലച്ചിത്രത്തിന് നിഷ്കളങ്കമായ അടിത്തറയിൽ നിൽക്കാൻ കഴിയില്ലെന്നു മാത്രമല്ല, നിലനിൽക്കുന്ന സാമൂഹ്യവ്യവസ്ഥിതികളുടെ പ്രചാരകരായി മാറേണ്ടുന്ന ബാധ്യതയും ഉത്തരവാദിത്വവും പലപ്പോഴുമുണ്ട്.

മലയാളസിനിമയുടെ പ്രാരംഭഘട്ടത്തിൽ ചലച്ചിത്രങ്ങൾ പ്രത്യേക ജനുസ്സുകളായി പരിഗണിക്കപ്പെട്ടിരുന്നില്ല. നാടകങ്ങളേയും തമിഴ് സിനിമകളേയും അനുകരിച്ച് വന്ന മലയാളസിനിമ വ്യാവസായികമായി ഉയർന്നുവരുമ്പോഴാണ് പ്രത്യേക വിഭാഗങ്ങളായി വർഗ്ഗീകരിക്കപ്പെടു

ന്നത്. കുടുംബ ചിത്രങ്ങൾ, കോമഡി ചിത്രങ്ങൾ, ഹൊറർ ചിത്രങ്ങൾ, ആക്ഷൻ ചിത്രങ്ങൾ, അർദ്ധനീല ചിത്രങ്ങൾ, കാമ്പസ് ചിത്രങ്ങൾ എന്നിവ കമ്പോളസിനിമയ്ക്കുള്ളിൽ സാധ്യമായ വിഭജനങ്ങളായിരുന്നു. എഴുപതുകളിൽ ചലച്ചിത്രസങ്കല്പനത്തിലുണ്ടായ പരിണാമങ്ങളും ചലച്ചിത്രകാരന്മാരുടെ വ്യതിരിക്തമായ കാഴ്ചപ്പാടുകളും കലാസിനിമ/സമാന്തര സിനിമയെന്ന് ചലച്ചിത്രശാഖയെ ക്രമീകരിക്കപ്പെടുന്നതും കല/കമ്പോളമെന്ന വേർതിരിവുകൾ പ്രബലമാകുന്നതും അക്കാലയളവിൽ തന്നെയാണ്. കമ്പോളസിനിമ സൃഷ്ടിക്കുന്ന കാഴ്ചകൾക്ക് ആൾക്കൂട്ടങ്ങളെ നിരന്തരമായി ആകർഷിക്കുവാൻ കഴിഞ്ഞതുകൊണ്ടുതന്നെ ചലച്ചിത്രവ്യവസായവും അനുബന്ധ വ്യവസായശൃംഖലകളും സാമ്പത്തികമായി അഭിവൃദ്ധി പ്രാപിച്ചു. കമ്പോളസിനിമയുടെ ആകർഷണ വലയങ്ങളിൽ 'കുരുങ്ങിയ' ആൾക്കൂട്ടം/പ്രേക്ഷകസമൂഹം അത്തരം ഘടകങ്ങളെ നിരാകരിച്ച കലാസിനിമകളോടും അവയുടെ പ്രമേയആഖ്യാന രീതികളോടും മമത പുലർത്തിയിരുന്നില്ല. കലയ്ക്കും കമ്പോളത്തിനുമിടയിലൂടെ സൃഷ്ടിക്കപ്പെട്ട മധ്യവർത്തി ചലച്ചിത്രങ്ങൾ മുഖ്യധാര 'തീണ്ടൽ' കല്പിച്ചു മാറ്റി നിർത്തിയിരുന്ന ലൈംഗികത ഉൾപ്പെടെയുള്ള പ്രമേയങ്ങളെ അവതരിപ്പിക്കുകയുണ്ടായി. പ്രമേയ - ഇതിവൃത്ത സ്വീകരണത്തിൽ വിപ്ലവകരമായ സമീപനങ്ങൾ പുലർത്തിയിരുന്നുവെങ്കിലും മധ്യവർത്തിചിത്രങ്ങൾ കേരളീയ ഫ്യൂഡൽ മനോഭാവങ്ങളുടെ രീതിശാസ്ത്രങ്ങളിൽ നിന്നും ഹിംസയുടെ പ്രത്യയശാസ്ത്രത്തിൽ നിന്നും സമ്പൂർണ്ണമായി വേർപെട്ടു നിന്നിരുന്നില്ല. ലൈംഗികത, വയലൻസ് എന്നിവയുടെ പച്ചയായ കാഴ്ചകളിലൂടെ പ്രേക്ഷക സമൂഹത്തിന്റെ മിഥ്യാബോധങ്ങളെ ഭ്രമിപ്പിക്കുകയായിരുന്നു ഇത്തരം ചലച്ചിത്രങ്ങളും.

സെല്ലുലോയ്ഡിൽ നിന്നും ഡിജിറ്റൽ കാലഘട്ടത്തിലേക്കു എത്തുമ്പോൾ ചലച്ചിത്രനിർമ്മാണം ലളിതവൽക്കരിക്കപ്പെടുന്നുണ്ട്. സെവൻഡി ക്യാമറയുപയോഗിച്ചിട്ടുള്ള ഷൂട്ടിംഗുകൾ, സ്പോട്ട് എഡിറ്റിംഗ്, സിങ്ക് സൗണ്ട് റെക്കോർഡിംഗ് ഉൾപ്പെടെയുള്ളവ സജീവമായി. ചലച്ചിത്രനിർമ്മാണത്തെ സംബന്ധിച്ചുള്ള ഇത്തരം മാറ്റങ്ങൾ സാങ്കേതികമായ പരിണാമങ്ങളുടെ പ്രതിഫലനമാണ്. ചലച്ചിത്രനിർമ്മാണ പ്രദർശന സമ്പ്രദായങ്ങൾ അനുദിനം സാങ്കേതികമായി വളരുമ്പോഴും ചലച്ചിത്രത്തിന്റെ പ്രമേയ ഉള്ളടക്കത്തെ സംബന്ധിച്ചിടത്തോളം അവ അങ്ങേയറ്റം 'പഴഞ്ചൻ'നായി നിലകൊള്ളുന്നു (കടപ്പാട് - സി എസ് വെങ്കിടേശ്വരൻ). സ്വജാതി/വിജാതീയ പ്രണയ വിവാഹങ്ങൾ, സംഘർഷങ്ങൾ, അണുകുടുംബങ്ങൾക്കുള്ളിലെ കലഹങ്ങൾ, പാരമ്പര്യത്തെ നിഷേധിക്കുന്ന യുവത്വത്തിന്റെ കലാപങ്ങൾ, തൊഴിലുടമകളും തൊഴിലാളികളും തമ്മിലുള്ള സംഘർഷങ്ങൾ, സാങ്കേതികമേഖലയിലെ തൊഴിലുകൾ, സംഘർഷങ്ങൾ എന്നു തുടങ്ങി ഒട്ടനവധി വിഷയങ്ങൾ വ്യത്യസ്ത രൂപ

സി എസ് വെങ്കിടേശ്വരൻ, *മലയാള സിനിമാപഠനങ്ങൾ*, ഡി സി ബുക്സ്, കോട്ടയം, ഒക്ടോബർ 2011.

ഭാവങ്ങളിൽ 'പുതുമ' നിലനിർത്തി (?) ആവിഷ്കരികരിച്ചുകൊണ്ടേയിരിക്കുന്നു. ഇത്തരത്തിൽ സൃഷ്ടിക്കപ്പെട്ട 'പുതുമ'യ്ക്കുള്ളിൽ 'ഫ്യൂഡൽ മൂല്യങ്ങളുടെ' അംശങ്ങളാണ് നിറഞ്ഞുനില്ക്കുന്നത്. നിരന്തരമായ ചലച്ചിത്ര കാഴ്ചകളിലൂടെ പ്രേക്ഷകന്റെ ഉള്ളിൽ സിനിമ സൃഷ്ടിച്ച സിനിമാബോധത്തിന്റെ ഫലമായി ഇത്തരം വരേണ്യബോധങ്ങൾ അവന്റെ ഉള്ളിലും 'സ്ഥിരപ്രതിഷ്ഠ' നേടുന്നു. അതിനു വിരുദ്ധമായ ദൃശ്യങ്ങൾ അവന്റെ മുമ്പിൽ എത്തുമ്പോൾ സ്വാഭാവികമായി അവ നിരാകരിക്കപ്പെടുന്നു. 'അതിനിഷ്കളങ്കമായ' ആശയങ്ങളെയല്ല ദൃശ്യബിംബങ്ങളിലൂടെ സന്നിവേശിപ്പിക്കുന്നത്. അവ ആൾക്കൂട്ടത്തിനു സാമാന്യമായി 'സ്വീകാര്യ'വും 'സ്വാഭാവിക'വും 'വിശ്വസനീയ'വും ആയിരിക്കുമ്പോൾതന്നെ അസാധാരണത്വങ്ങളെയും അസ്വാഭാവികതകളെയും വഹിക്കുന്നുണ്ട്. അത്തരത്തിലുള്ള നിർമ്മിതികൾ സാധ്യമാകുന്നത് സാംസ്കാരികബിംബങ്ങളിലൂടെയും സൂചനകളിലൂടെയുമാണ്.

സാംസ്കാരികബിംബങ്ങളും ചിഹ്നങ്ങളും സൂചകങ്ങളും

വെള്ളിത്തിരയിൽ തെളിയുന്ന ദൃശ്യങ്ങളോടൊപ്പം സംഭാഷണങ്ങളും പശ്ചാത്തലസംഗീതവും കൂടിച്ചേർന്നാണ് ചലച്ചിത്രങ്ങൾ പ്രേക്ഷകനെ വിസ്മയങ്ങളുടെ ലോകത്തേക്കു നയിക്കുന്നതും അവന്റെ സ്വപ്നഭാവനകളെ പ്രചോദിപ്പിക്കുന്നതും. മലയാളസിനിമയുടെ പ്രാരംഭഘട്ടത്തിൽ, ചലച്ചിത്ര സാങ്കേതികത്വത്തെക്കുറിച്ചു ധാരണകളില്ലാതിരുന്ന ജനസമൂഹം, തിരശ്ശീലയിൽ കാഴ്ചപ്പെടുന്നതെല്ലാം അത്രമേൽ 'സത്യസന്ധ'വും 'യാഥാർത്ഥ്യ'വുമാണെന്നു വിശ്വസിച്ചിരുന്നു. കൊട്ടക/തിയറ്ററിന്റെ ഇരുളിൽ പ്രേക്ഷകന്റെ മനോനിലയെ അതിഭാവുകത്വം നിറഞ്ഞ ദൃശ്യഖണ്ഡങ്ങളിലേക്ക് അതിവൈകാരികമായി ചേർത്തെടുക്കുവാൻ സാധിച്ചിരുന്നു എന്നതാണ് ചലച്ചിത്രത്തിന്റെ വിജയം. പ്രേക്ഷകന്റെ യുക്തിബോധത്തെയും ബൗദ്ധികനിലവാരത്തെയും നിരാകരിച്ചുകൊണ്ടാണ് ചലച്ചിത്രങ്ങൾ അവയുടെ കർത്തവ്യം നിർവ്വഹിക്കുന്നത് എന്നതിനാൽ തന്നെ ബുദ്ധിപരമായ വിയോജിപ്പുകൾ പ്രേക്ഷകന്റെ ഭാഗത്തുനിന്നുമുണ്ടാകുന്നില്ല. പത്രദൃശ്യശ്രവ്യ മാധ്യമങ്ങളിലൂടെ ചലച്ചിത്രത്തെ സംബന്ധിച്ചു ലഭിച്ച അറിവിനാലും സാമ്പത്തികം മുടക്കി ടിക്കറ്റ് എടുത്തതിനാലുണ്ടാകുന്ന വിധേയത്വവും ഏതുതരം പ്രമേയത്തേയും കാഴ്ചയേയും സ്വീകരിക്കുവാൻ പ്രേക്ഷകൻ നിർബന്ധിതനാകുന്നു. മറ്റേതൊരു കലാരൂപത്തേക്കാളും ഹൃദ്യമായ അനുഭൂതികൾ പകർന്നു കൊടുക്കുന്ന കലയായി ചലച്ചിത്രകല വ്യാപകമായി സ്വീകരിക്കപ്പെടുകയും ചെയ്തു.

മുൻകൂട്ടി തീരുമാനിക്കപ്പെട്ട ഷോട്ടുകളുടെ അടിസ്ഥാനത്തിലാണ് ചലച്ചിത്രങ്ങൾ ക്രമീകരിക്കപ്പെടുന്നത്. ഓരോ ഷോട്ടിലും തെളിയുന്ന അചേതനവും സചേതനവുമായ വസ്തുക്കൾ, നായികാനായകന്മാരിൽ തുടങ്ങി ഒരു ഷോട്ടിൽ വന്നു കടന്നു പോകുന്ന കഥാപാത്രങ്ങൾ, അവരുടെ സംഭാഷണങ്ങൾ, ചിത്രത്തിനുള്ളിലെ ദൃശ്യവിന്യാസങ്ങൾ, കഥാ

പാത്രങ്ങളുടെ ശരീര- വസ്ത്ര ഭാഷകൾ, സാമൂഹ്യസാമ്പത്തിക സാംസ്കാരിക രാഷ്ട്രീയസ്ഥാപനങ്ങൾ എന്നിവയെല്ലാം സംവിധായകന്റെ 'ബോധപൂർവ്വമായ തെരഞ്ഞെടുപ്പാ'ണ്. അതുകൊണ്ടുതന്നെ ചലച്ചിത്രത്തിലെ ഓരോ ദൃശ്യവും നല്കുന്ന സൂചനകൾക്കും വിശദീകരണങ്ങൾക്കും കൃത്യവും ശക്തവുമായ രാഷ്ട്രീയപ്രത്യയശാസ്ത്ര മാനങ്ങളുണ്ട്. നായക - പ്രതിനായകന്മാരുടെ ശരീരഭാഷയിലൂടെ അധികാരത്തിന്റെ വെളിപ്പെടുത്തൽ സാധ്യമാകുമ്പോൾ നായകന്റെ നിഴലിലൊതുങ്ങുന്ന സഹകഥാപാത്രങ്ങളുടെ വാചിക/ശരീര ഭാഷകളിലൂടെ കീഴാളതയുടെ വിധേയത്വത്തിന്റെ ശാരീരികനില പ്രകടമാകുന്നു. കഥാപാത്രങ്ങളുടെ വസ്ത്രങ്ങളും ആഭരണങ്ങളും ജാതി മത വർണ്ണ വർഗ്ഗ ലിംഗപദവികളുടെ വൈരുദ്ധ്യങ്ങളിലേക്കുള്ള സൂചകങ്ങളാകുന്നു.

'കഥ പറയുന്നതാണ് സിനിമ'യെന്ന ബോധം നിലനിന്നിരുന്ന കാലഘട്ടത്തിൽ കഥ പറച്ചിലിനായി തിരഞ്ഞെടുത്തിരുന്ന ഷോട്ടുകൾക്കുള്ളിൽ ജനപ്രിയതയെ നിർണ്ണയിക്കുന്ന ബിംബങ്ങളെ കൃത്യമായി സന്നിവേശിപ്പിക്കാൻ ചലച്ചിത്രസംവിധായകർ ശ്രദ്ധിച്ചിരുന്നു. സിനിമയുടെ വളർച്ചാഘട്ടങ്ങളിൽ മലയാളചലച്ചിത്രങ്ങൾ കോടമ്പാക്കം കേന്ദ്രീകരിച്ചാണ് നിർമ്മിക്കപ്പെട്ടതെങ്കിൽ പിന്നീടുള്ള കാലയളവിൽ ചലച്ചിത്രനിർമ്മാണം കേരളത്തിലേക്കു പറിച്ചുനടപ്പെടുന്നുണ്ട്. കോടമ്പാക്കത്തുനിന്നും സാമൂഹ്യപ്രതിബദ്ധതയില്ലാത്ത ചലച്ചിത്രങ്ങൾ നിർമ്മിക്കപ്പെടുമ്പോൾ അതിനു സമാന്തരമായി കോട്ടയം കേന്ദ്രീകരിച്ച് ജനപ്രിയ പൈങ്കിളിസാഹിത്യം ധാരാളമായി ഉല്പാദിപ്പിക്കപ്പെട്ടിരുന്നതിന്റെ കമ്പോളയുക്തികളെ ടി കെ രാമചന്ദ്രൻ, രവീന്ദ്രൻ, വി കെ ജോസഫ്, ജി പി രാമചന്ദ്രൻ ഉൾപ്പെടെയുള്ള സാംസ്കാരിക ചലച്ചിത്രനിരൂപകർ ചൂണ്ടിക്കാട്ടുന്നുണ്ട്. കോടമ്പാക്കം സിനിമകൾക്കുശേഷം മലയാളക്കര കേന്ദ്രീകരിച്ചുള്ള വള്ളുവനാടൻ പ്രമേയചലച്ചിത്രങ്ങൾ കേരളീയ ജനസമൂഹത്തിൽ ആഴത്തിൽ പടർന്നു പിടിച്ചു. തികച്ചും ഏകപക്ഷീയമായി സവർണ്ണ മധ്യവർഗ്ഗജനസമൂഹത്തിന്റെ അഭിരുചികളെയും താല്പര്യങ്ങളെയും വിശ്വാസങ്ങളെയും ആചാരങ്ങളെയും അനുഷ്ഠാനങ്ങളെയും സന്മാർഗ്ഗ പാഠങ്ങളേയും സദാചാരസങ്കല്പനങ്ങളെയും വർഗ്ഗീയബോധങ്ങളേയുമാണ് ഇത്തരം ചലച്ചിത്രങ്ങൾ അവതരിപ്പിക്കുകയാണുണ്ടായത്. വള്ളുവനാടൻ ചലച്ചിത്രങ്ങൾക്കുശേഷം കൊച്ചി കേന്ദ്രീകരിച്ചുള്ള പട്ടണ - നഗര പ്രമേയങ്ങൾ ആധുനികജീവിതത്തിന്റെ പരിച്ഛേദങ്ങളെ അതിലളിതവത്കരണത്തിലൂടെ ചലച്ചിത്രത്തിൽ സന്നിവേശിപ്പിക്കുന്നുണ്ട്. ശരീരഭാഷയിലും വസ്ത്രധാരണത്തിലും വാചികഭാഷണങ്ങളിലും തൊഴിലിടങ്ങളിലും തികച്ചും അത്യന്താധുനികനായിരിക്കുമ്പോഴും ഉള്ളിന്റെയുള്ളിൽ യാഥാസ്ഥിതിക സമ്പ്രദായങ്ങളെ പിന്തുടരുന്ന 'മലയാളി'യുടെ പ്രതിബിംബങ്ങൾ അത്തരം ചിത്രങ്ങളിലുണ്ടായിരുന്നു. സവർണ്ണബോധ്യങ്ങളിലൂന്നിക്കൊണ്ടുള്ള അതിയാഥാസ്ഥിതിക കേരളീയ സംസ്കാരത്തിന്റെ പരിച്ഛേദങ്ങളെയാണ് മലയാളചലച്ചിത്രങ്ങൾ

വെള്ളിത്തിരയിൽ സന്നിവേശിപ്പിച്ചുകൊണ്ടിരിക്കുന്നതെന്ന സാമാന്യ ധാരണ സമൂഹത്തിൽ പ്രകടമാണ്. ഭാഷാടിസ്ഥാനത്തിൽ രൂപീകരിക്കപ്പെട്ട കേരളസംസ്ഥാനത്തിൽ നിർമ്മിക്കപ്പെടുന്ന, മലയാളഭാഷ സംസാരിക്കുന്ന കഥാപാത്രങ്ങൾ നിറയുന്ന ചലച്ചിത്രങ്ങളിലെ 'നന്മ', 'മലയാളിത്വം', 'ഗൃഹാതുരത', 'കേരളീയത' എന്നീ പരികല്പനകൾ വ്യാജമായ സന്ദേശങ്ങളും അരാഷ്ട്രീയസൂചനകളുമാണ് നല്കുന്നത്. കേരളീയ ഗ്രാമീണത/മലയാളി തനിമയെന്നത് ഫ്യൂഡൽസവർണ്ണമൂല്യങ്ങളെയും അവയുല്പാദിപ്പിക്കുന്ന സൗന്ദര്യശാസ്ത്രസങ്കല്പനങ്ങളെയും അന്ധമായി പിന്തുടരുന്ന രീതിശാസ്ത്രമാണ്. ശ്രീത്വം തുളുമ്പുന്ന പെണ്ണുടൽ/കസവ് സാരി/സെറ്റ്മുണ്ട്/ചന്ദനക്കുറി/നീണ്ടിടതൂർന്ന മുടിയിൽ മുല്ലപ്പൂ, എന്നിങ്ങനെ ഒരുപറ്റം ഇമേജുകൾ കൂട്ടിച്ചേർത്തു സൃഷ്ടിക്കപ്പെട്ട 'പെണ്ണുടൽ ബോധ'ങ്ങളിലെ 'മലയാളിമങ്കമാർ' കേരളീയത്തനിമയുടെ വെണ്മയിൽ ആസ്വാദ്യകരമായി സ്വീകരിക്കപ്പെടുന്നു. കസവുമുണ്ടും വേഷ്ടിയും രുദ്രാക്ഷമാലയും ഇടിവളയും ചന്ദനക്കുറിയും കറുപ്പ്/ചുവപ്പൻ ചരടുകളിലുള്ള കെട്ടുകളും ചേർന്നുള്ള 'ആണുടൽ ഭാഷ്യ'ങ്ങളും ചേർന്നു 'മലയാളി ആണത്ത'ങ്ങളെ സൃഷ്ടിക്കുന്നു.

സവർണ്ണ ഫ്യൂഡൽ ബോധ്യങ്ങളിൽ സൃഷ്ടിക്കപ്പെട്ട ശാരീരികമായ ശുദ്ധാശുദ്ധി ബോധങ്ങൾ, പാതിവ്രത്യം, കന്യകാത്വം, ലൈംഗികതയെ സംബന്ധിച്ച അച്ചടക്ക മര്യാദകൾ എന്നിവയെല്ലാം 'ഹൈന്ദവ സാംസ്കാരിക മലയാളിത്തനിമ'യിൽ പ്രഘോഷണം ചെയ്യപ്പെടുന്നുണ്ട്. 'നായകന്റെ ആണത്തങ്ങൾ'ക്കു കീഴടങ്ങി കഴിയേണ്ടുന്ന 'ഉത്തമ കുലസ്ത്രീ' മാതൃകകളാണ് മലയാളിത്തനിമയിലെ സ്ത്രീയെന്നിരിക്കേ പാതിവ്രത്യത്തിനു ഭംഗം വരാത്തവണ്ണം ഉടലിന്റെ പരിശുദ്ധിയെ അവൾ കാത്തു സൂക്ഷിക്കേണ്ടതുണ്ടായിരുന്നു. പാതിവ്രത്യഭംഗം നേരിട്ട, കന്യകാത്വം നഷ്ടപ്പെട്ട പെണ്ണുടലിനു ഉദാത്തസ്ത്രീ മാതൃകയാവാനുള്ള 'യോഗ്യത'യില്ലാത്തതിനാൽ അത്തരം കഥാപാത്രങ്ങൾ ആത്മഹത്യകൾക്കോ കൊലപാതകങ്ങൾക്കോ ഇരയായിത്തീരുന്ന കാഴ്ചകൾ, മധ്യവർഗ്ഗ കാമനകളെ ആഘോഷിച്ച മലയാള സിനിമയിൽ സർവ്വ സാധാരണമായിരുന്നു. കേരളീയത്തനിമയുടെ പ്രതിബിംബമായി കഥകളിത്തല, നാലുകെട്ട്, എട്ടുകെട്ട്, ക്ഷേത്രഗോപുരങ്ങൾ, നടപ്പന്തലുകൾ, തിരുവാതിര, നിലവിളക്ക്, നാക്കില, തൂക്കുവിളക്ക്, ആട്ടുകട്ടിൽ, പടിപ്പുര എന്നുതുടങ്ങി സമസ്ത സവർണ്ണ ബിംബങ്ങളേയും സാംസ്കാരിക പശ്ചാത്തലങ്ങളേയും അതിസമർത്ഥമായ രീതിയിൽ ചലച്ചിത്രങ്ങൾ അവയ്ക്കുള്ളിൽ സന്നിവേശിപ്പിച്ചിരുന്നു. (കടപ്പാട്: *ജി പി രാമചന്ദ്രൻ*) മലയാളസിനിമയുടെ ഭാവുകത്വ പരിണാമങ്ങൾ സാധ്യമായ വർത്തമാനകാലത്തേക്ക് എത്തുമ്പോൾ പോലും അത്തരം സവർണ്ണ മൂല്യങ്ങളെ പുനരാനയിക്കാനുള്ള ശ്രമങ്ങൾ ശക്തമാണെന്ന് *അരവിന്ദന്റെ അതിഥികൾ* (എം

ജി പി രാമചന്ദ്രൻ, *സിനിമയും മലയാളിയുടെ ജീവിതവും*, സാഹിത്യ പ്രവർത്തക സഹകരണ സംഘം, ഒക്ടോബർ 2010 (രണ്ടാം പതിപ്പ്).

മോഹനൻ/2018) ഉൾപ്പെടെയുള്ള ചലച്ചിത്ര ഭാഷ്യങ്ങൾ തെളിയിക്കുന്നു. തിയറ്റർ പ്രദർശനത്തിൽത്തന്നെ നൂറുദിവസം കളക്ഷൻ നേടിയ ഇത്തരമൊരു ചിത്രത്തിന്റെ ജനകീയതയും സ്വീകാര്യതയും 'മലയാളി പൊതുബോധത്തിന്റെ സവർണ്ണാടിത്തറ'യെ കൂടി തെളിയിക്കുന്നുണ്ട്.

സവർണ്ണ ഹൈന്ദവികതയ്ക്കു ലഭിച്ച 'തനിമാ ബോധ'ത്തിനു പുറത്താണ് ക്രിസ്ത്യൻ/മുസ്ലീം ജനവിഭാഗങ്ങളും ദളിത്/ആദിവാസി ജനവിഭാഗങ്ങളും. ഇത്തരമൊരു പശ്ചാത്തലത്തിൽ ഏകപക്ഷീയമായ ചില ഉദ്ദേശ്യ ലക്ഷ്യങ്ങളാണ് മിത്ത് (Myth) ആക്കി മാറ്റപ്പെട്ട മലയാളത്തനിമയിലൂടെ ചലച്ചിത്രങ്ങൾ പ്രകടിപ്പിച്ചത്. ഫ്യൂഡലിസത്തിന്റെയും ജന്മിത്വത്തിന്റെയും തകർച്ചകൾക്കുശേഷം അത്തരം സംവിധാനങ്ങളുടെ ഭാഗമായിരുന്നവരും അവരുടെ പില്ക്കാല തലമുറകളും നിഗൂഢ തലങ്ങളിൽ അവയെ ഫ്യൂഡൽ, വരേണ്യബോധങ്ങളെ നിലനിർത്തിയിരുന്നു. കേരളീയ പൊതുമണ്ഡലത്തിൽ മേൽക്കോയ്മ നേടിയ വരേണ്യവർഗ്ഗ സൗന്ദര്യശാസ്ത്രങ്ങളെ മറികടക്കാൻ ഇപ്പോഴും മലയാളി സമൂഹത്തിനു കഴിയുന്നില്ല. അതിനുള്ള അടിസ്ഥാനകാരണം ഉപരിവർഗ്ഗജനതയ്ക്കു സാംസ്കാരിക രാഷ്ട്രീയ അധികാര മണ്ഡലങ്ങളിൽ, ദീർഘകാലത്തേക്കു ലഭിച്ച മേൽക്കോയ്മകളായിരുന്നു. ഇത്തരമൊരു സാഹചര്യത്തിൽ അന്റോണിയോ ഗ്രാംഷിയുടെ വിശകലനം പ്രസക്തമാകുന്നു.

ചരിത്രത്തിൽ ബലപ്രയോഗത്തിന്റെ (Dominio or Coercion) പോലെ തന്നെ പ്രധാനപ്പെട്ട പങ്ക് "ധൈഷണികവും നൈതികവുമായ നേതൃത്വം" ജനങ്ങളെ കീഴടക്കുന്നതിന് എക്കാലത്തും പ്രയോഗിച്ചിട്ടുണ്ട്. ഇവിടെ ധൈഷണികവും നൈതികവും എന്നത് സമൂഹത്തിന്റെ സാംസ്കാരിക നേതൃത്വം അധീശവർഗം ഏറ്റെടുക്കുക എന്നതാണ്. ഓരോ സമൂഹത്തിലെയും പ്രബലവിഭാഗമായി ഭൂതകാലത്തെ നിയന്ത്രിക്കുകയും നിർണ്ണയിക്കുകയും ചെയ്തവരും അതതുകാലത്തെ ഭരണവർഗവും ചേർന്ന് സംസ്കാരത്തിന്റെ മണ്ഡലത്തിൽ അധീശത്വം സ്ഥാപിക്കുന്നു. ഒരു വിഭാഗം അടിച്ചേൽപ്പിക്കുന്ന സാംസ്കാരിക ചിഹ്നങ്ങൾ മറ്റുള്ളവർ സമ്മതംമൂളി സ്വീകരിക്കേണ്ട ഗതികേടുണ്ടാവുന്നു. പ്രബലവിഭാഗത്തിന്റെ സാംസ്കാരികചിഹ്നങ്ങൾക്ക് മാന്യമായ പദവിയും മേധാവിത്വവും ലഭിക്കുന്നു. ഒരു വിഭാഗത്തിന്റെ ഉത്സവങ്ങളും അനുഷ്ഠാനങ്ങളും ദേശീയതയുടെ മറവിൽ മതനിരപേക്ഷസ്ഥാനം നേടിയെടുക്കുകയും മറ്റുവിഭാഗങ്ങളുടെ സാംസ്കാരിക ചിഹ്നങ്ങൾക്കും അനുഷ്ഠാനങ്ങൾക്കും ഉത്സവങ്ങൾക്കും ജീവിതരീതിക്കും അധമസ്ഥാനമോ മതപരമായ സ്ഥാനമോ മാത്രം നൽകുന്നു. ഇത്തരത്തിലുള്ള പ്രത്യയശാസ്ത്ര നായകത്വം മർദ്ദനത്തിലൂടെയോ ബലപ്രയോഗത്തിലൂടെയോ നേടുന്നതല്ല. മറിച്ച് ജനങ്ങളുടെ "സമ്മത"ത്തിലൂടെ നേടുന്നതാണ്. എങ്കിലും ഇത്തരത്തിലുള്ള സമ്മതം ഉൽപ്പാദിപ്പിക്കാൻ കഴിയുന്നത് പഴയ

എസ് രാജശേഖരൻ, *അന്റോണിയോ ഗ്രാംഷിയും സാംസ്കാരികപഠനവും* (എഡി), ചിന്ത പബ്ലിഷേഴ്സ്, ഏപ്രിൽ 2008.

ഫ്യൂഡൽ വർഗത്തിനോ അവരുടെ പ്രതിനിധികൾക്കോ പുതിയ സാമ്പത്തിക ഘടനയ്ക്കകത്ത് നിർണ്ണായകമായ സ്ഥാനം ലഭിക്കുന്നതുകൊണ്ട് കൂടിയാണെന്ന് ഗ്രാംഷി നിരീക്ഷിക്കുന്നുണ്ട്.

മൂലധനവും താരാധികാരവും

താരവ്യവസ്ഥിതിയുടെ രൂപപ്പെടൽ ചലച്ചിത്രമേഖലയെ കേന്ദ്രീകരിച്ചുള്ള പരമ്പരാഗതരീതികളിൽ വലിയ വിള്ളലുകൾ സൃഷ്ടിക്കുകയുണ്ടായി. ചലച്ചിത്രം എന്തായിരിക്കണമെന്നു കൃത്യമായ ബോധ്യമുള്ള ചലച്ചിത്രനിർമ്മാതാക്കൾ അറുപതുകളിലും എഴുപതുകളിലും സജീവമായുണ്ടായിരുന്നു. അത്തരത്തിലുള്ള ചലച്ചിത്ര നിർമ്മാതാക്കളെയും സംവിധായകരെയും അപ്രസക്തമാക്കിക്കൊണ്ടാണ് പില്ക്കാലയളവിൽ സൂപ്പർതാര/ജനപ്രിയ താരവ്യവസ്ഥിതികൾ പ്രബലമാകുന്നത്. പോപ്പുലർ താരങ്ങൾക്ക് എർത്തുകളും ഫാൻസുകളും മാധ്യമലോബികളും ഉണ്ടാകുന്നതോടുകൂടി ചലച്ചിത്രസംസ്കാരത്തിൽ അനഭിമതമായ പ്രവണതകൾ വ്യാപകമായി സൃഷ്ടിക്കപ്പെട്ടു. സൂപ്പർതാരങ്ങളുടെ സാംസ്കാരിക മലിനീകരണ വ്യവസായശൃംഖലകളെ ആദർശവല്ക്കരിക്കുന്നതിലും അവയ്ക്കു സ്ഥിരപ്രതിഷ്ഠ നേടിക്കൊടുക്കുന്നതിലും ആരാധക/അനുചര വൃന്ദവും അവരുടെ മീഡിയാസിൻഡിക്കേറ്റും ജനാധിപത്യബോധങ്ങളെ വെല്ലുവിളിച്ചു കൊണ്ടുതന്നെ പ്രവർത്തിച്ചു.

“സിനിമയിലെ താരനായക സങ്കല്പം നിലവിലുള്ള പ്രത്യയശാസ്ത്രത്തിന്റെ ഏറ്റവും ലളിതമായ ഒരു മൂർത്തീകരണമാണ്” എന്നു ചലച്ചിത്ര നിരൂപകൻ രവീന്ദ്രൻ വ്യക്തമാക്കുന്നുണ്ട് (*സിനിമയുടെ രാഷ്ട്രീയം*, പുറം 24). അമാനുഷികമായ കഥാപാത്രങ്ങളിലൂടെ പകർന്നാട്ടങ്ങൾ നടത്തുന്ന സൂപ്പർ താരങ്ങൾ ‘സ്റ്റാർഡം’ നിലനിർത്തുന്നതിനായി തിരഞ്ഞെടുക്കുന്ന കഥാപാത്രങ്ങളും സംവിധായകർ/തിരക്കഥാകൃത്തുക്കളെ കൊണ്ട് സൃഷ്ടിച്ചെടുക്കുന്നതുമായ കഥാപാത്രങ്ങൾ ജനസമൂഹത്തിന്റെ സാമാന്യ ജീവിതപശ്ചാത്തലങ്ങളുമായി ‘പുലബന്ധം’ പോലും പുലർത്തുന്നില്ല. ജനപ്രിയതാരത്തിന്റെ/ഇൻഡസ്ട്രിയുടെ കമ്പോളാധിഷ്ഠിത ആവശ്യകതകൾ വലിയൊരു പ്രേക്ഷക സമൂഹത്തിന്റെ വികലമായ കാഴ്ചപ്പാടുകളെ കൂടുതൽ വികൃതമാക്കുന്നു.

ചലച്ചിത്രത്തിനുള്ളിൽ ‘താരം’ അമാനുഷികമായ താരപരിവേഷങ്ങളുടെ അടിസ്ഥാനത്തിൽ ‘ആണത്തത്തിന്റെ ഉദാത്ത മാതൃക’കളെ പകർന്നാടുന്നത് സ്ഥിരമായ ഒരു കാഴ്ചയാണ്. ‘തൊഴിൽ’ എന്ന ന്യായീകരണത്തെ മുൻനിറുത്തി പ്രതിലോമകരമായ പ്രത്യയശാസ്ത്രങ്ങളെ സാധൂകരിച്ചെടുക്കാനും ഇതേ ജനപ്രിയതാരങ്ങൾ തയ്യാറാകുന്നു. കലയുടെ സാമൂഹ്യപ്രതിബദ്ധതയെ പരസ്യമായി നിരാകരിച്ചുകൊണ്ട് ‘വട്ടിപ്പലിശക്കാരു’ടേയും ‘കോർപ്പറേറ്റ് ഗ്രൂപ്പു’കളുടെയും ‘സ്വർണ്ണ കച്ചവട’

രവീന്ദ്രൻ, *സിനിമയുടെ രാഷ്ട്രീയം*, ബോധി ബുക്സ്, കോഴിക്കോട്, 1990.

ക്കാരുടെയും പ്രചാരകരായും അംബാസിഡർമാരായും മാറുവാനും ജന പ്രിയ സൂപ്പർതാരങ്ങൾക്കു കഴിയുന്നുണ്ട്. മൂലധനത്തിന്റെ അടിസ്ഥാന ത്തിൽ നിർമ്മിക്കപ്പെടുന്ന ചലച്ചിത്രങ്ങൾക്കുള്ളിലെ താരബിംബവും ചല ച്ചിത്രങ്ങൾക്കു പുറത്തെ താരസ്വത്വവും ഒരേസമയം പ്രേക്ഷകനോട് 'കമ്യൂണിക്കേറ്റ്' ചെയ്യുന്നുണ്ട്. അതുകൊണ്ടാണ് *അരവിന്ദന്റെ അതിഥി കളിൽ* മാധവൻ (ശ്രീനിവാസൻ) "ഒന്നു കീഴാറ്റൂർ വരെ പോയിട്ട്...." എന്നു പറയുമ്പോൾ തിയറ്ററുകൾക്കുള്ളിൽ കൈയ്യടി നിറയുന്നത്. വർത്തമാനകാലത്ത് ജൈവകൃഷിയും കമ്യൂണിസ്റ്റുവിരുദ്ധ നിലപാടു കളുമായി പൊതുസമൂഹത്തിൽ അടയാളപ്പെടുത്തപ്പെട്ട ശ്രീനിവാസന്റെ താര സ്വത്വത്തിന്റെ (സാധാരണ മനുഷ്യന്റെ) നേർ പകർപ്പായി കഥാ പാത്രത്തെ സംവിധായകനും തിരക്കഥാകൃത്തും നിർമ്മിച്ചെടുത്തിരിക്കു ന്നു. കഥാപാത്രത്തേക്കാളുപരി താരത്തിന്റെ നിലപാട് പ്രത്യക്ഷമായി ത്തന്നെ ചലച്ചിത്രത്തിനുള്ളിലൂടെ പ്രേക്ഷകന്റെ മുമ്പിലേക്ക് എത്തുന്നു. ഇത്തരം ഇടപെടലുകൾ ബോധപൂർവ്വമായ നിർമ്മിതികളാകുമ്പോൾ, ചല ച്ചിത്രങ്ങൾ അതിനിഷ്ക്കളങ്കമായ ഉല്പന്നമാണ് എന്നുള്ള നിഷ്പക്ഷമ തികളുടെ വാദങ്ങൾ അപ്രസക്തമാകുന്നു. സമകാലിക യാഥാർത്ഥ്യങ്ങ ളിൽനിന്നും 'ബോധപൂർവ്വമായി അകലം' പാലിച്ചുകൊണ്ട് ചലച്ചിത്രതാ രങ്ങൾ 'നിഷ്പക്ഷത'യുടെ തലം സ്വീകരിക്കുന്നു. ഒപ്പം അത് മാധ്യമ ങ്ങളിലൂടെ വിളംബരപ്പെടുത്തി പ്രേക്ഷകസമൂഹത്തിന്റെ പിന്തുണയും നേടുന്നു. എന്നാൽ ഈ നിലപാട് അപകടകരമായ പ്രവണതയാണെന്ന് സമകാലസംഭവങ്ങൾ ബോധ്യപ്പെടുത്തുന്നു. നിഷ്പക്ഷതയുടെയും അരാഷ്ട്രീയതയുടെയും കോർപ്പറേറ്റുകളുടെയും ഉപജാപകസംഘങ്ങ ളുടെയും കൂടിച്ചേരലുകളാൽ സൃഷ്ടിക്കപ്പെടുന്ന ചലച്ചിത്രങ്ങൾ പ്രേക്ഷ കന്റെ അഭിരുചികളിൽ അടിമുടി മാറ്റങ്ങൾക്കുള്ള സാഹചര്യങ്ങൾ ഒരു ക്കിയെടുക്കുന്നു.

ആൾക്കൂട്ടത്തിന്റെ അഭിരുചികളെ മുൻകൂട്ടി പ്രവചിക്കുന്ന ജന പ്രിയതാരങ്ങൾ (അവരുടെ സിൽബന്ധികളും) മുൻകൈയെടുത്തു തയ്യാ റാക്കുന്ന ചലച്ചിത്രസൃഷ്ടികൾ കച്ചവടത്തോടൊപ്പം അവരുടെ താരസ്വ രൂപത്തെ ഊട്ടിയുറപ്പിക്കുന്നതിനു വേണ്ടിയുള്ളവയായിരുന്നു. മനുഷ്യ ജീവിതത്തിന്റെ പൊള്ളുന്ന യാഥാർത്ഥ്യങ്ങളിലല്ല, അതിനപ്പുറത്ത് അതി ഭാവനകളിലൂടെയും കാല്പനികതകളിലൂടെയും സൃഷ്ടിച്ചെടുക്കുന്ന (വ്യാജ) ആദർശലോകത്തേക്കാണ് പ്രേക്ഷകനെ ഇത്തരം ചിത്രങ്ങൾ സ്വീകരിച്ചാനയിച്ചത്. യാഥാർത്ഥ്യങ്ങളിൽ നിന്നു വേർപെട്ടുജീവിക്കുന്ന മനുഷ്യന്റെ സങ്കൽപ്പങ്ങളെ പരിപോഷിപ്പിക്കുക വഴി ഇത്തരം ചലച്ചി ത്രങ്ങൾ അവന്റെ ജീവിതത്തെ ഒരു ദുരന്ത നാടകമാക്കി മാറ്റുകകൂടി ചെയ്യുന്നു. അസംബന്ധങ്ങളാലും ഭ്രമകല്പനകളാലും മായക്കാഴ്ചകൾ സൃഷ്ടിക്കുന്ന ചലച്ചിത്രങ്ങൾ ഇത്തരം 'വ്യാജനിർമ്മിതി'കളാണ് യാഥാർത്ഥ്യമെന്നു പ്രേക്ഷകനെ തെറ്റിദ്ധരിപ്പിക്കുന്നു. കലയെന്ന നില യിൽ ചലച്ചിത്രം പൊതുസമൂഹത്തിൽ ഇത്തരമൊരു പന്ഥാവിലൂടെ ഇട

പെടൽ നിർവ്വഹിക്കുമ്പോൾ ചലച്ചിത്രമേഖലയിൽ അതിവിചിത്രമായ പ്രവർത്തനങ്ങളാണ് നടത്തപ്പെടുന്നത്.

തൊഴിൽപരമായ അവ്യവസ്ഥിതികളും ഒട്ടനവധി അസംബന്ധങ്ങളും നിറഞ്ഞു നില്ക്കുന്ന ഇടമാണ് ചലച്ചിത്രമേഖല. ജനപ്രിയ നായകതാരങ്ങൾ 'കമ്പോളമൂല്യത്തെ' മുൻനിറുത്തി കോടികൾ പ്രതിഫലം വാങ്ങുമ്പോൾ മറ്റ് അഭിനേതാക്കളും സാങ്കേതിക പ്രവർത്തകരും ചെറിയ പ്രതിഫലത്തിൽ പ്രവർത്തിക്കാൻ നിർബന്ധിതരാകുന്നു. നായികമാർക്കു നായകന്റെ പ്രതിഫലത്തിന്റെ നാലിലൊന്നു മാത്രം ലഭിക്കുന്നതും ഫീൽഡിൽ കഷ്ടപ്പെട്ടു പണിയെടുക്കുന്ന പ്രൊഡക്ഷൻ ബോയ്സിനു താരതമ്യേന വളരെ തുച്ഛമായ പ്രതിഫലം ലഭിക്കുന്നതും ഫിലിം ഇൻഡസ്ട്രിയിൽ സർവ്വസാധാരണമാണ്. തൊഴിൽമേഖലയിലെ ചൂഷണങ്ങൾക്കൊപ്പം ലൈംഗികമായ അതിക്രമങ്ങൾക്കൂടി ചലച്ചിത്രമേഖലയിൽ നടക്കുന്നുണ്ട്. 'ഡബ്ല്യു സി സി', 'മീ ടു ദ കാമ്പയ്ൻ' എന്നിവയിലൂടെ ഉയർന്നുവന്ന ആരോപണങ്ങൾ ചലച്ചിത്രമേഖലയിലെ അരക്ഷിതാവസ്ഥകളിലേയ്ക്കുള്ള ചൂണ്ടുപലകയാണ്. ചലച്ചിത്രമേഖലയിലെ തൊഴിൽപരമായ പ്രശ്നങ്ങളെ പരിഹരിക്കാൻ കഴിയാത്ത ചലച്ചിത്ര പ്രതിഭകൾ പൊതുമണ്ഡലത്തിലെ തൊഴിൽ പ്രശ്നങ്ങളെ എങ്ങനെ ചലച്ചിത്രവല്ക്കരിക്കും. അച്ചടക്കരഹിതമായൊരു മേഖലയിൽ നിന്നും ഉല്പാദിപ്പിക്കപ്പെടുന്ന ചലച്ചിത്രങ്ങൾ മനുഷ്യനെ പ്രബുദ്ധനാക്കുകയല്ല, മറിച്ച് കടുത്ത അരാജകവാദിയാക്കി മാറ്റുന്നു.

ചലച്ചിത്രങ്ങൾ പ്രേക്ഷകസമൂഹത്തിനു വേണ്ടിയാണ് നിർമ്മിക്കുന്നത് എന്ന ഒരു വാദം ചലച്ചിത്രങ്ങൾ അവയുടെ കമ്പോളാടിത്തറ കണ്ടെത്തിയ കാലം മുതൽക്കേ ഉയർന്നുവരികയും പിന്നീട് അത് തലമുറ തലമുറകളായി പിന്തുടർന്നു പോരുകയും ചെയ്തു. വാസ്തവത്തിൽ പ്രേക്ഷകരുടെ താല്പര്യങ്ങളെ മുൻനിറുത്തിക്കൊണ്ടല്ല, മുതലാളിത്ത വ്യവസ്ഥിതി ചലച്ചിത്രങ്ങൾ നിർമ്മിക്കുന്നതും പ്രദർശനശാലകളിൽ എത്തിക്കുന്നതും. വ്യാവസായികസാധ്യതകളെക്കുറിച്ചു കൃത്യമായ ധാരണകളും ബോധ്യങ്ങളുമുള്ള ഏതാനും ചില വ്യക്തികളും ചെറിയ ചെറിയ ഗ്രൂപ്പുകളും ചേർന്നു തീരുമാനിക്കുന്ന 'ഐഡിയകളുടെ' അടിസ്ഥാനത്തിലാണ് ബഹുഭൂരിപക്ഷം കമ്പോളസിനിമകളും സൃഷ്ടിക്കപ്പെടുന്നത്. മുടക്കു മുതലിന്റെ ഇരട്ടിയോ ഇരട്ടിയിലധികമോ ലാഭം നേടിയെടുക്കുക എന്ന താല്പര്യത്തിനുമാത്രം മൂലധനമിറക്കുന്ന സാമ്പത്തിക സ്ഥാപനങ്ങളും കോർപ്പറേറ്റ് ഗ്രൂപ്പുകളും വിപണിയിൽ വിറ്റഴിക്കപ്പെടുമെന്നുള്ള വിഷയങ്ങളെ മാത്രം ചലച്ചിത്രവല്ക്കരിക്കുന്നു.

കമ്പോള സംസ്കാരവും പ്രതീതിയാഥാർത്ഥ്യങ്ങളും

'മാസ് എന്റർടെയ്നറുകൾ' 'ബ്രഹ്മാണ്ഡ ചലച്ചിത്രങ്ങൾ' 'ബ്ലോക്ക് ബസ്റ്ററുകൾ' എന്നിങ്ങനെയുള്ള ബ്രഹ്മാണ്ഡ പ്രചരണ കോലാഹലങ്ങളിലൂടെ അവതരിപ്പിക്കപ്പെടുന്ന കമ്പോളചലച്ചിത്രങ്ങൾ അതിഭാവുകത്വം

നിറഞ്ഞ കാഴ്ചകളിലൂടെ പ്രേക്ഷകസമൂഹത്തിന് നൈമിഷികമായ ആഹ്ലാദാനുഭൂതികൾ നല്കുന്നു. മാസ്എന്റർടെയ്നറുകളിൽ സർവ്വഗുണ സമ്പൂർണ്ണനും അമാനുഷികനുമായ നായകൻ ഒറ്റയാൾ പോരാട്ടങ്ങളിലൂടെ വൈയക്തികവും സാമൂഹ്യവുമായ ദുർഘടസന്ധികളെയും പ്രതിബന്ധങ്ങളെയും അയത്നലളിതമായി പരിഹരിക്കുന്നു. ആദിമധ്യാന്തപ്പൊരുത്തമുള്ള സുഘടിതമായ ഘടനയിലൂടെ എല്ലാത്തരം പ്രശ്നങ്ങൾക്കും പരിഹാരസാധ്യതകൾ കണ്ടെത്തുന്ന ജനപ്രിയചലച്ചിത്രങ്ങൾ യഥാർത്ഥത്തിൽ പ്രതീതിയാഥാർത്ഥ്യങ്ങളെയാണ് സൃഷ്ടിച്ചെടുക്കുന്നത്. 'റിയൽ ലൈഫും' 'റീൽ ലൈഫും' തമ്മിൽ വൻതോതിലുള്ള അന്തരങ്ങൾ നിലനില്ക്കുമ്പോഴും ജീവിതഗന്ധിയായ ചലച്ചിത്രമെന്ന ടാഗ് ലൈനോടുകൂടി അവതരിപ്പിക്കപ്പെടുന്ന ഇത്തരം ചലച്ചിത്രങ്ങൾ പ്രതീതിയാഥാർത്ഥ്യങ്ങളിലൂടെ പ്രേക്ഷകരെ ഭ്രമിപ്പിക്കുന്നു. 'സിനിമാറ്റിക് കാഴ്ചകൾ' നല്കിയ അനുഭൂതികളിൽ അഭിരമിക്കുന്ന പ്രേക്ഷകർ യാഥാർത്ഥ്യങ്ങളെ യാഥാർത്ഥ്യങ്ങളായി തിരിച്ചറിയാത്ത അവസ്ഥകൾ കൂടി ഇതോടനുബന്ധമായി സൃഷ്ടിക്കപ്പെടുന്നുണ്ട്.

അടിച്ചമർത്തപ്പെട്ട തൃഷ്ണകളുടേയും നിഗൂഢതാല്പര്യങ്ങളുടെയും അസ്വാരസ്യങ്ങളെ ഉടലിൽ വഹിക്കുന്ന പ്രേക്ഷകന്റെ വൈകാരിക ഭാവങ്ങൾക്കും ഭാവനകൾക്കും താല്ക്കാലികമായ ആശ്വാസങ്ങൾ നല്കുവാൻ ഒരുപരിധിവരെ കമ്പോളസിനിമകൾക്കു കഴിയുന്നുണ്ട്. വെള്ളിത്തിരയിലെ ഭ്രമകല്പനകൾ കമ്പോളത്തിന്റെ സൃഷ്ടികൾ മാത്രമാണെന്ന യാഥാർത്ഥ്യത്തെ നിരാകരിച്ചുകൊണ്ട് പ്രേക്ഷകൻ തിയറ്ററിന്റെ ഇരുളിൽ അതിവൈകാരികമായി അവയോടു സംവദിക്കുന്നു. പ്രേക്ഷകന്റെ ദൈനംദിന ജീവിതവ്യവഹാരങ്ങളെ അതിഗാഢമായ രീതിയിലാണ് ഈ ചലച്ചിത്രങ്ങൾ സ്വാധീനിച്ചുകൊണ്ടിരിക്കുന്നത്. മനുഷ്യ ജീവിതത്തിന്റെ പരുക്കൻ അനുഭവങ്ങൾക്കും തീക്ഷ്ണയാഥാർത്ഥ്യങ്ങൾക്കുമിടയിൽ ആശ്വാസത്തിന്റെ ഉറവുകൾ നല്കുന്നത് ചലച്ചിത്രങ്ങളായതിനാൽ അവ പുലർത്തുന്ന 'അധീശത്വസ്വഭാവങ്ങളെ' നിരാകരിക്കുവാനും പ്രേക്ഷകർക്കു കഴിയുന്നില്ല. 'വ്യാജ ബോധ'ങ്ങളിൽ കുടുങ്ങിപ്പോകുന്ന പ്രേക്ഷകർ 'അരാഷ്ട്രീയമായൊരു ജനസമൂഹത്തിലേയ്ക്കു' ബോധപൂർവ്വമോ അബോധപൂർവ്വമോ ആയി കണ്ണിചേർക്കപ്പെടുന്നു. വെള്ളിത്തിരയിലെ താരനായകസങ്കല്പങ്ങളെയും അവ നിർമ്മിക്കുന്ന അധീശത്വ ആണത്തവ്യവഹാരങ്ങളെയും അന്ധമായി വിശ്വസിക്കുന്ന പ്രേക്ഷകർ അമാനുഷിക കഥാപാത്രങ്ങളുടെ അപരന്മാരായി മാറാനുള്ള മനോഭാവങ്ങൾ പ്രകടിപ്പിക്കാറുണ്ട്. അടിച്ചമർത്തപ്പെട്ട വികാരങ്ങളുടെ പ്രതിരൂപമായി മാറുവാൻ കഴിയുന്ന ഇത്തരം അപരന്മാർ രാഷ്ട്രീയവും ജാതീയവും വംശീയവും വർഗ്ഗീയവും ലൈംഗികവുമായ ആക്രമണങ്ങൾക്കു മുൻതൂക്കം നല്കുന്നവരുമാണ്. പൊതുസമൂഹത്തിലെ പ്രതിലോമകരമായ പ്രവണതകൾക്ക് ന്യായീകരണങ്ങളും സാധൂകരണങ്ങളും ചമയ്ക്കുന്ന ഇത്തരം അരാഷ്ട്രീയ ജനസമൂഹങ്ങളാണ് ആൾക്കൂട്ടകൊലപാതകങ്ങൾക്കും സദാചാരഗുണ്ടായിസത്തിനും നേതൃത്വം നല്കുന്നത്.

കമ്പോളത്തിനെതിരായ 'ബദൽനിർമ്മിതികൾ'

കമ്പോള മൂലധനത്തിന്റെ ആധിപത്യ സ്വഭാവങ്ങൾക്കെതിരെ ബദലുകൾ സൃഷ്ടിക്കുവാനുള്ള അർത്ഥവത്തായ ഇടപെടലുകൾ കേരളീയ പൊതുമണ്ഡലത്തിൽനിന്നും സൃഷ്ടിക്കപ്പെടുകയുണ്ടായിട്ടുണ്ട് എന്നതിന്റെ തെളിവാണ് ജനകീയചലച്ചിത്ര നിർമ്മാണ സംരംഭങ്ങൾ. തിരുവനന്തപുരത്ത് ചലച്ചിത്ര പുസ്തകങ്ങൾ പ്രസിദ്ധീകരിക്കുന്നതിനായി രൂപം കൊണ്ട 'ശ്രുതി'യുടെ നേതൃത്വത്തിൽ ജനകീയ (കൂട്ടായ്മയിൽ) ചലച്ചിത്രം നിർമ്മിക്കാനുള്ള ശ്രമങ്ങളുണ്ടായെങ്കിലും അവ ഫലപ്രാപ്തിയിലെത്തുകയുണ്ടായില്ല. (അഭിമുഖം: *വിജയകൃഷ്ണൻ/അനിൽകുമാർ*) ജനകീയസിനിമയെന്ന ആശയത്തെ പ്രാവർത്തിക തലത്തിൽ വിജയിപ്പിച്ചത് ഒഡേസാ മൂവീസായിരുന്നു. സി പി ഐ എം എൽ ഭാരവാഹികളുടെയും സാംസ്കാരികപ്രവർത്തകരുടെയും കൂട്ടായ്മയിൽ രൂപപ്പെട്ട ഒഡേസ പൊതുസമൂഹത്തിൽ നടത്തിയ സാമ്പത്തിക സമാഹരണത്തിലൂടെയാണ് ജോൺ എബ്രഹാമിന്റെ *അമ്മ അറിയാൻ* സാക്ഷാത്ക്കരിക്കപ്പെടുന്നത്. ചായില്യം, *അമീബ* (2012,2016/മനോജ് കാന) *സി ആർ നമ്പർ 89* (2013/സുദേവൻ), *ഒരാൾപ്പൊക്കം* (2014/സനൽകുമാർ ശശിധരൻ), *നന്മകൾ പൂക്കുന്ന നാട്ടിൽ* (2014/ഷിജു ബാലഗോപാലൻ), *ഏലി ഏലി ലാമ സബക്താനി* (2017/ജിജു ആന്റണി) തുടങ്ങിയ ചിത്രങ്ങൾ ജനകീയ ചലച്ചിത്രനിർമ്മാണ സംരംഭങ്ങളിലൂടെ സൃഷ്ടിക്കപ്പെട്ടവയാണ്. കാഴ്ചയുടെ പരമ്പരാഗത ഇടമായ ചലച്ചിത്ര പ്രദർശനശാലകളെത്തന്നെ നിരാകരിച്ചുകൊണ്ടാണ് ജോൺ എബ്രഹാമിന്റെ *അമ്മ അറിയാൻ* ഉൾപ്പെടെയുള്ള ചിത്രങ്ങൾ പ്രേക്ഷകർക്കു മുമ്പിലെത്തിയത്. ഗ്രാമ/പട്ടണ/നഗര പ്രദേശങ്ങളിൽ ജനങ്ങളുടെ ചെറുകൂട്ടായ്മകൾക്കു മുമ്പിൽ ചലച്ചിത്രപ്രദർശനങ്ങൾ നടത്തി ചലച്ചിത്രനിർമ്മാണം രാഷ്ട്രീയ സാംസ്കാരിക പ്രവർത്തനമാണെന്നു ജോണും സംഘവും തെളിയിച്ചു. വർത്തമാനകാലത്ത് *സമാന്തര പ്രദർശനശാലകൾ*, *സിനിമാവണ്ടി* എന്നിവയെ മുൻനിറുത്തി ഷിജു ബാലഗോപാലനും സനൽകുമാർ ശശിധരനും ജോണിന്റെ പാതയിലൂടെ സഞ്ചരിക്കുവാനുള്ള ശ്രമങ്ങൾ നടത്തി. ബദൽ സിനിമയുടെ രാഷ്ട്രീയത്തെ ഉയർത്തിപ്പിടിക്കുന്ന ചലച്ചിത്രനിർമ്മാണ സംരംഭങ്ങളെ അംഗീകരിക്കുകയും പ്രോത്സാഹിപ്പിക്കുകയും ചെയ്യുന്ന സമീപനരീതി വർത്തമാനകാല കേരളീയ സമൂഹത്തിൽ പ്രകടമാകാത്തതുകൊണ്ടുതന്നെ അത്തരം ചിത്രങ്ങൾ വ്യാപകമായി നിർമ്മിക്കപ്പെടുന്നില്ല. ഫിലിം സൊസൈറ്റികൾ, വിവിധ കാമ്പസുകളിലെ ചലച്ചിത്ര ക്ലബ്ബുകൾ, വായനശാലകൾ കേന്ദ്രീകരിച്ചുള്ള കൂട്ടായ്മകൾ, സമാന്തര പ്രസിദ്ധീകരണങ്ങൾ എന്നിവയെല്ലാം ബദൽ ചലച്ചിത്രസംസ്കാരത്തെ പരിപോഷിപ്പിച്ച ഘടകങ്ങളായിരുന്നു.

കെ പി ജയകുമാർ, *ഉടലിൽ കൊത്തിയ വിപ്ലവസ്മരണകൾ*, മാതൃഭൂമി ബുക്സ്, കോഴിക്കോട്, ഏപ്രിൽ 2011.

നവലിബറൽനയങ്ങളെ തുടർന്നുണ്ടായ മാറ്റങ്ങൾ സമൂഹത്തിൽ വലിയ ചലനങ്ങൾ സൃഷ്ടിച്ചു. ജനകീയ കൂട്ടായ്മകൾ അസ്ഥിരപ്പെടുകയും വ്യക്തികൾ സ്വകാര്യതാല്പര്യങ്ങളിൽ മാത്രം ശ്രദ്ധവയ്ക്കുകയും ചെയ്തപ്പോൾ ജനകീയ ചലച്ചിത്രസംസ്കാരത്തിനും ഇടർച്ചകളുണ്ടായി.

രാഷ്ട്രീയ ബോധ്യങ്ങളെ റദ്ദ് ചെയ്യുമ്പോൾ

ജനസമൂഹത്തെ സ്വാധീനിക്കുക വഴി മെഗാ/സൂപ്പർ/ബംബർ ഹിറ്റുകളായി മാറുന്ന ചലച്ചിത്രങ്ങൾ പ്രേക്ഷകരുടെ ബൗദ്ധികനിലവാരം, രാഷ്ട്രീയബോധ്യം, സാമൂഹികമായ തിരിച്ചറിവുകൾ എന്നിവയെ റദ്ദു ചെയ്തുകൊണ്ടാണ് വിപണിവിജയങ്ങൾ നേടിയെടുക്കുന്നത്. ജാതിമത വർണ്ണവർഗ്ഗ ലിംഗബോധങ്ങൾ അതിതീവ്രമായി നിലനിന്നിരുന്ന തെക്കൻ തിരുവിതാംകൂറിൽ ആരംഭം കുറിച്ച മലയാള സിനിമ, ഫ്യൂഡൽ രാഷ്ട്രീയ സംവിധാനങ്ങളുടെ ഇരയായി മാറി. അക്കാലയളവിലെ ആധിപത്യ മേല്ക്കോയ്മാ പ്രത്യയശാസ്ത്രങ്ങളെ വെല്ലുവിളിക്കാതെയാണ് പിന്നീടിങ്ങോട്ട് മലയാള സിനിമ വികസിതമായത്. കമ്പോള സിനിമ/കലാസിനിമ നിരന്തരമായി സൃഷ്ടിച്ചുകൊണ്ടിരിക്കുന്നതും ജനസമൂഹത്തിനുമേൽ അടിച്ചേല്പിച്ചുകൊണ്ടിരിക്കുന്നതുമായ അരാഷ്ട്രീയ സന്ദേശ പാഠങ്ങളെ നിരാകരിക്കുവാനുള്ള ആർജ്ജവം 'കാണികളും' 'ചലച്ചിത്ര പ്രവർത്തകരും' പ്രകടിപ്പിക്കുന്നില്ല എന്ന വസ്തുതയാണ് വർത്തമാനകാലത്തു നിലനില്ക്കുന്നത്. കമ്പോളകേന്ദ്രീകൃത സമൂഹത്തിൽ വർഗ്ഗീയത, ഫാസിസം, മതഭീകരത, അധിനിവേശം എന്നിവയെല്ലാം മുൻകാലങ്ങളിലേതുപോലെ നിരന്തരവും സജീവവും മൂർത്തവുമായ രൂപഭാവങ്ങളിലല്ല പ്രകടിതമാകുന്നത്. അവ ജനാധിപത്യവാദികളുടെ രൂപത്തിലും പരിസ്ഥിതിപ്രവർത്തകരുടെ ഭാവത്തിലും മനുഷ്യാവകാശപ്രവർത്തകരുടെ രൂപത്തിലും ജൈവബുദ്ധിജീവികളായും സാംസ്കാരികവിമർശകരായും തീവ്ര ഇടതുപക്ഷ സൈദ്ധാന്തികരായും കടന്നു വന്നുകൊണ്ടിരിക്കുന്നു. ഇക്കൂട്ടർ കലാസാഹിത്യാദി മാധ്യമങ്ങളെ അപകടകരമായ ആശയ പ്രചരണങ്ങൾക്കായി ഉപയോഗപ്പെടുത്തിയെടുക്കുന്നു. പ്രതിലോമകരമായ ഇത്തരം വർഗ്ഗീയ, തീവ്രവാദ അജണ്ടകളുടെ നിഗൂഢ പ്രചാരകരായി മാറുന്ന ചലച്ചിത്രപ്രവർത്തകർ അതേ ആശയങ്ങളെ ചലച്ചിത്രങ്ങൾക്കുള്ളിൽ (ജനപ്രിയ രീതിശാസ്ത്രത്തിലൂന്നി നിന്നുകൊണ്ട്) നിഗൂഢമായി സന്നിവേശിപ്പിച്ച് ആകർഷണീയവും ആസ്വാദ്യകരവുമായ ദൃശ്യവിരുന്നായി ജനസമൂഹത്തിനു മുമ്പിൽ അവതരിപ്പിച്ചെടുക്കുന്നു. കമ്പോളത്തിന്റെ ഇത്തരം വ്യാജമായ വ്യവഹാരങ്ങൾ 'മികച്ചത്' 'ഗംഭീരം', 'ബ്രഹ്മാണ്ഡം', 'മാസ്സ്' എന്നിത്യാദി ബ്രഹ്മാണ്ഡപ്രചരണങ്ങളിലൂടെ പ്രേക്ഷകസമൂഹത്തിലെത്തിച്ചേരുന്നു.

കാലത്തോടും ചരിത്രത്തോടും സംസ്കാരത്തോടും സംവദിച്ചുകൊണ്ടും ബോധപൂർവ്വമായ വിച്ഛേദങ്ങൾ സൃഷ്ടിച്ചുകൊണ്ടുമാണ് ജനപ്രിയചലച്ചിത്രങ്ങൾ നവ ഭാവുകത്വങ്ങൾ സൃഷ്ടിക്കുന്നു എന്ന

പ്രതീതി പരത്തുന്നതും ചലച്ചിത്ര കേന്ദ്രീകൃതമായ സംസ്കാരത്തെ വിനിമയം ചെയ്യുന്നതും. അവയ്ക്കുള്ളിൽ നിഷ്കളങ്കമെന്ന ലേബലുകളിലൂടെ നിഗൂഢമായി സംവേദനം ചെയ്യപ്പെടുന്ന വലതുപക്ഷ അജണ്ടകൾ ചോദ്യം ചെയ്യപ്പെടേണ്ടതുണ്ട്. രണ്ടു മുതൽ രണ്ടേ മുക്കാൽ മണിക്കൂറിനുള്ളിൽ 'സ്റ്റോറിടെല്ലിംഗ്' നടത്തുന്ന ചലച്ചിത്രങ്ങൾ പ്രേക്ഷകന്റെ വൈകാരികനിലപാടുകളെ അയത്നലളിതമായി കീഴടക്കി പ്രതിലോമകരമായ ആശയങ്ങളെ അവന്റെ ബോധമണ്ഡലത്തിൽ സ്ഥാപിച്ചെടുക്കുന്നു. യഥാർത്ഥത്തിൽ കാലത്തോടും സംസ്കാരത്തോടും വിച്ഛേദനങ്ങൾ സൃഷ്ടിക്കുവാൻ കമ്പോള സിനിമകൾക്കു സാധ്യമല്ല. ചലച്ചിത്രം നിർമ്മിക്കപ്പെടുന്ന കാലയളവിലെ ഭരണകൂടത്തിന്റെയും സാംസ്കാരികസ്ഥാപനങ്ങളുടെയും മൂല്യബോധങ്ങളെയും രാഷ്ട്രീയനിലപാടുകളെയും പ്രഘോഷിക്കുന്ന മാധ്യമമായി ചലച്ചിത്രങ്ങൾ പ്രവർത്തിക്കേണ്ടിവരുന്നു. അതുകൊണ്ടുതന്നെ ഭരണകൂടത്തിന്റെ ആധിപത്യസ്വഭാവങ്ങളെ വെല്ലുവിളിക്കാനും അട്ടിമറിക്കാനും സാമൂഹ്യ അധികാരഘടനകളെ നിരാകരിക്കാനും ചലച്ചിത്രങ്ങൾക്കു കഴിയാതെ വരുന്നു.

മലയാളസിനിമയെ സംബന്ധിച്ചിടത്തോളം ജനപ്രിയ/ജനപ്രിയേതര ചലച്ചിത്രങ്ങൾ കേരളീയ സാംസ്കാരികാന്തരീക്ഷത്തിലെ പുരോഗമനാത്മക നിലപാടുകളെ എറ്റെടുത്ത് അവതരിപ്പിക്കുന്നുവെന്ന പ്രചാരണങ്ങൾ ശക്തമാണ്. കമ്പോളത്തിന്റെ വ്യാജമായ പ്രചരണതന്ത്രങ്ങൾ തന്നെയാണ് അവയെന്നു ചലച്ചിത്രങ്ങളെ സൂക്ഷ്മമായി വിശകലനം ചെയ്താൽ വ്യക്തമാകും. കൃത്യമായ രീതിയിൽ, നിശ്ചയിച്ചുറപ്പിച്ച തീരുമാനങ്ങളുടെ അടിസ്ഥാനത്തിൽ അച്ചടി മാധ്യമങ്ങളേയും ടെലിവിഷൻ അടക്കമുള്ള ദൃശ്യമാധ്യമങ്ങളെയും ഫെയ്സ്ബുക്ക്, വാട്ട്സ്ആപ് ഉൾപ്പെടെയുള്ള സാമൂഹ്യമാധ്യമങ്ങളേയും ഉപയോഗപ്പെടുത്തിക്കൊണ്ടാണ് ബ്രഹ്മാണ്ഡ പ്രചരണ കോലാഹലങ്ങൾ നിർവ്വഹിക്കുന്നതും പ്രേക്ഷകരെ ആകർഷിക്കുന്നതും. യഥാർത്ഥത്തിൽ ചലച്ചിത്രങ്ങൾ നിലനില്ക്കുന്ന സാമൂഹ്യ വ്യവസ്ഥിതികളെയോ മേല്ക്കോയ്മാ പ്രത്യയശാസ്ത്രങ്ങളെയോ ഭരണകൂട അധികാര സംവിധാനങ്ങളെയോ അവ സൃഷ്ടിക്കുന്ന സാമൂഹ്യ സദാചാര മൂല്യ സമ്പ്രദായങ്ങളെയോ പിതൃകേന്ദ്രീകൃതമായ സാമൂഹിക ഘടനകളെയോ വിമർശനാധിഷ്ഠിതമായി സമീപിക്കുകയോ ചെയ്യുന്നില്ല. മറിച്ച് കേരളീയ സമൂഹത്തിലെ മധ്യവർഗ്ഗഭാവനകൾക്ക് അസ്വസ്ഥതകളും അലോസരതകളും സൃഷ്ടിക്കാതെ അവയുടെ കാമനകളോടും സ്വകാര്യ സങ്കല്പനങ്ങളോടും ലാവണ്യബോധങ്ങളോടും സമരസപ്പെടുന്ന തന്ത്രങ്ങളും നയസമീപനങ്ങളുമാണ് ചലച്ചിത്രങ്ങൾ സ്വീകരിക്കുന്നത്. മലയാളത്തിലെ പ്രഥമ സൂപ്പർ ഹിറ്റ് എന്നു വിശേഷിപ്പിക്കപ്പെടുന്ന *ജീവിതനൗക* (1951/കെ വേമ്പു) മുതൽ *അരവിന്ദന്റെ അതിഥികൾ* (2018/എം മോഹനൻ) വരെയുള്ള ചിത്രങ്ങൾ വിശകലനം ചെയ്യുമ്പോൾ ഇത്തരമൊരു വാദം ശരിയാണെന്നു വ്യക്തമാകും.

നവോത്ഥാന മുന്നേറ്റങ്ങൾ സാധ്യമായ, അമ്പതുകളിലാണ് *നീലക്കുയിൽ* (1954, രാമുകാര്യാട്ട്, പി ഭാസ്കരൻ) എന്ന വിജാതീയ പ്രണയ ദുരന്ത ചലച്ചിത്രം നിർമ്മിക്കപ്പെടുന്നതും പ്രദർശിപ്പിക്കപ്പെടുന്നതും കമ്പോളവിജയം നേടുന്നതും. *നീലക്കുയിലി*ന്റെ സാമൂഹിക മാനങ്ങൾ തേടിയവർ ചലച്ചിത്രം മുമ്പോട്ടുവെയ്ക്കുന്ന പുരോഗമനോന്മുഖമായ ആഖ്യാന സമ്പ്രദായത്തേയും വിപ്ലവകരമായ സമീപനത്തേയും അതിവിശദമായ രീതിയിൽ വിലയിരുത്തുകയും അവതരിപ്പിക്കുകയും ചെയ്യുകയുണ്ടായിട്ടുണ്ട്. വാസ്തവത്തിൽ *നീലക്കുയിൽ* ജാതിസ്വത്വത്തിൽ നിന്നും വേർപെട്ടുകൊണ്ട് ആധുനിക സമൂഹത്തിന്റെ ഭാഗമാകുവാനാഗ്രഹിച്ച നീലിയെന്ന കീഴാളസ്ത്രീയെ നിർദാക്ഷിണ്യം തള്ളിക്കളയുന്ന ശ്രീധരൻനായർ ജാതിസ്വത്വത്തെ ഉയർത്തിപ്പിടിക്കുകയും സാമൂഹ്യമായ പുരോഗമനപരതയെ നിരാകരിച്ചുകൊണ്ട് സവർണ്ണ മൂല്യവ്യവസ്ഥിതികളെ പ്രബലമാക്കുകയും ചെയ്തു. ജാതിവ്യവസ്ഥയിൽ നിന്നും പൂർണ്ണമായി വിടുതൽ പ്രാപിക്കാത്ത, ഐക്യകേരള സങ്കല്പത്തിലേയ്ക്കു എത്തിച്ചേർന്നിട്ടില്ലാത്ത, സാമൂഹ്യവ്യവസ്ഥിതിയിൽ വിജാതീയ പ്രണയ വൈവാഹിക ബന്ധങ്ങൾക്കു സാധ്യതകളില്ലായെന്നു ഏകപക്ഷീയമായി സ്ഥാപിച്ചെടുക്കുകയായിരുന്നു *നീലക്കുയിൽ*.

*നീലക്കുയിലി*നെത്തുടർന്ന് നിർമ്മിക്കപ്പെട്ട ചലച്ചിത്രങ്ങളിലും വിജാതീയ ബന്ധങ്ങൾ സംഘർഷങ്ങൾ സൃഷ്ടിക്കുന്ന ആഖ്യാനങ്ങൾ സുലഭമായിരുന്നു. നവോത്ഥാനത്തിന്റെ മുന്നേറ്റങ്ങൾ സാധ്യമായ ഭൂമികയിൽ ജാതിമത ബോധങ്ങളും അവയുടെ സാംസ്കാരികാധിപത്യങ്ങളും പ്രകടമായി നിലനിന്നു. സാമൂഹ്യമായ ഇത്തരം സ്ഥിതിവിശേഷങ്ങളെ അതിലളിതവല്ക്കരിച്ച്, ചലച്ചിത്രങ്ങൾ ദൃശ്യസംസ്കാരത്തിൽ സന്നിവേശിപ്പിക്കുകയായിരുന്നു.

മേൽജാതി - കീഴ്ജാതി സാമൂഹ്യനിലകളെ നവോത്ഥാനാനന്തര, ആധുനിക, ആധുനികാനന്തര, സോഷ്യൽമീഡിയാ കാലഘട്ടങ്ങളിൽ അതിസമർത്ഥമായി നിലനിർത്തുവാനാണ് ചലച്ചിത്രങ്ങൾ ഉദ്യമിച്ചത്. തൊഴിൽ, ജാതി എന്നിവയടിസ്ഥാനമാക്കിയ ചാതുർവർണ്ണ്യ വ്യവസ്ഥിതിയെ പുനരാനയിക്കുന്ന ഇന്ത്യൻ സാമൂഹ്യാവസ്ഥയിൽ രോഹിത് വെമുലയുടെ ആത്മഹത്യയും ദളിത് വംശഹത്യകളും ആദിവാസി മധുവിന്റെ കൊലയും വിജാതീയ പ്രണയബന്ധത്തിലേർപ്പെട്ട കെവിന്റെ ദുരഭിമാനക്കൊലയും നിരവധി നിരവധിയായ ചോദ്യങ്ങൾ ഉന്നയിച്ചുകൊണ്ടിരിക്കുന്നു. ജാതിസ്വത്വങ്ങളെ നിലനിർത്തുന്നതിനൊപ്പം തന്നെ സാമൂഹ്യസദാചാര മൂല്യവ്യവസ്ഥിതികളെ സജീവമായി നിലനിർത്തുവാനും ചലച്ചിത്രങ്ങൾക്കു കഴിഞ്ഞിരുന്നു. ഭിന്നവർഗ്ഗലൈംഗികതയെ (Hetero Sexuality) കേന്ദ്രീകരിച്ചു നിലനില്ക്കുന്ന സമ്പ്രദായങ്ങളെ അടിസ്ഥാനമാക്കിയ കുടുംബ ബന്ധങ്ങളെ മഹത്വവല്ക്കരിക്കുവാനും നിലനിർത്തു

ഡോ. പി എസ് രാധാകൃഷ്ണൻ, *ചരിത്രവും ചലച്ചിത്രവും ദേശ്യഭാവനയുടെ ഹർഷമൂല്യങ്ങൾ*, കേരള ഭാഷാ ഇൻസ്റ്റിറ്റ്യൂട്ട്, നവംബർ 2010.

വാനുമാണ് ചലച്ചിത്രങ്ങൾ നിരന്തരമായി ഉത്സാഹിച്ചത്. ഭിന്നവർഗ്ഗ ലൈംഗികതപോലെ സ്വാഭാവികമായ സ്വവർഗ്ഗലൈംഗികതയെ കൊളോണിയൽ യുക്തികൾ പ്രകൃതിവിരുദ്ധമായി മുദ്രകുത്തിയതു കൊണ്ടു തന്നെ ഇന്ത്യൻ സമൂഹവും അതു പിന്തുടർന്നു. 2018 സെപ്റ്റംബർ 6 നു സുപ്രീംകോടതി 'ഉഭയസമ്മതപ്രകാരമുള്ള' സ്വവർഗ്ഗലൈംഗികത ക്രിമിനൽ കുറ്റമല്ലെന്നു പ്രഖ്യാപിച്ചെങ്കിലും പൊതുസമൂഹത്തിലിപ്പോഴും ലൈംഗികന്യൂനപക്ഷങ്ങൾ (Sexual Minorities) ഭിന്നവർഗ്ഗലൈംഗികതയുടെ സ്ഥാപനങ്ങൾക്കു പ്രശ്നങ്ങൾ സൃഷ്ടിക്കുന്നവരാണ് എന്ന ധാരണ പ്രബലമാണ്.

ജാതിമത കേന്ദ്രീകൃതമായ സദാചാരമൂല്യവ്യവസ്ഥിതികളെ പ്രകോപിപ്പിക്കുന്ന 'കാഴ്ചക്കൂട്ടുകളെ' മലയാളസിനിമ സൃഷ്ടിക്കാതിരുന്നതു ബോധപൂർവ്വമായിരുന്നു. സാമൂഹ്യ നവോത്ഥാനത്തിന്റെ ചലനങ്ങളും ആധുനികതയുടെ പരിഷ്കാരങ്ങളും ഏറ്റെടുക്കുമ്പോഴും കേരളീയ സമൂഹം ജാതിസമ്പ്രദായങ്ങളിൽ നിന്നോ ഫ്യൂഡൽ ഗൃഹാതുരതകളിൽനിന്നോ 'സമ്പൂർണ്ണമായി വിച്ഛേദങ്ങൾ' സൃഷ്ടിച്ചിരുന്നില്ലെന്നു മാത്രമല്ല അടിയൊഴുക്കുകളായി അവ നിലനിർത്തുകയും ചെയ്തിരുന്നു. 'സുഘടിത'വും 'യുക്തിഭദ്ര'വും 'ആദിമധ്യാന്തപ്പൊരുത്ത'മുള്ളതുമായ കഥാ അവതരണത്തിൽ ജാഗ്രത പുലർത്തിയിരുന്ന മലയാളസിനിമ പ്രേക്ഷകന്റെ ബോധനിലവാരത്തെ മുൻകൂട്ടി അളന്നുകൊണ്ടാണ് തയ്യാറാക്കപ്പെടുന്നത്. 'പ്രമേയത്തെ' യുക്തിഭദ്രമാക്കിത്തീർക്കുന്നതിലൂടെ കൂടുതൽ 'സ്വാഭാവികത'യും 'വിശ്വസനീയത'യും 'ആധികാരികതയും' 'ആകർഷണീയതയും' നിലനിർത്തുവാൻ കഴിയുമെന്നു വിശ്വസിച്ച ചലച്ചിത്രങ്ങൾ (?) പ്രേക്ഷകന്റെ ഭാഗത്തുനിന്നും ഉയർന്നു വന്നേക്കാവുന്ന ചോദ്യങ്ങൾക്കുള്ള മറുപടികൂടി ദൃശ്യങ്ങളിലൂടെയും കഥാപാത്രങ്ങളുടെ സംഭാഷണത്തിലൂടെയും നിരന്തരമായി നല്കിയിരുന്നു. കഥാപ്രമേയത്തിൽ കാലാനുക്രമമുള്ള വളർച്ചയും നാടകീയതയും തുടർന്നുള്ള പരിണാമ ഗുപ്തിയും പിന്തുടർന്ന മലയാളസിനിമ പുതിയ കാലത്ത് അത്തരം പാറ്റേണുകളിൽനിന്ന് വ്യതിചലിക്കുന്നുണ്ട്. അനവധി ചെറുകഥകൾ ചേർത്തുകൊണ്ടുള്ള ആഖ്യാനങ്ങൾ അവയിലൊന്നാണ്. *കേരളകഫേ* (2009), *നാലുപെണ്ണുങ്ങൾ* (2009), *അഞ്ചുസുന്ദരികൾ* (2013), *ഡി കമ്പനി* (2013), *സോളോ* (2017) എന്നിവ ഉദാഹരണം. ഒരു കാലഘട്ടത്തിൽ വ്യത്യസ്ത സ്ഥലങ്ങളിൽ, വ്യത്യസ്ത സാഹചര്യങ്ങളിൽ നടക്കുന്ന സംഭവങ്ങൾ, ഒരു ദിവസത്തിനുള്ളിൽ, ഒരു ദിവസത്തെ ഏതാനും മണിക്കൂറുകളിൽ നടക്കുന്ന സംഭവങ്ങൾ എന്നിവയെയെല്ലാം ചലച്ചിത്രത്തിനുള്ളിൽ ആഖ്യാനം ചെയ്യപ്പെടുന്ന രീതിയും പ്രചരിപ്പിക്കപ്പെടുന്നുണ്ട്. *ട്രാഫിക്* (2011/രാജേഷ്പിള്ള), *നേരം* (2013/അൽഫോൺസ് പുത്രൻ), *ചാപ്റ്റേഴ്സ് (2012/സുനിൽ ഇബ്രാഹിം)* തുടങ്ങിയ സിനിമകൾ ഇതിനുദാഹരണമാണ്. ആഖ്യാനരീതിശാസ്ത്രത്തിൽ വ്യത്യസ്ത സമ്പ്രദായങ്ങളെ സ്വീകരിക്കുമ്പോഴും സാമ്പ്രദായികമായ മൂല്യബോധങ്ങളിൽ

നിന്നും 'കുതറി മാറുവാൻ' കമ്പോളസിനിമയ്ക്കു കഴിയുന്നില്ല. നവമാധ്യമങ്ങളെയും അവയുടെ സാംസ്കാരിക ഇടപെടലുകളെയും അധികരിച്ചുള്ള ചലച്ചിത്രങ്ങളിൽപ്പോലും അത്തരം നിലപാടുകൾ പ്രകടമാണ്.

വെള്ളിത്തിരയുടെ രാഷ്ട്രീയം

നിർമ്മിക്കപ്പെടുന്ന ഏതൊരു സിനിമയ്ക്കും പ്രത്യക്ഷവും പരോക്ഷവുമായ തലങ്ങളിൽ രാഷ്ട്രീയമുണ്ട്. രാഷ്ട്രീയമുക്തമാണ് എന്റെ സിനിമ എന്ന് സംവിധായകൻ അവകാശവാദമുന്നയിക്കുമ്പോൾപോലും ഒരു സിനിമയ്ക്ക് രാഷ്ട്രീയമുണ്ട് എന്നതു വ്യക്തമാണ്. ചലച്ചിത്രത്തിനുള്ളിലെ ഓരോ ദൃശ്യത്തിനും പ്രത്യയശാസ്ത്രത്തിന്റെ പിൻബലമുള്ളതുകൊണ്ടുതന്നെയാണ് സിനിമയ്ക്ക് രാഷ്ട്രീയമായ നിലപാടുകളുണ്ടാകുന്നത്. പ്രേക്ഷകന്റെ സാങ്കല്പിക ഭാവനകളെ ഉത്തേജിപ്പിക്കുകയും ആനന്ദിപ്പിക്കുകയും ചെയ്തുകൊണ്ടിരിക്കുന്ന ചലച്ചിത്രങ്ങൾ ജനവിരുദ്ധനയങ്ങളെയാണ് ആത്യന്തികമായി നിർമ്മിച്ചെടുക്കുന്നതും സന്നിവേശിപ്പിക്കുന്നതും. ഹിംസയുടെ പ്രത്യയശാസ്ത്രത്തെ നിരന്തരമായി സൃഷ്ടിച്ചെടുത്തുകൊണ്ട് അവയ്ക്കു നീതിയുടെയും ന്യായത്തിന്റെയും ധർമ്മത്തിന്റെയും മര്യാദയുടെയും ന്യായീകരണങ്ങൾ ചമയ്ക്കുന്ന ഇന്ത്യൻസിനിമ വ്യാപകമായി സ്വീകരിക്കപ്പെടുന്നു. ഇന്ത്യൻ സിനിമയുടെ രാഷ്ട്രീയാന്തർഗതങ്ങളെ അതിസൂക്ഷ്മമായി വിശകലനം ചെയ്താൽ അവ ബ്രാഹ്മണിക് ഹിന്ദു ദേശീയതാ മൂല്യങ്ങളെ നിരന്തരമായി ഉല്പാദിപ്പിച്ചുകൊണ്ടിരിക്കുകയായിരുന്നുവെന്നു വ്യക്തമാണ്. *രാജാ ഹരിശ്ചന്ദ്ര* മുതൽ *ബാഹുവലി* വരെയുള്ള ചിത്രങ്ങൾ അതിനുള്ള തെളിവാണ്.

ചാതുർവർണ്ണ്യവ്യവസ്ഥയെ നിലനിർത്തിക്കൊണ്ടും അവയുല്പാദിപ്പിച്ചിരുന്ന മൂല്യവ്യവസ്ഥിതികളെ സാധൂകരിച്ചെടുത്തുമാണ് ചലച്ചിത്രങ്ങൾ അവയുടെ സാംസ്കാരിക ദേശീയതാ ചായ്‌വ് പ്രകടമാക്കിയത്. പുണ്യപുരാണകഥകളെ യാഥാർത്ഥ്യമാണെന്നു സമർത്ഥിച്ചുകൊണ്ടുള്ള പുരാണകഥാ ചലച്ചിത്ര സീരിസും ആദ്ധ്യാത്മിക മെഗാപരമ്പരകളും ഇന്ത്യൻ സമൂഹത്തിലെ വർഗ്ഗീയധ്രുവീകരണങ്ങളെ ശക്തിപ്പെടുത്തുന്ന ഘടകങ്ങളിലൊന്നാണ്. കെട്ടുകഥകളെയും ഭാവനാസൃഷ്ടികളെയും നിരന്തരമായി സമൂഹത്തിലേക്ക് പ്രക്ഷേപിച്ച് മിത്ത് ആക്കി മാറ്റുകയും തുടർന്ന് അതിനെ ചരിത്രമാക്കി സ്ഥിരാംഗീകാരം നേടിയെടുക്കുകയും ചെയ്യുകയെന്ന 'ഫാസിസ്റ്റ് അജണ്ടകൾ' ഇന്ത്യൻ സമൂഹത്തിൽ ലക്ഷ്യം കാണുന്നുണ്ട്. അതിനുള്ള ഉത്തമ ഉപാധികളിലൊന്നാണ് ചലച്ചിത്രങ്ങൾ. കെട്ടുകഥകളെയും അസംബന്ധ സങ്കല്പങ്ങളെയും അത്യാകർഷകമായ ദൃശ്യബിംബങ്ങളിലൂടെ സന്നിവേശിപ്പിക്കുന്ന ചലച്ചിത്രങ്ങൾ യഥാർത്ഥത്തിൽ അധീശ പ്രത്യയശാസ്ത്രത്തിന്റെ പ്രയോക്താക്കളുടെ താല്പര്യങ്ങളെയാണ് പ്രതിനിധീകരിക്കുന്നത്.

ഇന്ത്യൻ സമൂഹം ഓരോ കാലഘട്ടത്തിലും ദേശീയവും പ്രാദേശികവുമായ തലങ്ങളിൽ വ്യത്യസ്തങ്ങളായ പ്രശ്നങ്ങളെ അഭിമുഖീകരി

ച്ചിട്ടുണ്ട്. അവയെ അഭിസംബോധന ചെയ്തുകൊണ്ട് സാമൂഹ്യവിമർശനം നടത്തുന്നുവെന്ന പ്രതീതി ധ്വനിപ്പിക്കുവാൻ കമ്പോളസിനിമയുടെ ഭാഗത്തുനിന്നും ശ്രമങ്ങളുണ്ടായിട്ടുണ്ട്. പക്ഷേ, അത്തരം ചലച്ചിത്ര സൃഷ്ടികൾ കമ്പോളത്തിനു വേണ്ടി മാത്രമായിരുന്നില്ല മറിച്ച് അതാതു കാലഘട്ടങ്ങളിൽ മേൽക്കോയ്മ പുലർത്തിയിരുന്ന ജാതി - മത - അധികാര ഭരണകൂട സ്ഥാപനങ്ങളെ സംബന്ധിച്ചുള്ള ന്യായീകരണങ്ങളും വാഴ്ത്തുപാട്ടുകളുമായിരുന്നു. ഇന്ത്യൻ രാഷ്ട്രീയ ചരിത്രത്തിലെ ഇരുണ്ടകാലമെന്നു വിശേഷിപ്പിക്കപ്പെടുന്നത് അടിയന്തരാവസ്ഥയുടെ ഘട്ടമാണ്. പക്ഷേ, അടിയന്തരാവസ്ഥയെ 'ക്രിട്ടിസൈസ്' ചെയ്യുന്ന ചലച്ചിത്രങ്ങൾ സൃഷ്ടിക്കപ്പെടുകയുണ്ടായില്ല. അടിയന്തരാവസ്ഥയ്ക്കു ശേഷമുള്ള കാലഘട്ടത്തിലാണ് ബാബറി മസ്ജിദ് തകർക്കൽ, ഗുജറാത്ത് വർഗ്ഗീയകലാപം എന്നിവയെല്ലാം അരങ്ങേറുന്നത്. ഗുജറാത്ത് കലാപത്തോടുള്ള പ്രതികരണമായി ടി വി ചന്ദ്രന്റെ *കഥാവശേഷൻ* പോലെയുള്ള ചിത്രങ്ങൾ സൃഷ്ടിക്കപ്പെടുന്നുണ്ട്. 1992 ഡിസംബർ 6 നു സംഘ്പരിവാർ ബാബറി മസ്ജിദ് തകർക്കുന്നതോടുകൂടി ഇന്ത്യയുടെ മതേതരത്വ അടിത്തറയിൽ വലിയ വിള്ളലുകൾ വീണു. ഹിന്ദു മുസ്ലീം വർഗ്ഗീയ ലഹളകൾ നിരന്തരം നടത്തപ്പെട്ടിരുന്ന ബാബറിയനന്തര കാലഘട്ടത്തിലാണ് മുസ്ലീങ്ങൾ പ്രതിനായകരായി വെള്ളിത്തിരയിൽ നിറയുന്നത്. വർഗ്ഗീയവാദിയും രാജ്യദ്രോഹിയും വിധ്വംസക പ്രവർത്തനങ്ങൾ നടത്തുന്നവനുമായ മുസ്ലീമിനെ നിഗ്രഹിച്ച് നന്മയുടെ പാഠങ്ങളെ പ്രക്ഷേപിച്ചിരുന്നത് ഫ്യൂഡൽ സവർണ്ണ നായകബിംബങ്ങളായിരുന്നത് കേവലം യാദൃച്ഛികതയല്ല. ഹിന്ദുത്വത്തിന്റെ മേൽക്കോയ്മാ പ്രത്യയശാസ്ത്രങ്ങളുടെ ബ്രഹ്മാണ്ഡ പ്രചാരണദൗത്യത്തെ ഇത്തരം ചലച്ചിത്രങ്ങൾ ഏറ്റെടുത്തു.

ഇന്ത്യൻ സമൂഹത്തിന്റെ പൊതുനിലപാടുകൾ എപ്പോഴും സവർണ്ണ ജാതിയെയും അവയുല്പാദിപ്പിക്കുന്ന രാഷ്ട്രീയവ്യവഹാരങ്ങളെയും കേന്ദ്രീകരിച്ചു കൊണ്ടുള്ളതായിരുന്നു. കീഴാളവിഭാഗങ്ങൾക്ക് സാമൂഹ്യമായ ഉണർവ്വുകൾ സാധ്യമാകുന്ന ഘട്ടങ്ങളിലെല്ലാം ഇക്കൂട്ടരുടെ പ്രതിരോധങ്ങൾ ഉയർന്നു വന്നിരുന്നു. ജനതാപാർട്ടി 1990 ജൂലൈ 9 നു കേന്ദ്ര സർക്കാർ സർക്കാർ സർവ്വീസിൽ 27% സംവരണം പിന്നാക്ക ജാതികളിൽപ്പെട്ടവർക്ക് അനുവദിച്ചു നല്കിക്കൊണ്ടുള്ള ഉത്തരവ് നടപ്പിലാക്കി. 1977 ൽ ജനതാപാർട്ടി അധികാരത്തിലിരുന്നപ്പോഴാണ് മണ്ഡൽ കമ്മീഷനെ നിയമിക്കുന്നത്. ഇന്ദിരാഗാന്ധിയുടെ ഭരണകാലത്ത് സമർപ്പിക്കപ്പെട്ട കമ്മീഷൻ റിപ്പോർട്ട് പൂഴ്ത്തിവയ്ക്കപ്പെടുകയാണുണ്ടായത്. മണ്ഡൽ കമ്മീഷൻ റിപ്പോർട്ടിന് അനുകൂലമായ തീരുമാനം സർക്കാർ സ്വീകരിച്ചപ്പോൾ ഉത്തരേന്ത്യൻ മേഖലയിൽ കലാപങ്ങൾ സൃഷ്ടിക്കപ്പെട്ടു. മണ്ഡൽവിരുദ്ധ വിദ്യാർത്ഥിപ്രക്ഷോഭങ്ങൾക്കിടയിൽ ക്ഷിതി

അഡ്വ. കെ അനിൽകുമാർ, *സി പി ഐ (എം) ചരിത്രവഴികളിലൂടെ*, ചിന്ത പബ്ലിഷേഴ്സ്, ഫെബ്രുവരി 2017.

ഗോസ്വാമിയെന്ന വിദ്യാർത്ഥി നടത്തിയ ആത്മാഹുതി സവർണ്ണ - അവർണ്ണ വർഗ്ഗങ്ങളുടെ സംഘർഷങ്ങളെ ഭീകരമാക്കി മാറ്റിയെടുത്തു. പിന്നാക്ക വിഭാഗങ്ങളിൽപ്പെടുന്നവർക്ക് സാമൂഹ്യമായ അംഗീകാരങ്ങൾ ലഭിക്കുന്നത് തങ്ങളുടെ ജാതീയമായ അപ്രമാദിത്വങ്ങളെ ഇല്ലാതാക്കുമെന്നുള്ള വരേണ്യവർഗ്ഗഭീതികളാണ് ഇത്തരം വർഗ്ഗീയ സംഘർഷങ്ങളെ വ്യാപിപ്പിച്ചത്. ഇത്തരത്തിൽ ദളിത്/കീഴാളവിരുദ്ധ മനോഭാവങ്ങളെ പച്ചയായി തുറന്നു പ്രകടിപ്പിച്ച ഇന്ത്യൻ സവർണ്ണ ബോധത്തിന്റെ പ്രതിഫലനമാണ് ചലച്ചിത്രങ്ങളിൽ പ്രകടമായത്. വള്ളുവനാടൻ പശ്ചാത്തലങ്ങളിൽ നിർമ്മിക്കപ്പെട്ട ചലച്ചിത്രങ്ങളിൽ ക്ഷയോൺമുഖ തറവാടിന്റെ ബാധ്യതകളെ ഏറ്റെടുക്കുന്ന നായകന്റെ ആത്മഗതങ്ങളിലും നെടുവീർപ്പുകളിലും മണ്ഡൽവിരുദ്ധ പൊതുബോധത്തെ സ്വാംശീകരിച്ചതിന്റെ അംശങ്ങൾ പ്രകടമാണ്. ഇത്തരത്തിൽ അതീവസങ്കീർണ്ണമായ രാഷ്ട്രീയ വ്യവഹാരങ്ങളെ ചേർത്തുവെയ്ക്കുന്ന കമ്പോളസിനിമകളുടെ രാഷ്ട്രീയത്തെയും പ്രതിലോമകരമായ ആശയാദർശങ്ങളെയും അതിസൂക്ഷ്മമായ തലത്തിൽ വിശകലനം ചെയ്യപ്പെടേണ്ടതുണ്ട്. അതിനിഷ്കളങ്കമെന്നു വാഴ്ത്തപ്പെട്ട ചലച്ചിത്രാഖ്യാനങ്ങൾക്കു പിന്നിൽ വർഗ്ഗീയ വിദ്വേഷത്തിന്റെ അജണ്ടകൾ വ്യക്തമായി പ്രകടമാണ്.

കേരളീയ സമൂഹത്തിൽ നവോത്ഥാനമൂല്യങ്ങളെ പിന്തുടർന്നിരുന്ന അമ്പതുകളിലും അറുപതുകളിലും കമ്പോളത്തിന്റെ ഭാഗമായി ചലച്ചിത്ര നിർമ്മാണം നടക്കുമ്പോൾപോലും സാമൂഹ്യപ്രതിബദ്ധതയെന്ന ആവശ്യകതയെ മുന്നിൽ നിറുത്തുവാൻ സംവിധായകർക്കു കഴിഞ്ഞു. കലയെ സംബന്ധിച്ച് വ്യത്യസ്ത വീക്ഷണ ദിശകൾ ഉള്ളപ്പോൾപോലും സാമൂഹ്യപ്രസക്തിയുള്ള വിഷയങ്ങളെ അവതരിപ്പിച്ചുകൊണ്ടാണ് തോപ്പിൽഭാസി ഉൾപ്പെടെയുള്ളവർ പുതിയൊരു ചലച്ചിത്രസംസ്കാരത്തെയാണ് മുമ്പോട്ടു നയിച്ചത്. പൊതുസ്വീകാര്യതയിലും സ്വാധീനശേഷിയിലും പ്രഥമ സ്ഥാനത്തു നില്ക്കുന്ന ചലച്ചിത്രങ്ങൾക്കു സാമൂഹ്യപ്രതിബദ്ധതയുണ്ടാകണമെന്നു മാർക്സിസ്റ്റ് കലാനിരൂപകർ ചൂണ്ടിക്കാട്ടിയിട്ടുണ്ട്. എന്നാൽ കമ്പോള താല്പര്യങ്ങളെ മാത്രം ലക്ഷ്യം വെയ്ക്കുന്ന ചലച്ചിത്രങ്ങൾ സാമൂഹ്യപ്രതിബദ്ധത കാത്തുസൂക്ഷിക്കുവാനുള്ള ബാധ്യതയോ ഉത്തരവാദിത്വമോ പ്രകടിപ്പിച്ചില്ലെന്നു മാത്രമല്ല പ്രതിലോമകരമായ ആശയസംഹിതകളെ ബോധപൂർവ്വമായി അടിച്ചേല്പിക്കുകയും ചെയ്തു. കമ്പോളസിനിമയുടെ അരാഷ്ട്രീയപാഠങ്ങളെ മാർക്സിസ്റ്റു കലാനിരൂപകനായ രവീന്ദ്രൻ ചൂണ്ടിക്കാട്ടിയിട്ടുണ്ട്. രവീന്ദ്രനെത്തുടർന്ന് ജി പി രാമചന്ദ്രൻ, വി കെ ജോസഫ്, സി എസ് വെങ്കിടേശ്വരൻ ഉൾപ്പെടെയുള്ളവർ ഈ വിഷയത്തിൽ കേന്ദ്രീകരിച്ച് പഠനങ്ങൾ പ്രസിദ്ധീകരിച്ചിട്ടുണ്ട്.

ചലച്ചിത്രങ്ങൾ പ്രതിലോമകരമായ പ്രത്യയശാസ്ത്രങ്ങളെയാണ് അതിനിഷ്ക്കളങ്കവും (?) നിർദ്ദോഷവുമായ (?) ദൃശ്യബിംബങ്ങളിലൂടെ 'കളർഫുൾ എന്റർടെയ്നറു'കളിലൂടെ സൃഷ്ടിച്ചുകൊണ്ടിരിക്കുന്നതെന്ന്

ചലച്ചിത്രത്തിന്റെ മായക്കാഴ്ചകളിൽ മുഴുകുന്ന പ്രേക്ഷകർ തിരിച്ചറിയുന്നില്ല. രണ്ട് - രണ്ടര മണിക്കൂർ ചലച്ചിത്രത്തിനായി മാറ്റിവയ്ക്കുന്ന അവരെ സംബന്ധിച്ചിടത്തോളം കമ്പോളത്തിൽ അവതരിപ്പിക്കപ്പെടുന്ന ചിത്രങ്ങളിൽ നിന്ന് സാമ്പത്തികത്തിന് മുതലാകുമെന്നു ബോധ്യപ്പെടുന്ന ചലച്ചിത്രത്തെ കണ്ട് ആനന്ദിക്കുക എന്നതിനപ്പുറത്തേക്ക് മറ്റു താല്പര്യങ്ങളില്ല. ഇത്തരത്തിൽ ആനന്ദത്തിൽ മുഴുകുന്ന പ്രേക്ഷകന്റെ തലച്ചോറിനുള്ളിലേയ്ക്കാണ് അപകടകരമായ ആശയങ്ങളും നിലപാടുകളും ചലച്ചിത്രങ്ങൾ സ്ഥാപിച്ചെടുക്കുന്നത്. അവ ബൗദ്ധികമണ്ഡലത്തിലും ജീവിതശൈലിയിലും പ്രതിഫലിക്കുന്നതോടുകൂടി പ്രേക്ഷകൻ പ്രതിലോമരാഷ്ട്രീയത്തിന്റെ പിണിയാളായി മാറുന്നു. ഇങ്ങനെ അബോധപൂർവ്വമായി (ചിലപ്പോൾ ബോധപൂർവ്വവും) കണ്ണിചേർക്കപ്പെടുന്ന പ്രേക്ഷകൻ അവയിൽനിന്നും കുതറിമാറലുകൾ നിർവ്വഹിക്കേണ്ടതുണ്ട്. അതിനായി കമ്പോളസിനിമയുടെ പ്രതിലോമകരമായ അജണ്ടകൾ തിരിച്ചറിയുകയും രാഷ്ട്രീയ ജാഗ്രതയുള്ള ചലച്ചിത്രങ്ങളെ സ്വീകരിക്കുകയും ചെയ്യേണ്ടതുണ്ട്.

കമ്പോളസിനിമ നിലവിലുള്ള ജനപ്രിയഘടകങ്ങളെ പരിഷ്കരിച്ചുകൊണ്ടും മൾട്ടിസ്റ്റാർ ഫാഷൻപരേഡുകൾ നടത്തിയും ട്രെന്റ് സെറ്ററുകൾ സൃഷ്ടിക്കാറുണ്ടെങ്കിലും അവ അതാതു കാലഘട്ടങ്ങളിലെ പുരോഗമനാത്മക നിലപാടുകളെ ചലച്ചത്രാഖ്യാനങ്ങളിൽ സ്വീകരിക്കാറില്ല. ജാതിമതബോധങ്ങളും അവയുടെ സദാചാരസമ്പ്രദായങ്ങളും നിരന്തരമായി സാധൂകരിക്കപ്പെട്ടു കൊണ്ടിരിക്കുന്ന ചലച്ചിത്രഭാവനകളിൽ ആധിപത്യവ്യവസ്ഥിതികളെ പ്രകോപിപ്പിക്കുന്ന പുരോഗമനമൂല്യങ്ങൾ ബോധപൂർവ്വം ഒഴിവാക്കി നിർത്തപ്പെടുന്നു. ജനപ്രിയ സൂത്രവാക്യങ്ങളിൽ മുഖ്യധാരാസമൂഹത്തെ അലോസരപ്പെടുത്താത്ത കാഴ്ചകളെയാണ് വിപണിലാഭത്തിനായി കമ്പോളസിനിമ ഉപയോഗപ്പെടുത്തുന്നത്.

മൂന്നാംലോകരാഷ്ട്രങ്ങളെ അപേക്ഷിച്ചു നോക്കുമ്പോൾ ഇന്ത്യൻ ചലച്ചിത്രമേഖലയിൽ രാഷ്ട്രീയചിത്രങ്ങളേയില്ലെന്നു പറയുവാൻ കഴിയും. *സിനിമയും പ്രത്യയശാസ്ത്ര*വുമെന്ന ഗ്രന്ഥത്തിൽ വി കെ ജോസഫ്, മൂന്നാം ലോകസിനിമകളുടെ രാഷ്ട്രീയത്തെ കൃത്യമായി രേഖപ്പെടുത്തിയിട്ടുണ്ട്. അതിവേഗം വലതുപക്ഷവല്ക്കരിക്കപ്പെട്ടുകൊണ്ടിരിക്കുന്ന ഇന്ത്യൻ സമൂഹത്തിൽ സാംസ്കാരിക അധിനിവേശങ്ങൾ, വംശീയമായ ആക്രമണങ്ങൾ, മതതീവ്രവാദം, ചരിത്രത്തിന്റെ വികലമായ പുനർവായനകൾ എന്നിവയ്ക്കെതിരെയുള്ള രാഷ്ട്രീയ ജാഗ്രതകളെ അതിസൂക്ഷ്മമായ തലത്തിൽ അവതരിപ്പിക്കുവാൻ കലാസാഹിത്യാദി മാധ്യമങ്ങൾ തയ്യാറാകേണ്ടതുണ്ട്. വർഗ്ഗീയഭരണകൂടത്തിന്റെ പ്രവർത്തനങ്ങൾക്കൊപ്പം ആഗോളകോർപ്പറേറ്റുകൾ കൂടി സംഘം ചേരുമ്പോൾ ഇന്ത്യയെന്ന രാജ്യം അതിന്റെ ബഹുസ്വര സ്വഭാവങ്ങളിൽ നിന്നു വേർപെട്ടുകൊണ്ട് ഏകപക്ഷീയമായി വെറുമൊരു കമ്പോളമായി മാറിക്കൊണ്ടിരിക്കുന്നു. നവോത്ഥാനത്തിൽ നിന്നും ആധുനികതയിലേയ്ക്കും അവിടെ

നിന്നു നവമാധ്യമ ആധിപത്യകാലത്തേയ്ക്കും സാമൂഹ്യജീവിതം വഴി മാറിയെങ്കിൽ തന്നെയും മനുഷ്യനെ കേന്ദ്രീകരിച്ചു നില്ക്കുന്ന രാഷ്ട്രീയ പ്രത്യയശാസ്ത്ര സംവിധാനങ്ങൾക്കും സ്ഥാപനങ്ങൾക്കും മാറ്റങ്ങളുണ്ടാകുന്നില്ല. ജാതി/മത/വർണ്ണ/വർഗ്ഗ ലിംഗവിവേചനങ്ങൾ പൊതുമണ്ഡലത്തിൽ നിലനില്ക്കുകയും അവ പ്രതിലോമകരമായ രാഷ്ട്രീയത്തെ സൃഷ്ടിക്കുകയും ചെയ്തുകൊണ്ടിരിക്കുന്നു. അധീശവർഗ്ഗത്തിന്റെ അധികാര ബലതന്ത്രങ്ങളിൽ നിന്ന് സാധാരണ ജനസമൂഹം വിടുതൽ പ്രാപിക്കേണ്ടതുണ്ട്. ജാതി, മതം, ദേശീയത, പൗരത്വം, ലിംഗം, ലിംഗപദവി, ലൈംഗികത, പ്രാദേശികസംസ്കാരം എന്നിവ ബഹുമുഖമായ രീതിയിൽ ഇന്ത്യൻ സമൂഹത്തിൽ വെല്ലുവിളികൾ നേരിട്ടുകൊണ്ടിരിക്കുന്നു. ഇത്തരം പ്രശ്നങ്ങളെ ആഴത്തിൽ അനുഭവിപ്പിക്കുവാൻ കഴിയുന്ന ചലച്ചിത്രങ്ങൾ ഇന്ത്യൻ സമൂഹത്തിൽ നിർമ്മിക്കപ്പെടേണ്ടതുണ്ട്. മുദ്രാവാക്യ സ്വഭാവമുള്ള ജനപ്രിയസിനിമകൾക്ക് കമ്പോള മൂലധന താല്പര്യങ്ങളെ നിരാകരിച്ചുകൊണ്ട് അത്തരം ശ്രമങ്ങൾ നടത്തുവാൻ കഴിയില്ലെന്നിരിക്കേ കലാസിനിമകൾ അത്തരം സാധ്യതകളുയർത്തുന്നു.

റഫറൻസ്

I.1. രവീന്ദ്രൻ - *സിനിമയുടെ രാഷ്ട്രീയം*, ബോധി ബുക്സ്, കോഴിക്കോട്, 1990.

2. രവീന്ദ്രൻ - *സിനിമ സമൂഹം പ്രത്യയശാസ്ത്രം*, മാതൃഭൂമി ബുക്സ്, കോഴിക്കോട്, ഏപ്രിൽ 2007.

3. ടി കെ രാമചന്ദ്രൻ - *കാഴ്ചയുടെ കോയ്മ*, മാതൃഭൂമി ബുക്സ്, കോഴിക്കോട്, 2006.

4. വി കെ ജോസഫ് - *സിനിമയും പ്രത്യയശാസ്ത്രവും*, ചിന്ത പബ്ലിഷേഴ്സ്, തിരുവനന്തപുരം, (ചിന്ത എഡിഷൻ) നവംബർ 2009.

5. വി കെ ജോസഫ് - *ദേശം പൗരത്വം സിനിമ*, ചിന്ത പബ്ലിഷേഴ്സ്, തിരുവനന്തപുരം, ഡിസംബർ 2010.

6. ജി പി രാമചന്ദ്രൻ - *സിനിമയും മലയാളിയുടെ ജീവിതവും*, സാഹിത്യ പ്രവർത്തക സഹകരണസംഘം, കോട്ടയം, ഒക്ടോബർ 2010. (രണ്ടാം പതിപ്പ്)

7. ജി പി രാമചന്ദ്രൻ - *മലയാളസിനിമ ദേശം ഭാഷ സംസ്കാരം*, കേരളഭാഷാ ഇൻസ്റ്റിറ്റ്യൂട്ട്, തിരുവനന്തപുരം, ആഗസ്റ്റ് 2009.

8. സി എസ് വെങ്കിടേശ്വരൻ, *സിനിമാ ടോക്കീസ്*, ഡി സി ബുക്സ്, കോട്ടയം, ഒക്ടോബർ 2011.

9. സി എസ് വെങ്കിടേശ്വരൻ - *മലയാള സിനിമാ പഠനങ്ങൾ*, ഡി സി ബുക്സ്, കോട്ടയം, നവംബർ 2011.

10. വിജയകൃഷ്ണൻ, *മലയാളസിനിമയുടെ കഥ*, പൂർണ്ണ പബ്ലിക്കേഷൻസ്, കോഴിക്കോട് (പൂർണ്ണ എഡിഷൻ) ഫെബ്രുവരി 2017.

11. കെ പി ജയകുമാർ - *ജാതിവ്യവസ്ഥിതിയും മലയാളസിനിമയും*,

ഒലീവ് പബ്ലിക്കേഷൻസ്, കോഴിക്കോട്, ഡിസംബർ 2014
12. എൻ പി സജീഷ് - *തിരമലയാളത്തിന്റെ അവസ്ഥാന്തരങ്ങൾ*, കേരള ഭാഷാ ഇൻസ്റ്റിറ്റ്യൂട്ട്, തിരുവനന്തപുരം, നവംബർ 2007.

II. കടപ്പാട്

1. വിജയകൃഷ്ണൻ (അഭിമുഖം)
2. വി കെ ജോസഫ് (അഭിമുഖം)
3. സി എസ് വെങ്കിടേശ്വരൻ (അഭിമുഖം)
4. ജി പി രാമചന്ദ്രൻ (അഭിമുഖം)

ഭാഗം രണ്ട്

പൊതുഇടങ്ങൾ/മൂന്നാമിടങ്ങൾ

3

ചലച്ചിത്രവും ദളിത് സൗന്ദര്യശാസ്ത്രവും തിരമലയാളത്തിലെ ദളിത് ജീവിതങ്ങൾ

സുദീർഘവും ചരിത്രപരവുമായ പ്രക്രിയയിൽനിന്ന് സംഘബോധത്തിൽനിന്ന് ഉരുത്തിരിഞ്ഞതാണ് ദളിത് സ്വത്വബോധം. അതിന്റെ ഉള്ളടക്കം പ്രധാനമായും രാഷ്ട്രീയമാണ്. സാമൂഹിക പരിവർത്തനത്തിന്റെ ആയുധമെന്ന നിലയ്ക്ക് രാഷ്ട്രീയാധികാരം പിടിച്ചെടുക്കാൻ ദളിതർ ആഗ്രഹിക്കുന്നു. അതുതന്നെയാണ് ദളിത് സ്വത്വബോധത്തിന്റെ സവിശേഷതയും.

- കെ സി പുരുഷോത്തമൻ

(ദലിതം ത്രൈമാസിക/2017 നവംബർ 30)

"അപ്പോ എനക്കോ? കുടീന്ന് പൊറത്താക്കിയാലും ജാതീന്ന് പൊറത്താക്കിയാലും എന്നക്കും കഴിഞ്ഞ് കൂടണംന്ന്, സുഖിക്കണംന്ന് ഞാൻ മോഹിക്കണ് എനക്ക് ഭൂമിലിരിക്കണം - നീലി (നീലക്കുയിൽ/1954)

ഇന്ത്യൻ ജനസമൂഹത്തിന്റെ സാമൂഹ്യഘടന ജാതിവ്യവസ്ഥിതികളേയും ജാതിവിഭജനങ്ങളേയും അടിസ്ഥാനമാക്കിയാണ് നിലകൊള്ളുന്നത്. കൊളോണിയൽ ഭരണകൂടത്തിന്റെ ആധിപത്യങ്ങൾ, പാശ്ചാത്യ വിദ്യാഭ്യാസത്തിന്റെ പ്രചരണങ്ങൾ, സാമൂഹ്യമായ പരിണാമങ്ങൾ നവോത്ഥാനപ്രസ്ഥാനങ്ങളുടെ ഇടപെടലുകൾ എന്നിങ്ങനെയുള്ള ഘടകങ്ങളുടെ പ്രവർത്തനങ്ങളാണ് ജാതി-മത വർഗ്ഗീകരണങ്ങളെ ഒരു പരിധി വരെ പൊളിച്ചെഴുതിയത്. അതിസങ്കീർണ്ണമായൊരു വ്യവസ്ഥിതിയായതുകൊണ്ടു തന്നെ ജാതിവ്യവസ്ഥിതിയെ സമൂലമായി നിർമ്മാർജ്ജനം ചെയ്യുവാൻ ഇന്ത്യൻ സമൂഹത്തിനു കഴിഞ്ഞിട്ടില്ല. പുതിയ കാലത്ത് 'ജാതി' പുതിയ രൂപഭാവ പരിണാമങ്ങളിലൂടെയാണ് ജനസമൂഹത്തിൽ ഇടപെട്ടുകൊണ്ടിരിക്കുന്നത്.

കലാസാഹിത്യാദി സൃഷ്ടികളും ജാതിയും തമ്മിൽ അഭേദ്യമാ

യൊരു ബന്ധം നിലനില്ക്കുന്നുണ്ട്. സവർണ്ണവർഗ്ഗങ്ങൾക്ക് കലയും സാഹിത്യവും ഒഴിവുനേരങ്ങളിലെ വിനോദങ്ങളായിരുന്നപ്പോൾ ശൂദ്ര നുൾപ്പെടെയുള്ള അവർണ്ണവിഭാഗങ്ങൾക്ക് അക്ഷരം പോലും നിഷേധിച്ചിരുന്നു. പിന്നീടുണ്ടായ ചരിത്രപരമായ പരിണാമങ്ങളിൽ വരേണ്യവർഗ്ഗത്തിന്റെ ആധിപത്യ സമ്പ്രദായങ്ങളെ മറികടന്നുകൊണ്ട് അവർണ്ണർ നിഷേധിക്കപ്പെട്ട അവകാശങ്ങളെല്ലാം നേടിയെടുക്കുന്നു. ജാതിയെന്ന വിഷയത്തെ രണ്ട് വ്യത്യസ്ത തലങ്ങളിലാണ് ചലച്ചിത്രമുൾപ്പെടെയുള്ള കലാസാഹിത്യാദി മാധ്യമങ്ങൾ ആവിഷ്കരിച്ചത്. ഒന്ന് വരേണ്യവർഗ്ഗത്തിന്റെ ജീവിതസംസ്കാരത്തെയും സൗന്ദര്യശാസ്ത്ര സങ്കല്പനങ്ങളെയും ചരിത്രപരമായി സ്ഥാപിച്ചും സാധൂകരിച്ചുമെടുക്കുക. അതുവഴി പാർശ്വവല്കൃതരെ ചരിത്രമില്ലാത്തവരായി അടയാളപ്പെടുത്തുക. രണ്ട് സാമൂഹ്യവ്യവസ്ഥിതിയിൽ അരികുവല്ക്കരിക്കപ്പെട്ട ജനവിഭാഗങ്ങളുടെ അറിയപ്പെടാത്ത ഏടുകളേയും സാംസ്കാരികപാഠങ്ങളെയും ജനസമൂഹത്തിനു മുമ്പാകെ അവതരിപ്പിക്കുക. ഈ രണ്ടുധാരകളും ഇന്ത്യൻ സമൂഹത്തിൽ നിരന്തരമായി ഇടപെട്ടുകൊണ്ടിരിക്കുന്നു. മലയാളസിനിമ വരേണ്യവർഗ്ഗത്തിന്റെയും കീഴാളവർഗ്ഗത്തിന്റെയും സൗന്ദര്യശാസ്ത്ര സങ്കല്പനങ്ങളെ വെള്ളിത്തിരയിൽ സന്നിവേശിപ്പിച്ചിട്ടുണ്ട്. 1928 ലെ *വിഗതകുമാരൻ* മുതൽ 2018 ലെ *കുട്ടനാടൻ ബ്ലോഗ്* വരെയുള്ള കാലയളവിൽ ചലച്ചിത്രങ്ങൾ ദളിത് സൗന്ദര്യശാസ്ത്ര സങ്കല്പനങ്ങളെ എപ്രകാരമാണ് അവതരിപ്പിച്ചത്, സവർണ്ണ വരേണ്യ പ്രത്യയശാസ്ത്ര യുക്തികളെ അവ എപ്രകാരമാണ് മറികടക്കാൻ ശ്രമിച്ചത് (?) എന്നിവയെയാണ് ഈ അദ്ധ്യായത്തിൽ വിശകലനം ചെയ്യുന്നത്.

തമസ്കരണത്തിന്റെ ചരിത്ര പാഠങ്ങൾ

മലയാളത്തിന്റെ പ്രഥമ ചലച്ചിത്രമായി പ്രതിഷ്ഠിക്കപ്പെട്ട *വിഗതകുമാര*ന്റെ (1928) ചരിത്രപശ്ചാത്തലങ്ങളുടെ വിശകലനങ്ങൾ ചലച്ചിത്രത്തെ സംബന്ധിച്ചുള്ള ജാതി - വർണ്ണവെറിയുടെ തീവ്ര രാഷ്ട്രീയത്തെ തെളിയിക്കുന്നു. ഡാനിയേൽ നാടാരുടെ നിശബ്ദ ചിത്രത്തിൽ റോസിയെന്ന 'ദളിത് സ്ത്രീ' സരോജിനിയെന്ന 'നായർ വനിത'യായി നടിച്ചത് ഹൈന്ദവനായർ പ്രമാണിമാരുടെ വരേണ്യബോധങ്ങളെ പ്രകോപിപ്പിച്ചപ്പോൾ അത് റോസിയെയും *വിഗതകുമാര*നെയും ദൗർഭാഗ്യകരമായ വിധിയെഴുത്തിലേക്കു നയിച്ചു. ജാതിക്കോമരങ്ങളുടെ ആക്രമണോത്സുക പ്രവർത്തനങ്ങളുടെ ഫലമായി പലായനം ചെയ്യേണ്ടിവന്ന റോസിയെ തമസ്കരിച്ചുകൊണ്ടുള്ള ചരിത്രമെഴുത്തിനാണ് ബഹുഭൂരിപക്ഷം ചലച്ചിത്രകാരന്മാരും ചരിത്രകാരന്മാരും ഉദ്യമിച്ചത്. ഇത്തരമൊരു യാഥാർത്ഥ്യം ഒരേസമയം ചരിത്രമെഴുത്തിന്റെ ഭാഗിക വീക്ഷണങ്ങളെയും സവർണ്ണ (പുരുഷ) കേന്ദ്രീകൃത ബോധങ്ങളെയും വെളിപ്പെടുത്തുന്നു. പൊതുവിൽ ജനപ്രിയമെന്നു വിശേഷിപ്പിക്കുമ്പോഴും സവർണ്ണകലയായി വിശേഷിപ്പിക്കപ്പെടുന്ന ചലച്ചിത്രത്തിന്റെ ചരിത്രം നാടാർ പുരു

ഷനിലും ദളിത് സ്ത്രീയിലും ആരംഭിക്കുവാനുള്ള ചില വ്യക്തികളുടെ വിമുഖത അതിന്റെ പൂർണ്ണതയിൽ വിഗതകുമാരനെ പ്രഥമ സിനിമയായി പ്രതിഷ്ഠിക്കുന്നതു സംബന്ധിച്ചുള്ള പ്രതിവാദങ്ങളിലും, സെല്ലുലോയ്ഡ് (കമൽ) വിവാദ വിവാദാനന്തര ചർച്ചകളിലും മറനീക്കി പുറത്തുവന്നു. കേവലം ലിംഗപദവിയെ സംബന്ധിച്ചുള്ള ഫ്യൂഡൽ പുരുഷ മനോഭാവങ്ങളാണ് റോസിയുടെ ചലച്ചിത്രാഭിനയത്തെത്തുടർന്നുള്ള പ്രക്ഷോഭങ്ങളിലേക്ക് നയിച്ചതെന്ന ഉപരിപ്ലവവും നിരർത്ഥകവുമായ വാദങ്ങൾ അക്കാലത്തെ ജാതീയാധിപത്യങ്ങളെ, ആക്രമണോത്സുക നിലപാടുകളെ അവയുടെ രൂക്ഷതകളെയെല്ലാം അത്യന്തം ലളിതവല്ക്കരിക്കുകയാണ്. ഇത്തരം ലളിതവല്ക്കരണങ്ങൾ തമസ്ക്കരണത്തിന്റെ നിഗൂഢ തന്ത്രങ്ങളിലൊന്നായി നില്ക്കുമ്പോൾ അതിനെതിരെയുള്ള നിലപാടുകൾ കലാ - സാഹിത്യ - സാംസ്കാരികമണ്ഡലങ്ങളിൽ പ്രകടമാണ്. വിനു എബ്രഹാമിന്റെ ചരിത്രാന്വേഷണങ്ങളിൽ നിന്നുരുവംകൊണ്ട *നഷ്ടനായിക*യെന്ന നോവൽ, അതിനെ ഉപജീവിച്ചു നിർമ്മിക്കപ്പെട്ട കമലിന്റെ *സെല്ലുലോയ്ഡ്* (2013), കേരള സ്ത്രീപഠനകേന്ദ്രത്തിന്റെ ആഭിമുഖ്യത്തിൽ ഏർപ്പെടുത്തപ്പെട്ട *പി കെ റോസി സ്മാരകപുരസ്കാരം* തുടങ്ങിയവ ചില ഉദാഹരണങ്ങളാണ്.

സ്ത്രീ അഭിനേതാവെന്ന നിലയിൽ ആട്ടിയോടിക്കപ്പെട്ടുവെന്നു പറയുമ്പോൾ തന്നെ റോസിക്കു പിന്നാലെയെത്തിയ അഭിനേത്രികളെ, ജാതിമതബോധങ്ങൾക്കുള്ളിൽ നില്ക്കുന്ന കേരളീയ സമൂഹം ആഘോഷപൂർവ്വം സ്വീകരിച്ചുവെന്നുള്ളത് ചരിത്രവിശകലനങ്ങളിൽ നിന്നും വ്യക്തമാകുന്നതാണ്. ലക്ഷണയുക്തമായ അഴകളവുകളും കുലീനത്വമുള്ള മുഖഭാവങ്ങളും കലാപാരമ്പര്യങ്ങളും അവരുടെ ജാതി മത സ്വത്വബോധങ്ങൾക്കുള്ളിൽ നിന്നു കൊണ്ടുതന്നെ പൊതുമണ്ഡലത്തിലേക്കു സന്നിവേശിപ്പിക്കപ്പെട്ടു. അത്തരം കാഴ്ചകളുടെ തുടർച്ചയിൽ മലയാളസിനിമ നില്ക്കുമ്പോൾ പി കെ റോസിയെപ്പോലൊരു ദളിത് നായികയെ, റോസിയുടെ പിൻഗാമിയായി കണ്ടെത്തുവാൻ കഴിയില്ല.

കീഴാളനിർമ്മിതികളും ബ്രാഹ്മണിക്കൽ പ്രത്യയശാസ്ത്രങ്ങളും

ഗോത്രസമൂഹത്തിന്റെ ഒരു ഘട്ടത്തിലെ സവിശേഷതയോട് ബ്രാഹ്മണമേധാവിത്വവും ചാതുർവർണ്ണ്യവും ചേർന്നപ്പോൾ രൂപംകൊണ്ട ഒരു സാമൂഹ്യസമ്പ്രദായമാണ് ജാതിവ്യവസ്ഥയെന്ന് ടി എച്ച് പി ചെന്താരശ്ശേരി നിർവ്വചിക്കുന്നുണ്ട് (പുറം 114). ഗോത്രങ്ങളുടെ, കുലങ്ങളുടെ ആചാരശീലങ്ങളെ പിന്തുടർന്നിരുന്ന ജനവിഭാഗങ്ങളെയാണ് സംഘകാല കൃതികളിൽനിന്നു കണ്ടെടുക്കാൻ കഴിയുന്നതെങ്കിൽ സംഘകാലാനന്തരകൃതികൾ പുതിയ ജീവിതക്രമങ്ങൾ സൃഷ്ടിച്ചു പിന്തുടരുന്ന ജനവിഭാഗങ്ങളുടെ അവസ്ഥകളെയാണ് വരച്ചിട്ടത്. ആര്യാധിനിവേശങ്ങൾ

ടി എച്ച് പി ചെന്താരശ്ശേരി, *കേരള ചരിത്രത്തിലെ അവഗണിക്കപ്പെട്ട ഏടുകൾ*, പ്രഭാത് ബുക്സ്, ജനുവരി 1970.

വലിയൊരു ജനതയുടെ സ്വതന്ത്രമായ ജീവിതം സൃഷ്ടിച്ച ഹൃദ്യമായ സംസ്കാരങ്ങളെയാണ് കടപുഴക്കിയതും നിർമ്മാർജ്ജനം ചെയ്തതും. തെക്കേയിന്ത്യയിലെ ദ്രാവിഡർ, സിന്ധു നദീതടത്തിലെ ആദിമനിവാസികൾ എന്നിവരെ ആര്യന്മാർ കീഴ്പ്പെടുത്തി സാമൂഹ്യ - തൊഴിൽ - ഉല്പാദന - അധികാര വിവേചനങ്ങൾ സൃഷ്ടിച്ചെടുത്തു. എട്ടാം നൂറ്റാണ്ടിൽ ആര്യാധിനിവേശങ്ങൾ പൂർണ്ണമാകുമ്പോൾ ബ്രാഹ്മണ - ക്ഷത്രിയ - വൈശ്യ വിഭാഗങ്ങൾ അധികാരസ്ഥാപനങ്ങളിലും, സാമൂഹ്യബന്ധങ്ങളിലെ നിലകളിലും, ഉത്തരോത്തരമായി അഭിവൃദ്ധി പ്രാപിക്കുകയാണുണ്ടായത്. മറുഭാഗത്ത് തിരസ്കൃതരായ കീഴാളർ രക്ഷാസ്ഥാനങ്ങളില്ലാതെ പലായനങ്ങളിലായിരുന്നു.

കലാസാഹിത്യാദി മാധ്യമങ്ങൾ ബ്രാഹ്മണിക്കൽ പ്രത്യയശാസ്ത്രങ്ങളെ അതിസർത്ഥമായി അവയുടെ ഉള്ളിൽ സന്നിവേശിപ്പിച്ച് കാണി/അനുവാചകനിലേയ്ക്കു പ്രക്ഷേപിക്കുമ്പോൾ കീഴാളരെ ബോധപൂർവ്വമായി ഒഴിവാക്കി നിർത്തിയിരുന്നു. ഭാഷയും അറിവും അപ്രാപ്യരായിത്തീർന്ന കീഴാളവിഭാഗങ്ങൾക്ക് അവ ലഭ്യമാകുവാൻ കൊളോണിയൽ അധിനിവേശങ്ങളും സാമൂഹ്യനവോത്ഥാനങ്ങളും ഉരുത്തിരിഞ്ഞു വരേണ്ടി വന്നു. തുടർന്നുള്ള കാലഘട്ടങ്ങൾ അധികാരശ്രേണികൾക്കു മുമ്പിൽ തങ്ങളുടെ ഇടം കണ്ടെത്താൻ സ്വതവേ ദുർബലരായി മുദ്ര ചാർത്തപ്പെട്ട കീഴാളർക്കു കഠിനാധ്വാനങ്ങൾ നടത്തേണ്ടി വന്നു.

ചലച്ചിത്രമെന്ന ജനകീയവും ജനപ്രിയവുമായ കലയിൽ ഹിന്ദുത്വ ഘടകങ്ങളെ അവതരിപ്പിക്കുവാനുള്ള ശ്രമങ്ങൾ ആദ്യം മുതൽക്കേ പ്രകടമായിരുന്നുവെന്ന് *രാജാഹരിശ്ചന്ദ്ര* പോലുള്ള ചിത്രങ്ങൾ തെളിയിക്കുന്നു. 1936 ൽ *അച്യുത് കന്യ*യെന്ന ബോളിവുഡ് ചിത്രത്തിൽ ദളിത് പെൺകുട്ടി ചലച്ചിത്രാഖ്യാനത്തിൽ കടന്നുവന്നുവെങ്കിൽ നമ്മുടെ മലയാള ചലച്ചിത്രമേഖലയിൽ ദളിത് കഥാപാത്രമെത്തുന്നത് 1954 ലെ *നീലക്കുയിലി*ലൂടെയാണ്. ദളിത്കഥാപാത്രത്തിന്റെ വിസ്മയകരമായ, വിപ്ലവകരമായ ഇടപെടലുകൾ എന്ന തലത്തിൽ *നീലക്കുയിലി*നെ പ്രതിഷ്ഠിക്കുമ്പോൾ തന്നെ നവോത്ഥാന സാഹിത്യത്തിലെ ദളിത് കഥാപാത്രങ്ങളുടെ ബാഹുല്യ പൂർണ്ണമായ കടന്നുവരവുകളുടെ തുടർച്ചയായിക്കൂടി നീലക്കുയിലിനെ കാണേണ്ടിവരും. പക്ഷേ, *നീലക്കുയിൽ* നല്കിയ തുടക്കത്തെ വലിയൊരു തരംഗമാക്കി മാറ്റുവാൻ മലയാള ചലച്ചിത്ര മണ്ഡലത്തിനു കഴിയാതെ പോയത് സിനിമ സവർണ്ണ മധ്യവർഗ്ഗ ഭാവനകൾക്കും അവരുടെ യാഥാസ്ഥിതിക ബോധങ്ങൾക്കും അടിപ്പെട്ടു പോയിരുന്നതിനാലാണ്. ആയിരത്തി തൊള്ളായിരത്തി അമ്പതുകൾ (*ജീവിത നൗക*) മുതൽ രണ്ടായിരത്തി പതിനെട്ടു (*കുട്ടനാടൻ ബ്ലോഗ്*) വരെയുള്ള ചലച്ചിത്രങ്ങൾ പരിശോധിച്ചാൽ മധ്യവർഗ്ഗ ജീവിതങ്ങളുടെ വ്യത്യസ്താനുഭവങ്ങളാണ് കൂടുതൽ ജനപ്രിയവും കമ്പോളലാഭവും നേടിയെടുത്തതെന്നു വ്യക്തമാകും. ഇന്ത്യൻ സിനിമയുടെ ചരിത്രപരമായ വളർച്ചയായി ഹിന്ദി സിനിമകളേയും കലാസിനിമയുടെ ഉദാത്തവും ആകർഷ

കവുമായ ചലച്ചിത്രമാതൃകകളായി ബംഗാളിസിനിമകളെയും എടുത്തുയർത്തുമ്പോൾ അവയുടെയെല്ലാം അടിസ്ഥാനം സവർണ്ണ - മധ്യവർഗ്ഗ ജീവിതങ്ങളും അവരുടെ അനുഭവങ്ങളുമായിരുന്നു. അവയ്ക്കിടയിൽ ഒറ്റയ്ക്കും തെറ്റയ്ക്കുമായി ചില കീഴാള ആഖ്യാനങ്ങൾ പ്രത്യക്ഷപ്പെടാറുണ്ടെങ്കിൽ തന്നെയും അവ പൊതുധാരയിൽ എത്തപ്പെടുകയോ വ്യാപകമായി ചർച്ചകൾ സൃഷ്ടിക്കുകയോ ചെയ്തിരുന്നില്ല.

സിനിമയെന്ന മാധ്യമം അത്രമേൽ വ്യാപകമായി സ്വീകരിക്കപ്പെടുന്നുവെന്ന തിരിച്ചറിവാണ് സവർണ്ണ അധികാര സ്ഥാനങ്ങൾക്ക് തങ്ങളുടെ പ്രത്യയശാസ്ത്രങ്ങളെ സിനിമയിൽ സന്നിവേശിപ്പിക്കാനുള്ള പ്രേരണ നല്കിയത്. അതുവഴി കീഴാളവിഭാഗങ്ങളുടെയടക്കം സകല ജനവിഭാഗങ്ങളുടെയും കാഴ്ചാനുഭൂതികളെയും സംവേദനശീലങ്ങളെയും സൗന്ദര്യശാസ്ത്ര സങ്കല്പനങ്ങളെയും തങ്ങൾ നിർമ്മിച്ച പാതകളിലൂടെ ക്രമപ്പെടുത്തിയെടുക്കുവാനും അവർക്കു കഴിഞ്ഞു. സംഘടിത പുരോഗമന പ്രസ്ഥാനങ്ങളുടെ ഊർജ്ജസ്വലമായ കാലഘട്ടത്തിൽ കേരളീയ സമൂഹത്തിൽ നിർമ്മിക്കപ്പെട്ട ചലച്ചിത്രങ്ങൾ ചാതുർവർണ്ണ്യ വ്യവസ്ഥിതികളുടെ പുനരാനയിക്കലുകൾ നടത്തിക്കൊണ്ട് ഉത്തരേന്ത്യൻ സിനിമകളുടെ വരേണ്യബോധങ്ങൾ ഇവിടെയും പങ്കുവെയ്ക്കാൻ കഴിയുമെന്നു തെളിയിച്ചു. *ധ്രുവം* മുതൽ *അരവിന്ദന്റെ അതിഥികൾ* വരെയുള്ള നൂറുകണക്കിന് ഹൈന്ദവ മധ്യവർഗ്ഗ ജീവിത ചലച്ചിത്രങ്ങൾ അത്തരം കാഴ്ചകൾക്കുള്ള തെളിവുകളാണ്.

സവർണ്ണ ഫ്യൂഡൽബോധങ്ങൾക്കെതിരെയുള്ള മറുപാഠങ്ങൾ എന്ന രീതിയിൽ നിർമ്മിക്കപ്പെട്ട ചലച്ചിത്രങ്ങൾ ഇന്ത്യൻ സിനിമയിൽത്തന്നെ വിരളമാണ്. മലയാള ചലച്ചിത്രലോകത്ത് ജയൻചെറിയാന്റെ *പപ്പിലിയോ ബുദ്ധ*, ഷാനവാസ് നരണിപ്പുഴയുടെ *കരി* തുടങ്ങിയ ചിത്രങ്ങൾ ഇത്തരത്തിൽ കീഴാള പ്രതിഷേധങ്ങളെ അടയാളപ്പെടുത്തുവാൻ ശ്രമിക്കുന്നുവെങ്കിലും അവ വ്യാപകമായ അർത്ഥതലങ്ങളിൽ പൊതുജനങ്ങൾക്കിടയിൽ സംവദിക്കപ്പെടാതെ പോയി. അതേസമയം ഇതരഭാഷാ ചിത്രങ്ങളായ *ഫാൻട്രി* (2013/നാഗരാജ് മഞ്ജുള), *കോർട്ട്* (2014/ചൈതന്യ തംഹാനെ), *വിസാരണൈ* (2013/വെടിമാരൻ) അടക്കമുള്ള ചിത്രങ്ങൾ കീഴാളാവസ്ഥകളുടെ വിവിധ നിലകളെ രാഷ്ട്രീയമായി അവതരിപ്പിച്ചു ശ്രദ്ധേയമായവയാണ്. ഇന്ത്യൻ പൊതുമണ്ഡലത്തിൽ മുൻപെങ്ങുമില്ലാതിരുന്ന വിധത്തിൽ ദളിത് വിഭാഗങ്ങൾ ഊർജ്ജസ്വലമായി ഉണർന്നെണീറ്റ് സജീവവും സക്രിയവുമായ സംവാദങ്ങളും പ്രതിഷേധങ്ങളും നടത്തിക്കൊണ്ടിരിക്കുന്ന കാലയളവിലാണ് ഈ ചലച്ചിത്രങ്ങൾ നിർമ്മിക്കപ്പെടുന്നത്. വർത്തമാനകാലത്ത് ബ്രാഹ്മണ്യം, ദേശീയത, ജാതിവ്യവസ്ഥിതികൾ എന്നിവയുടെ വ്യവസ്ഥാപിത രീതിശാസ്ത്രങ്ങളെ പൊളിച്ചെഴുതുന്ന ദളിത് മുന്നേറ്റങ്ങൾക്കു തുടക്കം കുറിച്ചത് സംഘടിതമായ ദളിത് കൂട്ടായ്മകളോടൊപ്പം പുതുതലമുറകളുടെ ബൗദ്ധികനിലവാരത്തെ ഉയർത്തുന്ന സർവ്വകലാശാലകൾ കൂടിയാണെന്നുള്ളത് ശ്രദ്ധേയമാണ്.

ചരിത്രത്തിലേക്കുള്ള കടന്നുകയറ്റങ്ങൾ

റോസിയെന്ന നായികയുടെ പലായനത്തെ 1928 ലെ *വിഗതകുമാരൻ* ഓർമ്മപ്പെടുത്തുമ്പോൾ 1954 ലെ *നീലക്കുയിൽ* കീഴാള കഥാപാത്രത്തിന്റെ മുഖ്യധാരാ ചലച്ചിത്ര മാധ്യമത്തിലേക്കുള്ള പ്രവേശനം സാദ്ധ്യമാക്കിയ ചിത്രമെന്ന നിലയിൽ സ്മരിക്കപ്പെടുന്നു. നീലിയുടെയും ശ്രീധരന്റെയും പ്രണയബന്ധത്തെ മുൻനിർത്തി ആഖ്യാനവല്ക്കരിക്കപ്പെട്ട *നീലക്കുയിൽ* സവർണ്ണ അവർണ്ണ ബോധങ്ങളെ, മാനദണ്ഡങ്ങളെ മറികടക്കുവാനാഗ്രഹിക്കുന്ന, പുതിയൊരു സാമൂഹ്യവ്യവസ്ഥിതിയെ സൃഷ്ടിക്കുവാൻ ലക്ഷ്യമിട്ട ദളിത് സ്ത്രീയുടെ ദാരുണാന്ത്യത്തെയാണ് *നീലക്കുയിൽ* കൂടുതൽ മിഴിവോടെ സൃഷ്ടിച്ചത്. നീലിയുടെ ദുരന്തങ്ങൾ കേവലമൊരു സ്ത്രീയുടെ മാത്രം അനുഭവമല്ല, മറിച്ച് ഒരു വർഗ്ഗത്തിന്റെ തന്നെ പ്രതിനിധാനമായിരുന്നുവെന്ന് അതിന്റെ തുടർക്കാഴ്ചകളിലൂടെ മലയാളസിനിമ നമ്മെ ബോധ്യപ്പെടുത്തി. ഉറൂബിന്റെ രചനയിൽ രാമു കാര്യാട്ടും പി ഭാസ്കരനും സംയുക്തമായി സംവിധാനം ചെയ്ത *നീലക്കുയിലി*നെത്തുടർന്ന് കീഴാള കഥാപാത്രങ്ങൾ മലയാള സിനിമയിലേയ്ക്കു കടന്നുവന്നത് *രണ്ടിടങ്ങഴി* (1958), *മുടിയനായ പുത്രൻ* (1961), *കലക്ടർ മാലതി* (1967), *ഓടയിൽ നിന്ന് (1965), രാരിച്ചൻ എന്ന പൗരൻ* (1956) തുടങ്ങിയവയിലൂടെയാണ്.

രണ്ടിടങ്ങഴി, മുടിയനായ പുത്രൻ എന്നിവ ചിത്രങ്ങൾ അനുകല്പന ചിത്രങ്ങൾ എന്ന നിലയിലാണ് ദളിത് ആഖ്യാനത്തെ കൂടുതൽ സവിശേഷ നിലകളിലെത്തിക്കുന്നത്. ദളിത് ജീവിതങ്ങളുടെ ദുരന്താവസ്ഥകളും അവരുടെ അതിജീവനങ്ങളും ജന്മി മേലാള വർഗ്ഗങ്ങൾക്കെതിരെയുള്ള ചെറുത്തുനില്പുകളും കമ്മ്യൂണിസ്റ്റു പാർട്ടിയുടെ വളർച്ചയും രേഖപ്പെടുത്തിയ *രണ്ടിടങ്ങഴി* പുരോഗമന സാഹിത്യപ്രസ്ഥാനത്തിന്റെ പ്രയോക്താക്കളിലൊരാളായ തകഴിയുടെ തൂലികയിൽ ആവിഷ്കരിക്കപ്പെട്ട നോവലായിരുന്നു. *മുടിയനായ പുത്രനാ*വട്ടെ, സാമൂഹ്യനവീകരണമെന്ന ദൗത്യത്തെ സിരകളിലാവാഹിച്ച തോപ്പിൽഭാസിയുടെ നാടക രൂപവുമായിരുന്നു. ഇവയിൽനിന്നു വ്യതിരിക്തമായി സ്വതന്ത്രരൂപം എന്ന നിലയിൽ അവരോധിക്കപ്പെടുന്ന ചലച്ചിത്രം *കലക്ടർ മാലതി*യാണ്. *രണ്ടിടങ്ങഴി*യുടെ ഒന്നാം ഭാഗത്ത് കീഴാളരുടെ പ്രതിസന്ധികളെ ആവിഷ്കരിക്കുമ്പോൾ രണ്ടാം ഭാഗം അവരുടെ പ്രതീക്ഷകളെയും പ്രതിരോധങ്ങളെയും ആഖ്യാനം ചെയ്തുകൊണ്ട് നവസാമൂഹ്യനിർമ്മിതിയിൽ ദളിതർക്കും ഭാഗഭാക്കാകുവാൻ കഴിയുമെന്നു ബോധ്യപ്പെടുത്തി. താന്തോന്നിയായ രാജന്റെ ജീവിതത്തിലൂടെ സഞ്ചരിക്കുന്ന *മുടിയനായ പുത്രൻ* കീഴാളവിഭാഗങ്ങളുടെ അരക്ഷിതാവസ്ഥകളും അതു സൃഷ്ടിക്കുന്ന ഫ്യൂഡൽ വർഗ്ഗത്തോടുള്ള എതിർപ്പുകളെയും ആഖ്യാനം ചെയ്യുന്നു. കീഴാള വിഭാഗങ്ങളുടെ സംരക്ഷണമേറ്റെടുക്കുന്ന രാജൻ അവർക്കായി തന്റെ ജീവിതം ബലി നല്കി നല്ലവനാകുന്നിടത്താണ് *മുടിയനായ*

പുത്രൻ പുതിയൊരു ഭാവുകത്വത്തിലെത്തുന്നത്. കീഴാളാവസ്ഥകളിൽ നിന്നും പ്രതിസന്ധികളിൽനിന്നും ഉന്നതവിദ്യാഭ്യാസം നേടി കലക്ടർ ഉദ്യോഗം കൈവരിക്കുന്ന മാലതിയുടെ പ്രതീക്ഷാവഹമായ ജീവിതക്കാഴ്ചകളാണ് *കലക്ടർ മാലതി* പ്രേക്ഷകനു മുമ്പിൽ സൃഷ്ടിച്ചത്. ജനപ്രിയ ചേരുവകളുടെ സമർത്ഥമായ വിന്യാസങ്ങൾക്കിടയിലൂടെയാണ് ദളിത് ജീവിതത്തെ ഈ മൂന്നു ചലച്ചിത്രങ്ങളും ആവിഷ്കരിച്ചത്.

കലയെന്നും കമ്പോളമെന്നും ചലച്ചിത്രമേഖല വേർതിരിയുന്ന എഴുപതുകളുടെ കാലഘട്ടം മുതൽ കീഴാളജീവിതങ്ങൾ മുൻകാലങ്ങളെയപേക്ഷിച്ച് കൂടുതലായി പ്രത്യക്ഷപ്പെടുന്നുണ്ട്. *നെല്ല്* (1974/രാമു കാര്യാട്ട്), *കാഞ്ചനസീത* (1978/അരവിന്ദൻ), *അവളുടെ രാവുകൾ* (1978/ഐ വി ശശി), *ചുവന്ന വിത്തുകൾ* (1978/പി എ ബക്കർ), *കുമ്മാട്ടി* (1979/അരവിന്ദൻ), *കരിമ്പന* (1980/ഐ വി ശശി), *ചാപ്പ* (1982/ബക്കർ), *ചിദംബരം* (1985/അരവിന്ദൻ), *വിഷ്ണുലോകം, പെരുന്തച്ചൻ, വെങ്കലം, കാബൂളിവാല, രക്തസാക്ഷികൾ സിന്ദാബാദ്, കുടമാറ്റം, ഭൂതക്കണ്ണാടി, കമ്മദം, തിരകൾക്കപ്പുറം, മാട്ടുപ്പെട്ടി മച്ചാൻ, കണ്ണെഴുതി പൊട്ടുംതൊട്ട്, ശാന്തം* എന്നിങ്ങനെ ഒരുനിര ചിത്രങ്ങൾ മില്ലേനിയം വരെയുള്ള കാലഘട്ടത്തിൽ കീഴാളജീവിതങ്ങളെ കേന്ദ്രീകരിച്ചു നിർമ്മിക്കപ്പെട്ടവയാണ്. അതേസമയം പോപ്പുലർ താരങ്ങളഭിനയിച്ച, ജനപ്രിയ ചേരുവകൾ കുത്തിനിറച്ച നിരവധി ചലച്ചിത്രങ്ങളിൽ അപ്രസക്ത കഥാപാത്രങ്ങളായി /ജീവിതങ്ങളായി കീഴാളവിഭാഗങ്ങൾ കടന്നു പോകുന്നുണ്ട്. നായകന്റെ താരപ്രകടനങ്ങളെ പൊലിപ്പിക്കുന്ന ജനപ്രിയചിത്രങ്ങളിൽ ആൾക്കൂട്ടങ്ങളായി ചിതറിയവരായി, ചേരി/കോളനിവാസികളായി പ്രത്യക്ഷപ്പെടുന്ന കീഴാളർ നായകന്റെ തല്ലും തലോടുകളും ശാസനകളും മർദ്ദനങ്ങളും നിർദ്ദേശങ്ങളും ഏറ്റുവാങ്ങേണ്ടിവരുന്നത് സ്ഥിരം കാഴ്ചകളാണ്.

ജാതി കേവലം വംശാടിസ്ഥാനത്തിൽ മാത്രമല്ല സാമൂഹ്യാവസ്ഥകൾ, തൊഴിൽ നിലകൾ എന്നിവയിൽക്കൂടി കീഴാളരായി മാറ്റപ്പെട്ടവരുടെ ജീവിതങ്ങൾക്കൂടി മേല്പറഞ്ഞ ചിത്രങ്ങളിലുണ്ട്. എഴുപതുകളിലെ തൊഴിൽ - സാമ്പത്തിക പ്രതിസന്ധികളിൽ നിന്നും നവമാധ്യമ കേന്ദ്രീകൃത സാമ്പത്തിക പൊതുമണ്ഡലത്തിലേയ്ക്കെത്തുന്ന സുദീർഘമായ കാലയളവിൽ ദളിത് ജീവിതങ്ങൾ സമ്പൂർണ്ണമായ അരക്ഷിതാവസ്ഥകളിലായിരുന്നു. ദളിത് കീഴാളവിഭാഗങ്ങൾ സാമ്പത്തികാരക്ഷിതാവസ്ഥകളെ മറികടക്കുന്നതിനായി എന്തുപണികൾക്കും തയ്യാറാകുമായിരുന്നു. അതിന്റെ പ്രതിഫലനങ്ങളിലൊന്നായിരുന്നു അവർക്കുമേൽ ചാർത്തപ്പെട്ട ക്രിമിനൽ /സാമൂഹ്യവിരുദ്ധ മേൽമൂടികൾ. ദളിത് - ആദിവാസി വിഭാഗങ്ങളിലൊരു കൂട്ടർ പുരോഗമനപ്രസ്ഥാനങ്ങളുടെ അടിത്തറകളെ ഉറപ്പിച്ചുകൊണ്ട് തങ്ങളുടെ സുരക്ഷിതത്വങ്ങളെ സ്വപ്നം കാണുമ്പോൾ മറുകൂട്ടർ ഇടതുവിരുദ്ധ താവളങ്ങളിലേക്കും അതിതീവ്ര ദളിത് വാദങ്ങളിലേയ്ക്കും സഞ്ചരിക്കുവാൻ തയ്യാറായവരും ഇവർക്കിടയിലുണ്ടായി

രുന്നു. പക്ഷേ ഇത്തരത്തിലുള്ള തീവ്ര നിലപാടുകളെ പരിഗണിക്കാതിരുന്ന ചലച്ചിത്രങ്ങൾ കാല്പനികതയും ഭാവനകളും ഇഴ ചേർത്ത പുറം കാഴ്ചകളിലൂടെ കീഴാളജീവിതങ്ങളെ അവതരിപ്പിച്ചുകൊണ്ട് താരതമ്യേന ദുർബലരായവരെ അതീവ ദുർബലരാക്കി പ്രതിഷ്ഠിച്ചെടുത്തു.

കമ്പോളത്തിന്റെ കാമനകൾ

കേരളീയ പൊതുമണ്ഡലത്തിൽ ദളിത് രാഷ്ട്രീയം കൂടുതൽ വ്യാപകമാകുന്ന കാലയളവിൽ മുഖ്യധാരാ സാഹിത്യത്തിൽ അവയൊരു ഫാഷൻ ട്രെൻഡായി അവതരിപ്പിക്കപ്പെടുകയാണുണ്ടായത്. അതേ കാലയളവിൽ മലയാള സിനിമ അത്തരമൊരു ദിശയിലേയ്ക്കു നീങ്ങിയില്ല. ടി കെ സി വടുതലയും സി അയ്യപ്പനുമടക്കമുള്ള എഴുത്തുകാർ കീഴാള ജീവിതത്തിന്റെ ദുരന്തഭൂമികകളെ ആർജ്ജവത്തോടുകൂടി ആവിഷ്കരിച്ചുവെങ്കിൽ തന്നെയും അവ ചെറുന്യൂനപക്ഷത്തിനപ്പുറത്ത് സ്വീകരിക്കപ്പെടാതെ പോയ ചരിത്രം നമ്മുടെ മുമ്പിലുണ്ട് പിന്നീട് മുഖ്യധാരയിൽ കമ്പോളമൂല്യമുള്ള എഴുത്തുകാർ ദളിത് വിഷയാഭിനിവേശത്താൽ തൂലികയെടുത്തപ്പോൾ കുത്തക പ്രസാധകർ അത് ആഘോഷമായി വില്പന നടത്തുകയും ചെയ്തു. സാഹിത്യപാഠത്തിൽ നിന്നും ചലച്ചിത്രപാഠത്തിലേക്ക് എത്തുമ്പോൾ നായകന്റെ ആണത്ത സൗന്ദര്യ സങ്കല്പങ്ങളിലും പ്രകടനപരതകളിലും കുടുങ്ങിക്കിടന്നിരുന്ന മലയാളസിനിമ ചില കുതറിമാറലുകൾ എന്ന നിലയിൽ, എന്ന തലത്തിൽ ദളിത് പശ്ചാത്തലങ്ങളെ ഏറ്റെടുക്കുകയുണ്ടായി. *കരുമാടിക്കുട്ടൻ* (2001/വിനയൻ), *കണ്ണകി* (2001/ജയരാജ്), *ലോകനാഥൻ ഐ എ എസ്* (2005/അനിൽ ബാബു), *ചിതറിയവർ* (2004/ലാൽജി), *അച്ഛനുറങ്ങാത്ത വീട്* (2006/ലാൽ ജോസ്), *ഫോട്ടോഗ്രാഫർ* (2006/രഞ്ജൻ പ്രമോദ്), *പുലിജന്മം* (2006/പ്രിയനന്ദനൻ), *തലപ്പാവ്* (2008/മധുപാൽ), *തകരച്ചെണ്ട* (2007/അവിര റബേക്ക), *മേൽവിലാസം* (2011/മാധവ് രാംദാസ്), *പപ്പിലിയോ ബുദ്ധ* (2013/ജയൻ ചെറിയാൻ), *ലൈറ്റ്* (2011/ദേവപ്രസാദ്), *ചായില്യം* (2012/മനോജ് കാന), *പേരറിയാത്തവർ* (2014/ഡോ. ബിജു), *ബോധി* (അജയൻ), *നെഗലുകൾ* (2015/അവിര റബേക്ക), *കരി* (2014/ഷാനവാസ് നരണിപ്പുഴ), *ഒഴിവുദിവസത്തെ കളി* (2015/സനൽകുമാർ ശശിധരൻ), *വെളുത്ത രാത്രികൾ* (2015/മുഹമ്മദ് റാസി), *ജലം* (2016/എം പത്മകുമാർ), *കിസ്മത്ത്* (2016/ഷാനവാസ് കെ ബാവക്കുട്ടി), *ആറടി* (2016/സജി പാലമേൽ), *പതിനൊന്നാം സ്ഥലം* (2016/രഞ്ജിത്ത് ചിറ്റാത), *മാൻഹോൾ* (2016/വിധു വിൻസെന്റ്), *ഒറ്റയാൾപ്പാത* (2016/സതീഷ് ബാബുസേനൻ & സന്തോഷ് ബാബുസേനൻ), *ഖരം* (2017/ഡോ. പി വി ജോസ്) എന്നിങ്ങനെ നിരവധി ചിത്രങ്ങളിലായി കീഴാള ജീവിതങ്ങൾ പ്രേക്ഷകരുടെ മുമ്പിലെത്തി.

മുൻകാലങ്ങളെയപേക്ഷിച്ച് ദളിത്/കീഴാള ജീവിതങ്ങൾ ചലച്ചിത്രാഖ്യാനങ്ങളിൽ പ്രത്യക്ഷപ്പെട്ടത് ചില ബോധപൂർവ്വമായ ഇടപെടലുക

ളുടെ ഭാഗമായിരുന്നുവെന്നതാണ് വാസ്തവം. കേരളീയ സമൂഹത്തിൽ ദളിത്വിഭാഗങ്ങൾ കൂടുതലായി രാഷ്ട്രീയമായി കരുത്താർജ്ജിക്കുന്നത്, ദളിത് വൈജ്ഞാനികമണ്ഡലത്തിൽ കൂടുതൽ ആളുകൾ കടന്നുവന്നത്, ഇടത് വലത് കക്ഷികളുടെ നിഴൽപ്പാടുകളിൽ നിന്നും സ്വതന്ത്ര സംഘടനകളിലേയ്ക്കുള്ള ദളിതരുടെ മാറ്റങ്ങൾ, അംബേദ്കർ ദർശനങ്ങളുടെ വ്യാപക ചർച്ചകൾ, അക്കാദമിക് പൊതുമണ്ഡലങ്ങളിൽ ദളിത - കീഴാള വിഭാഗങ്ങളുടെ ആധിപത്യങ്ങൾ, മുഖ്യധാരാ മാധ്യമങ്ങളിലെ ദളിത് ഇടപെടലുകൾ, ദളിത് സ്ത്രീമുന്നേറ്റങ്ങൾ എന്നിവയുടെയെല്ലാം സമഗ്രതലത്തിൽ നിന്നുകൊണ്ടേ മലയാള ചലച്ചിത്ര മണ്ഡലത്തിന്റെ ദളിതാഭിമുഖ്യത്തെ വിലയിരുത്താനാകൂ. *കരുമാടിക്കുട്ടൻ* മുതൽ *ഒറ്റയാൾപ്പാത* വരെയുള്ള ജനപ്രിയവും ജനപ്രിയേതരവുമായ ചലച്ചിത്രങ്ങൾ മുഖ്യധാരയ്ക്കു അപ്രസക്തവും ആശ്ചര്യവും അത്ഭുതവുമൊക്കെയായ ദളിത് പ്രശ്നങ്ങളെ, പ്രതിസന്ധികളെ വ്യത്യസ്ത ദിശകളിലൂടെയവതരിപ്പിച്ചു. പൂർണ്ണമായും കമ്പോളവല്ക്കരിക്കപ്പെട്ട ഒരു സമൂഹത്തിൽ, വമ്പൻ ലാഭങ്ങൾ ലക്ഷ്യമിടുന്ന ചലച്ചിത്ര മേഖല പലപ്പോഴും ഒരു കമ്പോളവസ്തു എന്ന തലത്തിലേക്കു ദളിത് ജീവിതത്തെ പരിവർത്തിപ്പിക്കുന്നത് സ്ഥിരം കാഴ്ചയാണ്.

ഇന്ത്യൻ സമൂഹത്തിൽ ദളിതുകൾ വ്യാപകമായി ആക്രമിക്കപ്പെടുന്ന വർത്തമാനകാല അന്തരീക്ഷത്തിലാണ് കേരളത്തിൽ കീഴാള ജീവിതം പറയുന്ന ചിത്രങ്ങൾ നിർമ്മിക്കപ്പെടുന്നതെന്ന വസ്തുത പ്രധാനപ്പെട്ടതാണ്. ഗുജറാത്തും ഹരിയാനയും ഉത്തർപ്രദേശും അടക്കമുള്ള ഉത്തരേന്ത്യൻ സംസ്ഥാനങ്ങൾ ദളിത് കൂട്ടക്കൊലകളിലൂടെ, തങ്ങളുടെ ജാതി വംശീയപരമായ അധീശത്വനിലകൾ സ്ഥാപിച്ചെടുത്തുകൊണ്ടിരുന്നു. ഭരണകൂട നിയമ അധികാരവാഴ്ചകളെ അപ്രസക്തമാക്കി അരങ്ങുവാഴുന്ന സംഘടിത ദളിത് വിരുദ്ധബോധത്തിന്റെ തുടർച്ച കർണ്ണാടകയിലും തമിഴ്നാട്ടിലും പ്രകടമാണ്. ദളിത് കോളനികളും ജാതി മതിലുകളും ഒക്കെ അവസാനിക്കാത്ത ദളിത് വിവേചനത്തിന്റെ പുതുപാഠങ്ങളെ വെളിപ്പെടുത്തുന്നു. അക്കാദമിക - സാമൂഹ്യ - സാംസ്കാരിക പൊതുഇടങ്ങളിൽ നികൃഷ്ടവും വികൃതവുമായ ദളിത് വിരോധങ്ങൾ മാന്യതയുടെ പുറംതോടുകൾക്കുള്ളിൽ നിന്നും ഒളിമറകളില്ലാതെ പ്രത്യക്ഷപ്പെടാറുണ്ട്. അവയുടെ നിഗൂഢ തലങ്ങളിലേക്കുള്ള സഞ്ചാരങ്ങൾ *കരി, ഒഴിവുദിവസത്തെ കളി, കിസ്മത്ത്, 11-ാം സ്ഥലം, ആറടി, മാൻഹോൾ, ഒറ്റയാൾപ്പാത* എന്നീ ചിത്രങ്ങൾ സാദ്ധ്യമാക്കുന്നുണ്ട്.

ക്ഷേത്രമതിൽക്കെട്ടിനു പുറത്തു മാത്രമായി സ്ഥാനം ക്രമപ്പെടുത്തപ്പെട്ട, കരിങ്കാളിവേഷം കെട്ടാൻ പാരമ്പര്യവഴികളിലൂടെ നയിക്കപ്പെട്ട അയ്യപ്പന്റെ പ്രതിഷേധങ്ങളെ ചിത്രീകരിച്ച *കരി*യിൽ പ്രതിഷേധങ്ങളെ അപ്രസക്തമാക്കി വേഷം കെട്ടിയേറ്റേണ്ടിവന്ന അയ്യപ്പന്റെ നിസ്സഹായതകളാണുള്ളത്. *ഒഴിവുദിവസത്തെ കളി*യിൽ കളിക്കുള്ള അവസാന കരുവായി അവരോധിക്കപ്പെടുന്ന ദാസന്റെ സ്വതന്ത്രനിലകളെ അട്ടിമറി

ക്കുന്ന കീഴാളബോധവും അതിന്റെ തുടർച്ചയായുള്ള ദാരുണാവസ്ഥക ളുമാണുള്ളത്. വിജാതീയ പ്രണയബന്ധത്തിന്റെ ഭാഗഭാക്കാവുന്ന കീഴാള സ്ത്രീത്വത്തിന്റെ പ്രണയ ദുരന്തങ്ങളെ പശ്ചാത്തലമാക്കിയ ചിത്ര മാണ് *കിസ്മത്ത്* എങ്കിൽ *പതിനൊന്നാം സ്ഥലം* ആദിവാസി ജീവിത ത്തിന്റെ ദുരന്തങ്ങളിലേക്കുള്ള സഞ്ചാരമാകുന്നു. കുലത്തൊഴിലുകൾ ഇല്ലായെന്നു പറയുന്ന ഭരണകൂടത്തിനു മുമ്പിൽ ഉപജീവനത്തിനായി തോട്ടിപ്പണികൾ ചെയ്യുവാൻ നിർബന്ധിതരായ ചക്ലിയ വംശജരുടെ ദാരിദ്ര്യാവസ്ഥകളെ വെളിപ്പെടുത്തിയ *മാൻഹോൾ* അവരുടെ പുതിയ തലമുറയുടെ കാഴ്ചപ്പാടുകളെക്കൂടി പ്രേക്ഷകരിലേയ്ക്ക് സന്നിവേശി പ്പിക്കുന്നുണ്ട്. *ആറടി* സംസ്കൃത പണ്ഡിതൻ, ഗാന്ധിയൻ, സ്വാതന്ത്ര്യ സമരസേനാനി എന്നീ നിലകളിൽ മികച്ച പ്രവർത്തനം കാഴ്ചവെച്ച കുഞ്ഞിക്കോരു മാഷിന്റെ ശവസംസ്കാരത്തിനുള്ള ആറടി മണ്ണു ലഭ്യമ ല്ലാത്ത സവിശേഷ സന്ദർഭങ്ങളെ പ്രശ്നവല്ക്കരിച്ച ചിത്രമാകുമ്പോൾ *ഒറ്റയാൾപ്പാത* ചേരി/കോളനിവാസിയായ അഭ്യസ്തവിദ്യനായ ദളിത് യുവാവിന്റെ വൈകാരിക പ്രതിസന്ധികളെ ആലേഖനം ചെയ്യുന്നു. *കരി* മുതൽ *ഒറ്റയാൾപ്പാത* വരെയുള്ള ചിത്രങ്ങൾ കീഴാളരുടെ *ദുരന്തങ്ങൾ - അതിജീവനങ്ങൾ* എന്ന പൊതുഭൂമികയിലാണ് ഏകീഭാവം കൈവരി ക്കുന്നത്. കീഴാളന്റെ സുവർണ്ണ കാലഘട്ടങ്ങൾ ആര്യാധിനിവേശങ്ങളിൽ തകർന്നുടഞ്ഞുവെന്ന ചരിത്രബോധമുള്ള അയ്യപ്പന്റെ ജീവിതം പ്രതി ഷേധത്തിലേയ്ക്കു പരിവർത്തിപ്പിക്കപ്പെടുന്നുവെങ്കിലും അതിജീവന മെന്ന അടിസ്ഥാന ആവശ്യകതയ്ക്കു മുമ്പിൽ അത് നിശബ്ദമായിത്തീ രുന്നു.

ദുരന്തമെന്ന സന്ദിഗ്ധഘട്ടത്തെ അവതരിപ്പിക്കുന്ന *കിസ്മത്തിൽ* അനിത, *ആറടിയിൽ* കുഞ്ഞിക്കോരു മാഷിന്റെ ചെറുമകൻ, *മാൻ ഹോളിൽ* ശാലിനി, *ഒഴിവുദിവസത്തെ കളിയിൽ* ദാസൻ, *ഒറ്റയാൾ പാത* യിലെ തൊഴിൽരഹിതൻ തുടങ്ങിയവർ ദുരന്തഭൂമിയിൽ ഇരകളായ വരാണ്. തങ്ങളുൾപ്പെടുന്നതും തങ്ങളെ ഓരത്തേയ്ക്ക് തള്ളിനിർത്തി യതുമായ പൊതുമണ്ഡലത്തിന്റെ സങ്കുചിതവും കാപട്യവും കമ്പോള താല്പര്യങ്ങളും നിറഞ്ഞ നിലപാടുകളാണ് അത്തരം ദുരന്തങ്ങൾക്കു പിന്നിലുള്ളതെന്ന് അവർ തിരിച്ചറിയുന്നു. എങ്കിലും അവയ്ക്കെതിരെ പ്രകടമായ പ്രതിഷേധങ്ങൾ നിർമ്മിച്ചെടുക്കുവാൻ കഴിയാതെ അതിജീ വനത്തിനുള്ള വഴികൾ തേടുന്നു. നിശബ്ദമായ അതിജീവനങ്ങൾ ശക്തി മത്തായ പ്രതിഷേധങ്ങൾ തന്നെയാണെന്നുള്ള സൂചനകൾ നൽകു വാനും ഈ ചിത്രങ്ങൾക്കു കഴിയുന്നു. കീഴാളർക്കു സ്വതന്ത്രവും സ്വസ്ഥവും സുഗമവുമായി പാർക്കുവാനുള്ള പുരയിടങ്ങൾ വേണ്ടത്രയി ല്ലാത്ത കാലഘട്ടത്തിൽ ശവസംസ്കാരത്തിനായി ഒന്നരയും രണ്ടും സെന്റിൽ നിൽക്കുന്ന വീടുകളുടെ അടുക്കള പൊളിക്കേണ്ടി വരുന്ന സ്ഥിതിവിശേഷങ്ങൾ ഒറ്റപ്പെട്ട വിഷയങ്ങളല്ല, സർവ്വസാധാരണമായി ത്തീർന്നുകൊണ്ടിരിക്കുന്ന ഇത്തരം പ്രശ്നങ്ങൾ ഗുരുതര പ്രശ്നങ്ങ

ളാണെന്ന് ബോധ്യപ്പെടുത്തിയ കേരളീയ സമൂഹത്തിന്റെ പരിച്ഛേദങ്ങൾ *ആറടി*യിലും *പതിനൊന്നാം സ്ഥല*ത്തിലുമുണ്ട്. ഇത്തരം അവസ്ഥകളെ ബോധപൂർവ്വം പടിക്കു പുറത്ത് നിർത്തിക്കൊണ്ടാണ് സംവരണ വിരുദ്ധ രാഷ്ട്രീയക്കാർ കീഴാളന്റെ സംവരണാനുകൂല്യങ്ങളോട് പരിഹാസങ്ങൾ, കൊതിക്കെറുവുകൾ, പ്രതിഷേധങ്ങൾ തുടങ്ങിയവ പ്രകടിപ്പിക്കുന്നത്.

ദളിത് സൗന്ദര്യശാസ്ത്രവും താരശരീരവും

കറുപ്പിന്റെ/കീഴാളതയുടെ സൗന്ദര്യശാസ്ത്രങ്ങളെക്കുറിച്ച് പൊതു സമൂഹം അതിവാചാലമാകുമ്പോഴും വെളുപ്പിനെ, വെൺമയെ മഹത്വ വല്ക്കരിച്ച് അവയുടെ സാധ്യതകളിലേക്കു ശ്രദ്ധ കേന്ദ്രീകരിക്കുകയാണ് പതിവ്. അതുകൊണ്ടുതന്നെ ഇത്തരം പശ്ചാത്തലത്തിൽ കറുത്തവൻ (ൾ) പൊതുസൗന്ദര്യബോധത്തിനു പുറത്തായി മാറ്റിനിർത്തപ്പെടുകയും വെളുത്തവൻ (ൾ) സ്വീകരിക്കുന്ന സൗന്ദര്യ സംവർദ്ധക തന്ത്രങ്ങളെ സ്വീകരിക്കുവാൻ നിർബ്ബന്ധിക്കപ്പെടുകയും ചെയ്യുന്നു. ഇത് അവരിൽ ശരീരകേന്ദ്രിതമായ കോംപ്ലക്സുകൾ പൊതുമണ്ഡലങ്ങളിൽ ഇടപെടു ന്നതിനുള്ള ആത്മവിശ്വാസങ്ങളിൽ ഇടിച്ചിലുകൾ, തളർച്ചകൾ എന്നി വയും സൃഷ്ടിക്കുന്നു. മാലതി (*കലക്ടർ മാലതി*) മുതൽ ശാലിനി (*മാൻഹോൾ*) വരെയുള്ള നൂറുകണക്കിന് ദളിത് കഥാപാത്രങ്ങളിലി ത്തരം അപകർഷതാബോധങ്ങൾ പ്രകടമാണ്.

കറുപ്പിലും വെളുപ്പിലും വിപ്ലവകരവും വിസ്മയപൂർണ്ണവും ആന ന്ദാതിരേകവുമായ കാഴ്ചകളെ സൃഷ്ടിച്ച ചലച്ചിത്രങ്ങൾ അത്തരം സാധ്യതകൾക്കും പരിമിതികൾക്കുമിടയിൽതന്നെ കറുത്തവരെ, കീഴാ ളരെ ഭീകരസ്വത്വങ്ങൾ, പ്രതിനായകർ എന്നീ തലങ്ങളിൽ പ്രതിഷ്ഠിച്ചു. ബ്ലാക്ക് ആൻഡ് വൈറ്റിൽനിന്നും കളർ ഫിലിമുകളിലേക്കും ഡിജിറ്റൽ സിനിമയിലേക്കും മാറുമ്പോഴും കറുത്തവരെ സംബന്ധിച്ചു നില്ക്കുന്ന, സവർണ്ണർ നിർമ്മിച്ച അടിസ്ഥാനധാരണകൾക്ക് സവിശേഷമായ മാറ്റ ങ്ങൾ സൃഷ്ടിക്കപ്പെടുന്നില്ലെന്നു മാത്രമല്ല അത് കൂടുതൽ പ്രബലമാ യിത്തീരുകയും ചെയ്തു. ദൃശ്യമാധ്യമങ്ങൾ കാഴ്ചയുടെ ആകർഷണീ യതകൾക്കായി വെളുപ്പിന്റെ പ്രതിനിധികളെ കൂടുതൽ ഗ്ലാമറസായി അവ തരിപ്പിക്കുമ്പോൾ തന്നെ തികച്ചും അപരിഷ്കൃതമായ തലങ്ങളിൽ ഹാസ്യത്തിന്റെ ഉല്പാദനങ്ങൾക്കായി കറുത്തവരെ അപഹസിച്ച് അവ രുടെ സ്വത്വങ്ങളെ വിഡ്ഢികൾ, കോമാളികൾ എന്നീതലങ്ങളിൽ പ്രതി ഷ്ഠിക്കുന്നു. ടി വി സീരിയലുകൾ/കോമഡി പ്രോഗ്രാമുകൾ എന്നിവ യിൽ സൃഷ്ടിക്കപ്പെടുന്ന ഇത്തരം ഹാസ്യാവതരണങ്ങൾ അതിതീവ്ര മായ തലങ്ങളിലാണ് ചലച്ചിത്രങ്ങളിൽ ആവിഷ്ക്കരിക്കപ്പെടുന്നത്. നായ കന്റെ സർഗ്ഗാത്മകശേഷികളുടെ വിപുലീകരണത്തിന് സഹനടന്റെ കറുപ്പ് പരിഹാസ്യ ദ്യോതകമാകുമ്പോൾ (*അയാൾ കഥ എഴുതുകയാണ്,*

രാജേഷ് കെ എരുമേലി, രാജേഷ് ചിറപ്പാട്, *സൗന്ദര്യശാസ്ത്രം ചരിത്രവും വികാസവും*, ചിന്ത പബ്ലിഷേഴ്സ്

പുതുക്കോട്ടയിലെ പുതുമണവാളൻ, പാണ്ടിപ്പട, സർക്കാർദാദ, കിളിച്ചുണ്ടൻ മാമ്പഴം, കോബ്ര, എ ബി സി ഡി അടക്കമുള്ള നൂറുകണക്കിന് ചിത്രങ്ങൾ), നായകന്റെ ആധിപത്യ - അധികാര - ആക്രമണോത്സുക സ്വഭാവ വൈശിഷ്ട്യങ്ങൾക്കുള്ള ഇരകൾ (*ആറാംതമ്പുരാൻ, മിസ്റ്റർ ബ്രഹ്മചാരി, നരസിംഹം, നരൻ, ധ്രുവം, വല്യേട്ടൻ, നാട്ടുരാജാവ്, രാക്ഷസരാജാവ് തുടങ്ങി ആക്ഷൻഹീറോ ബിജുവരെയുള്ള* ചിത്രങ്ങൾ) നായികാനായകന്മാരുടെ സമാഗമ പുനസമാഗമ സന്ദർഭങ്ങളിൽ അവയ്ക്കാവശ്യമായ പശ്ചാത്തല സൃഷ്ടികൾ നടത്തുന്ന നിർഗ്ഗുണ പരബ്രഹ്മങ്ങൾ (*തെങ്കാശിപ്പട്ടണം, മായാവി, ചട്ടമ്പിനാട്*), നായകരക്ഷാർത്ഥം ബലിയാടായിത്തീരുന്നവർ (*ക്രൈംഫയൽ, മായാബസാർ, പ്രണയനിലാവ്*) വെളുത്തനായകനെപ്പുകഴ്ത്തുവാനായി മാത്രം കൂടെ നടക്കുന്ന കറുത്തകഥാപാത്രങ്ങൾ (*നസ്രാണി, പോത്തൻവാവ, പാപ്പിഅപ്പച്ചാ, താപ്പാന, ലേഡീസ് & ജന്റിൽമാൻ, കോബ്ര*) എന്നിങ്ങനെ വ്യത്യസ്ത മണ്ഡലങ്ങളിലായി കറുത്തവർ അവരോധിക്കപ്പെടുന്നു. ഇത് ഒരേ സമയം അപരഹിംസയുടെ നിഗൂഢമായ ആനന്ദങ്ങളെയാണ് സൃഷ്ടിക്കുന്നത്.

ദളിത് സൗന്ദര്യശാസ്ത്രത്തെ അവതരിപ്പിക്കുവാനുദ്യമിച്ച ചലച്ചിത്രങ്ങൾ 'കറുത്തു കുറുകിയ ഉടലുകളെ' കൃത്യമായ അകലങ്ങളിലാണ് സിനിമയ്ക്കുള്ളിലും അതുവഴി പ്രേക്ഷക മനസ്സുകളിലും പ്രതിഷ്ഠിച്ചത്. പക്ഷേ ഇത്തരം അകല്ച്ചപ്പാടുകളെ അതിവേഗത്തിൽ മറികടന്ന ചരിത്രമാണ് കലാഭവൻമണി മുതൽ മണികണ്ഠൻ വരെയുള്ള താരങ്ങൾക്ക് ഒക്കെ അവകാശപ്പെടുവാനുള്ളത്. ദാരിദ്ര്യവാസി, കൂലിപ്പണിക്കാരൻ, മിമിക്രിക്കാരൻ, ഓട്ടോ ഡ്രൈവർ എന്നീ നിലകളിലൂടെ കടന്ന് ചലച്ചിത്ര രംഗത്തെത്തിയ കലാഭവൻമണി ഹാസ്യനടൻ/വില്ലൻ/നായകൻ/ഉപനായകൻ എന്നിങ്ങനെയുള്ള വേഷങ്ങളിലൂടെ താരപദവി നേടിയെടുത്തിരുന്നു. ജനപ്രിയനടന്റെ പദവിയിൽ നില്ക്കുമ്പോൾപോലും തന്റെ ഭൂതകാല ദാരിദ്ര്യാവസ്ഥകളെ പൊതുസമൂഹവുമായി മണി താരജാഢകളില്ലാതെ പങ്കുവെച്ചിരുന്നു. മണിയെപ്പോലെ താഴേതട്ടിൽ നിന്നും, വിശിഷ്യാ ചേരിജീവിതത്തിന്റെ ഇടത്തിൽനിന്നും വിനായകനും കൂലിപ്പണിയുടെ രംഗത്തുനിന്നു മണികണ്ഠനും ചലച്ചിത്രരംഗത്ത് എത്തിയത് കീഴാള ശരീരത്തിന്റെ പുതിയ രൂപഭാവങ്ങളുമായിട്ടാണ്. തമ്പികണ്ണന്താനത്തിന്റെ *മാന്ത്രിക*ത്തിലൂടെ അഭിനേതാവായി മാറിയ വിനായകന്റെ മെലിഞ്ഞുണങ്ങിയ ശരീരം ആക്ഷൻ മസാല ക്വൊട്ടേഷൻ ഗുണ്ടാ ചിത്രങ്ങളിലെ പതിവു സാന്നിധ്യമായി അവരോധിക്കപ്പെട്ടു. *ചതിക്കാത്ത ചന്തു, ബെസ്റ്റ് ആക്ടർ* പോലുള്ള അപൂർവ്വം ചിത്രങ്ങളിൽ ഹാസ്യതാരമായി പരിവർത്തിപ്പിക്കപ്പെട്ടുവെങ്കിലും സ്ഥിരപ്രതിഷ്ഠ ലഭിച്ചത് സാമൂഹ്യവിരുദ്ധനായ ഗുണ്ടാ വേഷത്തിലായിരുന്നു. അതേസമയം ഗുണ്ടാവേഷത്തിലൂടെത്തന്നെ മികച്ച അഭിനേതാവെന്ന അംഗീകാരം (*കമ്മട്ടിപ്പാട*ത്തിലെ ഗംഗയിലൂടെ) വിനായകൻ നേടിയെടുത്തു. ദളിത് ജീവിതത്തിന്റെ

യഥാർത്ഥ പ്രതിനിധാനമായ ഗംഗ പ്രേക്ഷകന്റെ സ്മൃതിപഥത്തിൽ നില്ക്കുന്നതിനു പിന്നിൽ വിനായകന്റെ കീഴാള ശരീരഭാഷയ്ക്കു നിർണ്ണായക സ്ഥാനമുണ്ട്. മണികണ്ഠന്റെ ബാലൻചേട്ടനും ഇത്തരത്തിൽ പ്രേക്ഷകരിലെത്തിയ കഥാപാത്രമാണ്. കമ്മട്ടിപ്പാടത്തിലെ ദളിത് കഥാപാത്രങ്ങളെ 'കൂടുതൽ കറുപ്പിച്ചും' 'കൂടുതൽ വികൃതമാക്കി'യുമാണ് അവതരിപ്പിച്ചതെന്ന ആക്ഷേപങ്ങൾ ഉയരുമ്പോൾ തന്നെ കീഴാളതയുടെ യാഥാർത്ഥ്യങ്ങളെ അനുഭവപ്പെടുത്തുവാൻ ഗംഗനും ബാലൻചേട്ടനും കഴിഞ്ഞു.

മണിയെപ്പോലെ ജന്മംകൊണ്ട് കീഴാളത്തമില്ലെങ്കിൽ തന്നെയും ബാഹ്യപ്രകൃതിയിൽ കീഴാള സ്വരൂപമുള്ള ചെമ്പൻ വിനോദ് ജോസിന്റെ വളർച്ചയും മണിയുടേതുപോലെ അതിഥിതാരം - സഹനടൻ - സഹനായകൻ - പ്രതിനായകൻ - നായകൻ എന്നീ വഴികളിലൂടെയായിരുന്നു. ശിഖാമണിയിലൂടെ നായകനിരയിലേക്കുയർന്ന ചെമ്പനെ കറുത്തമുത്തായി മുഖ്യധാരാ മാധ്യമങ്ങൾ ആഘോഷിച്ചെടുക്കുകയും ചെയ്തു. വിനായകനെപ്പോലെ കീഴാള കഥാപാത്രത്തിലേയ്ക്കു പരിഗണിക്കപ്പെടുന്ന കൃഷ്ണനും (*ലെഫ്റ്റ് റൈറ്റ് ലെഫ്റ്റ്, വലിയചിറകുള്ള പക്ഷികൾ, ലവ് 24*7, അറടി*) സിനിമയുടെ വർണ്ണബോധത്തെയും, തൊലിനിറത്തെയും അതിജീവിക്കാൻ കഴിയാതെ നിൽക്കുന്നു. ഈ പാതയിലൂടെ സഞ്ചരിച്ചു കടന്നു പോയവരും നിലനിൽക്കുന്നവരും പുതിയതായി എത്തിയവരുടേതുമായ നിരയാണ് സലിംകുമാർ, മച്ചാൻവർഗ്ഗീസ്, നാരായൺകുട്ടി, കോട്ടയം സന്തോഷ്, സാജു നവോദയ, ബിജുക്കുട്ടൻ, ഷാജോൺ, ബാലു വർഗ്ഗീസ്, ലാൽ, മനോജ് ഗിന്നസ്, രാജു അടിമാലി, ശശാങ്കൻ, നെൽസൺ, ഗിഗറി, നോബി, ധർമ്മജൻ, വിഷ്ണു ഉണ്ണികൃഷ്ണൻ എന്നിങ്ങനെയുള്ളവർ. ഇവരിൽ ഭൂരിപക്ഷവും ദളിതരെന്നു പ്രത്യേകമായി വിളിക്കപ്പെടുന്ന പട്ടികജാതി പട്ടികവർഗ്ഗ വിഭാഗങ്ങളിൽപ്പെട്ടവരെല്ലെന്നിരിക്കെ തന്നെ ദളിത് പരിവേഷം ചാർത്തപ്പെട്ടതിനു പിന്നിൽ ബാഹ്യരൂപങ്ങളും കറുത്തനിറവുമായിരുന്നു അടിസ്ഥാന കാരണം. കറുപ്പിനെ സംബന്ധിച്ചുള്ള ആക്ഷേപങ്ങളും അപഹാസ്യതകളും നില്ക്കുമ്പോൾത്തന്നെ ചലച്ചിത്രത്തെ കേന്ദ്രീകരിച്ചുള്ള വരേണ്യ ആധിപത്യബോധങ്ങളെ അട്ടിമറിക്കുവാൻ വെള്ളിത്തിരയിലെ കറുത്തമുത്തുകൾക്കു കഴിഞ്ഞു എന്നുള്ളത് ചില്ലറക്കാര്യമല്ല. പാരമ്പര്യമായി കുലീനത്വമുള്ള തറവാടുകളിൽ നിന്നും, മികച്ച അക്കാദമിക് നേട്ടങ്ങളുടെ പശ്ചാത്തലങ്ങളിൽനിന്നും ജനപ്രിയ സൂപ്പർ മെഗാതാരങ്ങളായി ആധിപത്യമുറപ്പിച്ചവർക്കിടയിൽ കൂലിപ്പണിക്കാരനും മിമിക്രിക്കാരനും ഓട്ടോക്കാരനും ഫയർ ഡാൻസറും സ്വന്തം ഇടം കണ്ടെത്തുന്നത് നിലനില്ക്കുന്ന വ്യവസ്ഥിതിക്കുള്ളിൽ അട്ടിമറികൾ നടത്തിയിട്ടു തന്നെയാണ്. പക്ഷേ ഇത്തരം അട്ടിമറികൾ സുസാദ്ധ്യമാകുമ്പോഴും അവ മുഖ്യധാര കല്പിച്ച പരിധികൾക്കുള്ളിലായിരിക്കണമെന്നും അല്ലെങ്കിൽ അപ്രതീക്ഷിതമായ ആക്രമണങ്ങളും നീചമായ നിരാകരണങ്ങളും അഭി

മുഖീകരിക്കേണ്ടിവരുന്ന പ്രഖ്യാപിതവും അപ്രഖ്യാപിതവുമായ നില പാടുകൾ മുഖ്യധാരാ ചലച്ചിത്രലോകം സ്വീകരിച്ചിട്ടുണ്ട്.

ആദിവാസി വിരുദ്ധതകളും വംശീയാധിക്ഷേപങ്ങളും

കാടറിഞ്ഞും കാടിനെ അനുഭവിച്ചും ജീവിച്ചിരുന്ന ആദിവാസികളെ കാടിനു പുറത്തു പ്രതിഷ്ഠിച്ചുകൊണ്ടുള്ള സർക്കാർ സ്പോൺസേർഡ് വികസനങ്ങൾ അവരെ പരിഷ്കൃതരാക്കിയില്ലെന്നു മാത്രമല്ല അത്യന്തം ദുരിതപൂർണ്ണമായ ജീവിതസ്ഥലികളിൽ അവരെ പ്രതിഷ്ഠിക്കുകയും ചെയ്തു. ആദിവാസി ഊരുകളിൽ പട്ടിണിമരണങ്ങൾ ഉൾപ്പെടെയുള്ളവ സർവ്വസാധാരണമായി മാറിയിരിക്കുമ്പോൾ ആദിവാസിജീവിതങ്ങൾക്കായി വർഷാവർഷങ്ങളിൽ കോടികളുടെ പദ്ധതി വിഹിതങ്ങൾ അനുവദിക്കപ്പെടുന്നുണ്ടെന്നുള്ളതും ആദിവാസികളുടെ അവകാശങ്ങൾക്കായി ആദിവാസി സംഘടനകൾ നിരന്തരം സമരങ്ങൾ നടത്തുന്നുവെന്നതും വിരുദ്ധകാഴ്ചകളായി അരങ്ങേറുന്നു. അതിജീവനത്തിനായി ശ്രമിക്കുന്ന ഇത്തരമൊരു ജനതയെ തികച്ചും അപരിഷ്കൃതരാക്കി പ്രതിഷ്ഠിക്കുന്നവാനാണ് പരിഷ്കൃത മാധ്യമമായ ചലച്ചിത്രങ്ങൾ ഉദ്യമിക്കുന്നത്. നാഗരികരുടെ 'ചിട്ടപ്പെടുത്തി, ചെത്തിയൊരുക്കിയ' ജീവിതരീതികൾക്കുള്ളിൽ നിന്നുകൊണ്ട് ആദിവാസി ജീവിതങ്ങളെ സൃഷ്ടിച്ചെടുത്ത ചലച്ചിത്രങ്ങൾ *വനമാല* (1951) മുതൽ *കാടുപൂക്കുംനേരം* (2016) വരെയുള്ള ചിത്രങ്ങളിൽ കണ്ടെടുക്കാൻ കഴിയും. തമ്പ്രാനെക്കണ്ട് കാഴ്ച സമർപ്പിച്ച് തൊഴുതുനില്ക്കുന്നവരായും അർദ്ധനഗ്നശരീരികളായി ആടിപ്പാടുന്നവരിലേയ്ക്കും, വികൃത ഭാഷാപ്രയോഗങ്ങളും ചലനങ്ങളുമായി പ്രത്യക്ഷപ്പെടുന്നവരിലേക്കും ആദിവാസി ചിത്രങ്ങൾ മാറുന്നു. ആദിവാസികളുടെ കറുത്ത കുറുകിയ ശരീരഘടനയ്ക്കുള്ളിലേക്ക് മാദകറാണിമാരെന്നു വിശേഷിപ്പിക്കുന്ന ജയഭാരതി (*നെല്ല്*), സിൽക്ക് സ്മിത (*അഥർവ്വം*), ചാർമ്മി (*കാട്ടുചെമ്പകം*) എന്നിവരും അഴകൊഴമ്പന്മാരായ മോഹൻ (*നെല്ല്*), കമൽഹാസൻ (*പൊന്നി*), അനൂപ് മേനോൻ (*കാട്ടു ചെമ്പകം*) നുഴഞ്ഞു കയറി വീർപ്പുമുട്ടി പരാജിതരാകുന്നു.

അപരിഷ്കൃതരായ ആദിവാസികൾ സ്ലീവ്ലെസ് ബ്ലൗസണിഞ്ഞ് പൊക്കിൾകാട്ടി മഴനൃത്തം ചെയ്യേണ്ടി വരുന്ന, പച്ച ഇറച്ചികൾ കെട്ടിത്തൂക്കി സംഘനൃത്തം ചവിട്ടേണ്ടിവരുന്ന, നഗ്നരായി ഓടി മറയുന്ന, നഗരവാസികളുടെ സ്വൈര്യം തകർക്കുന്നവരായി, യൂറോപ്യൻ ക്ലോസറ്റിൽ നിന്നും വെള്ളം കുടിക്കുന്നവരുമായി പ്രത്യക്ഷപ്പെടുന്നത് ഒരു ജനസമൂഹത്തെയൊന്നടങ്കം അപഹാസ്യരാക്കുകയാണ്. ആധുനിക നാഗരിക മനുഷ്യന്റെ പരിഷ്കൃത ജീവിതസന്ദർഭങ്ങളിലേക്ക് പരിവർത്തിപ്പിക്കുവാൻ കഴിയാത്ത, പരിവർത്തിപ്പിച്ചാലും പരാജയപ്പെടുന്ന ശരീര പ്രകൃതികളുമുള്ള ആദിവാസികൾക്ക് അവരുടേതായ പ്രാഗത്ഭ്യങ്ങളും ജന്മസിദ്ധമായ സവിശേഷതകളുമുണ്ട്. അവയെ അപ്പാടെ നിരാകരിച്ചുകൊണ്ട് 'നികൃഷ്ട'രായും 'അല്പന്മാ'രായും 'വൃത്തികെട്ടവരാ'യും

'ഭീകരസ്വത്വങ്ങളാ'യും ചലച്ചിത്രങ്ങൾ പറഞ്ഞുവെക്കുന്നതും നായകൻ/ നായിക/സാങ്കേതിക പ്രവർത്തകർ/നിരൂപകർ തുടങ്ങി വ്യത്യസ്ത മണ്ഡ ലങ്ങളിലുള്ളവർ 'അട്ടപ്പാടി'യെന്ന പ്രയോഗത്തെ സിനിമയ്ക്ക് അകത്തും പുറത്തും വ്യത്യസ്ത സന്ദർഭങ്ങളിൽ പ്രയോഗിച്ചുകൊണ്ടിരിക്കുന്നതും ആദിവാസികളെ അങ്ങേയറ്റം നിന്ദ്യരാക്കി അവരോധിച്ചു വെച്ചതിന്റെ പരിണിത ഫലമാണ്. മുത്തങ്ങയിലും അട്ടപ്പാടിയിലുമടക്കമുള്ള ആദി വാസികൾ കീഴാളചരിത്രത്തിലെ തന്നെ ശ്രദ്ധേയ സമരപോരാട്ടങ്ങളിൽ പങ്കെടുത്തവരും ഭരണകൂട അധികാര സ്ഥാപനങ്ങളുടെ ക്രൂരതകൾക്കി രയായവരും അതിന്റെ കെടുതികൾ വർത്തമാനകാലത്തും അനുഭവിച്ചു കൊണ്ടിരിക്കുന്നവരുമാണ്. ഉത്തരേന്ത്യൻ കാല്പനിക വിപ്ലവ ഭാവന കളുമായി കാടുകയറിയ മാവോയിസ്റ്റുകളുടെ പേരിൽ ഭരണകൂടത്തിന്റെ ഗുണ്ടാ ആക്രമണങ്ങൾക്കു വിധേയരാകേണ്ടി വന്നതും ഇതേ ആദിവാ സികളായിരുന്നു. കാടിന്റെ വന്യതകളെ ശരീരത്തിലാവാഹിച്ച ആദിവാ സികളെ കോമാളിക്കൂട്ടങ്ങളായി ആഘോഷിച്ചു തിമിർക്കുകയാണ് മല യാളത്തിലെ ജനപ്രിയ സിനിമ നാളിതുവരെ ചെയ്തത്. മീശപിരിയൻ തമ്പുരാൻ വേഷങ്ങൾകെട്ടി ജനപ്രീതി വർദ്ധിപ്പിച്ച മെഗാസ്റ്റാർ കാട്ടുവാസിയാ കുമ്പോൾ അയാൾ നായക സങ്കല്പങ്ങളുടെ പൂർണ്ണതയ്ക്കായി അത്യ ന്താധുനിക നാഗരിക സംവിധാനങ്ങളെയൊന്നടങ്കം തന്റെ ശരീരത്തിൽ സ്വീകരിക്കുന്നു. അപരിഷ്കൃതരായ ആദിവാസികളിൽ നിന്നും സവർണ്ണ നാഗരിക, ഫ്യൂഡൽ ഫാസിസ്റ്റു ശരീരമായ *പുലിമുരുക*നിലേക്കുള്ള ആദി വാസി നിർമ്മിതി ആദിവാസി വിരുദ്ധകാഴ്ചകളുടെ രണ്ടാം പകുതിയാണ്.

സംവരണ (വിരുദ്ധ) രാഷ്ട്രീയവും ജാതിവരേണ്യ ബോധങ്ങളും

സാമൂഹ്യാധികാര ഘടനയിൽ പിന്നാക്കമായിപ്പോയ ദളിത് വിഭാഗ ങ്ങളുടെ ഉയർച്ചയെ ലക്ഷ്യമിട്ടുകൊണ്ടാണ് സംവരണ സംവിധാനങ്ങൾ രൂപകല്പന ചെയ്യപ്പെടുന്നതും ഇന്ത്യൻ സമൂഹത്തിൽ അവ നടപ്പിലാ ക്കപ്പെടുന്നതും. സംവരണം ദളിത് വിഭാഗങ്ങളെ സാമൂഹ്യമായി ഒരു ഉയർച്ചയിലെത്തിക്കാനുള്ള ഉപാധിയായിരുന്നുവെങ്കിലും പല ദളിത് വിഭാ ഗങ്ങൾക്കും അർഹമായ വിധത്തിൽ സംവരണം നേടിയെടുക്കുവാനും കഴിഞ്ഞില്ല. ഇന്ത്യ സ്വതന്ത്രമായിട്ട് എഴുപതുവർഷങ്ങളാകുമ്പോഴും കീഴാളവിഭാഗങ്ങൾ അവരുടെ പ്രതിസന്ധികളിലും കെടുതികളിൽ നിന്നും വിമോചനം നേടുകയോ അഭിവൃദ്ധി പ്രാപിക്കുകയോ ചെയ്തില്ല.

ദളിത് ജീവിത പ്രമേയ സിനിമകൾ ദളിത് സ്വത്വബോധങ്ങളെ പ്രതി ഷ്ഠിക്കുവാനുള്ള ശ്രമങ്ങൾ നടത്തുമ്പോൾ തന്നെ ഫ്യൂഡൽ അധികാര ഘടനകളുടെ നവ നിർമ്മിതരൂപങ്ങൾക്ക് ബോധപൂർവ്വമായിത്തന്നെ വിധേയപ്പെടുന്നതിന്റെ കാഴ്ചകൾ *മുടിയനായ പുത്രൻ* മുതൽ *മാൻ ഹോൾ* വരെയുള്ള ചിത്രങ്ങളിൽ പ്രകടമാണ്. സംഘടിത തൊഴിലാളി വർഗ്ഗത്തിന്റെ സംരക്ഷകനായിത്തീരുന്നത് ഒറ്റയാൾപട്ടാളമായ രാജ നാണ്. സംഘടിത മുന്നേറ്റങ്ങൾക്കു വിലയില്ലാതായിത്തീരുന്ന സന്ദർഭ

ത്തിൽനിന്നും സംവരണവിരുദ്ധ നിലപാടുകളിലേക്കാണ് *കലക്ടർ മാലതി* സഞ്ചരിക്കുന്നത്. കഷ്ടകാലത്തിനു 'ഞാനൊരു ക്ഷത്രിയനായിപ്പോയി' എന്നു വിലപിക്കുന്ന രവിവർമ്മയിൽ ഫ്യൂഡൽ വ്യവസ്ഥയുടെ തകർച്ചയുടെ നിരാശകൾ, സർക്കാർ സംവിധാനത്തിൽ ക്ലാർക്ക് ഉദ്യോഗം ചെയ്യേണ്ടി വരുന്നതിന്റെ വൈക്ലബ്യങ്ങൾ, സംവരണത്തിലൂടെ ദളിതർ ഉന്നതമണ്ഡലങ്ങളിൽ പ്രതിഷ്ഠിക്കപ്പെടുന്നതിന്റെ അസ്വസ്ഥതകൾ എന്നിവ കണ്ടെത്തുവാൻ കഴിയും. *കലക്ടർ മാലതി* പ്രദർശനത്തിനെത്തിയതിന്റെ പത്താംവർഷത്തിൽ നടപ്പിലായ മണ്ഡൽകമ്മീഷൻ റിപ്പോർട്ടിനെതിരെ വ്യാപകമായ പ്രതിഷേധങ്ങളാണ് മധ്യവർഗ്ഗ സവർണ്ണ വിഭാഗങ്ങളിൽ നിന്നും ഉയർന്നുവന്നത്. ഉത്തരേന്ത്യയിൽ കലാപം സൃഷ്ടിക്കപ്പെട്ടു. കീഴാള വിഭാഗങ്ങൾക്കു ഉയർച്ചയുണ്ടാകുന്ന മണ്ഡൽ കമ്മീഷൻ റിപ്പോർട്ടിനെതിരെ വിദ്യാർത്ഥികൾ നടത്തിയ പ്രക്ഷോഭത്തിനിടയിൽ ക്ഷിതി ഗോസ്വാമിയെന്ന വിദ്യാർത്ഥി ആത്മഹത്യ ചെയ്തു.

*കലക്ടർ മാലതി*യിലെ രവിവർമ്മയുടെ ക്ഷത്രിയ വിലാപങ്ങളുടെ തുടർച്ചയും പ്രതിഷേധങ്ങളും എൺപതുകളിലെയും തൊണ്ണൂറുകളിലെയും സവർണ്ണ മധ്യവർഗ്ഗ സിനിമകൾ ധാരാളിത്തത്തോടെ കൊണ്ടാടിയിരുന്നു. *അടിവേരുകൾ* മുതൽ *മാണിക്യകല്ല്* വരെയുള്ള നൂറുകണക്കിന് ചിത്രങ്ങൾ സവർണ്ണ മധ്യവർഗ്ഗത്തിന്റെ കീഴാള പരിഹാസങ്ങളെ അതിന്റെ തീവ്രതകളിൽ അവതരിപ്പിച്ചിരുന്നു. ദളിത്/കീഴാള വിഭാഗങ്ങൾ സംവരണത്തിലൂടെ അക്കാദമിക - ഉദ്യോഗ മണ്ഡലങ്ങളിൽ കൂടുതലായി എത്തുന്നതിനോട്, സവർണ്ണ വിഭാഗങ്ങൾ അമർഷവും പുച്ഛവും പ്രകടിപ്പിക്കുന്നത് സർവ്വ സാധാരണമാണ്. കീഴാളരായ എം എൽ എ, മന്ത്രി, പോലീസുദ്യോഗസ്ഥർ, സർക്കാർ ഗുമസ്തൻ, ദേവസ്വം ബോർഡ് മെമ്പർ കഥാപാത്രങ്ങൾ അവരുടെ ജാതി, സംസ്കാരം, വേഷം, ഭാഷ കൊണ്ടുതന്നെ നിഷ്ക്രിയരും ഭോഷ്കരുമായി മാറ്റപ്പെടുന്നു. ഗുരുവായൂർ ദേവസ്വം ബോർഡിൽ എത്തുന്ന ഹരിജൻ മെമ്പർക്കു നേരിടേണ്ടി വരുന്ന പരിഹാസങ്ങളുടെ ആവർത്തനങ്ങൾ വ്യത്യസ്ത സന്ദർഭങ്ങളിലായി നിരവധി സിനിമകൾ ഏറ്റെടുത്തു പ്രചരിപ്പിച്ചിട്ടുണ്ട്. വ്യക്തിപരമായ കഴിവുകളേക്കാൾ ജാതിവാലിനു പ്രാമുഖ്യം വരുമ്പോഴാണ് പോലീസ് സൂപ്രണ്ട് കൺഫേർഡ് ഐ പി എസായും പാചകക്കാരനായും ലുക്കില്ലാത്ത പോലീസുകാരനായും ഗസറ്റിലൂടെ തമ്പുരാനെന്ന പേരുമാറ്റേണ്ടി വരുന്നവനായും പ്രത്യക്ഷപ്പെടുന്നത്. ബോധപൂർവ്വമായ കീഴാള അപഹാസ്യതകളിലൂടെ സവർണ്ണർ തങ്ങളുടെ അപ്രമാദിത്വത്തെ പ്രഖ്യാപിക്കുകയും ഫ്യൂഡൽ സംവിധാനങ്ങളുടെ പുനർനിർമ്മാണങ്ങൾ സാധ്യമാക്കിയെടുക്കുകയും ചെയ്യുന്നു.

കീഴാളരെ അപരസ്ഥാനത്തു നിർത്തി സവർണ്ണാധിപത്യത്തെ ഉദ്ഘോഷിക്കുന്ന ചലച്ചിത്രങ്ങൾ കീഴാളരെ കടുത്ത ജാതിമതവർഗ്ഗ ബോധ ബോധമുള്ളവരായി ആവിഷ്കരിക്കുന്നുണ്ട്. പൂണൂലിട്ടവനോടു കീഴാളനു തോന്നുന്ന തൊട്ടുകൂടായ്മയെ പ്രകടിപ്പിക്കുന്ന തൊഴിലാളി

നേതാവ്, സംഘടനാ പ്രവർത്തകൻ (*ആര്യൻ*), നായരെക്കൊണ്ട് സല്യൂട്ട് അടിപ്പിച്ച് പുളകം കൊള്ളുന്ന, പാചകം കുലത്തൊഴിലായ പൊലീസ് ഓഫീസർ (*ടന്റ്ഗി ടന്റ്ഗി*) സംബോധനയിലെ വംശീയാധിക്ഷേപത്തെ മറി കടക്കാൻ കുഞ്ഞിരാമനെന്ന പേര് തമ്പുരാനായി പരിഷ്കരിക്കുന്ന, ഹെഡ്മാഷിന്റെ തമ്പുരാൻ വിളിയിൽ പുളകിതനാകുന്ന പ്യൂൺ (*മാണി ക്യക്കല്ല്*), നായർ പണിക്കാരനോടു നിരന്തരം പുച്ഛം പ്രകടിപ്പിക്കുന്ന ദളിത് ക്രിസ്ത്യാനിയായ കോരമുതലാളി (*ഭയ്യ ഭയ്യ*) വരെയുള്ളവരിലൂടെ ഇത്തരം നിർമ്മിതികൾ നീങ്ങുന്നു. ഇതിലൂടെ കീഴാളരെ അപഹാസ്യ രാക്കുകയെന്ന സവർണ്ണതന്ത്രങ്ങൾ ലക്ഷ്യം കാണുന്നു.

യഥാർത്ഥത്തിൽ കീഴാള സ്വഭാവത്തിൽ നില്ക്കുന്ന കഥാപാത്രങ്ങളുടെ അതിപ്രകടനപരതകളിലൂടെ അവർ അപഹാസ്യരും നിന്ദ്യരും വെറുക്കപ്പെട്ടവരുമായി അവരോധിക്കപ്പെടുന്നു. അർഹതയില്ലാത്ത സ്ഥാനങ്ങളിൽ എത്തപ്പെടുന്നവരുടെ അല്പത്തരങ്ങളായി വ്യാഖ്യാനിക്കപ്പെടുന്ന ഇത്തരം ചലച്ചിത്രാഖ്യാനങ്ങൾ ബുദ്ധി, പ്രതിഭ, ശാരീരിക സൗന്ദര്യം, ഔചിത്യബോധം എന്നിവയിൽ മികവ് പുലർത്തുന്നവർ സവർണ്ണകുലത്തിൽ പിറന്നു വളർന്ന വ്യക്തിത്വങ്ങളാണെന്ന പൊതുബോധത്തെ സൃഷ്ടിച്ചെടുക്കുന്നു. കുലത്തൊഴിലിന്റെ പേരിൽ അപഹാസ്യരായിത്തീരേണ്ടി വരുന്ന, ജന്മം കൊണ്ടല്ല കർമ്മം കൊണ്ട് സാമൂഹ്യാഭിവൃദ്ധി കൈവരിച്ചാലും ജന്മത്തിന്റെയും/കുലത്തിന്റെ/വംശത്തിന്റെയും പേരിൽ ആജീവനാന്തം തിരസ്കൃതരാക്കപ്പെടുന്ന നൂറുകണക്കിനു കഥാപാത്രങ്ങളെ *മുടിയനായ പുത്രൻ* മുതൽ *മാൻഹോൾ* വരെയുള്ള ചിത്രങ്ങളിൽ നിന്നും കണ്ടെടുക്കുവാൻ കഴിയുന്നതാണ്. ഉപരിവർഗ്ഗത്തിന്റെ തൊഴിലുകളെ മഹത്വവല്ക്കരിക്കുമ്പോൾതന്നെ കീഴാളരുടെ കുലത്തൊഴിലുകൾക്കുള്ളിൽ അപഹസിച്ച് അവരെ അതിനുള്ളിൽ തളച്ചിടുവാനുള്ള നിഗൂഢ ശ്രമങ്ങളും പ്രകടമാണ്. മുഖ്യധാരയിൽ ഇടപെടുന്ന കീഴാളരെ അപരിഷ്കൃതരും അപഹാസ്യരുമാക്കുന്ന ചലച്ചിത്രങ്ങൾ ദളിതർ തങ്ങളുടെ ഔദാര്യങ്ങൾക്കു കീഴിൽ മാത്രമായി നില്ക്കേണ്ടുന്നവരാണെന്ന പൊതുബോധത്തെക്കൂടി സൃഷ്ടിക്കുന്നു.

കേരളീയ പൊതുമണ്ഡലത്തിൽ എൻ എസ് എസ്, എസ് എൻ ഡി പി എന്നിവയെപ്പോലെ ദളിത് വിഭാഗങ്ങൾക്ക് സമ്മർദ്ദശക്തിയായി മാറുന്ന തലത്തിലേക്ക് വളരുവാൻ കഴിഞ്ഞിട്ടില്ല. ദളിത് ജാതി ബോധങ്ങൾക്കുള്ളിൽതന്നെ, അതിനുള്ളിൽ വിന്യസിക്കപ്പെടുന്ന ഉപജാതി ബോധങ്ങൾ, കീഴാള ഉപരിവർഗ്ഗ നിലകൾ, ശുദ്ധ - അശുദ്ധിസങ്കൽപ്പങ്ങൾ, ബ്രാഹ്മണ്യം ചാർത്തിക്കൊടുത്ത ആചാരശീലങ്ങൾ, കമ്പോള ആത്മീയ വ്യാപാരികളുടെ നിഗൂഢമായ ഇടപെടലുകൾ, സഹവർതിത്വം - സഹിഷ്ണുതയില്ലായ്മകൾ എന്നിവയെല്ലാം തന്നെ വൈവിദ്ധ്യങ്ങളുടെ ഭൂമികമായ ദളിത്/ആദിവാസി വിഭാഗങ്ങളെ പല തട്ടുകളിൽ പ്രതിഷ്ഠിക്കുന്നു. ദളിത് ആദിവാസി വിഭാഗങ്ങളെ സംരക്ഷിക്കേണ്ടവർ തന്നെ ദളിത് തീവ്രവാദികൾ, നക്സൽ - മാവോയിസ്റ്റുകൾ എന്നീ പരികല്പനകളി

ലേക്ക് ബോധപൂർവ്വം തള്ളിവിട്ടുകൊണ്ട് ബ്രാഹ്മണിക്കൽ ഹിംസാരാഷ്ട്രീയത്തിന്റെ വകഭേദങ്ങൾ നിർവ്വഹിച്ചെടുക്കുന്നു. ഇത്തരം സംവിധാനങ്ങൾക്കെതിരെയുള്ള പ്രതിഷേധങ്ങൾ അതിലളിതമായി നിർമ്മിച്ചെടുക്കാൻ ചലച്ചിത്രങ്ങൾക്കു കഴിയുമെങ്കിലും അവ അതിനായി ഉദ്യമിക്കുന്നില്ല.

ദളിത് ക്രൈസ്തവരും ഘർവാപ്പസിയും സംഘ്പരിവാർ സംഘടനകളും

ദളിതരുടെ സാമൂഹ്യ വിവേചനങ്ങളെ പ്രബലമാക്കി നിലനിർത്തിയ ഹൈന്ദവ സാമൂഹ്യമണ്ഡലത്തിന്റെ നിലപാടുകൾ തിരിച്ചറിഞ്ഞ ദളിതർ ക്രിസ്തുമതത്തിലേക്കു പരിവർത്തനം ആഗ്രഹിച്ചു. 19-ാം നൂറ്റാണ്ടിലെ അടിമത്തവ്യവസ്ഥയ്ക്കെതിരെ ശബ്ദമുയർത്തിയ ക്രിസ്ത്യൻ മിഷണറിമാരുടെ പ്രവർത്തനങ്ങൾ കേരളീയ സമൂഹത്തിൽ ചലനങ്ങൾ സൃഷ്ടിച്ചിരുന്നു. മിഷണറിമാരുടെ പ്രവർത്തനങ്ങളുടെ ഫലമായി ജാതിവിവേചനങ്ങൾ അപ്രത്യക്ഷമാകുകയും ആധുനിക വിദ്യാഭ്യാസമുൾപ്പെടെയുള്ളവ പ്രചരിക്കുകയും ചെയ്തു. ഇത്തരം പശ്ചാത്തലങ്ങൾ ദളിതരെ ക്രിസ്തുമതത്തിലേയ്ക്കാകർഷിച്ചുവെങ്കിൽതന്നെയും പരിവർത്തനം ചെയ്യപ്പെട്ടവർ ക്രസ്ത്യാനികളായില്ല, മറിച്ച് ദളിത് ക്രൈസ്തവർ/അവശ ക്രൈസ്തവർ/പരിവർത്തിത ക്രൈസ്തവർ എന്നീ നിലകളിലേയ്ക്ക് അരികുവല്ക്കരിക്കപ്പെട്ടു. അവശ ക്രൈസ്തവരായിത്തന്നെ നിലനില്ക്കാൻ വിധിക്കപ്പെട്ട ദളിതരുടെ അരക്ഷിതാവസ്ഥകളെ ടി കെ സി വടുതലയുടെ 'അച്ചണ്ട വെന്തിഞ്ഞ ഇന്നാ' മുതൽ കെ ആർ മീരയുടെ 'നായ്ക്കോലം' വരെയുള്ള നിരവധി കഥകൾ ബോധ്യപ്പെടുത്തുന്നുണ്ട്. 'പെലയക്രിസ്ത്യാനി' നേരിടേണ്ടി വന്ന സാംസ്കാരിക വെല്ലുവിളി ഒരേ സമയം ക്രൈസ്തവ സമൂഹത്തിനുള്ള ആചാരവിശ്വാസ ചടങ്ങുകൾക്കുള്ളിൽ നിന്നും പുറന്തള്ളപ്പെടുകയും പരിവർത്തിതർക്കായി പ്രത്യേകം സൃഷ്ടിക്കപ്പെട്ട പള്ളികളിൽ ഒതുങ്ങേണ്ടി വരികയും ചെയ്തുവെന്നതാണ്. ഇത്തരം കാഴ്ചകളുടെ തുടർച്ചയായിരുന്നു ലാൽ ജോസിന്റെ *അച്ഛനുറങ്ങാത്ത വീട്* (2006) മുതൽ ടി എ റസാഖിന്റെ *മൂന്നാംനാൾ ഞായറാഴ്ച* (2016) വരെയുള്ള ചിത്രങ്ങളിലുള്ളത്. സാമുവേൽ സർക്കാരുദ്യോഗസ്ഥനാണെങ്കിൽ തന്നെയും തന്റെ അവശ ക്രൈസ്തവ ഐഡന്റിറ്റിയിൽ പൊതുമണ്ഡലങ്ങളിൽ അധിക്ഷേപിക്കപ്പെടുമ്പോൾ, കറുമ്പനാകട്ടേ ഹൈന്ദവതയിൽനിന്നും ക്രൈസ്തവതയിലേയ്ക്കു പരിവർത്തിപ്പിക്കുവാൻ സ്വയം സന്നദ്ധനാകാതെ പരാജിതനായിത്തീരുന്നു.

മതപരിവർത്തനം നിർവ്വഹിച്ച സാമുവേലും മതപരിവർത്തനത്തിനു നിർബന്ധിതനാക്കപ്പെടുന്ന കറുമ്പനും പരാജയപ്പെട്ട ദളിത് ജീവിതത്തിന്റെ പ്രതിനിധികളാണ്. ദളിതന്റെ യഥാർത്ഥ സ്വത്വം പ്രതിഷ്ഠിക്കപ്പെടേണ്ടത് എവിടെയാണെന്നുള്ള അന്വേഷണങ്ങൾ മുന്നോട്ടു വെക്കുന്ന ഈ ചിത്രങ്ങൾ അവരുടെ സാംസ്കാരിക പ്രതിസന്ധികളെ ആധികാരികമായി പരിഗണിക്കാതെ വിട്ടുകളയുന്നു. സംവരണാനുകൂല്യങ്ങൾ

ക്കായി ഹൈന്ദവ ആചാരവിശ്വസങ്ങളോടുള്ള അന്ധമായ താത്പര്യങ്ങളുടെ പുറത്തുനില്ക്കുന്ന ദളിത് ഹൈന്ദവർ, അവശ ക്രിസ്ത്യാനികൾ, ബുദ്ധിസത്തിലേക്കു പരിവർത്തിപ്പിക്കപ്പെട്ടവർ, യുക്തിവാദത്തിന്റെ വഴിയിലൂടെ സഞ്ചരിക്കുന്നവർ എന്നിങ്ങനെ ഒട്ടനവധി വൈവിധ്യങ്ങളുടെ വലിയൊരു പ്രതലത്തിലാണ് ദളിത് സമൂഹം നിലനിൽക്കുന്നതെന്ന വസ്തുതയെ വിസ്മരിച്ചുകൊണ്ടാണ് മലയാളത്തിലെ ദളിത് പ്രമേയ സിനിമകൾ ഒരുക്കപ്പെട്ടത്. പരിവർത്തിത ക്രൈസ്തവർ നേരിടുന്ന സാംസ്കാരിക പ്രതിസന്ധികളെ ആവിഷ്കരിക്കുന്നതിൽ പരാജയപ്പെട്ട ചലച്ചിത്രങ്ങൾ അവരെ തികഞ്ഞ 'കോമാളികൾ' എന്ന തലത്തിലാണ് ക്രമീകരിച്ചത്. പെന്തിക്കോസ്തുകാരെ അപഹാസ്യരും നിന്ദ്യരുമാക്കുന്ന പ്രവണത ചലച്ചിത്രങ്ങളോടൊപ്പം ചാനൽ പ്രോഗ്രാമുകളും ഏറ്റെടുത്ത് സജീവമാക്കി നിലനിർത്തിയിരിക്കുന്നത് ദൈംനംദിന ചാനൽ പ്രോഗ്രാമുകളിൽ നിന്നു വ്യക്തമാണ്.

മനുവാദികളുടെ ആക്രമണങ്ങൾക്കു വിധേയപ്പെട്ടു കഴിയേണ്ടിവന്ന ഒരു ജനതയുടെ പിൻതലമുറക്കാർ (ദളിത് ഹൈന്ദവർ) സംവരണമെന്ന ഔദാര്യങ്ങളെ മുൻനിർത്തി, തങ്ങളുടെ അവകാശങ്ങൾ കവർന്നെടുക്കുമെന്ന മൂഢവിശ്വാസങ്ങളുടെയും ഭീതിയുടെയും അടിസ്ഥാനത്തിൽ ക്രൈസ്തവ ദളിതരെ രണ്ടാംനിരയിലേക്കു തള്ളുന്ന കാഴ്ചകൾ കേരളീയ സമൂഹത്തിൽ സുലഭമാണ്. ഉത്തരേന്ത്യൻ ഗ്രാമങ്ങളിൽ മിഷണറിപ്രവർത്തനങ്ങളുടെ ഭാഗമാകുന്ന ആദിവാസികളെ ചുട്ടെരിക്കുന്ന സംഘ്പരിവാർ സംഘടനകൾ കേരളമടക്കമുള്ള സംസ്ഥാനങ്ങളിൽ 'ഘർ വാപ്പസി'യിലൂടെ കീഴാള വിഭാഗങ്ങളെ വീണ്ടെടുക്കുന്നതിനു പിന്നിൽ നിഗൂഢവും അത്യന്തം അപകടകരമായ രാഷ്ട്രീയ നിലപാടുകളുമുണ്ട്. മതപരിവർത്തനങ്ങൾ സൃഷ്ടിക്കപ്പെട്ടത് എന്തുകൊണ്ടാണ്, ദളിത് വിഭാഗങ്ങൾ അത്തരമൊരു വഴിയേ വ്യാപകമായി സഞ്ചരിച്ചതെന്തുകൊണ്ട് എന്നിങ്ങനെയുള്ള ചരിത്രപരമായ തലങ്ങളെ അവഗണിച്ചുകൊണ്ടാണ് സംഘ്പരിവാർ ശക്തികൾ മതപരിവർത്തനത്തെ അതിഭീകരമായി ചിത്രീകരിച്ചതും സ്വന്തം മതത്തിലേയ്ക്കു മടങ്ങുവാൻ ദളിത് വിഭാഗങ്ങളെ നിർബന്ധിച്ചതും. ഇക്കൂട്ടർ വീട്ടിലേക്കു തിരികെ മടങ്ങുന്നവരെ മനുസ്മൃതി ബോധത്തിന്റെയടിസ്ഥാനത്തിൽ പഴയകാല വീട്ടടിമകളെ അടിമകൾ തന്നെയാക്കുന്നു. ഇത്തരത്തിൽ അസംഖ്യം സങ്കീർണ്ണാവസ്ഥകളിലൂടെ ദളിത് ജീവിതങ്ങൾ നീങ്ങുമ്പോൾ കേവലം ലാഘവത്തോടുകൂടിയുള്ള മതപരിവർത്തന വിഷയങ്ങളല്ല, അതിനപ്പുറത്ത് ദളിത് വംശീയതയെത്തന്നെ സമ്പൂർണ്ണമായി നിർമ്മാർജ്ജനം ചെയ്യുകയെന്ന നിഗൂഢലക്ഷ്യത്തെ മുൻനിർത്തുന്ന ഹൈന്ദവ തീവ്രവാദ സംഘടനകളെ പ്രതിരോധിക്കുകയെന്ന ദൗത്യമാണ് ദളിത് ജീവിത ചലച്ചിത്രങ്ങൾ ഏറ്റെടുക്കേണ്ടത്.

(കറുപ്പ്) ഉടൽ രാഷ്ട്രീയവും സ്റ്റീരിയോടൈപ്പുകളും

സെല്ലുലോയ്ഡിൽ നിന്നും ഡിജിറ്റൽ സിനിമയിലേക്കു ചലച്ചിത്രാ

ഖ്യാനങ്ങൾ മാറുമ്പോഴും കീഴാള പെണ്ണത്തങ്ങൾ അസ്തിത്വമില്ലാത്തവൾ ലൈംഗിക അരാജകത്വമുള്ളവൾ, ലൈംഗിക അസംതൃപ്തിയുള്ളവൾ, വേശ്യ, കുലട, വേലക്കാരി എന്നീ സ്ഥിരം വാർപ്പുമാതൃകകളിൽ ആവർത്തിച്ചാവർത്തിച്ചു സൃഷ്ടിക്കപ്പെടുന്നു. ഒരു കാലഘട്ടത്തിൽ ചരിത്രത്തിൽ ഇടംപിടിക്കാതെപോയ കീഴാളസ്ത്രീകൾ ത്യാഗപൂർണ്ണവും സംഘർഷഭരിതവുമായ അവകാശപോരാട്ടങ്ങളിലൂടെ പൊതുമണ്ഡലത്തിൽ തങ്ങളുടെ ഭാഗധേയത്വം സ്ഥാപിച്ചെടുക്കുന്നുണ്ട്. നഗര - പട്ടണത്തെ ജീവിതക്രമങ്ങളെ പിന്തുടരുന്ന മധ്യവർഗ്ഗ ജീവികളുടെ സാംസ്കാരിക ലോകത്തെ സൃഷ്ടിച്ചെടുത്ത ന്യൂജെൻ സിനിമകൾ ഒരു തലത്തിൽ കീഴാളസ്ത്രീത്വങ്ങളുടെ അസാന്നിധ്യങ്ങളെ സൃഷ്ടിച്ചപ്പോൾ മറുതലത്തിൽ സേവനസന്നദ്ധരായ ചില വേലക്കാരികളിലൂടെ അവസാനിക്കാത്ത കീഴാള സ്വരൂപങ്ങളെ ഉയർത്തിക്കാട്ടി.

മാൻഹോൾ, കിസ്മത്ത് പോലെയുള്ള ചിത്രങ്ങളിലെ കീഴാള സ്ത്രീകൾ നിലനിൽപ്പിന്റെ വഴികൾ തേടുന്നവരായി പ്രേക്ഷകർക്കു മുമ്പിൽ അവതരിപ്പിക്കപ്പെട്ടു. ലിംഗപരമായ വിവേചനങ്ങളോടൊപ്പം ജാതീയ അസമത്വങ്ങളുടെ രാഷ്ട്രീയതന്ത്രങ്ങളെക്കൂടി ഇവ വിശകലനം ചെയ്യുന്നു. മാറിയകാലത്തിന്റെ ബൗദ്ധികവ്യവഹാരങ്ങളെ സ്വാംശീകരിച്ച കീഴാളസ്ത്രീകൾ വർത്തമാനകാല പ്രതിസന്ധികളെ അതിലളിതമായി മറികടക്കുന്ന കാഴ്ചകൾ കേരളീയ സമൂഹത്തിൽനിന്നും കണ്ടെടുക്കുവാൻ കഴിയും. കേരളത്തിലെ മധ്യവർഗ്ഗ നിർമ്മിതിയായി പരിപോഷിപ്പിക്കപ്പെടുന്ന സ്ത്രീവാദത്തിന്റെ സൈദ്ധാന്തിക പരിസരങ്ങളെ അപ്രസക്തമാക്കുന്ന കീഴാള സ്ത്രീകളെ പരമ്പരാഗത സ്ത്രീ മാതൃകകളിൽ പ്രതിഷ്ഠിക്കുവാനാണ് ചലച്ചിത്രങ്ങൾ ഉത്സാഹിച്ചത്. കാലോചിതമായി സവർണ്ണ മധ്യവർഗ്ഗ സ്ത്രീകളെ അകത്തളങ്ങളിൽ നിന്നും പുറത്തെ ഇടങ്ങളിലേയ്ക്കും പിന്നീട് പരിഷ്കൃതമായ പട്ടണ - നഗര ഇടങ്ങളിലേയ്ക്കും പരിഷ്കാരത്തിന്റെ അത്യന്താധുനിക മേഖലകളിലേക്കും പറിച്ചു നടുകയെന്ന ദൗത്യം ഏറ്റെടുത്ത ചലച്ചിത്രങ്ങളാണ് ഇത്തരത്തിൽ കീഴാള സ്ത്രീകളെ ആവിഷ്ക്കരിച്ചത്. സംവരണത്തിന്റെ റേഷൻ അളവുകളെ അട്ടിമറിച്ചുകൊണ്ട് ആനുകൂല്യമില്ലാതെ അക്കാദമിക് - സാംസ്കാരിക - രാഷ്ട്രീയ മണ്ഡലങ്ങളിൽ ദളിത് സ്ത്രീകളുടെ മുന്നേറ്റങ്ങളും ബൗദ്ധിക സംവാദങ്ങളും അതിനോടനുബന്ധമായ ചരിത്ര - സാംസ്കാരിക പഠനഗ്രന്ഥങ്ങളും ധാരാളമായി എഴുതപ്പെടുകയും ചെയ്യുന്ന സന്ദർഭത്തിലാണ് ചലച്ചിത്രങ്ങൾ സവർണ്ണ ഭാവനകളിലെ കീഴാള സ്ത്രീകളെ ആവർത്തിച്ചുല്പാദിപ്പിച്ചു കൊണ്ടിരിക്കുന്നത്. യാഥാർത്ഥ്യങ്ങളല്ല ഊതിപ്പെരുപ്പിച്ച ഭാവനാചിത്രങ്ങളിലൂടെ വികലസൃഷ്ടികൾ സാധ്യമാക്കുകയെന്ന ദൗത്യമാണ് ദളിത് സ്ത്രീ മാതൃകകളിലൂടെ ചലച്ചിത്രങ്ങൾ നിറവേറ്റി കൊണ്ടിരിക്കുന്നത്.

ബലാൽസംഗം ചെയ്യപ്പെടുന്ന അടിയാത്തി സ്ത്രീകളുടെ ദൈന്യാവസ്ഥകളെ ആവിഷ്കരിച്ച ചലച്ചിത്രങ്ങൾ അവയിലെ സവർണ്ണ

കുലീന നായികമാരെ, ഉദാത്ത സ്ത്രീബിംബങ്ങളായി അവതരിപ്പിച്ചിരുന്നു. പീഡിതയായ സവർണ്ണസ്ത്രീ നായികയെ ഏറ്റെടുക്കാൻ വിസമ്മതിച്ച എൺപതുകളിലെയും തൊണ്ണൂറുകളിലെയും മലയാള ചിത്രങ്ങൾ പാതിവ്രത്യത്തിന്റെ മഹദ്പാഠങ്ങളെ ഒരുക്കുകയും പീഡിതയാകുന്നവളെ മരണത്തിലേയ്ക്ക് തള്ളിവിട്ട് ദുരന്തനായികയായി മഹത്വവല്കരിക്കുകയും ചെയ്തു. കീഴാളസ്ത്രീ കഥാപാത്രങ്ങളെ മുഖ്യധാരയിൽ നിലനിർത്താൻ വിമുഖത പുലർത്തുമ്പോൾ തന്നെ പ്രേക്ഷകരിലെ ലൈംഗികതൃഷ്ണകളെ ഉത്തേജിപ്പിക്കുന്നതിനായി കറുപ്പെങ്കിലും ശുഷ്കമായ സ്ത്രീയുടലുകളെ ആറ്റിറമ്പുകളിലും പാറയിടുക്കുകളിലും കാനനച്ചോലകളിലും അർദ്ധനഗ്നയാക്കി കുളിപ്പിച്ചു തോർത്തുകയും ബലാത്സംഗ രംഗങ്ങളിൽ നഗ്ന/അർദ്ധനഗ്നതകളെ കീറത്തുണികളിലൂടെ അനാവൃതമാക്കുകയും ചെയ്യുന്നു. ആൺകാമനകളുടെ പ്രലോഭനങ്ങളിലൂടെ കമ്പോള വിജയം നേടിയെടുത്ത ഷക്കീല തരംഗചിത്രങ്ങളിൽപ്പോലും കറുത്ത ഉടലുകളുടെ നഗ്നതയെ പരമാവധി ഉപയോഗപ്പെടുത്തിയിരുന്നു. കീഴാള സ്ത്രീത്വത്തെ ഉടൽലൈംഗികതയ്ക്കപ്പുറത്തു കണ്ടെത്തുവാനുള്ള ശ്രമങ്ങൾ അപൂർവ്വങ്ങളിലപൂർവ്വമായിട്ടാണ് മലയാള സിനിമയിൽ നിർവ്വഹിക്കപ്പെട്ടിട്ടുള്ളത്. *ഒഴിവുദിവസത്തെ കളി*യിലെ ഗീതയിതിനൊരുദാഹരണം. വിക്രമനടക്കമുള്ള സവർണ്ണ ശരീരങ്ങളെ പ്രതിരോധിക്കുന്ന, പച്ചയ്ക്ക് തെറിവിളിച്ച് ഭയപ്പെടുത്തുന്ന ഗീത അടിസ്ഥാനവർഗ്ഗത്തിന്റെ കരുത്തും വീര്യവും പ്രകടിപ്പിക്കുന്നു. ഇത്തരത്തിൽ ഏതു പ്രതിസന്ധികളെയും അതിജീവിക്കാനുള്ള കരുത്തും കർമ്മ ശേഷിയും കൈമുതലായുള്ള ആയിരക്കണക്കിന് ദളിത് സ്ത്രീകൾ കേരളീയ സമൂഹത്തിലുണ്ട്.

റോസിയെന്ന കറുത്ത ഉടലിന്റെ തിരോധാന ഭൂമികയുടെ പശ്ചാത്തലത്തിൽ, ദളിത് സ്ത്രീകൾ ലീഡ് റോളുകളിലെത്താത്ത സവിശേഷ സാഹചര്യങ്ങളിൽ ചലച്ചിത്രത്തിനുള്ളിലെ കീഴാള കഥാപാത്രങ്ങളെയവതരിപ്പിക്കുവാൻ ഉടൽ വെളുപ്പിന്റെ പ്രതിനിധികൾ തെരഞ്ഞെടുക്കപ്പെട്ടു. *കലക്ടർ മാലതി*യിലെ ദളിത് സ്ത്രീയാവാൻ കറുപ്പ് മേക്കപ്പ് അനിവാര്യമായ സന്ദർഭത്തിൽ ഷീല അതു നിഷേധിച്ചതും സംവിധായകൻ കൃഷ്ണൻ നായർ അതിനു വാശിപിടിച്ചതും ഷീലയുടെ കറുപ്പ് ചിത്രത്തിന്റെ സാമ്പത്തിക പരാജയത്തിനു കാരണമാകുമെന്നു വിശ്വസിച്ച പ്രൊഡ്യൂസറുടെ കുറ്റപ്പെടുത്തലുകളും (ഹിറ്റുകളുടെ കഥ - ബീന രഞ്ജിനി/വെള്ളിനക്ഷത്രം) മലയാളചലച്ചിത്രത്തെ സംബന്ധിച്ചു നില്ക്കുന്ന യാഥാസ്ഥിതിക ബോധങ്ങളുടെ തെളിവുകളാണ്. *നമ്മളിൽ* ഭാവന; *കറുത്തപക്ഷി*കളിൽ പത്മപ്രിയ; *അന്നൊരിക്കലിൽ* കാവ്യാമാധവൻ, *സെല്ലുലോയ്ഡിൽ* ചാന്ദിനി, *കിസ്മത്തിൽ* ശ്രുതി മേനോൻ എന്നിങ്ങനെ അപൂർവ്വം ചില നടികൾ കീഴാള കഥാപാത്രങ്ങളെ അവതരിപ്പിക്കുവാൻ സന്നദ്ധരായവരാണ്.

കറുത്ത ഉടലുകളെ അപ്രസക്ത കഥാപാത്രങ്ങളായി അരികുവൽക്കരിക്കുന്ന ചലച്ചിത്ര മേഖല കീഴാള കഥാപാത്രങ്ങൾക്കു വാണിജ്യ മൂല്യമുള്ള വെളുത്ത ഉടലുകൾ മാത്രം മതിയെന്നും ശഠിക്കുന്നു. ദളിത് കഥാപാത്രങ്ങളെയവതരിപ്പിക്കുവാൻ ദളിത് സ്ത്രീകൾ തന്നെ കടന്നു വരേണ്ടതുണ്ടെന്നുള്ള ചില അതിവാദങ്ങൾ ദളിത് പക്ഷക്കാരിൽനിന്നും ഇതിനെതിരായി മാധ്യമങ്ങളിൽ മുഴങ്ങുന്നുമുണ്ട്. റോസി നായർ സ്ത്രീയാകാൻ ഉടൽ വെളുപ്പിച്ചുവെങ്കിൽ വർത്തമാനകാല അഭിനേതാക്കൾ റോസിയുടെ വംശാവലിയിലെ സ്ത്രീ കഥാപാത്രങ്ങളുടെ ആവിഷ്കരണത്തിനായി ഉടൽ കറുപ്പിച്ച് പ്രത്യക്ഷപ്പെടേണ്ടിവരുന്നു.

ഇന്ത്യൻ സമൂഹത്തിൽ കറുപ്പിനെതിരെയുള്ള വ്യാപക പ്രചരണങ്ങളെ *ബ്ലാക്ക് ബ്യൂട്ടി കാമ്പയിനി*ലൂടെ പ്രതിരോധിക്കുന്ന പ്രവണതയ്ക്കു തുടക്കം കുറിച്ചുവെങ്കിലും അതിനു പൊതുമണ്ഡലത്തിൽ ദൂരവ്യാപകമായ ഫലങ്ങൾ സൃഷ്ടിക്കുവാൻ കഴിയാതെ പോയി. അത്തരമൊരു കാമ്പയിന് തുടക്കമിട്ട നന്ദിതാ ദാസിന് ഇന്ത്യൻ സിനിമയിൽ മികച്ച അഭിനേത്രിയെന്ന പദവി സ്വന്തമാക്കുവാൻ കഴിഞ്ഞെങ്കിൽ നന്ദിതാ ദാസിനു മുമ്പിലും പിമ്പിലുമായുള്ള കാലഘട്ടങ്ങളിൽ കറുത്ത ഉടൽ സ്ത്രീകൾക്കു വേണ്ടത്ര അംഗീകാരം നേടുവാൻ സാധിക്കാതെ പോയി. സൂര്യയും (*പറങ്കിമല, ആദാമിന്റെ വാരിയെല്ല്*), അഭിജയും (*ഒഴിവുദിവസത്തെ കളി, ആക്ഷൻ ഹീറോ ബിജു, മൺറോ തുരുത്ത്, സ്കൂൾ ബസ്*) ഉത്തമോദാഹരണങ്ങളാണ്. ഭരതന്റെ *പറങ്കിമല*യിലൂടെ ശ്രദ്ധേയമായ സൂര്യയുടെ കറുത്ത ഉടൽ വടിവുകളെ പാറയിടുക്കിലെ നനഞ്ഞൊട്ടിയ വസ്ത്രങ്ങളുമായും കുളിമുറിയിലെ അടിവസ്ത്രങ്ങൾ മാത്രം ധരിച്ചുകൊണ്ടുള്ള 'കുളി' രംഗത്തിലൂടെയും ആൺകണ്ണുകൾ ധാരാളിത്തത്തോടെ ഒപ്പിയെടുക്കുന്നുണ്ട്. *അരപ്പട്ട കെട്ടിയ ഗ്രാമ*ത്തിൽ വേശ്യയായി, പ്രത്യക്ഷപ്പെടുന്ന സൂര്യ ഏതാനും ചിത്രങ്ങൾക്കുശേഷം വിസ്മൃതിയിലേക്കു തള്ളപ്പെട്ടു. അഭിനയ പാടവമല്ല 'തടിക്കോളും' 'വെളുപ്പു'മാണ് ഒരാളുടെ അഭിനയ സ്ഥാനത്തെ നിലനിർത്തുന്നതും കൂടുതൽ വികസിപ്പിക്കുന്നതെന്നുമെന്ന സാമാന്യതത്വങ്ങൾക്കു മുമ്പിൽ സൂര്യയെപ്പോലുള്ള കറുത്ത ഉടലുകൾക്കു വാണിജ്യമൂല്യമോ അഭിനയ പ്രതിഭാപട്ടമോ ലഭിച്ചില്ല.

സൂര്യയുടെ ഉടലിനു ലഭിച്ച കീഴാള പരിവേഷത്തിന്റെ തുടർച്ചയാണ് വർത്തമാനകാല ചലച്ചിത്ര ലോകത്തെ അഭിജയെന്ന അഭിനേത്രിക്കു ലഭിക്കുന്നത്. ചെറുവേഷങ്ങളിൽ പ്രത്യക്ഷപ്പെട്ട, തിയറ്റർ ആർട്ടിസ്റ്റായ അഭിജയുടെ പ്രകടനം കൂടുതൽ ശ്രദ്ധിക്കപ്പെട്ടതും പൊതുസ്വീകാര്യതകൾ നേടിയതും വേലക്കാരി, കോളനിവാസി എന്നീ കീഴാള സ്വഭാവ കഥാപാത്രങ്ങളിലൂടെയായിരുന്നുവെന്നത് യാദൃച്ഛികമല്ല. *ഒഴിവുദിവസത്തെ കളി* (2015), *മൺറോ തുരുത്ത്* (2016), *ആക്ഷൻ ഹീറോ ബിജു* (2016), *സ്കൂൾ ബസ്* (2016), *ഉദാഹരണം സുജാത* (2017) എന്നീ ചിത്രങ്ങളിലൂടെയുള്ള അഭിജയുടെ ഉടൽ വിനിമയങ്ങൾ കീഴാള ഇടങ്ങളെ ആവർത്തിച്ചുറപ്പിക്കുമ്പോൾ പൊതു വരേണ്യ സൗന്ദര്യബോധത്തിന്റെ,

കാല്പനിക ഭാവനകളുടെ പുറംതള്ളലുകൾ കൂടി അവയിൽ പ്രകടമാണ്. യഥാർത്ഥ ജീവിതത്തിൽ കീഴാളത്വമൊന്നുമില്ലാത്ത അഭിജയെ *ലവ് 24 X 7* (2015) എന്ന ചിത്രത്തിൽ മാധ്യമ സ്ഥാപനത്തിലെ പരിഷ്കൃതയായ വനിതയുടെ റോൾ ചെയ്യുന്നതിനായി മേക്ക് ഓവർ നടത്തിയതും അതിനെ സംബന്ധിച്ച് സെറ്റിലുള്ളവരുടെ എതിരഭിപ്രായങ്ങൾ ശ്രീബാലയുടെ ധീരമായ തീരുമാനങ്ങൾക്കു പിന്നിൽ അപ്രസക്തമായതും അഭിജ ഒരഭിമുഖത്തിൽ (അഭിജ/രശ്മി - ഈസ്റ്റ് കോസ്റ്റ് ഡെയ്‌ലി) വെളിപ്പെടുത്തിയതും ഇതിനോടു ചേർത്തു വായിക്കേണ്ടതുണ്ട്. കീഴാള വാർപ്പുമാതൃകയെന്ന കെണിയിൽപ്പെട്ടുപോയ താരങ്ങളിലൊടുവിലത്തേത് ബാലതാരമായ മിനോൺ ആണ്. *നൂറ്റിയൊന്നു ചോദ്യങ്ങൾ* മുതൽ *സ്കൂൾ ബസ്* വരെയുള്ള ചിത്രങ്ങളിൽ കീഴാളസ്വഭാവമുള്ള കഥാപാത്രങ്ങളായി പ്രത്യക്ഷപ്പെടേണ്ടിവന്ന മിനോണിന്റെ ദൈന്യതകളാണ് ഓരോ ചിത്രങ്ങളിലും പ്രതിഫലിച്ചിരുന്നത്. *ഗപ്പി*(2016)യിലെ താരത്തിന്റെ അവസ്ഥയും മറ്റൊന്നല്ല. സീമാ ജി നായർ, കുളപ്പുള്ളി ലീല, മോളി കണ്ണമാലി, സേതുലക്ഷ്മി എന്നീ അഭിനേത്രികളെയും കീഴാളപരിവേഷം ഒഴിയാബാധയായി പിടികൂടിയിരിക്കുന്നത് സമീപകാലസിനിമകൾ വ്യക്തമാക്കുന്നു. സംസ്കാരശൂന്യയായ, അലമ്പുകൾ സൃഷ്ടിക്കുന്ന 'കൂതറ തള്ളച്ചി'യുടെ മുഖമെന്നാൽ കുളപ്പുള്ളി ലീലയാണെങ്കിൽ 'ദാരിദ്ര്യവാസി, അടുക്കളപ്പണിക്കാരി' എന്നീ മാതൃകകൾ മോളി കണ്ണമാലിയിലും അവരോധിക്കപ്പെട്ടിരിക്കുന്നു.

ദളിത് സംസ്കാരവും സർഗ്ഗാത്മക ഉപജാപങ്ങളും

കീഴാള/ദളിത് ജീവിതങ്ങളെ മുഖ്യധാരാ ചലച്ചിത്രത്തിൽ അവതരിപ്പിക്കുകവഴി ദളിത് സമൂഹത്തിന്റെ പ്രതിനിധാനം സാദ്ധ്യമാക്കിയ ചലച്ചിത്രങ്ങൾ യഥാർത്ഥത്തിൽ ദളിത് ജീവിതങ്ങളെ അനുഭവപ്പെടുത്തി എന്നു സമർത്ഥിക്കാൻ കഴിയില്ല. *നീലക്കുയിൽ* മുതൽ *ഉദാഹരണം സുജാത* വരെയുള്ള ചിത്രങ്ങൾ കീഴാളന്റെ സ്വതന്ത്രമെങ്കിലും, അനാകർഷകമായ ജീവിതത്തിന്റെ വൈവിദ്ധ്യങ്ങളെ ആവിഷ്കരിക്കുന്നുണ്ടെങ്കിൽ തന്നെയും അവയ്ക്കുള്ളിൽ സവർണ്ണ കാല്പനിക ഭാവനകൾ നിറഞ്ഞു നില്ക്കുന്നു. കുലത്തിന്റെ ധാർമ്മിക സദാചാരബോധങ്ങളിൽനിന്നു ബഹിഷ്കൃതയാകുന്ന നീലി ദുർമ്മരണത്തിനായിത്തീരുന്നുവെങ്കിൽ നീലിയുടെ ദുരന്തത്തിന്റെ ആവർത്തനങ്ങളാണ് വ്യത്യസ്ത പ്രമേയങ്ങളിലൂടെ പിന്നീടിങ്ങോട്ട് ഉടനീളം ദളിത്/ദളിതേതര പ്രമേയ ചലച്ചിത്രങ്ങളിൽ പ്രകടനമായത്.

ദളിത് ജീവിത കേന്ദ്രീകൃത ചലച്ചിത്രങ്ങൾ കേരളത്തിനു പുറത്ത് തമിഴ്നാട്ടിലടക്കമുള്ള സംസ്ഥാനങ്ങളിൽ കൂടുതലായി നിർമ്മിക്കപ്പെട്ട് പ്രദർശന വിജയങ്ങളോടൊപ്പം പുരസ്കാരങ്ങളും നേടുമ്പോൾ നമ്മുടെ സംസ്ഥാനത്ത് അത്തരമവസ്ഥകൾ സംഞ്ജാതമാകുന്നില്ലായെന്നതാണ് യാഥാർത്ഥ്യം. കാരണം കമ്പോളതാല്പര്യങ്ങൾക്കിപ്പോഴും ദളിത്

യാഥാർത്ഥ്യങ്ങളോടല്ല ദളിത് വിരുദ്ധതകളോടാണാഭിമുഖ്യം. ദളിത് രാഷ്ട്രീയ മുന്നേറ്റങ്ങൾ, ആദിവാസി സമരങ്ങൾ മുതൽ രോഹിത് വെമുലയുടെ ആത്മഹത്യ സൃഷ്ടിച്ച ദളിത്‌വാദ ചലനങ്ങൾ, ദളിത് സമുദായ സംഘടനകളുടെ മുന്നേറ്റങ്ങൾ, ദളിത് സൈദ്ധാന്തികരുടെയും എഴുത്തുകാരുടെയും സജീവമായ ഇടപെടലുകൾ, അക്കാദമിക് അക്കാദമികേതര പൊതുമണ്ഡലങ്ങളിലെ ദളിത് സംവാദങ്ങൾ, മുഖ്യധാരാ മാധ്യമങ്ങളിലെ ദളിത് വിചിന്തനങ്ങൾ എന്നിവയെല്ലാം സജീവമായി നില്ക്കുന്ന കേരളീയ പൊതുമണ്ഡലത്തിൽ ദളിത് പ്രമേയ ചലച്ചിത്രങ്ങൾ പൊതുസ്വീകാര്യതയോ വിപണി വിജയമോ നേടുന്നില്ല. ഇത്തരം പരാജയങ്ങൾക്കു പിന്നിൽ ദളിത്/അദളിത് മണ്ഡലത്തിൽ നിന്നുള്ള ദളിത് വിരുദ്ധമായ കാഴ്ചപ്പാടുകളും നിലപാടുകളും വ്യാപകമായി പ്രവർത്തിക്കുന്നു.

അസംഘടിതരെങ്കിലും ജനസംഖ്യയിൽ മുഖ്യഭാഗധേയം നിർണ്ണയിക്കുന്ന ദളിതു വിഭാഗങ്ങൾ, ദളിത് പ്രമേയ ചലച്ചിത്രങ്ങളെ പൊതുവിൽ ദളിത് വിരുദ്ധ ആവിഷ്കാരങ്ങൾ എന്നപേരിൽ തിരസ്കരിക്കുന്നു. അതേസമയം കീഴാള സിനിമയെന്ന പേരിൽ മുഖ്യധാരയെന്ന അദളിത് വിഭാഗങ്ങളും ഇത്തരം ചലച്ചിത്രങ്ങളെ നിരാകരിക്കുന്നു. ജയൻ ചെറിയാന്റെ *പപ്പിലിയോ ബുദ്ധ*, ടി എ റസാഖിന്റെ *മൂന്നാംനാൾ ഞായറാഴ്ച*, സലിം കുമാറിന്റെ *കറുത്ത ജൂതൻ* എന്നീ ചിത്രങ്ങൾ മറ്റൊരു ചിത്രങ്ങൾക്കും നേരിടേണ്ടി വന്നിട്ടില്ലാത്തയത്ര ഭീകരമായ വിമർശനങ്ങളും ആക്രമണങ്ങളും തമസ്കരണങ്ങളും നേരിടേണ്ടി വന്നു.

സവർണ്ണ ഫ്യൂഡൽ സൗന്ദര്യ സങ്കല്പങ്ങളെ പ്രഘോഷിപ്പിക്കുന്ന തട്ടുപൊളിപ്പൻ ചലച്ചിത്രങ്ങളുടെ പ്രതിലോമ രാഷ്ട്രീയത്തെ മുൻധാരണകളില്ലാതെ സ്വീകരിക്കുന്ന പ്രേക്ഷകരുടെ അഭിരുചികളിൽ കാര്യമായ പൊളിച്ചെഴുത്തുകൾ നടത്തപ്പെട്ടാൽ അതു പുതിയൊരു കാഴ്ചാനിർമ്മിതിക്കുതന്നെ കാരണമാകും. കീഴാള ജീവിത ചലച്ചിത്രങ്ങൾ ആത്യന്തികമായി സവർണ്ണബോധത്തിന്റെ അരികുകളിൽ നിന്നോ ഉള്ളിൽനിന്നോ ആണ് നിർമ്മിക്കപ്പെട്ടതെന്നുള്ള യാഥാർത്ഥ്യത്തെ കേരളത്തിലെ ചലച്ചിത്രങ്ങൾ ഓർമ്മപ്പെടുത്തുമ്പോൾ തങ്ങൾ അനുവദിച്ചു കൊടുത്ത ഔദാര്യ ഇടങ്ങളിലാണ് കീഴാളർ നിലയുറപ്പിച്ചതെന്ന ചരിത്രത്തിന്റെ പുനഃസ്ഥാപനങ്ങൾ കൂടി നടത്തപ്പെടുന്നുണ്ട്. വിപ്ലവകരമെന്നു വിശേഷിപ്പിക്കുന്ന ദളിത് സിനിമയ്ക്കുള്ളിൽനിന്നും ഫ്യൂഡൽ അംശങ്ങൾ കണ്ടെത്തുമ്പോഴാണ് നിഗൂഢമായ ഉപജാപങ്ങൾ അനാവൃതമാകുന്നതും. കറുപ്പിനോടുള്ള വർണ്ണവെറികളും വംശീയാധിക്ഷേപങ്ങളും ആവർത്തിക്കുന്ന സ്ഥിരം കഥാപാത്ര പശ്ചാത്തലങ്ങളും താരങ്ങളും അതീവ രഹസ്യമായ ഒതുക്കലുകളും വ്യാജ പ്രചരണങ്ങളുമെല്ലാം ഇത്തരം ഉപജാപങ്ങളുടെ തുടർച്ചയായിരുന്നു.

കീഴാളർ എന്ന പദപ്രയോഗം ഒരു ജനതയ്ക്ക് അപമാനകരമാണെന്നു കണ്ടെത്തിയ കേരള സർക്കാർ സർക്കാർ രേഖകളിൽ പട്ടിക ജാതി, പട്ടിക ഗോത്രവർഗ്ഗമെന്ന പദങ്ങളേ ഉപയോഗിക്കുവാൻ പാടുള്ളു

യെന്ന വിജ്ഞാപനം ഇറക്കിയത് (2017 ഫെബ്രുവരി) സാങ്കേതികമായ എഴുത്തിടങ്ങളിൽ പുതിയൊരു മാറ്റത്തിനു വഴിതെളിച്ചേക്കാം. സർക്കാർ രേഖകളിൽ കേവലം പദപ്രയോഗങ്ങൾ മാറുന്നുവെന്നതിനപ്പുറത്ത് കേരളത്തിലെ ദളിതരുടെ കീഴാളാവസ്ഥകൾ ദേശീയതലത്തിൽ നടക്കുന്ന ദളിത് വംശഹത്യകൾക്ക് ശാശ്വതമായ പരിഹാരങ്ങൾ നടപ്പിലാക്കപ്പെടുകയും വർണ്ണവർഗ്ഗ വിവേചനങ്ങൾ അപ്രത്യക്ഷമാകുകയും ചെയ്യുന്നതുവരെ കീഴാളരുടെ പ്രതിഷേധങ്ങളും പോരാട്ടങ്ങളും നടന്നു കൊണ്ടേയിരിക്കും. ഗാന്ധിയിൽ നിന്നും മാർക്സിലേക്കും മാർക്സിൽനിന്നും അംബേദ്കർ ദർശനങ്ങളിലേക്കും സഞ്ചരിക്കുന്ന പുതിയ ഇന്ത്യൻ യുവത്വത്തിന്റെ കാഴ്ചപ്പാടുകളെ പിന്തുടരാൻ തയ്യാറാകുന്ന സമൂഹം ഇത്തരം ദൗത്യങ്ങൾ ഏറ്റെടുക്കുന്നു. ദളിത്/ആദിവാസി വിരുദ്ധ കാഴ്ചപ്പാടുകളെ മാറ്റിനിർത്തി, കറുപ്പിന്റെ വിവേചനങ്ങളെ അപ്രസക്തമാക്കി രാഷ്ട്രീയമായി സംവദിക്കുന്ന കീഴാള ചലച്ചിത്രങ്ങൾ ഇത്തരം ചലനങ്ങളുടെ ഭാഗമായി നിർമ്മിക്കപ്പെടുകതന്നെ ചെയ്യും.

പരീക്ഷണോന്മുഖമായ, രാഷ്ട്രീയ സംവാദങ്ങൾ സാധ്യമാക്കുവാനുദ്ദേശിക്കുന്ന ദളിത്/കീഴാള ജീവിത ചലച്ചിത്രങ്ങൾക്ക് ചലച്ചിത്ര മേഖലയിലെ പരമ്പരാഗതമായ നിർമ്മാണ വിതരണ സമ്പ്രദായങ്ങളെ മാറ്റിയെടുക്കേണ്ടത് അനിവാര്യമാണ്. ദളിത്/ആദിവാസി വിഷയമെന്ന പ്രാഥമിക ഘട്ടത്തിൽ തന്നെ ചിത്രത്തോടു മുഖംതിരിക്കുന്ന നിർമ്മാതാക്കൾ, അഭിനേതാക്കൾ, വിതരണക്കാർ അവരുടെ ഉപജാപക സംഘങ്ങളുടെ ഇടപെടലുകൾ എന്നിവയെ സാഹസികമായി മറികടന്നുകൊണ്ടു മാത്രമേ കേരളത്തിൽ ചിത്രനിർമ്മാണങ്ങൾ നടത്താനാകൂ. ഫ്യൂഡൽ വരേണ്യ ബോധങ്ങളെ പ്രകോപിപ്പിച്ച *ഡോ. ബി ആർ അംബേദ്കർ, ലൈറ്റ്, നെഗലുകൾ* എന്നു തുടങ്ങി വിഭിന്ന കാലഘട്ടങ്ങളിൽ നിർമ്മിക്കപ്പെട്ട ഒരു നിരചിത്രങ്ങൾ പരമ്പരാഗത നിർമ്മാണ - വിതരണ ശൃംഖലകളുടെ ഉപജാപങ്ങൾക്കുള്ളിൽ ഒടുങ്ങിപ്പോയ ചരിത്ര വസ്തുതകളെ ഓർമ്മിപ്പിക്കുന്നു. വ്യവസ്ഥാപിതമായ പ്രദർശന ഇടങ്ങൾ -വിസ്തൃതവും അത്യന്താധുനികവും ആകർഷണീയവുമായ ആൾക്കൂട്ടങ്ങൾ നിറഞ്ഞ ഇടങ്ങൾ - ലഭ്യമാകുന്നില്ലെങ്കിൽ അതിന്റെ ബദൽ സാധ്യതകൾ തേടിക്കൊണ്ട് അവയിലൂടെ പ്രദർശനങ്ങൾ നടത്തിയെടുക്കുകയെന്ന പോംവഴികൾ ദളിത് സിനിമകൾക്കുണ്ട്. എങ്കിൽ മാത്രമേ ദളിത് സിനിമകൾക്ക് പുതിയ സാധ്യതകളുണ്ടാകൂ.

തിരമലയാളത്തിലെ ദളിത് പ്രമേയചലച്ചിത്രങ്ങൾ ഉപരിപ്ലവമായി ദളിത് പ്രശ്നങ്ങളെ അഭിസംബോധന ചെയ്തപ്പോൾ തമിഴ്, കന്നഡ ചിത്രങ്ങൾ ദളിത് ജീവിതത്തിന്റെ സാംസ്കാരിക പശ്ചാത്തലങ്ങളെയും രാഷ്ട്രീയമായ വെല്ലുവിളികളെയും വിട്ടുവീഴ്ചകളില്ലാതെ ആവിഷ്കരിച്ചു. പൊതുജനാംഗീകാരത്തിനൊപ്പം ദേശീയഅന്തർദേശീയ തലങ്ങളിലുള്ള പുരസ്കാരങ്ങളും അവ നേടിയെടുത്തു. ബി വി കാരന്തിന്റെ *ചോമന ദുഡി*, രവീന്ദ്രന്റെ *ഹരിജൻ*, ജബ്ബാർ പട്ടേലിന്റെ *മുക്ത*, *ജയ്ത് രേ*

ജെയ്ത, ഡോ. ബി ആർ അംബേദ്കർ, നാഗരാജ് മഞ്ജുളയുടെ *ഫാൻട്രി*, *സൈറാത്ത്*, ചൈതന്യ തംഹാനേയുടെ *കോർട്ട്*, മണികണ്ഠന്റെ *കാക്ക മുട്ടൈ*, വെട്രിമാരന്റെ *വിസാരണൈ*, പാ രഞ്ജിത്തിന്റെ *കാല*, അമുദന്റെ ഡോക്യുമെന്ററി സിനിമയായ *തീട്ടം*, ദിവ്യ ഭാരതിയുടെ *കാക്കൂസ്*, മാരിസെൽവരാജിന്റെ *പരിയേറും പെരുമാൾ* എന്നിവയെല്ലാം ദളിത് ജീവിതത്തെ വ്യക്തമായ രാഷ്ട്രീയ അടിത്തറയിൽ നിന്നുകൊണ്ട് ആവിഷ്കരിച്ചവയാണ്.

പന്നിപിടുത്തം കുലത്തൊഴിലായ ദളിത് കുടുംബത്തിന്റെ ജീവിതത്തെ മുൻനിറുത്തി മഹാരാഷ്ട്രയിലെ ജാതിവ്യവസ്ഥിതികളുടെ ഉള്ളറകളെയാണ് *ഫാൻഡ്രി* ആവിഷ്കരിച്ചത്. ദളിത് ബഹുജന സംസ്കാരത്തിന്റെ പ്രതിനിധിയായ കാമ്പ്ലേയുടെ അറസ്റ്റും തുടർന്നുള്ള കോടതി വിചാരണെയും ദൃശ്യവല്ക്കരിച്ച *കോർട്ട്* സാമൂഹ്യവ്യവസ്ഥിതികളിൽ അന്ധമായി പടർന്നുകയറിയ വരേണ്യവർഗ്ഗ പ്രത്യയശാസ്ത്രങ്ങളെയും അവയുടെ നിഗൂഢമായ അജണ്ടകളെയും വിചാരണയ്ക്കു വിധേയമാക്കുന്നു. പാർശ്വവല്ക്കരിക്കപ്പെട്ടവർ കമ്പോളവല്കൃത സമൂഹത്തിൽ എപ്രകാരമാണ് അടയാളപ്പെടുത്തപ്പെടുന്നതും പുതിയ തലമുറ ഏതു വിധത്തിലാണ് ജാതി/കമ്പോളത്തിന്റെ ഇരകളായി മാറുന്നതെന്നും *കാക്ക മുട്ടൈ* അവതരിപ്പിച്ചു. സവർണ്ണ ഹൈന്ദവതയുടെ കമ്പോള അജണ്ടകൾക്കു ചേരി/കോളനിവാസികൾ കീഴടങ്ങേണ്ടിവരുന്നതിന്റെ രാഷ്ട്രീയത്തെ സമകാലിക ഇന്ത്യൻ രാഷ്ട്രീയത്തിന്റെ പശ്ചാത്തലത്തിൽ അവതരിപ്പിച്ച *കാല* 'കറുപ്പിന്റെ' അതിജീവനങ്ങൾ അനിവാര്യമാണ് എന്നു സമർത്ഥിച്ചു. ജാതി രാഷ്ട്രീയത്തിന്റെ അടിത്തറകളെ വിമർശന വിധേയമാക്കുവാൻ ഇത്തരം ചലച്ചിത്രങ്ങൾക്കു കഴിഞ്ഞപ്പോൾ ജാതിയുടെ പേരിൽ സൃഷ്ടിക്കപ്പെടുന്ന ദുരഭിമാനക്കൊലകളുടെ അജണ്ടകളെയാണ് *സൈറാത്ത്, പരിയേറും പെരുമാൾ* എന്നീ ചിത്രങ്ങൾ വിശകലനം ചെയ്തത്. പാർഷ്യ - ആർച്ച വിജാതീയ പ്രണയബന്ധത്തിൽ പ്രകോപിതരാകുന്ന ആർച്ചയുടെ കുടുംബം നടത്തുന്ന അതിക്രമങ്ങളാണ് *സൈറാത്തി*ലുള്ളതെങ്കിൽ പരിയേറും ജ്യോതി മഹാലക്ഷ്മിയും തമ്മിലുള്ള വിജാതീയ പ്രണയബന്ധത്തെ തകർക്കാൻ ജ്യോതിയുടെ കുടുംബം നടപ്പിലാക്കുന്ന കുത്സിത പ്രവർത്തനങ്ങളാണ് *പരിയേറും പെരുമാളി*ലുള്ളത്. ധർമ്മപുരിയിലെ ഇളവരശൻ - ദിവ്യ സംഘർഷങ്ങളും ഇളവരശന്റെ ദുരഭിമാനക്കൊല (ജൂലൈ 2013) യും മുതൽ കോട്ടയത്തെ കെവിൻ - നീതു പ്രണയ സംഘർഷങ്ങളും കെവിന്റെ ദുരഭിമാനക്കൊല (28 മെയ്, 2018) യും വരെ ഉയർത്തിയ ചോദ്യങ്ങളുടെയും ഇന്ത്യൻ സമൂഹത്തിന്റെ ജാതിവരേണ്യ ബോധത്തിന്റേയും മുമ്പിലാണ് ഇത്തരം ചലച്ചിത്രങ്ങൾ പ്രകോപനപരമായ കാഴ്ചകൾ സൃഷ്ടിക്കുന്നത്. സമകാലിക ഇന്ത്യൻ സമൂഹത്തിൽ ജാതിയുടെ രാഷ്ട്രീയത്തെ വിശകലന വിധേയമാക്കി വ്യാജ ചരിത്രനിർമ്മിതികളെ പൊളിച്ചെഴുതിക്കൊണ്ടല്ലാതെ കലാസാഹിത്യാദി മാധ്യമങ്ങൾക്കു 'സേഫ് സോണിൽ'

ഇനിയും തുടരാൻ കഴിയില്ലെന്ന യാഥാർത്ഥ്യത്തെക്കൂടി ഇത്തരം ചലച്ചിത്രങ്ങൾ ഓർമ്മപ്പെടുത്തുന്നു. ഈയൊരു പശ്ചാത്തലത്തിൽ മറാത്ത - തമിഴ് ദളിത് ചലച്ചിത്രങ്ങളുമായി താരതമ്യപ്പെടുത്തുമ്പോൾ ദളിത് രാഷ്ട്രീയത്തിന്റെ സൂക്ഷ്മതലങ്ങളിലേയ്ക്ക് മലയാള ചലച്ചിത്രങ്ങൾ ഏറെ ദൂരങ്ങൾ സഞ്ചരിക്കേണ്ടതുണ്ടെന്ന് അവ ബോധ്യപ്പെടുത്തുന്നു.

ദളിത്/കീഴാള - ക്വീയർ പൊളിറ്റിക്സ്

പാർശ്വവല്ക്കരിക്കപ്പെട്ട കീഴാളരുടെ തലത്തിലേയ്ക്കു പരിഗണിക്കപ്പെടുന്നവരാണ് ക്വീയർ ഗ്രൂപ്പുകളും. ഭിന്നവർഗ്ഗ ലൈംഗികതയുടെ ക്രമീകൃത സാമൂഹ്യഘടനകൾക്കുമുമ്പിൽ ന്യൂനപക്ഷമായിപ്പോയ ലൈംഗിക ന്യൂനപക്ഷങ്ങളും (Sexual Minorities) ലിംഗപദവിയിൽ ജന്ററിൽ ന്യൂനപക്ഷമായിപ്പോയ ജന്റർ ന്യൂനപക്ഷങ്ങളും (Gender Minorities) തങ്ങളുടെ സാമൂഹ്യാവസ്ഥകളുടെ അടിസ്ഥാനത്തിൽ കീഴാളതയെന്ന വിശാല പ്ലാറ്റ് ഫോമിനുള്ളിൽ ഉൾപ്പെടുന്നു. ആർ മോഹൻ സംവിധാനം ചെയ്ത *രണ്ടു പെൺകുട്ടികൾ* മുതൽ കണ്ണൻ താമരക്കുളത്തിന്റെ *അച്ചായൻസ്* വരെയുള്ള ചിത്രങ്ങൾ ലെസ്ബിയൻ പ്രണയത്തെയും *ഋതു* മുതൽ *കാബോഡി സ്കേപ്സ്* വരെയുള്ള ചിത്രങ്ങൾ ഗേ പ്രണയത്തെയും സൂചനകളിലൂടെയും വിശദാംശങ്ങളിലൂടെയും അവതരിപ്പിച്ച ചിത്രങ്ങളാണ്. ദളിത് - ക്വീയർ ജീവിതാവസ്ഥകളെ ഒന്നുപോലെ പരിഗണിക്കുകയും പാർശ്വവൽകൃതരിൽ പാർശ്വവൽകൃതരായവരുടെ സാഹസികവും സങ്കീർണ്ണവുമായ ജീവിതാവസ്ഥകളെയാണ് മുഹമ്മദ് റാസിയുടെ *വെളുത്ത രാത്രികൾ* അവതരിപ്പിച്ചതെന്നത് സവിശേഷമായ പരാമർശമർഹിക്കുന്നു. ലോഹിതദാസിന്റെ *സൂത്രധാരൻ* മുതൽ രഞ്ജിത്ത് ശങ്കറിന്റെ *ഞാൻ മേരിക്കുട്ടി* വരെയുള്ള ചിത്രങ്ങളിൽ ട്രാൻസ്മെൻ/ട്രാൻസ് വുമൺ/ട്രാൻസ്ജന്റർ/ബൈസെക്ഷ്വൽസ്/ഇന്റർസെക്ഷ്വൽസ് അടക്കമുള്ള ജന്റർ ന്യൂനപക്ഷങ്ങൾ ചെറുതും വലുതുമായ വേഷങ്ങളിൽ പ്രത്യക്ഷപ്പെട്ടു കടന്നു പോവുകയുണ്ടായി.

ക്വീയർ പൊളിറ്റിക്സിനു വർത്തമാനകാല ഇന്ത്യൻ സമൂഹത്തിൽ സവിശേഷമായ ശ്രദ്ധ ലഭിക്കുകയും ജന്റർ ന്യൂനപക്ഷങ്ങൾ നിയമപരമായ ഒട്ടനവധി ആനുകൂല്യങ്ങൾ നേടിയെടുക്കുകയും ലൈംഗിക ന്യൂനപക്ഷങ്ങൾ അവകാശപ്പോരാട്ടങ്ങൾ തുടരുകയും ചെയ്തുകൊണ്ടിരിക്കുന്നു. കീഴാള ജനതയ്ക്കുവേണ്ടി ബഹുജന മാധ്യമങ്ങളിൽ ശബ്ദമുയർത്തുന്ന ദളിത് ആക്ടിവിസ്റ്റുകൾ ക്വീയർ ഗ്രൂപ്പുകൾക്കുവേണ്ടിയും പ്രവർത്തിക്കുന്നത് വർത്തമാനകാല കാഴ്ചയാണ്. ഒരേസമയം ദളിതിനുള്ളിലെ ക്വീയർ ആയിരിക്കുകയും ക്വീയറിനുള്ളിൽ ദളിതായിരിക്കുകയും ചെയ്യുന്ന രണ്ടു വ്യക്തികളാണ് അങ്കമാലി സ്വദേശി ചിഞ്ചു അശ്വതിയും (ഇന്റർസെക്സ്) തൃശൂർ സ്വദേശി വിജയരാജമല്ലികയും (ട്രാൻസ് വുമൺ കവയിത്രി) ലിംഗ/ലൈംഗിക ന്യൂപക്ഷങ്ങൾക്കുവേണ്ടി അവകാശപോരാട്ടങ്ങൾ നടത്തുന്ന ഇവർ ദളിതിന്റെയും ക്വിയറിന്റെയും ഇട

ങ്ങളെ ഒന്നിച്ചു ചേർത്തുകൊണ്ട് പ്രതിരോധങ്ങൾ സൃഷ്ടിക്കുന്നു. വെള്ളിത്തിരയിൽ പ്രത്യക്ഷപ്പെടുന്ന കീഴാളരായ ജന്റർ ന്യൂനപക്ഷങ്ങൾ അപഹാസ്യരും അസ്പൃശ്യരും കോമാളികളും പ്രതിനായകന്മാരുമായി നിരന്തരം അവഹേളിക്കപ്പെട്ടുകൊണ്ടിരിക്കുന്നു. ആണത്തത്തിന്റെയും പെണ്ണത്തിന്റെയും ലക്ഷണ ശാസ്ത്രങ്ങളെ അതിലംഘിക്കുകയും നിരാകരിക്കുകയും ചെയ്യുന്ന ജന്റർ ന്യൂനപക്ഷങ്ങളെ അപഹസിക്കുന്ന രാഷ്ട്രീയത്തിനു പിന്നിൽ ആൺകോയ്മയുടെ ധാർഷ്ട്യങ്ങളാണുള്ളതെങ്കിൽ നമ്മുടെ ചലച്ചിത്രങ്ങൾ അതേ നിലപാടുകളെ അന്ധമായി പിന്തുടരുന്നു. അത്തരമൊരു പശ്ചാത്തലത്തിലാണ് ലൈംഗിക/ജന്റർ ന്യൂനപക്ഷ വിരുദ്ധതകൾ ഒരു തുടർക്കാഴ്ചകളായി വെള്ളിത്തിരയിൽ നിറയുന്നതും അഭ്രപാളിയിൽ ലൈംഗിക/ജന്റർ ന്യൂനപക്ഷങ്ങൾക്കു നീതി ലഭ്യമാകാതെ പോകുന്നതും.

റഫറൻസ്

I.1. അജിത്ത് - *ഭൂമി ജാതി ബന്ധനം കേരളത്തിലെ കാർഷിക പ്രശ്നം*, കനൽ പ്രസിദ്ധീകരണം, കൊച്ചി സെപ്റ്റംബർ 2002.

2. ചെന്താരശ്ശേരി ടി എച്ച് പി - *കേരളചരിത്രത്തിലെ അവഗണിക്കപ്പെട്ട ഏടുകൾ*, പ്രഭാത് ബുക്ക്സ്, ജനുവരി 1970.

3. *കേരളചരിത്രം* (ഒന്നാം വോള്യം) കേരള ഹിസ്റ്ററി അസോസിയേഷൻ, കൊച്ചി, 1973.

4. ബോബി തോമസ് (എഡി.) - *ദളിതപാതകൾ*, സൈൻ ബുക്സ്, തിരുവനന്തപുരം, 2006.

5. കെ സി പുരുഷോത്തമൻ - *ദളിത് സാഹിത്യപ്രസ്ഥാനം*, കേരള സാഹിത്യ അക്കാദമി, തൃശ്ശൂർ, 2008.

6. കെ കെ എസ് ദാസ് - *ദളിത് പ്രത്യയശാസ്ത്രം - ചരിത്രം സാഹിത്യം സൗന്ദര്യശാസ്ത്രം* - കേരള ഭാഷാ ഇൻസ്റ്റിറ്റ്യൂട്ട്, തിരുവനന്തപുരം, 2011.

7. ഡോ. പ്രദീപൻ പാമ്പിരിക്കുന്ന് - *ദളിത് സൗന്ദര്യശാസ്ത്രം*, ഡി സി ബുക്സ്, കോട്ടയം, 2011.

8. കെ കെ കൊച്ച് - *ബുദ്ധനിലേക്കുള്ള ദൂരം*, ഡി സി ബുക്സ്, കോട്ടയം, 2011.

9. ജനീ റൊവീന - *തെമ്മാടികളും തമ്പുരാക്കൻമാരും - മലയാള സിനിമയും ആണത്തങ്ങളും*, സബ്ജക്റ്റ് ആൻഡ് ലാംഗ്വേജ് പ്രസ്, കടുത്തുരുത്തി, 2011.

10. ജി പി രാമചന്ദ്രൻ - *മലയാളസിനിമ ദേശം ഭാഷ സംസ്കാരം*, കേരള ഭാഷാ ഇൻസ്റ്റിറ്റ്യൂട്ട്, തിരുവനന്തപുരം, ആഗസ്റ്റ് 2009.

II.1. *വെളുത്ത തിരശീലയിലെ കറുത്ത ഉടലുകൾ*, എൻ പി സജീഷ്, മാതൃഭൂമി ആഴ്ചപ്പതിപ്പ്, 2016 മെയ് 15 - 21, പുസ്തകം 94 ലക്കം 9.

4

ചേരികളും കോളനികളും തുരുത്തുകളും തിരഭൂപടത്തിലെ 'അരികുജീവിത' സംസ്കാരം

നീ ചെണ്ടക്കാരനാവില്ലെന്ന ശകാരംകേട്ട് കലാമണ്ഡലത്തിൽനിന്ന് ഇറങ്ങിപ്പോന്നവനാണ് നിധീഷ്. ഉള്ളിൽ വാശിയുടെ മേളവുമായി അവൻ സ്വന്തം ചെങ്കൽച്ചൂള കോളനിയിലേക്ക് പോയി. കോളനിയിലെ കൂട്ടുകാരുടെ മേളസംഘവുമായി കലോത്സവത്തിലെത്തി. ഇക്കുറി എ ഗ്രേഡ് നേടി കലയ്ക്ക് കോളനിയും ജാതിയും ഇല്ലെന്ന് അവൻ കൊട്ടിയറിയിച്ചു........ കോളനിയിൽ ജനിച്ചതിന്റെ പേരിൽ അനുഭവിക്കേണ്ടിവന്ന തിക്താനുഭവങ്ങൾ നിധീഷിന് മറക്കാൻ കഴിഞ്ഞില്ല. പ്രാണരക്ഷാർത്ഥം ഓടിരക്ഷപ്പെടുകയായിരുന്നു അവിടെനിന്ന് എന്ന് നിധീഷ് പറഞ്ഞു.

(വാശിയുടെ മേളത്തിൽ ചെങ്കൽച്ചൂളയുടെ കുട്ടികൾക്ക് ജയം-മാതൃഭൂമി 2012 ജനുവരി 22)

"നീ പുല മാടത്തിൽ താമസിക്കുന്നവൻ നാറുന്നതും മണക്കുന്നതും നീയറിയുന്നില്ല."

- (മുടിയനായ പുത്രൻ, 1962)

"മോളൂ ബോംബെ എന്ന് കേട്ടിട്ടുണ്ടോ? ഇപ്പോ മുംബൈ എന്നു പറയും. മോഷ്ടാക്കളും പിടിച്ചു പറിക്കാരും ഗുണ്ടകളും കൊള്ളക്കാരുമൊക്കെയുള്ള ധാരാവിയിലെ ഒരു ചേരി ഒരൊറ്റ രാത്രികൊണ്ട് ഞാൻ ഒഴിപ്പിച്ചിട്ടുണ്ട്, ഒരൊറ്റ രാത്രികൊണ്ട്" - കണിമംഗലം ജഗന്നാഥൻ

(ആറാം തമ്പുരാൻ, 1997)

"ഞാനാടാ ഹീറോ... ഈ ഏരിയയിലെ ഹീറോ... ലോകനാഥൻ തറയാ... ലോക്കൽ തറ." - ലോകനാഥൻ

(ലോകനാഥൻ ഐ എ എസ്, 2005)

"കണ്ടാ അറിയാം ഇവളൊക്കെ പൊറമ്പോക്ക് കോളനിയാണെന്ന്."

- (അമർ അക്ബർ അന്തോണി, 2015)

1692 (മുടിയനായ പുത്രൻ/പി ഭാസ്കരൻ, രാമുകാര്യാട്ട്) മുതൽ 2018 (പടയോട്ടം/റഫീഖ് ഇബ്രാഹിം) വരെയുള്ള കാലയളവിൽ ചേരി/കോളനി/പുറമ്പോക്ക്/തുരുത്തുകൾ എന്നിവയെ കേന്ദ്രീകരിച്ചുള്ള പൊതുബോധങ്ങളെ മലയാള ചലച്ചിത്രങ്ങൾ വ്യത്യസ്ത വീക്ഷണ ദിശകളിൽ അവതരിപ്പിച്ചു. ചേരി/കോളനി കേന്ദ്രീകരിച്ചുള്ള, അരികുവല്ക്കരിക്കപ്പെട്ടവരുടെ ജീവിതസംസ്കാരത്തെയാണ് ഈ അധ്യായത്തിൽ വിശകലനവിധേയമാക്കുന്നത്.

ചേരി/കോളനി/പുറമ്പോക്ക്/വെളിമ്പ്രദേശം/തെരുവ്/തുരുത്ത്/ദ്വീപസമൂഹം എന്നിവിടങ്ങളിലെ മനുഷ്യ ജീവിതങ്ങളെ ചലച്ചിത്രത്തിൽ അവതരിപ്പിക്കുവാൻ ഇന്ത്യൻ സിനിമ തയ്യാറായിട്ടുണ്ട്. ക്ലാസിക്കൽ മുതലാളിത്തത്തിന്റെ ഘട്ടത്തിൽ നിർമ്മിതമായ സാമൂഹ്യജീവിതസമ്പ്രദായങ്ങളിൽനിന്ന് ഉരുത്തിരിഞ്ഞവയാണ് ചേരികളും കോളനികളും. അമേരിക്കയിലും യൂറോപ്പിലും രൂപം കൊണ്ട ചേരികൾ പുതിയൊരു വർഗ്ഗത്തെ സൃഷ്ടിച്ചെടുത്തു. ലോകത്തിലെ ആദ്യത്തെ ചേരി രൂപം കൊണ്ടതെവിടെയാണ് എന്ന അന്വേഷണത്തിനു ലഭിക്കുന്ന ഉത്തരം ന്യൂയോർക്കാണ്. ന്യൂയോർക്കിലെ 48 ഏക്കർ വിസ്തീർണ്ണമുള്ള ശുദ്ധ ജലാശയമായ കലക്ട്പോൻഡ് ആണ് ലോകത്തിലെ ഏറ്റവും വൃത്തികെട്ട ചേരിയായി പരിണമിച്ചത് (പു: 10). വ്യാവസായികമായി പുരോഗതി കൈവരിച്ച ഭൂപ്രദേശങ്ങളിലെല്ലാം തന്നെ ചേരികൾ രൂപപ്പെട്ടിട്ടുണ്ട്. ഫാക്ടറികളിൽ തൊഴിൽ തേടിയെത്തിയവർ വികസിത പ്രദേശത്തിന്റെ പുറമ്പോക്കുകളിൽ സംഘമായി താമസിക്കുവാൻ നിർബന്ധിതരായി. തൊഴിൽരഹിതർ, തുച്ഛമായ തുകയ്ക്കു ജോലി ചെയ്യുന്നവർ, ലൈംഗിക തൊഴിലാളികൾ തുടങ്ങിയ പാർശ്വവല്ക്കരിക്കപ്പെട്ട എല്ലാ വർഗ്ഗവും അസംതൃപ്തിയോടെ താമസിക്കുന്ന ഇടമാണ് ചേരികൾ. ആഫ്രിക്കൻ ചേരികൾ, അമേരിക്കൻ ചേരികൾ, ഇന്ത്യൻ ചേരികൾ എന്നിങ്ങനെയുള്ള വർഗ്ഗീകരണങ്ങൾക്കുള്ളിൽ 'പ്രശസ്തമായ' ചേരി/കോളനികൾ ധാരാളമുണ്ട്. കമ്പോളവർഗ്ഗത്തിന്റെ അഴുക്കുകൾ എല്ലാം ഏറ്റുവാങ്ങാൻ വിധിക്കപ്പെട്ട ചേരികളിലെ ജീവിതങ്ങൾ അത്യന്തം ദുരിതപൂർണ്ണമാണ്.

പാർശ്വവൽകൃതരുടെ ഇരുണ്ടയിടങ്ങൾ

കേരളത്തിലെ കോളനികൾക്ക് സുദീർഘമായൊരു കാലയളവിന്റെ ചരിത്രമാണ് പറയാനുള്ളത്. കോട്ടയം ജില്ലയിലെ കുറിച്ചി പഞ്ചായത്തിൽ സ്ഥിതിചെയ്യുന്ന 'സചിവോത്തമപുരം' കോളനിയാണ് കേരളത്തിലെ ആദ്യത്തെ കോളനി. 1939 ജനുവരി 18 നു സർ സി പി രാമസ്വാമി അയ്യർ ഉദ്ഘാടനം ചെയ്ത കോളനി തിരുവിതാംകൂറിലെ ആദ്യത്തെ പട്ടികജാതി കോളനിയും ഇന്ത്യയിലെ ആദ്യത്തെ മാതൃകാ കോളനിയുമായി

പി പി സത്യൻ, *ചേരികളിലെയും ചുവന്ന തെരുവുകളിലെയും ജീവിതം*, ചിന്ത പബ്ലിഷേഴ്സ്, ജനുവരി 2016.

രുന്നു. പട്ടികജാതിക്കാരായ പുലയരും പറയരും ഉൾപ്പെടെയുള്ള ജനങ്ങൾ താമസിച്ചിരുന്ന 'മുട്ടാകുള'മെന്ന പ്രദേശത്തെയാണ് സചിവോത്തമപുരം കോളനിയായി പരിവർത്തിപ്പിച്ചത്. വർത്തമാനകാലത്ത് കേരളത്തിൽ ഏറ്റവും കൂടുതൽ കോളനികൾ ഉള്ള പഞ്ചായത്താണ് കുറിച്ചി പഞ്ചായത്ത്. സചിവോത്തമപുരം ദേശീയതലത്തിൽ വരെ ശ്രദ്ധാകേന്ദ്രമായ ഒരു കോളനിയാണ്. 1999 ലെ 11 കെ വി ലൈൻ വിരുദ്ധ സമിതി പ്രവർത്തനങ്ങളും 2000 ലെ ശ്രീധരന്റെ ആത്മാഹുതിയുമാണ് (സമര സമിതിയംഗം) സചിവോത്തമപുരത്തെ ശ്രദ്ധേയമാക്കിയത്. ഐക്യകേരളം രൂപീകൃതമായതിനുശേഷം കേരളത്തിൽ സ്ഥാപിക്കപ്പെടുന്ന ആദ്യത്തെ കോളനി മുക്കട ദളിത് കോളനിയാണ്. 1959 ൽ എം കെ കൃഷ്ണൻ പട്ടികജാതി മന്ത്രിയായിരുന്നപ്പോഴാണ് മുക്കട കോളനി രൂപവല്ക്കരിക്കപ്പെടുന്നത്. പിന്നീടങ്ങോട്ടുള്ള കാലയളവിൽ കേരളത്തിന്റെ വിവിധ ഭാഗങ്ങളിൽ നിരവധി കോളനികൾ ഉയർന്നുവന്നു. അവയൊക്കെയും ദളിത് വിഭാഗങ്ങൾ തിങ്ങിനിറഞ്ഞ ഭൂപ്രദേശങ്ങളായിരുന്നു. പാറക്കെട്ടുകൾ നിറഞ്ഞതും ചെരിവുള്ളതുമായ പ്രദേശങ്ങളിലും തോട്ടിറമ്പിലോ ആറ്റിറമ്പിലോ ഉള്ള പുറമ്പോക്കുകളിലും പട്ടണ/നഗരത്തിന്റെ വെളിമ്പ്രദേശങ്ങളിലുമാണ് ഇത്തരം കോളനികൾ കൂടുതലും സ്ഥാപിക്കപ്പെട്ടത്. പട്ടയം ലഭിക്കാത്ത ഭൂമിയിലെ അനധികൃത താമസക്കാരാണ് കോളനിവാസികളിൽ പകുതി ശതമാനവും. പട്ടിക ജാതിക്കാർ ഒന്നിച്ചു താമസിക്കുന്ന ഇടങ്ങളാണ് കോളനികൾ എന്ന പൊതുബോധം സമൂഹത്തിൽ നിലവിലുണ്ട്. ജാതി, തൊഴിൽ, മതം, വർഗ്ഗം, പ്രദേശം എന്നിവയുടെ അടിസ്ഥാനത്തിൽ രൂപപ്പെടുകയും നിലനില്ക്കുകയും ചെയ്യുന്ന നിരവധി കോളനികളുണ്ട്. മുക്കുവ/അരയ കോളനികൾ, മുസ്ലീം കോളനികൾ, ആദിവാസി കോളനികൾ എന്നിവ അവയിൽ ചിലതു മാത്രമാണ്. തിരുവനന്തപുരത്തെ ചെങ്കൽച്ചൂള, കരിമഠം കോളനി, വള്ളക്കടവ് കോളനി, കോട്ടയത്തെ സചിവോത്തമപുരം കോളനി, ഉമ്പിടി കോളനി, എറണാകുളത്തെ വടയമ്പാടി, കോഴിക്കോട്ടെ ബംഗ്ലാദേശ് കോളനി എന്നിങ്ങനെ നിരവധി കോളനികൾ കേരളീയരുടെ പൊതുബോധത്തിൽ ആഴത്തിൽ പതിഞ്ഞുകിടക്കുന്ന അപകടകരമായ (?) ഭൂപ്രദേശങ്ങളാണ്,

ദളിത് കോളനികൾക്കൊപ്പം സവിശേഷ പരാമർശമർഹിക്കുന്ന ഒന്നാണ് ആദിവാസി കോളനികൾ/ഊരുകൾ. പതിനാലു ജില്ലകളിലായി 4762 ആദിവാസി ഊരുകൾ നിലവിലുണ്ട്. അവയിൽ കൂടുതൽ ആദിവാസി ഊരുകളും വയനാട്, ഇടുക്കി, പാലക്കാട്, കാസർഗോഡ് ജില്ലകളിലായാണ് നിലനില്ക്കുന്നത്. കേരളീയ പൊതുബോധത്തിൽ അട്ടപ്പാടി, മുത്തങ്ങ, തിരുനെല്ലി എന്നീ ഭൂപ്രദേശങ്ങൾ ആദിവാസി മേഖലകളായി അംഗീകാരം നേടിയെടുത്തിട്ടുണ്ട്. അട്ടപ്പാടിയിലെ ശിശുമരണങ്ങൾ, അവിവാഹിതരായ അമ്മമാർ, മുത്തങ്ങ വെടിവെയ്പ്പ് എന്നിവയാണതിനടിസ്ഥാനം. ഓരോ ആദിവാസി വിഭാഗവും പ്രത്യേകമായി അവരവരുടെ ഗോത്രാചാരങ്ങളും അനുഷ്ഠാനങ്ങളും വിശ്വാസങ്ങളുമനുസരിച്ചാണ്

ഊരുകളിൽ കഴിഞ്ഞുവരുന്നത്. ഏകദേശം മുപ്പത്തിയാറോളം ഗോത്ര ങ്ങളും ഉപഗോത്രങ്ങളുമുള്ള ആദിവാസി സമൂഹത്തിൽ ഊരുമൂപ്പന്റെ കീഴിലാണ് ഓരോ സമൂഹവും നിലനില്ക്കുന്നത്. ഊരിന്റെ തലവനായ ഊരുമൂപ്പന്റെ സ്ഥാനം ആണിനാണ് കല്പിച്ചു നല്കപ്പെട്ടിരുന്നതെങ്കിൽ ആതിരപ്പള്ളി വാഴച്ചാൽ ആദിവാസി ഊരിൽ അത്തരമൊരു സ്ഥാനം പെണ്ണിനാണ്. അതിരപ്പിള്ളി - മലക്കപ്പാറ വനമേഖലകളിലായി നിലനി ല്ക്കുന്ന പതിമൂന്നു ആദിവാസി കോളനികളിലൊന്നായ വാഴച്ചാൽ ആദി വാസി കോളനിയിലെ ഊരുമൂപ്പത്തിയാണ് ഗീത (*കേരളത്തിലെ ആദ്യത്തെ ഊരു മൂപ്പത്തി*). ആദിവാസി വിഭാഗങ്ങളിൽ വലിയൊരു വിഭാഗം ആളുകൾ കാലോചിതമായി സാമൂഹ്യ പരിണാമങ്ങൾക്കൊപ്പം സഞ്ചരിക്കുവാൻ തയ്യാറാകുമ്പോൾ മറ്റൊരു വിഭാഗം (കാട്ടുനായ്ക്കർ, പണിയർ വിഭാഗത്തിൽപ്പെട്ടവർ), പ്രാക്തന ജീവിതശൈലിയിൽ തന്നെ തുടരുന്നു. നാല്പതുകളിലേയും അമ്പതുകളിലേയും ആദിവാസി ജീവി തങ്ങളെക്കുറിച്ചുള്ള കാഴ്ചപ്പാടുകളെയാണിപ്പോഴും ആദിവാസിയേതര ജനസമൂഹം പിന്തുടരുന്നത് എന്നതിനാലാണ് ആദിവാസികൾ അപരി ഷ്കൃതരായി ഇപ്പോഴും മുദ്ര കുത്തപ്പെടുന്നത്.

കാടറിഞ്ഞു സ്വച്ഛന്ദമായി ജീവിക്കുന്ന ആദിവാസി ഊരുകൾക്കു ഭീഷണിയാകുന്നത് നാഗരികനായ മനുഷ്യരാണ്. ആദിവാസികളുടെ നിസ്സഹായതയെയും ആത്മാർത്ഥതയെയും തന്ത്രശാലിയായ നാഗരികൻ ചൂഷണം ചെയ്യുന്നു. ദാരിദ്ര്യം, പോഷകാഹാര ദൗർലഭ്യം മൂലമുള്ള ശിശു മരണങ്ങൾ, അവിവാഹിതരായ ആദിവാസി അമ്മമാർ എന്നിവ യെല്ലാം ആദിവാസി കോളനികളുടെ പൊതു ചിത്രങ്ങളാണ്. കുലാ(സ മുദായ)ചാരപ്രകാരം വിവാഹം കഴിക്കുന്ന ആദിവാസി യുവാക്കൾ പോക്സോ നിയമപ്രകാരം ജയലിറകൾക്കുള്ളിലാകുന്നതും ആദിവാസി കോളനികളിലെ കാഴ്ചകളിൽ ഉൾപ്പെടുന്നു.

പലതരം 'കലർപ്പു'കളുടെ പൊതുഇടമെന്ന നിലയിലാണ് ചേരി/ കോളനികൾ ചരിത്രപരമായി പ്രസക്തമാകുന്നത്. ദളിത്/മുസ്ലീം/ആദി വാസി/അരയ കോളനികൾ പ്രത്യേകം പ്രത്യേകമായി നിലനില്ക്കു മ്പോൾ തന്നെ ദളിതരും മുസ്ലീങ്ങളും ക്രിസ്ത്യാനികളും ഈഴവരും എല്ലാവരും ഇടകലർന്നു ജീവിക്കുന്ന ധാരാളം കോളനികളുമുണ്ട്. ജാതി മത വർഗ്ഗ സംഘർഷങ്ങളും വിദ്വേഷങ്ങളും ചേരിതിരിഞ്ഞുള്ള സംഘട്ട നങ്ങളുമെല്ലാം ചേരി/കോളനികളെ പ്രശ്ന മേഖലയായി നിലനിർ ത്തുന്നു. സാമൂഹ്യ സാംസ്കാരിക ബോധങ്ങളിൽ പിന്നാക്കമായിപ്പോയ കോളനിനിവാസികളിൽ ലൈംഗികത്തൊഴിലാളികൾ, ക്വട്ടേഷൻ ഗുണ്ട കൾ, കൂലിത്തൊഴിലാളികൾ, ലഹരിവില്പനക്കാർ എന്നിവരെല്ലാം ഉൾ പ്പെടുന്നു. സൂപ്പർ താരങ്ങൾക്കുവേണ്ടിയുള്ള ഫാൻസ് അസോസിയേഷൻ ഗ്രൂപ്പുകൾ ഏറ്റവും കൂടുതലുള്ളതും ചേരി/കോളനി പ്രദേശങ്ങളിലാണ്.

തോറ്റുപോയ ജനതയെ ഇനിയും ചൂഷണം ചെയ്യരുത് - ഗീത/രശ്മി ജി, പ്രസാധ കൻ മാസിക, 2017 സെപ്റ്റംബർ.

വൃത്തിഹീനമായ അന്തരീക്ഷം, അടിസ്ഥാന സൗകര്യങ്ങളുടെ അഭാവം, ജനസംഖ്യാ വർദ്ധനവും കുടുംബങ്ങളുടെ വിപുലീകരണവും, മാലിന്യങ്ങളുടെ ആധിക്യം, തൊഴിലില്ലായ്മയും ദാരിദ്ര്യവും എന്നിങ്ങനെയുള്ള സാഹചര്യങ്ങളെയാണ് കോളനികൾ നിരന്തരമായി അഭിമുഖീകരിക്കുന്നത്. കോളനികളിൽ നിന്നുള്ള കുട്ടികൾക്ക് വിദ്യാഭ്യാസത്തിനുള്ള അവസരങ്ങൾ ലഭ്യമാകുന്നുണ്ടെങ്കിലും അവരിൽ കൊഴിഞ്ഞുപോകുന്നവരുടെ എണ്ണം വളരെ കൂടുതലാണ്. വികസനത്തിന്റെ ഇരകളായി മാറുന്നവരിൽ ഭൂരിപക്ഷവും ചേരി/കോളനിവാസികളാണ്. എപ്പോൾ വേണമെങ്കിലും കുടിയൊഴിക്കപ്പെടാവുന്നതോ പൊളിച്ചു മാറ്റപ്പെടാവുന്നതോ ആയ ഇടങ്ങളാണ് ചേരികൾ/കോളനികൾ എന്ന ബോധ്യത്തെ മൂലമ്പിള്ളി/കിനാലൂർ എന്നിവിടങ്ങളിലെ നിർബന്ധിത കുടിയൊഴിപ്പിക്കലുകൾ ശരിവെക്കുന്നു.

വെള്ളിത്തിരയിലെ കോളനി/ചേരികളുടെ ദൃശ്യഭാഷ്യങ്ങൾ 1954 ലെ *നീലക്കുയിൽ* മുതൽ 2018 ലെ *പടയോട്ടം* വരെയുള്ള ചിത്രങ്ങളിൽ കാണാവുന്നതാണ്. *നീലക്കുയിൽ* (1954/രാമുകാര്യാട്ട്, പി ഭാസ്കരൻ), *രണ്ടിടങ്ങഴി* (1958/പി സുബ്രഹ്മണ്യം), *മുടിയനായ പുത്രൻ* (1961/രാമു കാര്യാട്ട്), *പേരറിയാത്തവർ* (2015/ഡോ. ബിജു), *ഉദാഹരണം സുജാത* (2017/ഫാന്റം പ്രവീൺ) തുടങ്ങിയ ചിത്രങ്ങൾ ദളിത് കോളനിയുടെ സാംസ്കാരിക പശ്ചാത്തലങ്ങളെ അവതരിപ്പിച്ചപ്പോൾ *ചെമ്മീൻ* (1965/രാമുകാര്യാട്ട്), *തുമ്പോളിക്കടപ്പുറം* (1995/ജയരാജ്), *തിരകൾക്കപ്പുറം* (1998/അനിൽ ആദിത്യൻ), *ചാന്തുപൊട്ട്* (2005/ലാൽ ജോസ്) തുടങ്ങിയ ചിത്രങ്ങൾ അരയ കോളനിയേയും *അർദ്ധനാരി* ട്രാൻസ്ജന്റർ കോളനിയേയും *വിയറ്റ്നാംകോളനി* (1992/സിദ്ദിഖ് ലാൽ), *പുതിയമുഖം* (2009/ദീപൻ) തുടങ്ങിയവ അഗ്രഹാരങ്ങളെയും അവതരിപ്പിച്ചു. ഇത്തരം ചലച്ചിത്രങ്ങളോടൊപ്പം തന്നെ ഒട്ടനവധി ചിത്രങ്ങളിലും ചേരി/കോളനികൾ പരാമർശിക്കപ്പെടുകയോ ഭാഗികമായി അവതരിപ്പിക്കപ്പെടുകയോ ചെയ്യുന്നുണ്ട്. ഇത്തരം ചിത്രങ്ങളെ വിശകലനം ചെയ്യുന്നതിലൂടെ ചേരി/കോളനി ജീവിതം വെള്ളിത്തിരയിൽ എപ്രകാരമാണ് പ്രതിനിധാനം ചെയ്യുന്നതെന്നു വ്യക്തമാകും.

നായകന്റെ 'ചേരികളും' വില്ലന്റെ 'കോളനികളും'

ചേരി/കോളനിയെ രണ്ടു തല(ര)ത്തിലാണ് ചലച്ചിത്രങ്ങൾ ഉപയോഗപ്പെടുത്തുന്നത്. പ്രാകൃതവും സംഘർഷഭരിതവും ആയ കോളനിയിൽ നിന്ന് സാമൂഹ്യമായി ഉയർന്നുവന്ന നായകന്റെ അതിജീവനത്തെ ആഖ്യാനം ചെയ്യുന്നവ, സൂപ്പർതാര നായകന്മാരുടെ അമാനുഷിക കഥാപാത്രങ്ങളുടെ സംരക്ഷണയിൽ പരിലാളിക്കപ്പെടേണ്ട ഇടമാണ് കോളനി എന്നിങ്ങനെ രണ്ട് തലങ്ങൾ നായകബിംബത്തെ ആശ്രയിച്ചുള്ള ആഖ്യാനങ്ങളിൽ പ്രകടമാണ്. മറ്റൊന്ന് ചേരി/കോളനികൾ വില്ലന്റെ താവളവും വിഹാര രംഗവുമാണ്. ഷാഫിയുടെ *പുലിവാൽകല്യാണം* (2003),

ഷെർലക് ടോംസ് (2017), അനിലിന്റെ *ലോകനാഥൻ ഐ എ എസ്* (2005), ഫാന്റം പ്രവീണിന്റെ *ഉദാഹരണം സുജാത* (2017), നായകൻ/നായിക യുടെ അതിജീവനത്തെ അടയാളപ്പെടുത്തുന്നു. *മുടിയനായ പുത്രൻ* (1961), *വിയറ്റ്നാം കോളനി* (1992), *താണ്ഡവം* (2002), *ഒന്നാമൻ* (2001), *വേഷം* (2004), *അശ്വാരൂഢൻ* (2006) എന്നിവയിൽ നായകന്റെ സംര ക്ഷണ ചുമതലയുള്ള ഇടമായി കോളനികൾ മാറുന്നു. നായകൻ സാഹ സികമായ ഒറ്റയാൾപ്പോരാട്ടങ്ങളിലൂടെ ചേരി/കോളനികളുടെ പ്രശ്ന ങ്ങളെ ദ്രുതഗതിയിൽ പരിഹരിച്ചുകൊണ്ട് ചേരി/കോളനി നിവാസി കൾക്കു സുരക്ഷയൊരുക്കുന്നു. അതുവഴി കോളനിക്കാരുടെ രക്ഷാപുരു ഷനായും നായകൻ മാറുന്നു. ദളിത് കോളനിക്കാരുടെ തൊഴിലാളിസമ രത്തെ അടിച്ചമർത്താൻ വരുന്ന വാടക ഗുണ്ടയെ കൊലപ്പെടുത്തി തൊഴി ലാളികൾക്കു സംരക്ഷണം നല്കുന്ന *മുടിയനായ പുത്രൻ*, *വിയറ്റ്നാം കോളനി*യെ സംരക്ഷിച്ചും ശുദ്ധീകരിച്ചും കോളനി ജനതയ്ക്കു പുതിയ പ്രതീക്ഷകൾ നല്കിയ കൃഷ്ണമൂർത്തി, നഗരത്തിൽ ഒഴിപ്പിക്കൽ ഭീഷണി നേരിടുന്ന ലീലാ കോളനിയുടെ സംരക്ഷകനായ അപ്പു (*വേ ഷം*), വലിയമല ആദിവാസി കോളനിക്കു സംരക്ഷകനാകുന്ന വീരഭ ദ്രൻ (*അശ്വാരൂഢൻ*) തുടങ്ങിയ നായകന്മാരുടെ ആജ്ഞാനുവർത്തിക ളായി കോളനിവാസികൾ പ്രവർത്തിക്കാറുമുണ്ട്. നായകന്റെ അമാനു ഷികശക്തികൊണ്ടു പരിലാളിക്കപ്പെടുന്ന കോളനികളിൽ നിന്നും വ്യതി രിക്തമായി നായകനു സംരക്ഷണവും പിന്തുണയും നല്കുന്ന കോള നികളുടെ കാഴ്ചയും ചലച്ചിത്രങ്ങൾ നല്കുന്നുണ്ട്. (*പുലിവാൽകല്യാ ണം, ലോകനാഥൻ ഐ എ എസ്, ഈ അടുത്തകാലത്ത്, ഹീറോ, ഷെർലക് ടോംസ്* തുടങ്ങിയ ചിത്രങ്ങൾ)

നായകന്റെ സംരക്ഷണത്തിനായി കോളനികൾ സമർപ്പിക്കപ്പെടു ന്നതുപോലെ പ്രതിനായകന്റെ സുരക്ഷിത താവളമായും അധാർമ്മിക വ്യവഹാരങ്ങൾക്കുള്ള സങ്കേതമായും കോളനികൾ ഒരുക്കപ്പെടുന്നു. വർഗ്ഗീയതയുടെയും മതതീവ്രവാദത്തിന്റെയും ആയുധങ്ങളുടെയും നിരോധിത ലഹരി വസ്തുക്കളുടെയും ക്രയവിക്രയങ്ങളെ കോളനിക്കു ള്ളിൽ സുരക്ഷിതമായി നടത്തുവാൻ പ്രതിനായകനും സംഘങ്ങൾക്കും കഴിയുന്നുണ്ട്. പ്രതിനായകന്റെ സാമ്പത്തിക വ്യവഹാരങ്ങളിൽ ബോധ പൂർവ്വമോ അബോധപൂർവ്വമോ ആയി പങ്കാളികളാകേണ്ടിവരുന്ന കോളനി വാസികളുടെ അസ്തിത്വം അതുവഴി പ്രതിനായകൻ പ്രതിനിധീകരി ക്കുന്ന വ്യവസ്ഥിതികളോട് സമീകരിക്കപ്പെടുന്നു. (*വിയറ്റ്നാം കോളനി*, *അലിഭായ്* (2007), *ഐ ജി* (2009) കഥാപാത്രങ്ങൾ ഉദാഹരണം) ഇത്ത രത്തിൽ 'കെണി'യിൽപ്പെട്ടു പോകുന്ന നിഷ്കളങ്ക വ്യക്തിത്വങ്ങളെ നന്മ യുടെ പാഠങ്ങളിലേക്ക് ശുദ്ധീകരിച്ചെടുക്കൽ എന്ന സാഹസികവും ശ്രമ കരവുമായ ഉദ്യമങ്ങളെ നായകൻ (കൃഷ്ണസ്വാമിയായും, അലിഭായി യായും) ഏറ്റെടുത്ത് നടപ്പിലാക്കുന്നതും അത് വിജയപഥത്തിലെത്തി ക്കുന്നതും മറ്റൊരു കാഴ്ചയാണ്. സ്വതന്ത്രവും യുക്തിപൂർവ്വവുമായ തീരു

മാനങ്ങളെടുക്കുവാൻ ശേഷിയില്ലാത്ത ആളുകൾ (*വിയറ്റ്നാം കോളനി, ഉദാഹരണം സുജാത*), അടിസ്ഥാനരഹിതമായ നിലപാടുകളിൽ കഴിയുന്നവർ [*പുലിവാൽകല്യാണം* (2003)] പ്രകടന തൊഴിലാളികളായി പങ്കെടുക്കാൻ തയ്യാറായവർ [*കഥ തുടരുന്നു* (2010)] എന്നു തുടങ്ങി എല്ലാത്തരം ആളുകളേയും ഉൾക്കൊള്ളുന്ന ഇടമാണ് കോളനികൾ. വട്ടിപ്പലിശക്കാരന്റേയും ഇൻസ്റ്റാൾമെന്റുകാരന്റേയും ചിലന്തിവലയിൽ പെട്ടുപോകുന്ന ചെറുകിട കോളനികൾ മുതൽ സാമ്രാജ്യത്വ കുത്തക മുതലാളിമാർ ആധിപത്യം സ്ഥാപിക്കാൻ ശ്രമിക്കുന്ന കോളനികൾ വരെ കേരളത്തിലുണ്ട് *ഭരത്ചന്ദ്രൻ ഐ പി എസ്* (2005), *അലിഭായ്* (2007), *പൈപ്പിൻ ചുവട്ടിലെ പ്രണയം* (2018) എന്നിവ ഉദാഹരണം. ആഗോള കുത്തകകൾക്ക് എതിരെ സംഘടിതമായ പ്രക്ഷോഭം മിഥിലാപുരിയിലെ കർഷകക്കോളനികൾ ഏറ്റെടുത്ത് നടത്തുന്നത് *താണ്ഡവം* പോലെയുള്ള സിനിമകൾ ആവിഷ്കരിക്കുന്നുണ്ട്.

ചേരിയിലെ അഴുക്കുചാലുകളും നരക ജീവിതങ്ങളും

ഇന്ത്യയിൽ അംഗീകൃതവും അനംഗീകൃതവുമായ അറുനൂറിലധികം വരുന്ന ചേരികളുണ്ട്. കൊൽക്കത്തയിലെ സോനാഗച്ചി, താംഗ്ര, ചെന്നെയിലെ നോച്ചിക്കൂപ്പൺ, മുംബൈയിലെ കാമാത്തിപ്പുര, ധാരാവി എന്നിങ്ങനെയുള്ള ചേരികൾ ആഗോള പ്രശസ്തമാണ്. ലോകത്തിലെ തന്നെ ഏറ്റവും വലിയ ചേരിയായ 'ധാരാവി', ഏറ്റവുമധികം ലൈംഗിക തൊഴിലാളികൾ ജീവിക്കുന്ന കാമാത്തിപ്പുര എന്നിവ അതിഭയാനകമായ പ്രശ്നങ്ങളെയാണ് നേരിടുന്നത്. മുംബൈ ചേരികളുടെ ജീവിതത്തെ അടിസ്ഥാനമാക്കി നിരവധി ചലച്ചിത്രങ്ങൾ ഇന്ത്യൻ ഭാഷകളിൽ നിർമ്മിക്കപ്പെടുകയുണ്ടായി. മീര നായരുടെ *സലാം ബോംബെ* (1988), ഡാനിയൽ ബോയിലിന്റെ *സ്ലംഡോഗ് മില്യണയർ* (2008) എന്നിവ ചേരികളുടെ അവസ്ഥകളെ ആഴത്തിൽ വിശകലനം ചെയ്യുവാനുദ്യമിച്ച ചലച്ചിത്രങ്ങളാണ്. ചേരിവാസികളുടെ ജീവിതത്തെ വികലമായി ചിത്രീകരിച്ച് ഇന്ത്യൻ സമൂഹത്തെ വിദേശികൾക്കു മുമ്പിൽ അല്പന്മാരാക്കി എന്നുള്ള ആരോപണങ്ങൾ *സ്ലംഡോഗ് മില്യണയർ* നേരിടുകയുണ്ടായി. എന്നാൽ *സലാം ബോംബെ* തെരുവിന്റെ യാഥാർത്ഥ്യങ്ങളെയാണ് ആവിഷ്കരിച്ചത്. സഹോദരന്റെ സൈക്കിൾ നശിപ്പിക്കുന്ന കൃഷ്ണയ്ക്ക് സൈക്കിളിന്റെ വിലയായ അഞ്ഞൂറു രൂപ പണിയെടുത്ത് സമ്പാദിച്ച് വീട്ടിലെത്തിക്കണമെന്ന ശിക്ഷ അമ്മ വിധിക്കുമ്പോൾ അതിനായി ഇറങ്ങിപ്പുറപ്പെടുന്ന കൃഷ്ണ മുംബൈയിലെ തെരുവുകളിലാണ് എത്തുന്നത്. ലൈംഗിക തൊഴിലാളികൾ, ക്രിമിനലുകൾ, താല്ക്കാലിക തൊഴിലാളികൾ എന്നിവർക്കിടയിൽ ചെന്നുപെടുന്ന കൃഷ്ണ ജീവിതത്തിന്റെ പരുക്കൻ യാഥാർത്ഥ്യങ്ങളെ കണ്ടെത്തുന്നു. ചേരി/കോളനികളിലെ ഇരുണ്ട ഇടത്തിലേയ്ക്കു സഞ്ചരിക്കുമ്പോഴും തിരിച്ചു വീട്ടിലേക്ക് എത്താമെന്ന് പ്രതീക്ഷ കൃഷ്ണയ്ക്കുണ്ടെങ്കിലും അത് നഷ്ടമാകുന്നു. തെരുവിൽനിന്നും കണ്ടെ

ത്തിയ അഭിനേതാക്കളെ ഉപയോഗിച്ചു *സലാം ബോംബേ* ഒരുക്കിയ മീര നായർ തെരുവുകളുടെ രാഷ്ട്രീയത്തെ അതിവിദഗ്ധമായി അതിലൂടെ അടയാളപ്പെടുത്തി. 2018 ൽ പ്രദർശനത്തിനെത്തിയ പാ രജിത്ത് - രജനികാന്ത് ടീമിന്റെ *കാല കരികാല* വർത്തമാനകാല ഇന്ത്യൻ രാഷ്ട്രീയത്തെ, ചേരിയിലെ ജീവിതങ്ങളെ മുൻനിറുത്തി വിശകലന വിധേയമാക്കുന്ന ചിത്രമാണ്. ചേരി/കോളനികൾ അഴുക്കാണെന്നും അതു മുഴുവൻ ഒഴിപ്പിച്ച് വൃത്തിയാക്കിയെടുക്കണമെന്ന സവർണ്ണവർഗ്ഗത്തിന്റെ, തീവ്ര ഹിന്ദുത്വവാദികളുടെ നിലപാടുകൾക്കെതിരെയുള്ള പ്രതിഷേധവും പ്രതിരോധവുമാണ് *കാലാ* ആഖ്യാനം ചെയ്യുന്നത്. ധാരാവിയിലെ നേതാവായ കരികാലന്റെ സാമ്രാജ്യത്തെയും ധാരാവിയെയും നിർമ്മാർജ്ജനം ചെയ്യാനൊരുങ്ങുന്ന തീവ്ര ഹിന്ദുത്വ രാഷ്ട്രീയ പാർട്ടിയുടെ കേന്ദ്ര മന്ത്രിയായ ഹരിദായുടെ റിയൽ എസ്റ്റേറ്റ് അജണ്ടകളെ ജാതി രാഷ്ട്രീയത്തിന്റെ അടിത്തറയിൽ വിശകലനം ചെയ്യുന്ന *കാല* വർത്തമാനകാല ഇന്ത്യൻ ഭരണകൂടത്തിന്റെ കീഴാള വിരുദ്ധ നിലപാടുകളെക്കൂടി വിമർശന വിധേയമാക്കുന്നു.

മലയാള സിനിമയെ അപേക്ഷിച്ചു ചേരി/കോളനി ജീവിതങ്ങളുടെ സാമൂഹ്യമായ പ്രശ്നങ്ങളെ യാഥാർത്ഥ്യബോധത്തോടു കൂടി അവതരിപ്പിച്ചത് തമിഴ് ചലച്ചിത്രങ്ങളാണ് എന്നു വ്യക്തമാണ്. ഉദാ: അങ്ങാടി ത്തെരുവ്, മദ്രാസ്, ഗോലിസോഡ തുടങ്ങിയവ. കേരളത്തിൽ നിന്നു വിഭിന്നമായി ധാരാളം ചേരി/കോളനി പ്രദേശങ്ങൾ തമിഴ്നാട്ടിലാണെന്നുള്ളതും ചേരി/കോളനി ജീവിതങ്ങൾ പ്രമേയമായ ചലച്ചിത്രങ്ങളെ ജനപ്രിയ താരങ്ങളും പ്രേക്ഷകരും സ്വീകരിക്കുവാൻ തയ്യാറാകുന്നുണ്ടെന്നുള്ളതും ഇത്തരം ചലച്ചിത്രങ്ങളുടെ വർദ്ധനവിനുള്ള കാരണങ്ങളാണ്.

കേരളത്തെ സംബന്ധിച്ചിടത്തോളം കോളനികൾ ധാരാളമുണ്ടെങ്കിലും ഉത്തരേന്ത്യൻ സംസ്ഥാനങ്ങളിലേതുപോലെയുള്ള ചേരികൾ ഇല്ലായെന്നു പറയാം. മലയാള സിനിമ മുംബൈ, കൊൽക്കത്ത എന്നീ മഹാനഗരങ്ങളെയും അവിടുത്തെ ചേരി/കോളനികളേയും അധോലോകത്തിന്റെ ഇരുണ്ട ഇടമായിട്ടാണ് വെള്ളിത്തിരയിൽ പരിചരിച്ചത്. *ആര്യൻ* (1988/പ്രിയദർശൻ), *അഭിമന്യു* (1991/പ്രിയദർശൻ), *രാജാധിരാജ* (2014/ അജയ് വാസുദേവ്), *ക്രിസ്ത്യൻ ബ്രദേഴ്സ്* (2011/ജോഷി), *ബഡാ ദോസ്ത്* (2006/വിജിതമ്പി), *ബ്ലാക്ക് ക്യാറ്റ്* (2007/വിനയൻ) തുടങ്ങിയവ ചില ഉദാഹരണങ്ങൾ മാത്രം. മുംബൈ/കൽക്കത്തയിലെ ജീവിതം മലയാളി നായകനു പയറ്റി തെളിയാനുള്ള ഒരിടമായിരുന്നു. മറ്റൊരു തലത്തിൽ ചലച്ചിത്രത്തിൽ നായിക - നായകന്മാരുടെ സ്വൈര്യ ജീവിതത്തിനും, പൊതുജനത്തിന്റെ സാമൂഹ്യ സുരക്ഷയ്ക്കും വിലങ്ങുതടിയാകുന്ന വില്ലന്മാർ പ്രത്യക്ഷപ്പെടുന്നത് മുംബൈ അധോലോകത്തിൽ നിന്നും ചേരികളിൽ നിന്നുമാണ്.

തെരുവുകച്ചവടക്കാരും ലൈംഗിക തൊഴിലാളികളും ക്രിമിനലുകളും തൊഴിൽരഹിതരുമെല്ലാം തിങ്ങിനിറഞ്ഞ ചേരികൾ സൃഷ്ടിക്കുന്ന

സാമൂഹ്യപ്രശ്നങ്ങളെ അവതരിപ്പിക്കുവാൻ ഭൂരിപക്ഷം ചലച്ചിത്രങ്ങൾക്കും സാധ്യമാകുന്നില്ല. ബ്ലെസിയുടെ *കൽക്കട്ടാന്യൂസ്* (2008) പോലെയുള്ള ചിത്രങ്ങൾ ചുവന്നതെരുവിന്റെ പ്രശ്നങ്ങളെ ഏകപക്ഷീയമായി അവതരിപ്പിക്കുന്നുണ്ട്. ചുവന്നതെരുവിൽ കുടുങ്ങിപ്പോകുന്ന നായികയെ 'പരിക്കുകളില്ലാതെ' കന്യകാത്വം ഭേദിക്കപ്പെടാതെ 'സുരക്ഷിതയായി' രക്ഷപ്പെടുത്തുവാൻ കാരണമാകുന്നത് കൽക്കത്താ ഗവൺമെന്റിന്റെ സത്വര നടപടികളാണ്. അതിനാടകീയമായൊരു ശുഭ പര്യവസാനവും നായികയുടെ കന്യകാത്വവും മലയാള സിനിമയുടെ നിർബന്ധങ്ങളിലൊന്നായതു കൊണ്ടുതന്നെ കൊൽക്കത്തയിലെ ചുവന്ന തെരുവിനെ ഭരണകൂടത്തിനു മെരുക്കിയെടുക്കുവാൻ കഴിയുന്നു. മുംബൈയിലേയും കൊൽക്കത്തയിലേയും ചുവന്ന തെരുവുകൾ സ്ഥിരമായി പോലീസ് വേട്ടയ്ക്കു വിധേയമാകുന്നെങ്കിലും കുറഞ്ഞ കാലയളവിനുള്ളിൽ അവ പൂർവ്വസ്ഥിതിയിലേക്കു എത്തിച്ചേരാറുണ്ട്. ലൈംഗിക വിപണിയിലൂടെ കോടികളുടെ ക്രയവിക്രയങ്ങളാണ് ഇത്തരം തെരുവുകളിൽ നിർവ്വഹിക്കപ്പെടുന്നത്. ഭരണകൂട അധികാരികളുടെ പരോക്ഷമായ പിന്തുണകൾ ചേരിയിലെ ക്രിമിനലുകൾക്കും സാമ്പത്തിക ഇടപാടുകാർക്കും ലഭിക്കുന്നുണ്ടെന്നതൊരു യാഥാർത്ഥ്യമാണ്.

ദളിത്/മുസ്ലീം/അരയ/ആദിവാസി കോളനികളും പ്രതിനിധാനവും

കേരളത്തിൽ ഏകദേശം അമ്പതിനായിരത്തിലധികം കോളനികൾ സ്ഥിതിചെയ്യുന്നുവെന്നാണ് പൊതുവിൽ കണക്കാക്കപ്പെട്ടിരിക്കുന്നത്. അവയിൽ തന്നെ ദളിത് കോളനികളുടെ പ്രാതിനിധ്യം വളരെ കൂടുതലായിരിക്കും. 'സചിവോത്തമപുരം' മുതൽ 'വടയമ്പാടി' വരെയുള്ള ജാതിക്കോളനികൾ കേരളത്തിനകത്തും പുറത്തും ശ്രദ്ധാകേന്ദ്രമായ കോളനികളാണ്. ഇലവൻ കെ വി വിരുദ്ധ സമരത്തോടനുബന്ധിച്ചാണ് കുറിച്ചി സചിവോത്തമപുരം ദേശീയ തലത്തിൽ ശ്രദ്ധാ കേന്ദ്രമായതെങ്കിൽ വടയമ്പാടിയിലെ ദളിത് കോളനിവാസികൾ സവർണ്ണ വർഗ്ഗത്തിന്റെ ജാതീയമായ വിവേചനങ്ങൾക്ക് ഇരയാകേണ്ടി വന്നതിനെത്തുടർന്നുള്ള പ്രതിഷേധ സമരങ്ങളിലൂടെയാണ് വടയമ്പാടി പൊതുചർച്ചകളിലേക്ക് എത്തുന്നത്. 'സചിവോത്തമപുരത്തിനും വടയമ്പാടിക്കും' മുമ്പിലും പിന്നിലുമായി വിവിധ പ്രദേശങ്ങളിൽ നിരവധി ദളിത് കോളനി വിഷയങ്ങൾ ഉയർന്നുവന്നെങ്കിലും അവ പ്രാദേശികമായിത്തന്നെ ഒതുക്കിത്തീർക്കപ്പെട്ടു. കേരളത്തിൽ 'ജാതി'യൊരു തീവ്ര രാഷ്ട്രീയ പ്രശ്നമായി പരിഗണിക്കപ്പെടുന്നത് കോളനി ജീവിതത്തോടു ബന്ധപ്പെടുത്തുമ്പോഴാണ്. ദളിത്/മുസ്ലീം/ആദിവാസി കോളനികൾ അവയുടെ അടിസ്ഥാന സൗകര്യമില്ലായ്മകൾക്കിടയിൽ വീർപ്പുമുട്ടുമ്പോഴാണ് ചലച്ചിത്രങ്ങൾ അവയെ സംബന്ധിച്ചുള്ള വാസ്തവ വിരുദ്ധങ്ങളായ ആഖ്യാനങ്ങളിലൂടെ അത്യന്തം അപകടകരമായ, പ്രതിലോമകരമായ ആശയങ്ങളെ പ്രേക്ഷക

സമൂഹത്തിലേക്ക് പകർന്നു കൊടുക്കുന്നത്.

ദളിത് കോളനികൾ 'അപരിഷ്കൃതരു'ടെയും 'സാമൂഹ്യവിരുദ്ധരു'ടെയും ഇടമായും മുസ്ലീം കോളനികൾ മതതീവ്രവാദത്തിന്റെയും കള്ളക്കടത്തിന്റെയും ഭീകരതയുടെയും കേന്ദ്രങ്ങളായും ആദിവാസി കോളനികൾ നക്സൽ - മാവോയിസ്റ്റ് സാന്നിദ്ധ്യമുള്ള സ്ഥലങ്ങളായും അവരോധിക്കപ്പെടുന്നു. *അശ്വാരൂഢൻ, അലിഭായ്, ഐജി, ട്രാഫിക്* എന്നിങ്ങനെ ഒരു നിര ചിത്രങ്ങൾ മുസ്ലീം കോളനികളെന്നാൽ രാജ്യത്തിന്റെ ജനാധിപത്യ സംവിധാനത്തെ അട്ടിമറിക്കുന്നതും സമ്പദ്വ്യവസ്ഥയിൽ വിള്ളലുകൾ വീഴ്ത്തുന്നതുമായ വർഗ്ഗീയ കേന്ദ്രീകൃത മേഖലകളായി ആവിഷ്കരിക്കപ്പെടുന്നു. മതേതരത്വത്തെ വെല്ലുവിളിക്കുന്ന മുസ്ലീം മതതീവ്രവാദികൾക്ക് ഒളിച്ചു പാർക്കുവാനും സംഘടനാ പ്രവർത്തനങ്ങൾ സുരക്ഷിതമായി നടത്തുവാനും കഴിയുന്ന ഒളിത്താവളങ്ങളാണ് കോളനികൾ എന്നു സ്ഥാപിക്കപ്പെടുന്നു. രാജേഷ്പിള്ളയുടെ *ട്രാഫിക്*, ബി ഉണ്ണികൃഷ്ണന്റെ *ഐജി* എന്നീ ചിത്രങ്ങൾ ഇത്തരം കോളനികൾ മുഖ്യധാരാ സമൂഹത്തിന്റെ ഭാഗമായിരിക്കുമ്പോൾ തന്നെ അവയോടു വിയോജിക്കുന്നതും, സമാന്തര ഭരണകൂടമായി പ്രവർത്തിക്കുന്നതും സാമ്പത്തിക ക്രയവിക്രയങ്ങളാൽ കമ്പോള - റിയൽ എസ്റ്റേറ്റ് മേഖലകളെ നിർണ്ണായകമായി സ്വാധീനിക്കുന്നതുമായ മേഖലകളിലൊന്നാണ് എന്നു സ്ഥാപിച്ചെടുക്കുന്നു. *ട്രാഫിക്കിൽ* ശസ്ത്രക്രിയയ്ക്കുള്ള ഹൃദയവുമായിട്ടുള്ള യാത്രയിൽ വാഹനം കടന്നുപോകേണ്ടത് 'ബിലാൽ കോളനി' വഴിയാണെന്നറിയുമ്പോൾ യാത്രക്കാരിലൊരാൾ ഞെട്ടലോടെയാണതു കേൾക്കുന്നതും ആ സ്ഥലത്തിന്റെ സവിശേഷതകളെപ്പറ്റി വിശദീകരിക്കുന്നതും. പുത്തൻ സിനിമകളുടെ വ്യാജ സിഡികൾ വാങ്ങാൻ പോയിട്ടുള്ള ആ കോളനി യാത്രാസൗകര്യങ്ങൾ കുറഞ്ഞതും അപകടകരവുമായ ഇടങ്ങളിലൊന്നാണ് എന്ന് അയാൾ സമർത്ഥിക്കുന്നു.

തിരുവനന്തപുരത്തെ 'ബീമാപള്ളി' കോളനിയെ പ്രതിനിധീകരിക്കുന്ന 'ബിലാൽ കോളനി' നല്കുന്ന ആശയ സൂചനകൾ ഇത്തരത്തിൽ വികലമായതാണ്. കേരളത്തിൽ വ്യാജ സിഡികളുടെ വൻശേഖരമുള്ളതും മുസ്ലീം ജനവിഭാഗങ്ങൾ തിങ്ങിനിറഞ്ഞു പാർക്കുന്നതുമായ തീരദേശ കോളനിയാണ് ബീമപള്ളി. 2009 മെയ് മാസത്തിൽ ചെറിയതുറക്കാരും ബീമാപള്ളിക്കാരും തമ്മിലുണ്ടായ സംഘർഷത്തെ തുടർന്നുണ്ടായ പൊലീസ് വെടിവെയ്പിൽ ആറുപേർ കൊല്ലപ്പെടുകയും അമ്പത്തിരണ്ടു പേർക്കു സാരമായ പരിക്കു പറ്റുകയുമുണ്ടായി. ഇത്തരം പ്രശ്നങ്ങളെല്ലാം ബീമാപള്ളിയെന്ന തീരദേശ കോളനിപ്രദേശത്തെ വർഗ്ഗീയ സംഘർഷ മേഖലയെന്ന പൊതുബോധത്തെ സൃഷ്ടിച്ചെടുത്തു. ജാതിമത ബോധത്തിന്റെ സങ്കീർണ്ണമായ സാമൂഹ്യാവസ്ഥയാണ് ബീമാപള്ളിക്കുള്ളതെങ്കിലും സ്നേഹ സമ്പന്നരായ ജനങ്ങളാണ് കോളനിവാസികളിൽ ഭൂരിപക്ഷം പേരും. പൂന ഫിലിം ഇൻസ്റ്റിറ്റ്യൂട്ടിൽ പഠിച്ച ആദ്യ മലയാളി നടി ജമീല മാലിക്കും ചലച്ചിത്ര പ്രവർത്തകർക്കും ചലച്ചിത്ര നിരൂ

പകർക്കും അത്യപൂർവ്വങ്ങളായ ക്ലാസിക് ചിത്രങ്ങൾ നല്കുന്ന തൻസീറും അടക്കമുള്ളവർ താമസിക്കുന്ന ബീമപള്ളി കോളനി സഹവർത്തിത്വത്തിന്റെയും സഹകരണത്തിന്റെയും സ്ഥലമാണ്. വാണിജ്യ മേഖലയെ സംബന്ധിച്ചിടത്തോളം തെരുവോര കച്ചവടത്തിൽ വൻ വിറ്റുവരവുകൾ സൃഷ്ടിക്കുന്ന ഇടംകൂടിയാണ് ബീമാപള്ളി.

ആദിവാസി കോളനികൾ നക്സൽ/മാവോയിസ്റ്റ് ഗ്രൂപ്പുകളുടെ സുരക്ഷിത സങ്കേതമായും പ്രവർത്തന മേഖലയായും നിലനില്ക്കുന്നുവെന്ന ധാരണയെ പ്രചരിപ്പിച്ചത് കേരളത്തിലെ മുഖ്യധാരാ മാധ്യമങ്ങളായിരുന്നു. നിലമ്പൂർ കരുളായി, അട്ടപ്പാടി എന്നിവിടങ്ങളിലെല്ലാം മാവോയിസ്റ്റ് സാന്നിദ്ധ്യങ്ങളുണ്ടെന്നുള്ള പോലീസ് ഭാഷ്യങ്ങളും തണ്ടർ ബോൾട്ടിന്റെയും സ്പെഷ്യൽ ടാസ്ക് ഫോഴ്സിന്റെയും തിരച്ചിലുകളും സ്പെഷ്യൽ ഓപ്പറേഷനുകളും സചിത്ര ലേഖനങ്ങളായും ഫീച്ചറുകളായും മുഖ്യധാരാ മാധ്യമങ്ങളിലൂടെ മലയാളിക്ക് പരിചിതമാണ്. മാവോയിസ്റ്റുകളെ തേടിയുള്ള പോലീസ് അന്വേഷണങ്ങൾക്കിടയിൽ ദുർബലരും നിസ്സഹായരുമായ ആദിവാസികൾ പൊലീസ് അതിക്രമങ്ങൾക്കിരയാകുന്നതിന്റെ ദൃശ്യങ്ങൾ ഡോ. ബിജുവിന്റെ *കാടുപൂക്കുംനേരം* പോലെയുള്ള ചിത്രങ്ങൾ ആഖ്യാനം ചെയ്യുന്നുണ്ട്. പൊതുസമൂഹത്തിന്റെ ഔദാര്യങ്ങൾ ഏറ്റുവാങ്ങേണ്ടുന്നവരാണ് ആദിവാസി ജനസമൂഹം എന്ന മദ്ധ്യവർഗ്ഗ കാഴ്ചപ്പാടിന്റെ തുടർച്ചകളാണ് ചലച്ചിത്രങ്ങളും സാഹിത്യാദി മാധ്യമങ്ങളും ആവിഷ്കരിക്കുന്നത്.

ചേരികൾ/കോളനികൾ/വെളിമ്പ്രദേശങ്ങൾ/പുറമ്പോക്കുകൾ/തുരുത്തുകൾ എന്നിവിടങ്ങളിലെ മനുഷ്യജീവിതങ്ങൾ, പ്രതികൂല കാലാവസ്ഥകളോടു പോരാടി അതിജീവിക്കുവാൻ ശ്രമിക്കുന്ന മനുഷ്യരുടെ ജീവിതങ്ങൾക്കുള്ള മികച്ച ഉദാഹരണങ്ങളാണ്. അതേസമയം ഭരണകൂടത്തിന്റെ വികസന നയങ്ങളുടെ ഭാഗമായി കുടിയൊഴിപ്പിക്കലുകൾക്ക് വിധേയമാക്കപ്പെടുന്നവരും ഇക്കൂട്ടരാണ്. കുടിയൊഴിപ്പിക്കപ്പെട്ട നിരാലംബർക്ക് അർഹമായ ഗവൺമെന്റ് ആനുകൂല്യങ്ങൾ പലപ്പോഴും ലഭ്യമാകാറില്ല എന്നതും സാമൂഹ്യ സുരക്ഷിതത്വമില്ലാത്തതും അവരുടെ ജീവിതത്തെ കൂടുതൽ ദുരിതപൂർണ്ണമാക്കുന്നു. ചേരി/കോളനികൾ/തുരുത്തുകൾ എന്നിവയ്ക്കൊപ്പം തന്നെ പാർശ്വവല്കൃതർ കഴിയുന്ന ഇടങ്ങളാണ് തോട്ടം മേഖലയിലെ ലയങ്ങൾ, റെയിൽവേ കോളനികൾ. റെയിൽവേ വികസനത്തിന്റെ ഭാഗമായി നിരന്തരം ഒഴിപ്പിക്കൽ ഭീഷണികൾ നേരിടുന്നവയാണ് റെയിൽവേ പുറമ്പോക്ക് കോളനികൾ. ഇത്തരമിടങ്ങളിലുള്ള സാമൂഹ്യവിരുദ്ധരുടെ സാന്നിധ്യം മാന്യമായി തൊഴിലെടുത്തു ജീവിക്കുന്ന കോളനിവാസികളെക്കൂടി പ്രതിസന്ധിയിലാകുന്നു. അതീവ ദരിദ്രമായ തൊഴിൽ സാഹചര്യങ്ങളിലും ചുറ്റുപാടുകളിലുമാണ് ലയങ്ങളിലെ മനുഷ്യർ ജീവിക്കുന്നത്. മൂന്നാറിൽ 'പൊമ്പിളെ ഒരുമൈ' പോലെയുള്ള സമരങ്ങൾ ഉയർന്നുവന്നത് തോട്ടം മേഖലയിലെ പ്രശ്നങ്ങൾക്കൊപ്പം ലയങ്ങളിലെ ദുരിതജീവിതങ്ങളെക്കുറിച്ചുള്ള ചർച്ചകൾക്കു

വഴിതെളിച്ചു. തോട്ടം മേഖലയിലെ തൊഴിൽ പ്രശ്നങ്ങളെ സാമാന്യമായി സൂചിപ്പിച്ചു കടന്നുപോയ കമ്പോള സിനിമയ്ക്ക് ലയങ്ങളിലെ ദുരിത ജീവിതങ്ങൾ ഒരു ആഖ്യാന വിഷയമായിരുന്നില്ല.

അരികുവല്ക്കരണത്തിന്റെ രീതിശാസ്ത്രവും അടിച്ചമർത്തപ്പെട്ടവരുടെ രാഷ്ട്രീയവും

കൊളോണിയൽ ഭരണകാലത്തുണ്ടായ വികസനങ്ങളുടെ ഉപ ഉല്പന്നമായിരുന്നു ചേരികളും കോളനികളും. തൊഴിലാളിവർഗ്ഗത്തിന്റെ കിടപ്പാടമായ ചേരികളും കോളനികളും അവികസിതവും അപരിഷ്കൃതവുമായ ഇടങ്ങളായിട്ടാണ് ചരിത്രത്തിൽ രേഖപ്പെടുത്തപ്പെട്ടിരിക്കുന്നത്. കാലഘട്ടത്തിന്റെ മാറ്റങ്ങളും അനുബന്ധമായ ജനസംഖ്യാ വർദ്ധനവും കുടിയേറ്റങ്ങളുമെല്ലാം ചേരി/കോളനികളുടെ ഭൗതിക സാഹചര്യങ്ങൾക്ക് പരസ്യമായ വെല്ലുവിളികൾ സൃഷ്ടിച്ചു. ഇത്തരം കോളനികളെ 'പ്രശ്നബാധിത' മേഖലകളായി കാണുന്ന ഭരണകൂടം അവയെ 'ഒഴിപ്പിച്ചു ശുദ്ധീകരണം' നടത്താനാണ് താല്പര്യപ്പെടുന്നത്. അടിയന്തരാവസ്ഥയുടെ കാലഘട്ടത്തിൽ ഡൽഹിയിലെ ജുമാമസ്ജിദ് മനോഹരമാക്കുന്നതിനായി എഴുപതിനായിരത്തിലധികം വരുന്ന ചേരിനിവാസികളെയാണ് ഇന്ദിരാഗാന്ധിയും സഞ്ജയ് ഗാന്ധിയും ചേർന്ന് കുടിയൊഴിപ്പിച്ചത്. ബൂർഷ്വാ മധ്യവർഗ്ഗത്തിന്റെ താല്പര്യങ്ങളിൽ നീങ്ങുന്ന ഭരണകൂടങ്ങൾ വികസനത്തിനും നഗരവല്ക്കരണത്തിനുമായി വലിയ പദ്ധതികൾ രൂപപ്പെടുത്തുമ്പോൾ 'ഒഴിപ്പിക്കേണ്ട ഇടമായി' ആദ്യം പരിഗണിക്കുന്നത് ചേരി/കോളനികളാണ്.

കുടിയൊഴിപ്പിക്കലിനും കുടിയേറ്റത്തിനും വ്യതിരിക്തമായ രാഷ്ട്രീയ മാനങ്ങളുണ്ട്. ജനസംഖ്യാവർദ്ധനവും തൊഴിലിടങ്ങളുടെ അപര്യാപ്തതയും ദാരിദ്ര്യവും എല്ലാം ക്രമാതീതമാകുമ്പോൾ അടിത്തട്ടിലുള്ള മനുഷ്യർ ചേരികളിലേക്കും കോളനിലേക്കും കുടിയേറാൻ നിർബ്ബന്ധിതരാകുന്നു. അതിജീവനത്തിന്റെ രാഷ്ട്രീയമാണ് കുടിയേറ്റത്തിനു പിന്നിലുള്ളതെങ്കിൽ ചേരി/കോളനികളിലെ കുടിയൊഴിപ്പിക്കലിന് ഉന്മൂലനത്തിന്റെയും ഹിംസയുടെയും ഫാസിസ്റ്റ് രാഷ്ട്രീയ മാനമാണുള്ളത്. മൂലമ്പിള്ളി പോലെയുള്ള കുടിയൊഴിപ്പിക്കലുകൾ കേരളത്തിൽ നടത്തപ്പെടുകയുണ്ടായിട്ടുണ്ട്. അതിനപ്പുറത്ത് ഉത്തരേന്ത്യൻ ചേരി/കോളനികൾ നേരിടുന്ന കുടിയൊഴിപ്പിക്കൽ ഭീഷണി കേരളത്തിലെ കോളനികൾ നേരിടുന്നില്ല. അതേസമയം ഭരണകൂടത്തിന്റെ നിർബന്ധിത ഒഴിപ്പിക്കൽ ഭീഷണി കേരളത്തിലെ കോളനികൾ നേരിടുന്നില്ലെങ്കിലും സ്വയം കുടിയറങ്ങാനുള്ള മനോഭാവം കേരളത്തിലെ കോളനി ജനതയിൽ രൂപപ്പെട്ടുവരുന്നുണ്ട്.

ചേരി/കോളനി/പുറമ്പോക്ക്/വെളിമ്പ്രദേശം എന്നിവിടങ്ങളിലെ സാംസ്കാരിക പശ്ചാത്തലങ്ങളെ വിലയിരുത്തുമ്പോൾ ചേർത്തുവെയ്ക്കേണ്ടവയാണ് തുരുത്തുകളിലേയും ദ്വീപ സമൂഹങ്ങളിലേയും മനു

ഷ്യജീവിതങ്ങൾ. വല്ലാർപാടം, വെണ്ടുരുത്തി, വെല്ലിംഗ്ടൺ, വൈപ്പിൻ, പിഴല, മുളവക്കാട് (കൊച്ചി, എറണാകുളം), കാവായി, ധർമ്മടം (കണ്ണൂർ), കാക്കത്തുരുത്ത്, എഴുമാന്തുരുത്ത് (ആലപ്പുഴ), മൺറോ (കൊല്ലം) എന്നു തുടങ്ങി നിരവധി തുരുത്തുകളും ഐലൻഡുകളും കേരളത്തിലുണ്ട്. കോളനികളുടെ പ്രതിസന്ധികളിൽ ഏറിയ പങ്കും തുരുത്തുകളിലെ ജീവിതത്തിലും പ്രകടമാണ്. *മൺറോ തുരുത്ത്, പൈപ്പിൻ ചുവട്ടിലെ പ്രണയം, കുട്ടി സ്രാങ്ക്* എന്നിവ തുരുത്തുകളിലെ ജീവിതവും *അനാർക്കലി, ആകാശത്തിന്റെ നിറം, മോസയിലെ കുതിരമീനുകൾ* ഉൾപ്പെടെയുള്ള ചിത്രങ്ങൾ ദ്വീപസമൂഹങ്ങളിലെ മനുഷ്യജീവിതത്തേയും അവതരിപ്പിച്ച ചിത്രങ്ങളാണ്. കൊല്ലം ജില്ലയിലെ *മൺറോതുരുത്ത്* കടലെടുത്തുകൊണ്ടിരിക്കുന്ന ഒരു ചെറുതുരുത്താണ്. അഷ്ടമുടിക്കായലിലെ ഓരോ വേലിയേറ്റവും സൃഷ്ടിക്കുന്ന വെള്ളപ്പൊക്കത്തിൽ നനഞ്ഞു കുതിരുന്ന മൺറോതുരുത്തിൽ സാഹസികമായ ജീവിതമാണ് അവിടെയുള്ളവർ നയിക്കുന്നത്. മൺറോ തുരുത്തിനെ കേന്ദ്രീകരിച്ചുകൊണ്ട് മനു പി എസ് സംവിധാനം ചെയ്ത *മൺറോതുരുത്ത്* മനുഷ്യന്റെ നിഗൂഢമായ മാനസിക വ്യാപാരങ്ങളേയും ഭ്രമകല്പനകളെയും വെള്ളിത്തിരയിലെത്തിച്ചു. സാമൂഹ്യ പ്രതിബദ്ധതയോടുകൂടി കുടിവെള്ള പ്രശ്നത്തിന്റെ രാഷ്ട്രീയത്തെ ലളിതയുക്തിയിൽ അവതരിപ്പിക്കുവാൻ *പൈപ്പിൻ ചുവട്ടിലെ പ്രണയ*ത്തിനു കഴിഞ്ഞു. കമ്പോളസിനിമ സൃഷ്ടിക്കുന്ന പ്രതീതി വിജയങ്ങളുടെ തുടർക്കാഴ്ചകളിലൊന്നായി *പൈപ്പിൻ ചുവട്ടിലെ പ്രണയം* നിലനില്ക്കാൻ ബാധ്യതപ്പെടുന്നു. *അനാർക്കലി*യും *മോസയിലെ കുതിരമീനു*കളും ദ്വീപിന്റെ പശ്ചാത്തലത്തിൽ പ്രണയ കഥയെ അവതരിപ്പിക്കുവാനാണ് താല്പര്യപ്പെട്ടത്. തുരുത്തുകൾ/ദ്വീപ സമൂഹങ്ങളിലെ പ്രശ്നമേഖലകളെ സ്പർശിക്കുവാൻ മലയാള സിനിമ ഗൗരവപൂർണ്ണമായ താല്പര്യങ്ങൾ കാട്ടുകയുണ്ടായില്ല. കമ്പോള സിനിമയിലെ സൂപ്പർതാര കഥാപാത്രങ്ങൾ സാമൂഹ്യപ്രതിബദ്ധതയും രാഷ്ട്രീയബോധവും രോഷവും പ്രകടിപ്പിക്കുന്നതിനായി ദ്വീപ സമൂഹങ്ങളിലെ സാമൂഹ്യ പ്രശ്നങ്ങളെ (*പത്രം, ടൈഗർ, സ്മാർട്ട് സിറ്റി*) നെടുങ്കൻ ഡയലോഗുകളിലൂടെ വിളിച്ചു പറഞ്ഞു എന്നതൊഴിച്ചാൽ തുരുത്തുകൾക്കും ദ്വീപസമൂഹങ്ങൾക്കും വേണ്ടത്ര പരിഗണന ലഭ്യമായില്ല.

ചേരി/കോളനി/പുറമ്പോക്ക്/വെളിമ്പ്രദേശങ്ങൾ എന്നിവയെ കേന്ദ്രീകരിച്ചു നിർമ്മിക്കപ്പെട്ട 'മധ്യവർഗ്ഗ ആശങ്കകളെയും', 'പൊതുബോധങ്ങളെയും' അന്ധമായി പിന്തുടർന്ന ജനപ്രിയ ചലച്ചിത്രാഖ്യാനങ്ങൾ അവയെ വിപുലമായ രീതിയിൽ 'ഗ്ലോറിഫൈ' ചെയ്തുകൊണ്ടാണ് അവതരിപ്പിച്ചത്. *വിയറ്റ്നാം കോളനി* മുതൽ *ക്യൂബൻ കോളനി* വരെയുള്ള ചിത്രങ്ങൾ ഇതിനുദാഹരണമാണ്. ചേരി/കോളനിവാസികൾ വ്യവസ്ഥാപിതമായ സാമൂഹ്യജീവിതസമ്പ്രദായങ്ങളിൽനിന്നും മൂല്യബോധങ്ങളിൽ നിന്നും വിഘടിച്ചു നില്ക്കുന്നവരാണ് എന്ന മധ്യവർഗ്ഗത്തിന്റെ നിലപാടിനെ മലയാള സിനിമ പിന്തുണച്ചിട്ടുണ്ട്. ജനസംഖ്യാ നിയന്ത്രണമുള്ള

ഒരു രാജ്യത്താണ് തീപ്പൊരി കുട്ടപ്പനെപ്പോലെ ഒരാൾ നിരവധി കുട്ടികളെ സൃഷ്ടിക്കുന്നതും ചിലവിനു കൊടുക്കുന്നതും (*പുലിവാൽ കല്യാണം*) രാഷ്ട്രീയ സാക്ഷരതയുള്ള കേരളീയ സമൂഹത്തിലാണ് മാമച്ചനെ പോലെയൊരാൾ കോളനിവാസികളെ പ്രകടന തൊഴിലാളികളാക്കിയും ഫാൻസ് അസോസിയേഷൻകാരാക്കിയും ഉപയോഗപ്പെടുത്തുന്നതും (*കഥ തുടരുന്നു*) റാവുത്തറും സ്രാങ്കും കോട്ടപ്പള്ളിയും ഇരുമ്പുജോണിനെയും പോലെയുള്ളവർ കോളനിക്കാരെ ക്വട്ടേഷൻ, ഗുണ്ടാപ്പണിക്കു നിയോഗിക്കുന്നതും (*വിയറ്റ്നാം കോളനി*) വെള്ളിത്തിരയിലെ കോളനിക്കാഴ്ചകളിൽ ചിലതാണ്.

കീഴാള/കോളനി സ്ത്രീകൾക്ക് മധ്യവർഗ്ഗ ജനസമൂഹം അശ്ലീല പദവിയാണ് നല്കുന്നത്. വ്യക്തി/സാമൂഹ്യപരമായി അച്ചടക്കം പാലിക്കാത്തവളും ജാതി/തൊഴിൽ/സാമൂഹ്യപദവി നിലകളിൽ മര്യാദകൾ പാലിക്കാത്തവളും ലൈംഗികമായ അച്ചടക്ക മര്യാദകൾ ഇല്ലാത്തവരുമാണ് കോളനി സ്ത്രീകൾ എന്ന ധാരണയെ സമൂഹവും ചലച്ചിത്രങ്ങളും ആഘോഷിച്ചിരുന്നു. ലൈംഗികമായ അച്ചടക്കം പാലിക്കാത്തതിനാലാണ് നീലിപ്പുലയത്തി (*നീലക്കുയിൽ*) വഴിപിഴച്ചവളും ഗർഭിണിയുമായി മാറുന്നത്, ഉണ്ണിമായ (*വിയറ്റ്നാം കോളനി*) അർദ്ധനഗ്നയായി വന്നുതന്നെ കുളിപ്പിച്ചു തരാൻ കൃഷ്ണമൂർത്തിയോട് ആവശ്യപ്പെടുന്നതും പിന്നീട് സ്വാമിയുടെ ജീവിതത്തിലേക്ക് ഒളിച്ചോടികയറുന്നതും. അലമ്പു കാട്ടുന്ന സ്ത്രീകളാണ് കോളനിവാസികൾ എന്ന പൊതുബോധം മലയാള സിനിമയെ പിന്തുടരുന്നുണ്ട്.

ചേരി/കോളനികൾ രാഷ്ട്രീയമുക്തമായ ഇടമല്ല. രാഷ്ട്രീയമായി ഇടതുപക്ഷത്തിനു വ്യക്തമായ സ്വാധീനവും മേൽക്കൈയും ഉള്ളവയാണ് കേരളത്തിലെ ഭൂരിപക്ഷം കോളനികളും. ചേരി/കോളനിവാസികളുടെ അടിസ്ഥാന പ്രശ്നങ്ങൾ ഭരണകൂടത്തിന്റെ ശ്രദ്ധയിൽപ്പെടുത്തുവാനും സന്നദ്ധ പ്രവർത്തനങ്ങൾ നടത്തുവാനും ഇടതുപക്ഷം ചേരി/കോളനിവാസികൾക്കൊപ്പമുണ്ടായിരുന്നു. ഇടതുപക്ഷത്തിന്റെ നേതൃത്വത്തിലുള്ള പ്രഥമ ഗവൺമെന്റ് ദളിത്/ഹരിജൻ കോളനികളുടെയും പട്ടികജാതി - പട്ടികവർഗ്ഗ സ്കൂൾ - ഹോസ്റ്റലുകളുടെയും വിഷയത്തിൽ പ്രത്യേക പരിഗണനകൾ നല്കിയിരുന്നു. കമ്യൂണിസ്റ്റ് മന്ത്രിസഭ അവതരിപ്പിച്ച ഭൂപരിഷ്കരണ പദ്ധതി ദളിതരുൾപ്പെടെയുള്ള ദരിദ്ര ജനവിഭാഗങ്ങളെ 'ലക്ഷംവീട് കോളനി'കളിൽ എത്തിക്കുകയായിരുന്നുവെന്ന ബൂർഷ്വാ വലതുപക്ഷത്തിന്റെ ആരോപണങ്ങളെ വിശ്വസിച്ച കോളനിവാസികളിലൊരു വിഭാഗം കമ്യൂണിസ്റ്റു വിരുദ്ധ നിലപാടുകൾ സ്വീകരിച്ച് വലതുപക്ഷത്തിന്റെയും ഹിന്ദുത്വ രാഷ്ട്രീയപ്രസ്ഥാനങ്ങളുടെയും പാളയത്തിൽ ചേക്കേറി. ദളിത് ആത്മീയതയുടെ വഴികളെ വരേണ്യ ഹിന്ദുത്വത്തിന്റെ പാതയിലേക്കു ചേർത്തെടുക്കുവാൻ കഴിഞ്ഞു എന്ന

എ കെ ജി, *കേരളം ഇന്നലെ ഇന്ന്*, ചിന്ത പബ്ലിഷേഴ്സ്, ഫെബ്രുവരി 2016 (ഫിഫ്ത്ത് എഡിഷൻ)

താണ് ബി ജെ പി, ആർ എസ് എസ് - സംഘ്പരിവാർ സംഘടനകളുടെ നേട്ടം. ശബരിമല വ്രതാനുഷ്ഠാനങ്ങളും പ്രാർത്ഥനകളും, അയ്യപ്പൻ വിളക്ക്, ശ്രീകൃഷ്ണ ജയന്തി, കാർത്തികവിളക്ക്, മണ്ഡല - മകരവിളക്ക് ആഘോഷങ്ങൾ, പ്രാർത്ഥനാ യജ്ഞങ്ങൾ എന്നീ ആഘോഷപരിപാടികളിൽ പങ്കാളികളാകുന്ന ദളിതർ അതുവഴി ആർ എസ് എസിന്റെ നിലപാടുകളുമായി താദാത്മ്യപ്പെടുന്നു. കേരളീയ പൊതുമണ്ഡലത്തിൽ സംഘ്പരിവാർ സംഘടനകളുടെ കടന്നു കയറ്റങ്ങളുണ്ടാകുന്ന കാലയളവിൽ തന്നെയാണ് ദളിത് ഹ്യൂമൻ റൈറ്റ്സ് (DHRM) ഉൾപ്പെടെയുള്ള ദളിത് രാഷ്ട്രീയപ്രസ്ഥാനങ്ങൾ കോളനികൾക്കുള്ളിൽ ആധിപത്യം പുലർത്തുവാൻ ശ്രമിക്കുന്നത്. കോളനികളിലെ ഭൗതിക സാഹചര്യങ്ങളുടെ അപര്യാപ്തതകളാൽ അസംതൃപ്തരായ കോളനിവാസികളെ ദളിത് സമുദായ രാഷ്ട്രീയ സംഘടനകൾ വർഗ്ഗബോധത്തെ മുൻനിറുത്തി തങ്ങളുടെ പ്രസ്ഥാനങ്ങളിൽ അണിചേർക്കുന്നു. കെ പി എം എസ്, കെ സി എസ്, എ കെ സി എച്ച് എം എസ്, കെ സി സി എസ് എന്നു തുടങ്ങി ജാതി ഉപജാതികളെ അടിസ്ഥാനപ്പെടുത്തിയുള്ള സമുദായ സംഘടനകളും കെ ഡി പി, സഭാരാജ്, അയ്യൻകാളിപ്പട, ഡി എച്ച് ആർ എം അടക്കമുള്ള റാഡിക്കൽ (ആയതും അല്ലാത്തതും) സംഘടനകളും കോളനികൾക്കുള്ളിലാണ് സാന്നിദ്ധ്യമുറപ്പിച്ചതും വളർന്നു പന്തലിച്ചതും. ഇത്തരം സംഘടനകൾക്ക് ദളിത് അതിക്രമങ്ങളിൽ പ്രതിഷേധിക്കുകയെന്ന കർത്തവ്യത്തിനപ്പുറത്ത് കേരളത്തിന്റെ രാഷ്ട്രീയഭൂമികയിൽ അർത്ഥവത്തായ സംവാദങ്ങൾ സൃഷ്ടിക്കുവാനോ ദളിത്ജീവിതക്രമങ്ങളിലും ഭൗതിക സാഹചര്യങ്ങളിലും വ്യതിയാനങ്ങൾ സൃഷ്ടിക്കുവാനോ കഴിഞ്ഞില്ല.

ദളിത്, ആദിവാസി കോളനികൾ, പാർശ്വവല്ക്കരിക്കപ്പെട്ട ചേരികൾ എന്നിവിടങ്ങളിൽ നക്സൽ മാവോയിസ്റ്റ് സംഘങ്ങളുടെ സാന്നിധ്യമുണ്ട് എന്ന അഭ്യൂഹത്തെ *മലയാള മനോരമ*യും *മാതൃഭൂമി*യുമടക്കമുള്ള മാധ്യമങ്ങൾ വ്യാപകമായ രീതിയിൽ പ്രചരിപ്പിച്ചിരുന്നു. ഇത്തരമൊരു പൊതുബോധത്തെ *ഗുൽമോഹർ* (2008/ജയരാജ്), *എ ബി സി ഡി* (2013/മാർട്ടിൻ പ്രക്കാട്ട്) എന്നീ ചിത്രങ്ങൾ പിന്തുടരുന്നു. ചെങ്ങറ ഭൂസമരത്തെ ഓർമ്മപ്പെടുത്തുന്ന ദളിത് ആദിവാസിസമരത്തിനുള്ളിൽ (*ഗുൽമോഹർ*) നുഴഞ്ഞു കയറുന്ന പഴയകാല നക്സലൈറ്റ് ഇന്ദുചൂഡൻ സമരക്കാർക്കു വേണ്ടി ആത്മാഹുതി നടത്തുന്നു. ചേരി ഒഴിപ്പിക്കലിനെതിരെ പൊലീസിനു മുന്നിൽ പ്രതിഷേധിക്കുന്ന ജോൺസണിനേയും കോരയേയും (*എ ബി സി ഡി*) തേടി നക്സൽ/മാവോയിസ്റ്റു സംഘം എത്തുകയും അവരുടെ വിപ്ലവ പ്രതീക്ഷകളെ പങ്കുവയ്ക്കുകയും ചെയ്യുന്നു. മുത്തങ്ങ, ചെങ്ങറ, അരിപ്പ, വർക്കല, സചിവോത്തമപുരം അടക്കമുള്ള ദളിത്/ആദിവാസി മേഖലയിലെ പ്രശ്നങ്ങളിൽ പഴയ നക്സൽ മൂവ്മെന്റിലു

കെ കെ ബാബുരാജ്, *മറ്റൊരു ജീവിതം സാധ്യമാണ്*, സബ്ജക്റ്റ് ആൻഡ് ലാംഗ്വേജ് പ്രസ്, കോട്ടയം, ഏപ്രിൽ 2008.

ള്ളവരും, ജനകീയ സാഹിത്യ സാംസ്കാരിക കൂട്ടായ്മകളിൽ പ്രവർത്തിക്കുന്നവരും പങ്കെടുത്തിരുന്നു. അടിസ്ഥാന വർഗ്ഗങ്ങളുടെ അതിജീവനത്തിന്റെ സമരങ്ങളെ ഹൈജാക്ക് ചെയ്യുകയെന്ന ഹിഡൻ അജണ്ട നക്സൽ, അതിതീവ്ര ദളിത് സംഘടനകളും മറ്റും സ്വീകരിച്ചിട്ടുണ്ട്.

ചേരി/കോളനി/പുറമ്പോക്ക്/തുരുത്തുകൾ എന്നിവിടങ്ങളിലെ മനുഷ്യജീവിതങ്ങൾ ഭൂമി, അധികാരം എന്നിവയുടെ രാഷ്ട്രീയതലങ്ങളെയാണ് പ്രശ്നവല്ക്കരിക്കുന്നത്. ഭൂമിയുടെ മേൽ അവകാശവും അധികാരവും സവർണ്ണ വർഗ്ഗത്തിനായിരുന്നതുകൊണ്ടുതന്നെ അവരുടെ ഔദാര്യങ്ങളായിരുന്നു കീഴാള വിഭാഗങ്ങൾക്കു ലഭിച്ച താല്ക്കാലിക 'ചാളകൾ.' ഭൂപരിഷ്കരണം, കുടികിടപ്പവകാശം എന്നിവയിലൂടെയാണ് അതിദരിദ്രരായ കർഷക തൊഴിലാളികൾക്കു 'കൂരകൾ' സ്ഥാപിക്കുന്നതിനുള്ള തുണ്ടു ഭൂമികൾ ലഭിക്കുന്നത്. വംശ വർദ്ധനവോടുകൂടി തൊഴിലാളി കുടുംബങ്ങൾ അതേ ഇടത്തിൽതന്നെ വീണ്ടും വീണ്ടും ചെറിയ ചെറിയ കൂരകൾ സ്ഥാപിക്കുവാൻ നിർബന്ധിതരായി. സമാനമായ വെല്ലുവിളികളാണ് കോളനിവാസികളും നേരിടുന്നത്. ഭൂമിയുടെ അപര്യാപ്തത നിമിത്തം ശവമടക്കിനായി അടുക്കള പൊളിക്കേണ്ടിവരുന്ന സാഹചര്യങ്ങൾ ദളിത് കോളനികളിലുണ്ട്. സജി പാലമേലിന്റെ *ആറടി* (2017) രഞ്ജിത്ത് ചിറ്റാതയുടെ *പതിനൊന്നാം സ്ഥലം* (2016) എന്നീ ചിത്രങ്ങൾ ഈ വിഷയത്തെ ദൃശ്യവല്ക്കരിക്കുന്നുണ്ട്.

കഴിഞ്ഞ കാലങ്ങളിൽ ഭൂരഹിതരായ ജനവിഭാഗങ്ങൾക്ക് കോളനികളിലൂടെ സ്ഥലം നല്കി കുടുംബമായി കഴിയുവാനുള്ള സാഹചര്യങ്ങൾ ഭരണകൂടങ്ങൾ നല്കി. ഒരു പുരയിടത്തെ വലിയ ഒരു നടു ഭിത്തി കൊണ്ട് രണ്ടു പുരയിടമാക്കുകയും അതിനുള്ളിൽ രണ്ടു കുടുംബക്കാർക്കു ജീവിക്കാനവസരം നല്കുകയും ചെയ്ത 'സെറ്റിൽമെന്റ് കോളനികൾ' താഴേക്കിടയിലുള്ള ജനങ്ങളുടെ ജീവിതത്തെ ദുരന്തപൂർണ്ണമാക്കുകയായിരുന്നു. തൊഴിലില്ലായ്മ, ദാരിദ്ര്യം, പരിമിതമായ ജീവിത സൗകര്യങ്ങൾ, വർദ്ധിച്ച ജീവിത ചിലവുകൾ എന്നിവയെല്ലാം കോളനി നിവാസികളുടെ ജീവിതത്തെ സംഘർഷ പൂർണ്ണമാക്കി. ഇത്തരം സാഹചര്യങ്ങളെയാണ് വെള്ളിത്തിര ഏകപക്ഷീയമായ രീതിയിൽ വിശകലനം ചെയ്തത്. നാഗരിക ജനസമൂഹത്തിന്റെ ജീവിതത്തിൽ സംഘർഷങ്ങൾ സൃഷ്ടിക്കുന്ന 'വൃത്തികെട്ടവരും' 'അധമന്മാരു'മാണ് കോളനിവാസികൾ എന്ന പൊതുബോധത്തെ ആവർത്തിച്ചാവർത്തിച്ചവതരിപ്പിക്കുന്ന മലയാള സിനിമ ഇത്തരമാളുകൾ 'ഒഴുപ്പിക്കപ്പെടേണ്ടവരും' 'ശുദ്ധീകരിക്കപ്പെടേണ്ടവരു'മാണെന്ന ഫാസിസ്റ്റു രാഷ്ട്രീയത്തെക്കൂടി സ്ഥാപിച്ചെടുക്കുന്നു. കൊളപ്പുള്ളി അപ്പനും കണിമംഗലം ജഗന്നാഥനും തമ്മിലുള്ള സംഘർഷത്തിൽ (*ആറാം തമ്പുരാൻ*) നിന്ന് പോലീസിനെ ഒഴിവാക്കാനുള്ള ചെങ്കളം മാധവന്റെ തന്ത്രമെന്നത് ചാലിക്കര കോളനിയിലെ അമ്പതു കുടിലുകൾ കത്തിക്കുകയെന്നതാണ്. വരേണ്യവർഗ്ഗ മൂല്യവ്യവസ്ഥിതികളെ പരിലാളിക്കുന്ന തമ്പുരാക്കന്മാരുടെ ചലച്ചിത്ര കാഴ്ചക

ളിൽ കോളനിവാസികൾ കർതൃത്വമോ ഇടമോ ലഭിക്കാത്തവരായി അവതരിപ്പിക്കപ്പെടുന്നു. ഹൈദരാലിയുടെ (*ഭരത്ചന്ദ്രൻ ഐ പി എസ്*) സ്വപ്ന പദ്ധതിയായ സ്വകാര്യ പോർട്ടിനായുള്ള ഭൂപ്രദേശത്തെ, ചേരി/കോളനികൾ ഒഴിപ്പിച്ചെടുക്കുന്നതിനായി വർഗ്ഗീയ ലഹളകളെ ഉപയോഗപ്പെടുത്താനാണ് ഹൈദരാലിയും സിൻഡിക്കേറ്റും തീരുമാനിക്കുന്നത്. ബ്യൂറോക്രാറ്റുകളുടെയും ഫ്യൂഡൽ മാടമ്പികളുടെയും രാഷ്ട്രീയ നേതാക്കന്മാരുടെയും വർഗ്ഗീയ തീവ്രവാദികളുടെയും ഔദാര്യങ്ങൾക്കും ആക്രമണങ്ങൾക്കും ഇരയാകേണ്ടുന്നവരാണ് ചേരി/കോളനിവാസികൾ. ചേരി/കോളനിയെ അപകടകരമായ മേഖലയായി കാണുന്ന നിലപാട് സമാന്തര സിനിമയായ *സ്വയംവരം* ഉൾപ്പെടെയുള്ള കലാസിനിമകളിലും പ്രകടമാണ്.

ചേരികൾ/കോളനികൾ/പുറമ്പോക്കുകൾ എന്നിവ മധ്യവർഗ്ഗ ജനസമൂഹത്തിന്റെ പൊതുകാഴ്ചപ്പാടുകളോടും താല്പര്യങ്ങളോടും നിലപാടുകളോടും പൊരുത്തപ്പെടാത്ത 'ഇല്ലിറ്ററേറ്റഡ് പീപ്പിൾസ്' ജീവിക്കുന്ന സ്ഥലമാണ്. അത്തരം സമൂഹങ്ങളുടെ കാപട്യങ്ങളെ/ജാടകളെ/പ്രകടനപരതകളെ അലോസരപ്പെടുത്തുകയോ അപഹാസ്യവല്ക്കരിക്കപ്പെടുത്തുകയോ ചെയ്യുന്നവയാണ് ചേരി/കോളനി ജീവിതങ്ങൾ. 'നാഗരികതയുടെ അപരന്മാ'രായിരുന്നു അനാഗരികരായി മുദ്ര ചാർത്തപ്പെട്ട കോളനിവാസികൾ. ചേരി/കോളനികൾ കീഴാള സംസ്കാരത്തിന്റെ ഇടങ്ങളായി അംഗീകരിക്കപ്പെട്ടു കഴിഞ്ഞിരിക്കുന്നു. മധ്യവർഗ്ഗത്തിന്റെ ചിട്ടവട്ടങ്ങൾക്കും സോഷ്യൽ സ്റ്റാറ്റസുകൾക്കുമപ്പുറത്ത് എതിർ ചേരിയിൽ നില്ക്കുന്ന ജനസമൂഹമാണ് ചേരി/കോളനികളിലുള്ളതെന്നിരിക്കേ അടിത്തട്ടു മനുഷ്യരുടെ സാധാരണ ഭാഷയും പെരുമാറ്റശീലങ്ങളുമേ അവർക്കുണ്ടാകൂ. അത്തരമൊരു പശ്ചാത്തലത്തിലാണ് ചേരി/കോളനിവാസികൾ മദ്യപാനികളായും തെറി പറയുന്നവരായും അലമ്പന്മാരായും, വൃത്തികെട്ടവരായും സ്ഥിരപ്രതിഷ്ഠ നേടിയത്. അത്തരം സങ്കല്പനങ്ങളെ നിരാകരിക്കുന്ന കാഴ്ചകൾ *കമ്മട്ടിപ്പാടവും പറവയും* അടക്കമുള്ള ചിത്രങ്ങൾ പകർന്നു നല്കുന്നുണ്ട്.

ദളിത്/ആദിവാസികൾ ഭൗതിക സാഹചര്യങ്ങളുടെ അഭാവത്താൽ വെല്ലുവിളികൾ നേരിടുമ്പോൾ തന്നെ വൈകാരികവും ആത്മീയവുമായ ആവശ്യകതകളാൽ കൂടുതൽ അരക്ഷിതരായി മാറുന്നുണ്ട്. ദളിത് കോളനികൾക്കുള്ളിൽ തന്നെ നടത്തപ്പെടുന്ന പ്രണയ - വിവാഹബന്ധങ്ങൾ കോളനിവാസികളെ ഇനിയൊരിക്കലും രക്ഷപ്പെടാത്തവണ്ണം കോളനികൾക്കുള്ളിൽത്തന്നെ കുരുക്കിയിടുന്നു. ആദിവാസി കോളനികളിലാകട്ടേ രണ്ടുതരം പ്രശ്നങ്ങളെയാണ് ജനങ്ങൾ നേരിടേണ്ടിവരുന്നത്. ഒന്ന് അവിവാഹിതരായ അമ്മമാരുടെ എണ്ണം വർദ്ധിക്കുകയും, രണ്ട് സാമുദായികാചാരാനുഷ്ഠാനങ്ങൾ പിന്തുടർന്നു വിവാഹം കഴിച്ച ആദിവാസി യുവാക്കൾ ജയിലഴികൾക്കുള്ളിൽ കഴിയേണ്ടിയും വരുന്നു. ദളിത് കോളനികൾ നേരിടുന്ന മറ്റൊരു പ്രശ്നം മതപരിവർത്തനമാണ്.

ജാതീയമായ വിവേചനങ്ങൾ നേരിട്ട ദളിതർ ക്രിസ്തുമതത്തിലേക്കും ബുദ്ധമതത്തിലേക്കും മതപരിവർത്തനങ്ങൾ നടത്തിയതിന്റെ വിശദാംശങ്ങൾ കേരള ചരിത്ര പഠന ഗ്രന്ഥങ്ങളിൽനിന്നും കണ്ടെടുക്കുവാൻ കഴിയും. സചിവോത്തമപുരം കോളനി സ്ഥാപിച്ച സർ സി പി ദളിതരുടെ മതപരിവർത്തനത്തെ തടയണമെന്നു ലക്ഷ്യമിട്ടപ്പോൾ ട്രാവൻകൂർ പുലയ മഹാസഭയിലൂടെ ടി ടി കേശവശാസ്ത്രി അത്തരമൊരാവശ്യത്തെ ഭാഗികമായി നിറവേറ്റി. ദളിത് ക്രൈസ്തവരായവരെ ഹിന്ദുമതത്തിലേയ്ക്കു പുനരാനയിക്കുവാൻ കേശവശാസ്ത്രിക്കു കഴിഞ്ഞു. ഇത്തരമൊരു ചരിത്രത്തിന്റെ ആവർത്തനമാണ് സംഘ്പരിവാർ നേതൃത്വത്തിൽ നടത്തപ്പെടുന്ന 'ഘർവാപ്പസി' ഉൾപ്പെടെയുള്ളവയിൽ പ്രകടമാകുന്നത്. ദളിത് മേഖലകളിൽ മിഷണറിമാർ നടത്തിയ പ്രവർത്തനങ്ങൾ അക്കാലയളവിൽ ദളിതർക്കു സാമാന്യമായി ഗുണപ്രദമായിരുന്നു. വർത്തമാനകാലത്ത് 'പെന്തക്കോസ്ത് സഭ'കളും 'സ്വർഗ്ഗീയ വിരുന്ന്' അടക്കമുള്ള സംഘങ്ങളും സഭകൾക്ക് വിശ്വാസികളെ സംഘടിപ്പിക്കുന്നതിനായി ദളിത് സമൂഹത്തെ ചൂഷണം ചെയ്യുന്നു. ടി എ റസാഖിന്റെ *മൂന്നാം നാൾ ഞായറാഴ്ച*, ലാൽ ജോസിന്റെ *അച്ഛനുറങ്ങാത്ത വീട്* തുടങ്ങിയ ചിത്രങ്ങൾ ഇത്തരം ആത്മീയചൂഷണങ്ങളെയും അതിന്റെ പ്രത്യാഘാതങ്ങളെയും ചിത്രീകരിച്ചവയാണ്.

ഹൗസിംഗ് കോളനികൾ/ലോക്കൽ കോളനികൾ

മധ്യവർഗ്ഗ സമൂഹത്തിന്റെ വളർച്ചയോടു കൂടിയാണ് ഹൗസിംഗ് കോളനികൾക്കു പ്രചുര പ്രചാരം ലഭിക്കുന്നത്. ആധുനികവും നാഗരികവുമായ സംസ്കാരത്തിന്റെ 'മാന്യത'യും 'വൃത്തി'യും 'മര്യാദ'യും 'അച്ചടക്ക'വുമുള്ള സ്വച്ഛന്ദമായ ഇടമായി ഹൗസിംഗ്കോളനികൾ സ്ഥീകരിക്കപ്പെട്ടു. സർക്കാർ, അർദ്ധസർക്കാർ, സ്വകാര്യമേഖലകളിൽ ജോലി ചെയ്യുന്നവരും സ്വകാര്യ ബിസിനസുകൾ നടത്തുന്നവരും ജീവിത സൗകര്യാർത്ഥം ഇത്തരം കോളനികൾ തിരഞ്ഞെടുത്തു. മധ്യവർഗ്ഗ നഗര/പട്ടണ ജീവിതങ്ങളെ ദൃശ്യവല്ക്കരിച്ച നിരവധി മലയാള ചലച്ചിത്രങ്ങൾ ഹൗസിംഗ് കോളനിക്കാരുടെ (*തലയണമന്ത്രം* (1990/സത്യൻ അന്തിക്കാട്), *ഗാന്ധി നഗർ സെക്കന്റ് സ്ട്രീറ്റ്* (1986/സത്യൻ അന്തിക്കാട്), *ഇൻഹരിഹർ നഗർ* (1990/സിദ്ദിഖ് ലാൽ), *കുസൃതിക്കാറ്റ്* (1995/സുരേഷ് വിനു), *നിറം* (1999/കമൽ), *ടു ഹരിഹർ നഗർ* (2009/ലാൽ), *ഗ്രീറ്റിംഗ്സ്* (2004/ഷാജോൺ കാര്യാൽ), *എന്നും എപ്പോഴും* (2015/സത്യൻ അന്തിക്കാട്) ഉൾപ്പെടെ അനവധി ചിത്രങ്ങൾ) കാപട്യങ്ങൾ/പൊങ്ങച്ചങ്ങൾ/പ്രകടനപരതകൾ എന്നിവയെയെല്ലാം നിറപ്പകിട്ടോടെ സൃഷ്ടിച്ചെടുത്തു. 'സൊസൈറ്റി ലേഡി' കഥാപാത്രങ്ങൾ ഇത്തരം കോളനി ജീവിത പരിസരങ്ങളിൽ നിന്നും ഉയിർക്കൊണ്ടവയാണ്. ഹൗസിംഗ് കോളനികൾ വർത്തമാനകാലത്ത് അത്യന്ത്യാധുനിക വില്ലകളായി സൃഷ്ടിക്കപ്പെട്ടുകൊണ്ടിരിക്കുന്നു. ഹൗസിംഗ് കോളനികളുടെ നേർ വിപരീത ധ്രുവത്തി

ലാണ് ചെറുകിട/ലോക്കൽ കോളനികൾ നിലനില്ക്കുന്നത്. ചെറുകിട കോളനികൾ 'അസുന്ദര'വും 'അമാന്യ'വും 'അച്ചടക്കരാഹിത്യ'വുമുള്ള 'സംസ്കാരരഹിത'മായ സ്ഥലരാശിയാണെങ്കിൽ ഹൗസിംഗ് കോളനികൾ 'സുന്ദര'വും 'മാന്യ'വും 'അച്ചടക്കവു'മുള്ള 'സംസ്കാര സമ്പന്ന മായ' (?) സ്ഥലവുമായി പൊതുവിൽ വിലയിരുത്തപ്പെടുന്നു. ലോക ക്ലാസ് - മിഡിൽ ക്ലാസുകൾ തമ്മിലുള്ള ഇത്തരമൊരു അന്തരത്തെ *ടോക്കിയോ നഗറിലെ വിശേഷങ്ങൾ*, *പുലിവാൽ കല്യാണം* അടക്കമുള്ള ചിത്രങ്ങൾ ദൃശ്യവല്ക്കരിക്കുന്നുണ്ട്. പരിഷ്കൃതരായ ടോക്കിയോ നഗർ നിവാസികളുടെ സ്വസ്ഥത തകർക്കുന്നവരാണ് സമീപത്തുള്ള ദരിദ്ര കോളനിവാസികളെങ്കിൽ *പുലിവാൽ കല്യാണ*ത്തിലാകട്ടെ പരിഷ്കൃത സമൂഹത്തിനു ചേരാത്ത അലമ്പന്മാരും അലവലാതികളും വൃത്തികെട്ട വരുമാണ് ഹരികൃഷ്ണന്റെ കൂടെയുള്ള കോളനിവാസികൾ. ദരിദ്ര - സമ്പന്ന വർഗ്ഗങ്ങളുടെ സംഘർഷങ്ങൾ ഇത്തരം ചിത്രങ്ങളിൽ പ്രകട മാണ്.

വിരുദ്ധ ദ്വന്ദ്വങ്ങളുടെ, സംസ്കാരങ്ങളുടെ തുലനാത്മക വിശകല നങ്ങൾക്കു *വിയറ്റ്നാം കോളനി* (1992/സിദ്ദിഖ് ലാൽ), *പുതിയ മുഖം* (2009/ദീപൻ) ഉൾപ്പെടെയുള്ള ചലച്ചിത്രങ്ങൾ തയ്യാറാകുന്നുണ്ട്. അഗ്ര ഹാരത്തിന്റെ ചിട്ടവട്ടങ്ങളിൽ ജീവിച്ച കൃഷ്ണമൂർത്തിസ്വാമി, കൃഷ്ണ കുമാർ എന്നിവരുടെ നന്മകൾക്കുമേൽ അതിക്രമങ്ങൾ നടത്തുന്നവരാണ് അപരിഷ്കൃതരായ വിയറ്റ്നാം കോളനിക്കാരും നാഗരികരായ ഹോസ്റ്റൽ വാസികളും. ബ്രാഹ്മണിക് മൂല്യങ്ങളുല്പാദിപ്പിക്കുന്ന 'ശുദ്ധി' 'വൃത്തി' സങ്കല്പങ്ങളെ പിന്തുടർന്നും സാന്ദർഭികമായി അവയെ നിഷേധിക്കു വാനും തയ്യാറാകുന്ന ഉന്നതകുല ജാതി ബോധത്തെ കൃഷ്ണ മൂർത്തിയിൽ കണ്ടെത്തുവാൻ കഴിയുന്നതാണ്. അഗ്രഹാരങ്ങൾ, ഹൗസിംഗ് കോളനികൾ എന്നിവിടങ്ങളിലെ മനുഷ്യർക്കു ചിട്ടവട്ടങ്ങളും രീതിശാസ്ത്രങ്ങളുമനുസരിച്ചു പെരുമാറുവാൻ കഴിയുന്നതുപോലെ ലോക്കൽ കോളനികൾക്കു കഴിയില്ല. സാംസ്കാരികവും സാമൂഹ്യവു മായ അന്തരങ്ങൾ അടിസ്ഥാന കാരണമായി നിലനില്ക്കുന്നു. സാമൂ ഹ്യമായ മുന്നേറ്റങ്ങൾക്കുള്ള പരിശ്രമങ്ങൾ കോളനികളിൽ നിന്നുണ്ടാ കാറുണ്ടെങ്കിലും അവ കോളനിവാസികളുടെ ചേരിതിരിഞ്ഞുള്ള സംഘർഷങ്ങളിൽ അവസാനിക്കുകയാണ് പതിവ്.

പുറമ്പോക്കുകളുടെ (അപ) ഹാസ്യവല്ക്കരണങ്ങൾ

"കണ്ടാലേ അറിയാം ഇവളൊക്കെ പൊറമ്പോക്ക് കോളനിയാ ണെന്ന്." (*അമർ അക്ബർ അന്തോണി*) അമറിന്റെ അമ്മയുടെ ഇത്തര മൊരു ഡയലോഗ് 'വിരുദ്ധ ഹാസ്യ'ത്തിലൂടെയാണ് പ്രേക്ഷകരിൽ ചിരി സൃഷ്ടിക്കുന്നത്. സമ്പന്നയായ പെൺകുട്ടിയുടെ മുമ്പിൽ കല്യാണാ ലോചനയ്ക്കു ശ്രമിച്ചു പരാജയപ്പെടുന്ന അമറിന്റെ അമ്മ, അവരുടെ മധ്യവർഗ്ഗ ധാർഷ്ട്യത്തെ മറികടക്കുന്നത് തനി 'ലോക്കലായ' സംഭാഷ

ണങ്ങളിലൂടെയാണ്. മറ്റൊരു തലത്തിൽ കോളനിക്കാരിയായ അവരുടെ ആക്ഷേപം സ്വന്തം സ്വത്വത്തോടുള്ള പരിഹാസം തന്നെയായി മാറുന്നു. *പുലിവാൽ കല്യാണ*ത്തിലെ സ്ത്രീ (കൊളപുള്ളി ലീല) ടാക്സി ഡ്രൈവർ ധർമേന്ദ്രയുടെ ഭീഷണിയെ മറികടക്കുന്നതും 'എടാ നീ ഊച്ചാളീ ഊച്ചാളീന്നു കേട്ടിട്ടുണ്ടോ" യെന്നുള്ള തനി ലോക്കൽ ഭാഷ ണത്തിലൂടെയാണ്. *വിയറ്റ്നാം കോളനി*യിലെ ബ്രോക്കറായ എരുമേലി (പപ്പു) ലോക്കലായതുകൊണ്ട് കൃഷ്ണമൂർത്തിയെ കൃഷ്ണമൂത്രിയായും അയാളുടെ തൊഴിൽ കഥയെഴുത്തു പണിയായുമാണ് അവതരിപ്പിക്കുന്നത്. ധനികനായ കുമാർ കുബേരയുടെ മകളെ വിവാഹം കഴിച്ച *മാട്ടുപെട്ടിമച്ചാൻ* കള്ളത്തരങ്ങൾ പൊളിയുന്ന സന്ദർഭത്തിൽ "ഞങ്ങളിപ്പോ എവിടെയാ താമസിക്കുന്നതെന്നറിയോ ചേരിയിലാ... ചേരിയില്" എന്നു പറഞ്ഞുകൊണ്ട് ചേരിയെന്നത് വൃത്തികെട്ട ഇടമാണെന്നു സൂചിപ്പിക്കുന്നു. മധ്യവർഗ്ഗ ഭാവനകളോടു സമരസപ്പെടുവാൻ താല്പര്യപ്പെടുന്ന ചേരിക്കാരൻ തന്റെ ചേരി ഐഡന്റിറ്റിയെ തന്നെ തള്ളിപ്പറയുന്നു. കോളനിവാസികൾ അല്പന്മാരാണ് എന്ന പൊതുബോധത്തെ പിൻപറ്റി ഗൂഢാർത്ഥമുള്ള അശ്ലീലം നിറഞ്ഞ ഭാഷണങ്ങളും അലമ്പൻ പെരുമാറ്റങ്ങളുമാണ് കോളനി കഥാപാത്രങ്ങൾക്ക് നല്കപ്പെട്ടിരുന്നത്. കോളനികളിലെ മനുഷ്യർക്ക് ചാർത്തപ്പെട്ടിട്ടുള്ള വട്ടപ്പേരുകളാണ് ഹാസ്യനിർമ്മിതിക്കുള്ള മറ്റൊരു വകയൊരുക്കുന്നത്. മാടൻ തുളസി (ജോബി/*ഷെർലക് ടോംസ്*), കടപ്പുറം കരുണൻ (വിജയരാഘവൻ/*ടോക്കിയോ നഗറിലെ വിശേഷങ്ങൾ*) ഇരുമ്പ് ജോൺ (*വിയറ്റ്നാം കോളനി*) തുടങ്ങിയ ഉദാഹരണം.

ചലച്ചിത്രങ്ങളോടൊപ്പം വോഡഫോൺ കോമഡി സ്റ്റാർസ് അടക്കമുള്ള ജനപ്രിയ ഹാസ്യ പരിപാടികളും ചേരി/കോളനി പ്രദേശത്തെ 'മികച്ച ഹ്യൂമറിനുള്ള പ്ലോട്ട്' ആയി കണ്ടെത്തി പരിചരിക്കുന്നുണ്ട്. ഓഡിയോ കാസറ്റുകൾ വിപണി കീഴടക്കിയിരുന്ന കാലയളവിൽ അവതരിപ്പിക്കപ്പെട്ട ഹാസ്യകഥാ പ്രസംഗങ്ങളും കോമഡി സ്കിറ്റുകളും കോളനിയെ ഹാസ്യനിർമ്മിതിക്കായി (എന്നാ പണിയെന്നോ ഇപ്പോ പണിയൊന്നുമില്ല, അമ്മേടെ അനിയത്തിയെ കെട്ടി കോളനിയില് താമസിക്കുകയാ എന്നിങ്ങനെയുള്ള ഡയലോഗുകൾ) ഉപയോഗപ്പെടുത്തിയിരുന്നു. മാന്യതയുടെ പൊതുഭാവനകളെ റദ്ദുചെയ്യുന്ന ചേരി/കോളനി ജീവിതങ്ങൾ സൃഷ്ടിക്കുന്ന കലഹങ്ങളും ധാർഷ്ട്യങ്ങളും സംഘർഷങ്ങളുമെല്ലാം എപ്പോഴും മധ്യവർഗ്ഗ മലയാളിക്കു ചിരിക്കുള്ള വകകൾ നല്കിയിരുന്നു.

വെളിയിടങ്ങളുടെ സാംസ്കാരിക പാഠങ്ങൾ

ജാതീയവും വംശീയവുമായ വിവേചനങ്ങൾക്ക് ചേരി/കോളനി നിവാസികൾ അരനൂറ്റാണ്ടിലധികമായി ഇരയാക്കപ്പെടുമ്പോഴും അതിജീവനത്തിന്റെ സ്വരങ്ങൾ അവരിൽ നിന്നുമുയരുന്നുണ്ട്. ഉന്നത വിദ്യാ

ഭ്യാസരംഗത്ത് പ്രതിസന്ധികളെ അതിജീവിച്ചെത്തുന്ന നിരവധി വിദ്യാർത്ഥികളെ കേരളത്തിലെ ചേരി/കോളനി സമൂഹങ്ങളിൽ നിന്നു കണ്ടെടുക്കാവുന്നതാണ്. ചെങ്കൽച്ചൂള കോളനിയിലെ ജെ കെ സതീഷും ഭാര്യ ധനൂജകുമാരിയും കലാ സാംസ്കാരിക രംഗത്ത് തങ്ങളുടേതായ ഇടം നേടിയെടുത്തവരാണ്. ജെ കെ സതീഷ് തിരുവനന്തപുരം ടാഗോർ തിയറ്ററിൽ നാല്പത്തിയെട്ടു മണിക്കൂർ തുടർച്ചയായി ചെണ്ടമേളം നടത്തി ഗിന്നസ് റെക്കോർഡ് നേടിയെടുത്തു. ധനൂജകുമാരിയാകട്ടേ *ചെങ്കൽചൂളയിലെ എന്റെ ജീവിതം* (ചിന്ത പബ്ലിഷേഴ്സ്) എന്ന ആത്മ കഥയിലൂടെ ശ്രദ്ധേയയാവുകയും ചെയ്തു. ഇടമലക്കുടി ആദിവാസി ഊരിലെ ഗോത്ര കവിയായ അശോകൻ മറയൂർ *പച്ചവ്ട്* (ഡി സി ബുക്സ്) യെന്ന കവിതാസമാഹാരത്തിലൂടെ കവിതയുടെ സവർണ്ണബോ ധങ്ങളെ പിളർത്തുന്നു. പൊതുമണ്ഡലത്തിലെ കാഴ്ചകൾ ഇത്തരത്തി ലുള്ളതാണെങ്കിൽ *ഉദാഹരണം സുജാത* പോലെയുള്ള ചിത്രത്തിലൂടെ കോളനിയിലെ വിദ്യാർത്ഥിനി സിവിൽ സർവ്വീസ് നേടി വിജയിക്കുന്ന കാഴ്ചകളും ലഭ്യമാണ്.

സാംസ്കാരികമായി മലീമസമാക്കപ്പെട്ട പൊതുഇടങ്ങൾ എന്ന മധ്യ വർഗ്ഗ സാമൂഹിക ഭാവനകളിന്മേലാണ് കേരളത്തിലെ ചേരി/കോളനി കൾ അവതരിപ്പിക്കപ്പെടുന്നത്. ഭരണകൂടങ്ങളുടേയും കമ്പോളത്തി ന്റെയും നിഗൂഢ താല്പര്യങ്ങളാണ് കോളനികളെ ഇപ്പോഴും അധഃകൃത ഇടമായി പ്രതിഷ്ഠിച്ചെടുക്കുന്നത്. കോളനിവാസികൾക്കിടയിൽ ചെറിയ സംഘർഷങ്ങൾ ഉണ്ടാകാറുണ്ടെങ്കിലും പൊതുവായൊരു പ്രശ്നത്തിനു മുമ്പിൽ സംഘടിച്ചു നില്ക്കുന്നത് കോളനികളുടെ പൊതുസ്വഭാവമാണ്. ഭൂമിയുടെ ലഭ്യതയില്ലായ്മയിൽ വീർപ്പുമുട്ടുന്ന കോളനിവാസികൾ യഥാർത്ഥത്തിൽ ഭൂമിയുടെ രാഷ്ട്രീയത്തെയാണ് ഉയർത്തിപ്പിടിക്കുന്നത്. മലീമസമായ ഇടത്തിന്റെ സംസ്കാരികവും ഭൗതികവുമായ ആവശ്യക തകളെ നിറവേറ്റിക്കൊടുക്കുവാൻ ഭരണകൂടങ്ങൾക്കു കഴിയുമ്പോൾ കോളനികൾ പുതിയൊരു സാംസ്കാരിക മേഖലയായി മാറും. സംഘർ ഷഭരിതമായ ഇടമാണ് തെരുവുകൾ എന്ന പൊതുബോധത്തെ ഭരണ കൂടത്തിന്റെയും സാംസ്കാരിക കൂട്ടായ്മകളുടെയും ഇടപെടലുകളി ലൂടെ മാറ്റിയെടുത്തതിന്റെ തെളിവാണ് *കോഴിക്കോട് മിഠായിത്തെരുവ്* മുതൽ *തിരുവനന്തപുരം മാനവീയംവീഥി* വരെയുള്ള തെരുവുകൾ. കല യുടെയും സാഹിത്യത്തിന്റെയും രാഷ്ട്രീയത്തിന്റെയും സാംസ്കാരിക ഇടപെടലുകളുടെയും പൊതുഭൂമികയായി മാറാൻ ഇത്തരം തെരുവു കൾക്കു കഴിയുമെങ്കിൽ അത്തരമൊരു സാധ്യത ചേരി/കോളനികൾക്കു കൂടിയുണ്ട്. നാഗരിക ജനസമൂഹത്തിന്റെ സുഖ സംതൃപ്തികളെയും സ്വസ്ഥതകളേയും കാര്യകാരണങ്ങളൊന്നുമില്ലാതെ പ്രകോപിപ്പിക്കുന്ന വരാണ് കോളനി/ചേരിവാസികൾ എന്ന പൊതുധാരണകൾ തിരുത്തി യെഴുത്തപ്പെടേണ്ടതുണ്ട്. അത്തരമൊരു ചലഞ്ചിനു തുടക്കമിടുവാൻ ചല ച്ചിത്രങ്ങൾക്കു കഴിയുന്നതാണ്. ചേരി/കോളനി/തുരുത്തുകൾ അനുഭ

വിക്കുന്ന സാംസ്കാരികവും രാഷ്ട്രീയവുമായ പ്രശ്നങ്ങളെ ആവിഷ്കരിക്കുന്ന തലത്തിലേക്ക് ചലച്ചിത്ര ഭാവനകൾ അർത്ഥ പൂർണ്ണമായ ഇടപെടലുകൾ നടത്തേണ്ടതുണ്ട്. മധ്യവർഗ്ഗത്തിന്റെ സൗന്ദര്യദർശനങ്ങളിൽ നിന്നും ലാവണ്യ യുക്തികളിൽ നിന്നും അവയുല്പാദിപ്പിച്ചുവെച്ച വെറുപ്പിന്റെ സാംസ്കാരിക പാഠങ്ങളിൽ നിന്നും വിടുതൽ പ്രാപിച്ചെങ്കിൽ മാത്രമേ കോളനികളെ സാംസ്കാരിക പാഠങ്ങളെ വെള്ളിത്തിരയിൽ സന്നിവേശിപ്പിക്കാനാകൂ.

റഫറൻസ്

I.1. സത്യൻ പി പി, *ചേരികളിലെയും ചുവന്ന തെരുവുകളിലെയും മനുഷ്യജീവിതം*, ചിന്ത പബ്ലിഷേഴ്സ്, തിരുവനന്തപുരം, ജനുവരി 2016.

2. ധനൂജകുമാരി, *ചെങ്കൽച്ചൂളയിലെ എന്റെ ജീവിതം*, ചിന്ത പബ്ലിഷേഴ്സ്, തിരുവനന്തപുരം, ആഗസ്റ്റ് 2014.

II.1. *സചിവോത്തമപുരം*, ടി കെ കുഞ്ഞച്ചൻ എസ് പുരം, പടവുകൾ, ജനുവരി - ഫെബ്രുവരി 2018, പട്ടികജാതി/പട്ടികവർഗ്ഗവകുപ്പ് പ്രസിദ്ധീകരണം, തിരുവനന്തപുരം.

2. *സചിവോത്തമപുരം കോളനിയുടെ ജീവചരിത്രം*, കെ കെ കൊച്ച്, മാധ്യമം ആഴ്ചപ്പതിപ്പ് 2006 ഒക്ടോബർ 13, പുസ്തകം 9.

3. *ഭരണകൂടത്തിന്റെ ഹിംസയിൽ നിന്ന് സാമൂഹിക മരണത്തിലേക്ക്*, കെ അഷ്റഫ്, അൽത്താഫ്, മാധ്യമം ആഴ്ചപ്പതിപ്പ് 2017 മെയ് 22, പുസ്തകം 20.

4. *ജാതി കോളനി ജീവിതം*, മായാ പ്രമോദ്, മാധ്യമം ആഴ്ചപ്പതിപ്പ് 2018 ജൂലൈ 2, പുസ്തകം 21.

5. *കടലെടുക്കുന്ന തുരുത്തും അതിലെ ജീവിതങ്ങളും*, ഡി ധനസുമോദ്, പി വി ഷെബി, മാധ്യമം ആഴ്ചപ്പതിപ്പ് 2016, ഫെബ്രുവരി 22, പുസ്തകം 19.

6. *വെള്ളിത്തിരയിലെ കുടിയൊഴിക്കൽ*, കെ പി ജയകുമാർ, 2017 മാർച്ച് 27, പുസ്തകം 20.

5

തെറിപ്പദങ്ങളും തിരക്കാഴ്ചകളും

വെള്ളിത്തിരയിലെ തെറിയുടെ സാംസ്കാരിക വിനിമയങ്ങൾ

നായ..... എടോ, മോഹൻതോമസിന്റെ ഉച്ഛിഷ്ടവും അമേദ്യവും കൂട്ടിക്കുഴച്ച് നാലുനേരം വെട്ടിവിഴുങ്ങി ആസനത്തിൽ വാലും ചുരുട്ടിയിരിക്കുന്ന തന്നെപ്പോലുള്ള പരമനാറികൾക്കേ ആ പേരു ചേരൂ. എനിക്കു ചേരില്ല. ഐയാം ഭരത്ചന്ദ്രൻ, ഭരത്ചന്ദ്രൻ ഐ പി എസ്. ജസ്റ്റ് റിമംബർ ദാറ്റ്.

(ഭരത്ചന്ദ്രൻ ഐ പി എസ് - കമ്മീഷ്ണർ/1992)

ഫാ.... പൊളിറ്റിക്കൽ സ്ട്രെങ്ത്. എടാ നിന്നെപ്പോലെയുള്ളവന്റെയൊക്കെ പിടിപാടിന്റെ പേര് പൊളിറ്റിക്കൽ സ്ട്രെങ്ത്തെന്നല്ല. Its Slavery, Its Castration. വരിയുടയ്ക്കപ്പെട്ടവന്റെ അടിമത്വം. സ്വന്തം അമ്മയെ കാണിച്ച് കൂട്ടിക്കൊടുക്കാൻ പറഞ്ഞാൽ അതിനും അറപ്പില്ലാത്തവന്റെ ഷണ്ഡത്വം.

(തേവള്ളിപറമ്പിൽ ജോസഫ് അലക്സ് - ദ കിംഗ്/1995)

തമ്പുരാൻ എന്ന് വിളിച്ച അതേ നാക്കുകൊണ്ടുതന്നെ ചെറ്റേ എന്നു വിളിക്കേണ്ടിവന്നതിൽ മനസ്താപമുണ്ട്. എടോ അപ്പൻന്നു പേരുള്ള തേഡ്റൈറ്റ് ചെറ്റേ, താനാരാടോ നാട്ടുരാജാവോ? തന്റെയീ കളരീം മർമ്മവിദ്യേം തരികിട നമ്പറുമെല്ലാം ചെലവാകും ഇവിടുത്തെ പാവം ജനങ്ങളുടെയടുത്ത്. ഇത് ആള് വേറെയാ. കളിയൊരുപാട് കണ്ടവനാ ഞാൻ...

(കണിമംഗലം ജഗന്നാഥൻ - ആറാംതമ്പുരാൻ/1997)

കഴിഞ്ഞയിടയ്ക്കു തൃശൂർ രാമനിലയത്തിൽ വെച്ച് സി എമ്മിന്റെ പൊളിറ്റിക്കൽ സെക്രട്ടറി രവിയെ കണ്ടു. അവനാണല്ലോ സി എമ്മിനെ മുൻനിറുത്തി ഹോം ഡിപ്പാർട്ട്മെന്റ് ഭരിക്കുന്നത്. അവനെന്നോടൊരു ചോദ്യം എന്താ മിസ്റ്റർ ശങ്കരനാരായണൻ നിങ്ങളുടെ ഒരു ട്രാൻസ്ഫർ റിക്വസ്റ്റു കണ്ടല്ലോ. അതിന് ഓർഡറിടണ്ടേന്ന്. ആ പര പൂ മോനെ ഞാൻ

വിക്ടോറിയാ കോളേജു മുതൽ ഓട്ട മൈതാനം വരെ ഓടിച്ചിട്ടു തല്ലി യിട്ടുള്ളതാ. നമുക്കുടനെ അതങ്ങു ശരിയാക്കാമെന്നു അവൻ പറഞ്ഞ പ്പോൾ ഞാൻ വിചാരിച്ചു അവൻ എനിക്കിട്ടൊന്ന് ആക്കിയതാണെന്ന്.

(ഡി വൈ എസ് പി ശങ്കരനാരായണൻ - നരസിംഹം/2000)

ഭരണം പോയാ പിന്നെ ഖദറിനു കഞ്ഞി പിഴിയാനുള്ള ശേഷി പോലും ബാക്കിയില്ലാണ്ടാകുന്ന എന്റെ പാർട്ടിയിലെ എമ്പോക്കികളു ണ്ടല്ലോ.... അവരെ മുഴുവൻ ഞാൻ കാറും ബാറും പൂ്... ഛേ... പൂത്ത കാശും കൊടുത്ത് തിരിച്ചെടുക്കും. ഉണ്ടചോറിനു നന്ദി കാണിക്കാൻ പഠിച്ച പട്ടികളൊരുപാടൊന്നുമില്ലാത്ത എന്റെ പാർട്ടിയിൽ I will emerge I will emerge the omnipotant. പാർട്ടിയിലെ സർവ്വശക്തൻ. So be there, I will want you. അന്ന് ഈ രാജ്യത്തിന്റെ ഏതു കേഡറിൽ പോയി ഒളിച്ചാലും നിന്നെ ഞാൻ തേടിപ്പിടിക്കും ശിക്ഷിക്കാനല്ല, പരിര ക്ഷിക്കാൻ. The most belligerent officer around. എന്നും എപ്പോഴും യുദ്ധസന്നദ്ധൻ. I will lift you.

(എം പി ജയകൃഷ്ണൻ - ദി കിംഗ്/1995)

തൊമ്മിക്കുഞ്ഞേ താഴത്തങ്ങാടി ചന്തയിൽനിന്നും തലമുറ തലമു റയായി പഠിച്ച തന്തയ്ക്കു പിറക്കാഴികയും തരവഴിത്തരങ്ങളും മതിയാ വാതെ വരും തനിക്ക് ഒന്നു പിടിച്ചു നില്ക്കാൻ.

(ഭരത്ചന്ദ്രൻ - ഭരത്ചന്ദ്രൻ ഐ പി എസ്/2005)

ദേ ഏയ്ഞ്ചലേ എനിക്കങ്ങോട്ട് പൊളിഞ്ഞു വരുന്നുണ്ട്. ആ ഊള കേറി നിന്റെ ചെകിള നൂത്തിട്ടാ ഞാൻ കേറി മേഞ്ഞത്. നന്ദിയില്ലാത്ത കച്ചറ.

(സെബാൻ - ഹണീബി/2013)

പ്രാർത്ഥിക്കുന്നതിന്റെയിടയ്ക്കു കൊണയ്ക്കരുതെന്നു പറഞ്ഞിട്ടു ള്ളതാ.

(സൈമൺ, സ്വാതന്ത്ര്യം അർദ്ധരാത്രിയിൽ/2018)

വെള്ളിത്തിരയിൽ നിറഞ്ഞാടിയ ജനപ്രിയ താരങ്ങളുടെ ഇത്തരം ഡയലോഗുകൾ ഹിറ്റായത് എന്തുകൊണ്ടാണ്? അവ മലയാളിക്കു സുപ രിചിതമായ തെറിപ്രയോഗങ്ങളെ സാന്ദർഭികമായി എടുത്തു പ്രയോഗി ച്ചതിനാലാണ് എന്നു സാമാന്യമായി പറയാം. വിക്ടോറിയൻ സദാചാര ഭാവനകൾക്കൊപ്പം ഫ്യൂഡൽ പുരുഷാധികാര ഘടനകളും ആധിപത്യം ചെലുത്തുന്ന പൊതുമണ്ഡലത്തിൽ 'തെറി' പ്രയോഗത്തെ ജനസമൂഹ ത്തിനു മുമ്പിൽ ധാരാളിത്തത്തോടുകൂടി അവതരിപ്പിച്ചത് ചലച്ചിത്രങ്ങ ളായിരുന്നു. ചില ചിത്രങ്ങളിൽ 'മ്യൂട്ട്' ചെയ്യപ്പെട്ടും ഭൂരിപക്ഷം ചിത്രങ്ങ ളിൽ 'മ്യൂട്ട്' ചെയ്യപ്പെടാതെയും പ്രത്യക്ഷപ്പെട്ട തെറികളുടെ രാഷ്ട്രീ യവും പ്രതിരോധ സ്വഭാവവും എത്തരത്തിലുള്ളതായിരുന്നുവെന്നുള്ള അന്വേഷണത്തിന് സാംസ്കാരികമായ പ്രസക്തിയുണ്ട്.

ഭാഷയുടെ ശ്ലീലം/അശ്ലീലം, മാന്യം/അമാന്യം, ഉത്കൃഷ്ടം/അപ കൃഷ്ടം, നല്ലത്/ചീത്ത എന്നിങ്ങനെയുള്ള വർഗ്ഗീകരണങ്ങളിൽ 'അശ്ലീ

ല്'മായും 'അമാന്യ'മായും 'തെറിച്ചു'നില്ക്കുന്ന പദങ്ങളെയാണ് പൊതുവിൽ തെറിയായി പരിഗണിച്ചുവരുന്നത്. മലയാളത്തിന്റെ സമഗ്ര നിഘണ്ടുവായ *ശബ്ദതാരാവലി*യിൽ നിന്ദ, ചീത്തവാക്ക്, നിന്ദ്യമായ പ്രവൃത്തി എന്നീ വിവരണങ്ങളാണ് തെറിക്കു നല്കിയിരിക്കുന്നത്. സംഘടിതമായി മനുഷ്യർ ജീവിച്ചു തുടങ്ങിയ കാലം മുതലേ അമാന്യമായ, തെറിയായ പദങ്ങൾ അവർക്കിടയിൽ പ്രയോഗത്തിലുണ്ടായിരുന്നിരിക്കാം. അക്കാലയളവിൽ പക്ഷേ അവ തെറിയായി പരിഗണിക്കപ്പെട്ടിട്ടുണ്ടാകില്ല. ജനസമൂഹത്തെ സംബന്ധിച്ചുള്ള വരേണ്യ കീഴാളബോധങ്ങൾ രൂപപ്പെട്ട സന്ദർഭത്തിലാണ് അമാന്യമായ പദങ്ങൾ ശ്രദ്ധിക്കപ്പെടുന്നത്. വരേണ്യ വർഗ്ഗത്തിന്റെ ഭാഷ ഉത്കൃഷ്ടമായപ്പോൾ കീഴാളന്റെ ഭാഷ അപകൃഷ്ടമായി പരിഗണിക്കപ്പെട്ടു.

അവഹേളനാത്മക പദപ്രയോഗങ്ങളും തെറികളും

'ചീത്ത' യെന്ന വാക്ക് വ്യത്യസ്ത കാലദേശങ്ങളിൽ വ്യത്യസ്ത അർത്ഥതലങ്ങളിലാണ് പ്രയോഗിക്കപ്പെട്ടു വരുന്നത്. ഒരു കാലഘട്ടത്തിൽ 'കടുത്ത' തെറി ആയിരുന്ന പല വാക്കുകളും വർത്തമാന കാലഘട്ടത്തിൽ നിഷ്ക്കളങ്കമായ വിശേഷണങ്ങളോ പ്രയോഗങ്ങളോ സംബോധനകളോ ആയി മാറിയിട്ടുണ്ട്. അതേസമയം കാലാനുസൃതമായി പുതിയ പദങ്ങൾ തെറിപ്രയോഗങ്ങളായി പൊതുമണ്ഡലത്തിൽ സൃഷ്ടിക്കപ്പെടുകയും ചെയ്തിട്ടുണ്ട്. വാമൊഴി പാരമ്പര്യത്തിൽനിന്നും സൈബർ മൊഴികളിലേക്ക് എത്തുന്ന സുദീർഘമായ കാലയളവിൽ 'തെറി നിഘണ്ടു'വിൽ പദസമ്പത്ത് കുമിഞ്ഞു കൂടിയെന്നത് വ്യക്തമാണ്.

തെറിയെന്നത് കടുത്ത പ്രയോഗ സാധുത ഉള്ള ഒന്നാണെങ്കിൽ നിന്ദാസൂചകമായ പദങ്ങൾ, അവഹേളനാത്മകമായ പദങ്ങൾ എന്നിവ ലഘുവായ തെറികളായി പരിഗണിക്കപ്പെട്ടുവരുന്നു. മനുഷ്യന്റെ ശാരീരിക വൈകല്യങ്ങളെ സൂചിപ്പിക്കുന്ന വാക്കുകൾ അവഹേളനാത്മക പദപ്രയോഗങ്ങൾക്കുള്ള ഉദാഹരണങ്ങളാണ്. ചട്ടുകാലൻ, കോങ്കണ്ണൻ, കുടവയറൻ, ഞൊണ്ടിക്കാലൻ, മുറികൈയ്യൻ എന്നീ പ്രയോഗങ്ങൾ അത്തരം വൈകല്യങ്ങൾ അനുഭവിക്കുന്നവരെ സംബന്ധിച്ചിടത്തോളം അങ്ങേയറ്റം നിന്ദാർഹമാണ്. മറ്റുള്ളവരിൽനിന്നും വിഭിന്നമായ ജീവിതശൈലികൾ പിന്തുടരുന്നവരെ അവഹേളനാത്മകമായ പദങ്ങളിലൂടെ പലരും അധിക്ഷേപിക്കാറുണ്ട്. ഭക്ഷണത്തോട് അമിതമായ താല്പര്യങ്ങൾ പ്രകടിപ്പിക്കുന്നവരെ കൊതിയൻ/ആർത്തിപ്പണ്ടാരം/തീറ്റപ്പണ്ടാരം/തീറ്റഭ്രാന്തൻ/ഗ്രഹണിപിടിച്ചവൻ എന്നിങ്ങനെയുള്ള പദങ്ങളിലൂടെ പരിഹസിക്കുന്നു. തീറ്റ മത്സരങ്ങൾ ഹരമായ തീറ്ററപ്പായിയുടെ കഥ പറയുന്ന അതേ പേരിലുള്ള ചിത്രം ഏറ്റവും ഒടുവിലത്തെ ഉദാഹരണമാണ്. പൊതുസമൂഹത്തിൽ മറ്റുള്ളവർക്കിട്ടു പണികൊടുക്കുകയും പാരവയ്ക്കു

ശ്രീകണ്ഠേശ്വരം പത്മനാഭപിള്ള, *ശബ്ദതാരാവലി*, ഡി സി ബുക്സ്, കോട്ടയം 2010.

കയും ചെയ്യുന്നവനും കൃത്യമായ നിലപാടുകളില്ലാത്തവനും നാരദൻ/ നുണയൻ/നാറി/ചെറ്റ/കാലുനക്കി എന്നിങ്ങനെയുള്ള പദങ്ങളിലൂടെയാണ് വിശേഷിപ്പിക്കപ്പെടുന്നത്.

നിന്ദാസൂചക പദങ്ങളിൽനിന്നും ഗ്രേഡ് കൂടിയ ഐറ്റമായ തെറികൾ അപരനെ മാനസികമായി തളർത്തുന്നതിനു പര്യാപ്തമാണ്. പുലയാടി മോനേ, എമ്പോക്കി, പന്ന കഴുവേറി, തന്തയ്ക്കു പിറക്കാത്തവനേ, നായിന്റെ മോനേ, പരനാറി, പിണ്ണാക്കൻ, ഉണ്ണാക്കൻ, ഊച്ചാളി എന്നീ തെറികളെല്ലാം വ്യക്തി സംഘർഷങ്ങൾക്കിടയിൽ ഓരോ വ്യക്തികളും സാന്ദർഭികമായി എടുത്തു പ്രയോഗിക്കുന്നു. തെറിപ്രയോഗങ്ങൾ ലിംഗ വിവേചനത്തിനനുസൃതമായി ധാരാളമായി ഉപയോഗിക്കപ്പെടുന്നുണ്ട്. പുലയാടി മോൻ (പുരുഷൻ) പുലയാടി മോളേ (സ്ത്രീ) എന്നിങ്ങനെ ലിംഗ-ജാതി വർഗ്ഗ വിവേചനങ്ങൾ അനുസരിച്ച് പ്രയോഗിക്കപ്പെടുമ്പോൾ മൈരേ/എമ്പോക്കി/തെണ്ടി/നാറി എന്നിവ ലിംഗ - വർഗ്ഗ വിവേചനങ്ങൾക്കതീതമായി ഏതൊരു വിഭാഗത്തിൽപ്പെട്ട ആളുകളേയും വിളിക്കുവാൻ ഉപയോഗിക്കപ്പെടുന്നുണ്ട്. അപരനെ അങ്ങേയറ്റം ഭർത്സിച്ച് അശ്ലീലമാക്കുകയെന്ന ധർമ്മമാണ് തെറിയന്മാർ (തെറി വിളിക്കുന്നവർ) ബോധപൂർവ്വമോ അബോധപൂർവ്വമോ ആയി നിർവ്വഹിച്ചു കൊണ്ടിരിക്കുന്നത്. പറഞ്ഞു ജയിക്കാൻ പറ്റാത്ത സന്ദർഭങ്ങളിൽ കടുത്ത മാനസിക വിക്ഷോഭത്തിന്റെ പ്രതിഫലനമായിട്ടാണ് തെറികൾ പ്രയോഗിക്കപ്പെടുന്നത്. തെറി പറയുന്നതിലൂടെ അത് പറയുന്ന വ്യക്തിക്ക് മാനസികമായ ആശ്വാസവും സംതൃപ്തിയും ലഭിക്കുന്നു.

സ്ത്രീ - പുരുഷ ഭേദമനുസരിച്ച് തെറിയുടെ പ്രയോഗരീതിയിൽ പ്രകടമായ വ്യതിയാനങ്ങൾ സാധ്യമാണ്. സ്ത്രീ പുരുഷ സംഘർഷങ്ങൾക്കിടയിൽ സ്ത്രീ പ്രയോഗിക്കുന്ന തെറികൾ ആൺ അധികാര ബലതന്ത്രങ്ങളെ പ്രതിരോധിക്കുന്ന ഒന്നായി മാറുന്നു. കുലീനതയും ശാലീനതയും നിറഞ്ഞു തുളുമ്പുന്ന കുടുംബസ്ത്രീ/കുലീനസ്ത്രീ മാതൃകകളിൽനിന്നും വിഭിന്നയാകുന്ന സ്ത്രീരൂപങ്ങൾ തെറിപ്രയോഗങ്ങളിലൂടെ പുരുഷ നിർമ്മിത സാമൂഹ്യ ഘടനകളെയും ഭാഷാ വ്യവസ്ഥിതികളെയും ചോദ്യം ചെയ്യുന്നു.

തെറി - ഇടങ്ങളും ഭാഷണങ്ങളും സാഹിത്യപാഠങ്ങളും

തെറികൾ ഏറ്റവും കൂടുതൽ നിർമ്മിക്കപ്പെടുന്നതും പ്രയോഗിക്കപ്പെടുന്നതും ചന്തകളിലും ഹോസ്റ്റലുകളിലുമാണ്. ഇത്തരം ഇടങ്ങളിൽ താല്ക്കാലികമായ വഴക്കുകളുടെയോ സൗഹൃദങ്ങളുടെയോ ഭാഗമായിട്ടാണ് തെറികൾ പ്രയോഗിക്കപ്പെടുന്നത്. അത്തരമിടങ്ങളിൽ തികച്ചും സ്വാഭാവികമായിട്ടാണ് ആളുകൾ ഇത്തരം പദങ്ങൾ എടുത്തു പ്രയോഗിക്കുന്നത്. പാർശ്വവല്ക്കരിക്കപ്പെട്ട ജനവിഭാഗങ്ങൾ തിങ്ങി നിറഞ്ഞു താമസിക്കുന്ന ചേരികളിലും കോളനികളിലും തെറികൾ സ്വാഭാവികമായി ഉപയോഗിക്കപ്പെടുന്നു. വ്യക്തി സംഘർഷങ്ങളുടെ ഭാഗ

മായിട്ടാണ് അവിടെ തെറി പ്രയോഗങ്ങൾ സാധ്യമാകുന്നതെങ്കിൽ തന്നെയും അവരുടെ സൗഹൃദ സംഭാഷണങ്ങളിലും അത്തരം പദങ്ങൾ ഉപയോഗിക്കപ്പെടുന്നു. വർത്തമാനകാലത്ത് ചന്തകളും ഹോസ്റ്റലുകളും ചേരികളും കൂടാതെ സുലഭമായി തെറികൾ പ്രയോഗിക്കപ്പെടുന്ന ഇടം സോഷ്യൽ മീഡിയയാണ്. ആർക്കും ഏതുതരം തെറികളും പറയുവാൻ കഴിയുന്ന സോഷ്യൽ മീഡിയ പരമ്പരാഗത ബോധത്തിന്റെ ഭാഗമായുള്ള സഭ്യതയുടെ അതിർവരമ്പുകളെത്തന്നെ റദ്ദു ചെയ്തിരിക്കുന്നു.

സോഷ്യൽ മീഡിയയെ കൂടാതെ തെറികൾ ഏറ്റവും കൂടുതൽ പ്രയോഗിക്കപ്പെടുന്ന മറ്റ് രണ്ട് ഇടങ്ങൾ സിനിമാ തിയേറ്ററുകളും ലേബർ റൂമുകളുമാണ്. ഫാൻസ് അസോസിയേഷനുകൾ തങ്ങളുടെ 'ശത്രു' താരങ്ങളെ തകർക്കുന്നതിനായി തിയറ്ററിനുള്ളിൽ നടത്തുന്ന തെറിവിളികൾ, ചലച്ചിത്ര പ്രദർശനവേളയിൽ സാങ്കേതിക തടസ്സങ്ങൾ ഉണ്ടാകുമ്പോൾ തിയറ്റർ ജീവനക്കാർക്കു നേരെ നേരെയുള്ള തെറികൾ, തുണ്ടുപടങ്ങളുടെ ചാകരക്കാലത്ത് (2000 - 2003) ബിറ്റുകൾ യഥാസമയം ഇടാത്ത പ്രൊജക്റ്റർ ഓപ്പറേറ്റർക്കു നേരെയുള്ള അസഭ്യവർഷങ്ങൾ എന്നു തുടങ്ങി തിയറ്റർ ലോബിയുമായി സഹകരിക്കുന്ന ബ്ലാക്ക് ടിക്കറ്റുകാരൻ വരെ നടത്തുന്ന പ്രയോഗങ്ങൾ ഇതിനുദാഹരണങ്ങളാണ്.

'തെറി വിളിച്ചില്ലെങ്കിൽ അവളുമാരൊന്നും പെറൂല' എന്ന ന്യായീകരണത്തിന്മേലാണ് കേരളത്തിലെ ലേബർ റൂമുകളിൽ നഴ്സിംഗ് അസിസ്റ്റന്റുമാർ ഗർഭിണികളുടെ നേരെ തെറിയഭിഷേകങ്ങൾ നടത്തുന്നത്. പ്രസവമെന്ന ആയാസകരമായ പ്രക്രിയയിൽ ഗർഭിണികളെ പ്രോത്സാഹിപ്പിക്കുവാനും പ്രകോപിപ്പിക്കാനുമാണ് നഴ്സിംഗ് അസിസ്റ്റന്റുമാർ തെറിവിളിക്കുന്നതെന്ന ന്യായീകരണമുണ്ടെങ്കിൽ തന്നെയും അമിതമായ ജോലിഭാരവും വിശ്രമമില്ലാത്ത അധ്വാനവുമാണ് അവരെ ഇത്തരമൊരു നിലപാടു സ്വീകരിക്കാൻ പ്രേരിപ്പിക്കുന്നത്. കേരളത്തിലെ സർക്കാർ ആശുപത്രികളിലെ ലേബർറൂമുകളെ കേന്ദ്രീകരിച്ചാണ് തെറി വിളി ആരോപണങ്ങൾ കൂടുതൽ ഉയർന്നുവരുന്നതെങ്കിലും സ്വകാര്യ ആശുപത്രികളിലെ ലേബർ റൂമുകളിലെ സ്ഥിതിയും വിഭിന്നമല്ല...

തെറി (എഴുത്തുകുത്തുകൾ) ഏറ്റവും കൂടുതലായി പ്രത്യക്ഷപ്പെട്ടിരുന്ന ഒരിടമായിരുന്നു ടോയ്‌ലെറ്റുകൾ. സ്കൂൾ, കോളേജ്, സർക്കാർ ആഫീസുകൾ, ബസ് സ്റ്റാൻഡുകൾ എന്നു തുടങ്ങി പൊതുഇടങ്ങളിലെ ടോയ്‌ലെറ്റുകളിലെല്ലാം അസംതൃപ്ത ലൈംഗികതയുടെ തെറിയെഴുത്തുകൾ പ്രത്യക്ഷപ്പെട്ടിരുന്നു. (ആൺ/പെൺ നഗ്ന ഉടൽ ചിത്രങ്ങൾക്കൊപ്പം) 'ബാത്ത്റൂം ഗ്രാഫിറ്റി' ലൈംഗികതയുടെ ചരിത്രപാഠങ്ങളിലേയ്ക്കുള്ള ചൂണ്ടുപലകകളിലൊന്നായി ജീവൻ ജോബ് തോമസിനെ പോലെയുള്ള ശാസ്ത്രലേഖകർ വിലയിരുത്തിയിട്ടുണ്ട്.

സാഹിത്യത്തിലെ തെറിവിശേഷങ്ങളുമായി ബന്ധപ്പെട്ട് അന്വേഷണങ്ങൾ നടത്തിയാൽ അച്ചീചരിതങ്ങൾ മുതൽ അത്തരം പ്രയോഗങ്ങൾ കണ്ടെത്തുവാൻ കഴിയുന്നതാണ്. മഹിളാളി മഹാസ്പദങ്ങളായ മണി

പ്രവാളകാവ്യങ്ങളിൽ നിറഞ്ഞിരുന്ന അംഗപ്രത്യംഗ വർണ്ണനകളിലും അങ്ങാടിവർണ്ണനകളിലും അശ്ലീലമെന്നു ധ്വനിപ്പിക്കുന്ന പദങ്ങൾ സ്വാഭാവികമായി ഉപയോഗിക്കപ്പെട്ടിരുന്നു. പിന്നീടങ്ങോട്ടു പ്രത്യക്ഷപ്പെട്ട ഗദ്യ ആഖ്യാനങ്ങളിലും ഇവയുടെ സാന്നിധ്യം കാണാവുന്നതാണ്. കവിത നവോത്ഥാനം, കവിത്രയാനന്തരകവിത, ആധുനികം, ആധുനികാനന്തരം, ഉത്തരാധുനികം, ഉത്തര ഉത്തരാധുനികം എന്നീ ഘട്ടങ്ങളിലൂടെ മുന്നേറിയപ്പോൾ ഭാഷയുടെ വരേണ്യബോധങ്ങൾ അടിമുടി അട്ടിമറിക്കപ്പെടുകയുണ്ടായത് ഏവർക്കും വ്യക്തമാണ്. സഭ്യമായ എഴുത്തുകൾക്കു കാവ്യലോകം വഴിപ്പെട്ടിരുന്ന കാലത്താണ് വൈലോപ്പിള്ളി *കുടിയൊഴിക്കലി*ലൂടെ പുലയാടികൾ, തേവിടിശ്ശി, ചെറ്റ, വിടൻ എന്നീ പദങ്ങൾ പ്രയോഗിച്ചത്. ഇവ കവിതയുടെ അർത്ഥതലത്തിൽ കൊണ്ടുവന്ന പരിവർത്തനങ്ങൾ ഗംഭീരമായിരുന്നു. ഇത്തരമൊരു കാലത്തു നിന്നും മലയാള കവിത ഉത്തര ഉത്തരാധുനിക കാലത്ത് എത്തുമ്പോൾ *ലിംഗവിശപ്പി*ലേക്കും പെണ്ണുടൽ വടിവുകളുടെ സൂക്ഷ്മതകളിലേക്കും അസഭ്യതയുടെ സ്വാതന്ത്ര്യങ്ങളിലൂടെ സഞ്ചരിക്കുന്നത് വ്യക്തമാണ്.

സാഹിത്യത്തിലെ തെറികളെക്കുറിച്ചു പറയുമ്പോൾ പ്രാഥമികമായി ഏവരും ബഷീറിന്റെ *ശബ്ദങ്ങൾ*, ഒ വി വിജയന്റെ *ധർമ്മപുരാണം* എന്നീ കൃതികളായി ആണ് ചൂണ്ടിക്കാണിക്കുന്നത്. 'പ്രജാപതിക്കു തൂറാൻമുട്ടി' യെന്ന വാക്കുകളിലൂടെ ആരംഭിക്കുന്ന *ധർമ്മപുരാണം* രാഷ്ട്രീയ ഇതിവൃത്തത്തിലൂടെ വായനാ സമൂഹത്തിന്റെ പൊതുബോധങ്ങളെ ആഴത്തിൽ പരിഹസിക്കുകയുണ്ടായി. മലയാളത്തെ സംബന്ധിച്ചിടത്തോളം *ധർമ്മപുരാണം* ഇന്നേവരെ സ്വീകാര്യമായ ഭാഷയുടെയും അനുഭവത്തിന്റെയും അതിർവേലികളെ കടന്നുചെന്നു നടത്തുന്ന അതിശയകരമായ വെല്ലുവിളിയും ക്ഷണവുമാണ് എന്നു സക്കറിയ സാക്ഷ്യപ്പെടുത്തുന്നു. ഇതിനുമുമ്പ് ബഷീർ ശുദ്ധ മലയാളത്തിൽ തനി നാടൻ പ്രയോഗങ്ങളെ തന്റെ സൃഷ്ടികളിലൂടെ അവതരിപ്പിച്ചിരിക്കുന്നു. "ഹറാം പിറന്നോളെ എമ്പോക്കി അപരാതി നിന്നെ കാലപാമ്പ് കടിക്കുമെന്നാണ്" കുഞ്ഞുതാച്ചുമ്മ കുഞ്ഞു പാത്തുമ്മയെ *ന്റുപ്പുപ്പാക്കൊരാനേണ്ടോർന്നു*വിൽ ശപിക്കുന്നത്. എഴുത്തിന്റെ മണ്ഡലത്തിൽ മാധവിക്കുട്ടിയുടെ തുറന്നെഴുത്തുകൾ അശ്ലീല ഭാഷണങ്ങൾ എന്ന പേരിൽ വിവാദങ്ങൾ സൃഷ്ടിക്കുകയുണ്ടായിട്ടുണ്ട്. ഭാഷാപരമായ മാന്യതാബോധങ്ങളെ ആധുനികാനന്തര ഘട്ടത്തിൽ ഇന്ദുമേനോനും സിതാരയും സി എസ് ചന്ദ്രികയുമടക്കമുള്ള എഴുത്തുകാർ തങ്ങളുടെ രചനകളിലൂടെ മറികടക്കുന്നുണ്ട്. *ചെറ്റ, ആൺവണ്ടികൾ, ഒരു ലെസ്ബിയൻ പശു, കടൽ നായ, ഹിജഡയുടെ കുട്ടി* എന്നിങ്ങനെ സ്ഫോടനാത്മകമായ തലക്കെട്ടുകളിലൂടെ മലയാള ചെറുകഥയുടെ സാമ്പ്രദായികബോധങ്ങളെത്തന്നെ ഇന്ദുമേനോൻ വെല്ലുവിളിക്കുകയുണ്ടായിട്ടുണ്ട്.

സാഹിത്യത്തിലെ, കലകളിലെ ആർജ്ജവമുള്ള ഭാഷയും പ്രകടനങ്ങളും യാഥാസ്ഥിതിക സമൂഹത്തിന് തെറിയായി മാത്രമേ അനുഭവ

പ്പെടുകയുള്ളൂ. മലയാളത്തിലെ ജനപ്രിയ നാടകവേദിക്കു പുതിയൊരു ദിശാബോധം നല്കിയ നാടകാചാര്യൻ എൻ എൻ പിള്ളയുടെ നാടകങ്ങൾ അതുകൊണ്ടുതന്നെ തെറി നാടകങ്ങളായി പരിഗണിക്കപ്പെട്ടു. *പ്രേതലോക*മെന്ന നാടകത്തിലെ ചില ഡയലോഗുകളാണ് തെറിയെഴുത്തുകാരൻ എന്ന വിശേഷണം അദ്ദേഹത്തിനു ചാർത്തിക്കൊടുത്തത്. *കാപാലിക* ("അച്ചനെ പട്ടം കെട്ടിച്ചതും എന്റെ അരക്കെട്ടഴിച്ചതും ഒരേ സമൂഹമാണച്ചോ"/റോസമ്മ), *ശ്രീദേവി* എന്നീ നാടകങ്ങളും അത്തരം അധിക്ഷേപങ്ങൾ നേരിട്ടു. പ്രത്യക്ഷത്തിൽ 'കടുത്ത' തെറികൾ എന്ന തരത്തിലുള്ള പ്രയോഗങ്ങൾ ഒന്നുമില്ലാതിരിക്കെത്തന്നെ, അക്കാലത്തെ സാമൂഹ്യ സദാചാരമൂല്യ വ്യവസ്ഥിതികളെ വിറളി പിടിപ്പിച്ചു എന്ന കാരണത്താലാണ് പിള്ളയുടെ നാടകങ്ങളെ കേന്ദ്രീകരിച്ച് തെറി നാടകങ്ങളെന്ന പൊതുബോധം രൂപപ്പെട്ടത്.

പ്രാദേശികമായ അതിർത്തികളും സംസ്കാരങ്ങളും കുടിയേറ്റങ്ങളുമെല്ലാം തെറിപദങ്ങളുടെ നിർമ്മിതിക്ക് കാരണമാകുന്നുണ്ട്. തിരുവനന്തപുരത്തുകാർ 'തെക്കൻ'മാരാകുമ്പോൾ കോഴിക്കോട്/മലപ്പുറംകാർ 'വടക്കരു'മാകുന്നു. സമാനമായ രീതിയിൽ മലയോര മേഖലയിലുള്ളവർ 'കിഴക്കരായും' കായൽ/നദിയോര മേഖലയിലുള്ളവർ പടിഞ്ഞാറക്കരക്കാരായും വിളിക്കപ്പെടുന്നു. വടക്കരും തെക്കരും ജനിച്ചുവളർന്ന സ്ഥലങ്ങളെ പിന്തള്ളി അന്യയിടങ്ങളിലേക്കു കുടിയേറുമ്പോൾ അവർ 'വരത്തന്മാരായി' മാറുന്നു. 'വരത്തന്മാ'ർക്കു അവരുടെ പുതിയ ഇടങ്ങളിൽ സാമൂഹ്യമായ അംഗീകാരങ്ങൾ പൊതുവിൽ ലഭ്യമാകാറില്ല. സമാനമായ രീതിയിലാണ് അന്യസംസ്ഥാനക്കാരുടെ കുടിയേറ്റങ്ങളും പരിഗണിക്കപ്പെടുന്നത്. തമിഴ്നാട്ടുകാർ 'പാണ്ടി/അണ്ണാച്ചിയായും' ഉത്തരേന്ത്യൻ സംസ്ഥാനക്കാർ 'ബംഗാളികളായും' വിശേഷിപ്പിക്കപ്പെടുന്നു.

സ്ഥലനാമങ്ങൾ പലതും അവ നിലനില്ക്കുന്ന പ്രാദേശികാതിർത്തി വിട്ടുകഴിഞ്ഞാൽ 'തെറിയായി' അറിയപ്പെടുകയോ പ്രയോഗപ്പെടുകയോ ചെയ്യാറുണ്ട്. 'പൂഞ്ഞാറും' 'കോണാട്ട് പ്ലേസും' 'പുനത്തിലും' 'കൊളുത്തൂരും' 'വളഞ്ഞവട്ടവും' 'കൊണത്താപ്പിള്ളിയും' സാന്ദർഭികമായി തെറിയായി ഉപയോഗിക്കപ്പെടുന്നുണ്ട്. (അതങ്ങു പള്ളീയേ/പൂഞ്ഞാർ/കോണാട്ട് പ്ലേസ്/പുനത്തിൽ.... പറഞ്ഞാമതിയേ) (ചിത്രം - പത്രം/1999)

അച്ചീചരിതങ്ങളിൽനിന്നും *മീശ*യെന്ന നോവലിലേക്ക് (എസ് ഹരീഷ്/ഡി സി ബുക്സ്, ജൂലായ് 2018) എത്തുമ്പോൾ അശ്ലീലം, തെറി എന്നിവയെ സംബന്ധിച്ചുള്ള എല്ലാത്തരം കാഴ്ചപ്പാടുകളും നിലപാടുകളും അടിമുടി മാറ്റി മറിക്കപ്പെടുന്നുണ്ട്. നൈസർഗ്ഗികമായ 'നാട്ടുഭാഷ'യിൽ എഴുതപ്പെട്ട *മീശ*യിൽ പ്രാദേശികമായ എല്ലാത്തരം തെറികളും സ്വാഭാവികമായി ഹരീഷ് ഉപയോഗപ്പെടുത്തുകയുണ്ടായി. പ്രാദേശിക ജാതി സംബോധനകളായ പെലേൻ, ചോവോൻ, കടുപ്പട്ടൻ, ഉള്ളാടത്തി, പണിക്കത്തി എന്നിവയോടൊപ്പം പൊലയാടിമോൻ, അവരാതി തുടങ്ങിയ പ്രാദേശിക തെറികളുടെ ഒരു വിസ്മയലോകത്തെ *മീശ*യിൽ നിന്നും കണ്ടെടുക്കാൻ കഴിയും.

ശശിയും സോമനും ഊളയും

വ്യക്തികളെ കേന്ദ്രീകരിച്ചുള്ള സംജ്ഞകൾ അവഹേളനാത്മകമായ പ്രയോഗങ്ങളായി വർത്തമാനകാലത്ത് പൊതുമണ്ഡലത്തിൽ വിനിമയം ചെയ്യപ്പെടുന്നു. ശശി, സോമൻ, പുഷ്പൻ, ആവേശ്കുമാർ, നിർമ്മലൻ, ദിനേശൻ, ഷക്കീല, സണ്ണിലിയോൺ എന്നീ പേരുകൾ ചില ഉദാഹരണങ്ങളാണ്. ശശി മുതൽ ശശികുമാർ വരെ നിരവധി പേരുകൾ 'ശശി' കേന്ദ്രീകരിച്ച് സ്വാഭാവികമായി നിലനിന്നിരുന്നുവെങ്കിൽ തൊണ്ണൂറുകൾക്കു ശേഷമുള്ള കാലയളവിൽ 'ശശി' ഹാസ്യദ്യോതകമായ പദമായും തെറിയായും മാറി. അബദ്ധങ്ങളിൽ ചെന്നുപെടുന്നവനും ഇളിഭ്യനാകുന്നവനും പണി വാങ്ങുന്നവനും അങ്ങനെ 'ശശി'യാകുന്നവനായി. സമാനമായ രീതിയിലാണ് സോമനും പ്രയോഗിക്കപ്പെടുന്നത്. ശശിക്കു പകരം സോമനെന്നു പേരു പരിഷ്കരിക്കുന്ന കലാഭവൻ ഹനീഫയുടെ കഥാപാത്രം 'അങ്ങനെ സോമൻ ഊളയായി' എന്ന പ്രയോഗത്തിലൂടെ കൂടുതൽ ഇളിഭ്യനാകുന്നു. (*കട്ടപ്പനയിലെ ഹൃതിക് റോഷൻ*). പരാജയങ്ങളേറ്റു വാങ്ങുന്നവൻ പുഷ്പനായും ഓരോ പ്രവൃത്തികൾ ചെയ്യാൻ അമിത ആവേശങ്ങൾ കാട്ടുന്നവൻ ആവേശ്കുമാറായും പൊതുജനങ്ങൾക്കിടയിൽ അഭിസംബോധന ചെയ്യപ്പെടുന്നു.

ശശിയെന്ന പ്രയോഗത്തെ ഹാസ്യവല്ക്കരിക്കുന്നതിൽ സലിംകുമാറിന്റെ ഡാൻസ് മാസ്റ്റർ വിക്രമും (*ചതിക്കാത്ത ചന്തു/2004*), മമ്മൂട്ടിയുടെ മോഹൻ മാഷും (*ബെസ്റ്റ് ആക്ടർ/2010*) പ്രധാന പങ്കുവഹിച്ചിട്ടുണ്ട്. വലിയ കൊട്ടാരത്തിലെ പ്രതിമയെ നോക്കി അതാരാണെന്നു അന്വേഷിക്കുന്ന സഹപ്രവർത്തകന് ഡാൻസ് മാസ്റ്റർ വിക്രം നല്കുന്ന മറുപടി മധ്യതിരുവിതാംകൂറിലെ രാജാവാ പേരു ശശിയെന്നാണ്. *ബെസ്റ്റ് ആക്ടറിൽ* ഫൈറ്റ് ചെയ്യാനെത്തുന്ന മാഫിയാ ശശിയെ തോക്കിൻ മുനയിൽനിർത്തി മോഹൻ "മാഫിയ എന്താ നിന്റെ അച്ഛന്റെ പേരാണോ, ശശി അതുമതി. കൂടുതൽ ഡെക്കറേഷനൊന്നും വേണ്ട"ന്നു പറഞ്ഞ് ഒതുക്കുന്നു. ഇത്തരം കോമഡികൾ പൊതുസമൂഹത്തിൽ കാര്യമായ സ്വാധീനം ചെലുത്തിയിരുന്നതിന്റെ തെളിവാണ് സോഷ്യൽ മീഡിയയിൽ പ്രത്യക്ഷപ്പെട്ട ശശി കേന്ദ്രീകൃതമായ ട്രോളുകൾ.

ശശിയും സോമനും പരിഹാസപദങ്ങളായി അവരോധിക്കപ്പെട്ടുവെങ്കിൽ 'ഷക്കീല'യാകട്ടേ സ്ത്രീകളുടെ പേരിനെ അശ്ലീലവല്ക്കരിക്കുകയാണ് ചെയ്തത്. രണ്ടായിരം മുതൽ രണ്ടായിരത്തി നാലു വരെയുള്ള കാലഘട്ടത്തിൽ തുണ്ടു ചിത്രങ്ങളുടെ ചാകരക്കാഴ്ച സമ്മാനിച്ച ഷക്കീലയെന്ന നടി സമാനപേരുകളുള്ള സ്ത്രീകൾക്ക് സാമൂഹ്യമായ അപമാനമാണ് സമ്മാനിച്ചത്. പ്രസ്തുത പേരുള്ളവർ അക്കാലയളവിൽ തങ്ങളുടെ പേര് പരസ്യമായി പറയുവാൻ വല്ലാത്ത മനക്ലേശം അനുഭവിച്ചിരുന്നു.

വ്യക്തി നാമങ്ങൾ തെറികളായി മാറുന്നതുപോലെ പക്ഷിമൃഗാദി

കളുടെ പേരുകൾ പോലും തെറി പ്രയോഗങ്ങളായി ആളുകൾ ഉപയോഗിച്ചു വരുന്നുണ്ട്. പട്ടി, പന്നി, കുരങ്ങൻ, കഴുത, നായ, പൊന്മാൻ, കാക്ക, കോഴി തുടങ്ങിയ ചില ഉദാഹരണങ്ങളാണ്. വ്യക്തി ബന്ധങ്ങളെ സൂചിപ്പിക്കുന്ന പദങ്ങളും പ്രാദേശികമായി തെറി സൂചനകളായി അവതരിപ്പിക്കപ്പെടാറുണ്ട് കുഞ്ഞമ്മ, അമ്മായിയമ്മ, തന്ത, തള്ള, മറ്റവൻ, ഓള്, ഓൻ തുടങ്ങിയവ ചില ഉദാഹരണങ്ങളാണ്. തെക്കൻ തിരുവിതാംകൂറിൽ 'നിന്റെ കുഞ്ഞമ്മേടെ'....യെന്ന പ്രയോഗം അശ്ലീലവും തെറിയുമായി സാന്ദർഭികമായി കടന്നുവരുന്നുണ്ട്. സുരാജ് വെഞ്ഞാറമൂട് തന്നെ നിരവധി സിനിമകളിൽ ഇത്തരം പ്രയോഗത്തെ എടുത്തു പെരുമാറുകയുണ്ടായിട്ടുണ്ട്. ഏതു വാക്ക് എപ്പോൾ തെറിയായി മാറുമെന്ന് കൃത്യമായി പറയുവാൻ കഴിയാത്ത സാഹചര്യമാണ് ഇന്നു കേരളത്തിലുള്ളത്. പ്രാദേശികമായ സാംസ്കാരിക സവിശേഷതകൾ പ്രതിഫലിപ്പിക്കുന്ന പദങ്ങൾ മുതൽ നിത്യജീവിതത്തിൽ നിരന്തരമായി ഉപയോഗിക്കുന്ന പദങ്ങൾ പോലും ഒരു ദേശാതിർത്തി കടന്ന് മറ്റൊരു ദേശത്തെത്തുമ്പോൾ അതു തെറി പ്രയോഗമായി മാറുന്നു. മധ്യതിരുവിതാംകൂറുകാർ ധാരാളമായി ഉപയോഗിക്കുന്ന ഒരു കടൽ മത്സ്യത്തിന്റെ പേരാണ് മുള്ളൻ കുറിച്ചിയെങ്കിൽ മുള്ളൻ കുറിച്ചിയെന്ന പദം വടക്കൻ മലബാറിലെത്തുമ്പോൾ കടുത്ത തെറിയായി മാറുന്നു. മലബാർ മേഖലയിൽ കപ്പകിഴങ്ങിനെ 'കൊള്ളി' യെന്നും 'പൂള'യെന്നും സർവ്വസാധാരണമായി ജനങ്ങൾ പറയുമ്പോൾ അതിൽ അശ്ലീലമൊന്നുമില്ല. എന്നാൽ 'പൂള'യെന്ന വാക്ക് തെക്കൻ തിരുവിതാംകൂറിലേക്കെത്തുമ്പോൾ അതിഭീകരമായ തെറിയും അശ്ലീലവുമാകുന്നുണ്ട്. സമാനമായ രീതിയിൽ പക്ഷിയെക്കുറിക്കുന്ന 'പക്കി'യെന്ന പദപ്രയോഗവും വടക്കൻ ഭാഗങ്ങളിൽ തെറിയാകുന്നു.

സ്ത്രൈണതയും ലൈംഗികതയും തെറിവിചാരണകളും

സ്ത്രീ - പുരുഷവർഗ്ഗങ്ങൾക്കിടയിൽ സ്ത്രീയുടലിനെ, സ്ത്രീവർഗ്ഗത്തെ കേന്ദ്രീകരിച്ചു കൊണ്ടാണ് ഭൂരിപക്ഷം ആൺ തെറികൾ സൃഷ്ടിക്കപ്പെട്ടിരിക്കുന്നത്. അഴകളവുകളുള്ള, മാംസളതയുള്ള പെണ്ണുടൽ ആൺ നോട്ട ഭാഷ്യങ്ങളിൽ 'കിടിലൻ', 'ചരക്ക്', 'പീസ്', 'എമണ്ടൻ സാധനം', 'അഡാർ സാധനം' 'മപ്പ്' എന്നിത്യാദികളായി അവതരിപ്പിക്കപ്പെടുന്നു. ഇത്തരം ഭാഷ്യങ്ങളെ നിർലോഭമായി പരിപോഷിപ്പിക്കുന്ന നിലപാടുകളാണ് ജനപ്രിയ മകാര സാഹിത്യങ്ങളും ജനപ്രിയ മാസ് മസാല സിനിമകളും സ്വീകരിച്ചിരിക്കുന്നത്.

സ്ത്രീ - പുരുഷ ലൈംഗികതയിൽ നടത്തപ്പെടുന്ന മൈഥുന ക്രിയകളെ 'നല്ല കട്ട ലോക്കൽ' തെറികളായി മെനഞ്ഞെടുക്കുവാൻ മലയാളി ഭാവനയ്ക്കു കഴിഞ്ഞിട്ടുണ്ട്. 'ചാമ്പുക', 'ചപ്പുക', 'ചീമ്പുക' 'ഊക്കുക' എന്നിവ മുതൽ കടുത്ത പദപ്രയോഗങ്ങൾ വരെ കേരളീയ സമൂഹത്തിൽ സജീവമാണ്. 'അടിക്കുക', 'പണിയുക', 'കുത്തുക' എന്നീ പദാവലി

കളും ലൈംഗികതയെ സൂചിപ്പിക്കുന്ന തെറികളാണ്.

ഇത്തരം പ്രയോഗങ്ങൾ സ്വാഭാവികമെന്നവണ്ണം ചലച്ചിത്രാഖ്യാനങ്ങളിൽ കടന്നുവരുന്നുണ്ട്. *സ്റ്റോപ് വയലൻസിൽ* കന്യാസ്ത്രീയെ പീഡിപ്പിച്ച സാത്താനെക്കുറിച്ച് ആന്റിഗുണ്ടാ സ്ക്വാഡ് തലവൻ പറയുന്നതിപ്രകാരമാണ്. *"കന്യാസ്ത്രീ, അവളെ ആരോ ഒരുത്തൻ കേറി പണിത് മഠത്തീന്ന് കുപ്പായൂരി പറഞ്ഞുവിട്ടു. അവക്കിട്ട് ചാമ്പിയത് ഈ സാത്താനാടീ. ചൂടൻ കഞ്ചാവൊക്കെ പിടിപ്പിച്ച് മൂപ്പിച്ച് ഗീറിട്ടങ്ങനെ നിക്കാ. എവൻ പുറകീന്ന് കൊച്ച്നെ വട്ടം പിടിച്ച് പൊന്തക്കാട്ടിലോട്ട് കൊണ്ടു പോയി. ഡും... ഡും... ഡും... പണികഴിച്ചു."* (2002) ആൺ അധികാര ബലതന്ത്രങ്ങളെ ഭാഷയിലൂടെ സ്ഥാപിച്ചെടുക്കുന്ന സാമൂഹ്യവിരുദ്ധന്മാർക്ക് റേപ്പിലാണ് ആത്മസംതൃപ്തി കൈവരുന്നത്. സ്ത്രീയുടെ ലൈംഗികാസ്തിത്വത്തെ തന്നെ നിരാകരിച്ചുകൊണ്ട് കേവലമൊരു ഉപകരണം/വസ്തു മാത്രമായി കാണുന്ന മലയാളി ആണത്തങ്ങളുടെ പ്രതിരൂപം 'സാത്താന'ടക്കമുള്ള നിരവധി കഥാപാത്രങ്ങളിൽ കാണുവാൻ കഴിയുന്നതാണ്. ചലച്ചിത്രത്തിൽ മാത്രമല്ല, ഒരു കാലഘട്ടത്തിൽ *മുത്ത്, മുത്തുച്ചിപ്പി, ഫയർ* അടക്കമുള്ള ജനപ്രിയ അശ്ലീലവരികകളും മാസികകളും ഇത്തരം ഭാഷാ പ്രയോഗങ്ങളിലൂടെയും ശൈലികളിലൂടെയുമാണ് അസംതൃപ്ത യൗവ്വനങ്ങളെ ആകർഷിച്ചിരുന്നത്. വർത്തമാനകാലത്ത് ഓൺലൈൻ 'കമ്പി' കഥകളിൽ ഇപ്പോഴും കടുത്ത തെറി ഭാഷയിലുള്ള കഥകൾ ലഭ്യമാണ് എന്നുള്ളതും കൂടി ഇവിടെ ചേർത്തു വായിക്കേണ്ടിവരും.

ലിംഗം/യോനി/മുല/നിതംബം എന്നിങ്ങനെയുള്ള ശരീരഭാഗങ്ങളെ സൂചിപ്പിക്കുന്ന നിരവധി സ്വകാര്യ പദാവലികളും ജനസമൂഹത്തിനിടയിൽ പ്രചാരത്തിലുണ്ട്. പ്രാദേശികമായി അംഗീകരിക്കപ്പെട്ട ചില വാക്കുകൾ മറ്റൊരു പ്രദേശത്ത് 'കട്ട/പുളിച്ച' തെറിയായി മാറുന്നുണ്ട്. പ്രാദേശിക ഭേദങ്ങളിൽ വടക്കൻ ചൊല്ലുകൾ തെക്കർക്കിടയിലെ തെറികളായി മാറുമ്പോൾ തെക്കൻ പ്രയോഗങ്ങൾ വടക്കർക്കിടയിൽ തെറിച്ചൊല്ലുകളായി മാറുന്നുണ്ട്. 'മുല'യെന്ന പദം അങ്ങേയറ്റം അശ്ലീലവും തെറിയുമായി കേരളീയ സമൂഹത്തിൽ വിലയിരുത്തപ്പെടുന്നതു കൊണ്ടുതന്നെ പൊതുഇടങ്ങളിലെ തുറന്ന ചർച്ചകളിൽ 'മുല' പ്രയോഗങ്ങൾ കുറവായിരുന്നു. ജീവശാസ്ത്രം പഠിപ്പിക്കുന്ന അദ്ധ്യാപകർപോലും മുക്കിയും മൂളിയുമാണ് മുലയടക്കമുള്ള ലൈംഗികാവയവങ്ങളെക്കുറിച്ചു പഠിപ്പിക്കുന്നത് എന്നതിൽനിന്നും മലയാളി പൊതുബോധത്തിന്റെ യാഥാസ്ഥിതികത്വം വ്യക്തമാണ്. അതേസമയം ആൺകൂട്ടങ്ങളുടെ കമ്പിക്കഥകളിൽ ധാരാളിത്തത്തോടു കൂടി മുലക്കഥകൾ നിറഞ്ഞുനിന്നിരുന്നു.

വിജാതീയ പ്രണയബന്ധത്തിലേർപ്പെടുന്ന സ്ത്രീ-പുരുഷന്മാരെ പുറംതള്ളുന്ന ജാതി-ഉപജാതി സമൂഹബോധങ്ങൾ അസഭ്യങ്ങളിലൂടെ അവരെ നിരന്തരമായി ആക്രമിക്കാറുണ്ട്. 2018 മെയ് 28 ന് കോട്ടയത്ത് ദുരഭിമാനകൊലയ്ക്കിരയായി തീർന്ന കെവിന്റെ പ്രണയിനി നീനുവിന്റെ

നേരെ - കണ്ടവന്റെ കൂടെ ഇറങ്ങിപ്പോയാൽ ഇതാണവസ്ഥയെന്നു പറഞ്ഞ് - അസഭ്യ വർഷമുണ്ടായത് അവസാനത്തെ ഉദാഹരണമാണ്. ലവ്ജിഹാദ് വിവാദവേളയിൽ കാമുകനിൽനിന്നും വേർപെട്ട യുവതിയെക്കുറിച്ചുള്ള വാർത്തയ്ക്കു വരുന്ന ഓൺലൈൻ കമന്റ് അവളുടെ കഴപ്പ്/തരിപ്പ്/കടി/വിഷമം/കുന്തളിപ്പ് മാറിയിട്ടുണ്ടാകുമെന്നതാണ്. ആൺകോയ്മ നിലനില്ക്കുന്ന കേരളീയ സമൂഹത്തിൽ സ്ത്രീയുടെ വ്യക്തി സ്വാതന്ത്ര്യത്തെ ലൈംഗികതയോടു മാത്രമായി ബന്ധപ്പെടുത്തുന്നതിലൂടെയാണ് 'കടിയും' 'ചൊറിച്ചിലും' 'കഴപ്പും' 'തരിപ്പും' തെറിയായി രൂപാന്തരപ്പെടുന്നത്. 'കടി/ചൊറിച്ചിൽ' എന്നത് ലൈംഗിക താല്പര്യത്തെക്കുറിക്കുന്ന പ്രാദേശിക പദങ്ങളാകുമ്പോൾത്തന്നെ അതിന്റെ പൂർവ്വരൂപങ്ങൾ വാത്സ്യായനന്റെ *കാമസൂത്ര*ത്തിൽ കണ്ടെത്തുവാൻ കഴിയുന്നതാണ്. 'കഴപ്പ്' തെറിപ്പദമായിട്ടാണ് പൊതുവിൽ വിലയിരുത്തപ്പെടുന്നതെങ്കിൽ വർത്തമാനകാലത്ത് വളരെ സ്വാഭാവികമായ പദമായി പൊതുസമൂഹത്തിലും ചലച്ചിത്രങ്ങളിലും ഉപയോഗിക്കപ്പെട്ടു വരുന്നു. *റൺ ബേബി റൺ, നീലാകാശം പച്ചക്കടൽ ചുവന്ന ഭൂമി, ആട് 2* തുടങ്ങിയ ചിത്രങ്ങൾ ഉദാഹരണം.

കുണ്ടനും കൂത്തിച്ചിയും അമ്മായിച്ചിയും

പൊതുമണ്ഡലത്തിൽ പാർശ്വവല്ക്കരിക്കപ്പെട്ട ജനവിഭാഗങ്ങളായ ലൈംഗിക ന്യൂനപക്ഷങ്ങൾ, (ഗേ/ലെസ്ബിയൻസ്), ജന്റർ ന്യൂനപക്ഷങ്ങൾ (ട്രാൻസ്ജന്റർ/ഇന്റർസെക്ഷ്വൽസ്), ലൈംഗിക തൊഴിലാളികൾ എന്നിവരെ അഭിസംബോധന ചെയ്യുന്ന പദങ്ങൾ മാന്യമല്ലാത്ത, അശ്ലീലമായ തെറികളാണ്. ഇത്തരം വർഗ്ഗങ്ങൾ ഭിന്നവർഗ്ഗ സാമൂഹിക ബന്ധങ്ങൾക്കു അസ്വീകാര്യരാണ് എന്നതിന്റെ അടിസ്ഥാനത്തിൽ നിന്നാണ് തെറി പ്രയോഗങ്ങൾ രൂപപ്പെടുന്നത്. ഭിന്നവർഗ്ഗലൈംഗികത (Hetro Sexuality) യ്ക്കു നിന്നു വ്യതിരിക്തമായ സ്വവർഗ്ഗ ലൈംഗികതയിൽ (Homo Sexuality) ആൺ സ്വവർഗ്ഗാനുരാഗികൾ (Gay's) 'കുണ്ടന്മാരും' പെൺ സ്വവർഗ്ഗാനുരാഗികൾ (Lesbians) 'പിരികളും' മാണ്. 'ഇക്കൊരു ചായയും അന്റെ കുണ്ടനിക്കൊരു ബിരിയാണിയും' കോഴിക്കോടൻ നഗരത്തിൽ പതിഞ്ഞു പഴകിപ്പോയൊരു പ്രയോഗമാണ്. ഇതോടൊപ്പം 'ആജ്യാരും കുണ്ടനും' പോലെയുള്ള പ്രയോഗങ്ങൾ പലരുടെയും സ്വകാര്യ സംഭാഷണങ്ങളിലും കടന്നു വരാറുണ്ട്.

ലിംഗ - യോനീ സംയോഗമാണ് ഭിന്നവർഗ്ഗലൈംഗികതയിൽ സ്വാഭാവികമായി പരിഗണിക്കപ്പെടുന്നതങ്കിൽ ഗുദഭോഗം അസ്വാഭാവികവും അമാന്യവും അശ്ലീലവുമായി പൊതുവിൽ വിലയിരുത്തപ്പെടുന്നു. ഇത്തരത്തിൽ അമാന്യമായ ഗുദഭോഗത്തെ സ്വവർഗ്ഗാനുരാഗികളിലൊരു വിഭാഗം ആശ്രയിക്കുന്നു എന്നതിൽ നിന്നാണ് 'കുണ്ടൻ' പ്രയോഗം ഉരു

വാത്സ്യായനൻ, കാമസൂത്രം, ഡി സി ബുക്സ്.

ത്തിരിഞ്ഞുവരുന്നത്. കുണ്ടൻ എന്ന പദം മുഴുത്ത തെറിയായി മാറിയതുകൊണ്ടുതന്നെ 'കുണ്ടനിടവഴി'യും 'കുണ്ടന്നൂരു'ം 'കുണ്ടൻപിള്ള'യും അപഹാസ്യവും പ്രയോഗയോഗ്യമല്ലാത്തതുമായ പദങ്ങളായിത്തീരുന്നു. മുച്ചുണ്ടനായ തോമ (*സൗണ്ട് തോമ/2013*) ചായക്കടക്കാരൻ കുഞ്ഞൻ പിള്ളയെ (കൊച്ചുപ്രേമൻ) സ്നേഹത്തോടെ വിളിക്കുമ്പോൾ അയാളുടെ പേര് കുണ്ടൻപിള്ളയെന്നാകുന്നു. തോമയുടെ ഉച്ചാരണ വൈകല്യത്തിൽനിന്നും സൃഷ്ടിക്കപ്പെട്ട കുണ്ടൻപിള്ള, പിള്ളയുടെ ഐഡന്റിറ്റിയുടെ തന്നെ വലിയ പ്രശ്നമായി മാറുന്നു. ഇത് ഉയർത്തിപ്പിടിച്ചുകൊണ്ട് തന്റെ മെമ്പർ സ്ഥാനത്തെ തെറിപ്പിക്കാൻ പ്രതിപക്ഷം നോട്ടമിട്ടിട്ടുണ്ടെന്ന് കുഞ്ഞൻപിള്ള പറയുന്നു. *ശൃംഗാരവേല*നിൽ നായകന്റെ പുറത്തു കയറിയിരിക്കുന്ന ആൺ നായയെ നായകൻ വിശേഷിപ്പിക്കുന്നത് 'കുണ്ടൻ ഷെപ്പേർഡ്' എന്നാണ്. (2013)

'കുണ്ടൻ' പ്രയോഗം പുരുഷ സ്വവർഗ്ഗാനുരാഗികളെ കേന്ദ്രീകരിച്ചുള്ള അവഹേളന പദമായിരിക്കുമ്പോൾ തന്നെ മുസ്ലീം ജനവിഭാഗത്തിലെ 'ആൺ സമൂഹ'വുമായി ബന്ധപ്പെടുത്തി കുണ്ടൻ പദത്തെ പ്രചരിപ്പിക്കുന്ന പ്രവണത പൊതുസമൂഹത്തിലും കലാസാഹിത്യാദി മാധ്യമങ്ങളിലും പ്രകടമാണ്. കെ പി രാമനുണ്ണിയുടെ *സൂഫി പറഞ്ഞ കഥ* എന്ന നോവലും *ഭരത്ചന്ദ്രൻ ഐ പി എസ്, കിംഗ് ആൻഡ് കമ്മീഷണർ, ഡാ തടിയാ* എന്നീ ചിത്രങ്ങളും ഇതിനുദാഹരണങ്ങളാണ്.

ജന്റർന്യൂനപക്ഷങ്ങളായ ട്രാൻസ്ജന്റർ വിഭാഗങ്ങളെ [ട്രാൻസ്ജന്റർ/ട്രാൻസ്സെക്ഷ്വൽസ്/ട്രാൻസ്മെൻ/ട്രാൻസ്വുമൺ/ഇന്റർസെക്ഷ്വൽസ്] ഒമ്പത്, ചാന്തുപൊട്ട്, ഹിജഡ, നപുംസകം, ശിഖണ്ഡി, ആണും പെണ്ണും കെട്ടവൻ, തെയ്യാരോ, മൈഗുണാഞ്ചൻ, മണുഗുണാഞ്ചൻ, പെണ്ണായി, അമ്മായിച്ചി എന്നിത്യാദി അവഹേളന പദങ്ങളിലൂടെ കേരളീയ സമൂഹം അഭിസംബോധന ചെയ്യുന്നു. ആണിന്റെയും പെണ്ണിന്റെയും ലക്ഷണ ശാസ്ത്രങ്ങളെ അതിലംഘിക്കുന്ന ട്രാൻസ്ജന്റർ വിഭാഗങ്ങളെ അവഹേളിക്കുവാനാണ് പുരുഷ കേന്ദ്രീകൃത സമൂഹം ഉദ്യമിക്കുന്നത്, ശിഖണ്ഡിയെന്ന പദത്തിന് സ്ഥിരപ്രതിഷ്ഠ നല്കിയത് *മഹാഭാരത*ത്തിലെ ശിഖണ്ഡി കഥാപാത്രമാണെങ്കിൽ *ചാന്തുപൊട്ട്* എന്ന പദത്തിനു വ്യാപകമായ പ്രചാരം നല്കിയത് ദിലീപ് - ലാൽ ജോസ് ടീമിന്റെ *ചാന്തുപൊട്ടെ*ന്ന ജനപ്രിയ ചലച്ചിത്രമായിരുന്നു. ആൺ/പെൺ വാർപ്പുമാതൃകകളിൽ പ്രതിഷ്ഠിക്കപ്പെട്ടിരിക്കുന്ന വ്യവസ്ഥാപിത മൂല്യസമ്പ്രദായങ്ങളെ ട്രാൻസ്ജന്റർ വിഭാഗങ്ങൾ നിരാകരിക്കുന്നത് അതിജീവനത്തിന്റെ അനിവാര്യമായ ആവശ്യകതയിൽ നിന്നാണ്. 'ആണും പെണ്ണും കെട്ടവനും' 'ഒമ്പതും' 'നപുംസക'വും 'ശിഖണ്ഡി'യും തെറിയായി മാറുന്നത് പുരുഷന്റെ അധികാര ഘടനകളെ ക്രമപ്പെടുത്തുന്ന സാമൂഹ്യയിടങ്ങളിലാണ്. മലയാള സിനിമയിലെ ജനപ്രിയ നായകനടന്മാർ പ്രതിയോഗികളെ 'ആണും പെണ്ണും കെട്ട'വനായി പ്രഖ്യാപിച്ചുകൊണ്ട് (ആണും പെണ്ണും കെട്ട രാഷ്ട്രീയ ഹിജഡയോട്/*ദ കിംഗ്*, ആരായാലും

വന്നു രക്ഷിച്ചെടുക്കട്ടെ പോലീസ് യൂണിഫോമിട്ട പുംവേശ്യയെ/*കിംഗ്& കമ്മീഷ്ണർ*) അവന്റെ മേൽ ആധിപത്യം സ്ഥാപിച്ചെടുക്കുന്നു. വെള്ളി ത്തിരയിലെ കഥാപാത്രങ്ങൾ ഇത്തരത്തിലാണെങ്കിൽ പൊതുസമൂഹ ത്തിലെ രാഷ്ട്രീയ സാംസ്കാരിക നേതാക്കന്മാർ ജന്റർ ന്യൂനപക്ഷ ങ്ങളെ അവഹേളിക്കുന്ന പ്രയോഗങ്ങൾ നടത്താറുണ്ട്. ശബരിമലയിലെ സ്ത്രീ പ്രവേശന വിഷയവുമായി ബന്ധപ്പെട്ട് ബി ജെ പി സംസ്ഥാന പ്രസിഡന്റ് പി എസ് ശ്രീധരൻപിള്ള മാധ്യമങ്ങളോട് സംസാരിക്കുന്ന വേളയിൽ (2018 ഒക്ടോബർ 22) കോൺഗ്രസിന്റെ 'നിലപാട് നപുംസക നിലപാടാ'ണ് എന്നു പ്രസ്താവിച്ചു. ആർ എസ് എസ് സംഘ്പരിവാർ സംഘടനകളുടെ വരേണ്യബോധങ്ങളും ജന്റർ ന്യൂനപക്ഷ വിരുദ്ധ മനോ ഭാവങ്ങളുമാണ് ശ്രീധരൻപിള്ളയിൽ പ്രകടമായത്. തിരുവനന്തപുരത്ത് ട്രാൻസ്ജന്റർ കൂട്ടായ്മ നടത്തിയ പ്രതിഷേധ മാർച്ചിനെത്തുടർന്ന് ശ്രീ ധരൻപിള്ളയ്ക്ക് മാപ്പു പറയേണ്ടിവന്നു.

"അയ്യടാ സാധനേ"/"ദാണ്ട് കിടക്കുന്നു സവാള വട"/"തത്തമ്മച്ചു ണ്ടൻ"/"സ്പൂണുമൂക്കൻ"/"മത്തങ്ങാ മോറൻ"/"ചളുക്കാമുണ്ടൻ" എന്നിങ്ങനെയുള്ള പദങ്ങൾ ട്രാൻസ് വിഭാഗങ്ങളോടു ബന്ധപ്പെടുത്തി കമ്പോളസിനിമ ഉപയോഗിച്ചുവരുന്നു. ഇതേ പ്രയോഗങ്ങളെ കൂടിയ അള വിൽ ഉപയോഗപ്പെടുത്തിക്കൊണ്ടാണ് ടെലിവിഷൻ ചാനലുകൾ കോമഡി പ്രോഗ്രാമുകൾ സംഘടിപ്പിക്കുന്നത്. മൂന്നാംലിംഗം/ഭിന്നലിംഗം എന്നീ അവഹേളനാത്മക പദങ്ങൾക്കൊപ്പം ഉപയോഗിക്കപ്പെടുന്ന മറ്റു പ്രയോ ഗങ്ങൾക്കെതിരെയും ജന്റർ ന്യൂനപക്ഷങ്ങൾ പ്രതിഷേധിക്കുന്നുണ്ടെ ങ്കിൽ തന്നെയും അവ വേണ്ടത്ര ഫലപ്രാപ്തിയിലെത്തുന്നില്ല. ഭാഷയെ സംബന്ധിച്ചുള്ള ആണത്ത-ആധിപത്യ ബോധങ്ങൾ പൊളിച്ചെഴുതുന്ന തിലൂടെ മാത്രമേ ജന്റർ ന്യൂനപക്ഷ വിഭാഗങ്ങളെ കേന്ദ്രീകരിച്ചുള്ള അവഹേളനാത്മക പദപ്രയോഗങ്ങൾ അപ്രസക്തമാകുകയുള്ളൂ. അതി നപ്പുറത്ത് ട്രാൻസ്ജന്ററിനു മലയാളീകരിച്ച പദം കണ്ടെത്താൻ നട ത്തുന്ന ശ്രമങ്ങൾക്ക് പ്രസക്തിയില്ല.

കേരളീയ സമൂഹത്തിലെ 'വേശ്യ' സ്ത്രീ സമൂഹത്തെ സംബന്ധി ച്ചിടത്തോളം അമാന്യവും അശ്ലീലവും ആണെന്നതു കൊണ്ടുതന്നെ സദാ ചാര ഗുണ്ടകളാൽ വേശ്യ ആട്ടിയോടിക്കപ്പെട്ടുകൊണ്ടിരുന്നു. പുരുഷന്റെ സാമൂഹ്യ സൃഷ്ടിയായ 'വേശ്യ' ലൈംഗികതൊഴിലാളി, അറുവാണിച്ചി, കൂത്തിച്ചി, ഗുണ്ട്, പടക്കം (*ബെൻ ജോൺസൺ/2005, ശൃംഗാരവേലൻ/ 2013*), വെടി (*ദൈവത്തിന്റെ സ്വന്തം ക്ലീറ്റസ്/2013*), അമിട്ട്, ചരക്ക് (*ത സ്കരവീരൻ, വെള്ളിമൂങ്ങ/2014*), മസാല, കമ്പിത്തിരി, ഡ്രൈവിംഗ് സ്കൂൾ (*നരസിംഹം/2000*), കുത്തുകേസ്, കേസുകെട്ട് (*രാജമാണിക്യം/ 2005*) എന്നിത്യാദി അഭിസംബോധനകളിൽ അറിയപ്പെടുന്നു. ഇക്കൂട്ടർ സമൂഹത്തിന്റെയും സമൂഹത്തിൽ ഉല്പാദിപ്പിക്കുന്ന ചലച്ചിത്രങ്ങളു ടെയും പൊതുസദാചാര ഭാവനകളുടെ നിരന്തരമായ ആക്രമണങ്ങൾക്കു വിധേയമാകുന്നു.

മെഗാഹിറ്റ്/ബ്ലോക്ക്ബസ്റ്റർ എന്നൊക്കെ വാഴ്ത്തപ്പെട്ടതും കേരളീയ ജനത ഒന്നടങ്കം സ്വീകരിച്ചതുമായ *നരസിംഹം* അടക്കമുള്ള ചിത്രങ്ങൾ ഇതിനുള്ള ഉദാഹരണമാണ്. *"ഭാസ്കരാ... നീയെന്തു തറവാട്ടു മഹിമേടെ പേരിലാ ആ പാവം പെണ്ണിനെ മറ്റേ പേരു പറഞ്ഞ് അപമാനിക്കുന്നത്. അതിനെന്തു അർഹതയാ നിനക്ക് ഉള്ളത്. നിന്റെ ഒരു അച്ഛൻ പെങ്ങളുണ്ടായിരുന്നല്ലോ. പാവം മരിച്ചു പോയി, വയറ്റാട്ടി കാർത്തു. ഡ്രൈവിംഗ് സ്കൂൾ എന്നാ ആയമ്മയെ ഈ നാട്ടിലെ ചെറുപ്പക്കാരു പിള്ളേരു വിളിച്ചിരുന്നത്. നീയെന്നെക്കൊണ്ടു പഴങ്കഥകളുടെ കെട്ട് അഴിപ്പിക്കണ്ട. നീ പോ മോനേ ദിനേശാ...."* (ഇന്ദുചൂഢൻ) ഇത്തരം ഡയലോഗുകളെ ആർപ്പുവിളികളോടെ സ്വീകരിച്ച കേരളീയ സമൂഹത്തിൽ തന്നെയാണ് നളിനി ജമീലമാരുണ്ടായത്. ലൈംഗികതയെയും തൊഴിലായി പ്രഖ്യാപിക്കണമെന്ന് ഉയർന്നുവന്ന വാദങ്ങൾ കേരളീയ സമൂഹത്തിൽ സ്ഫോടനങ്ങളാണ് സൃഷ്ടിച്ചത്. പാർശ്വവല്ക്കരിക്കപ്പെട്ട ലൈംഗിക തൊഴിലാളികളെ കേന്ദ്രീകരിച്ച് നിർമ്മിക്കപ്പെട്ട ചലച്ചിത്രങ്ങൾ (*അവളുടെ രാവുകൾ, സൂത്രധാരൻ, ഒരിടം, അഭിമന്യു, ദേവദാസി, തൂവാനത്തുമ്പികൾ*) യഥാർത്ഥത്തിൽ ഫ്യൂഡൽ ബോധങ്ങളെ പ്രബലപ്പെടുത്തുന്നതിനുവേണ്ടി മാത്രമുള്ളതായിരുന്നുവെന്നത് ഈ സാഹചര്യത്തിൽ കൂടുതൽ വ്യക്തമാകുന്നു. ലൈംഗിക തൊഴിലാളി നളിനി ജമീലയുടെ ആത്മകഥ കേരള സർവ്വകലാശാല പാഠ്യപദ്ധതിയിൽ ഉൾപ്പെടുത്താനുള്ള ആലോചനകൾ നടന്ന കാലത്ത് കേരളീയ യാഥാസ്ഥിതികത്വം അതിനെതിരെ പ്രതിഷേധിച്ചു. അത്തരമൊരു സന്ദർഭത്തിൽ 'നളിനി ജമീല' യെന്ന പേര് മുഴുത്ത തെറിയും അശ്ലീലവുമായി യാഥാസ്ഥിതിക വാദികൾക്കിടയിൽ വിനിമയം ചെയ്യപ്പെട്ടു.

ചെറുമനും പുലയനും ചെറ്റച്ചാളയും

അതീവ സങ്കീർണ്ണമായ ജാതിവ്യവസ്ഥിതികളിലൂടെയാണ് കേരളീയ സമൂഹം കടന്നുപോന്നിട്ടുള്ളത്. നവമാധ്യമ കേന്ദ്രീകൃത കാലഘട്ടത്തിൽ എത്തിയപ്പോൾ പോലും ജാതിവ്യവസ്ഥിതികളുടെ തീവ്രതയിൽനിന്നു വിടുതൽ പ്രാപിക്കുവാൻ ജനസമൂഹത്തിനു കഴിഞ്ഞിട്ടില്ല. 'കോട്ടിട്ട ദളിത'നും 'ജീൻസിട്ട ആദിവാസി പെൺകുട്ടി'യും പരിഹസിക്കപ്പെടുന്നതിനു പിന്നിലെ അടിസ്ഥാനയുക്തി മറ്റൊന്നുമല്ല. ദളിത് പക്ഷത്തുനിന്നു സംസാരിക്കുന്ന ആക്ടിവിസ്റ്റുകളുടെ ശരീരഭാഷയും പ്രകടനങ്ങളും അസഭ്യവർഷങ്ങൾക്കിരയാകുന്നത് കേരളീയ പൊതുമണ്ഡലത്തിൽ അടിയുറച്ചു നിലനില്ക്കുന്ന ജാതിബോധങ്ങളുടെ പ്രതിഫലനമാണ്. ആദിവാസി നേതാവ് സി കെ ജാനു കാറുവാങ്ങിയതും പീഡനത്തിനിരയായി കൊലപ്പെട്ട ജിഷയുടെ അമ്മയുടെ ശരീരഭാഷയിലുണ്ടായ വ്യതിയാനങ്ങളും സൈബർ ലോകത്ത് അസഭ്യ പ്രയോഗങ്ങൾ നേരിട്ടതും അതിന്റെ തുടർച്ചയാണ്. കേരളീയസമൂഹത്തിൽ പ്രചാരത്തിലിരിക്കുന്ന തെറിപ്പദങ്ങൾക്കു ജാതി - അധികാര - സാമൂഹ്യ ഘട

നകളുമായി ഇഴപിരിയാനാവാത്ത ബന്ധമുണ്ട്. വരേണ്യവർഗ്ഗത്തെ പ്രതിനിധാനം ചെയ്യുന്ന നമ്പൂതിരി, നായർ വിഭാഗങ്ങളെ സംബന്ധിച്ചിടത്തോളം ആഢ്യത്വമുള്ള ഭാഷയാണ് ഉപയോഗിച്ചു കൊണ്ടിരുന്നത്. ശൂദ്രജനവിഭാഗങ്ങൾക്ക് അക്ഷരങ്ങൾ നിഷേധിക്കപ്പെട്ടിരുന്ന ഒരു കാലഘട്ടമായിരുന്നു. പിന്നീടങ്ങോട്ട് അവർക്കു പുരോഗമനമുണ്ടായെങ്കിൽ തന്നെയും അവരുടെ ഭാഷ അപകൃഷ്ട ഭാഷയായി പരിഗണിക്കപ്പെട്ടു. ഇത്തരമൊരു സന്ദർഭത്തിലാണ് 'ദളിത് ഭാഷ' പോലെയുള്ളവയുടെ രാഷ്ട്രീയം പ്രസക്തമാകുന്നത്.

ജാതി സമുദായങ്ങളെ അവഹേളിക്കുന്ന തെറികൾ നമ്മുടെ കേരളീയ സമൂഹത്തിൽ ധാരാളമുണ്ട്. പുലയനും പറയനും ചെറുമനും ചോവോനും നായരും അവ പ്രയോഗിക്കപ്പെടുന്ന സാഹചര്യത്തിന്റെ പശ്ചാത്തലമനുസരിച്ചും പ്രയോഗിക്കുന്ന ആളിന്റെ 'ടോൺ' അനുസരിച്ചും തെറിയായി മാറാറുണ്ട്. സാമൂഹ്യമായി ഉയർന്ന നിലയിൽ കഴിയുന്ന സവർണ്ണൻ കീഴാളനോടുള്ള വിദ്വേഷങ്ങൾ തീർക്കുന്നത് അവന്റെ കുലത്തെത്തന്നെ അവഹേളിച്ചുകൊണ്ടാണ് 'എടാ പുലയാ' (പുലയത്തി/പെലക്കിളി/പെലച്ചി), പറയാ (പറച്ചി/പറയത്തി), വേട്ടോനേ (വേട്ടാത്തി), ചോവോനേ (ചോവോത്തീ).... എന്നിങ്ങനെയുള്ള തെറികൾ അത്തരം ജനവിഭാഗങ്ങളെ അവഹേളിക്കുന്നു. അതേസമയം തമ്പുരാൻ 'അങ്ങുന്ന്'/'തമ്പ്രാൻ'/'അദ്യേം' എന്നിങ്ങനെ അഭിസംബോധന ചെയ്യപ്പെടുന്നു. ഫ്യൂഡൽ കാലഘട്ടത്തിൽ ദളിത് വിഭാഗക്കാർ മരണപ്പെടുമ്പോൾ കോരൻ/ചാത്തൻ, 'ചത്തു' എന്നു പറയപ്പെട്ടിരുന്നുവെങ്കിൽ തമ്പ്രാന്റെ മരണം 'തീപ്പെടലും നാടുനീങ്ങലു'മായി വിശേഷിപ്പിക്കപ്പെട്ടിരുന്നു. പെലയന്റെ വാസസ്ഥലം 'ചെറ്റച്ചാള'യും 'കുപ്പത്തൊട്ടി'യുമാകുമ്പോൾ സവർണ്ണ ജന്മിയുടെ വാസസ്ഥലം 'തറവാടും' 'കോവിലകവു'മായി മാറുന്നു.

ജാതിവാലുകൾ സവർണ്ണ ജനവിഭാഗങ്ങൾക്കു ആത്മാഭിമാനത്തിനും പൊതുസ്വീകാര്യതയ്ക്കുമുള്ള സാധ്യതകൾ നല്കുമ്പോൾ അവർണ്ണ വിഭാഗങ്ങൾക്കു അവ അവഹേളനത്തിന്റെയും തിരസ്കാരത്തിന്റെയും മുദ്രകളായിരുന്നു. നായരും നമ്പൂതിരിയും പട്ടരും കുറുപ്പന്മാരും മേനോന്മാരും വർമ്മമാരും സ്വീകാര്യരാകുമ്പോൾ പെലേനും പറേനും ചോവോനും മരയ്ക്കാനും പൊതുമണ്ഡലത്തിൽ അസ്വീകാര്യരാകുന്നു. മലയാളിയുടെ മധ്യവർഗ്ഗബോധത്തെ താലോലിക്കുന്ന കമ്പോള സിനിമകൾ കീഴാള ജാതിവാലുകളെ മുഴുത്ത തെറികളായി ഉപയോഗിച്ചിരുന്നു. അതേ ഘട്ടത്തിലാണ് മഞ്ജുവാര്യരും നവ്യാനായരും സംയുക്താവർമ്മയും താരപദവി നേടിയെടുക്കുന്നതും.

വെള്ളിത്തിരയിൽ നിരന്തരമായി പുലയനും പറയനും വേട്ടുവനും ആദിവാസിയും തട്ടാനും മണ്ണാനും അടക്കമുള്ള നിരവധി വിഭാഗങ്ങൾ ജാതീയ തെറികളിലൂടെ അവഹേളിക്കപ്പെട്ടിട്ടുണ്ട്. ദളിത് ജീവിതങ്ങളെ

കവിയൂർ മുരളി, *ദളിത് ഭാഷ*, കറന്റ് ബുക്സ്, 1997.

കേന്ദ്രീകരിച്ചുള്ള ചലച്ചിത്രങ്ങൾ എല്ലാംതന്നെ (*നീലക്കുയിൽ* മുതൽ *ഉദാഹരണം സുജാത* വരെയുള്ള ചിത്രങ്ങൾ) ദളിതരെ അവഹേളിക്കുന്നവയായിരുന്നു. 'പെലയനും' 'പുലയാടി മോനും' പുലയാടി മോളുമെല്ലാം തെറിയാകുന്നതിനാലാണ് അത്തരം പ്രയോഗങ്ങൾ വരുന്ന ചിത്രങ്ങൾ ശ്രദ്ധിക്കപ്പെടുന്നത്.

'ജസ്റ്റ് റിമംബർ ദാറ്റ്' എന്ന പഞ്ച് ഡയലോഗിനെ മലയാളി സമൂഹത്തിൽ പ്രതിഷ്ഠിച്ച ഭരത്ചന്ദ്രൻ അതേ ചിത്രത്തിൽ തന്നെ 'ഷിറ്റ്' എന്ന പ്രയോഗവും സ്ഥാപിച്ചെടുക്കുന്നുണ്ട്. ഷിറ്റിന്റെ മലയാളീകരണമായ 'തീട്ടം' ആധുനിക സമൂഹത്തിൽ പ്രയോഗിക്കാനറയ്ക്കപ്പെടുന്ന തെറികളിലൊന്നാണ്. അതേസമയം വിസർജ്ജ്യം മാന്യവുമാണ്. തോട്ടിപ്പണി ചെയ്യുന്ന ചക്ലിയർ സമൂഹത്തിലെ ആളുകൾ അവരുടെ കുലത്തൊഴിലായ തോട്ടിപ്പണിയുടെ പേരിൽതന്നെയാണ് അപഹസിക്കപ്പെടുന്നത്. നവ മാധ്യമകാലത്തും മാൻഹോളിലിറങ്ങി പണിയെടുക്കുവാൻ ചക്ലിയ വിഭാഗക്കാരേയുള്ളൂ. *രാവണപ്രഭു*വിൽ കാർത്തികേയനും മുണ്ടയ്ക്കൽ ശേഖരനും തമ്മിൽ കോർക്കുന്ന സന്ദർഭമുണ്ട്. മംഗലശ്ശേരി തറവാട് ഇടിച്ചുനിരത്തി കുഴിക്കക്കൂസു കുത്തിയിട്ട് ആളുകൾക്കു അങ്ങോട്ടു പൈസ കൊടുത്തിട്ട് കാര്യം സാധിച്ചോളാൻ പറയുമെന്നു പറഞ്ഞു ശേഖരൻ പ്രകോപിപ്പിക്കുമ്പോൾ 'അത് താൻ തലയിൽ ചുമന്നുകൊണ്ടു നടക്കുമായിരിക്കുമെന്ന്' മറുപടി കാർത്തികേയൻ നല്കുന്നുണ്ട്. തീട്ടം ചുമന്നു നടക്കാൻ വിധിക്കപ്പെട്ട, പാട്ടക്കക്കൂസുകൾ ചുമന്നുകൊണ്ട് ഓടി നടന്ന തോട്ടികളെയും അവരുടെ ചരിത്രത്തെയും ഓർമ്മപ്പെടുത്തുന്ന വരേണ്യ വർഗ്ഗത്തിന്റെ നിഗൂഢ ബുദ്ധിയാണ് കാർത്തികേയനിൽ പ്രവർത്തിക്കുന്നത്. ഭരത്ചന്ദ്രൻ/കാർത്തികേയനിൽ നിന്നും വർത്തമാനകാല ഇന്ത്യൻ സമൂഹത്തിലേക്ക് എത്തുമ്പോൾ ഹിന്ദു വർഗ്ഗീയവാദികൾ ചക്ലിയർ അടക്കമുള്ള ദളിതരെ കൊന്നൊടുക്കി കൊണ്ടിരിക്കുന്നു.

ദളിത് വിഭാഗങ്ങൾക്കൊപ്പംതന്നെ തട്ടാൻ, ക്ഷുരകന്മാർ എന്നിവരും കമ്പോള സിനിമയുടെ ജനപ്രിയ സമവാക്യങ്ങളിൽ അപഹാസ്യരാക്കപ്പെട്ടിട്ടുണ്ട്. മുടിമുറിക്കൽ കുലത്തൊഴിലാക്കിയ ക്ഷുരകന്മാരുടെ തൊഴിലിനെ 'ചെരപ്പ്' എന്ന പ്രാദേശിക സംജ്ഞയിലൂടെ ഇകഴ്ത്തിക്കാട്ടുന്ന കേരളീയ സമൂഹത്തിന്റെ പൊതുബോധങ്ങളെയാണ് കമ്പോള സിനിമ അന്ധമായി സ്വീകരിച്ചത്. പൂവള്ളി ഇന്ദുചൂഡനും ഡി വൈ എസ് പി ശങ്കരനാരായണനും (*നരസിംഹം*) തമ്മിലുള്ള സംഭാഷണം:

"അതേടോ ഇത്രയും കാലം ചെരപ്പാ താൻ ചെയ്തത്. കാലാകാലങ്ങളിൽ മാറിമാറി വരുന്ന രാഷ്ട്രീയക്കാരുടേയും മേലധികാരികളുടെയും പ്രിയപ്പെട്ട ക്ഷൗരക്കാരനായിരുന്നു താൻ. ഇപ്പോ ഈ തറവേല കാണിച്ചത് മണപ്പള്ളി സുധീരനും അവന്റെ ചേട്ടനും സുഖം കിട്ടാൻ വേണ്ടിയാണെന്നും അറിയാം. പക്ഷേ, മോനേ ദിനേശാ നീയീപറഞ്ഞ നിന്റെയീ കുലത്തൊഴിലുണ്ടല്ലോ അത് എന്റെ ദേഹത്തു നടത്തല്ലേ. കുടുംബം കോഞ്ഞാട്ടയായി പോകുമേ."

'ചെരയ്ക്കുക' എന്നതിനെ അശ്ലീലവല്ക്കരിക്കുന്നതിലൂടെ ക്ഷുരക സമുദായത്തെ തന്നെ അവഹേളിക്കുവാനാണ് മലയാള സിനിമ നിരന്തരമായി (*ട്വന്റി ട്വന്റി, എഫ് ഐ ആർ*) ശ്രമിച്ചു പോന്നിട്ടുള്ളത്. ജന്തുജീവജാലങ്ങളുടെ ശരീരത്തിൽ സ്വാഭാവികമായി ഉള്ള 'രോമം' പോലും പ്രയോഗിക്കുന്ന സന്ദർഭമനുസരിച്ച് തെറി വിശേഷമായി മാറാറുണ്ട്. 'മുടി', (മേക്കപ്പ്മാൻ/ജഗതി) 'രോമം' (*നരസിംഹം*/മമ്മൂട്ടി), 'ശ്മശ്രുക്കൾ', 'പൂട' (നരസിംഹം/എൻ എഫ് വർഗ്ഗീസ്, പ്രജ/എൻ എഫ് വർഗ്ഗീസ്) എന്നിവയും തെറിയായി ഉപയോഗിക്കപ്പെടുന്നു. "അപ്പക്കാട്ടിലെ അടുക്കളപ്പുറത്തുണ്ടാക്കിയ കഞ്ഞിവെള്ളം താളിച്ചതും മുരിങ്ങക്കായും തിന്നുചീർത്ത് ചീങ്കണ്ണി രൂപത്തിലായ നീയൊക്കെ വടക്കൻ വീട്ടിലുണ്ടായ ഈ താന്തോന്നിയുടെ കൈയും കാലും വെട്ടി രോമം വടിക്കുവല്ലേ. എങ്കി വെട്ടി വടിക്കെടാ കഴുവർടമോനേ." (വടക്കൻ വീട്ടിൽ കൊച്ചുകുഞ്ഞ്/പൃഥ്വിരാജ് - *താന്തോന്നി*) യെന്നു പറഞ്ഞ് ആണത്തം പ്രകടിപ്പിക്കുന്ന നായകനു പൂർവ്വകാല മാതൃകകളായി ഒട്ടനവധി മോഹൻലാൽ/മമ്മൂട്ടി/സുരേഷ്ഗോപി/കലാഭവൻ മണി കഥാപാത്രങ്ങളുണ്ടായിരുന്നു. *കഥ പറയുമ്പോൾ* എന്ന ചലച്ചിത്രത്തിനെതിരെ ബാർബർ സംഘടനകൾ പ്രതിഷേധങ്ങൾ നടത്തിയത് ഇതിനോട് അനുബന്ധമായി ചേർക്കാവുന്നതാണ്. സത്യൻ അന്തിക്കാടിന്റെ *പൊന്മുട്ടയിടുന്ന തട്ടാൻ*, തട്ടാൻ സമൂഹത്തിനെ അധിക്ഷേപിക്കുന്നതാണെന്ന ആരോപണത്തെത്തുടർന്ന് *പൊന്മുട്ടയിടുന്ന താറാവ്* എന്നാക്കി പരിഷ്കരിക്കേണ്ടി വന്നതും സ്മരണീയമാണ്.

തൊഴിലിന്റെ അടിസ്ഥാനത്തിൽ ജാതി നിലകളെ രൂപപ്പെടുത്തിയ ചാതുർവർണ്ണ്യ വ്യവസ്ഥിതിയുടെ പ്രത്യക്ഷവും നിഗൂഢവുമായ ഇടപെടലുകൾ നിരന്തരമായി നമ്മുടെ ജനാധിപത്യ മതേതരത്വ സമൂഹത്തിൽ നടന്നുകൊണ്ടിരിക്കുന്നു. നവോത്ഥാനമൂല്യങ്ങളും അവ സൃഷ്ടിച്ച പുരോഗമനപരതകളെയും നിരാകരിച്ചുകൊണ്ട് ജാതിസ്വത്വങ്ങൾ പ്രബലമാകുമ്പോൾ ജാതികേന്ദ്രീകൃതമായ പദപ്രയോഗങ്ങൾ അശ്ലീലവും തെറികളുമായി മാറുന്നു. ജാതിയെന്നതിനെ ബ്രാൻഡ് ആക്കി മാറ്റിക്കൊണ്ട് കമ്പോളത്തെ കീഴടക്കുന്ന പ്രവണത സമൂഹത്തിൽ പ്രകടമാണ്. 'ബ്രാഹ്മണാൾ ഹോട്ടൽ', 'നായരുടെ ചായക്കട', 'പോറ്റി ഹോട്ടൽ', 'ഒറിജിനൽ അമ്പോറ്റി ഭക്ഷണം', 'ബ്രാഹ്മിൻസ് അച്ചാറുകൾ/സാമ്പാർ പൊടികൾ', 'സ്വാമീസ് പപ്പടം', 'നമ്പൂതിരീസ് പൽപ്പൊടി' എന്നിവയെല്ലാം തന്നെ ജാതിയെയും ജാതി കേന്ദ്രീകരിച്ചുള്ള സവർണ്ണമൂല്യങ്ങളെയും നിരന്തരമായി പുനരുല്പാദിപ്പിച്ചുകൊണ്ടിരിക്കുന്നു. ഒപ്പം തന്നെ അവയ്ക്കു പുറത്തുള്ള കീഴാള പേരുകൾ/അഭിസംബോധനകൾ തെറികളായി മാറ്റപ്പെടുന്നു. പുലയൻ, പറയൻ, വേട്ടുവൻ, ആശാരി, മൂശാരി, തട്ടാൻ, കൊല്ലൻ, മണ്ണാൻ, ചോവോൻ എന്നിവയൊക്കെ 'ബ്രാൻഡഡ്' അല്ലാത്തതും 'മുന്തിയത്' അല്ലാത്തതും ആയതിനാൽ തന്നെ അത്തരം പ്രയോഗങ്ങൾ പൊതുജനസമൂഹത്തിൽ അസ്വാഭാവി

കമായി അസ്വസ്ഥതകൾ സൃഷ്ടിക്കുന്നു. അതേ സന്ദർഭത്തിൽ നായരും നമ്പൂതിരിയും ബ്രാഹ്മണനുമെല്ലാം 'സ്വാഭാവിക'മായി മനുഷ്യനെന്ന അർത്ഥത്തിൽ സജീവമായി പ്രയോഗിക്കപ്പെടുകയും പൊതുസ്വീകാര്യതകൾ നേടിയെടുക്കുകയും ചെയ്തിരിക്കുന്നു. പൊതുമണ്ഡലത്തിൽ ആഴത്തിൽ പതിഞ്ഞുപോയ സവർണ്ണ മൂല്യബോധങ്ങൾ മേൽത്തരം ജാതി/ഭക്ഷണ/വസ്ത്ര/പെരുമാറ്റ/ആചാര/വിശ്വാസ സംസ്കാരങ്ങളെ മഹത്വവല്ക്കരിച്ചുകൊണ്ട് അവയെ കേരള ദേശത്തനിമകളായി നിലനിർത്തുകയും ചെയ്യുന്നു. കീഴാള ജാതിവാലുകളിലൂടെ സൃഷ്ടിക്കപ്പെടുന്ന വിശേഷണങ്ങൾ തെറികളായി പൊതുസമൂഹത്തിൽ മാറ്റപ്പെട്ടുകൊണ്ടിരിക്കുന്നു. അതിനുള്ള തെളിവുകളാണ് ജാതീയമായ അധിക്ഷേപങ്ങളും അവയെത്തുടർന്ന് ഉയർന്നുവന്ന വിവാദ കേസുകളും.

ദളിത് എന്ന വിശാല പ്ലാറ്റ്ഫോമിനുള്ളിൽ നില്ക്കുന്ന ജനസമൂഹത്തിൽ പുലയൻ, പറയൻ, പരവൻ, തണ്ടാൻ, മണ്ണാൻ, ചെറുമൻ, പാണൻ, കുടുംബൻ എന്നിങ്ങനെ നിരവധി ഉപജാതികൾ നിലനില്ക്കുന്നുണ്ട്. ഇത്തരം ഉപജാതി സംബോധനകൾ (ജാതി സർട്ടിഫിക്കറ്റിൽ വ്യക്തമായി രേഖപ്പെടുത്തിയിരിക്കും. ഉദാ: ഹിന്ദു പുലയൻ/ഹിന്ദു പറയൻ മുതലായവ) പൊതുസമൂഹത്തിൽ 'മുട്ടൻ തെറികളായി' പരിഗണിക്കപ്പെടുന്നു. *കമ്മട്ടിപ്പാട*ത്തിന്റെ സർട്ടിഫിക്കേഷൻ കമ്മിറ്റി പുലയൻ എന്ന വാക്കിനെ തെറിയായാണ് പരിഗണിച്ചത് (കടപ്പാട്: അഭിമുഖം *രാജീവ് രവി*). കൽപ്പറ്റ ഇമാം ഗസാലി ആർട്സ് ആൻഡ് സയൻസ് കോളേജിൽ കോളേജ് യൂണിയൻ തയ്യാറാക്കിയ കോളേജ് മാഗസിന്റെ (2015 - 2016) പേര് *പുലയന്* എന്നായതുകൊണ്ട് കോളേജ് മാനേജ്മെന്റ് മാഗസിന് വിലക്ക് ഏർപ്പെടുത്തിയിരുന്നു. മണ്ണിന്റെ മക്കളെ സാംസ്കാരികമായി അടയാളപ്പെടുത്തുന്ന 'പുലയൻ' എന്ന വാക്ക് സവർണ്ണ മധ്യവർഗ്ഗ വരേണ്യബോധങ്ങളെ അസ്വസ്ഥപ്പെടുത്തുന്ന ഒന്നായതിനാലാണ് തെറിയായും അശ്ലീലമായും മുദ്രകുത്തപ്പെടുന്നത്. പുലയൻ ഇത്തരത്തിലാകുമ്പോൾ പുലയാടിമോൻ പച്ചതെറിയായി ഇപ്പോഴും കേരളീയ സമൂഹത്തിൽ വിനിമയം ചെയ്യപ്പെടുന്നു. വെള്ളിത്തിരയിൽ മുഴങ്ങിയിരുന്ന 'പൊലയാടിമോനേ' വിളികൾക്ക് പ്രേക്ഷകർ ആർത്തുവിളിച്ചു കൈയടിച്ചിരുന്നത് (*ദ ടൈഗർ* (ക്ലൈമാക്സ് സീൻ) ഉൾപ്പെടെയുള്ള ചിത്രങ്ങൾ) ഇവിടെ സ്മരണീയമാണ്.

ആചാരാനുഷ്ഠാനങ്ങളും തെറിപ്പാട്ടുകളും പാരഡിപ്പാട്ടുകളും

തെറി അമാന്യവും അസ്വീകാര്യവുമായിരിക്കുമ്പോൾ തന്നെ കേരളീയ പൊതുമണ്ഡലത്തിൽ അവ ആചാരാനുഷ്ഠാനങ്ങളുടെ ഭാഗമായി വ്യാപകമായി സ്വീകരിക്കപ്പെടുന്ന സ്ഥിതിവിശേഷവുമുണ്ട്. 'കൊടുങ്ങല്ലൂർ ഭരണി'യും 'ഭരണിപ്പാട്ടു'കളും മലയാളിക്കു സുപരിചിതമായ ആചാരാനുഷ്ഠാന ഉത്സവാഘോഷങ്ങളിലൊന്നാണ്. കുംഭഭരണി പിറക്കുമ്പോൾ കൊടുങ്ങല്ലൂർ ഭരണിക്കു കൊടി കയറുകയും മീനഭരണി നാളിൽ

ഉത്സവം പൂർണ്ണതയിലെത്തുകയും ചെയ്യുന്നു. വിശ്വാസത്തിന്റെയും ആത്മസമർപ്പണത്തിന്റെയും പാതയിൽ ആയിരക്കണക്കിനു വിശ്വാസികളാണ് കോമരങ്ങളായി ഉറഞ്ഞു തുള്ളുന്നത്. അശ്വതി നാളിൽ കാവു തീണ്ടി മടങ്ങുന്ന കോമരങ്ങൾ അടുത്ത ഉത്സവത്തിനാണ് പിന്നീട് എത്തുന്നത്. പള്ളിവാളേന്തി അരമണിയും കാൽചിലമ്പുമണിഞ്ഞ് ചെമ്പട്ടും കൂറയും ചുറ്റിയ കോമരങ്ങൾ ഉറഞ്ഞുതുള്ളുന്നത് 'തന്നാരം പാട്ടി'ന്റെ അടിസ്ഥാനത്തിലാണ്. കൊടുങ്ങല്ലൂർ ദേവിയെ പ്രസാദിപ്പിക്കാനുള്ള പഞ്ചമകര പൂജയുടെ ഭാഗമായ 'ഭരണിപ്പാട്ടു'കളിൽ കൊടുങ്ങല്ലൂരമ്മയും ക്ഷേത്രവുമായും ബന്ധപ്പെട്ട ഐതിഹ്യങ്ങളും ചരിത്രങ്ങളുമാണ് പ്രതിപാദ്യ വിഷയം. ദേവിയുടെ അനുഗ്രഹം ലഭിച്ച നാണുനായരുടെയും അയ്യപ്പന്റെയും കഥകളും ഭരണിപ്പാട്ടുകളിൽ നിറയാറുണ്ട്.

"താനാരാ തന്നാരോ തന താനാരോ തന്നാരേ." എന്ന താളത്തിലുള്ള പാട്ടുകൾ കൊടുങ്ങല്ലൂർ ദേവിയെ കടുത്ത തെറികളിലൂടെ അഭിസംബോധന ചെയ്യുന്നുവെങ്കിൽ തന്നെയും അതിനെ സ്വാഭാവികമായി ഹിന്ദുത്വവാദികൾ പോലും അംഗീകരിക്കുന്നു. ആചാര അനുഷ്ഠാനങ്ങളുടെ ഭാഗമായ ഭരണിപ്പാട്ടുകൾ വർത്തമാനകാലത്ത് തെറിപ്പാട്ടുകൾ മാത്രമായി പൊതുവിൽ പരിഗണിക്കപ്പെടുന്നു. കൊടുങ്ങല്ലൂർ ഭരണിയുടെ രാഷ്ട്രീയത്തെ എസ് ശാരദക്കുട്ടി വിലയിരുത്തുന്നത് ഇപ്രകാരമാണ്: "ഫ്യൂഡലിസം നിർമ്മിച്ച അനുഷ്ഠാനങ്ങൾ കൊടുങ്ങല്ലൂർ ഭരണിയിലെ ആഘോഷങ്ങളിൽ ധാരാളമായുണ്ട്. ഉത്സവമാരംഭിച്ചു എന്ന രാജാവിന്റെ അറിയിപ്പ്, ആദ്യത്തെ കോഴിയെ നടതള്ളാൻ തച്ചോളിവീട്ടിലെ കാരണവർക്കുള്ള അവകാശം, ഇളവൻ ഉപയോഗിച്ചുള്ള ഗുരുതി, വിശേഷാൽ പൂജകൾ, കാവുതീണ്ടലിന് കല്പന നല്കൽ, കാവുതീണ്ടിയതിനുശേഷമുള്ള നടയടയ്ക്കൽ... ഇതെല്ലാം ബ്രാഹ്മണവല്ക്കരിക്കപ്പെട്ട ആചാരങ്ങളോടെയാണ് നടക്കുന്നത്. ഇതിനിടയിലാണ് കാവുതീണ്ടലും തെറിപ്പാട്ടും. ഉത്സവത്തിൽ ബ്രാഹ്മണർ അധികാരം കീഴാളനു വിട്ടുകൊടുക്കുന്ന ഇടവേള. അല്പസമയം മാത്രം നീണ്ടുനില്ക്കുന്ന ഭാഷാപരവും സാംസ്കാരികവുമായ വ്യാജ അട്ടിമറി. അവന്റെ ദൈവത്തെ അവനെക്കൊണ്ടുതന്നെ തെറിവിളിപ്പിക്കുക, മേലാളന്റെ അനുഗ്രഹാശിസ്സുകളോടെ പ്രാന്തവല്ക്കരിക്കപ്പെട്ടവർ വിനിമയത്തിന്റെയും വിധേയത്വത്തിന്റെയും ഭാഷ കുറച്ചുനേരത്തേക്കു മറക്കുന്നു. അവൻ അവനുവേണ്ടി കണ്ടെത്തിയ അവന്റെ അമ്മയെ തെറിവിളിച്ചുകൊണ്ട്" തെറിപ്പാട്ടുകൾ ചമയ്ക്കുന്നതിൽ അതിവിദഗ്ധരായ ആളുകളാണ് "ഭരണിപ്പാട്ടുകൾ" എന്ന പേരിൽ സാമാന്യ ജനം കേട്ടാലറയ്ക്കുന്ന തെറിപ്പാട്ടുകൾ സൃഷ്ടിച്ചെടുക്കുന്നത്. *തെറിപുരാണം* പോലെയുള്ള ബ്ലോഗുകൾ ഇതിനുദാഹരണമാണ്. കേരളീയ സമൂഹത്തിൽ അസാമാന്യമായ രീതിയിൽ തെറിപ്രയോഗങ്ങൾ നടത്തുന്ന ആളുകളുടെ പ്രയോഗങ്ങളെ കൊടുങ്ങല്ലൂർ ഭരണിയോടാണ് ഉപമിക്കുന്നത്.

ഭരണിപ്പാട്ടുകൾ ആചാരാനുഷ്ഠാനങ്ങളുമായി ചേർന്നു സൃഷ്ടിക്ക

പ്പെടുന്നവയാണെങ്കിൽ, അതിൽ നിന്നു വിരുദ്ധമായി വ്യക്തി താല്പര്യമനുസരിച്ച് തെറിപ്പാട്ടുകൾ സൃഷ്ടിക്കപ്പെടുന്നുണ്ട്. തൊഴിലിടങ്ങളിലും മദ്യപാന സദസ്സുകളിലുമായി 'ആൺകൂട്ട'ങ്ങൾക്കിടയിൽ സൃഷ്ടിക്കപ്പെടുന്ന തെറിപ്പാട്ടുകളും ജനപ്രിയ ചലച്ചിത്രങ്ങളുടെ പാരഡി തെറിപ്പാട്ടുകളും നമ്മുടെ സമൂഹത്തിലുണ്ട്. 'പൂമാനമേ ഒരു രാഗമേഘംതാ' യെന്ന ഗാനം (ചിത്രം - *നിറക്കൂട്ട്*, ആലാപനം - ചിത്ര) മലയാളിയുടെ നൊസ്റ്റാൾജിക് ഫീലിനെ ഉണർത്തുന്ന പാട്ടാണെങ്കിൽ കൂടി ആ ഗാനത്തിന്റെ പാരഡിയും മലയാളിയുടെ തെറി നിഘണ്ടുവിനു പുതിയൊരു പദത്തെ നല്കുകയുണ്ടായി. കാമ്പസുകളിൽ തരംഗം സൃഷ്ടിച്ച *പ്രേമ*ത്തിലെ 'മലരേ നിന്നെ കാണാതിരുന്നാൽ' യെന്ന ഗാനത്തിന്റെ പാരഡിയും തെറി നിഘണ്ടുവിന്റെ പദാവലിയിലേക്കു ഒരു വാക്കിനെ സംഭാവന നല്കുകയുണ്ടായി. *പ്രേമം* എന്ന സിനിമ വരുന്ന കാലത്തിനു എത്രയോ മുമ്പേതന്നെ 'മലർ' എന്ന പദം 'മൈരേ' യെന്ന പദത്തിനു പകരമായി, സഭ്യമായ വാക്കായി കേരളീയ സമൂഹത്തിൽ പലയിടങ്ങളിലും പ്രചരിച്ചിരുന്നു.

'മൈനാകം കടലിൽ നിന്നുയരുന്നുവോ' പോലെയുള്ള പാട്ടുകളും മലരിനു സമാനമായി ഉപയോഗിക്കപ്പെട്ടിരുന്നുവെന്നതിന്റെ തെളിവ് *പാവാട* പോലെയുള്ള ചിത്രങ്ങൾ നല്കുന്നുണ്ട്. പോപ്പുലർ ഹിറ്റുകളായ മലയാള ഗാനങ്ങളെ കേന്ദ്രീകരിച്ച് അതാതുകാലങ്ങളിൽ പാരഡിപ്പാട്ടുകൾ എന്ന തെറിപ്പാട്ടുകൾ പ്രാദേശികമായി സൃഷ്ടിക്കപ്പെടാറുണ്ട്. കടമിഴിയിൽ കമലദളം (*തെങ്കാശിപ്പട്ടണം/2000*), എന്തേ കണ്ണനിത്ര കറുപ്പുനിറം (*ഫോട്ടോഗ്രാഫർ/2006*), നിന്റെ മിഴിമുന കൊണ്ടെന്റെ നെഞ്ചിലൊരു ബെല്ലേ ബെല്ലേ (*ഫോർ ദ പീപ്പിൾ/2004*) എന്നിവയുടെ പാരഡികൾ തെറിയഭിഷിക്തമായിരുന്നത് വൃദ്ധരും കൗമാരക്കാരും ഒരുപോലെ ആസ്വദിക്കുകയുണ്ടായി. പുതിയ തലമുറ സഭ്യതയുടെ അതിർവരമ്പുകളെ ഭേദിച്ചതിന്റെ ഉദാഹരണമാണ് യുട്യൂബിലും ഫെയ്സ്ബുക്കിലും നിറയുന്ന തെറിപ്പാട്ടുകൾ. ഇതേ കാലയളവിൽ തന്നെയാണ് *ആറാം തമ്പുരാൻ* അടക്കമുള്ള സിനിമകളിലെ ഹിറ്റ് സീനുകൾ തെറി ഡബ്ബിംഗ് വേർഷനിൽ യുട്യൂബിൽ പ്രത്യക്ഷപ്പെട്ടത് (കണിമംഗലം ജഗന്നാഥനും ഉണ്ണിമായയും ചുറ്റമ്പലത്തിൽ കണ്ടുമുട്ടുന്ന രംഗം).

'തന്തയ്ക്കു പിറന്ന' നായകരൂപങ്ങളും ആണത്ത ഭാഷണങ്ങളും

'തന്തയ്ക്കു പിറക്കുക' യെന്ന പ്രയോഗം ഒരാളുടെ ഐഡന്റിറ്റിയെ, പൗരുഷത്തെ അടയാളപ്പെടുത്തുന്ന വാക്കുകളിലൊന്നായിട്ടാണ് കേരളീയ സമൂഹത്തിൽ വിനിമയം ചെയ്യപ്പെടുന്നത്. തന്തയും തള്ളയും ചേർന്നാണ് പുതിയൊരു വ്യക്തി ജനിക്കുന്നത് എന്നിരിക്കെത്തന്നെ ആ വ്യക്തിയുടെ അവകാശം കൂടുതലായി തന്തയിൽ ചാർത്തപ്പെടുന്നു. തന്തയ്ക്കു പിറന്നവൻ എന്നല്ലാതെ തള്ളയ്ക്കു പിറന്നവൻ എന്ന പ്രയോഗത്തിനു വേണ്ടത്ര വ്യാപ്തിയും പ്രചാരണവും സ്വീകാര്യതയും ലഭി

ക്കുകയുണ്ടായില്ല. (ജി മാർത്താണ്ഡൻ പൃഥിരാജ് ചിത്രമായ *പാവാട* (2016) തള്ളയ്ക്കു പിറന്ന മോൻ എന്ന പ്രയോഗത്തെ സാധൂകരിച്ചെടുക്കുവാൻ ശ്രമിച്ചിരുന്നു.)

തന്തയില്ലാതിരിക്കുന്നതും തന്ത ആരെന്നറിയാത്തതും ഒരാളുടെ വ്യക്തിത്വത്തെ, ആണത്തത്തെ അങ്ങേയറ്റം അപഹാസ്യമാക്കുന്നു. ഇത്തരം സന്ദർഭത്തിലാണ് തന്തയില്ലാത്തവൻ, തന്തയ്ക്കു പിറക്കാത്തവൻ എന്ന പ്രയോഗം കടുത്ത തെറിയായി മാറുന്നതും. അമാനുഷിക സ്വഭാവം പുലർത്തുന്ന ആണത്തമുള്ള നായകന്മാരെ തൊണ്ണൂറുകളിലെ മലയാള സിനിമ അവതരിപ്പിച്ചപ്പോഴാണ് 'തന്തയ്ക്കു പിറന്ന' വിശേഷണങ്ങൾ അടക്കമുള്ള നിരവധി തെറികൾ വെള്ളിത്തിരയിൽ നിറഞ്ഞത്. അതിസങ്കീർണ്ണമായ പ്രശ്നങ്ങളെ ഏറ്റെടുക്കുന്നതും നീതിക്കും ന്യായത്തിനും വേണ്ടി ഒറ്റയാൾ പോരാട്ടങ്ങൾ നടത്തുന്നതും പൊതുസമൂഹത്തിന്റെ ആവശ്യകതകളെ നിറവേറ്റിക്കൊടുക്കുന്നതുമായ 'ഉദാത്ത' നായക ബിംബങ്ങളാണ് ഇക്കാലയളവിൽ തിരശീലയിൽ നിറഞ്ഞാടിയത്. തന്തയ്ക്കു പിറക്കാത്തവൻ എന്ന വിളികേട്ട് പൊട്ടിത്തെറിക്കുന്ന മാധവൻ (ഏകലവ്യൻ/1993) അതിവൈകാരികമായി "ആം എ ബാസ്റ്റഡ്. ബട്ട് ഐ ഹാവ് എ വൺ ഫാദർ" എന്നു വിലപിക്കുന്നുണ്ട്. മാധവനിൽനിന്നും ഭരത്ചന്ദ്രൻ ഐ പി എസിലേക്ക് എത്തുമ്പോൾ (കമ്മീഷ്ണർ/ഭരത്ചന്ദ്രൻ ഐ പി എസ്) പൊളിറ്റീഷ്യൻസിനോടും ബ്യൂറോക്രാറ്റുകളോടും അതിനിശിതമായി പോരാടുന്നതിന്റെ അടിസ്ഥാനം 'തന്തയ്ക്കു പിറന്നതുകൊണ്ടാണെന്ന്' നായകനടൻ അലറിവിളിച്ചു പറയുന്നുണ്ട്. ഐ ജി ബാലചന്ദ്രനും ഭരത്ചന്ദ്രനും തമ്മിലുള്ള സീനിന്റെ (കമ്മീഷ്ണർ) ആവർത്തനം ഹബീബ് ബഷീറും ഭരത്ചന്ദ്രനും (ഭരത്ചന്ദ്രൻ ഐ പി എസ്) തമ്മിലുള്ള സംഭാഷണത്തിലും പ്രകടമാണ്. തന്തയ്ക്കു പിറന്ന നായകന്മാരുടെ അഴിഞ്ഞാട്ടങ്ങൾ സ്ത്രീ - ദളിത് വിരുദ്ധതകളുടെ ആഘോഷങ്ങൾ കൂടിയാണ് മലയാള സിനിമയിൽ നിറച്ചത്.

ചൊറിച്ചുമല്ലുകൾ/മറിച്ചുചൊല്ലുകൾ

വാക്യഘടനയിലെ വാക്കുകൾ പരസ്പരം മാറ്റിയും വാക്കുകളിലെ അക്ഷരങ്ങൾ മാറ്റിയും സൃഷ്ടിക്കുന്ന പ്രയോഗങ്ങളെയാണ് പൊതുവിൽ ചൊറിച്ചുമല്ലുകൾ അഥവാ മറിച്ചുചൊല്ലുകൾ എന്നു പറഞ്ഞുവരുന്നത്. സ്വയം കാർ ഡ്രൈവു ചെയ്ത് വന്നിറങ്ങുന്ന വനിതയോടു അരസികനായ വായ്നോക്കി 'കാറു പൂട്ടുമോ' യെന്നു ചോദിക്കുമ്പോൾ അവിടെ ചൊറിച്ചുമല്ലൽ പ്രകടിതമാണ്. ചൊറിച്ചുമല്ലലിന്റെ അശ്ലീലവും അവ സൃഷ്ടിക്കുന്ന ഹാസ്യവും ജനപ്രിയ മലയാള സിനിമകൾ അവതരിപ്പിക്കുകയുണ്ടായിട്ടുണ്ട്. *ബാലേട്ടൻ, റൺവേ* എന്നീ ചലച്ചിത്രങ്ങളിലെ സംഭാഷണങ്ങൾ ഇതിനുദാഹരണമായി ചൂണ്ടിക്കാണിക്കാവുന്നതാണ്.

"അല്ല സാറേ, സാറെന്നെ പണ്ട് ഒരുപാട് സാറേന്നു വിളിച്ചിട്ടുള്ളത

ല്ലേ, എന്റെ കൈയിൽ നിന്നും ഒരുപാട് കാശും വാങ്ങിയിട്ടുള്ളതല്ലേ, ജയിലീന്നു വന്നപ്പം പലരും പറഞ്ഞിട്ടു ഞാൻ വിശ്വസിച്ചില്ല സാറേ, സാറൊക്കെ പഴയ സാറല്ല പുതിയ സാറാണെന്നു പറഞ്ഞു സാറേ...."

"ഛീ നിർത്തെടാ നിന്റെയീ സാറുവിളി. നീ ഏത് അർത്ഥത്തിലാണെന്നു സാറേന്നു വിളിക്കുന്നതെന്നു എനിക്കു അറിയാം." - (റൺവേ/ 2004)

വാളയാർ പരമശിവവും ചെക്ക്പോസ്റ്റിലെ ഉദ്യോഗസ്ഥനും തമ്മിലുള്ള ഇത്തരമൊരു സംഭാഷണത്തിൽ തന്റെ ശത്രുസംഘത്തിന്റെ പാളയത്തിൽ ചേർന്ന ഉദ്യോഗസ്ഥനോടുള്ള പകയും പ്രതിഷേധവും പ്രകടമാണ്. അതേസമയം *ബാലേട്ടനി*ൽ മാനേജറും ബാലേട്ടനും തമ്മിലുള്ള സംഭാഷണത്തിൽ നിസ്സഹായതയുടെ മറ്റൊരു തലമാണ് പ്രകടമാകുന്നത്.

"ബാങ്ക് എംപ്ലോയീസ് അസോസിയേഷൻ ഫാമിലി മീറ്റ് 2003 എന്നൊരു ബാനറും എഴുതിവെച്ച് റിഹേഴ്സൽ, കോപ്, മണ്ണാങ്കട്ട എന്നൊക്കെപ്പറഞ്ഞ് പന്ത്രണ്ടു നടികളെയും അവളുമാരുടെ തന്തമാരെയും എന്റെ തലയിൽ കെട്ടിവച്ച് ഒരു ലീവുപോലും പറയാതെ നീയെങ്ങോട്ടാ മുങ്ങിയത്, മുത്തങ്ങയിലേക്കോ? എന്തായിരുന്നു നീയെന്നോട് പറഞ്ഞത്. ഷേക്സ്പിയർ നാടകത്തെ അനുസ്മരിപ്പിക്കുന്ന പ്രകടനം കാഴ്ചവെയ്ക്കണമെന്നല്ലേ, കാഴ്ചവെച്ചടേ, നീയല്ല... അവളുമാരുടെ തന്തമാര്. നാലാം ദിവസവും സംവിധായകൻ എഴുന്നള്ളാതെ വന്നപ്പോൾ അതുവരെയെന്ന സാറേ സാറേന്നു വിളിച്ചിരുന്ന അവളുമാരുടെ തന്തമാര് അതിലൊരക്ഷരം മാറ്റിയാ പിന്നെയെന്ന വിളിച്ചത്." (2003/ബാലേട്ടൻ) ഇത്തരം പ്രയോഗങ്ങൾ സാന്ദർഭികമായി സൃഷ്ടിക്കപ്പെടുന്നവയാണ്. മലയാളികൾ ഏറെ ആസ്വദിച്ച *കല്യാണരാമ*നിലെ ചോറുവിളമ്പൽ കോമഡിയിൽ 'ചേട്ടാ ഞാൻ ചോറ്, ചോറ് എന്നു തന്നെയല്ലേ ചോദിച്ചത്. അല്ലാണ്ട് അക്ഷരമൊന്നും മാറിയില്ലല്ലോ.' എന്ന ഡയലോഗും ജോൺ എബ്രഹാമുമായി ബന്ധപ്പെട്ടു പ്രചരിക്കുന്ന കഥകൾ/തമാശകളിൽ ഒന്നായ തന്നെ സാറേ... സാറേന്നു വിളിച്ച ഒരുവനോട് "നീയെന്ന സാറേ... പൂറേന്നൊന്നും വിളിക്കണ്ട. ജോണേന്നു വിളിച്ചാമതി." എന്ന പറച്ചിലും ഇതിനോടു ചേർത്തും വിശകലനം ചെയ്യാൻ കഴിയും. ചൊറിച്ചുമല്ലുകളിലൂടെ ഹാസ്യം സൃഷ്ടിച്ചിരുന്നൊരു തലമുറ കേരളീയ സമൂഹത്തിലുണ്ടായിരുന്നു. തൊഴിലിടങ്ങളിൽ പണിയെടുത്തിരുന്ന പഴയ തലമുറയുടെ ചൊറിച്ചുമല്ലുകൾ കാലഹരണപ്പെട്ടുവെങ്കിൽ ന്യൂമീഡിയാ കാലത്തെ പയ്യന്മാർ പുതിയ ചൊറിച്ചുമല്ലുകൾ ഓൺലൈനിൽ നിർമ്മിച്ചെടുക്കുന്നുണ്ട്.

ആൺ ഭാവനകളും ദ്വയാർത്ഥ പ്രയോഗങ്ങളും

വാച്യമായി ഒന്നിനെ പ്രകടിപ്പിക്കുകയും വ്യംഗ്യമായി മറ്റൊരർത്ഥത്തെക്കൂടി ധ്വനിപ്പിക്കുകയും ചെയ്യുന്നവയാണ് ദ്വയാർത്ഥ പ്രയോഗങ്ങൾ. ദ്വയാർത്ഥ പ്രയോഗങ്ങൾ ഒരു തലത്തിൽ അശ്ലീലവും തെറിയുമായി

മാറുന്നു. പലഹാരങ്ങൾ വില്ക്കുന്ന സ്ത്രീയെ നോക്കിക്കൊണ്ട് "ചേച്ചിയുടെ അടയ്ക്കു നല്ല മധുരമാ" എന്നു പറയുന്ന കസ്റ്റമർ ലക്ഷ്യം വെയ്ക്കുന്നത് ദ്വയാർത്ഥത്തിലുള്ള അശ്ലീല ഹാസ്യമാണ്. അരകല്ലിൽ അരയ്ക്കുന്ന പഞ്ചവർണ്ണത്തിന്റെ (പ്രിയങ്ക) അരക്കെട്ടിൽ നോക്കി അര പോരായെന്നു പറയുന്ന വൃദ്ധനിലും (*തിളക്കം/2003*) ദ്വയാർത്ഥ പ്രയോഗമാണ് നിറഞ്ഞുനില്ക്കുന്നത്. ദ്വയാർത്ഥ പ്രയോഗങ്ങൾ കൂടുതലും ലൈംഗികത, ശാരീരികാവയവങ്ങൾ എന്നിവയെ കേന്ദ്രീകരിച്ചുള്ളതായിരിക്കും. 'ചക്ക'യും 'കട്ട'യും 'കുമ്പളങ്ങ'യും 'വത്തയ്ക്ക'യും എല്ലാം 'പെൺമുല'കളെ കേന്ദ്രീകരിച്ചുള്ളവയാണ്. *ക്ലാസ്മേറ്റിൽ* നായികാ നായകന്മാർ തമ്മിലുള്ള സംഘർഷങ്ങൾ വർദ്ധിപ്പിക്കുവാൻ ഗൂഢ ലക്ഷ്യങ്ങൾ പുലർത്തുന്ന സതീശൻ കഞ്ഞിക്കുഴി താരയുടെ പോസ്റ്ററിൽ 'ചക്കക്കുട്ടി'യെന്നെഴുതിയ പോസ്റ്റർ പതിക്കുന്നുണ്ട്. ന്യൂജനറേഷൻ എന്ന വിളിപ്പേര് പതിഞ്ഞുകിട്ടിയ ചലച്ചിത്രങ്ങളാണ് (2010 - 2015 കാലയളവിൽ) ദ്വയാർത്ഥ പ്രയോഗങ്ങളെ ധാരാളിത്തത്തോടുകൂടി വെള്ളിത്തിരയിൽ ഉപയോഗിച്ചത്. ആസിഫലി, സണ്ണിവെയ്ൻ എന്നിവരുടെ ചിത്രങ്ങളോടൊപ്പം തന്നെ ഏതാനും പുതുമുഖ നടന്മാരുടെയും ചിത്രങ്ങളെ ഇവയ്ക്കുദാഹരണമായി ചൂണ്ടിക്കാണിക്കാവുന്നതാണ്.

ജനസമൂഹത്തിന്റെ ആക്ഷേപ അശ്ലീല മനോഭാവങ്ങളെ വെളിപ്പെടുത്തുന്നതിനുള്ള ഉത്തമ ഉദാഹരണമാണ് ദ്വയാർത്ഥ പ്രയോഗങ്ങൾ. കടുത്ത തെറികളെ ഗോപ്യമായി അവതരിപ്പിക്കുവാൻ അവയ്ക്കു കഴിയുന്നുണ്ട്. പ്രയോഗിക്കപ്പെടുന്ന സവിശേഷ സാഹചര്യത്തിനനുസരിച്ച് നിത്യജീവിതത്തിലെ ഏതൊരു വസ്തുവും ദ്വയാർത്ഥ പ്രയോഗത്തിലേക്കു കടന്നു വരാവുന്നത്. പലഹാരങ്ങളായ 'ഉണ്ടംപൊരിയും' 'തുളവടയും' 'പഴംപൊരിയും' 'വൽസനുമെല്ലാം' അശ്ലീലവല്ക്കരിക്കപ്പെടുന്ന ലൈംഗികവേഴ്ചകളുമായി ബന്ധപ്പെട്ട് പ്രയോഗിക്കപ്പെടുന്നു. സമാനമായ രീതിയിലാണ് 'ഡൈമനും' 'ഗുലാനും' പ്രചരിപ്പിക്കപ്പെടുന്നത്.

നഗ്നത, ലൈംഗികത, ലൈംഗികാവയവങ്ങൾ എന്നിവയെ കേന്ദ്രീകരിച്ചുള്ള ദ്വയാർത്ഥ കോമഡി രംഗങ്ങൾ അശ്ലീലത്തിന്റെ പശ്ചാത്തലത്തിലാണ് ആഘോഷിക്കപ്പെടുന്നത്. *മേലേപ്പറമ്പിൽ ആൺവീട്ടിൽ* പവിഴത്തിന്റെ ജനനത്തെപ്പറ്റി ഒടുവിൽ ഉണ്ണികൃഷ്ണൻ പറയുന്ന - ഗൗണ്ടറും കുഴിച്ചെടുത്തു, കിട്ടിയത് ഒരു നിധിയാണെന്ന - ഡയലോഗ് നിഷ്കളങ്ക ഹാസ്യമായിരുന്നെങ്കിൽ പില്ക്കാലയളവിലെ മലയാള സിനിമ കടുത്ത ദ്വയഥാർത്ഥ പ്രയോഗങ്ങൾക്കാണ് മുതിർന്നത്. *നരസിംഹം* (ടയറു പഞ്ചറായ വണ്ടിയുടെ അരികിൽ നില്ക്കുന്ന അനുരാധയുടെ നിതംബത്തിൽ നോക്കി വെടി തീർന്നോ മോനേ ദിനേശായെന്നു ചോദിക്കുന്ന ഇന്ദുചൂഢൻ), *താണ്ഡവം* (ഈശ്വരാ ഈ കൊച്ചിനെപ്പഴും ഗ്യാപ്പ് പ്രശ്നമാണല്ലോ. ഗ്യാപ്പ് ഉള്ള എവിടേയും കയറ്റാമെന്ന് വാത്സ്യായനൻ പറഞ്ഞിട്ടുള്ളതാ), *ചോക്ലേറ്റ്* (ശ്യാമിനെ പെറ്റിക്കോട്ടിടീക്കുവാൻ വരുന്ന അന്നമ്മയുടെ അരക്കെട്ടിൽ നോക്കി, മറ്റൊന്നും നീ ഇട്ടിട്ടില്ലെങ്കിലും ഇത്

നീ ഇട്ടിട്ടുണ്ടാകുമെന്നു പറയുന്ന ശ്യാം), *മായാമോഹിനി* (മദാലസയായി നടന്നുവരുന്ന മോഹിനിയെ നോക്കി ബാലകൃഷ്ണാ നല്ല മലഞ്ചരക്ക് വണ്ടി വരുന്നതുപോലെയുണ്ട് എന്നു പറയുന്ന ലക്ഷ്മി നാരായണൻ), എന്നിവയെല്ലാം ഉടൽ കേന്ദ്രീകൃത ദ്വയാർത്ഥ പ്രയോഗങ്ങളാൽ അതി സമ്പന്നമായിരുന്നു.

"എന്റെ ലിംഗഭഗവാനേ എന്റെ ഉണ്ണികളെ കാത്തോളണേ" - (സലിംകുമാർ/ടു ഹരിഹർ നഗർ), എന്റെ പെന്റഗൺ ഇവരു തകർത്തു. എന്റെ ഫ്ളൈറ്റ് ഇനി ടേക്കോഫ് ആകില്ല - (സലിംകുമാർ/മിസ്റ്റർ മരുമകൻ) "നാഴികക്കല്ലുകളൊക്കെ ചുമ്മാതങ്ങു ചതുപ്പിൽകൊണ്ടു താഴ്ത്താനൊക്കുമോ" - (പി ബാലചന്ദ്രൻ/*ട്രിവാൻഡ്രം ലോഡ്ജ്*) എന്നു തുടങ്ങി നിരവധി ഡയലോഗുകൾ ദ്വയാർത്ഥ പ്രയോഗത്തിന്റെ പൂർണ്ണതയിലാണ് പ്രേക്ഷകരിലേയ്ക്ക് എത്തിയതും ആഹ്ലാദാരവങ്ങളോടെ സ്വീകരിക്കപ്പെട്ടതും. ജനപ്രിയ നായക നടന്മാർ നിറഞ്ഞാടിയ ചലച്ചിത്രങ്ങളിലെ അശ്ലീല/ദ്വയാർത്ഥ സംഭാഷണങ്ങളും പ്രയോഗങ്ങളും കുടുംബ സദസ്സുകൾക്കുപോലും സ്വീകാര്യമായിരുന്നുവെന്നത് *മായാമോഹിനി, ട്രിവാൻഡ്രം ലോഡ്ജ്* എന്നിവയുടെ കമ്പോള വിജയങ്ങൾ സാക്ഷ്യപ്പെടുത്തുന്നു. മുഖ്യധാരാ കൊമേർഷ്യൽ ചലച്ചിത്രങ്ങൾ അസ്പൃശ്യത കല്പിച്ചു മാറ്റിനിറുത്തിയ (ഷക്കീല ചിത്രങ്ങൾ) തുണ്ടു പടങ്ങൾ/കമ്പിപ്പടങ്ങളിൽ ലൈംഗികത/ലൈംഗികാവയവങ്ങളെ കേന്ദ്രീകരിച്ചുള്ള നർമ്മ സംഭാഷണങ്ങളും ദ്വയാർത്ഥ പ്രയോഗങ്ങളും സർവ്വ സാധാരണമായിരുന്നു.

നിഷ്കളങ്കതയും ഹാസ്യനിർമ്മിതികളും

സൂപ്പർ താരങ്ങൾ, ജനപ്രിയ നായക നടന്മാർ കൈയടിക്കായി നടത്തിയ തെറിപ്രയോഗങ്ങൾ സിനിമയിലെ രണ്ടാംനിര/മൂന്നാംനിര നടന്മാരുടെ കഥാപാത്രങ്ങൾ ഉപയോഗിക്കുമ്പോൾ അത് ഹാസ്യത്തിനുള്ള 'ടൂളുകളിലൊന്നാ'യി മാറുന്നു. 'നായീന്റെ പട്ടിമോനേ'യെന്നു മല്ലയ്യ (മമ്മൂട്ടി - *ചട്ടമ്പിനാട്/2009*) ആവർത്തിച്ച് ആക്രോശിക്കുമ്പോൾ കീഴാളനും നിരക്ഷരനുമായ ഗോപാലന്റെ (സലിംകുമാർ) പ്രതികരണം - 'പണ്ഡിതനാണെന്നു തോന്നുന്നു അർത്ഥം പറഞ്ഞുതരുന്നുണ്ട്' എന്നതായിരുന്നു. ചിത്രാന്ത്യത്തിൽ കാട്ടാപ്പള്ളിയെ പൊതുജനം ആക്രമിച്ചു കീഴ്പ്പെടുത്തുമ്പോൾ മല്ലയ്യയുടെ നായിന്റെ പട്ടിമോനേ പ്രയോഗം ദശമൂലം (സുരാജ് വെഞ്ഞാറമൂട്) ആവർത്തിക്കുമ്പോൾ അത് ഹാസ്യമായി മാറുന്നു. 'എടാ കൊച്ചുകഴുവേറി' യെന്നു പഴയതലമുറയിലെ കാരണവന്മാർ ചെറുമക്കളെ വിളിക്കുമ്പോൾ അതിനുള്ളിൽ സ്നേഹവും വാത്സല്യവുമെല്ലാം പ്രകടമായിരുന്നു. പുതിയ കാലത്താവട്ടേ അത്തരം നിഷ്ക്കളങ്കമായ സ്നേഹപ്രകടനങ്ങൾക്കുള്ള ബന്ധങ്ങളോ കുടുംബാന്തരീക്ഷങ്ങളോ കേരളീയ സമൂഹത്തിലില്ല. കൂട്ടുകുടുംബവ്യവസ്ഥയിൽനിന്നും അണുകുടുംബ വ്യവസ്ഥയിലേക്കു വഴിമാറിയ കേരളീയ സമൂഹം പുതിയ

കാലത്തിന്റെ ദിശാബോധങ്ങൾക്കനുസരിച്ചാണ് സഞ്ചരിച്ചത്. സൈബർ ഇടങ്ങളിലെ പ്രയോഗങ്ങൾ അവരിൽ പലർക്കും സുപരിചിതവുമാണ്.

കഴുവേറി/പന്നക്കഴുവേറി തുടങ്ങിയ പദങ്ങൾ അപരനെ അപഹസിക്കാനായി ഉപയോഗിക്കപ്പെട്ടുവരുന്നവയാണ്. കഴുവേറി എന്നതു രൂപപ്പെട്ടത് 'കഴുവേറ്റൽ' എന്ന സമ്പ്രദായത്തിൽ നിന്നായിരുന്നു. തിരുവിതാംകൂറിൽ കള്ളന്മാർക്കു നല്കിയിരുന്ന ശിക്ഷയായിരുന്നു കഴുവേറ്റൽ. ചിത്രവധം, ഉഴച്ചു കൊല്ലൽ എന്നീ പേരുകളിൽ അറിയപ്പെട്ടിരുന്ന കഴുവേറ്റൽ കള്ളന്റെ കഴുത്തിൽ കമ്പിതറച്ച് പലകയിൽ നിർത്തിക്കൊണ്ടാണ് നടത്തപ്പെട്ടിരുന്നത്. രാജഭരണം അപ്രത്യക്ഷമാകുന്നതോടുകൂടി ഇത്തരം ശിക്ഷാരീതികളും അപ്രസക്തമായി. ഇത്തരമൊരു ചരിത്രപശ്ചാത്തലത്തെ ഓർമ്മപ്പെടുത്തുന്ന 'കഴുവേറി' വെള്ളിത്തിരയിൽ ധാരാളമായി ഉപയോഗിക്കപ്പെട്ടിരുന്നു.

വൈറലാകുന്ന സൈബർ തെറി (കൾ) യന്മാർ

'മലർ' മുതൽ ഒ എം കെ വി (OMKV) വരെ നീളുന്ന തെറിപ്രയോഗങ്ങൾ സൈബർ ലോകത്തു അനുസ്യൂതമായി പ്രവഹിച്ചവയാണ്. പൊതുസമൂഹത്തിൽ നിലവിലുള്ള എല്ലാത്തരം തെറികൾക്കും പുറമെയാണ് സൈബർ ലോകത്ത് പുതിയ പ്രയോഗങ്ങൾ സൃഷ്ടിക്കപ്പെടുന്നത്. 'ഫക്കും ബാസ്റ്റാർഡും' മുതൽ 'ആ' യും 'കൂ' യും 'താ' യും 'പൂവും' 'കായു'മെല്ലാം സൈബർ ഇടത്തിൽ നിരന്തരമായി ഉപയോഗിക്കപ്പെടുന്നു. സൈബർ ലോകത്തെ തെറി ആക്രമണങ്ങൾക്കു പിന്നിൽ രാഷ്ട്രീയ സംഘടനാ പ്രവർത്തകർ, ഫാൻസ് അസോസിയേഷൻ അംഗങ്ങൾ ഇവയ്ക്കെല്ലാം പുറമേ വിചിത്രമായ മനോനിലകളുള്ളവർ, ലൈംഗികമായി ഫസ്ട്രേഷനുകൾ അനുഭവിക്കുന്നവർ തുടങ്ങിയവരാണുള്ളത്. സൈബർ ലോകത്ത് കമ്യൂണിസ്റ്റുകാർക്ക് പ്രതിയോഗികൾ നല്കിയ പേര് 'കമ്മി' യെന്നാണെങ്കിൽ ബി ജെ പി - ആർ എസ് എസുകാർക്ക് 'സംഘിയും' കോൺഗ്രസുകാർക്ക് 'കൊങ്ങി' യെന്ന സംബോധനയും ലഭിച്ചിട്ടുണ്ട്. ഓൺലൈൻ ഗ്രൂപ്പുകൾ തമ്മിൽ അറപ്പുളവാക്കുന്ന തെറിപ്രയോഗങ്ങളിലൂടെയാണ് പരസ്പരം ആക്രമിക്കുന്നത്. ഏതെങ്കിലുമൊരു സംഘടനയുടെ പക്ഷം പിടിക്കുന്നവർ അവരുടെ പ്രത്യയശാസ്ത്രങ്ങൾ പ്രചരിപ്പിക്കാനെന്ന നാട്യത്തിലാണ് ഇത്തരം പ്രകടനങ്ങൾ നടത്തുന്നത്. സോളാർ കേസുമായി ബന്ധപ്പെട്ട് ഉമ്മൻചാണ്ടി മുതലുള്ള കോൺഗ്രസ് നേതാക്കളെല്ലാം സൈബർ ആക്രമണങ്ങൾക്കു വിധേയരായി. എ കെ ജിയെക്കുറിച്ചു നടത്തിയ വിവാദ പരാമർശങ്ങളുടെ പേരിൽ വി ടി ബലറാമിനും വൻതോതിലുള്ള തെറിയഭിഷേകം ലഭിക്കുകയുണ്ടായി.

രാഷ്ട്രീയ സംഘടനാ അനുഭാവികൾ കഴിഞ്ഞാൽ ഏറ്റവും വലിയ സൈബർ തെറി ഭീകരന്മാർ ഫാൻസ് അസോസിയേഷനുകളാണ്. 'ഏട്ടൻ' ഫാൻസും 'ഇക്കാ' ഫാൻസും പരസ്പരം ചെളിവാരിയെറിയുന്നതിൽ നിന്ന് ഒട്ടും പിന്നോക്കം പോകാതെ നില്ക്കുന്നുണ്ട്. ഒരുകാ

ലത്ത് തിയറ്ററുകളിൽ കൈയടി വാങ്ങിയ 'പോടാ മോനേ ദിനേശാ'യും 'ഇത്തിക്കണ്ടപ്പ്'നും മുതൽ 'നായിന്റെ മോൻ' വരെയുള്ള വിളികൾ ഫാൻസുകാർ ആഘോഷമായി ആവർത്തിച്ചാവർത്തിച്ച് പ്രയോഗിക്കുന്നു. സൂപ്പർ മെഗാ താരങ്ങളെ വിമർശിക്കുന്നവരെ അങ്ങേയറ്റം കടുത്ത തെറിയഭിഷേകത്തിലൂടെ ഒതുക്കുവാൻ സൈബർ ലോകത്തെ ഫാൻസുകാർ ഉത്സാഹിപ്പിക്കുന്നു. അങ്കമാലി ഡയറീസിലെ ലിച്ചി, സംസ്ഥാന അവാർഡ് ജേതാവ് പാർവ്വതി, കന്നഡ നടി ഭാവന, ചലച്ചിത്ര പഠനങ്ങൾ നിർവ്വഹിക്കുന്ന അപർണ്ണ പ്രശാന്തി തുടങ്ങിയവരെല്ലാം ഫാൻസുകാരുടെ അതിഭീകരമായ സൈബർ ആക്രമണങ്ങൾ നേരിടേണ്ടി വന്നവരാണ്.

മ്യൂട്ട് ചെയ്യപ്പെടുന്ന/നിരോധിക്കപ്പെടുന്ന പദങ്ങൾ

ജനപ്രിയ കലയെന്ന അവകാശവാദമുന്നയിക്കുമ്പോൾ തന്നെ ജനാധിപത്യവിരുദ്ധ നിലപാടുകളെ നിരന്തരമായി ഉല്പാദിപ്പിച്ചുകൊണ്ടിരിക്കുന്ന ചലച്ചിത്രങ്ങൾ പൊതുസമൂഹത്തിന്റെ സദാചാര നിലപാടുകളെയും ആണത്താധിപത്യങ്ങളെയും സ്ത്രീ ദളിത് ന്യൂനപക്ഷ വിരുദ്ധ മനോഭാവങ്ങളെയും അന്ധമായി പിന്തുടർന്നുകൊണ്ടേയിരിക്കുന്നു. അതുകൊണ്ടു കേരളീയ സദാചാരഭാവനകളെ പ്രകോപിപ്പിക്കുന്ന തരത്തിലുള്ള വിഷയങ്ങളോട് ശത്രുതാ മനോഭാവം പുലർത്തുകയെന്ന തന്ത്രമാണ് പൊതുവിൽ മലയാളത്തിലെ കമ്പോള സിനിമ സ്വീകരിച്ചുപോരുന്നത്. ഇതിനിടയിൽ കമ്പോള താല്പര്യങ്ങളിൽനിന്നും അകന്നുനില്ക്കുന്ന കലാസിനിമയുടെ പക്ഷക്കാർ വിപ്ലവകരമായ വിഷയങ്ങളെ സ്വീകരിക്കുമ്പോൾ മോറൽ പൊലീസിംഗിന്റെ മൊത്തക്കച്ചവടക്കാരായ ഫിലിം സർട്ടിഫിക്കേഷൻ ബോർഡും മതസമുദായ സംഘടനകളും മതാധിഷ്ഠിത സദാചാര നിലപാടുകൾ പുലർത്തുന്ന മാധ്യമങ്ങളും നിരന്തരവും സംഘടിതവുമായ ആക്രമണങ്ങളിലൂടെ പരാജയപ്പെടുത്തുന്നു. ഫ്യൂഡൽ പുരുഷാധികാര ഘടനകൾക്കും അവയുടെ നിർമ്മിതിയായ സാംസ്കാരികമൂല്യങ്ങൾക്കും എതിരായുള്ള പ്രസ്താവനകൾ, വാക്കുകൾ, അഭിപ്രായ പ്രകടനങ്ങൾ എന്നിവയെല്ലാം ഫിലിം സർട്ടിഫിക്കേഷൻ ബോർഡ് മുറിച്ചു നീക്കുകയോ മ്യൂട്ടടിപ്പിക്കുകയോ ചെയ്യുന്നു. വെള്ളിത്തിരയിൽ നഗ്നതയും ലൈംഗികതയും പ്രത്യക്ഷപ്പെടുമ്പോൾ 'വിറളി' പിടിക്കുന്ന ഇക്കൂട്ടർ അവ മുറിച്ചു നീക്കിയും 'ബ്ലർ' ചെയ്യിപ്പിച്ചും ഭാരതീയ സംസ്കാരത്തിന്റെ കാവലാളുകളാകുന്നു. വിക്ടോറിയൻ മൊറാലിറ്റിയെ കാത്തു പരിപാലിക്കുന്ന ഇക്കൂട്ടർ തന്നെയാണ് അമാന്യപദങ്ങളിൽ പ്രകോപിതരാകുന്നതും അവയെ മ്യൂട്ട് ചെയ്യിപ്പിക്കുന്നതും.

സ്വവർഗ്ഗാനുരാഗികൾ/ജന്റർ ന്യൂനപക്ഷവിഭാഗങ്ങൾ/ദളിത് ആദിവാസികൾ/മുസ്ലീം തമിഴ് വിഭാഗങ്ങൾ എന്നിവരോട് അതിതീവ്രമായ അസഹിഷ്ണുതകൾ പുലർത്തുന്ന ഹിന്ദുത്വ ഭരണകൂടം വ്യാജമായ ചരിത്രനിർമ്മിതിക്കൊരുങ്ങുന്നു. അത്തരം നീക്കത്തെ പിന്തുണച്ചു

കൊണ്ടാണ് ഫിലിം സർട്ടിഫിക്കേഷൻ ബോർഡും കേന്ദ്ര ചലച്ചിത്ര അക്കാദമിയും നിലനില്ക്കുന്നത്. സ്വവർഗ്ഗരതി സംബന്ധമായ സംവാദങ്ങൾ വെള്ളിത്തിരയിൽ പ്രത്യക്ഷപ്പെടരുത് എന്ന അജണ്ട ഉള്ളതിനാൽ തന്നെ ഫിലിം സർട്ടിഫിക്കേഷൻ ബോർഡ് ചിത്രങ്ങളിൽ അത്തരം പ്രയോഗങ്ങളെ പരമാവധി മ്യൂട്ട് അടിപ്പിക്കുകയോ കട്ട് ചെയ്യുകയോ ചെയ്യുന്നു.

ചലച്ചിത്രങ്ങളിൽ മാത്രമല്ല പത്രമാധ്യമങ്ങളിലും പൊതുജനങ്ങളിലെ ചർച്ചകൾക്കുള്ളിലും അമാന്യമെന്നു പരിഗണിക്കപ്പെടുന്ന പദങ്ങൾ സെൻസറിംഗിനു വിധേയമാകുന്നുണ്ട്. ആർഷ ഭാരത സംസ്കാരത്തിന്റെ പ്രൗഢിയിൽ ഊറ്റം കൊള്ളുന്ന തീവ്ര വലതുപക്ഷ ഹിന്ദുത്വത്തിന്റെ പ്രയോക്താക്കൾ 'നഗ്നത'യിലും 'മുല'യിലും 'നിതംബ'ത്തിലും 'ലിംഗ' ത്തിലും 'യോനി'യിലും പ്രകോപിതരാകുന്നു. അത്തരം പദപ്രയോഗങ്ങൾ നടത്തുന്ന കലാകാരന്മാരെയും കലാസൃഷ്ടികളെയും ഭീഷണികളിലൂടെയും സംഘടിതമായ ആക്രമണങ്ങളിലൂടെയും നിശബ്ദരാക്കുന്നു. ലക്ഷ്മീദേവി/സരസ്വതീ ദേവിയുടെ നഗ്നചിത്രം വരച്ചതിനാണ് സംഘ്പരിവാറുകാർ എം എഫ് ഹുസൈനു നേരെ പ്രതിഷേധങ്ങൾ അഴിച്ചുവിട്ടത്. വർത്തമാനകാലത്ത് സർഗ്ഗാത്മകതയുടെ വിളനിലങ്ങളായ കാമ്പസുകളിൽ നിന്നുയർന്നു വരുന്ന ജനാധിപത്യത്തിന്റെ ശബ്ദങ്ങളെയും ഇക്കൂട്ടർ നിശബ്ദരാക്കുവാൻ ശ്രമിക്കുന്നു.

കോഴിക്കോട് ഗുരുവായൂരപ്പൻ കോളേജിലെ മാഗസിൻ *വിശ്വവിഖ്യാത തെറി* (2014 - 2015) ഭാരതീയ സംസ്കാരത്തെ അവഹേളിക്കുന്നു എന്ന് ആരോപിച്ചുകൊണ്ടാണ് എ ബി വി പി പ്രവർത്തകർ മാഗസിന്റെ കോപ്പികൾ കത്തിച്ചത്. പുരോഗമന ജനാധിപത്യ സമൂഹം തെറിയായി ഉപയോഗിക്കുന്ന ചെറ്റ/പുലയാടി/കഴുവേറി/തോട്ടി/കുണ്ടൻ/കാടൻ തുടങ്ങിയ പദങ്ങൾക്കു പിന്നിലുള്ള സവർണ്ണയുക്തികളെ വിമർശന വിധേയമാക്കിയതിന്റെ പേരിലാണ് *വിശ്വവിഖ്യാതതെറി*യെ ഹിന്ദുത്വവാദികൾ ആക്രമിച്ചത്. പൊന്നാനി എം ഇ എസ് കോളേജ് മാഗസിൻ - *മുലമുറിക്കപ്പെട്ടവർ* (2016), ധർമ്മടം ഗവൺമെന്റ് കോളേജ് മാഗസിൻ *പെല്ലറ്റ്*, കൽപ്പറ്റ ഇമാം ഗസാലി ആർട്സ് ആൻഡ് സയൻസ് കോളേജ് മാഗസിൻ *പുലയന്* എന്നിവയെല്ലാം തന്നെ അശ്ലീലം/തെറി പദങ്ങളുടെ പേരിൽ വിവാദങ്ങളിൽ പെട്ടവയാണ്. ദളിത്, ട്രാൻസ്ജന്റർ വിഷയങ്ങളെ അവതരിപ്പിച്ച *മുല മുറിക്കപ്പെട്ടവർ* എന്ന മാഗസിൻ ആ തലക്കെട്ടിന്റെ ആ പേരിലാണ് വിവാദമുണ്ടാക്കിയത്. മുല പറിച്ചെടുത്ത കണ്ണകിയുടെ കഥയെ ആഘോഷിക്കുന്ന, മുലക്കരം ചോദിച്ചവന്റെ മുമ്പിൽ മുല അറുത്തെറിഞ്ഞു കൊടുത്ത നങ്ങേലിയുടെ രാഷ്ട്രീയം ചർച്ച ചെയ്യപ്പെടുന്ന കേരളീയ സമൂഹത്തിലാണ് അത്തരമൊരു പദം യാഥാസ്ഥിതിക ജനസമൂഹത്തെ പ്രകോപിപ്പിക്കുന്നത്. "ചൂഴ്ന്നെടുത്ത വത്തയ്ക്ക പോലെ മുലയും കാട്ടി മുസ്ലിം പെൺകുട്ടികൾ നടക്കുകയാണ്" എന്ന പ്രസ്താവന നടത്തിയത് (2018 മാർച്ച് 18) കോഴിക്കോട് ഫാറൂഖ് കോളേജിലെ

അസിസ്റ്റന്റ് പ്രൊഫസറും ഫാമിലി കൗൺസിലറുമായ ജവഹർ മുന വറാണ്. അദ്ധ്യാപകന്റെ സ്ത്രീവിരുദ്ധപ്രസ്താവനയ്ക്കു പിന്നിൽ കടുത്ത മത യാഥാസ്ഥിതികത്വവും പരമ്പരാഗത ആൺബോധങ്ങളു മാണ് എന്നിരിക്കെത്തന്നെ സംഘടിതമായ ജനകീയ മുന്നേറ്റങ്ങൾ (പുരോഗമന വിദ്യാർത്ഥി പ്രസ്ഥാനം പ്രതിഷേധ പ്രകടനം നടത്തിയി രുന്നു) അതിനെതിരെ സൃഷ്ടിക്കപ്പെട്ടിട്ടില്ല എന്നത് കേരളീയ സമൂഹം മതഭീകരതയിലേക്കു നീങ്ങുന്നതിനെ വ്യക്തമാക്കുന്നു. 'മുല'യെന്ന പദത്തെ മാതൃത്വവുമായി ചേർക്കുമ്പോൾ സഭ്യമാണെങ്കിൽ അത് അല്ലാത്ത സന്ദർഭങ്ങളിൽ അശ്ലീലവും തെറിയുമായി മാറുന്നു. മുലയെ സംബന്ധിച്ചുള്ള അശ്ലീല മനോഭാവങ്ങൾ മാറുന്നതിനായി 'മുല തുറ ക്കൽ സമരം' തിരുവനന്തപുരം സ്വദേശി ആരതി എസ് എ, ആക്ടി വിസ്റ്റ് രഹന ഫാത്തിമ എന്നിവർ ഓൺലൈനിലൂടെ ആരംഭിച്ചിരുന്നു. (നാ രദാ ന്യൂസ്, 18 മാർച്ച് 2018)

തെറിയുടെ രാഷ്ട്രീയം

കേട്ടു പഴകിയതും വായിച്ചറിഞ്ഞതുമായ അമാന്യ പദങ്ങൾ മാന്യ മാകുകയും മാന്യമെന്നു വിശ്വസിച്ചിരുന്ന പദങ്ങൾ അമാന്യമായി മാറു കയും ചെയ്യുന്ന കാലഘട്ടത്തിൽ അത്തരം തെറിപദങ്ങൾക്ക് കൃത്യമായ രാഷ്ട്രീയമുണ്ട്. സംഘർഷാത്മക സന്ദർഭങ്ങളിലും കടുത്ത മാനസിക വിക്ഷോഭങ്ങൾ നേരിടുന്ന സാഹചര്യങ്ങളിലും വ്യക്തികൾ എടുത്തു പ്രയോഗിക്കുന്ന തെറിവാക്കുകൾ അത്തരം സന്ദർഭങ്ങളിൽനിന്ന് അവർക്ക് താല്ക്കാലികമായ ഒരു വിടുതൽ നല്കുന്നു. തെറി പ്രയോഗ ത്തിലൂടെ എതിരാളികളെ കീഴടക്കുവാൻ ശ്രമിക്കുന്നവർ മാനസികമായി ദുർബലരായിരിക്കുമെന്ന് മനഃശാസ്ത്രം വാദിക്കുന്നു. രണ്ടു വ്യക്തികൾ തമ്മിലുള്ള സംഘർഷത്തിൽ ദുർബലനായവൻ പ്രതിയോഗിയെ ജയി ക്കുന്നതിനു വേണ്ടിയാണ് തെറിപ്രയോഗങ്ങൾ നടത്തുന്നത്. തെറി പ്രയോഗങ്ങൾ തെറിയനു മാനസികമായ സംതൃപ്തി നല്കുന്നുവെന്ന വാദത്തെ പ്രബലമാക്കുന്നത്, ശക്തനുമേൽ ദുർബലൻ നേടുന്ന കായി കമായ ആധിപത്യത്തിന്റെ അടിസ്ഥാനത്തിലല്ല മറിച്ച് വാചികമായ ആധി പത്യത്തിന്റെ അടിസ്ഥാനത്തിലാണ്.

വെറുപ്പിന്റെ മാനസിക ഭാഷയായ തെറി നിലവിലുള്ള അധികാര ഘടനകൾക്കെതിരെയുള്ള പ്രതിഷേധത്തിന്റെ പ്രയോഗ സാധുതകളി ലൊന്നാണ്. നീതിന്യായങ്ങൾ നിഷേധിക്കപ്പെടുന്ന പൗരൻ ഭരണകൂ ടത്തെ തെറി പറയുന്നത്, അവനിൽ സൃഷ്ടിക്കപ്പെട്ട ഭരണകൂടത്തോ ടുള്ള വിദ്വേഷത്തിന്റെയും വെറുപ്പിന്റെയും അടിസ്ഥാനത്തിലാണ്. അതു വഴി അവൻ തന്റെ പ്രതിഷേധങ്ങൾ രേഖപ്പെടുത്തുന്നു.

ജനപ്രിയ സൂപ്പർതാരചിത്രങ്ങളിൽ കട്ടും മ്യൂട്ടുമില്ലാതെ തെറി പ്രയോഗങ്ങൾ നിറുത്തുവെങ്കിൽ കലാസിനിമകളിലാകട്ടെ അവ മുറിച്ചു നീക്കപ്പെടുകയോ മ്യൂട്ട് ചെയ്യപ്പെടുകയോ ചെയ്തു. വ്യവസ്ഥാപിതവും

സങ്കുചിതവുമായ നിലപാടുകൾ സ്വീകരിക്കുന്ന ഫിലിം സർട്ടിഫിക്കേഷൻ ബോർഡിന്റെ പക്ഷപാതിത്വങ്ങളാണ് അതിനു പിന്നിലുള്ളത്.

തെറി അശ്ലീലവും അമാന്യവുമായിരിക്കുമ്പോൾ തന്നെ അവ വെള്ളിത്തിരയിൽ അവതരിപ്പിക്കപ്പെടുമ്പോൾ കൈയടികളോടെ ആർപ്പുവിളികളോടെ സ്വീകരിക്കപ്പെടുന്നു. മാധവനും ഭരത്ചന്ദ്രനും ആനക്കാട്ടിൽ ചാക്കോച്ചിയും നരസിംഹ മന്നാഡിയാരും തേവള്ളിപ്പറമ്പിൽ ജോസഫ് അലക്സും അറയ്ക്കൽ മാധവനുണ്ണിയും കമ്മീഷ്ണർ രാമനാഥനും കണിമംഗലം ജഗന്നാഥനും പൂവള്ളി ഇന്ദുചൂഡനും സക്കീർ അലി ഹുസൈനും കാശിനാഥനും അലിഭായിയും ബെൻജോൺസണും വടക്കൻ വീട്ടിൽ കൊച്ചുകുഞ്ഞും വെള്ളിത്തിരയിൽ നിറഞ്ഞാടിയപ്പോൾ അവർ പറഞ്ഞ 'തെറികൾ ചേർത്ത പഞ്ച് ഡയലോഗുകൾ' സ്ത്രീപുരുഷ ഭേദമെന്യേ പ്രേക്ഷകസമൂഹം കൈയടികളോടെയാണ് സ്വീകരിച്ചത്. അത്തരം ഡയലോഗുകൾ ഏറ്റു പറഞ്ഞു നടക്കുവാൻ അക്കാലത്തെ പ്രേക്ഷകർ തയ്യാറായെങ്കിൽ പുതിയകാല പ്രേക്ഷകർ ട്രോളുകളിലൂടെ അവയെ സ്വീകരിക്കുന്നു. ഇന്റർനെറ്റും യുട്യൂബും സജീവമല്ലാതിരുന്ന കാലഘട്ടത്തിൽ ഇത്തരം ഡയലോഗുകൾ സൃഷ്ടിച്ച വിപണി സാധ്യതകളെ ഉപയോഗപ്പെടുത്തുന്നതിനായി ഓഡിയോ കാസറ്റു കമ്പനികൾ 'ചലച്ചിത്ര ശബ്ദരേഖ'കൾ തയ്യാറാക്കി എത്തിച്ചിരുന്നതും അവ വിപണിയിൽ സ്വീകരിക്കപ്പെട്ടതും ഇവിടെ സ്മരണീയമാണ്. ഭാഷയുടെ തെറിഭേദങ്ങളോ സ്ത്രീവിരുദ്ധതകളോ പരിഗണിക്കാതെ സ്ത്രീകളും പുരുഷന്മാരുമടങ്ങുന്ന ആസ്വാദക സമൂഹം സൂപ്പർ സ്റ്റാറുകളുടെ ഗർജ്ജനങ്ങളെ ഇത്തരം കാസെറ്റുകളിലൂടെ സ്വീകരിച്ചു. പിന്നീട് അവ ഏറെക്കാലം മിമിക്രി വേദികളിലും ടെലിവിഷൻ പ്രോഗ്രാമുകളിലും ആഘോഷിക്കപ്പെടുകയുമുണ്ടായി.

തെറിപ്പദങ്ങളെ മ്യൂട്ട് ചെയ്യിക്കുന്നതിൽ പക്ഷപാതപരമായ നിലപാടുകൾ വ്യത്യസ്ത കാലങ്ങളിൽ ഫിലിം സർട്ടിഫിക്കേഷൻ ബോർഡുകൾ സ്വീകരിക്കുന്നുണ്ടെന്ന് സൂപ്പർതാര ചിത്രങ്ങൾ പരിശോധിക്കുമ്പോൾ വ്യക്തമാണ്. 'ആ പര പൂമോനെ' (*നരസിംഹം/2000*), 'പന്ന പരമനാറി പട്ടി പുലയാടി മോനേ' (*കിംഗ്&കമ്മീഷ്ണർ/1995*) എന്നിങ്ങനെയുള്ള ഡയലോഗുകളെ മ്യൂട്ട് ചെയ്യാതെ നിഷ്കളങ്കമായി ചവിട്ടി കയറ്റിവിട്ട ബോർഡാണ് കലാസിനിമകളിൽ അനിവാര്യമായ പദങ്ങളെ നീക്കുവാനും മ്യൂട്ട് ചെയ്യുവാനും ഉത്സാഹിക്കുന്നത്. സനൽകുമാർ ശശിധരന്റെ *ഒഴിവുദിവസത്തെ കളി*യിൽ തന്നെ കീഴ്പ്പെടുത്തുവാൻ ശ്രമിക്കുന്ന ധർമ്മന്റെ കരണത്തൊന്നു പൊട്ടിച്ചിട്ട് പച്ചതെറി വിളിച്ചാണ് ഗീത ആൺ അധികാരത്തെയും ബലാത്സംഗതൃഷ്ണയെയും പ്രതിരോധിക്കുന്നത്. പച്ചയായ തെറികൾ വിളിച്ചുകൊണ്ട് ആണത്തത്തിന്റെ ആധിപത്യവാസനകളെ പ്രതിരോധിക്കുന്ന പെൺമാതൃകകൾ വീട്ടകങ്ങളിലും പൊതുവിടങ്ങളിലും ധാരാളമുണ്ട്. അത്തരം മാതൃകകളെ നിരാകരിച്ചുകൊണ്ട് ഫ്യൂഡൽ മൂല്യങ്ങളെ അണുവിട വിടാതെ പിന്തുടരുന്ന സ്ത്രീരൂപങ്ങളെ

ആവിഷ്കരിച്ചുകൊണ്ട് സ്ത്രീയുടെ കീഴാളനിലകളെ ഊട്ടി ഉറപ്പിക്കുകയായിരുന്നു മലയാള സിനിമ.

തെറിയുടെ സൂക്ഷ്മ രാഷ്ട്രീയത്തെ പരിഗണിക്കുമ്പോൾ അവ അങ്ങേയറ്റം സ്ത്രീവിരുദ്ധവും കീഴാള വിരുദ്ധവുമാണെന്ന് വ്യക്തമാകും. ഭാഷയെ മാന്യതയുടെ അളവുകോലുകൊണ്ട് അളക്കുമ്പോൾ തെറി മലയാളങ്ങൾ 'തീണ്ടൽ' പദങ്ങളും തെറി ഭാഷണക്കാരൻ 'അമാന്യനു'മാകുന്നു. അതേസമയം സാമൂഹ്യാധികാരഘടനയിൽ ഉന്നത ശ്രേണിയിലുള്ളവർ, വിശേഷാൽ പഴയകാല രാജാക്കന്മാർ, തമ്പുരാക്കന്മാർ, നാടുവാഴികൾ, വർത്തമാനകാലത്തെ മന്ത്രിമാർ, ബ്യൂറോക്രാറ്റുകൾ, ജനപ്രിയ താരങ്ങൾ എന്നിവരുടെ വാക്പ്രയോഗങ്ങളിൽ കടന്നുവരുന്ന തെറിപ്രയോഗങ്ങൾ അവരുടെ സാമൂഹ്യാന്തസ്സിനെ പ്രതികൂലമായി ബാധിക്കുന്നില്ലെന്നു മാത്രമല്ല അവരുടെ 'സവിശേഷ ഇടപെടലുകളായി' അവ വിലയിരുത്തപ്പെടുകയും ചെയ്യുന്നു. പൂഞ്ഞാർ എം എൽ എയായ പി സി ജോർജ്ജിന്റെ വാഗ്വിലാസങ്ങൾ ഇതിനുള്ള ഉദാഹരണമാണ്. ദളിത്/സ്ത്രീവിരുദ്ധ, ജനാധിപത്യ വിരുദ്ധനിലപാടുകളെയാണ് നാട്ടുഭാഷയിലൂടെ പി സി ജോർജ്ജ് സമൂഹത്തിനു മുമ്പിൽ അവതരിപ്പിക്കുന്നത്.

തെറിയെ സംബന്ധിച്ച വ്യവസ്ഥാപിതമായ ധാരണകൾ മാറ്റിയെഴുതപ്പെട്ട നവമാധ്യമ കാലത്ത് 'തെറി മലയാളത്തിന്' അർഹമായ സ്വീകാര്യതകൾ ലഭ്യമാകുന്നുണ്ട്. ചേരിതിരിഞ്ഞുള്ള സൈബർ ആക്രമണങ്ങളിൽ 'ആ'യും 'പൂവു'ം 'കാ'യും 'കൂ'യും 'താ'യും 'ചേ'യും 'പാ'യും എല്ലാം ധാരാളിത്തത്തോടുകൂടി ഉപയോഗിക്കപ്പെടുന്നു. സാധാരണ പൗരനെ മുതൽ മുഖ്യമന്ത്രി വരെയുള്ളവരെ ഒളിവിലിരുന്ന് തെറിയഭിഷേകം നടത്തുന്നതിനുള്ള സ്വാതന്ത്ര്യം നവമാധ്യമങ്ങൾ നല്കുന്നു.

തെറിയെക്കുറിച്ച് സജീവമായി ചർച്ച ചെയ്യുമ്പോഴും കലാ സാഹിത്യാദി മാധ്യമങ്ങളിൽ തെറികളെ സ്വതന്ത്രമായി ആവിഷ്കരിക്കാനുള്ള സാധ്യതകൾ വിരളമാണ് എന്ന വൈരുദ്ധ്യം കൂടി നിലനില്ക്കുന്നു. ദൃശ്യവും അദൃശ്യവുമായ സെൻസർഷിപ്പുകളും ഭാഷയെയും സംസ്കാരത്തെയും കേന്ദ്രീകരിച്ചുള്ള 'മാന്യതാബോധങ്ങ'ളും നിലനില്ക്കുന്നതിനാൽ തന്നെ 'തെറിമലയാളം' പടിക്കു പുറത്തുതന്നെ നില്ക്കേണ്ടിവരുന്നു. തെറിപ്പദങ്ങൾ ചലച്ചിത്രങ്ങളിൽ മ്യൂട്ട് ചെയ്യപ്പെടുമ്പോൾ അച്ചടിമാധ്യമങ്ങളിൽ അവ മുറിച്ചു നീക്കപ്പെടുന്നു. മാധ്യമങ്ങളുടെ സ്ഥാപിത താല്പര്യങ്ങൾക്കൊപ്പം തന്നെ മത സദാചാരബോധങ്ങളും അവയിൽ നിർണ്ണായക സ്വാധീനം ചെലുത്തുന്നു.

'തെറി'യോടുള്ള അസഹിഷ്ണുത വർത്തമാനകാല സമൂഹത്തിൽ നിലനില്ക്കുന്നു എന്നതിന്റെ തെളിവാണ് എസ് ഹരീഷിന്റെ *മീശ* നോവലുമായി ബന്ധപ്പെട്ട് ഉയർന്നുവന്ന വിവാദങ്ങൾ. മാതൃഭൂമി ആഴ്ചപ്പതിപ്പിൽ 2018 ജൂലായ് 15 നു പ്രസിദ്ധീകരിച്ച നോവലിന്റെ മൂന്നാം അദ്ധ്യായമാണ്, ക്ഷേത്രത്തിൽ പോകുന്ന ഹിന്ദുസ്ത്രീകളെ അപമാനിക്കുന്നു

എന്ന പേരിൽ ഹിന്ദുത്വവാദികൾ വിവാദമാക്കിയത്. ആഴ്ചപ്പതിപ്പിൽ നിന്നും പിൻവലിച്ച നോവൽ പത്തു ദിവസത്തിനുള്ളിൽ ഡി സി ബുക്ക് പുസ്തകരൂപത്തിൽ പ്രസിദ്ധീകരിച്ചു. വിപണിയിലിറങ്ങിയ നോവൽ കൂട്ടമായി കത്തിച്ചാണ് ഹിന്ദുത്വവാദികൾ പ്രതിഷേധിച്ചത് (2018 ആഗസ്റ്റ് ഒന്ന്) ഹിന്ദു സവർണ്ണ മധ്യവർഗ്ഗ സ്ത്രീകളെ തെറികളിലൂടെ അവഹേളിക്കുന്നുവെന്നതിന്റെ പേരിൽ പ്രക്ഷോഭങ്ങൾ നടത്തിയവർ ദളിതരെ കേന്ദ്രീകരിച്ചു നിലനില്ക്കുന്ന പൊലയാടിമോൻ (മോൾ), പുണ്ടച്ചി (മോൻ)മോൾ അടക്കമുള്ള തെറികളിൽ ഒന്നിനോടുപോലും നാളിതുവരെയായി പ്രതികരിച്ചിരുന്നില്ല എന്ന വൈരുദ്ധ്യം നമ്മുടെ മുമ്പിലുണ്ട്.

തെറിപദങ്ങളെ അമാന്യമായി പരിഗണിക്കുമ്പോൾ തന്നെ കേരളീയ പൊതുമണ്ഡലത്തിൽ ജനസമൂഹം പൊതുകൂട്ടായ്മകളിൽ അവ സ്വാഭാവികമായി എടുത്തു പ്രയോഗിക്കാറുണ്ട്. രാഷ്ട്രീയ സമുദായസംഘടനകൾ നടത്തുന്ന പ്രകടനങ്ങളിലും പ്രതിഷേധങ്ങളിലും ഉയർന്നു കേൾക്കുന്ന മുദ്രാവാക്യങ്ങൾ അതിനുള്ള തെളിവാണ്. ഉമ്മൻചാണ്ടി ഭരണകാലത്ത് പോലീസ് മർദ്ദനത്തിനിരയായ വിദ്യാർത്ഥി - യുവജന സഖാക്കൾ പ്രതിഷേധ പ്രകടനത്തിൽ "കാക്കിക്കുള്ളിൽ പൊലീസെങ്കിൽ അതിനെ ഞങ്ങൾ മാനിക്കും. കാക്കിക്കുള്ളിൽ കോൺഗ്രസെങ്കിൽ പോ പുല്ലേ... പോടാ പുല്ലേ... യെന്നും ഭരണവിരുദ്ധ വികാരത്തിലുള്ള പ്രകടനമാണെങ്കിൽ "ഇതുപോലൊരു നാറിയ ഭരണം കേരള ജനത കണ്ടിട്ടില്ല. ഈ നാറിയ ഭരണം തുലയട്ടെ"യെന്നും സ്വാശ്രയ വിദ്യാഭ്യാസ കച്ചവടത്തിനെതിരെയുള്ള പ്രതിഷേധമാണെങ്കിൽ "പാലക്കാട്ടെ പട്ടന്മാർക്കും പാലായിലെ പാതിരിമാർക്കും കോഴിക്കോട്ടെ കോയമാർക്കും സമസ്ത കേരള നായന്മാർക്കും വിദ്യാഭ്യാസം വില്ക്കുന്നേ വിദ്യാഭ്യാസം വില്ക്കുന്നേ" യെന്നും മുദ്രാവാക്യം മുഴക്കുന്നു. തിരിച്ച് ഇടതുപക്ഷ ഭരണത്തിന്റെ കാലയളവിൽ സംഘികളും കോൺഗ്രസുകാരും ചെറുതല്ലാത്ത പ്രതിഷേധ പ്രകടനങ്ങളിൽ തെറി മുദ്രാവാക്യങ്ങൾ മുഴക്കാറുണ്ട്.

അപരനെ ജയിക്കാൻ വേണ്ടിയാണ് ഭൂരിപക്ഷം പേരും തെറി വിളിക്കുന്നതെങ്കിലും തെറിവിളിക്കുന്നയാൾ അപരിഷ്കൃതനായും മാന്യതയില്ലാത്തവനായും സംസ്കാരമില്ലാത്തവനായും പൊതുമണ്ഡലത്തിൽ വിലയിരുത്തപ്പെടുന്നു. അതേസമയം തെറി പറയുന്ന നായകൻ നായകസങ്കല്പങ്ങളുടെ പൂർണ്ണതയുള്ളവനായതു കൊണ്ടുതന്നെ കൈയടികളോടെ സ്വീകരിക്കപ്പെടുന്നു. ജനപ്രിയ താരങ്ങളുടെ തെറി പ്രയോഗങ്ങളെ അതിതീവ്രമായ തലത്തിൽ പിന്തുടരുവാനും പ്രേക്ഷകൻ തയ്യാറാകുന്നുണ്ട്.

പൊതുഇടങ്ങൾ/സൈബർ ഇടങ്ങളിൽ സ്ത്രീകൾ നേരിടേണ്ടിവരുന്ന തെറി ഭാഷ്യങ്ങൾ അധികാരവും സ്വാതന്ത്ര്യവുമായി ബന്ധപ്പെട്ടുകൊണ്ടുള്ളതാണ്. സ്വാതന്ത്ര്യത്തോടെ സംസാരിക്കുന്ന, ഉടലിനെയും ലൈംഗികതയെയുംകുറിച്ച് കൃത്യമായ അഭിപ്രായങ്ങൾ പ്രകടിപ്പിക്കുന്ന സ്ത്രീകളെ വെർബൽ റേപ്പിംഗിന് വിധേയമാക്കുവാനാണ് സൈബർ

ഗുണ്ടകൾ ശ്രമിക്കുന്നത്. ലൈംഗികാവയവങ്ങളെ കേന്ദ്രീകരിച്ചുള്ള ആൺതെറികൾക്കു മുമ്പിൽ നിശബ്ദരാകാതെ 'ഭ്ഫാ'യെന്നു ആട്ടിക്കൊണ്ട് ആണിന്റെ അപ്രമാദിത്വങ്ങളെ തെറി ഭാഷയിലൂടെത്തന്നെ മറികടക്കുവാൻ പുതിയകാല സ്ത്രീത്വത്തിനു കഴിഞ്ഞിട്ടുണ്ട്.

മാന്യതയുടെ ഭാഷാതന്ത്രങ്ങൾ

അമാന്യമായ തെറിപ്പദങ്ങളെ സമാനാർത്ഥമുള്ള പദങ്ങളിലൂടെ മാന്യമാക്കി ഉപയോഗിക്കുന്ന ഭാഷാതന്ത്രത്തെ 'ശിഷ്ടോക്തി' യെന്നു പറഞ്ഞു വരുന്നു. ശിഷ്ടോക്തിയുടെ സമർത്ഥമായ ഇടപെടലുകൾ കലാസാഹിത്യാദി മാധ്യമങ്ങളിലും പൊതുജന സമൂഹത്തിലും പ്രകടമാണ്. പച്ചമലയാളമായ 'മുല', നിപ്പിൾ/ബ്രസ്റ്റ്/ക്ലീവേജ് ആകുമ്പോൾ കുണ്ടി/ചന്തി, നിതംബമാകുമ്പോൾ ചുക്കുമണി/പൂഞ്ഞാണി എന്നത് ലിംഗം/മെയ്ൽ സെക്സ് ഓർഗ് ആകുമ്പോൾ മാന്യതയാർന്ന പ്രയോഗമായി മാറുന്നു. അമാന്യമെന്നു ധ്വനിപ്പിക്കുന്ന പ്രാദേശിക പദങ്ങൾക്ക് സമാനമായ ഇംഗ്ലീഷ് പദങ്ങൾ പ്രയോഗിക്കുന്നതോടുകൂടി അവ മാന്യവും ആയി ആർത്തവം/മാസമുറയെന്നത് പീരീഡ്സ്/ചെയ്ഞ്ചസ് ആകുമ്പോൾ കക്കൂസിൽ പോവുന്നത് ടോയ്ലെറ്റിൽ പോകുന്നതാകുമ്പോൾ അവ മാന്യമാകുന്നു.

'നീയാണല്ലേ പെണ്ണുങ്ങളെ ശല്യപ്പെടുത്തുന്ന അലവലാതി ഷാജി' എന്നു പറഞ്ഞ നായകനിൽ നിന്നും വളർന്ന മലയാള സിനിമാ 'ഫ്ാ പുല്ലേ'യെന്നും 'പന്നകഴുവറടമോനേ'യെന്നും പറയുന്ന നായകരിലേക്കും (സുരേഷ്ഗോപി/മമ്മൂട്ടി/പൃഥിരാജ്) 'കൂടുതൽ കൊണാപ്പിക്കല്ലേ' എന്നു പറയുന്ന നായകനിലേക്കും (വിനായകൻ) എത്തിനില്ക്കുന്നു. 'ഷിറ്റും' 'ബാസ്റ്റാർഡും' 'ഡെർട്ടി ബിച്ചു'മൊക്കെ ശരാശരി മലയാളിക്കു പരിചിതമാക്കിയത് സുരേഷ്ഗോപി കഥാപാത്രങ്ങളായിരുന്നു. "പ്ഫാ പുല്ലേ" പോലുള്ള പ്രയോഗങ്ങൾ അടുത്ത തലമുറയിലേക്ക് എത്തുന്നതിന്റെ സൂചനകൾ ഭരത്ചന്ദ്രൻ ഐ പി എസ് ഉൾപ്പെടെയുള്ള ചിത്രങ്ങളിൽനിന്നും വ്യക്തമാണ്. സുരേഷ്ഗോപി യുഗം അവസാനിച്ചുവെങ്കിൽ തന്നെയും അദ്ദേഹത്തിന്റെ പഞ്ച് ഡയലോഗുകൾ വർത്തമാനകാലത്ത് സോഷ്യൽ മീഡിയാ ധാരാളിത്തത്തോടുകൂടി ഉപയോഗിച്ചുകൊണ്ടിരിക്കുന്നു.

തെറിയെ സംബന്ധിച്ചുള്ള വിരുദ്ധാഭിപ്രായങ്ങൾ നിലനില്ക്കുമ്പോൾ തന്നെ പൊതുമണ്ഡലത്തിലുള്ള ഭാഷാ വിലക്കുകളെ തെറി മലയാളം റദ്ദുചെയ്യുന്നു. ഇത്തരം വിലക്കുകൾ വരേണ്യവർഗ്ഗത്തിന്റെ സാംസ്കാരിക ഭാവനകളുടേയും മാന്യതാബോധങ്ങളുടേയും ഉല്പന്നമായതിനാൽതന്നെ തെറിമലയാളം പ്രത്യക്ഷത്തിൽ ആ വരേണ്യബോധങ്ങളെയാണ് മറികടക്കുന്നത്. അതുവഴി നൈസർഗ്ഗികമായ ചോദന

കളെ അതിതീവ്രമായ തലത്തിൽ സന്നിവേശിപ്പിക്കുവാൻ തെറിക്കും തെറി പറയുന്നവ (ൾക്കും) നും സാധിക്കുന്നു.

റഫറൻസ്

I.1. ഇ പി രാജഗോപാലൻ, *നാട്ടറിവും വിമോചനവും*, പുസ്തക ഭവൻ, പയ്യന്നൂർ.

2. ശ്രീഷമിം (എഡിറ്റർ), വിശ്വ വിഖ്യാത തെറി - *കാമ്പസ് യുവത്വത്തിന്റെ പ്രതിഷേധാരവങ്ങൾ*, ഡി സി ബുക്സ് കോട്ടയം, ഏപ്രിൽ 2016.

3. എസ് ശാരദക്കുട്ടി, *ഞാൻ നിങ്ങൾക്കെതിരെ ആകാശത്തെയും ഭൂമിയെയും സാക്ഷ്യം വെയ്ക്കുന്നു*, മാതൃഭൂമി ബുക്സ്, കോഴിക്കോട് 2012.

4. പി എം ഗിരീഷ്, *മലയാളം ദിക്കും ദിശയും*, ഇൻസൈറ്റ് പബ്ലിക്ക, കോഴിക്കോട്, മാർച്ച് 2018.

5. എസ് ഹരീഷ്, *മീശ*, ഡി സി ബുക്സ്, കോട്ടയം, ജൂലായ് 2018.

II.1. ഡോ. ഉണ്ണി ആമപ്പാറയ്ക്കൽ, *തെറി മലയാളം*, വിജ്ഞാനകൈരളി, ആഗസ്റ്റ് 2017, വാല്യം 50, ലക്കം 7.

2. തെറിപുരാണം ബ്ലോഗ്.

ഭാഗം മൂന്ന്

സെക്സ്/ജന്റർ/സെക്ഷ്വാലിറ്റി/ക്വീയർ പൊളിറ്റിക്സ്

6

ചലച്ചിത്രാഖ്യാനങ്ങളും സ്വവർഗ്ഗലൈംഗികതയും ഗേ/ലെസ്ബിയൻ സ്വത്വം രാഷ്ട്രീയം പ്രതിനിധാനം

"യുഗങ്ങളോളം ഞാൻ അവളുടെ തുടിക്കുന്ന കൈകാലുകളുടെ അടിമയായിരുന്നു. അതിനുശേഷം ഞാനവളുടെ പ്രേമഭാജനമായി മാറി. അവളുടെ വായിന്റെ നനവും സ്വാദും എന്റേതായി. അവളുടെ ശരീരത്തിന്റെ മാർദ്ദവങ്ങളും കാഠിന്യങ്ങളും എന്റെ സഹവർത്തികളായി"

- (ഷീല, ചന്ദനമരങ്ങൾ/മാധവിക്കുട്ടി)

രാജ്യത്തു നാമമാത്രമാണ് എൽ ജി ബി ടി വ്യക്തികളെന്നതു ഭരണഘടന ഉറപ്പു നല്കുന്ന മൗലികാവകാശങ്ങൾ അവർക്കു നിഷേധിക്കുന്നതിനു കാരണമാക്കാനാവില്ല. എൽ ജി ബി ടി ലൈംഗിക ന്യൂനപക്ഷമാണെങ്കിലും, ഈ രാജ്യത്തെ പൗരന്മാർ തന്നെയാണ്, ഭരണഘടനയുടെ 14, 15, 19, 21 വകുപ്പുകൾ ഉറപ്പുനല്കുന്ന മൗലികാവകാശങ്ങൾ നടപ്പാക്കിക്കിട്ടാൻ അവർക്കു തുല്യമായ അവകാശമുണ്ട്. നൂറ്റാണ്ടുകളായി അനുഭവിച്ച മാനഹാനിക്കും അയിത്തത്തിനും പരിഹാരമുണ്ടാക്കുന്നതിലെ കാലതാമസത്തിന് എൽ ജി ബി ടി സമൂഹത്തോടും അവരുടെ കുടുംബാംഗങ്ങളോടും ചരിത്രം മാപ്പു ചോദിക്കണം. അടിച്ചമർത്തലിന്റെയും പീഡനത്തിന്റെയും ഭീതിനിറഞ്ഞതായിരുന്നു ഈ വിഭാഗത്തിന്റെ ജീവിതം.

- ജസ്റ്റിസ് ഇന്ദുമൽഹോത്ര (മലയാളമനോരമ 2018 സെപ്റ്റംബർ 7 വെള്ളി)

ഞാൻ ഗേ ആണെന്ന് മലയാളത്തിൽ എങ്ങനെ പറയും? കൃത്യമായി ഒരു വാക്കില്ല. സ്വവർഗ്ഗരതിക്കാരൻ എന്ന പദമുപയോഗിച്ചു അഭിസംബോധന ചെയ്യപ്പെടാനാഗ്രഹമില്ല താനും. സ്വവർഗ്ഗാനുരാഗി ആണ് പൊരുത്തം വരുന്ന വാക്ക്. പക്ഷേ, അതിന്റെ ഇംഗ്ലീഷ് ഗേ എന്നതിനോട് പൂർണ്ണമായും ചേരുന്നതുമില്ല. ആരെങ്കിലും കുണ്ടൻ എന്നു വിളിക്കപ്പെ

ടാൻ ആഗ്രഹിക്കുമോ? ഈയടുത്ത കാലത്തായി സ്വവർഗ്ഗരതി എന്നത് മാറി സ്വവർഗ്ഗാനുരാഗം എന്ന വാക്കു കൂടുതലായി ഉപയോഗിച്ചു കാണുന്നതിൽ സന്തോഷം തോന്നുന്നു.

- (ജിജോ കുരിയാക്കോസ്/ക്വീയർ ആക്ടിവിസ്റ്റ്)

ജീവജാലങ്ങളിൽ സർവ്വ സാധാരണമായ ലൈംഗികതയെ സ്വവർഗ്ഗ ലൈംഗികത/ഭിന്നവർഗ്ഗ ലൈംഗികത എന്നീ വിരുദ്ധ ദ്വന്ദ്വങ്ങളിലാണ് വിശകലനം ചെയ്തുവരുന്നത്. ഭിന്നവർഗ്ഗത്തിൽപ്പെട്ട സ്ത്രീയും പുരുഷനും തമ്മിലുള്ള രതിതാല്പര്യങ്ങളെയും ലൈംഗിക ബന്ധത്തെയുമാണ് ഭിന്നവർഗ്ഗ ലൈംഗികത (Hetero Sexuality) സൂചിപ്പിക്കുന്നതെങ്കിൽ, ഒരേ ലിംഗവർഗ്ഗത്തിൽപ്പെട്ടവർ തമ്മിലുണ്ടാകുന്ന വൈകാരികമായ ബന്ധത്തെയാണ് സ്വവർഗ്ഗ ലൈംഗികത (Homo Sexuality) യെന്നു വിവക്ഷിക്കുന്നു.

ഭിന്നവർഗ്ഗ ലൈംഗികത 'സ്വാഭാവികവും' 'മാന്യവു'മാണെങ്കിൽ സ്വവർഗ്ഗ ലൈംഗികത 'അസ്വാഭാവികവും' 'അമാന്യവു'മാണെന്ന പൊതുബോധം ഇന്ത്യൻ സമൂഹത്തിൽ സ്ഥിര പ്രതിഷ്ഠ നേടിയിരിക്കുന്നു. കൊളോണിയൽ ഭരണകൂടത്തിന്റെ വിക്ടോറിയൻ മൊറാലിറ്റിയെ ഇന്ത്യൻ കോളനികളിൽ നടപ്പിലാക്കിയതിന്റെ പ്രതിഫലനമാണ് സ്വവർഗ്ഗരതി പ്രകൃതിവിരുദ്ധമായത്.

ഭിന്നവർഗ്ഗലൈംഗികതയുടെ സാമൂഹികസ്ഥാപനമായ കുടുംബത്തെ മുൻനിറുത്തി വ്യത്യസ്ത ജീവിതങ്ങളെ ആവിഷ്കരിക്കുകയായിരുന്നു ചലച്ചിത്രങ്ങൾ. മലയാള സിനിമയുടെ പ്രാരംഭകാലം തൊട്ടേ ഇത്തരം ആവിഷ്കാരങ്ങളാണ് സജീവമായുണ്ടായിരുന്നത്. കേരളീയ സമൂഹത്തിലെ ജാതി മത ബോധങ്ങളെയും യാഥാസ്ഥിതികത്വങ്ങളെയും ഒരു തര(ല)ത്തിലും പോറലേല്പിക്കാതെയാണ് കമ്പോള സിനിമ നിർമ്മിക്കപ്പെട്ടത്. ഭിന്നവർഗ്ഗ ലൈംഗികതയുടെ ദൃശ്യാവിഷ്കാരങ്ങൾ മലയാള സിനിമയിൽ സാധ്യമാകുമ്പോഴും പ്രണയത്തെ/ലൈംഗികതയെ സംബന്ധിച്ചുള്ള പാവന/പാപബോധങ്ങളുടെ അടിത്തറയെ അവ ശക്തിപ്പെടുത്തിയിരുന്നു. സദാചാര മൂല്യവ്യവസ്ഥിതികളെ തകരാതെ കാത്തു പരിപാലിക്കുകയെന്ന സവർണ്ണ ബോധത്തെ അച്ചടക്കത്തോടെയും കൈയ്യൊതുക്കത്തോടെയും ആദ്യകാല മലയാള സിനിമകൾ പിന്തുടർന്നിരുന്നു. സദാചാരമൂല്യവ്യവസ്ഥിതികളെ 'ബ്രേക്ക്' ചെയ്യാൻ ശ്രമിക്കുന്നവർക്ക് ദുരന്തങ്ങളാണുണ്ടാവുകയെന്ന (പാപത്തിന്റെ ശമ്പളം മരണമെന്ന ആപ്തവാക്യം) തത്വത്തെക്കൂടി സ്ഥാപിച്ചെടുക്കുന്നു. ഇത്തരമൊരു പശ്ചാത്തലത്തിൽ സ്വവർഗ്ഗരതി കേന്ദ്രീകൃതമായ ചലച്ചിത്രങ്ങൾ നിർമ്മിക്കപ്പെടാനുള്ള ആലോചനകൾക്കുപോലും സാധ്യതകളില്ലായിരുന്നു. എൺപതുകളുടെ രണ്ടാം പകുതിയിലാണ് മലയാളം ഫിലിം ഇൻഡസ്ട്രിയിൽ സ്വവർഗ്ഗരതി പ്രമേയമായ ചലച്ചിത്രങ്ങൾ (ഇക്കാലയളവിൽ ലെസ്ബിയൻ ചിത്രങ്ങൾ മാത്രമായിരുന്നു ഗേ ചിത്രങ്ങൾ നിർമ്മിക്കപ്പെട്ടിരുന്നില്ല) നിർമ്മിക്കപ്പെടുന്നത്.

സ്വവർഗ്ഗ ലൈംഗികതയെ ദൃശ്യവല്ക്കരിച്ച ചലച്ചിത്രങ്ങളെ വിശകലനം ചെയ്യുന്ന ഈ പഠനത്തിൽ ഭിന്നവർഗ്ഗ ലൈംഗികതയുടെ സാംസ്കാരിക വിശകലനങ്ങളെ ഒഴിവാക്കിയിട്ടുണ്ട്.

കേരളീയ പൊതുമണ്ഡലവും ഗേ-പൊളിറ്റിക്സും

ഒരു പുരുഷനു മറ്റൊരു പുരുഷനോടു തോന്നുന്ന ശാരീരികവും വൈകാരികവുമായ ആകർഷണത്തെ പുരുഷ സ്വവർഗ്ഗരതി (Gayism) എന്നു സാമാന്യമായി നിർവ്വഹിക്കുമ്പോൾ പ്രസ്തുത താല്പര്യം പ്രകടിപ്പിക്കുന്ന വ്യക്തിയുടെ ഐഡന്റിറ്റിയെ ഗേ അഥവാ പുരുഷ സ്വവർഗ്ഗരതിക്കാരൻ എന്നു വിളിച്ചുവരുന്നു. കേരളീയ പൊതുമണ്ഡലത്തിൽ 'കുണ്ടൻ' എന്ന മ്ലേച്ഛവും അമാന്യവല്കൃതവുമായ 'അഭിസംബോധന' ചാർത്തി കൊടുത്തുകൊണ്ട് 'ഗേ'കളെ അപഹാസ്യരും അസ്പൃശ്യരുമാക്കി തീർക്കുന്നുവെങ്കിൽ അവർ അതിനെ രാഷ്ട്രീയമായി പ്രതിരോധിക്കുന്നു. ഗേ ഐഡന്റിറ്റിയെ പ്രതിനിധീകരിക്കുന്നുവെന്ന വ്യാജേന സമൂഹത്തിൽ പ്രചരിക്കുന്ന പദാവലികളെ നിഷേധിക്കുന്നതിനൊപ്പം 'സ്വവർഗ്ഗരതി'യെന്ന പദത്തെക്കൂടി ഒഴിവാക്കിക്കൊണ്ട് 'അനുരാഗി'യെന്ന പദം പ്രചരിപ്പിക്കുകവഴി തങ്ങളുടെ സാമൂഹ്യപദവിയെയും അഭിസംബോധനയെയും ജനകീയമാക്കുന്നതിനാണ് കേരളീയ സമൂഹത്തിൽ വെളിപ്പെടുത്തലുകൾ (Coming Out) നടത്തിയ 'ഗേ'കൾ ഉദ്യമിക്കുന്നത്. ഭിന്നവർഗ്ഗലൈംഗികതയുടെ അടിച്ചമർത്തൽ രാഷ്ട്രീയത്തിന്റെ ബഹിർസ്ഫുരണങ്ങളാണ് സ്വവർഗ്ഗലൈംഗികതയെ/സ്വവർഗ്ഗരതിക്കാരെ അമാന്യവല്ക്കരിക്കുന്നതും സാമൂഹ്യമായ അപഭ്രംശങ്ങൾക്കിരയാക്കുന്നതും. തൊണ്ണൂറുകൾക്കു മുമ്പും അതിനുശേഷവും പുരുഷ സ്വവർഗ്ഗാനുരാഗികളുടെ പൊതുദൃശ്യത കേരളീയ പൊതുമണ്ഡലത്തിലില്ലായിരുന്നുവെങ്കിൽ മില്ലേനിയത്തിനു ശേഷം അതിനൊരു വിപ്ലവകരമായ മാറ്റമുണ്ടാവുകയും തുടർന്നുള്ള ഘട്ടത്തിൽ അതിനൊരു സ്വാഭാവികത സൃഷ്ടിക്കപ്പെടുകയും ചെയ്തു. കേരളീയ സമൂഹത്തിലുണ്ടായ സാമ്പത്തിക പരിണാമങ്ങൾ, നവസാങ്കേതിക വിദ്യയുടെ വ്യാപനം, അക്കാദമിക് സമൂഹത്തിന്റെ പുരോഗമനപരമായ ഇടപെടലുകൾ, ലൈംഗിക/ജന്റർ ന്യൂനപക്ഷങ്ങൾക്കുവേണ്ടി മുഖ്യധാരാ മാധ്യമങ്ങളുടെ അനുകമ്പാ പൂർണ്ണമായ നിലപാടുകൾ എന്നിവ കേരളീയ സമൂഹത്തിലെ ഗേ/ലെസ്ബിയനുകളുടെ സ്വത്വത്തിന്റെ വെളിപ്പെടുത്തലുകൾക്കും നിലനില്പിനും പ്രേരണ ചെലുത്തിയ ഘടകങ്ങളാണ്.

പ്രാചീന ഗ്രീക്ക് റോമൻ സംസ്കാരങ്ങളിൽ സ്വവർഗ്ഗരതി സ്വാഭാവികമായിത്തന്നെ നിലനിന്നിരുന്നതിന്റെ തെളിവുകളുണ്ട്. ഇന്ത്യൻ സമൂഹത്തിലും അത്തരം ബന്ധങ്ങളുണ്ടായിരുന്നെന്നു ചരിത്ര പുരാണ മതഗ്രന്ഥങ്ങൾ സാക്ഷ്യപ്പെടുത്തുന്നു. ക്രൈസ്തവ ഇസ്ലാം മതഗ്രന്ഥങ്ങൾ മുതൽ സ്വവർഗ്ഗാനുരാഗികളുടെ ചരിത്രം അന്വേഷിച്ചാൽ വലിയൊരു നിര സ്വവർഗ്ഗാനുരാഗികളെ ചൂണ്ടിക്കാണിക്കുവാൻ കഴിയുന്നതാണ്.

ഇന്ത്യൻ സമൂഹത്തിൽ ക്വീയർ ഐഡന്റിറ്റിയായി ശ്രദ്ധ നേടിയവരിൽ ചിലരാണ്. അശോക് റോ കവി, മഹേഷ് ദത്താനി, വിക്രം സേത്ത്, മാനവേന്ദ്രസിംഗ്, ഗോയൽ, ഭൂപൻ ഖഖ്ർ എന്നു തുടങ്ങി കേരളത്തിൽ കിഷോർകുമാർ, ജിജോ കുര്യാക്കോസ്, ശബരി, വ്യാസ്, പ്രിജിത്ത് ഉൾപ്പെടെ നിരവധി പേർ. വോയ്സ്, എസ് എം എഫ് കെ, ക്യൂറള, ക്വീയറഥം എന്നീ സംഘടനകൾ സ്വവർഗ്ഗാനുരാഗികളുടെ സാമൂഹ്യപ്രശ്നങ്ങളെ വിശകലനം ചെയ്ത് പരിഹാരങ്ങൾ കാണുന്നതിനായി കേരളത്തിൽ പ്രവർത്തിച്ചുവരുന്നു. കൊളോണിയൽ ഭരണകൂടം നിർമ്മിച്ച് അടിച്ചേല്പിച്ച ഐ പി സി 377-ാം വകുപ്പ് സ്വവർഗ്ഗാനുരാഗികൾ ഉൾപ്പെടെയുള്ള രതിവൈവിദ്ധ്യങ്ങളെ ക്രിമിനൽ കുറ്റവാളികളായി നിലനിർത്തുന്നതിനെതിരെയുള്ള രാഷ്ട്രീയമായ പ്രതിരോധങ്ങളാണ് സ്വവർഗ്ഗാനുരാഗികൾ സൃഷ്ടിക്കാൻ ശ്രമിക്കുന്നത്.

ഒളിനോട്ടങ്ങളും പ്രത്യക്ഷ ആവിഷ്കാരങ്ങളും

പുരുഷ സ്വവർഗ്ഗാനുരാഗത്തെ ഒളിനോട്ടങ്ങളായും പ്രത്യക്ഷ ആവിഷ്കാരങ്ങളായും ആവിഷ്കരിച്ച ഒരുപിടി ചലച്ചിത്രങ്ങൾ മലയാള ഫിലിം ഇൻഡസ്ട്രിയിൽ നിർമ്മിക്കപ്പെടുകയുണ്ടായിട്ടുണ്ട്. ശ്യാമപ്രസാദിന്റെ *ഋതു, ഇംഗ്ലീഷ്,* സജിൻ ബാബുവിന്റെ *അസ്തമയം വരെ*, ജിത്തു ജോസഫിന്റെ *ലൈഫ് ഓഫ് ജോസൂട്ടി*, ജയൻ ചെറിയാന്റെ *പപ്പിലിയോ ബുദ്ധ* എന്നീ ചിത്രങ്ങൾ ഭിന്നവർഗ്ഗലൈംഗികതയ്ക്കിടയിൽ നിന്നുള്ള ഒളിനോട്ടങ്ങളായി സ്വവർഗ്ഗാനുരാഗത്തെ ദൃശ്യവല്ക്കരിക്കുകയുണ്ടായിട്ടുണ്ട്. ഭിന്നവർഗ്ഗലൈംഗികതയെ പരിപാലിക്കുന്ന കുടുംബ സംവിധാനങ്ങൾക്കെതിരെയുള്ള ആപത്കരമായ ലൈംഗിക പ്രവണതകൾ എന്ന തലത്തിലാണ് ഗേ പ്രണയം അവതരിപ്പിക്കപ്പെട്ടത്. മലയാളി സമൂഹത്തിന്റെ ഒളിനോട്ടങ്ങൾക്കപ്പുറത്ത് മുഖ്യധാരാ ചലച്ചിത്ര മേഖലയിൽ ഗേ-ബന്ധങ്ങളെ പ്രത്യക്ഷതലത്തിൽ ആഖ്യാന കേന്ദ്രത്തിൽ നിർത്തി ആവിഷ്കരിക്കാൻ ശ്രമിച്ച ചലച്ചിത്രങ്ങളാണ് റോഷൻ ആൻഡ്രൂസ് - ബോബി സഞ്ജയ് - പൃഥിരാജ് ടീമിന്റെ *മുംബൈ പോലീസ്* (2013), എം ബി പത്മകുമാർ - അമീർനിയാസ് - സുദേവ്നായർ ടീമിന്റെ *മൈ ലൈഫ് പാർട്ട്ണർ* (2014), ജയൻ ചെറിയാൻ - ജയ്സൺ ചാക്കോ - രാജേഷ് കണ്ണൻ ടീമിന്റെ *കബോഡി സ്കേപ്സ്* (2016) തുടങ്ങിയവ. അസിസ്റ്റന്റ് കമ്മീഷണർ ആര്യൻ ജോൺ ജേക്കബിന്റെ കൊലപാതകത്തിനു പിന്നിലുള്ള കാരണം ആന്റണി മോസസിന്റെ ഗേ ഐഡന്റിറ്റി ആര്യൻ തിരിച്ചറിയുന്നതാണ്. *മുംബൈ പോലീസിൽ* നിന്നും തുലോം വ്യത്യസ്തമായി സ്വവർഗ്ഗ പ്രണയത്തെ സമീപിക്കുന്ന *ലൈഫ് പാർട്ട്ണർ*, സ്വവർഗ്ഗാനുരാഗികൾക്ക് ഭിന്നവർഗ്ഗലൈംഗികരുടെ സ്വാഭാവിക ജീവിതം സാധ്യമാകുമെന്നു സ്ഥാപിച്ചെടുക്കുന്നു.

കിഷോർകുമാർ, *രണ്ടു പുരുഷന്മാർ ചുംബിക്കുമ്പോൾ*, ഡി സി ബുക്സ്, കോട്ടയം, ആഗസ്റ്റ് 2017

ഗേ പ്രതിനിധാനം - യാഥാർത്ഥ്യം/കാല്പനികത/ഭാവന

സമൂഹത്തിന്റെ, വ്യക്തികളുടെ പ്രതിനിധാനമായി നിലകൊള്ളുന്ന ചലച്ചിത്രങ്ങൾ യാഥാർത്ഥ്യങ്ങളെ അതിയാഥാർത്ഥ്യങ്ങളായും കല്പിത കഥകളായും വാസ്തവ വിരുദ്ധങ്ങളായും അവതരിപ്പിക്കുന്നതിൽ ബഹുമുഖമായ രീതിശാസ്ത്രങ്ങൾ തന്നെയാണ് പിന്തുടരുന്നത്. കേരളീയ പൊതുമണ്ഡലത്തിൽ ന്യൂനപക്ഷമായ 'ഗേ' പ്രതിനിധികളുടെ ജീവിതത്തെ പുറത്തുനിന്നും അകത്തുനിന്നും വായിച്ചെടുക്കാനുള്ള ശ്രമങ്ങളാണ് ചലച്ചിത്രങ്ങൾ നടത്തുന്നത്. അത് ഭൂരിപക്ഷവും 'പുറ'ത്തുനിന്നുള്ള കൗതുകരവും അധിക്ഷേപാർഹങ്ങളുമായ വീക്ഷണ കോണുകളിൽക്കൂടിയാണ് അരങ്ങേറുന്നതെന്നുള്ള നിലപാടിനെ *മുംബൈ പോലീസ്, മൈ ലൈഫ് പാർട്ട്ണർ* എന്നീ ചിത്രങ്ങൾ ശരിവെയ്ക്കുന്നു. സ്വകാര്യത, ലൈംഗികത, അധികാരം, പൊതുഇടങ്ങൾ എന്നിവയെ അഭിസംബോധന ചെയ്യുവാൻ കേരളത്തിലെ സ്വവർഗ്ഗാനുരാഗികൾ തയ്യാറാണെന്ന് 2000 മുതൽ 2018 വരെയുള്ള കാലയളവിലെ കൂട്ടായ്മകളും സംഘടനാ പ്രവർത്തനങ്ങളും തെളിയിക്കുന്നു. ഗേകളുടെ ഇത്തരം രാഷ്ട്രീയ നിലപാടുകളെ റദ്ദുചെയ്തുകൊണ്ട് ഭിന്നവർഗ്ഗലൈംഗികതയുടെ ആധിപത്യ രാഷ്ട്രീയ സ്വഭാവങ്ങളെ സാധൂകരിക്കാനുള്ള ബോധപൂർവ്വമായ ശ്രമങ്ങളാണ് *മുംബൈ പൊലീസ്, ലൈഫ് പാർട്ട്ണർ* എന്നീ ചിത്രങ്ങൾ മുമ്പോട്ടു വെക്കുന്നത്. പൗരുഷത്തിന്റെ ലക്ഷണയുക്തമായ രൂപത്തെ പ്രതിനിധീകരിക്കുന്ന ആന്റണി മോസസിന്റെ 'സ്വകാര്യ' ഇടത്തിലെ 'ആഹ്ലാദ'വും 'പൊതു'ഇടത്തിലെ 'അരോചകത്വവു'മായ സ്വവർഗ്ഗലൈംഗികതയെ സംബന്ധിച്ചുള്ള വ്യതിരിക്തമായ നിലപാടുകളെയാണ് *മുംബൈ പോലീസ്* പ്രത്യക്ഷതലത്തിൽ ധ്വനിപ്പിക്കുന്നത്. വാഹനാപകടം, ഓർമ്മക്കുറവ്, ഓർമ്മശേഷി വീണ്ടെടുക്കൽ എന്നീ ഘട്ടങ്ങളിലൂടെ സഞ്ചരിക്കേണ്ടി വരുന്ന ആന്റണി മോസസിന്റെ ലൈംഗികതയെ സംബന്ധിച്ചുള്ള ബോധം വ്യത്യസ്ത ഘട്ടങ്ങളിൽ മാറ്റിമറിക്കപ്പെടുന്നുണ്ട്. പൂർവ്വകാല ജീവിതത്തിൽ ആന്റണി മോസസിന് സ്വവർഗ്ഗ ലൈംഗികത സ്വകാര്യ അഹങ്കാരവും ആഹ്ലാദദായകവുമാണെങ്കിൽ ഓർമ്മശേഷി വീണ്ടെടുത്ത കാലത്ത് അത് മ്ലേച്ഛവും അപകൃഷ്ടവുമായി മാറുന്നു. *മുംബൈ പോലീസ്*, ഓർമ്മ - ശരീരഘടന - സ്വവർഗ്ഗലൈംഗികത എന്നിവയ്ക്കു തമ്മിൽ ബന്ധമുണ്ടെന്നു സ്ഥാപിച്ചെടുക്കുന്നത് ഒരുതലത്തിൽ സ്വവർഗ്ഗലൈംഗികതയെ സംബന്ധിച്ചുണ്ടായ ജനികത പഠനങ്ങളുടെ ആധികാരികതയെയും വിശ്വാസ്യതയെയും നിഷേധിച്ചെടുത്തുകൊണ്ടാണ്. ഇത്തരം വിലക്ഷണയുക്തികൾ യഥാർത്ഥത്തിൽ ഭിന്നവർഗ്ഗ ലൈംഗികതാ സ്ഥാപനങ്ങളുടെ വ്യാജ നിർമ്മിതികളാണ്.

സ്വവർഗ്ഗാനുരാഗിയായ ഒരു വ്യക്തിയെ ഭിന്നവർഗ്ഗലൈംഗികതയുടെ ഭാഗമാക്കി പ്രതിഷ്ഠിച്ചെടുക്കുവാൻ കഴിയുമെന്ന ഒരു പൊതുധാരണയെ

ഇന്ത്യൻ സാഹിത്യലോകവും അച്ചടി ദൃശ്യമാധ്യമങ്ങളും സൃഷ്ടിച്ചെടുത്തിട്ടുണ്ട്. സൈക്കോളജിക്കൽ ട്രീറ്റ്മെന്റ്, ഗേ കൺവെർഷൻ തെറാപ്പി, കൗൺസിലിംഗ്, മത പ്രാർത്ഥനകൾ എന്നിത്യാദി മാർഗ്ഗങ്ങൾ ഫലപ്രദമാണെന്ന് അവയെ വാണിജ്യവല്ക്കരിച്ചു സാമ്പത്തികലാഭം നേടിയവർ പ്രചരിപ്പിക്കുന്നു. ഇവയെല്ലാം വ്യാജ പ്രവർത്തനങ്ങളാണ് എന്നതിനൊപ്പം പ്രായോഗികതലത്തിൽ വൻ പരാജയമാണെന്നു കേരളത്തിലെ യഥാർത്ഥ സ്വവർഗ്ഗാനുരാഗികൾ സാക്ഷ്യപ്പെടുത്തുന്നു. സ്വവർഗ്ഗലൈംഗികതയ്ക്കെതിരായ വാണിജ്യ തന്ത്രങ്ങളെ വിപുലപ്പെടുത്തുന്നവരുടെ പൊതുനിലപാടുകൾക്കുള്ളിൽ നിന്നുകൊണ്ട് നിർമ്മിക്കപ്പെട്ട *മൈ ലൈഫ് പാർട്ട്ണർ ഗേ* - ഒരു പൊതു ശത്രു/ഭീകരജീവിയാണെന്നു പ്രഖ്യാപിക്കുന്നു. ഒരാളുടെ ലൈംഗികത അയാളുടെ വ്യക്തിപരവും സ്വതന്ത്രവുമായ തിരഞ്ഞെടുപ്പാണ് എന്ന മിഥ്യാധാരണയെ ശരിയെന്നു വിശ്വസിക്കുന്നവർ സ്വവർഗ്ഗാനുരാഗികളെ മനോരോഗികളായി പരിഗണിച്ച് അവരുടെ യഥാർത്ഥ പ്രശ്നങ്ങളെ നിസ്സാരവല്ക്കരിച്ച് അപഹസിക്കുകയും ചെയ്യുന്നു. ലൈഫ് പാർട്ട്ണറിലെ ഗേ പങ്കാളികൾ ഒരു കുട്ടിയെന്ന ലക്ഷ്യം വെച്ച് ഭിന്നവർഗ്ഗലൈംഗികതയുടെ ഭാഗമായി മാറുന്നു. ഒരു യഥാർത്ഥ സ്വവർഗ്ഗാനുരാഗിക്ക് ഒരിക്കലും ഭിന്നവർഗ്ഗ ലൈംഗികതയുടെ ഭാഗമായി ഏതൊരു സവിശേഷ സാഹചര്യത്തിലും മാറുവാൻ കഴിയില്ലെന്ന് കേരളത്തിലെ ക്വീയർ ആക്ടിവിസ്റ്റുകളായ കിഷോർകുമാറും ജിജോ കുര്യാക്കോസും പ്രിജിത്തും ശബരിയും ഉൾപ്പെടെയുള്ള സ്വവർഗ്ഗാനുരാഗികൾ തന്നെ വെളിപ്പെടുത്തിയിട്ടുണ്ട്. ഇത്തരമൊരു യാഥാർത്ഥ്യത്തെ തമസ്കരിച്ചുകൊണ്ട് പ്രതിലോമകരമായ ഗേ നിർമ്മിതിയിലേയ്ക്കാണ് *ലൈഫ് പാർട്ട്ണർ* വീണു പോകുന്നത്.

മുംബൈ പോലീസ്, ലൈഫ് പാർട്ട്ണർ എന്നീ ചിത്രങ്ങളുടെ ഗേ വിരുദ്ധ പ്രവണതകൾക്കെതിരെയുള്ള മറുപടി എന്ന നിലയിൽ നിർമ്മിക്കപ്പെട്ട ജയൻ ചെറിയാന്റെ *കബോഡി സ്കേപ്സ്*, ഗേ-പൊളിറ്റിക്സിനെ കൃത്യമായി അവതരിപ്പിക്കുന്നുണ്ട്. കേരളത്തിലെ ഗേ മൂവ്മെന്റിന്റെ ഭാഗമായ 'ക്യൂറള'യുടെ പ്രവർത്തകരായ ജിജോ കുര്യാക്കോസും കിഷോർകുമാറും അടക്കമുള്ള വ്യക്തികൾ ചിത്രത്തിന്റെ പിന്നണിയിൽ പ്രവർത്തിച്ചതാണ് *കബോഡി സ്കേപ്സി*നെ ഗേ വിരുദ്ധ പ്രവണതകളിൽ നിന്നും മാറ്റി പ്രതിഷ്ഠിക്കുന്നതിനൊരു കാരണമായത്. ഹാരിസും വിഷ്ണുവും തമ്മിലുള്ള സ്വവർഗ്ഗാനുരാഗം തീവ്രമാകുമ്പോൾ തന്നെ അതിനെ ക്യാൻവാസിലാക്കുവാൻ കൂടി ഹാരിസ് തയ്യാറാകുന്നു. അതിനെത്തുടർന്നുണ്ടാകുന്ന സംഘർഷങ്ങൾ ജീവിതത്തിൽ വഴിത്തിരിവുകൾ സൃഷ്ടിക്കുന്നു. കേരളീയ പൊതുമണ്ഡലത്തിൽ രണ്ടു പുരുഷ സ്വവർഗ്ഗ പ്രണയികൾക്കു തങ്ങളുടെ ലോകം സൃഷ്ടിച്ചെടുക്കുകയെന്നത് തീർത്തും അസാധ്യമാണെന്ന വാസ്തവത്തെക്കൂടി കബോഡി സ്കേപ്സ് പ്രേക്ഷകനെ ബോധ്യപ്പെടുത്തുന്നുണ്ട്.

ശരീരത്തിന്റെ രാഷ്ട്രീയവും യാഥാസ്ഥിതിക ഹൈന്ദവ ബോധങ്ങളും

ആർ എസ് എസുകാരന് മുസ്ലീം സുഹൃത്തിനോടുണ്ടാകുന്ന സ്വവർഗ്ഗ പ്രണയം, സ്ത്രീകളുടെ ആർത്തവം, സ്വയംഭോഗം എന്നിവയെ ശരീരത്തിന്റെ സ്വതന്ത്രവിനിമയങ്ങൾ, പരമ്പരാഗത പുരുഷമൂല്യങ്ങളോടുള്ള പ്രതിഷേധങ്ങൾ എന്നീ തലങ്ങളിൽ പ്രതിഷ്ഠിക്കാനുള്ള ശ്രമങ്ങളാണ് *കബോഡി സ്കേപ്സ്* നടത്തിയത്. സ്വവർഗ്ഗരതിയെ നിർമ്മാർജ്ജനം ചെയ്യുവാൻ ഹിന്ദുവർഗ്ഗീയവാദികൾക്കൊപ്പം ഇസ്ലാമികരും തയ്യാറാകുന്നത് സംഘടിതമായ ഗുണ്ടാ ആക്രമണങ്ങളിലൂടെ സ്വവർഗ്ഗാനുരാഗികളെ തുരത്തിയോടിച്ചുകൊണ്ടാണ്. ഗേ പ്രണയം, സ്ത്രീ പുരുഷ സൗഹൃദം എന്നിവയെ സദാചാരധ്വംസനമായി വിലയിരുത്തുന്ന മുസ്ലീം മതമൗലികവാദികളോട് മുസ്ലീം വിരുദ്ധ ആശയങ്ങൾ പ്രകടിപ്പിക്കുന്ന ആർ എസ് എസ് അടക്കമുള്ള ഹൈന്ദവ രാഷ്ട്രീയ സംഘടനകൾ ഐക്യദാർഢ്യപ്പെടുന്നത് പ്രതിസ്ഥാനത്തു സ്വവർഗ്ഗരതിക്കാർ നില്ക്കുന്നതിനാലാണ്.

ഹാരിസ് - വിഷ്ണു പ്രണയത്തെ ഹിന്ദുവർഗ്ഗീയവാദികൾ സംഘടിതാക്രമണത്തിലൂടെ നിർമ്മാർജ്ജനം ചെയ്യുവാൻ ശ്രമിക്കുമ്പോൾ കരുത്തിന്റെ പ്രതീകമായി ഹൈന്ദവർ വാഴ്ത്തുന്ന ഹനുമാന്റെ നഗ്നചിത്രത്തെ വരച്ചുകൊണ്ട് ഹാരിസ് പ്രതിഷേധിക്കുന്നു. ഹാരിസ് സ്വയം ഇല്ലാതാകുമ്പോഴും ശരീരത്തിന്റെ സ്വാതന്ത്ര്യത്തിനായി പൊരുതുന്നത് പുതിയൊരു രാഷ്ട്രീയത്തിന്റെ അടയാളമായി *കബോഡി സ്കേപ്സ്* കാട്ടിത്തരുന്നു.

പുരുഷ സ്വവർഗ്ഗലൈംഗികതയുടെ രാഷ്ട്രീയ നിലപാടുകളെ പ്രത്യക്ഷതലത്തിൽ അവതരിപ്പിക്കുന്ന ഈ ചിത്രം സ്ത്രീയുടെ പരമ്പരാഗത അടിമത്വത്തെ പ്രശ്നവല്ക്കരിച്ച് ആർത്തവത്തിന്റെ സന്തോഷങ്ങളെയും ശരീരകേന്ദ്രിതമായ സ്വാതന്ത്ര്യങ്ങളെയും വിപ്ലവകരമായ രീതിയിൽ ചിത്രീകരിക്കുന്നുണ്ട്. ശരീരം, ലൈംഗികത, ഐഡന്റിറ്റി എന്നിവയെ സംബന്ധിച്ചുള്ള വ്യവസ്ഥാപിത ധാരണകളെ അട്ടിമറിച്ചുകൊണ്ടാണ് *കാബോഡി സ്കേപ്സ്* പുതിയ കാലത്തിന്റെ ഉടൽ രാഷ്ട്രീയത്തെ അവതരിപ്പിക്കുന്നത്. ശരീരത്തിന്റെ രാഷ്ട്രീയത്തെ കലയെന്ന മാധ്യമത്തിലൂടെ ദൃശ്യവല്ക്കരിക്കാൻ ശ്രമിക്കുമ്പോഴും അത്തരം ശ്രമങ്ങളെ വർഗ്ഗീയതയുടെ സ്ഥാപനങ്ങൾ ഒതുക്കി എന്നേയ്ക്കുമായി തുലച്ചു കളയുമെന്ന് *കബോഡി സ്കേപ്സ്* പ്രദർശനാനന്തര വിവാദങ്ങൾ സാക്ഷ്യപ്പെടുത്തുന്നു. അതിതീവ്രമായ രാഷ്ട്രീയ ഇടപെടൽ/സംവാദം എന്ന തലത്തിൽ നില്ക്കുന്ന *കബോഡി സ്കേപ്സിന്* വർത്തമാനകാല ഇന്ത്യൻ സമൂഹത്തിലെ വിമതവല്ക്കരിക്കപ്പെട്ട കൂട്ടായ്മകളുടെ പിന്തുണകൾ നിർലോഭം ലഭിച്ചിട്ടുണ്ട്. അതുകൊണ്ടുതന്നെ ചിത്രത്തിന്റെ ആഖ്യാനത്തിന് സറ്റയറിന്റെ പരിവേഷം കൂടിയുണ്ട്.

ലെസ്ബിയൻ പ്രണയം - അനുകല്പനങ്ങളും സ്വതന്ത്ര ആവിഷ്കാരങ്ങളും

സ്ത്രീകൾ തമ്മിലുണ്ടാകുന്ന ശാരീരികവും വൈകാരികവുമായ അഭിനിവേശങ്ങളെ, പ്രണയങ്ങളെ പൊതുവിൽ സ്ത്രീ സ്വവർഗ്ഗരതി അഥവാ ലെസ്ബിയനിസമെന്നു വിളിച്ചുവരുന്നു. ഗേ എന്ന പദം പുരുഷ സ്വവർഗ്ഗാനുരാഗിയെ കുറിക്കുന്നതുപോലെ ലെസ്ബിയൻ എന്ന പദം സ്ത്രീ - സ്വവർഗ്ഗാനുരാഗിയെ കുറിക്കുന്നു. ബി സി ആറാം നൂറ്റാണ്ടിലെ സാഫോയുടെ ലെസ്ബോസ് ദ്വീപിലെ സ്വവർഗ്ഗപ്രണയത്തെ അനുസ്മരിപ്പിക്കുന്ന ലെസ്ബിയനിസം പാശ്ചാത്യനാടുകളിൽ ഒരു 'പൊളിറ്റിക്കൽ മൂവ്മെന്റ്' ആയി ഉയർന്നുവരികയുണ്ടായിട്ടുണ്ട്. സ്ത്രീ സ്വാതന്ത്ര്യത്തിനുവേണ്ടി സംഘടിച്ച ഫെമിനിസ്റ്റ് ഗ്രൂപ്പുകളിലെ റാഡിക്കൽ ഫെമിനിസ്റ്റുകൾ ലെസ്ബിയനിസത്തെ മുഖ്യധാരയിലേയ്ക്കു കൊണ്ടുവരികയും രാഷ്ട്രീയ ഇടപെടലുകളാക്കി മാറ്റുകയും ചെയ്തു. സാഹിത്യത്തിൽ പ്രചരിച്ച ലെസ്ബിയനിസത്തെ അതിവേഗത്തിൽ പാശ്ചാത്യ ചലച്ചിത്രങ്ങളും പിന്തുടരുകയുണ്ടായി.

മലയാള ചലച്ചിത്ര മേഖലയിൽ ലെസ്ബിയൻ പ്രണയത്തിന്റെ ഭിന്ന ഭാവങ്ങളെ അവതരിപ്പിച്ച ചലച്ചിത്രങ്ങളാണ് മോഹൻ സംവിധാനം ചെയ്ത *രണ്ടു പെൺകുട്ടികൾ* (1978), പത്മരാജന്റെ *ദേശാടനക്കിളി കരയാറില്ല* (1986), ലിജി പുല്ലപ്പിള്ളിയുടെ *സഞ്ചാരം* (2004), സെയ്ദ് ഉസ്മാന്റെ *സൈലന്റ്‌വാലി* (2012), മുഹമ്മദ് റാസിയുടെ *വെളുത്ത രാത്രി* (2017) തുടങ്ങിയവ. വി ടി നന്ദകുമാർ എഴുതിയ *രണ്ടു പെൺകുട്ടികൾ* എന്ന ലെസ്ബിയൻ നോവലിന്റെ അനുകല്പനഭാഷ്യമായിരുന്നു *രണ്ടു പെൺകുട്ടികളെ*ങ്കിൽ *ദേശാടനക്കിളി, സഞ്ചാരം, സൈലന്റ്‌വാലി* എന്നീ ചിത്രങ്ങൾ സ്വതന്ത്രാവിഷ്കാരങ്ങളായിരുന്നു. ഇവയ്ക്കിടയിൽ അനിലിന്റെ *ക്ലൈമാക്സ്* പോലെയുള്ള ചില സിനിമകളിൽ ലെസ്ബിയനിസം കേവലമൊരു നിമിഷ ദൃശ്യങ്ങളിൽ കടന്നു പോവുകയുമുണ്ടായി. കേരളീയ സമൂഹത്തിൽ ലെസ്ബിയനുകൾക്ക് വെളിപ്പെടുത്തലുകൾക്കുള്ള അവസരങ്ങളും സ്വതന്ത്രമായ ജീവിതങ്ങളും സാദ്ധ്യമായിട്ടില്ല എന്ന പശ്ചാത്തലത്തിനു മുമ്പിലാണ് ലെസ്ബിയൻ ചലച്ചിത്രങ്ങൾ നില്ക്കുന്നത്.

ലെസ്ബിയൻ - പ്രതിനിധാനവും അധികാരഘടനയും

പാശ്ചാത്യനാടുകളെയപേക്ഷിച്ച് ഇന്ത്യൻ സമൂഹത്തിൽ ലെസ്ബിയൻ വ്യക്തിത്വങ്ങളുടെ വെളിപ്പെടുത്തലുകളും സ്വതന്ത്രജീവിതവും സാദ്ധ്യമാകാത്തതിനു പിന്നിൽ കുടുംബ സംവിധാനങ്ങളുടെ അധികാരഘടനകളും മതസ്ഥാപനങ്ങളുടെ ആധിപത്യ സ്വഭാവങ്ങളുമാണ്. അധികാരത്തിന്റെ മനശാസ്ത്ര ഘടനയിൽ പുരുഷന്റെ മേല്ക്കോയ്മാ സ്വഭാവം പുലരുന്ന സാമൂഹ്യാവസ്ഥയിൽ സ്ത്രീക്ക് തന്റെ വ്യക്തി

ത്വത്തെ പൂർണ്ണമായി സ്ഥാപിച്ചെടുക്കുവാൻ കഴിയാറില്ല. ഇത്തരമൊരു സാഹചര്യത്തിൽ ലെസ്ബിയനാണെന്നു തിരിച്ചറിഞ്ഞ് അതു സ്വതന്ത്ര മായി വെളിപ്പെടുത്തുവാൻ പൊതുവേ സാധാരണ സ്ത്രീകൾക്കു സാധി ക്കാറില്ല. ആധുനികവും നാഗരികവും സ്വതന്ത്രവുമായ ഇടങ്ങളിലെ സ്ത്രീകൾക്ക് എന്നാൽ അതു സാധ്യമാകുന്നുണ്ടുതാനും. യാഥാസ്ഥി തികവും സങ്കുചിതവുമായ കേരളീയ സമൂഹത്തിൽ പ്രത്യക്ഷത്തിൽ ലെസ്ബിയൻ ഐഡന്റിറ്റി വെളിപ്പെടുത്തി കഴിയുന്ന സ്ത്രീകൾ ഇല്ലാ യെന്ന് ഒരു തലത്തിൽ പറയാവുന്നതാണ്. കേരളത്തിൽ 2003 - 2004 കാലഘട്ടത്തിൽ ലെസ്ബിയൻ പ്രണയമെന്ന പേരിൽ മാധ്യമങ്ങൾ ആഘോഷിച്ച നന്ദു - ഷീല ബന്ധം പാതിവഴിയിൽ അവസാനിക്കുകയും ഷീല ഭിന്നവർഗ്ഗലൈംഗികതയുടെ ഭാഗമായതും നന്ദു ലിംഗമാറ്റ ശസ്ത്ര ക്രിയ നടത്തി ട്രാൻസ്മെൻ ആയി ബാംഗ്ലൂരിൽ ജീവിക്കുന്നതും ഇവിടെ സ്മരിക്കേണ്ടതുണ്ട്[1]. ലെസ്ബിയൻ എന്നു മുദ്ര ചാർത്തപ്പെട്ട ഒരു വ്യ ക്തിക്കു പൊതുജനങ്ങൾക്കിടയിൽ നിന്നും മാധ്യമങ്ങളുടെ കഴുകൻ കണ്ണുകളിൽ നിന്നും നേരിടേണ്ടി വന്ന ആക്രമണങ്ങൾ തിരിച്ചറിഞ്ഞ ലെസ്ബിയനുകൾ കുടുംബം/പൊതു ഇടങ്ങൾ/ഭരണകൂടം എന്നിവയുടെ മുമ്പിൽ തങ്ങളുടെ ഐഡന്റിറ്റി വിളിച്ചുപറഞ്ഞ് സ്വയം ഒരിരയായി മാറു ന്നില്ല. അതേസമയം ക്വീയർ ഗ്രൂപ്പുകൾക്കുള്ളിൽ, സ്വതന്ത്രവും സുര ക്ഷിതവുമായ ഇടങ്ങളിൽ അവർ അത് നിർവ്വഹിക്കാറുമുണ്ട്.

*ദേശാടനക്കിളി*യിൽ ലെസ്ബിയൻ എന്ന സ്വത്വ സ്ഥാപനത്തിനു നിമ്മിയും - സാലിയും ഉദ്യമിക്കുന്നില്ലെങ്കിലും *സഞ്ചാര*ത്തിലെ കിരൺ - ദലൈല ലെസ്ബിയന്റെ ബദൽ ഇടങ്ങൾ സൃഷ്ടിച്ചെടുക്കുന്നുണ്ട്. അതിന്റെ മറുകാഴ്ചകളാണ് *സൈലന്റ് വാലി*യിലും *വെളുത്ത രാത്രി*കളി ലുമുള്ളത്. ഈ ചിത്രങ്ങൾ ഒന്നുംതന്നെ പുരുഷ കേന്ദ്രീകൃതമായ ഭിന്ന വർഗ്ഗ അധികാരസ്ഥാപനങ്ങളെയും അവയുടെ പ്രത്യയശാസ്ത്രങ്ങ ളെയും ചോദ്യം ചെയ്യുവാനോ അട്ടിമറിക്കുവാനോ തയ്യാറാകുന്നില്ല. കേര ളീയ സമൂഹത്തിന്റെ സദാചാര ബോധങ്ങളിൽനിന്നും, സാംസ്കാരിക ഗുണ്ടായിസത്തിന്റെ ഭീഷണികളിൽ നിന്നും വിമുക്തമാകുവാൻ മലയാള സിനിമയ്ക്കു കഴിയാത്തതിന്റെ എല്ലാവിധ ദുർബലതകളും അതിനു പിന്നിലുണ്ട്.

ആൺകാമനകളുടെ ഭാവനകൾ

സ്വവർഗ്ഗലൈംഗികതയെ സംബന്ധിച്ച പൊതുചർച്ചകൾ ഉയർന്നു വരാതിരുന്ന കേരളീയ പൊതുമണ്ഡലത്തിൽ അത്തരം ബന്ധങ്ങൾ സൃഷ്ടിക്കപ്പെടാനുള്ള സാധ്യതകൾ വിരളമല്ലായെന്ന ധാരണയെ നിഗൂ ഢമായി ധ്വനിപ്പിക്കുവാൻ കഴിഞ്ഞ ചിത്രമാണ് *ദേശാടനക്കിളി കരയാറി ല്ല*. വർഷങ്ങളുടെ ഇടവേളയ്ക്കൊടുവിൽ, സ്വവർഗ്ഗലൈംഗികത കേര

1. അഭിമുഖം - നന്ദു/അനിൽകുമാർ കെ എസ്

ളീയ സമൂഹത്തിൽ വിപ്ലവകരമായ ചർച്ചകൾ സൃഷ്ടിക്കുന്ന മില്ലേനിയത്തിന്റെ തുടർച്ചയിൽ ലിജി പുല്ലപ്പിള്ളിയുടെ *സഞ്ചാരം* നിർമ്മിക്കപ്പെട്ടു. യാഥാസ്ഥിതികവും പ്രാന്തവല്ക്കരിക്കപ്പെട്ടതുമായ തനി ഗ്രാമീണ ഇടങ്ങളിൽ ലെസ്ബിയൻ ബന്ധങ്ങൾ സൃഷ്ടിക്കപ്പെടുന്നുവെന്ന വസ്തുതയെയാണ് ലിജി *സഞ്ചാരത്തിലൂടെ* ദൃശ്യവല്ക്കരിച്ചത്.

സെയ്ദ്ഉസ്മാന്റെ *സൈലന്റ് വാലി* സ്വവർഗ്ഗരതിയെന്നാൽ മാനസിക വിഭ്രാന്തിയെന്ന വികലധാരണയെ ആവിഷ്കരിച്ചപ്പോൾ മുഹമ്മദ് റാസിയുടെ *വെളുത്ത രാത്രികൾ* മുഖ്യധാരയിൽനിന്നും പുറംതള്ളപ്പെട്ടവരുടെയിടയിലുണ്ടാകുന്ന ലെസ്ബിയൻ ബന്ധത്തെയും അവതരിപ്പിച്ചു. ഭിന്നവർഗ്ഗ പ്രണയത്തിന്റെ വ്യത്യസ്ത തലങ്ങളെ ആഘോഷാത്മകമായി ചിത്രീകരിച്ച മലയാളചലച്ചിത്രങ്ങളെ സ്വീകരിക്കുന്ന പ്രേക്ഷകരെ തൃപ്തിപ്പെടുത്തുവാൻ മലയാളത്തിലെ ലെസ്ബിയൻ പ്രമേയ ചിത്രങ്ങൾക്കു കഴിഞ്ഞിട്ടില്ല. ആൺകാമനകളുടെ ഭാവനയിലെ സ്ത്രീ ലൈംഗികതയെ ദൃശ്യവല്ക്കരിക്കുവാനാണ് മലയാളത്തിലെ ലെസ്ബിയൻ സിനിമകൾ ഉത്സാഹിച്ചതെന്നു *സൈലന്റ് വാലി* പോലെയുള്ള ചിത്രങ്ങളിൽനിന്നും വ്യക്തമാണ്. ലെസ്ബിയനിസമെന്നാൽ അനിയന്ത്രിതമായ ലൈംഗികതയെന്ന പോൺഫിലിംസിന്റെ പൊതു ധാരണകളെയാണ് *സൈലന്റ് വാലി* പിന്തുടർന്നത്.

സ്വത്വപ്രഖ്യാപനങ്ങളും വെല്ലുവിളികളും

ദക്ഷിണേന്ത്യൻ സിനിമകളെയപേക്ഷിച്ച് ലെസ്ബിയൻ ബന്ധങ്ങളെ അവതരിപ്പിച്ച ഉത്തരേന്ത്യൻ സിനിമകൾ പൊതുവേ ശ്രദ്ധിക്കപ്പെട്ടു എന്നതിൽ ചില വാസ്തവങ്ങളുണ്ട്. ദീപ മേത്തയുടെ *ഫയർ* (1996), കരൺ റസ്ദീന്റെ *ഗേൾഫ്രണ്ട്* (2004), രാജ് അമിത് കുമാറിന്റെ *ബ്ലമിഷിംഗ് ലൈറ്റ്* (2014) എന്നിവ ലെസ്ബിയൻ പ്രമേയ ആഖ്യാനങ്ങളിലൂടെ കലാ - കമ്പോള മണ്ഡലങ്ങളിൽ ചലനങ്ങൾ സൃഷ്ടിച്ചവയാണ്. ഭാരതീയ സംസ്കാരത്തിന്റെ, ഫ്യൂഡൽ സംവിധാനങ്ങൾക്കുള്ളിൽ നില്ക്കുന്ന കുടുംബസ്ഥാപനത്തിന്റെ അസ്ഥിരയുക്തികളെ സ്ത്രീ സ്വവർഗ്ഗ പ്രണയത്തിന്റെ പശ്ചാത്തലത്തിൽ വിശകലന വിധേയമാക്കിയ ചിത്രമാണ് *ഫയർ*. ഒരു സ്ത്രീ സംവിധായികയുടെ ലെസ്ബിയൻ ചിത്രമെന്നു മുദ്ര ചാർത്തപ്പെട്ട *ഫയർ* ചലച്ചിത്ര ചരിത്രത്തിൽ പ്രതിഷ്ഠിക്കപ്പെട്ടത് സെൻസർ വിവാദങ്ങളുടെയും ഹൈന്ദവ രാഷ്ട്രീയ സംഘടനകളുടെ നിരന്തരമായ ആക്രമണങ്ങളുടെയും പശ്ചാത്തലത്തിലാണ്. സ്ത്രീ സ്വവർഗ്ഗ പ്രണയത്തിലെ പങ്കാളി ഒരു ഘട്ടത്തിൽ പുരുഷ കാമനകളിൽ ആകൃഷ്ടയായി കാമുകനുമൊത്ത് ഭിന്നവർഗ്ഗ ലൈംഗികതയുടെ ഭാഗമാകുമ്പോൾ പൂർവ്വകാല ലെസ്ബിയൻ പങ്കാളി പ്രതിനായിക (വില്ലത്തി)യായി മാറുന്നതിനെയാണ് *ഗേൾഫ്രണ്ട്* ആവിഷ്കരിച്ചത്. അതേ സമയം *ബ്ലെമിഷിംഗ് ലൈറ്റ്* ലെസ്ബിയൻ പ്രണയിനികൾക്കു ഭരണകൂട നീതിന്യായ സ്ഥാപനങ്ങളിൽനിന്നും നേരിടേണ്ടി വരുന്ന വെല്ലുവി

ളികളെ ചിത്രീകരിച്ചിരിക്കുന്നു. *ഫയറിൽ* അസംതൃപ്ത ദാമ്പത്യത്തിൽ നിന്നും പുറത്തുകടക്കുന്ന സഹോദരന്മാരുടെ ഭാര്യമാർ തങ്ങളുടെ സ്വാതന്ത്ര്യത്തിന്റെ പ്രഖ്യാപനത്തെയാണ് ലെസ്ബിയനിസത്തിലൂടെ നിർവ്വഹിക്കുന്നതെങ്കിൽ അതിനവർ അത്യന്തം ഭയാനകമായ പ്രത്യാഘാതങ്ങളെ നേരിടേണ്ടിവരുന്നു. 'കറക്ടീവ് റേപ്പ്' എന്ന അത്യന്തം നികൃഷ്ടമായ 'മെഥഡോളജി'യെ നടപ്പിലാക്കുന്ന ഭിന്നവർഗ്ഗലൈംഗികതയുടെ പ്രതിലോമകരമായ നിലപാടുകൾ *ബ്ലമിഷിംഗ് ലൈറ്റിൽ* ദർശിക്കുവാൻ കഴിയും. ഇന്ത്യൻ സമൂഹത്തിൽ ലെസ്ബിയനുകൾക്കിപ്പോഴും പൊതുദൃശ്യതയും സ്വതന്ത്രമായ ജീവിതവും സാദ്ധ്യമല്ലായെന്ന യാഥാർത്ഥ്യം നിലനില്ക്കുന്നുണ്ട്. അതിനെ ബോധപൂർവ്വമായിത്തന്നെ ആവിഷ്കരിക്കുവാൻ *ഫയർ* മുതൽ *ബ്ലെമിഷിംഗ് ലൈറ്റ്* വരെയുള്ള ചിത്രങ്ങൾക്കു കഴിഞ്ഞു.

ലെസ്ബിയൻ രാഷ്ട്രീയം

പാശ്ചാത്യനാടുകളിൽ റാഡിക്കൽ ഫെമിനിസ്റ്റുകൾ ആവിഷ്കരിച്ച ലെസ്ബിയൻ രാഷ്ട്രീയത്തിന്റെ തുടർച്ച ഇന്ത്യയടക്കമുള്ള രാജ്യങ്ങളിൽ 'മൂവ്മെന്റുകൾ' ആയി സൃഷ്ടിക്കപ്പെട്ടില്ലെങ്കിൽതന്നെയും ശ്രദ്ധിക്കപ്പെട്ടു. പിന്നീടൊരു ഘട്ടത്തിൽ ലെസ്ബിയൻ രാഷ്ട്രീയം അക്കാദമിക് വ്യവഹാരങ്ങളിൽ എത്തുകയുണ്ടായി. അക്കാദമിക മേഖലയിലെ 'ഇസ വല്ക്കരണം', പൊതുഇടങ്ങളിലെ രാഷ്ട്രീയ വ്യവഹാരങ്ങളിൽ, സദാചാരമാതൃകകളെ പിൻപറ്റിനിന്ന സ്ത്രീവാദികളുടെ ബോധപൂർവ്വമായ നിശ്ശബ്ദതകൾ, പാരമ്പര്യ സംവിധാനങ്ങളുടെ ആധിപത്യത്തുടർച്ച എന്നിവയെല്ലാം ലെസ്ബിയൻ രാഷ്ട്രീയത്തെ മുഖ്യധാരയിലേക്കോ സജീവ ചർച്ചകളിലേക്കോ എത്തിച്ചില്ല. അതുകൊണ്ടുതന്നെ ലെസ്ബിയൻ രാഷ്ട്രീയത്തിന്റെ ചുവടുപറ്റുവാൻ മലയാളത്തിലെ ലെസ്ബിയൻ ചലച്ചിത്രങ്ങൾക്കു കഴിഞ്ഞില്ല. പരമ്പരാഗത കുടുംബ മതസ്ഥാപനങ്ങളുടെ ആധിപത്യ സ്വഭാവത്തിനു കീഴടങ്ങേണ്ടി വരുന്ന ലെസ്ബിയനുകളുടെ കാഴ്ചയെ ആവിഷ്കരിച്ച *സഞ്ചാരം* ആൺകോയ്മകളുടെ തന്ത്രങ്ങളെ മറികടക്കുന്ന തലത്തിലേക്കു വളരുവാൻ കേരളത്തിലെ ലെസ്ബിയൻ ബന്ധങ്ങൾക്കു കഴിയില്ലായെന്ന യാഥാർത്ഥ്യത്തെ ദൃഢപ്പെടുത്തുന്നു. ആൺകാമനകളുടെ കമ്പോള താല്പര്യങ്ങളിൽ നിന്നു വഴിമാറി നില്ക്കുന്ന പ്രമേയങ്ങളെ ആവിഷ്കരിക്കുവാൻ മലയാളത്തിലെ ലെസ്ബിയൻ ചലച്ചിത്രങ്ങൾക്കു കഴിഞ്ഞില്ല. അതേസമയം കേരളീയ പൊതുമണ്ഡലത്തിൽ ലെസ്ബിയനുകളില്ലായെന്ന വരേണ്യസമൂഹത്തിന്റെ പൊതുബോധങ്ങളെ മാറ്റി നിർത്തി ലെസ്ബിയനുകൾ യാഥാർത്ഥ്യമാണ് എന്ന ധാരണയെ സാമാന്യമായി പങ്കുവെയ്ക്കുവാൻ ഇത്തരം ചിത്രങ്ങൾക്കു കഴിഞ്ഞു.

ആവിഷ്കാര സ്വാതന്ത്ര്യവും സംഘ്പരിവാർ രാഷ്ട്രീയവും

ഭിന്നവർഗ്ഗലൈംഗികത, പ്രത്യുല്പാദനം, ധാർമ്മിക സദാചാരമൂല്യങ്ങൾ എന്നിത്യാദികളെ മുൻനിർത്തി സ്വവർഗ്ഗലൈംഗികതയെ പ്രതിക്കൂട്ടിൽ നിർത്തി മർദ്ദിച്ചൊതുക്കുന്ന ഹൈന്ദവ മുസ്ലീം മത രാഷ്ട്രീയ സംഘടനകൾ എന്നിവ തങ്ങളുടെ യാഥാസ്ഥിതികബോധത്തെ ഇന്ത്യൻ സമൂഹത്തിൽ മുഖ്യധാരാ ഊട്ടിയുറപ്പിക്കുന്നു. സ്വവർഗ്ഗലൈംഗികത സ്വാഭാവികരതിയായി പ്രാചീന സമൂഹങ്ങളിൽ നിലനിന്നിരുന്നതിന്റെ തെളിവുകൾ ചരിത്ര - പുരാണ - മത ഗ്രന്ഥങ്ങളിൽ ആധികാരികമായി എഴുതപ്പെട്ടിരിക്കുന്നുവെങ്കിലും അതിനെയൊക്കെ നിഷേധിച്ചുകൊണ്ടാണ് ഹൈന്ദവ മുസ്ലീം സംഘടകൾ സ്വവർഗ്ഗരതിക്കെതിരെ വാളോങ്ങുന്നത്. സ്വവർഗ്ഗരതിയെന്നാൽ പാശ്ചാത്യ അനുകരണം, വൈദേശിക ഇറക്കുമതി, ലൈംഗിക വിപണിയിലെ പുതിയ പ്രതിഭാസം, ഭിന്നവർഗ്ഗ ലൈംഗികതയിലധിഷ്ഠിതമായ കുടുംബസ്ഥാപനത്തെ തകർക്കുന്ന പ്രവണത എന്നിത്യാദി തലങ്ങളിലൂടെ വീക്ഷിക്കുന്ന ഇക്കൂട്ടർ ഭാരതീയ പാരമ്പര്യ സദാചാരമൂല്യങ്ങളെക്കുറിച്ച് അമിത ബദ്ധശ്രദ്ധരാകുന്നു. കാരണം സ്വവർഗ്ഗരതിക്കെതിരായി ഭിന്നവർഗ്ഗലൈംഗികതയെ എക്കാലത്തും സമരമുഖത്തു നിർത്തുകവഴി ഭിന്നവർഗ്ഗലൈംഗികതയുടെ മണ്ഡലത്തിൽ പരിപാലിച്ചു പോന്ന ആൺ അധികാര സമ്പ്രദായങ്ങളെ അതേപടി നിലനിർത്തുവാൻ ഈ മതസ്ഥാപനങ്ങൾക്കു കഴിഞ്ഞിരുന്നു. ലൈംഗികത - അധികാരം എന്നിവയിലെ മേൽക്കോയ്മകൾ പുരുഷൻ നിലനിർത്തുകവഴി സാമൂഹ്യസംവിധാനങ്ങളുടെ മുഖ്യ ഭാഗധേയം അവൻ നിർവ്വഹിക്കുകയും ചെയ്യുന്നു. ഭിന്നവർഗ്ഗലൈംഗികതപോലെ സ്വവർഗ്ഗലൈംഗികതയും വ്യാപകമായിത്തീർന്നാൽ കുടുംബ മത സ്ഥാപനങ്ങളുടെ കീഴ്വഴക്കങ്ങളും ആചാരങ്ങളുമെല്ലാം അട്ടിമറിക്കപ്പെടുമെന്ന തിരിച്ചറിവ് സ്വവർഗ്ഗാനുരാഗികളേക്കാൾ കൂടുതലായി ഹൈന്ദവ - മുസ്ലീം സംഘടനാ പ്രയോക്താക്കൾക്കുണ്ട്. അതുകൊണ്ടുതന്നെയാണ് അവരുടെ പ്രതികരണങ്ങൾ പൂർവ്വാധികം രൂക്ഷമാകുന്നതും സാമൂഹ്യാതിക്രമങ്ങളിലേയ്ക്കു തിരിയുന്നതും. സ്വവർഗ്ഗലൈംഗികാവിഷ്കൃത ചലച്ചിത്രങ്ങളിൽ ബോധപൂർവ്വമായും അബോധപൂർവ്വമായും ലിംഗപദവിയുടെ വ്യവസ്ഥാപിത മാതൃകകൾ പൊളിച്ചെഴുതപ്പെടുന്നുണ്ട്. സ്ത്രീയുടെ 'പദവി'യെ സംബന്ധിച്ചുള്ള പുതിയ കാഴ്ചപ്പാടുകൾ, ഫ്യൂഡൽ പുരുഷ മനോഭാവങ്ങളിലുള്ള അട്ടിമറികൾ, വ്യക്തിയെന്ന നിലയിൽ മനുഷ്യന്റെ നിർഭയവും സ്വതന്ത്രവുമായ ജീവിതങ്ങൾ എന്നിവയെ ഇത്തരം സിനിമകൾ സ്ഥാപിച്ചെടുക്കുന്നതിനെതിരെയാണ് യാഥാസ്ഥിതികൾ കലാപങ്ങളുയർത്തുന്നത്.

ഇന്ത്യയിലെ സംഘ്പരിവാർ ഉൾപ്പെടെയുള്ള സംഘടനകൾ ഉയർത്തിക്കാണിക്കുന്ന ഭാരതീയ സദാചാരസങ്കല്പങ്ങൾ വ്യാജവും ജന

രാഷ്ട്രത്തിന്റെ ശരീരപ്പേടികൾ, ജി പി രാമചന്ദ്രൻ, ലെഫ്റ്റ് വേഡ് മാസിക, ഡിസംബർ 2017.

വിരുദ്ധവും അവാസ്തവികവുമാണ്. അത്തരം പ്രശ്ന മേഖലകളെ വിമർശനാത്മകമായി ചൂണ്ടിക്കാണിക്കുമ്പോൾ അസഹിഷ്ണുതയോടെ ആക്രമിച്ച് ഒതുക്കുവാനുള്ള ശ്രമങ്ങളാണ് അക്കൂട്ടർ നടത്തുന്നത്. കലാ സാഹിത്യാദി മാധ്യമങ്ങൾ സൃഷ്ടിക്കുന്ന സ്വതന്ത്രമായ സംവാദ ങ്ങളെപ്പോലും ദൃശ്യ/അദൃശ്യവുമായ സെൻസർഷിപ്പിലൂടെ നിയന്ത്രി ക്കുന്നു. സിനിമയെന്ന ജനപ്രിയ കലാരൂപത്തിനു ഊരുവിലക്കും കല്പി ക്കുന്നു. ദീപാമേത്തയുടെ *ഫയർ* ഉയർത്തിയ ആശയങ്ങൾക്കെതിരെ ആക്രമണങ്ങൾ നടത്തുവാൻ തയ്യാറായ സംഘ്പരിവാർ സംഘടനക ളുടെ നിലപാടിന്റെ ആവർത്തനമാണ് *കബോഡി സ്കേപ്സി*നു നേരെ യുമുള്ളത്.

1996 ൽ പൂർത്തിയാക്കിയ ഫയർ തിയറ്ററുകളിലെത്തുന്നത് 1998 ലാണ്. സീത - രാധ ലെസ്ബിയൻ പ്രണയത്തെ ആവിഷ്കരിച്ച ചിത്ര ത്തിൽ സീത എന്ന കഥാപാത്രത്തിന്റെ പേര് നിതയെന്നു മാറ്റി ഉപയോ ഗിക്കുവാൻ സെൻസർ ബോർഡ് ആവശ്യപ്പെട്ടു. 1998 നവംബർ 13 നു റിലീസ് ചെയ്യപ്പെട്ട *ഫയറി*നു വ്യാപകമായ പൊതുസ്വീകാര്യത ലഭിച്ച തിനെത്തുടർന്ന് ഹൈന്ദവ കഥാപാത്രങ്ങൾക്ക് പുരാണ സ്ത്രീകളുടെ പേരു നല്കിയതിനെ വിവാദമാക്കിയ ശിവസേന വ്യാപകമായ ആക്രമ ണങ്ങൾ അഴിച്ചുവിട്ട് പൊതുജനങ്ങളിൽ ഭീതിപരത്തി. മുംബൈയിലെ ജോറീഗാനിൽ ആരംഭിച്ച പ്രശ്നങ്ങൾ ഡൽഹി, സൂററ്റ്, പൂനെ, കൊൽക്കത്ത എന്നിവിടങ്ങളിലേക്കു ശിവസേന വ്യാപിപ്പിക്കുകയും ക്രമ സമാധാന പ്രശ്നങ്ങൾ സൃഷ്ടിക്കുകയും ചെയ്തു. ഡിസംബർ നാലിനു സെൻസർ ബോർഡിന്റെ പുനപ്പരിശോധനയെത്തുടർന്ന് 5-ാം തീയതി ദീപാമേത്തയും ദിലീപ്കുമാറുമടങ്ങുന്ന സംഘം സുപ്രീംകോടതയിൽ ആവിഷ്കാര സ്വാതന്ത്ര്യത്തിനു വേണ്ടി പരാതി നല്കുകയും തെരു വിൽ പ്രതിഷേധപ്രകടനങ്ങൾ നടത്തുകയും ചെയ്തു. ദീപാമേത്തയോ ടുള്ള എതിർപ്പുകൾ അവസാനിപ്പിക്കാത്ത ശിവസേനക്കാർ *വാട്ടർ* സിനി മയുടെ ചിത്രീകരണ സെറ്റിൽ കയറി എല്ലാം അടിച്ചു തകർത്തു. ഇത്തരം വിധ്വംസക രാഷ്ട്രീയ നിലപാടുകളുടെ മറ്റൊരു തലത്തിലുള്ള പ്രകട നങ്ങളാണ് ജയൻ ചെറിയാന്റെ *കബോഡി സ്കേപ്സു*മായി ബന്ധപ്പെട്ട് ഉണ്ടായത്. ഗേ പ്രണയത്തിന്റെ രാഷ്ട്രീയ നിലപാടുകളെ ആവിഷ്കരിച്ച *കബോഡി സ്കേപ്സി*നു ഫിലിം സർട്ടിഫിക്കേഷൻ ബോർഡിന്റെ സർട്ടി ഫിക്കറ്റ് ലഭിക്കുകയുണ്ടായില്ല. ഇന്റർ നാഷണൽ ഫിലിം ഫെസ്റ്റിവൽ ഓഫ് കേരളയിൽ (2016) പ്രദർശനത്തിനായി സി ബി എഫ് സിയുടെ അനുമതി ലഭ്യമാകാത്തതിനെത്തുടർന്ന് ജയൻ ചെറിയാൻ കോടതിയു ത്തരവിലൂടെ ചിത്രം പ്രദർശിപ്പിച്ചപ്പോൾ ചിത്രത്തിനെതിരെ പ്രതിഷേ ധങ്ങളും പ്രകടനങ്ങളും ബി ജെ പി ഉൾപ്പെടെയുള്ള ഹൈന്ദവ രാഷ്ട്രീയ സംഘടനകൾ നടത്തുകയുണ്ടായി. ആർ എസ് എസ് ശാഖ ക്കാരന്റെ ഗേ പ്രണയവും ഹനുമാന്റെ നഗ്നശരീര ചിത്രവും ഇക്കൂട്ടരെ പ്രകോപിപ്പിക്കുന്ന ഘടകങ്ങളായിരുന്നു. *ഫയർ* ചിത്രവിവാദവുമായി

ബന്ധപ്പെട്ട് ദീപാമേത്തയെ പിന്തുണച്ച നടൻ ദിലീപ്കുമാറിന്റെ വീട്ടിൽ അടിവസ്ത്രങ്ങൾ വലിച്ചെറിഞ്ഞു ശിവസേനക്കാർ പ്രതിഷേധിച്ചുവെങ്കിൽ *കബോഡി സ്കേപ്സി*ന്റെ പ്രദർശനം, ചലച്ചിത്രമേളയിലെ ദേശീയഗാന വിവാദം എന്നിവയെ മുൻനിർത്തി ചലച്ചിത്ര അക്കാദമി ചെയർമാൻ കമലിന്റെ തറവാട്ടിലേക്ക് ബി ജെ പിക്കാർ പ്രകടനം നടത്തി (2016 ഡിസംബർ) പ്രതിഷേധിച്ചു. കമലിനെ കമാലുദ്ദീനെന്ന ഐഡന്റിറ്റിയിൽ ഉയർത്തിക്കാട്ടി ഹൈന്ദവ ദേശീയതകൾക്കെതിരെയുള്ള പ്രതിലോമകരമായ നിലപാടുകളാണ് അദ്ദേഹത്തിന്റേത് എന്നു സ്ഥാപിച്ചെടുക്കാൻ സംഘ്പരിവാറുകൾ നടത്തിയ പരാക്രമങ്ങൾ അത്യന്തം അപലപനീയമാണ്. ലിംഗ-ലൈംഗികമായ വൈവിദ്ധ്യങ്ങൾ ആഗോളവല്ക്കരണത്തിന്റെയോ പാശ്ചാത്യ വാണിജ്യ സംസ്കാരത്തിന്റെയോ ഉല്പന്നങ്ങൾ അല്ലായെന്ന യാഥാർത്ഥ്യങ്ങളെ തമസ്കരിച്ചുകൊണ്ടാണ് ഹിന്ദു - ഇസ്ലാം മത വർഗ്ഗീയവാദികൾ സ്വവർഗ്ഗലൈംഗികതാ പ്രമേയ ആവിഷ്കാരങ്ങളോടു കലഹിക്കുന്നതും പ്രതിഷേധിക്കുന്നതും. ലൈംഗിക/ജന്റർ ന്യൂനപക്ഷങ്ങളെ സംബന്ധിച്ചുള്ള വൈവിദ്ധ്യങ്ങളെയും അവയുടെ രാഷ്ട്രീയത്തെയും അധികാര - ഗുണ്ടാ രാഷ്ട്രീയത്തിലൂടെ നേരിടുന്നതിനു പിന്നിൽ പൂർവ്വകാല മതാചാര സംഹിതകളെ സംസ്ഥാപിച്ചെടുക്കാനുള്ള നിഗൂഢ ഉദ്യമങ്ങൾ തന്നെയാണുള്ളത്.

കലയുടെ ഫ്യൂഡൽ ബോധങ്ങൾ

സ്വവർഗ്ഗലൈംഗികതയുടെ ദൃശ്യാഖ്യാനം നിർവ്വഹിച്ച ചലച്ചിത്രങ്ങൾ വിമതലൈംഗികതയുടെ യഥാർത്ഥ രാഷ്ട്രീയത്തിൽ നിന്നു വഴിമാറി നില്ക്കുന്നതിനൊപ്പംതന്നെ ചലച്ചിത്രകലാരംഗത്ത് അര നൂറ്റാണ്ടിലധികമായി നിലനിന്നു പോരുന്ന ഫ്യൂഡൽബോധങ്ങൾക്കു കീഴടങ്ങി നില്ക്കുകയും ചെയ്യുന്നു. പത്തിൽ താഴെ നില്ക്കുന്ന ഗേ/ലെസ്ബിയൻ ഫിലിമുകളിൽ മുഖ്യധാരാ ജനപ്രിയ ചലച്ചിത്രങ്ങളിലെ കമ്പോളതാരങ്ങൾ അഭിനയിച്ചിരുന്നില്ലായെന്നത് (പൃഥിരാജ് ഇതിന് അപവാദം - പക്ഷേ, *മുംബൈ പൊലീസി*ന്റെ പ്രധാന ആഖ്യാന കേന്ദ്രം സ്വവർഗ്ഗലൈംഗികതയല്ല) ശ്രദ്ധേയമാണ്. മുൻനിര നടീനടന്മാരുടെ കമ്പോളതാല്പര്യങ്ങളും സദാചാരബോധങ്ങളും ചലച്ചിത്രമേഖലയുടെ ഫ്യൂഡൽ മനോഭാവങ്ങളും ഇത്തരം ഒഴിവാക്കലുകൾക്കു പിന്നിലുണ്ട്. ചലച്ചിത്രത്തിന്റെ പതിവു സൗന്ദര്യശാസ്ത്ര സങ്കല്പനങ്ങളിൽ നിന്നുമാറി നില്ക്കുന്നവരും പുതുമുഖങ്ങളും സദാചാരഭീഷണികളില്ലാതെ ഇത്തരം ചിത്രങ്ങളിൽ സഹകരിച്ചതുകൊണ്ടു മാത്രം അവ നിർമ്മിക്കപ്പെട്ടു. പക്ഷേ നിർമ്മാണ വിതരണ പ്രദർശന ശൃംഖലകളിൽ നിലനില്ക്കുന്ന യാഥാസ്ഥിതിക വരേണ്യബോധങ്ങൾ സ്വവർഗ്ഗലൈംഗിക പ്രമേയസിനിമകളെ അകറ്റി നിർത്തുന്നതിനാൽ അവയ്ക്ക് പ്രദർശന ഇടങ്ങൾ ലഭിക്കാതെയോ, നാമമാത്രമായ പ്രദർശനങ്ങളിലൂടെയോ വിസ്മൃതിയിലേയ്ക്കു ഒടുങ്ങേണ്ടി വന്നു.

2004 ൽ നിർമ്മിക്കപ്പെട്ട ലിജി പുല്ലപ്പിള്ളിയുടെ *സഞ്ചാര*ത്തിന് തിയറ്ററുകൾ ലഭ്യമല്ലാതെ പോയതിനാൽ പിന്നീട് സിഡി/ഡിവിഡി കോപ്പികളിലൂടെയാണ് പ്രേക്ഷകർക്കു കാണുവാൻ സാധിച്ചത്. *സൈലന്റ് വാലി, മൈ ലൈഫ് പാർട്ട്ണർ* എന്നിവയ്ക്കു നാമമാത്ര പ്രദർശനശാലകൾ ഔദാര്യപൂർവ്വം ലഭിച്ചുവെങ്കിൽ തന്നെയും തിയറ്റർ വിതരണലോബി ബോധപൂർവ്വം അവയെ പരാജയപ്പെടുത്തി. ഇത്തരമൊരു പ്രവണതയെ കൃത്യമായ നിശബ്ദതകളിലൂടെ മാധ്യമങ്ങളും പിന്തുണച്ചു. *കബോഡി സ്കേപ്സി*നും *വെളുത്ത രാത്രി*കൾക്കും വലിയ പ്രദർശനശാലകൾ ലഭ്യമാകാതെ പോയതും ഇവയുടെ തുടർച്ചയായി വായിക്കേണ്ടിവരും.

സ്വവർഗ്ഗലൈംഗികതയെന്ന വിഷയത്തെ അവതരിപ്പിച്ച ചലച്ചിത്രങ്ങൾ സ്വവർഗ്ഗരതി വിരുദ്ധ മനോഭാവങ്ങളെയാണ് ആത്യന്തികമായി അവതരിപ്പിച്ചത്. ഭിന്നവർഗ്ഗലൈംഗികതയുടെ സാമ്പ്രദായിക രീതിശാസ്ത്രങ്ങൾക്കുള്ളിൽ നിന്നുകൊണ്ട് അവയെത്തന്നെ സ്ഥാപിച്ചെടുക്കാനുള്ള പ്രവണതകളാണ് ഇത്തരത്തിൽ സ്വവർഗ്ഗരതിവിരുദ്ധ കാഴ്ചപ്പാടുകളെ നിർമ്മിച്ചെടുക്കുന്നതിനു പിന്നിലുള്ളത്. ഫ്യൂഡൽ മനോഭാവങ്ങളുടെ പൊതുധാരയിൽ നിന്നു മാറിനില്ക്കുന്ന *കബോഡി സ്കേപ്സ്* പോലെയുള്ള സിനിമകൾ സ്വവർഗ്ഗ പ്രണയത്തിന്റെ വസ്തുനിഷ്ഠതയെ ബോദ്ധ്യപ്പെടുത്തുവാനുദ്യമിക്കുമ്പോഴും ഭിന്നവർഗ്ഗലൈംഗികതയുടെ അധീശത്വാധികാരങ്ങളെ മറികടക്കുവാൻ ശ്രമിക്കുമ്പോഴും കാര്യമായി വിജയിക്കാതെ പോകുന്നു. ആഖ്യാന വിഷയങ്ങൾ പ്രബോധനാത്മക സ്വഭാവത്തിലൂടെ സഞ്ചരിക്കുമ്പോൾ, ആക്ടിവിസത്തിന്റെ കാഴ്ചകളെ ഉള്ളടക്കം ചെയ്യുമ്പോൾ ഒക്കെ വന്നുചേരുന്ന ഡോക്യുമെന്റേഷൻ ശൈലി പ്രേക്ഷകരുടെ ആസ്വാദ്യതയ്ക്കു വിലങ്ങുതടിയായി മാറുന്നു. ഭിന്നവർഗ്ഗ ജീവിതങ്ങളെ ആവിഷ്കരിച്ച സൗന്ദര്യശാസ്ത്ര തലങ്ങൾക്കുമപ്പുറത്തേക്ക് സ്വവർഗ്ഗലൈംഗികതയുടെ ആവിഷ്കാരങ്ങൾ മാറിയെങ്കിൽ മാത്രമേ ഇത്തരം ചിത്രങ്ങൾക്കു സാധ്യതകളുണ്ടാകൂ.

2018 സെപ്റ്റംബർ 6 നു ഉഭയസമ്മത പ്രകാരമുള്ള സ്വവർഗ്ഗരതി ക്രിമിനൽ കുറ്റമല്ലെന്നു സുപ്രീംകോടതി ഭരണഘടനാബഞ്ച് ഏകകണ്ഠമായി വിധിച്ചു. എങ്കിലും സ്വവർഗ്ഗലൈംഗികതയെ ചുറ്റിപ്പറ്റിയുള്ള വ്യവഹാരങ്ങൾക്ക് ഇന്ത്യയിൽ, വിശിഷ്യാ ജനാധിപത്യ കേരളത്തിൽ പൊതുസ്വീകാര്യത ലഭിക്കാത്തതിനാൽ അവയെ സംബന്ധിച്ചു നിലനില്ക്കുന്ന അഭ്യൂഹങ്ങളും കിംവദന്തികളും കൂടുതൽ മേൽകൈ സമൂഹത്തിൽ നേടിക്കൊണ്ടിരിക്കുന്നു. ഭരണകൂട അധികാരസ്ഥാപനങ്ങൾ തന്നെ ഹോമോഫോബിയയെ ഉല്പാദിപ്പിക്കുമ്പോൾ പൊതുസമൂഹത്തിൽ അതിന്റെ പ്രതിഫലനങ്ങളേ പ്രകടമാകൂ. സ്വവർഗ്ഗലൈംഗികതയുടെ ജനിതകപരമായ കാരണങ്ങളെ യാഥാർത്ഥ്യബോധത്തോടെ അംഗീകരിക്കുവാനും, അവരുടെ രാഷ്ട്രീയ നിലപാടുകളോടു സംവദിക്കുവാൻ കഴിയുന്നതുമായ ഒരു സമൂഹത്തിൽ നിന്നേ 'ഹോമോഫോബിക്' അല്ലാത്ത 'തനിമ'യുള്ള സ്വവർഗ്ഗ പ്രണയ ചലച്ചിത്രങ്ങൾ സൃഷ്ടിക്കപ്പെടുകയുള്ളൂ.

റഫറൻസ്

I. 1. Nancy J Chodorow : *Feminism & psychoanalystic theory,* Yale university press, New Heavn & london 1989

2. Teresa Brennan(Ed) : Between Feminism & psychoanalysic, Routledge, london 1993

3. ജോജി കൂട്ടുമ്മൽ - *ലൈംഗികത-നിലപാടുകളുടെ രാഷ്ട്രീയം,* കേരളശാസ്ത്ര സാഹിത്യപരിഷത്ത്, തൃശൂർ.

4. രാമകൃഷ്ണൻ എം കെ/വേണുഗോപാൽ കെ എം - *സ്ത്രീവിമോചനം-ചരിത്രം, സിദ്ധാന്തം, സമീപനം* നയന ബുക്സ്, പയ്യന്നൂർ, നവംബർ 1989

5. രേഷ്മ ഭരദ്വാജ് (എഡി.) - *മിഥ്യകൾക്കപ്പുറം സ്വവർഗ്ഗലൈംഗികത കേരളത്തിൽ,* ഡി സി ബുക്സ്, കോട്ടയം, ജനുവരി 2004

6. രശ്മി ജി, അനിൽകുമാർ കെ എസ് - *വിമതലൈംഗികത: ചരിത്രം സിദ്ധാന്തം രാഷ്ട്രീയം*, ചിന്ത പബ്ലിഷേഴ്സ്, തിരുവനന്തപുരം, ജൂലൈ 2016.

7. സുകുമാരൻ വി - *സ്ത്രീ-എഴുത്തും വിമോചനവും, ഫെമിനിസ്റ്റ് സിദ്ധാന്ത ചരിത്രം,* ചിന്ത പബ്ലിഷേഴ്സ്, തിരുവനന്തപുരം ജൂൺ 2011

8. സെബാസ്റ്റ്യൻ കെ സി - *പരസ്പരം പ്രണയിക്കുന്ന സ്ത്രീകൾ,* പ്രണത ബുക്സ്, കൊച്ചി, 2003

II. 1. *സ്വവർഗ്ഗാനുരാഗം മുൻവിധികളും വസ്തുതകളും* - ഡോ. ഷാഹുൽ അമീൻ, മാതൃഭൂമി ആരോഗ്യമാസിക, 2012 ജൂൺ, ലക്കം 4

2. *സ്വവർഗ്ഗാനുരാഗം ഭ്രൂണത്തിന്റെ തീരുമാനമാണ്* - എതിരൻ കതിരവൻ, മാതൃഭൂമി ആഴ്ചപ്പതിപ്പ്, 2015 മാർച്ച് 15, ലക്കം 52

3. *പ്രണയം ഒരു മനുഷ്യാവകാശ പ്രശ്നമാണ്* - കിഷോർകുമാർ, മാതൃഭൂമി ആഴ്ചപ്പതിപ്പ്, 2009 ജൂലൈ 19

4. *അനുരാഗികളുടെ അവകാശങ്ങൾ* - ജാനകി, മാധ്യമം ആഴ്ചപ്പതിപ്പ്, 2009 ജൂലൈ 20

5. *ആണെഴുത്തിലെ ലെസ്ബിയനിസം* - രശ്മി ജി, അനിൽകുമാർ കെ എസ്, ദേശാഭിമാനി വാരിക, 2014 ജൂൺ 8.

III. **കടപ്പാട്**

കിഷോർകുമാർ/ജിജോ കുര്യാക്കോസ്/പ്രിജിത്ത് (ഗേ/ക്വീയർ ആക്ടിവിസ്റ്റ്സ്)

7

ട്രാൻസ്ജന്ററും ഇന്ത്യൻ സിനിമയും ജന്റർന്യൂനപക്ഷങ്ങളുടെ ജീവിതവും കാഴ്ചകളും

ഓരോ പുരുഷനിലും ഒരു സ്ത്രീയുണ്ട്. മറിച്ചും അങ്ങനെതന്നെ. സമൂഹത്തിന്റെ 'കണ്ടീഷനിങ്' ആണ് ലിംഗനിർമ്മിതി. കറുപ്പിനും വെളുപ്പിനും ഇടയിൽ എത്ര വർണ്ണങ്ങളുടെ വൈവിദ്ധ്യമുണ്ട്! പകലിനും രാവിനുമിടയിൽ വ്യത്യസ്തങ്ങളായ എത്ര നിമിഷങ്ങളുണ്ട്! എന്റെ മാറ്റം ഒരു ഭ്രമാത്മകതയായിരുന്നു. ആണിൽനിന്നും പെണ്ണിലേക്കുള്ള ആ യാത്ര ഒരുതരം പടംപൊഴിക്കലാണ്. വാക്കുകൾക്കതീതമാണ് ആ അനുഭൂതി. മനുഷ്യനെ വെറും ശരീരം മാത്രമായി കാണുന്നവരുടെ ഇടയിലേക്കുള്ള പ്രവേശം ഒരിക്കലും എളുപ്പമല്ലായിരുന്നു. അതിസങ്കീർണ്ണവും ചെലവേറിയതുമായ ലിംഗമാറ്റ ശസ്ത്രക്രിയയിലൂടെ എന്റെ ശരീരത്തെ പൂർണ്ണമായും ഒരു സ്ത്രീയുടേതാക്കി ഞാൻ മാറ്റിയെടുത്തു. ഗർഭധാരണത്തിലൂടെ ഒരു കുഞ്ഞിന്റെ അമ്മയാകാൻ കഴിയില്ല എന്നത് മാത്രമാണ് എന്നിലെ സ്ത്രീയിലുള്ള ഏക അപര്യാപ്തത.

- കൽക്കി സുബ്രഹ്മണ്യം (ട്രാൻസ് ആക്ടിവിസ്റ്റ്)

ഞാനവരുടെ പ്രതിനിധിയാണ്. ജീവിച്ചിരിക്കാൻവേണ്ടി. സ്വതന്ത്രമായ തിരഞ്ഞെടുക്കലുകൾക്കുവേണ്ടി, മിതമായി പറഞ്ഞാൽ സത്യസന്ധമായി സ്വത്വം വെളിപ്പെടുത്തി ജീവിക്കാനുള്ള സമരമായിരുന്നു അഥവാ സമരമാണ് എന്റെ ജീവിതം. ലിംഗപരമായി ജനനത്തിൽ ഒന്ന് സംഭവിക്കുകയും ആ ഒരു ലിംഗാവസ്ഥയെ സ്വയംമാറ്റാൻ ശ്രമിക്കുകയും ചെയ്യുന്ന ട്രാൻസ് വിഭാഗങ്ങളിൽപ്പെട്ടവരുടെ കാര്യമാണ് പറയുന്നത്. ഉഭയലിംഗത്തിൽപ്പെട്ടവർ ചിലപ്പോൾ ജനനത്തിൽത്തന്നെ കൊലപാതകത്തിന് ഇരകളാവുന്നു. കൊല്ലപ്പെടുന്നു. കാരണം രണ്ട് ലിംഗാവസ്ഥയിൽ കുട്ടികൾ ജനിക്കുന്നത് മുൻജന്മപാപം മൂലമാണെന്നാണ് വിശ്വാസം. ശാരീരികമായി ഒരു ലിംഗാവസ്ഥയിൽ നില്ക്കാതെ മറ്റൊരു ലിംഗാ

വസ്ഥയിലേക്ക് ശാരീരികമായും മാനസികമായും മാറാൻ തയ്യാറായവരും മാറിയവരും ട്രാൻസിൽ ഉണ്ട്. എന്നിട്ടും ഈ പാതകം തുടരുന്നു. അക റ്റിനിർത്തലുകളും കൊലപാതകങ്ങളും തുടരുന്നു.

- ശീതൾ ശ്യാം (ട്രാൻസ്ജന്റർ ആക്ടിവിസ്റ്റ്)

അനുകമ്പ തോന്നി ആരും ഞങ്ങൾക്ക് ഒന്നും തന്നിട്ടില്ല. പോരാടി നേടിയെടുത്തതാണ് അവകാശങ്ങൾ. ഞങ്ങൾ ആവശ്യപ്പെടുന്നത് അത്യാവശ്യങ്ങളാണ്. ഒരു വ്യക്തി എന്ന നിലയിൽ ആണിനും പെണ്ണിനും ഉള്ള എല്ലാ അവകാശങ്ങളും ഞങ്ങൾക്കും വേണം. അങ്ങനെ തുല്യത ലഭിക്കണം. എന്നാലും പോരാട്ടം അവസാനിക്കുന്നില്ല. ആ തുല്യത നില നിർത്താൻ പോരാടും. പുതുതായി ഞങ്ങൾക്കുവേണ്ടി എന്തെങ്കിലും സൃഷ്ടിക്കണമെന്ന് നിർബന്ധിക്കുന്നില്ല. നിലവിലെ സൗകര്യങ്ങളിൽ ഞങ്ങളെയും ഉൾക്കൊള്ളിക്കണം. ഞങ്ങളെ അംഗീകരിക്കുന്ന ജന ങ്ങൾക്കിടയിൽ ജീവിക്കണം.

- സൂര്യ (അഭിനേത്രി/ആക്ടിവിസ്റ്റ്)

എല്ലാ ഭിന്നലിംഗക്കാർക്കും എന്തെങ്കിലും കഴിവുള്ളവരാണ്. പക്ഷേ, ആ കഴിവ് പ്രകടിപ്പിക്കണമെങ്കിൽ അതിനുള്ള ശരിയായ അവസരവും സന്ദർഭവും ഉണ്ടാകണം.

- എ രേവതി (ദ ട്രൂത്ത് എബൗട്ട് മി)

വ്യവസ്ഥാപിതമായ ആൺ - പെൺ ലിംഗമാതൃകകൾക്കു പുറ ത്ത് ഒട്ടനവധി അവസ്ഥകൾ സാദ്ധ്യമാണെന്നു തെളിയിച്ച വ്യക്തി ത്വങ്ങളാണ് ട്രാൻസ്ജന്ററുകൾ. 'ആൺവേഷം കെട്ടിയ പെണ്ണും' 'പെൺവേഷം കെട്ടിയ ആണുമായി' പരിഹസിക്കപ്പെട്ടുകൊണ്ടിരുന്ന ട്രാൻസ്ജന്റുകൾ യഥാർത്ഥത്തിൽ അതിസങ്കീർണ്ണമായ മനുഷ്യാവസ്ഥ കളിലൂടെയാണ് സഞ്ചരിക്കുന്നതെന്ന വാസ്തവത്തെ മില്ലേനിയം വരെ യുള്ള ഘട്ടത്തിൽ ഇന്ത്യൻ പൊതുമണ്ഡലം തിരിച്ചറിഞ്ഞിരുന്നില്ല. 'തല തിരിഞ്ഞു പോയവരാ'യും 'ഭ്രാന്തന്മാ'രായും ഇക്കൂട്ടരെ പരിഗണിച്ചിരുന്ന പൊതുസമൂഹം 'ഒമ്പത്', 'ചാന്തുപൊട്ട്', 'തെയ്യാരോ' 'മണുഗുണാഞ്ചൻ', 'പെണ്ണാണ്', 'ആൺപെൺ' എന്നിത്യാദി പദങ്ങളിലൂടെ ആവർത്തിച്ചാ വർത്തിച്ച് പരിഹസിച്ചുകൊണ്ടിരുന്നു. ഭിന്നവർഗ്ഗലൈംഗികതയുടെ അധീ ശത്വ വ്യവഹാരങ്ങൾക്കുള്ളിൽ ഞെരിഞ്ഞമർന്നു ജീവിക്കാൻ വിധിക്ക പ്പെട്ട ട്രാൻസ്ജന്ററുകൾക്ക് വർത്തമാനകാലത്ത് അതിജീവനത്തിന്റെ ചരിത്ര വിജയങ്ങളെയാണ് ചൂണ്ടിക്കാട്ടുവാനുള്ളത്.

ജന്റർന്യൂനപക്ഷങ്ങളുടെ ജീവിതത്തെ അല്പമാത്രമായോ പാർശ്വ വീക്ഷണങ്ങളായോ അവതരിപ്പിക്കുവാൻ ഇന്ത്യൻ സിനിമ വ്യത്യസ്ത കാലഘട്ടങ്ങളിൽ ശ്രമിച്ചിട്ടുണ്ട്. കല്പന ലജ്മിയുടെ *ഡെർമിയൻ ഇൻ ബിറ്റ്വീൻ* (1997), റോബിൻ ഭട്ടിന്റെ *സഡക്* (1992), യോഗേഷ് ഭരദ്വാ ജിന്റെ *ശബ്നം മൗസീ* (2005), ശ്യാംബനഗലിന്റെ *വെൽകം ടു സജ്ജൻ പൂർ* (2008), ജുഗൻ കിഷോർ ജാഗ്വാ, മൻമോഹൻ ദോതായി *അമർ അക്ബർ ആന്റണി* (1977), മഹേഷ് ഭട്ടിന്റെ *തമന്ന* (1998), ദീപ മേത്ത

യുടെ *വാട്ടർ* (2005) തുടങ്ങിയ ഉത്തരേന്ത്യൻ ചിത്രങ്ങളിൽ ട്രാൻസ്ജന്ററുകളുടെ സാന്നിധ്യമുണ്ടായിരുന്നുവെങ്കിൽ വസന്തത്തിന്റെ *അപ്പു* (2000), രാഘവ ലോറൻസിന്റെ *കാഞ്ചന* (2011), ഷങ്കറിന്റെ *ഐ* (2015), ആനന്ദ് ശങ്കറിന്റെ *ഇരുമുഖൻ* (2016), ലോഹിതദാസിന്റെ *സൂത്രധാരൻ* (2001), ലാൽജോസിന്റെ *ചാന്തുപൊട്ട്* (2005), സന്തോഷ് സൗപർണ്ണികയുടെ *അർദ്ധനാരി* (2012), വിജുവർമ്മയുടെ *ഓടും രാജ ആടും റാണി* (2014), ബിനു എസിന്റെ *ഇതിഹാസ* (2014), ജയൻ ചെറിയാന്റെ *കബോഡിസ്കേപ്സ്* (2018), സുരേഷ് നാരായണന്റെ *ഇരട്ടജീവിതം* (2018), ഉണ്ണികൃഷ്ണൻ ആവളയുടെ *ഉടലാഴം* (2018), രഞ്ജിത്ത് ശങ്കറിന്റെ *ഞാൻ മേരിക്കുട്ടി* (2018) തുടങ്ങിയ ദക്ഷിണേന്ത്യൻ ചിത്രങ്ങളിൽ ട്രാൻസ് ജീവിതാവിഷ്കാരങ്ങളെ കണ്ടെത്തുവാൻ കഴിയും.

സാമൂഹ്യജീവിതത്തെ പ്രതിഫലിപ്പിക്കുന്നുവെന്നു സാമാന്യേന വിലയിരുത്തപ്പെടുന്ന കലാസാഹിത്യാദി മാധ്യമങ്ങൾ വിഭിന്ന വ്യക്തിത്വങ്ങളായി മുദ്രകുത്തപ്പെട്ട ട്രാൻസ്ജന്ററുകളെ വ്യത്യസ്ത തലങ്ങളിലൂടെ ആവിഷ്കരിക്കുവാനുള്ള ശ്രമങ്ങൾ നടത്തിയിട്ടുണ്ട്. ചെറുകഥാരംഗത്ത് മാധവിക്കുട്ടിയുടെ *നപുംസകങ്ങൾ,* എം പി നാരായണപിള്ളയുടെ *ഹിജഡ*, ഇന്ദുമേനോന്റെ *ഹിജഡയുടെ കുട്ടി*, പ്രമോദ് രാമന്റെ 'ഛേദാംശജീവിതം', 'രതിമാതാവിന്റെ പുത്രൻ', നോവൽ സാഹിത്യത്തിൽ എം എം മേനോന്റെ *ഹിജഡ*, ദിലീപ്കുമാറിന്റെ *ബുധസംക്രമണം*, എസ് ബാലഭാരതിയുടെ *അവൻ + അവൾ = അത്* (വിവ), എച്ച് മുക്കുട്ടിയുടെ *വേറിട്ടു മാത്രം കത്തിയമരുന്ന ചില ശരീരങ്ങൾ*, ആത്മകഥാ സാഹിത്യത്തിൽ *ജെറീന - ഒരു മലയാളി ഹിജഡയുടെ ആത്മകഥ*, എ രേവതിയുടെ *ഒരു ഹിജഡയുടെ ആത്മകഥ* എന്നിവയുമാണുള്ളത്. 'നപുംസക'ങ്ങളും 'ഹിജഡ'യും മലയാള സാഹിത്യരംഗത്ത് ലബ്ധ പ്രതിഷ്ഠരായ രണ്ട് എഴുത്തുകാരുടെ രചനകളായിരിക്കുമ്പോൾ തന്നെ അവ ട്രാൻസ്ജന്ററുകളെ സാമൂഹ്യവിരുദ്ധരായിട്ടാണ് അവതരിപ്പിക്കുന്നത്. അതേ സമയം പുതിയ കാലത്തിന്റെ എഴുത്തുകാരായ പ്രമോദ് രാമനും ഇന്ദുമേനോനും ട്രാൻസ്ജന്ററുകളുടെ സ്വത്വ പ്രതിസന്ധികളെ, പൊതുസമൂഹത്തിന്റെ ട്രാൻസ് വിരുദ്ധമനോഭാവങ്ങളെ വസ്തുനിഷ്ഠമായി അവതരിപ്പിക്കുന്നു. 'അമാന്യ'വല്ക്കരിക്കപ്പെട്ട 'നപുംസക'ത്തിനു പകരമായി 'സപുംസക'മെന്ന മാന്യതയാർന്ന അഭിസംബോധനയെ സൃഷ്ടിച്ചെടുക്കുവാനും പ്രമോദ്രാമനു കഴിഞ്ഞു. *ഹിജഡ, ബുധസംക്രമണം* എന്നീ നോവലുകൾ ട്രാൻസ്ജന്ററുകളെ കാല്പനിക ഭാവനയുടെ അടിസ്ഥാനത്തിൽ വിശകലനം ചെയ്യുന്ന, കേരളീയ പൊതുമണ്ഡലത്തിന്റെ കൗതുകങ്ങളോടു ചേർന്നുനില്ക്കുന്ന രചനകൾ ആണ്. വരേണ്യവർഗ്ഗത്തിന്റെ അടിത്തറകളെ ബലപ്പെടുത്തുകയെന്ന നിഗൂഢ ലക്ഷ്യത്തെ പ്രാവർത്തികമാക്കുവാനുദ്യമിച്ച ആത്മകഥാ സാഹിത്യത്തിൽ ആധുനികാനന്തര ഘട്ടത്തിൽ പിളർപ്പുകളുമുണ്ടാകുന്നുണ്ട്. അതിന്റെ തെളിവാണ് പാർശ്വവല്ക്കരിക്കപ്പെട്ടവരുടെ ആത്മകഥാ സൃഷ്ടികൾ. കള്ള

ന്റെയും അഭിസാരികയുടെയും ഡ്യൂപ്പിന്റെയും ആത്മകഥകൾ എഴുതപ്പെട്ടതിന്റെ തുടർച്ചയായിട്ടാണ് ട്രാൻസ്ജന്റർ ആത്മകഥകൾ മലയാളത്തിൽ പ്രസിദ്ധീകരിക്കപ്പെടുന്നത്.

'ഭിന്നലൈംഗികത'യെന്ന വ്യാജനിർമ്മിതിയും ട്രാൻസ്ഫോബിയയും

സെക്സ് (Sex) ജെൻഡർ (Gender) സെക്ഷ്വാലിറ്റി (Sexuality) എന്നിവയുടെ നിയതമായ അർത്ഥ ഘടനകളെക്കുറിച്ച് ആധികാരികമായി ധാരണയില്ലാത്തതിന്റെ പ്രശ്നങ്ങളാണ് കേരളീയ പൊതുമണ്ഡലത്തിൽ കണ്ടുവരുന്നത്. ഒരാൾ ജനിക്കുമ്പോൾ തന്നെ ഒരു ലിംഗം (Sex) പ്രകടമാകുമ്പോൾ, ആ വ്യക്തിയുടെ വളർച്ചാഘട്ടത്തിൽ സാമൂഹിക സാഹചര്യങ്ങൾ നിർമ്മിച്ചെടുക്കുന്ന ബോധമാണ് ലിംഗപദവി (Gender). ലിംഗം ജീവശാസ്ത്രപരമായി ഐഡന്റിഫൈ ചെയ്യപ്പെടുമ്പോൾ ജന്റർ സാമൂഹ്യശാസ്ത്രപരമായി വിശകലനം ചെയ്യപ്പെടുന്നു. പ്രത്യക്ഷത്തിൽ പുരുഷവേഷങ്ങളായി പരിഗണിക്കപ്പെടുന്ന വസ്ത്രങ്ങൾ ആൺ ലിംഗമുള്ള കുട്ടികൾക്കു നല്കപ്പെടുമ്പോൾ പെൺ ലിംഗമുള്ള കുട്ടികൾക്കു സ്ത്രീവേഷങ്ങളായി പരിഗണിക്കപ്പെടുന്ന വസ്ത്രങ്ങളും ലഭ്യമാകുന്നു. ഇത്തരത്തിൽ ക്രമീകൃതമായ പാരമ്പര്യധാരണകളെയാണ് ട്രാൻസ്ജന്ററുകൾ അട്ടിമറിക്കുന്നത്. ബാഹ്യപ്രകൃതിയിൽ പുരുഷലക്ഷണ ശരീരത്തിനുള്ളിൽ 'സ്ത്രൈണത'യും സ്ത്രൈണ ശരീരത്തിനുള്ളിലെ 'പൗരുഷ' പെരുമാറ്റങ്ങളും പ്രകടിതമാക്കിക്കൊണ്ട് ബോധപൂർവ്വമായും അബോധപൂർവ്വമായും 'ക്രോസ് ഡ്രസുകൾ' ചെയ്തുകൊണ്ടാണ് ഇത്തരം നിലപാടുകൾ സ്വീകരിക്കുന്നത്. ആണത്തത്തിന്റെയും പെണ്ണത്തത്തിന്റെയും പരമ്പരാഗത ലക്ഷണശാസ്ത്രയുക്തികൾക്കു പുറത്തു നില്ക്കുന്ന 'സവിശേഷ വ്യക്തിത്വങ്ങളായ' ട്രാൻസ്ജന്റർ വിഭാഗങ്ങളെ ലിംഗമെന്ന അടിസ്ഥാന മാതൃക/ധാരണയോടു ചേർത്തുവെച്ചു വിശകലനം ചെയ്യുവാൻ കേരളീയസമൂഹം നിരന്തരമായി ശ്രമിച്ചുകൊണ്ടിരിക്കുന്നു. അത്യന്തം പ്രതിലോമകരവും അപകടകരവുമായ ധാരണകളാണ് അതുവഴി വിനിമയം ചെയ്യപ്പെടുന്നത്. അതിന്റെ പ്രതിഫലമാണ് ട്രാൻസ് വിഭാഗങ്ങൾക്കുമേൽ ബോധപൂർവ്വം അടിച്ചേല്പിക്കപ്പെടുന്ന 'ഭിന്നലിംഗം', 'ഭിന്നലൈംഗികത', 'മൂന്നാംലിംഗം' എന്നീ അവഹേളന മുദ്രകൾ.

പരമ്പരാഗതമായി പ്രചരിപ്പിക്കപ്പെട്ടു പോരുന്ന, ഫ്യൂഡൽ പുരുഷ വരേണ്യവർഗ്ഗ ബോധത്തിന്റെ അപ്രമാദിത്വങ്ങളാണ് സ്ത്രീയെ രണ്ടാം ലിംഗമാക്കി പ്രതിഷ്ഠിക്കുന്നതിനു പിന്നിലുള്ളത്. സാമൂഹ്യാധികാര ഘടനയിൽ കീഴാള സ്ഥാനത്താണു സ്ത്രീയുടെ കർതൃത്വം ഉറപ്പിക്കപ്പെ

ട്രാൻസ് ദൃശ്യതയുടെ രാഷ്ട്രീയം, ഡോ. രശ്മി, അനിൽകുമാർ, ദേശാഭിമാനി വാരിക, 23 ജൂലൈ 2017, ലക്കം 10 പുസ്തകം 49.

ടുന്നതെങ്കിൽ ട്രാൻസ്ജന്ററുകളെ അതിനേക്കാൾ താഴ്ന്ന തട്ടിലാണ് പ്രതിഷ്ഠിക്കുന്നത്. ഇത്തരത്തിൽ ലിംഗാധികാരഘടനകളെ സംബന്ധിച്ചുള്ള സാങ്കല്പികവും എന്നാൽ പ്രായോഗികവുമായി തീർന്നിട്ടുള്ള പൊതുബോധത്തിന്റെ അടിസ്ഥാനത്തിലാണ് ട്രാൻസ്ജന്ററുകൾ മൂന്നാം ലിംഗമായി അഭിസംബോധന ചെയ്യപ്പെടുന്നത്. സ്ത്രീ/പുരുഷൻ എന്നീ സാമ്പ്രദായിക മാതൃകകൾക്കൊപ്പം തന്നെ ജീവിവർഗ്ഗങ്ങൾക്കിടയിൽ വളരെ സ്വാഭാവികതയിൽ ഉണ്ടായിരുന്നവരാണ് ജന്റർന്യൂനപക്ഷങ്ങൾ. അവരുടെ ജീവിതത്തെ പ്രശ്നവല്ക്കരിച്ചത് ഇതേ സമൂഹമായിരുന്നു. ട്രാൻസുകളുടെ യഥാർത്ഥപ്രശ്നമേഖല ലൈംഗികതയല്ല, ജന്റർ ആണെന്നുള്ളത് ബോധപൂർവ്വം തഴയപ്പെടുന്നു അല്ലെങ്കിൽ തിരിച്ചറിയപ്പെടാതെ പോകുന്നു. സമാനമായ രീതിതന്നെയാണ് ഭിന്നലിംഗത്വം/ഭിന്നലൈംഗികത എന്നീ പ്രയോഗ വൈചിത്ര്യങ്ങൾക്കുള്ളിൽക്കൂടി ആലേഖനം ചെയ്യപ്പെടുന്നതും. ഭിന്നലൈംഗികതയുടെ പൊറുതികേടുകൾ, 'ഭിന്നലിംഗക്കാരുടെ സാമൂഹ്യപ്രതിസന്ധികൾ', 'ഹിജഡ വസന്തം' എന്നിങ്ങനെ വികല മാതൃകകൾ മുഖ്യധാരാ, സമാന്തര മാധ്യമങ്ങൾ ആവർത്തിച്ചു പ്രചരിപ്പിച്ചു കൊണ്ടിരിക്കുന്നു. ഭിന്നലൈംഗികതയെന്ന സംജ്ഞയിൽ ഉള്ളടക്കം ചെയ്യാൻ കഴിയുന്നവരല്ല ട്രാൻസ് വിഭാഗങ്ങൾ എന്ന യാഥാർത്ഥ്യത്തെ സമൂഹം തിരിച്ചറിയുന്നതിനൊപ്പം ബദൽ ലൈംഗികത എന്ന പരികല്പനയ്ക്കുള്ളിൽക്കൂടി ഒതുങ്ങുന്നത് ലൈംഗിക ന്യൂനപക്ഷങ്ങളാണെന്നുകൂടി വ്യക്തമായി മനസ്സിലാക്കേണ്ടതുണ്ട്. സ്വവർഗ്ഗരതിക്കാരായ ഗേ/ലെസ്ബിയനുകളുടെ അടിസ്ഥാന പ്രശ്നം സ്വവർഗ്ഗ ലൈംഗികതയും അതിന്റെ പൊതുസ്വീകാര്യതയുമാണ്. ലൈംഗിക ബഹുസ്വരതകളെ നിരാകരിക്കുകയെന്ന സംഘ്പരിവാർ അജണ്ട നടപ്പിലാക്കപ്പെടുന്ന ഇന്ത്യൻ സമൂഹത്തിൽ മനുവിന്റെ ധർമ്മസംഹിതകളെ പ്രഘോഷിക്കുന്നവർ ലൈംഗിക ന്യൂനപക്ഷങ്ങൾക്കൊപ്പം തന്നെ ജന്റർ ന്യൂനപക്ഷങ്ങളെയും പ്രതിസ്ഥാനത്തു നിർത്തുന്നുണ്ട്.

സ്വവർഗ്ഗാനുരാഗികളുടെ യാഥാർത്ഥ്യങ്ങൾ തിരിച്ചറിയാതെ മുൻവിധികളോടെ സമീപിക്കാൻ പൊതുജനത്തിനെ പ്രേരിപ്പിക്കുന്നത് ഭയമാണ്. ശാരീരികശുദ്ധി, ലൈംഗികശുദ്ധി, സദാചാരബോധം എന്നിവയുടെ അടിസ്ഥാനത്തിൽ നിർമ്മിതമായിരിക്കുന്ന ഭയത്തെയാണ് പൊതുവിൽ ഹോമോഫോബിയ (Homofobia) യെന്നു വിവക്ഷിക്കുന്നത്. സമാനമായ രീതിയിൽ ട്രാൻസ്ജന്റർ വിഭാഗങ്ങളോടുള്ള പൊതു സമൂഹത്തിന്റെ ഭയവും അകൽച്ചകളുമാണ് ട്രാൻസ്ഫോബിയ (Transfobia)യെന്നറിയപ്പെടുന്നത്. ക്രിമിനലുകളും പിടിച്ചുപറിക്കാരും എയ്ഡ്സ് രോഗവാഹകരുമാണ് ട്രാൻസുകൾ എന്ന ഭീതിയാണ് ട്രാൻസ്ഫോബിയയിലൂടെ പങ്കുവെക്കപ്പെടുന്നത്. ഹോമോഫോബിയയും ട്രാൻസ്ഫോബിയയും വളർത്തുന്നതിനു പിന്നിൽ സാഹിത്യ ചലച്ചിത്ര മാധ്യമങ്ങൾ വളരെ നിർണ്ണായകമായ പങ്കുവഹിച്ചിരുന്നു. ഭിക്ഷ തെണ്ടുന്ന, പൈസ കൊടുത്തില്ലെങ്കിൽ പിടിച്ചു പറിക്കുന്ന, തുണി പൊക്കിക്കാട്ടി അരക്കെട്ടു പ്രദർ

ശിപ്പിക്കുന്ന അപരിഷ്കൃത ജീവികൾ എന്നു പറഞ്ഞു പഴകിയ ധാരണകളെ പിൻപറ്റി നിർമ്മിക്കുന്ന ചലച്ചിത്രങ്ങൾ ട്രാൻസുകളെ ക്രമിനലുകളും കോമാളികളുമായി പ്രതിഷ്ഠിക്കുന്നു. ട്രാൻസ്ജന്ററുകൾ എന്നാൽ ഉത്തരേന്ത്യൻ നിർമ്മിതിയാണ് എന്നു സാഹിത്യമാധ്യമങ്ങളിൽ ആവിഷ്കരിക്കപ്പെട്ട ധാരണകളുടെ തുടർച്ചയാണ് ലോഹിതദാസിന്റെ *സൂത്രധാരനി*ലുള്ളത്. നാട്ടിൽ ഭാര്യയും മക്കളുമുള്ള ലീലാകൃഷ്ണൻ ഉപജീവനാർത്ഥമാണ് പാണ്ഡവപുരത്തെ ഹിജഡ സമൂഹത്തിൽ അവരോടൊപ്പം ജീവിക്കുന്നത്. ഒരു ശരാശരി മലയാളിയുടെ പരിമിതമായ 'ട്രാൻസ്ജന്റർ ബോധത്തെ' അന്ധമായി ആവിഷ്കരിക്കുകയെന്ന ലക്ഷ്യത്തെ *സൂത്രധാരൻ* സമർത്ഥമായി നിറവേറ്റുന്നുണ്ട്. പുരുഷ ശരീരത്തിനുള്ളിൽ സ്ത്രൈണത്തെ ചേഷ്ടകളോടുകൂടി ജീവിക്കേണ്ടിവന്ന രാധാകൃഷ്ണന്റെ ദൈന്യാവസ്ഥകളെ *ചാന്തുപൊട്ട്* (2005) അവതരിപ്പിച്ചപ്പോൾ 'ആട്ട്' കലാകാരനായ തംബുരുവിന്റെ പ്രതിസന്ധികളെ *ഓടും രാജ ആടും റാണി*യും (2014) ആവിഷ്കരിച്ചു.

കേരളീയസമൂഹവും ഹിജഡ സംസ്കാരവും

മുഖ്യാധാരാ സമൂഹത്തിൽ നിന്നും ആക്രമണങ്ങൾ നേരിടേണ്ടി വരുന്ന ട്രാൻസ്ജന്റർ വിഭാഗങ്ങൾ മെട്രോസിറ്റികളായ ബാംഗ്ലൂർ, മുംബൈ, ഡൽഹി എന്നിവയിൽ അഭയം തേടുന്നത് രണ്ടായിരത്തി പതിനഞ്ചുവരെയുള്ള കാലയളവിൽ സ്ഥിരം കാഴ്ചയായിരുന്നു. ലൈംഗിക/ജന്റർ ന്യൂനപക്ഷ സൗഹൃദയിടങ്ങളായി ഒരു പരിധിവരെ മാറിക്കഴിഞ്ഞ ഇവിടങ്ങളിൽ പ്രത്യേക ഗോത്രങ്ങളായി ജീവിക്കുന്ന ട്രാൻസ്ജന്ററുകൾ സവിശേഷമായ സംസ്കാരത്തെ (ഹിജഡ സംസ്കാരത്തെ) സൃഷ്ടിച്ചെടുത്തിട്ടുണ്ട്. ഗോത്രത്തിന്റെ അധികാര കേന്ദ്രമായി നായക് നില്ക്കുമ്പോൾ താഴേ തട്ടിൽ 'ഗുരു - ചേലകൾ' തങ്ങളുടെ കീഴ്വഴക്കങ്ങളെ പിന്തുടരുന്നു. ഹിജഡ കമ്യൂണിറ്റിയിൽ പുതിയതായി എത്തുന്ന ആൾ 'ചേല'യും അയാളെ സ്വീകരിക്കുന്ന വ്യക്തി 'ഗുരു'വുമായി മാറുന്നു. ഗോത്രത്തിന്റെ പൊതുചർച്ചകൾ നടത്തപ്പെടുന്ന പൊതുയോഗം ജമാഅത്ത് എന്നും ലിംഗമാറ്റ ശസ്ത്രക്രിയ നടത്തിയ ഹിജഡയെ ആഘോഷമായി സ്വീകരിക്കുന്ന ചടങ്ങുകൾ 'ഹൽദിമെഹ്ന്ദി', 'ജൽസ' എന്നിങ്ങനെയും അറിയപ്പെടുന്നു. കേരളീയ സമൂഹത്തിനു പരിചിതമല്ലാത്ത സാമൂഹ്യസംവിധാനങ്ങളും ജീവിതരീതികളുമാണ് ഗോത്രങ്ങളിലുള്ളത്. ഏഴുഗോത്രങ്ങളിൽ മുംബൈ, ഹൈദരാബാദ് ഹൗസുകൾ പ്രബലമായിരിക്കുമ്പോൾ സംസ്കാരസമ്പന്നമായ കേരളത്തിൽ തിരുവനന്തപുരം, എറണാകുളം ജില്ലകൾ കേന്ദ്രീകരിച്ച് ഹിജഡ ഗോത്രങ്ങൾ രൂപീകരിക്കപ്പെട്ടിട്ടുണ്ട്. സ്ത്രീ-പുരുഷ ലിംഗ മാതൃകകൾക്കു പൊതുസ്വീകാര്യതകൾ നല്കുന്ന കേരളത്തിൽ ആ സാമൂഹ്യ ബന്ധങ്ങൾക്കു ബദലായി കേരളത്തിലെ ട്രാൻസ്വിഭാഗങ്ങൾക്കിടയിൽ രഹസ്യമായി 'ഗുരു - ചേല' ബന്ധങ്ങൾ നിലനില്ക്കുന്നുണ്ട്.

'ഹിജഡ'യെന്ന സംസ്കാരത്തിന്റെ സ്വതന്ത്രവും നിഷ്പക്ഷവും ആധികാരികവുമായ ആഖ്യാനം നിർവ്വഹിക്കുവാൻ മലയാള ചലച്ചിത്ര വേദിക്കു താല്പര്യമില്ലെന്നതിന്റെ തെളിവുകളാണ് *സൂത്രധാരൻ, ഓടും രാജ ആടും റാണി* തുടങ്ങിയ ചിത്രങ്ങൾ. ജെറീനയെന്ന ട്രാൻസിന്റെ ആത്മകഥയെ പ്രത്യക്ഷതലത്തിൽ ഓർമ്മപ്പെടുത്തുന്ന *അർദ്ധനാരി* ഹിജഡ സംസ്കാരത്തെ പൊതുവിൽ ആഖ്യാനം നിർവ്വഹിക്കുവാനുദ്യമിച്ച ഏക ചലച്ചിത്രമാണ്. സ്വാഭാവികമായ രീതിയിൽ അവ പ്രേക്ഷനിൽ സന്നിവേശിപ്പിക്കുന്നതിൽ *അർദ്ധനാരി* പരാജയപ്പെടുകയാണുണ്ടായത്. സ്ത്രീ - പുരുഷ കേന്ദ്രീകൃത സമൂഹത്തിന്റെ ജീവിതശൈലികൾക്കു ബദലായി സൃഷ്ടിക്കപ്പെട്ട ഹിജഡ സംസ്കാരം ജാതി മതാതീതമായ ഒരു കൂട്ടായ്മയുടെ അടിത്തറയിലാണ് നിലകൊള്ളുന്നത്. അരയസമുദായത്തിന്റെ ആചാരശീലങ്ങൾക്കുള്ളിൽ കടലോര മേഖലയുടെ സ്വാതന്ത്ര്യങ്ങളിൽ വളർന്ന രാധാകൃഷ്ണൻ യഥാർത്ഥ ഹിജഡകളുടെ ജീവിത പശ്ചാത്തലങ്ങളിലേക്ക് ആനയിക്കപ്പെടുന്നില്ല. സാധാരണ കുടുംബബന്ധത്തിന്റെ ഭാഗമായി ജീവിതം നയിച്ചുവന്ന തംബുരുവിന്റെ പ്രണയ ദുരന്തങ്ങൾ തംബുരുവിനെ കൂത്താണ്ടവർ ക്ഷേത്രത്തിലെത്തിക്കുന്നതായി *ഓടും രാജ ആടും റാണി* ആവിഷ്കരിക്കുന്നുണ്ട്. സാധാരണ ജീവിതത്തിൽ നിന്നും ഹിജഡ സംസ്കാരത്തിലേക്കു സ്വയം പറിച്ചു നടുവാൻ തംബുരുവിനു കഴിഞ്ഞത് പുതുജീവിതം നല്കിയ സംതൃപ്തികളുടെ അടിത്തറയിലാണ്.

കേരളത്തിൽ സൂര്യയും ഹരിണിയുമടക്കമുള്ള ട്രാൻസ്ജന്ററുകൾ തങ്ങളുടെ ഗൃഹത്തിൽ കുലദൈവമായ സന്തോഷിമാതായുടെ ചിത്രത്തെ പൂജിക്കാറുണ്ടെന്നുള്ളത് ഒരു വസ്തുതയാണ്. *അർദ്ധനാരി* പോലെ ഹിജഡസംസ്കാരത്തെ പരിചയപ്പെടുത്തിയ ഒരു ചലച്ചിത്രം യാഥാസ്ഥിതിക ചലച്ചിത്ര മണ്ഡലത്തിൽ ഇനി എത്രത്തോളം സാധ്യമാകുമെന്നത് പ്രതീക്ഷിക്കാൻ വകയില്ല.

കോമാളികളും പ്രതിനായകരും

വ്യവസ്ഥാപിത ആൺ/പെൺ ശരീരഘടനയ്ക്കു പുറത്തു നില്ക്കുന്നവരെ അപഹാസ്യരാക്കി പ്രതിഷ്ഠിക്കുന്ന സമൂഹത്തിന്റെ നിലപാടുകളെ ഏറ്റെടുത്ത ചലച്ചിത്ര മാധ്യമങ്ങൾ കൈയടിയുടെ കമ്പോളതാല്പര്യങ്ങളെയാണ് ഉന്നം വെച്ചത്. *ചാന്തുപൊട്ട്* മുതൽ *ഓടും രാജ ആടും റാണി* വരെയുള്ള ചിത്രങ്ങൾ ഇത്തരം വാദഗതികളെ നൂറുശതമാനവും ശരിവെക്കുന്നു. രാധയെന്ന രാധാകൃഷ്ണൻ ഒരു ദേശത്തിന്റെ പരിഹാസം ഏറ്റുവാങ്ങുമ്പോൾ സമാനമായ അനുഭവങ്ങൾ വിനയനും തംബുരുവിനുമുണ്ടാകുന്നു. വെളുപ്പിന്റെ സൗന്ദര്യസങ്കല്പങ്ങൾക്കു പുറത്തുനില്ക്കുന്നവരെല്ലാം കോമാളികളായി മുദ്രകുത്തപ്പെടുന്നതിന്റെ മറ്റൊരു തുടർകാഴ്ചയാണ് ട്രാൻസ് കോമാളികളുടെ നിർമ്മിതിക്കു പിന്നിലുള്ളതും. കൈരളി, ഏഷ്യാനെറ്റ്, സൂര്യ, മഴവിൽ മനോരമ, ഫ്ളവേഴ്സ്

തുടങ്ങിയ ചാനലുകൾ അവതരിപ്പിച്ച ജനപ്രിയ കോമഡിഷോകളിൽ ട്രാൻസ്ജന്റർ കഥാപാത്രങ്ങൾ അങ്ങേയറ്റം അപഹാസ്യരാക്കപ്പെടുന്നവരായിരുന്നു.

നായകന്റെ ആണത്തത്തെ, അപ്രമാദിത്വത്തെ അരിയിട്ടു വാഴ്ത്തിയ മലയാള സിനിമകളിൽ അപൂർവ്വമായി മാത്രമേ ട്രാൻസ് വിഭാഗത്തെ പ്രതിനിധീകരിക്കുന്നവർ പ്രതിനായകരായി പ്രത്യക്ഷപ്പെട്ടിട്ടുള്ളു. *പാർത്ഥൻ കണ്ട പരലോകം, ദ്രോണ* എന്നീ ചിത്രങ്ങൾ ഇതിനുദാഹരണമാണ്. മഹാഭാരതത്തിൽ കരുത്തിന്റെ മൂർത്തിരൂപമായ ഭീഷ്മർ ശിഖണ്ഡിയോടു യുദ്ധം ചെയ്യില്ലെന്നു പ്രഖ്യാപിച്ചതുപോലെ സൂപ്പർ താരനായകന്മാർ കീഴാള മുസ്ലീം അപര ശരീര പ്രതിനായകരോടു മാത്രമേ കായികശക്തികൊണ്ട് മത്സരങ്ങൾ നടത്തിയിരുന്നുള്ളു. ആൺ കരുത്തിന്റെ പ്രതിരൂപങ്ങളായ പ്രതിനായകരെ ജയിക്കുന്ന നായകന്റെ ആണത്തമാണ് വെള്ളിത്തിരയിൽ ആഘോഷിക്കപ്പെടുന്നത്.

തമിഴ് ചലച്ചിത്രലോകം ട്രാൻസ് വിഭാഗങ്ങളെ പ്രതിനായകരായി പ്രതിഷ്ഠിച്ചുകൊണ്ട് ആഖ്യാനം നിർവ്വഹിച്ച രണ്ടു ചിത്രങ്ങളാണ് ഷങ്കറിന്റെ *ഐ*യും ആനന്ദ് ശങ്കറിന്റെ *ഇരുമുഖ*നും. നായകന്റെ ആരോഗ്യത്തെയും അതുവഴി ജീവിതവും കരിയറും നശിപ്പിക്കുന്ന ഉപജാപകസംഘങ്ങളിലൊരാളായിട്ടാണ് ഐയിലെ ട്രാൻസ്ജന്റർ പ്രത്യക്ഷപ്പെടുന്നതെങ്കിൽ ആഗോളജനതയെ നശിപ്പിക്കുന്ന, അതിനുവേണ്ടി അത്യാന്താധുനിക പരീക്ഷണങ്ങൾ നടത്തുന്ന ലവ് എന്ന പ്രതിനായകനായി *ഇരുമുഖ*നിൽ ട്രാൻസ്ജന്റർ അവതരിപ്പിക്കപ്പെടുന്നു. പ്രതിനായകസംഹാരവും നായകന്റെ ആധിപത്യവും പ്രഖ്യാപിക്കുന്ന ചലച്ചിത്രത്തിന്റെ പതിവു വഴികളിലൂടെ ഇരുചിത്രങ്ങളിലെയും ട്രാൻസുകൾ വധിക്കപ്പെടുന്നു. ഐ ഉയർത്തിയ ട്രാൻസ് വിരുദ്ധനിലപാടുകൾക്ക് എതിരെ ചെന്നെയിൽ ട്രാൻസ് ആക്ടിവിസ്റ്റ് കൽക്കി സുബ്രഹ്മണ്യത്തിന്റെ നേതൃത്വത്തിൽ പ്രതിഷേധ പ്രകടനങ്ങൾ നടത്തിയിരുന്നു. പക്ഷേ, കേരളത്തിൽ ചലച്ചിത്രങ്ങളിലെ ട്രാൻസ് വിരുദ്ധപരാമർശങ്ങൾക്കെതിരെ ട്രാൻസ് ആക്ടിവിസ്റ്റുകളുടെ പ്രതികരണങ്ങൾ സൃഷ്ടിക്കപ്പെട്ടില്ലെങ്കിലും ബി ജെ പി സംസ്ഥാന പ്രസിഡന്റ് വി എസ് ശ്രീധരൻപിള്ളയുടെ 'നപുംസക' പരാമർശത്തിൽ പ്രതിഷേധങ്ങൾ സംഘടിപ്പിച്ച് (2018 ഒക്ടോബർ 22) മാപ്പു പറയിപ്പിച്ചു.

മലയാളത്തിലെ ജനപ്രിയസിനിമകൾ ട്രാൻസുകളെ അവഹേളിക്കുന്ന നിലപാടുകളാണ് സ്വീകരിച്ചിട്ടുള്ളതെന്ന് *ആക്ഷൻ ഹീറോ ബിജു* വരെയുള്ള ചിത്രങ്ങൾ വെളിപ്പെടുത്തുന്നു. കറുത്തവരെപ്പോലെ തന്നെ ട്രാൻസുകളും അസ്പൃശ്യരും പരിഹാസ്യരുമാണ്. 'ആണിലെ പെൺമ'യും 'പെൺമയിലെ ആണത്ത'വുമാണ് ചിരിയുല്പാദന സാമഗ്രിയായി ചലച്ചിത്ര മാധ്യമങ്ങളിൽ പ്രത്യക്ഷപ്പെടുന്നത്. കോമഡി റിയാലിറ്റി ഷോകൾ തുറന്നുവിട്ട അതിഭാവുകത്വങ്ങളെ കടും ചായക്കൂട്ടുകൾ

അഭിമുഖം: ശ്യാം ശീതൾ/രശ്മി ജി

കൊണ്ടു പൊലിപ്പിച്ച ചലച്ചിത്രങ്ങൾ ട്രാൻസുകളെ കോമാളികളാക്കി മാറ്റിയെടുത്തു. നൃത്തം പഠിക്കുന്ന, പഠിപ്പിക്കുന്ന പുരുഷന്മാർക്കെല്ലാം സ്ത്രൈണ ചേഷ്ടകൾ നല്കി അവരെ ട്രാൻസുകളാക്കി അവതരിപ്പിക്കുന്ന അത്യന്തം വികലമായ രീതിയും മലയാള സിനിമ സൃഷ്ടിച്ചെടുത്തു.

നീതിപൂർവ്വമായ ആഖ്യാനങ്ങൾ

ട്രാൻസ്‌വിഭാഗങ്ങളെ ആൺ പെൺ ലിംഗ ബോധങ്ങൾക്കുള്ളിൽ പ്രതിഷ്ഠിക്കാൻ വെമ്പിയ ചലച്ചിത്രോദ്യമങ്ങളിൽ നിന്നും വ്യതിരിക്തമായ രണ്ടു ചലച്ചിത്രങ്ങളാണ് വിജയ പത്മയുടെ *നർത്തകി* (2011) യും ബി എസ് ലിംഗ ദേവരുവിന്റെ *നാൻ അവനല്ല അവളുവും* (2014). ട്രാൻസ് വുമൺ കൽക്കി നർത്തകിയിലെ ലീഡിംഗ് റോൾ അവതരിപ്പിച്ചതിനൊപ്പം 'സഹോദരി' സംഘടനയിലെ അംഗങ്ങളും അഭിനയിച്ചതാണ് *നർത്തകി*യെ ശ്രദ്ധാ കേന്ദ്രമാക്കിയതെങ്കിൽ സ്മൈലി വിദ്യയുടെ ആത്മകഥയെ ചലച്ചിത്ര ഭാഷ്യമാക്കിയതും പ്രധാന കഥാപാത്രത്തെയവതരിപ്പിച്ച സഞ്ചാരി വിജയ് മികച്ച നടനുള്ള ദേശീയ പുരസ്കാരം നേടിയതുമാണ് *നാൻ അവനല്ല അവളു*വിനെ ആകർഷണീയമാക്കിയത്. ട്രാൻസ് സെക്ഷ്വൽസിനെ ആവിഷ്കരിക്കുവാൻ വിമുഖത പുലർത്തിയ ഇന്ത്യൻ സിനിമയുടെ നിലപാടുകളെ അപ്രസക്തമാക്കിയ രണ്ടു ചലച്ചിത്രങ്ങളാണ് *നർത്തകി*യും *നാൻ അവനല്ല അവളു*വും. പൊതുഇടങ്ങളിൽ നിന്നും ആട്ടിയോടിക്കപ്പെടുന്ന ട്രാൻസ്ജന്ററുകളുടെ പ്രതിസന്ധികളെയും, അതിജീവനങ്ങളെയും ആവിഷ്കരിച്ച ഇരുചിത്രങ്ങളും ട്രാൻസ് വിഭാഗങ്ങളോട് നീതി പുലർത്തി. പുറത്തു നില്ക്കുന്നവന്റെ കൗതുകങ്ങളല്ല അകത്തു നില്ക്കുന്നവന്റെ ആത്മനൊമ്പരങ്ങളെ ആവിഷ്കരിച്ച ചിത്രങ്ങൾ വ്യവസ്ഥാപിത ചലച്ചിത്രങ്ങളുടെ പൊതു സൗന്ദര്യശാസ്ത്രങ്ങളെ പാടേ നിഷേധിക്കുന്നുണ്ട്. ലിംഗമാറ്റ ശസ്ത്രക്രിയ, അവയുടെ അനന്തര ഫലങ്ങൾ എന്നിവയെ തീവ്രമായി ആവിഷ്കരിച്ച *നാൻ അവനല്ല അവളു* അപരലിംഗത്തിലേക്കുള്ള പരിവർത്തനങ്ങൾ അത്യന്തം സങ്കീർണ്ണമാണെന്നു പ്രേക്ഷകനെ ബോധ്യപ്പെടുത്തുന്നു. ടോക്ഷോ/റിയാലിറ്റി ഷോകൾക്കപ്പുറത്ത് ട്രാൻസ്ജന്ററുകളെ കേന്ദ്രസ്ഥാനത്തു നിർത്തുവാൻ മലയാള സിനിമ തയ്യാറാകാത്തപ്പോഴാണ് ബൗദ്ധിക നിലവാരത്തിൽ പിന്നാക്കം നില്ക്കുന്നുവെന്നു നമ്മൾ പരിഹസിക്കുന്ന തമിഴ് കന്നട ചലച്ചിത്രങ്ങൾ ട്രാൻസ്ജന്ററുകളെ കേന്ദ്രസ്ഥാനത്തു നിലനിർത്തുന്നതെന്ന കാര്യം ശ്രദ്ധേയമാണ്.

ട്രാൻസുകളെ അവഹേളിക്കുന്ന ചിത്രങ്ങളെയാണ് മലയാള ചലച്ചിത്രലോകം അവതരിപ്പിച്ചെങ്കിൽ ഡോക്യുമെന്ററിചലച്ചിത്രങ്ങൾ വസ്തുനിഷ്ഠമായ ട്രാൻസ്ജീവിതങ്ങളെ ആവിഷ്കരിച്ചുവെന്നത് പ്രത്യേക പരാമർശമർഹിക്കുന്നു. ഡോക്യുമെന്ററികളെ കേന്ദ്രീകരിച്ചു നിന്നിരുന്ന സാമ്പ്രദായിക ബോധങ്ങൾ മാറ്റിമറിക്കപ്പെട്ട ഡിജിറ്റൽ യുഗത്തിൽ നിർ

മ്മിക്കപ്പെടുകയും രാഷ്ട്രീയമായി അടയാളപ്പെടുത്തപ്പെടുകയും ചെയ്ത ഡോക്യുമെന്ററികളാണ് അഖിൽ സത്യന്റെ *ദാറ്റ്സ് മൈ ബോയ്*, പി അഭിജിത്തിന്റെ *അവളിലേക്കുള്ള ദൂരം*, കെ ബി സെൽവമണിയുടെ *മെമ്മ റീസ് ഓഫ് ട്രാൻസ്* എന്നിവ. സോണിയയെന്ന സ്ത്രീയിൽനിന്നും പുരുഷനിലേക്കുള്ള സാഹസികമായ ശാരീരിക പരിവർത്തനങ്ങൾ സാദ്ധ്യമാക്കിയെടുത്ത സോനു നിരഞ്ജന്റെ സംഭവബഹുലമായ ജീവിതത്തിന്റെ സൂക്ഷ്മാലേഖനമാണ് *ദാറ്റ്സ് മൈ ബോയ്*. വിനോദെന്ന പുരുഷനിൽ നിന്നും സൂര്യയെന്ന സ്ത്രീയിലേക്കു പ്രതിസന്ധികളിലൂടെ സഞ്ചരിച്ച സൂര്യയുടെ അനുഭവാഖ്യാനങ്ങളാണ് *അവളിലേക്കുള്ള ദൂരം*. കേരളത്തിലെ ട്രാൻസ് വിഭാഗങ്ങളുടെ സാമൂഹ്യാവസ്ഥകളെയാണ് മെമ്മറീസ് ഓഫ് ട്രാൻസ് ദൃശ്യവല്ക്കരിച്ചത്. ആണിൽ നിന്നു പെണ്ണിലേക്കും പെണ്ണിൽ നിന്നും ആണിലേക്കുമുള്ള ദൂരങ്ങൾ സങ്കീർണ്ണവും സാഹസികവുമാണെന്ന് ട്രാൻസ്ജന്റർ ജീവിതങ്ങൾ പൊതുസമൂഹത്തെ ബോധ്യപ്പെടുത്തുന്നു. സ്ത്രീ/പുരുഷൻ/കുടുംബം/മതം/അധികാരം/ പ്രത്യുല്പാദനം എന്നീ സാമ്പ്രദായിക പുറംതള്ളിയ കീഴാളരായി കഴിയാൻ വിധിക്കപ്പെട്ട ട്രാൻസ്വിഭാഗങ്ങളുടെ വിമോചനത്തിന്റെ രാഷ്ട്രീയം *ദാറ്റ്സ് മൈ ബോയ്*യിലും *അവളിലേക്കുള്ള ദൂരത്തിലുമുണ്ട്*.

ട്രാൻസ്‌വിരുദ്ധ പ്രത്യയശാസ്ത്രങ്ങൾ

ജനപ്രിയകലയെന്ന സിനിമ ഉല്പാദിപ്പിക്കുന്ന ആശയങ്ങൾ പൊതുമണ്ഡലത്തിലെ ദളിത്/കീഴാള/സ്ത്രീ/ലൈംഗിക/ജന്റർ ന്യൂനപക്ഷ വിരുദ്ധമാണ്. ബ്രാഹ്മണിക്കൽ മൂല്യങ്ങളെ സൈബർ കാലഘട്ടത്തിലും പിന്തുടരുന്ന കേരളീയ സമൂഹത്തിൽ നിർമ്മിക്കപ്പെടുന്ന ചലച്ചിത്രങ്ങൾ അത്തരം പ്രത്യയശാസ്ത്രങ്ങളെ സാധൂകരിക്കുന്ന നിലപാടുകൾക്കാണ് മുൻതൂക്കം നല്കിയിരുന്നത്. ഫ്യൂഡൽ പുരുഷമേൽക്കോയ്മകളുടെ ഉല്പന്നങ്ങളാണ് സ്ത്രീ/ദളിത് വിരുദ്ധതകളെങ്കിൽ അതിന്റെയൊരു തുടർച്ചയാണ് ജന്റർ വിരുദ്ധ ആവിഷ്കരണങ്ങൾക്കു പിന്നിലുള്ളത്. ആൺ - പെൺ ദ്വന്ദ്വങ്ങളിലെ മേൽക്കോയ്മ - കീഴാള നിലകൾ, ലൈംഗിക സ്വാതന്ത്ര്യങ്ങൾ, പ്രത്യുല്പാദനം എന്നിവയെ പിന്തുടരുന്ന പൊതുസമൂഹം സ്ത്രീപുരുഷന്മാർക്കായി കൃത്യമായ ചട്ടക്കൂടുകളും സാമൂഹ്യധർമ്മങ്ങളും സൃഷ്ടിച്ചെടുത്ത് നടപ്പിലാക്കി വരുന്നുണ്ട്. ആൺ പെൺ ദ്വന്ദ്വ ഭാവനകളിലെ പ്രശ്നവല്കൃതരാണ് ട്രാൻസ്ജന്ററുകൾ. അതുകൊണ്ട് തന്നെ ട്രാൻസ്ജന്റർ ഇക്കൂട്ടർക്കു 'സ്ത്രീവേഷം കെട്ടിയ പുരുഷനും' 'ആൺ വേഷം കെട്ടിയ സ്ത്രീ'യുമാണ്. ഇത്തരം വികലമായ കാഴ്ചപ്പാടിന്റെ അനുകരണമാണ് മുഖ്യധാരാ സാഹിത്യവും ചലച്ചിത്രമാധ്യമങ്ങളും പിന്തുടരുന്നതും വ്യത്യസ്ത തലങ്ങളിൽ പുനസൃഷ്ടിക്കുന്നതും.

സ്ത്രീപുരുഷ പ്രകൃതിയെ ആഗ്രഹിക്കുന്ന ട്രാൻസ്ജന്ററുകൾ കടും ചായക്കൂട്ടുകൾ ഉപയോഗിച്ച് തങ്ങളുടെ പ്രദർശനപരത പ്രകടിപ്പിക്കു

മ്പോൾ ചലച്ചിത്രങ്ങൾ ട്രാൻസുകൾ പ്രകൃതിവിരുദ്ധരും ക്രിമിനലുകളുമാണെന്ന ധാരണയെക്കൂടി പങ്കുവയ്ക്കുന്നുണ്ട്. വളർത്തു ദോഷം മൂലമാണ് ഒരാൾ ചാന്തുപൊട്ടായി ത്തീരുന്നതെന്നും (*ചാന്തുപൊട്ട്*) ദാമ്പത്യ-കുടുംബ ബന്ധപരാജയമാണ് ഒരാളെ ട്രാൻസ്ജന്ററാക്കി മാറ്റുന്നതെന്നും (*ഓടും രാജ ആടും റാണി*) പറഞ്ഞു വെക്കുന്ന മലയാളസിനിമ ട്രാൻസ് വിരുദ്ധ നിർമ്മിതികളെയാണ് അവതരിപ്പിച്ചത്.

2014 ഏപ്രിൽ മാസത്തിൽ ജസ്റ്റിസ് കെ എസ് രാധാകൃഷ്ണൻ പുറപ്പെടുവിച്ച വിധി 'ഷണ്ഡൻ' എന്ന് ഗവൺമെന്റ് രേഖകളിൽ അറിയപ്പെട്ടിരുന്ന ട്രാൻസ്ജന്ററുകൾക്ക് അഭിമാനകരമായി (അപമാനകരവും). തേഡ്ജന്റർ എന്ന് അഭിസംബോധന ചെയ്ത ആ വിധി ട്രാൻസുകളെ പരമ്പരാഗത ലിംഗബോധങ്ങളുടെ തുടർച്ചയായി വിലയിരുത്തുന്നതായിരുന്നു. സാങ്കേതിക പദാവലി പരിമിതമാണെങ്കിലും ഇന്ത്യൻ സാംസ്കാരിക മണ്ഡലത്തിൽ ചലനങ്ങൾ സൃഷ്ടിക്കാൻ ജസ്റ്റിസ് കെ എസ് രാധാകൃഷ്ണൻ വിധിക്കു കഴിഞ്ഞു. ഇന്ത്യയിലാദ്യമായി ട്രാൻസ്ജന്റർ പോളിസി രൂപീകരിച്ചുകൊണ്ട് 2015ൽ കേരള സംസ്ഥാനം ചരിത്രത്തിന്റെ ഭാഗമായി. ഇത്തരത്തിൽ ജന്റർന്യൂനപക്ഷങ്ങൾക്കനുകൂലമായ നിലപാടുകൾ ഭരണകൂട അധികാരകേന്ദ്രങ്ങളിൽ നിന്നുണ്ടാകുമ്പോഴും അത് പൊതു സമൂഹത്തിൽ സ്വീകരിക്കപ്പെടുകയോ പ്രതിഫലിക്കപ്പെടാതിരിക്കുകയോ ചെയ്യുന്നു. ഭിന്നവർഗ്ഗലൈംഗികതയും അവയുടെ സാമൂഹ്യ സംവിധാനങ്ങളെയും ആഘോഷിക്കുന്ന ആൺ പെൺ ലിംഗമാതൃകൾക്കപ്പുറത്ത് ട്രാൻസ്ജന്റർ (ട്രാൻസ് മെൻ-വുമൺ), ബൈസെക്ഷ്വൽസ്, ഇന്റർസെക്ഷ്വൽസ് എന്നിങ്ങനെ നിരവധി അവസ്ഥകൾ സാധ്യമാണെന്നു തിരിച്ചറിയുമ്പോഴും അവയെ 'സ്വാഭാവികമായി' 'മാന്യമായി' സാമൂഹ്യ മര്യാദകളോടെ അംഗീകരിക്കാൻ കേരളീയ സമൂഹത്തിന് മടിയാണ്. ആൺ-പെൺ ലിംഗ വർഗ്ഗം 'മാന്യ' രാകുന്ന പൊതുബോധത്തിൽ ജന്റർന്യൂനപക്ഷങ്ങൾ 'അമാന്യ'രും 'അത്ഭുതജീവി'കളുമാണ്. അതുകൊണ്ട് തന്നെയാണ് ജന്റർ ന്യൂനപക്ഷങ്ങൾ കോമാളികളായി പ്രത്യക്ഷപ്പെടുന്നതും അവതരിപ്പിക്കപ്പെടുന്നതും.

ഭിന്നവർഗ്ഗലൈംഗികതയുടെ ജീവിതങ്ങളെ ആഘോഷിച്ച ചലച്ചിത്രങ്ങൾ കേവലം വ്യത്യസ്തതയെന്ന താല്പര്യത്തിന്റെ അടിസ്ഥാനത്തിലാണ് ജന്റർ ന്യൂനപക്ഷങ്ങളുടെ ജീവിത പശ്ചാത്തലങ്ങളെ ചലച്ചിത്രാഖ്യാനത്തിൽ സ്വീകരിച്ചത്. അത്തരത്തിൽ സ്വീകരിക്കുമ്പോൾ തന്നെ കമ്പോളതാല്പര്യങ്ങളെ സംരക്ഷിച്ചുകൊണ്ട് ഉദാരതാമനോഭാവം പുലർത്തുവാനും ഇത്തരം ചിത്രങ്ങൾ തയ്യാറായി. ലൈംഗിക തൊഴിലാളി ജീവിതങ്ങളുടെ പശ്ചാത്തലത്തിൽ വിശുദ്ധ പ്രണയത്തെ അവതരിപ്പിച്ച *സൂത്രധാരന്റെ* ഔദാര്യമായിരുന്നു ട്രാൻസ്ജീവിത കാഴ്ചയെങ്കിൽ ആൺവാർപ്പുമാതൃകയെ നിലനിർത്തുകയെന്ന ആവശ്യകതയെ മുന്നോട്ട് വയ്ക്കുകയായിരുന്നു *ഓടുരാജ ആടും റാണിയിൽ*. തങ്ങൾ നൽകുന്ന ഔദാര്യങ്ങളും വേഷം കെട്ടലുകളും ആനുകൂല്യങ്ങളും സ്വീക

രിക്കേണ്ടുന്നവർ മാത്രമാണ് ട്രാൻസ്ജന്ററുകൾ എന്ന കാഴ്ചപ്പാടു പുലർത്തുന്ന മലയാള സിനിമയിലിത്തരം കാഴ്ചകളെ ആവർത്തിക്കപ്പെടുകയുള്ളൂ.

ജന്റർന്യൂനപക്ഷങ്ങളെ സംബന്ധിച്ചു നിലനിൽക്കുന്ന അഭ്യൂഹങ്ങളെ, അവ്യക്തകളെ, അല്പത്തരങ്ങളെ, വികലമായ വീക്ഷണങ്ങളെ ഏറ്റെടുത്ത മലയാള സിനിമ വെല്ലുവിളികളെ അതിജീവിക്കുവാൻ ശ്രമിക്കുന്ന ട്രാൻസ് സമൂഹത്തെയൊന്നടങ്കം അവഹേളിക്കുവാനാണ് തയ്യാറായത്. ഇതിനു വിരുദ്ധമായൊരു സമീപനം പുലർത്തുവാൻ കഴിഞ്ഞ ജയൻ ചെറിയാന്റെ *കബോഡി സ്കേപ്സ്* മുഖ്യധാരാ ചലച്ചിത്രങ്ങൾ സൃഷ്ടിച്ച ലൈംഗിക/ജന്റർ ന്യൂനപക്ഷ വിരുദ്ധ മനോഭാവങ്ങൾക്കെതിരെയുള്ള രാഷ്ട്രീയ സംവാദങ്ങൾ സൃഷ്ടിക്കുകയും ചെയ്തു. ട്രാൻസ്ജന്ററിന്റെ അടിസ്ഥാന വസ്തുതകളെ വികലമാക്കി അവതരിപ്പിച്ച *ചാന്തുപൊട്ട്* ജനപ്രിയ നായകന്റെ വ്യത്യസ്ത ചലച്ചിത്രങ്ങൾക്കു വേണ്ടിയുള്ള താല്പര്യത്തെ തൃപ്തിപ്പെടുത്തിയതിനൊപ്പം 'ആണത്തത്തിനു' മാത്രമേ മലയാള സിനിമയിൽ സാധ്യതകളും അവസരങ്ങളുമുള്ളു എന്നു സ്ഥാപിച്ചെടുത്തു. ആണത്തത്തിന്റെ സ്ഥാപനവല്ക്കരണത്തിനു വേണ്ടിയുള്ള ഉദാര സമീപനങ്ങൾ തന്നെയാണ് *ഓടും രാജ ആടും റാണി*യും ആവിഷ്കരിക്കുന്നത്.

അതിസങ്കീർണ്ണമായ മനുഷ്യാവസ്ഥകളെ ഋതുപർണ്ണ ഘോഷിന്റെ *ചിത്രാംഗദ*, ബി എസ് ലിംഗദേവരുവിന്റെ *നാൻ അവനല്ല അവളു* പോലെയുള്ള ചിത്രങ്ങൾ സധൈര്യം ആവിഷ്കരിക്കുകയുണ്ടായിട്ടുണ്ട്. ട്രാൻസ്ജന്ററുകളെക്കുറിച്ചു ചർച്ചകൾ സജീവമായ കാലഘട്ടത്തിൽ നിർമ്മിക്കപ്പെട്ട *ഇതിഹാസ* ട്രാൻസ്ജന്റർ പോലൊരു വിഷയത്തെ ഏറ്റെടുക്കുവാൻ കമ്പോള മലയാള സിനിമയ്ക്കു കെല്പില്ലെന്ന വാദത്തിനുള്ള തെളിവാണ്. ജനപ്രിയ മസാല ചേരുവകൾ ചേർത്ത് പ്രേക്ഷകന്റെ കൈയടി ലക്ഷ്യമിടുന്ന ചലച്ചിത്രകാരന്മാർ അത്യന്തം അപകടകരമായ ആശയങ്ങളെയാണ് പ്രേക്ഷകരിലേക്കു പ്രക്ഷേപണം ചെയ്യുന്നത്. ട്രാൻസ്ജന്ററുകളെ ചലച്ചിത്രഭാഷ്യത്തിലേക്കു തിരഞ്ഞെടുക്കുമ്പോൾ പോലും കൃത്യമായ വേർതിരിവുകൾ പുലർത്തപ്പെടുന്നുണ്ട്. 'മെയിൽ' ടു ഫീമെയിൽ ആയിട്ടുള്ള, മെയിൽ ബോഡിയിൽ സ്ത്രൈണ ചേഷ്ടകൾ പ്രകടമാക്കുന്ന ട്രാൻസുകളുടെ പിന്നാലെ പോകുന്ന മാധ്യമങ്ങൾ ഫീമെയിൽ ടു മെയിൽ ആയ ട്രാൻസുകളെ അവഗണിക്കുന്നു. മെയിൽ ടു ഫീമെയിൽ ആയ, ട്രാൻസ് വുമൺ എന്നറിയപ്പെടുന്ന ട്രാൻസ് വുമൺ ജീവിതങ്ങളെ കേന്ദ്രീകരിച്ചുകൊണ്ടു മാത്രമാണ് മലയാള സിനിമ ട്രാൻസ്ജന്റർ വൈവിദ്ധ്യങ്ങളെ അഭിമുഖീകരിച്ചത്. ലൈംഗിക ന്യൂനപക്ഷങ്ങൾ/ജന്റർ ന്യൂനപക്ഷങ്ങളോട് സൗഹാർദ സമീപനങ്ങൾ പുലർത്തുന്ന പൊതുമണ്ഡലമായി മാറുവാൻ കേരളീയ സമൂഹത്തിനിതുവരെ കഴിഞ്ഞിട്ടില്ല. മുഖ്യധാരാസമൂഹത്തിന്റെ ഭാഗമായി മാറുവാൻ ട്രാൻസ്ജന്ററുകൾ ശ്രമിക്കുമ്പോൾ തന്നെ നിയമപാലകർ അതിക്രൂരമായി മർദ്ദി

ച്ചൊതുക്കുന്നതിന്റെ നേർ സാക്ഷ്യങ്ങൾ കൊച്ചിയിലെയും തൃശൂരിലെയും സംഭവങ്ങൾ നല്കുന്നു. മാധ്യമങ്ങളിൽ ആഘോഷിക്കപ്പെടുമ്പോഴും പൊതുമണ്ഡലത്തിൽ ട്രാൻസുകൾ അരക്ഷിതത്വമാണ് അനുഭവിക്കുന്നതെന്ന് ഇത്തരം സംഭവങ്ങൾ തെളിയിക്കുന്നു.

*രാധാകൃഷ്ണ*നിൽനിന്നും *മേരിക്കുട്ടി*യിലേക്കുള്ള പരിണാമങ്ങൾ

കേരളത്തിൽ ട്രാൻസ്ജന്റർ പോളിസി നടപ്പിലാക്കിയതിനുശേഷമുള്ള കാലയളവിലാണ് *ആളൊരുക്കം* (2017/വി സി അഭിലാഷ്), *ഇരട്ട ജീവിതം* (2018/സുരേഷ് നാരായണൻ), *ഞാൻ മേരിക്കുട്ടി* (2018/രഞ്ജിത്ത് ശങ്കർ), *ഉടലാഴം* (ഉണ്ണികൃഷ്ണൻ ആവള/2018) എന്നീ ചിത്രങ്ങൾ നിർമ്മിക്കപ്പെടുന്നത്. ട്രാൻസ്ജന്റർ കുടുംബശ്രീ, ഡി വൈ എഫ് ഐ യൂണിറ്റ് (പി എം ജി, തിരുവനന്തപുരം). ട്രാൻസുകൾക്കായുള്ള സാമൂഹ്യ സുരക്ഷാ പദ്ധതികൾ, കൊച്ചി മെട്രോ അടക്കമുള്ളവയിൽ ട്രാൻസുകൾക്കു തൊഴിലവസരങ്ങൾ എന്നിവയെല്ലാം സാധ്യമായ സാമൂഹിക പരിസരത്തിലാണ് *ഞാൻ മേരിക്കുട്ടി* നിർമ്മിക്കപ്പെട്ടത് എന്നതുകൊണ്ടുതന്നെ ട്രാൻസ് വിരുദ്ധപൊതുബോധങ്ങളെ ബോധപൂർവ്വമായി ഒഴിച്ചു നിർത്തുന്നുണ്ട്. ട്രാൻസ്ജന്ററുകളെ സംബന്ധിച്ച വിവരങ്ങളുടെ പങ്കുവെയ്പുകളും ബോധവല്ക്കരണങ്ങളും ഇതോടൊപ്പം മേരിക്കുട്ടി നിർവ്വഹിക്കുന്നുണ്ട്. ട്രാൻസ്ജന്റർ റേഡിയോ ജോക്കി അനന്യ, ട്രാൻസ്ജന്റർ സമൂഹത്തിലെ ആദ്യ എസ് ഐ പ്രിതിക യാഷ്നി (തമിഴ്നാട്) എന്നിവരുടെ ജീവിതങ്ങളെ ഉപരിപ്ലവമായി സ്പർശിച്ചു പോകുന്ന *ഞാൻ മേരിക്കുട്ടി*, മേരിക്കുട്ടി എസ് ഐ ആകുന്നതും കുടുംബത്തിനു സ്വീകാര്യതയായിത്തീരുന്ന സന്ദർഭത്തിലാണ് അവസാനിക്കുന്നതും. കേരളീയ സാമൂഹ്യവസ്ഥയിൽ ട്രാൻസ് കമ്യൂണിറ്റിയിൽ നിന്നുള്ള ഒരാൾപോലും പോലീസ് സേനയിൽ എത്തിയിട്ടില്ലെങ്കിൽതന്നെയും കേരളത്തിലെ ട്രാൻസ്കമ്യൂണിറ്റിയെ പ്രചോദിപ്പിക്കുകയെന്ന സാമാന്യനായീകരണത്തിനു മുമ്പിൽ *മേരിക്കുട്ടി* വിജയം കൈവരിക്കുന്നു.

മെയ്ൽ ടു ഫീമെയ്ൽ ആയ ട്രാൻസ്ജന്ററുകളെ മുൻനിറുത്തിയാണ് മലയാള സിനിമ ട്രാൻസ് കമ്യൂണിറ്റിയെ ദൃശ്യവല്ക്കരിച്ചതെങ്കിൽ സുരേഷ് നാരായണന്റെ *ഇരട്ടജീവിതം* ഫീമെയ്ൽ ടു മെയിൽ ആയ (ട്രാൻസ്മെൻ) ട്രാൻസ്ജന്ററിനെ അടിസ്ഥാനമാക്കി ട്രാൻസ്ജന്ററിനെ ആവിഷ്കരിച്ചു. കേരളത്തിലെ ട്രാൻസ് കമ്യൂണിറ്റിയിൽ 'ട്രാൻസ് വുമൺസിന്റെ' എണ്ണത്തിൽ വൻ വർദ്ധനവ് ആണുള്ളതെങ്കിൽ ട്രാൻസ്മെന്നിന്റെ കാര്യത്തിൽ വളരെ ചെറിയൊരു ന്യൂനപക്ഷം മാത്രമേയുള്ളൂ. രേവതി, കൽക്കി സുബ്രഹ്മണ്യം, ശീതൾ ശ്യാം, സൂര്യ, സീമ വിനോദ്, വിജയരാജമല്ലിക, അഞ്ജലി, ഹരിണി, പ്രിതിക യാഷ്നി എന്നു തുടങ്ങി നിരവധി പേർ ട്രാൻസ് വുമൺസായി ഉള്ളപ്പോൾ സോനു നിര

ഞ്ജൻ, എബി തുടങ്ങിയ ചുരുക്കം ചിലരേ ട്രാൻസ്മെന്നുകളായി പൊതുദൃശ്യതയിലുള്ളു.

ട്രാൻസ്ജന്ററുകൾ അവരാഗ്രഹിക്കുന്ന അപരലിംഗ മാതൃകയിലേക്കു മാറുന്നതിനായി ലിംഗമാറ്റ ശാസ്ത്രക്രിയയെന്ന (Sex Reassignment Surgery) സാദ്ധ്യതയെയാണ് ഉപയോഗപ്പെടുത്തുന്നത്. അതീവ സങ്കീർണ്ണമായ ലിംഗമാറ്റ ശസ്ത്രക്രിയ അതു നടത്തുവാനുദ്ദേശിക്കുന്ന ട്രാൻസുകളെ സംബന്ധിച്ചിടത്തോളം വലിയൊരു കടമ്പയാണ്. മാനസികമായ സംതൃപ്തി നേടിയെടുക്കുന്നതിനു പര്യാപ്തമായ ലിംഗമാറ്റ ശസ്ത്രക്രിയയ്ക്കു വൻ സാമ്പത്തികവും ഡോക്ടേഴ്സ് ടീമിന്റെ വ്യത്യസ്ത ഘട്ടങ്ങളിലുള്ള കൗൺസിലിംഗുകളിലൂടെ ലഭ്യമാകുന്ന പോസിറ്റീവ് റിസൽട്ടുകളും അനിവാര്യമാണ്. ട്രാൻസ്ജന്ററിൽ നിന്നും സ്ത്രീയായി പരിവർത്തനം ചെയ്ത വ്യക്തി ട്രാൻസ് വുമൺ (Trans women) എന്ന അഭിസംബോധനയിലാണ് അറിയപ്പെടുന്നത്. ട്രാൻസ് വുമണിനു നല്കുന്ന ഇലക്ഷൻ ഐഡി കാർഡിൽ സ്ത്രീയെന്നാണ് രേഖപ്പെടുത്തുന്നത്. വോഡഫോൺ കോമഡി സ്റ്റാർസിലൂടെ പോപ്പുലറായ സൂര്യയ്ക്കു ഇത്തരത്തിൽ ഐഡി കാർഡ് ലഭിച്ചിരുന്നു.

ലിംഗമാറ്റ ശസ്ത്രക്രിയയിലൂടെ സ്ത്രീയിൽ നിന്നും പുരുഷനായി മാറുന്നവരെ പൊതുവിൽ ട്രാൻസ്മെൻ (Transmen) എന്നു വിളിച്ചുവരുന്നു. ട്രാൻസ് വുമൺസിനു വേണ്ടി നടത്തപ്പെടുന്ന ശസ്ത്രക്രിയകളേക്കാൾ അത്യന്തം സങ്കീർണ്ണമായ ശസ്ത്രക്രിയകളാണ് ട്രാൻസ്മെന്നുകൾക്കുവേണ്ടി നടത്തപ്പെടുന്നത്. പുരുഷ ഹോർമോൺ ട്രീറ്റ്മെന്റുകൾക്കുശേഷം മാസ്റ്റക്ടമി, (സ്തനങ്ങൾ നീക്കം ചെയ്യൽ), ഹിസ്ട്രക്ടമി, വജൈനക്ടമി (ഗർഭാശയമുൾപ്പെടെയുള്ള അവയവങ്ങൾ - നീക്കം ചെയ്യൽ) എന്നീ ശസ്ത്രക്രിയകൾ നടത്തപ്പെടുന്നു. തുടർന്ന് അതീവ സങ്കീർണ്ണമായ ഫലോപ്ലാസ്റ്റി സർജറിയിലൂടെ പുരുഷ ലൈംഗികാവയവം സ്ഥാപിച്ചെടുക്കുന്നു. ട്രാൻസ്മെൻ ആകുന്ന വ്യക്തിയുടെ കാൽ - തുട ഭാഗങ്ങളിൽ നിന്നുമുള്ള ഞരമ്പുകളും മാംസവും എടുത്താണ് ഇത്തരത്തിൽ ലൈംഗികാവയവം സ്ഥാപിക്കുന്നത്. ഫലോപ്ലാസ്റ്റി സർജറി കഴിഞ്ഞ് ആറു മാസത്തിനുശേഷം കൃത്രിമമായി വൃഷണങ്ങൾ വച്ചുപിടിപ്പിക്കുകയും തുടർന്ന് ആർട്ടിഫിഷ്യൽ ഇറക്ഷൻ ഇംപ്ലാന്റ് നടത്തിക്കഴിഞ്ഞാൽ ട്രാൻസ്മെന്നിനു സാധാരണ പുരുഷന്മാരെപ്പോലെ ലൈംഗികബന്ധത്തിൽ ഏർപ്പെടുവാൻ കഴിയുമെന്ന് വിദഗ്ദ്ധ ഡോക്ടർമാർ അഭിപ്രായപ്പെടുന്നു. ട്രാൻസ്മെൻ നേരിടുന്ന പ്രതിസന്ധികളിലൊന്ന് ട്രാൻസ്ജന്ററുകളെക്കുറിച്ചുള്ള ചർച്ചകളും സംവാദങ്ങളും എപ്പോഴും കേന്ദ്രീകരിക്കപ്പെടുന്നത് ട്രാൻസ് വുമണുകളെ ചുറ്റിപ്പറ്റിയാണ് എന്നുള്ളതാണ്.

കേരളീയ സമൂഹത്തിൽ നിലനില്ക്കുന്ന യാഥാസ്ഥിതിക മൂല്യങ്ങളേയും പാരമ്പര്യവിശ്വാസങ്ങളെയും മുറിവേല്പിച്ചുകൊണ്ടാണ് ട്രാൻസ്ജന്റർ ചലച്ചിത്രങ്ങൾ നിർമ്മിക്കപ്പെടുന്നതും പ്രദർശിപ്പിക്കപ്പെടുന്നതും. ട്രാൻസ് പോളിസി നടപ്പിലാക്കപ്പെട്ടുവെങ്കിലും ട്രാൻസ് വിഭാ

ഗങ്ങൾ അടിസ്ഥാന ആവശ്യങ്ങൾ ലഭിക്കാതെ പ്രതിസന്ധികളിൽ പെട്ടുഴലുന്നു. ഉപജീവനമാർഗ്ഗമില്ലാത്ത ട്രാൻസ്ജന്റുകൾ ലൈംഗികതൊഴിലുമായി നിലനില്ക്കുന്നു. പോളിസിക്കുശേഷവും ട്രാൻസുകൾ വ്യാപകമായ രീതിയിൽ കേരളത്തിന്റെ വിവിധയിടങ്ങളിൽ ആക്രമിക്കപ്പെടുന്നു.

ജന്റർന്യൂനപക്ഷങ്ങളിൽ ട്രാൻസ്ജന്ററുകൾ മാത്രമല്ല ബൈസെക്ഷൽസും ഇന്റർസെക്ഷൽസുമടക്കമുള്ള സങ്കീർണ്ണ വിഭാഗങ്ങൾകൂടിയുണ്ട്. ഒരുവ്യക്തിയിൽ തന്നെ സ്ത്രീയുടെ ആന്തരികമായ ഓവറിയും പുരുഷന്റെ ടെസ്റ്റിസും ഉള്ളവരാണ് ഇന്റർസെക്ഷൽസ്. കേരളത്തിൽ അങ്കമാലി സ്വദേശിയായ ചിഞ്ചു അശ്വതി ഇത്തരമൊരു അപൂർവ്വ വിഭാഗത്തെ പ്രതിനിധീകരിക്കുന്ന വ്യക്തികളിലൊരാളാണ്. ഇന്റർ സെക്ഷൽ എന്ന അപൂർവ്വ വിഭാഗത്തെ കേന്ദ്രീകരിച്ചുകൊണ്ട് നിർമ്മിക്കപ്പെടുന്ന ചലച്ചിത്രമാണ് പ്രിൻസ് ജോണിന്റെ *ഏക (Eka)*. "I am intersex, I have a penis and vagina by birth, I want to live" എന്ന കമന്റോടുകൂടിയാണ് ഏകയുടെ പോസ്റ്റർ സോഷ്യൽ മീഡിയയിൽ പ്രത്യക്ഷപ്പെട്ടത്. ഇന്റർ സെക്ഷലായ ഏകയും കൂട്ടുകാരി ലൈലയും നടത്തുന്ന യാത്രകളിലൂടെ ഇന്റർസെക്ഷൽസിന്റെ പ്രതിസന്ധികളും അവരുടെ രാഷ്ട്രീയത്തെയുമാണ് *ഏക* അവതരിപ്പിക്കുവാൻ ലക്ഷ്യമിടുന്നത്. പെണ്ണുടൽ നഗ്നതയിൽ വിറളി പിടിക്കുന്ന മലയാളിയുടെ സൈബർ ആക്രമണങ്ങൾക്ക് *ഏക*യുടെ പോസ്റ്ററുകൾ ഇരയാവുകയും പേജുകൾ അപ്രത്യക്ഷമാകുകയും ചെയ്തു. ട്രാൻസ്ജന്റർ പോളിസി ജന്റർ ന്യൂനപക്ഷങ്ങൾക്കും ഉഭയസമ്മത പ്രകാരമുള്ള സ്വവർഗ്ഗ ലൈംഗികത ക്രിമിനൽ കുറ്റകരമല്ലെന്ന സുപ്രീം കോടതിവിധി ലൈംഗിക ന്യൂനപക്ഷങ്ങൾക്കും പുത്തൻ പ്രതീക്ഷകളാണ് നല്കിയത്.

ട്രാൻസ്ജന്ററുകൾ നാഗരികരായ മനുഷ്യർക്കിടയിൽ മാത്രമല്ല ആദിവാസി ഗോത്ര വിഭാഗങ്ങളിലുമുണ്ട്. നിലമ്പൂർ തീക്കടി കോളനിയിലെ അറനാടൻ വിഭാഗത്തിലുൾപ്പെടുന്ന രാജു ആദിവാസി ട്രാൻസ്ജന്റർ ആയി അറിയപ്പെടുന്ന ആളാണ്. രാജുവിന്റെ സാഹസികമായ ജീവിതത്തെ പുസ്തകരൂപത്തിലാക്കിയ (ഗർഭപാത്രമുള്ള പുരുഷൻ) ഉണ്ണികൃഷ്ണൻ ആവളയാണ് അതേ ജീവിതത്തെ 'ഉടലാഴം' എന്ന പേരിൽ ചലച്ചിത്രമാക്കുന്നത്. ആദിവാസി ട്രാൻസ്ജന്ററിന്റെ ജീവിതം സ്ഥിരം ട്രാൻസ്ജന്റർ കാഴ്ചകളിൽ നിന്നു വിഭിന്നമാണ്. ഗോത്രവിഭാഗങ്ങൾ അവർക്കു വേണ്ടത്ര പിന്തുണ നല്കുന്നു. വയനാട്ടിലെ രമ്യയെന്ന ട്രാൻസ്ജന്ററിന്റെ ജീവിതം കുടുംബാംഗങ്ങളുടെയും ഗോത്ര വിഭാഗങ്ങളുടെയും ഒപ്പമാണ് എന്നതു ഇതിനെ സാക്ഷ്യപ്പെടുത്തുന്നു.

ചാന്തുപൊട്ട് എന്ന ചലച്ചിത്രത്തിന്റെ ഉല്പന്നമായ ചാന്തുപൊട്ട് എന്ന വിശേഷണം ട്രാൻസ് കമ്യൂണിറ്റിയെ അവഹേളനാത്മകമായി അടയാളപ്പെടുത്തുന്നതിൽ സമ്പൂർണ്ണമായി വിജയിച്ചിരുന്നു. ട്രാൻസ്ജന്ററിനു തത്തുല്യമായ ചാന്തുപൊട്ട് സൃഷ്ടിച്ച അധമബോധത്തെ ഷീറോസ് (ഷീ + ഹീറോ) എന്ന പ്രയോഗത്തിലൂടെ മറികടക്കുന്നുണ്ട് *ഞാൻ മേരിക്കുട്ടി*.

ഒരുതലത്തിൽ ചലച്ചിത്രത്തിന്റെ ചരിത്രപരമായ പ്രായശ്ചിത്തമായി ഇത്തരമൊരു പ്രയോഗം മാറുന്നുണ്ട്. ആധിമധ്യാന്തപ്പൊരുത്തമുള്ളതും സുഘടിതവുമായ ഘടനയിലൂടെ കഥ പറച്ചിൽ നടത്തുന്ന മലയാള സിനിമ സാമൂഹ്യപ്രതിബദ്ധതയെ മുൻനിറുത്തി സന്ദേശപാഠവും അയത്ന ലളിതമായ പ്രശ്ന പരിഹാര സാധ്യതകളുമെല്ലാം ഷീറോസിന്റെ ജീവിതത്തെ മുൻനിറുത്തി അവതരിപ്പിച്ചെടുക്കുന്നുണ്ട്. അത്തരമൊരു സാംസ്കാരിക പശ്ചാത്തലത്തിലാണ് *ഞാൻ മേരിക്കുട്ടി* ഉൾപ്പെടെയുള്ള ചിത്രങ്ങളുടെ സ്വതന്ത്രമായ അടിത്തറകൾ ചോദ്യം ചെയ്യപ്പെടുന്നത്. ട്രാൻസ്ജന്ററിനെ കുറിക്കുവാൻ ഒരു നല്ല മലയാളം വാക്കുപോലുമില്ല, എന്ന ട്രാൻസ്ജന്റർ കമ്യൂണിറ്റിയിലെ അംഗങ്ങൾ തന്നെ പൊതുവേദികളിലും കാമ്പയ്നുകളിലും ഉന്നയിക്കാറുണ്ട്. എല്ലാത്തരം വാക്കുകൾക്കും മലയാള പദം കണ്ടെത്തുക എന്നതു പ്രായോഗികമല്ലെന്നിരിക്കേ നിലവിൽ പ്രചരിക്കുന്ന ട്രാൻസ്ജന്റർ എന്ന പദമുപയോഗിക്കുകയെന്നതാണ് സാധ്യമായ പോംവഴി. തമിഴ്ജനത അവരുടേതായ സാംസ്കാരിക പശ്ചാത്തലങ്ങളെ മുൻനിറുത്തി തനി തമിഴ് പദങ്ങൾ, ഇംഗ്ലീഷ് പദങ്ങൾക്കു പകരമായി ഉപയോഗിക്കുന്ന രീതി അതേ ലാഘവത്തോടുകൂടി കേരളത്തിൽ നടത്തപ്പെടുന്നില്ലയെന്നിരിക്കേ ട്രാൻസ്ജന്ററിനു തനി മലയാള പദം കണ്ടെത്തുക എന്നത് പ്രധാന ഇഷ്യു ആയി കാണാതെ സാമൂഹ്യമായ അംഗീകാരങ്ങൾ നേടിയെടുക്കുക എന്നതാവണം ട്രാൻസ് കമ്യൂണിറ്റിയുടെ ലക്ഷ്യമാവേണ്ടത്.

'ജന്റർ ഇഷ്യൂസിനെ' അഡ്രസു ചെയ്യാതിരുന്ന മലയാള ചലച്ചിത്രമേഖല ട്രാൻസ്ജന്റർ വിഷയത്തെ അർഹമായ ഗൗരവത്തോടെയും യാഥാർത്ഥ്യബോധത്തോടെയും പരിഗണിക്കുവാൻ തയ്യാറായതിന്റെ തെളിവുകളായി *ഇരട്ട ജീവിത*ത്തെയും *ഞാൻ മേരിക്കുട്ടി*യേയും കാണാവുന്നതാണ്. പൈങ്കിളിവല്ക്കരിക്കപ്പെട്ട ട്രാൻസ്ജന്റർ കാഴ്ചകളെ നിരാകരിക്കുന്ന ഈ ചിത്രങ്ങൾ പ്രണയം, ലൈംഗികത, കുടുംബം, മതം, ജാതി, അധികാരം എന്നിവയിൽ നിലനില്ക്കുന്ന 'ഏക' മാതൃകയെ മറികടക്കുകകൂടി ചെയ്യുന്നുണ്ട്. സ്ത്രീ, പുരുഷൻ എന്നിവയ്ക്കൊപ്പം തന്നെ ട്രാൻസ്ജന്ററിനെയും അടയാളപ്പെടുത്തുവാൻ ഈ ചലച്ചിത്രങ്ങൾക്കു കഴിഞ്ഞു. വൈവിദ്ധ്യങ്ങളും വൈരുദ്ധ്യങ്ങളും നിറഞ്ഞ ട്രാൻസ്ജന്റർ സമൂഹത്തിന്റെ അപകടകരമായ ജീവിത പശ്ചാത്തലങ്ങളെ പുതിയൊരു ലാവണ്യ ശാസ്ത്രത്തിന്റെ പിൻബലത്തിൽ അവതരിപ്പിക്കുവാനാണ് മലയാള സിനിമ പരിശ്രമിച്ചത്. ഫ്യൂഡൽ പുരുഷാധികാര വ്യവസ്ഥിതികളിൽ നിന്നു വിടുതൽ പ്രാപിക്കാത്ത കേരളീയ സമൂഹത്തിന്റെ പൊതുബോധങ്ങളെ അവ എത്രത്തോളം തൃപ്തിപ്പെടുത്തി എന്ന ചോദ്യം അവശേഷിപ്പിക്കുന്നു.

റഫറൻസ്

I.1. ജെറീന - *ഒരു മലയാളി ഹിജഡയുടെ ആത്മകഥ,* പാപ്പിറസ്

ബുക്സ്, കോട്ടയം, മാർച്ച് 2006

2. ജോജി കൂട്ടുമ്മൽ - *ലൈംഗികത - നിലപാടുകളുടെ രാഷ്ട്രീയം,* കേരളശാസ്ത്ര സാഹിത്യപരിഷത്ത്, തൃശൂർ
3. രശ്മി ജി, അനിൽകുമാർ കെ എസ് - *ട്രാൻസ്ജന്റർ: ചരിത്രം സംസ്കാരം പ്രതിനിധാനം*, ചിന്ത പബ്ലിഷേഴ്സ്, തിരുവനന്തപുരം, ജൂലൈ 2016.
4. ഷാജി ജോസഫ് (എഡി.) - *മൂന്നാംലിംഗം (ലിംഗനീതിക്കായുള്ള നിലവിളികൾ)*, ചിന്ത പബ്ലിഷേഴ്സ്, തിരുവനന്തപുരം, 2015
5. സുരേന്ദ്രൻ പി - *ഹിജഡകളുടെ പൊരുൾ,* ഡി സി ബുക്സ്, കോട്ടയം, ഡിസംബർ 2008
6. സുരേന്ദ്രൻ പി - *ദേവദാസികളും ഹിജഡകളും,* ഡി സി ബുക്സ്, കോട്ടയം

II.1. *മൂന്നാംലിംഗത്തിന്റെ പിറവി* - എം അബ്ദുറഹിമാൻ, *പടയാളി സമയം* മാസിക, 2014 മെയ് 10

2. *മനസ്സിനു ചേരാത്ത ശരീരങ്ങൾ* - പി ടി മുഹമ്മദ് സാദിഖ്, *മാതൃഭൂമി* ആഴ്ചപ്പതിപ്പ്, 2010 ആഗസ്റ്റ് 8
3. ഇനിയും വരുമോ ഒരു ഹിജഡ വസന്തം - വിജയൻ കോടഞ്ചേരി, *ശാന്തം മാസിക*, 2016 ഏപ്രിൽ 8
4. *ട്രാൻസ്ജന്ററുകൾ - അതിജീവനത്തിന്റെ ചരിത്രമെഴുതുമ്പോൾ* -രശ്മി ജി, അനിൽകുമാർ കെ എസ്, *പ്രസാധകൻ*, 2015 ആഗസ്ത്, പുസ്തകം 2, ലക്കം 24
5. *കളിയിൽപ്പെടാത്തവരോട് ഐക്യദാർഢ്യപ്പെടുന്നു* - കെ ഇ എൻ, *ഷീ* എസ് എഫ് ഐ ത്രൈമാസിക, 2016 ഫെബ്രുവരി, പുസ്തകം 2, ലക്കം 6.
6. *ട്രാൻസ്ജന്റർ: സ്വത്വവും എഴുത്തും*, വി സുകുമാരൻ, *ദേശാഭിമാനി* വാരിക, 2016 ഏപ്രിൽ 3, ലക്കം 46
7. *ജീവിച്ചിരിക്കൽ ഒരു മനുഷ്യാവകാശമാണ്* - ശ്യാം, *മാതൃഭൂമി* 2016, ഏപ്രിൽ 17, ലക്കം 5
8. *ജീവിക്കാനുള്ള അവകാശം പുസ്തകത്തിൽ മാത്രം പോരാ* - സോനു നിരഞ്ജൻ/ഗീത, *മാതൃഭൂമി*, 2016 മെയ് 1, ലക്കം 7

III. കടപ്പാട്

1. ശീതൾ ശ്യാം (ക്വീയർ ആക്ടിവിസ്റ്റ്)
2. സൂര്യ (ക്വീയർ ആക്ടിവിസ്റ്റ്)
3. ശ്യാമ (ക്വീയർ ആക്ടിവിസ്റ്റ്)
4. കൽക്കി സുബ്രഹ്മണ്യം (ക്വീയർ ആക്ടിവിസ്റ്റ്)

8

വെള്ളിത്തിരയിലെ 'ആർത്തവ'കാലങ്ങൾ ആർത്തവത്തിന്റെ രാഷ്ട്രീയവും ചലച്ചിത്രങ്ങളും

കാക്കനാട്ടെ പ്രത്യേക സാമ്പത്തികമേഖല (സെസ്) യിൽ പ്രവർത്തിക്കുന്ന അസ്മാ റബ്ബേഴ്സ് എന്ന റബ്ബർ ഉല്പന്ന ഫാക്ടറിയിലെ ശുചിമുറിയിൽ ആർത്തവ രക്തം പുരണ്ടുകിടക്കുന്ന ഒരു സാനിറ്ററി നാപ്കിൻ കണ്ടെത്തി. ആരാണ് ഇതിന്റെ ഉത്തരവാദി എന്ന് കണ്ടെത്താൻ മാനേജ്മെന്റിന്റെ നിർദ്ദേശപ്രകാരം രണ്ട് സ്ത്രീ സൂപ്പർവൈസർമാർ അവിടെയുള്ള ജോലിക്കാരായ നാല്പത് സ്ത്രീ തൊഴിലാളികളെ നഗ്നരാക്കി ശരീരപരിശോധന നടത്തി. വ്യക്തികളുടെ അന്തസ്സിനെ ചോദ്യം ചെയ്യുന്ന സംഭവമുണ്ടായിട്ടും പോലീസ് കേസെടുക്കാൻ തയ്യാറായില്ല. നവമാധ്യമങ്ങളിൽ കുറച്ചുനാൾ പ്രശ്നം ചർച്ച ചെയ്യപ്പെട്ടെങ്കിലും പതിയെ അതും കെട്ടടങ്ങി. ഫാക്ടറി മാനേജർ സൂപ്പർവൈസർമാർക്കെതിരെ നടപടിയെടുക്കാത്തതിനെ തുടർന്ന് ഒരു സംഘം സ്ത്രീകൾ, ഉപയോഗിച്ചതും അല്ലാത്തതുമായ സാനിറ്ററി നാപ്കിനുകൾ പ്രസ്തുത കമ്പനിയിലേക്ക് അയച്ചുകൊടുക്കാൻ തീരുമാനിച്ചു. ഈ കാംപയ്നിങ്ങിന് 'റെഡ് അലർട്ട്: യൂ ഹാവ് ഗോട്ട് എ നാപ്കിൻ' എന്ന പേരിട്ടു.

- (കേരളീയം, ഏപ്രിൽ 2017)

ഗർഭനിരോധന ഉറയ്ക്കു ചരക്ക്, സേവന നികുതി (ജി എസ് ടി) ഒഴിവാക്കുകയും സാനിറ്ററി നാപ്കിനു 12% നികുതി ഏർപ്പെടുത്തുകയും ചെയ്തതിനെതിരെ സമൂഹമാധ്യമങ്ങളിൽ സ്ത്രീകളുടെ വ്യാപക പ്രതിഷേധം 'ലൈംഗികത ഒരാളുടെ ഇഷ്ടാനിഷ്ടമാണ് എന്നാൽ ആർത്തവം അങ്ങനെയല്ല' എന്ന് ആഞ്ഞടിച്ചാണു ഫെയ്സ്ബുക്കിലെയും ടിറ്ററിലെയും പ്രചാരണം. 'ആർത്തവത്തിനു നികുതിയോ' എന്ന ശക്തമായ ചോദ്യവുമുയർത്തുന്നു.

- (മലയാള മനോരമ, ജൂലായ് 4, ചൊവ്വ)

ആദ്യ ആർത്തവ സമയത്ത് ആചാരത്തിന്റെ പേരിൽ ഓലഷെഡിലേക്കു മാറ്റിപ്പാർപ്പിച്ച ബാലിക ഗജ ചുഴലിക്കാറ്റിൽ തെങ്ങുവീണു മരിച്ചു. തഞ്ചാവൂർ ജില്ലയിലെ പട്ടുക്കോട്ട അനയ്ക്കാടു ഗ്രാമത്തിലെ ഏഴാം ക്ലാസ് വിദ്യാർത്ഥിനി എസ് വിജയ (12) യ്ക്കാണു ദാരുണാന്ത്യം. ഓലക്കുടിലിൽ കഴിയുന്നവർ സുരക്ഷിത സ്ഥാനത്തേക്കു മാറണമെന്ന മുന്നറിയിപ്പുണ്ടായിരുന്നെങ്കിലും ആചാരം ലംഘിക്കില്ലെന്ന നിലപാടിലായിരുന്നു കുടുംബം. ആദ്യ ആർത്തവ സമയത്തു പെൺകുട്ടികളെ വീടിനു പുറത്തു താമസിപ്പിക്കണമെന്നാണു സമുദായത്തിന്റെ ആചാരമെന്നും അപകടമുണ്ടാകുമെന്നു കരുതിയില്ലെന്നും വിജയയുടെ അച്ഛൻ സെൽവരാജ് കണ്ണീരോടെ പറയുന്നു.

- (മലയാള മനോരമ, 2018 നവംബർ 21)

ആർത്തവ അയിത്തത്തിനെതിരെ കൊച്ചിയിൽ പ്രതിഷേധ കൂട്ടായ്മ നടന്നു. ആർത്തവം അശുദ്ധിയല്ലെന്ന് ഉറക്കെ പറഞ്ഞ് ചോരക്കറയുടെ പേരിൽ അകറ്റി നിർത്തപ്പെടുന്നവർക്കായി എറണാകുളം വഞ്ചി സ്ക്വയറിൽ അവരൊത്തുകൂടി. ആർത്തവത്തിന്റെ പേരിൽ വിവേചനം പാടില്ലെന്ന് സുപ്രീംകോടതി തന്നെ വ്യക്തമാക്കിയിട്ടും ശബരിമലയിൽ യുവതീപ്രവേശനം സാധ്യമാകാത്ത സാഹചര്യത്തിലാണ് രാഷ്ട്രീയ സാമൂഹ്യ കലാ സാംസ്കാരികരംഗത്തെ പ്രമുഖരടക്കം ആർപ്പോ ആർത്തവം എന്ന പേരിൽ കൂട്ടായ്മ സംഘടിപ്പിച്ചത്.

- ആർപ്പോ ആർത്തവം (ഏഷ്യാനെറ്റ് ഓൺലൈൻ, 25 നവംബർ 2018)

കമ്പോളസിനിമ വ്യത്യസ്ത കാലങ്ങളിൽ പൊതുസമൂഹത്തിന്റെ സദാചാര സങ്കല്പനങ്ങളെയും ശുദ്ധ - അശുദ്ധിബോധങ്ങളെയും ഏറ്റെടുത്ത് അവയുടെ പ്രചാരകരായി മാറാറുണ്ട്. പുരോഗമനാത്മകതയുടെ ചലച്ചിത്രഭാഷ്യങ്ങൾ എന്ന അവകാശവാദങ്ങളും വിളംബരങ്ങളുമായി എത്തുന്ന ചലച്ചിത്രങ്ങൾ ഫ്യൂഡൽ യാഥാസ്ഥിതിക ബോധങ്ങളെ അതി നിഷ്കളങ്കമായി പ്രേക്ഷക സമൂഹത്തിലേക്ക് സന്നിവേശിപ്പിക്കുന്നത് സൂക്ഷ്മ വിശകലനത്തിൽനിന്നും വ്യക്തമാണ്. ചലച്ചിത്ര ചരിത്രത്തിൽ ആദ്യത്തെ സൂപ്പർഹിറ്റ് സിനിമ എന്നു രേഖപ്പെടുത്തപ്പെട്ട *ജീവിതനൗക* (1951) മുതൽ ഉള്ള ചിത്രങ്ങൾ അക്കാലത്തെ കേരളീയ സമൂഹത്തിന്റെ യാഥാസ്ഥിതിക ബോധങ്ങൾക്കുള്ളിൽ നിന്നുകൊണ്ട് നിർമ്മിക്കപ്പെട്ടവയായിരുന്നു. തുടർന്നുള്ള കാലയളവുകളിൽ പ്രത്യക്ഷപ്പെട്ട വ്യത്യസ്ത ജനുസുകളിലുള്ള മലയാള സിനിമകൾ കമ്പോള സിനിമയുടെ ജാതിസമവാക്യങ്ങളെ കൃത്യമായ തോതുകളിൽ പിന്തുടർന്നിരുന്നു. വിജാതീയ പ്രണയബന്ധങ്ങളെയും കുടുംബഘടനകളെയും അവതരിപ്പിക്കുമ്പോൾപോലും ജാതി - മത കേന്ദ്രിതമായ ശുദ്ധാ ശുദ്ധ ബോധങ്ങളെ സിനിമ നിഗൂഢമായി നിലനിർത്തിയിരുന്നതു വ്യക്തമാണ്. ലൈംഗികത, ആർത്തവം, സ്വവർഗ്ഗലൈംഗികത എന്നിവയെല്ലാം അരികിലേക്കു മാറ്റിനിറുത്തപ്പെട്ടത് ഇത്തരം ബോധങ്ങളുടെ അടിസ്ഥാനത്തി

ലായിരുന്നു. ആർത്തവമെന്ന ശാരീരിക പ്രക്രിയയെ അശ്ലീവല്ക്കരിച്ച സാമൂഹ്യവ്യവസ്ഥിതികൾക്കു മുമ്പിൽ, 'ഒളിച്ചു കടത്തപ്പെട്ടിരുന്ന', 'സാമൂഹ്യ അപമാനമായി' കരുതപ്പെട്ടിരുന്ന 'വിലക്കുകൾ സമ്മാനിച്ചിരുന്ന' ആർത്തവം സജീവമായ ചർച്ചകളിലേക്ക് ഉയർന്നുവരുന്നു. പെണ്ണിടങ്ങളിൽ സ്വകാര്യമായി വിനിമയം ചെയ്യപ്പെട്ടിരുന്ന ആർത്തവം പൊതു ഇടങ്ങളിലെ ചർച്ചകളിലേക്ക് ഉയർന്നുവന്നത് മത സദാചാര നിഷ്ഠമായ അശുദ്ധി ബോധങ്ങളെയും ഫ്യൂഡൽ ആൺ അധികാര ബലതന്ത്രങ്ങളെയും നിഷേധിക്കുന്ന ആർത്തവ രാഷ്ട്രീയത്തിന്റെ അടിസ്ഥാനത്തിലാണ്.

ഓരോ കാലഘട്ടത്തിലും അരികിലേക്കു മാറ്റിനിറുത്തപ്പെട്ട വിഷയങ്ങളെ സജീവമായി ഏറ്റെടുക്കുവാൻ കലാസാഹിത്യാദി മാധ്യമങ്ങൾ തയ്യാറായിട്ടുണ്ട്. കെ ജെ ബേബിയുടെ *മാവേലിമന്റം* പോലെയുള്ള നോവൽ ആർത്തവത്തിന്റെ അനുഭവത്തെ അവതരിപ്പിച്ചിട്ടുണ്ട്. പെണ്ണെഴുത്തിന്റെ വിപ്ലവ സമീപനങ്ങളിലാണ് ആർത്തവം അതിന്റെ രാഷ്ട്രീയ തലങ്ങൾ നേടിയത്. അഗ്നി, ഏകാന്തസഞ്ചാരങ്ങൾ (സിതാര), *ആൺവണ്ടികൾ* (ഇന്ദുമേനോൻ), *ആരുടെയോ ഒരു സഖാവ് അന്തിക്കാട്ടുകാരി* (കെ രേഖ) എന്നിവ ഉദാഹരണമാണ്. കഥ - നോവൽപോലെ ആർത്തവമെന്ന വിഷയത്തെ ഏറിയും കുറഞ്ഞുമുള്ള അളവിൽ സമീപിച്ച ചല ച്ചിത്രങ്ങളെ മുൻനിറുത്തി ആർത്തവത്തിന്റെ രാഷ്ട്രീയത്തെ വിശകലനം ചെയ്യുകയാണ് ഈ അദ്ധ്യായത്തിൽ.

പെൺമയുടെ ആഘോഷങ്ങൾ

പെൺമയുടെ ആഘോഷമായ ആർത്തവം - പീരീഡ്സ്/മെൻസസ്/മാസമുറ/തിരണ്ടുകുളി/തീണ്ടാരി എന്നിങ്ങനെയുള്ള വ്യത്യസ്ത അഭിസംബോധനകളിലാണ് അറിയപ്പെടുന്നത്. ആർത്തവമാകുന്ന പെണ്ണിനെ 'ഋതുമതി/രജസ്വല/തീണ്ടാരി' തുടങ്ങിയ വിശേഷണങ്ങളിലൂടെയാണ് കേരളീയ സമൂഹം അടയാളപ്പെടുത്തുന്നത്. വിശുദ്ധ (അവിശുദ്ധ) വിലക്കിന്റെ നാളുകളാണ് ഓരോ സ്ത്രീക്കും അവരുടെ ആർത്തവ ദിനങ്ങൾ. ഏകദേശം പന്ത്രണ്ടു മുതൽ അമ്പത്തഞ്ചുവയസ്സുവരെയുള്ള കാലഘട്ടത്തിൽ സ്ത്രീകൾക്ക് മാസംതോറും ഗർഭാശയസ്തരവും രക്തവും യോനിയിലൂടെ പുറത്തേക്കു പ്രവഹിക്കുന്ന പ്രക്രിയയാണ് ആർത്തവം (Mens-trauation) എന്ന പേരിൽ അറിയപ്പെടുന്നത്. ഓരോ ആർത്തവചക്രത്തിന്റെയും അവസാനമാണ് രക്തസ്രാവമുണ്ടാകുന്നത്. ശാരീരികമായ അസ്വസ്ഥതകളും ക്ഷീണവുമെല്ലാം ഇക്കാലയളവിൽ സ്ത്രീകൾക്കുണ്ടാകാറുണ്ട്. ഒരു പെൺകുട്ടി വളർന്നു സന്താനോല്പാദനശേഷി കൈവരിച്ചു എന്നതിന്റെ തെളിവായ ആർത്തവം, സ്ത്രീത്വത്തിന്റെ പൂർണ്ണതയെ അടയാളപ്പെടുത്തുന്നു. നാലോ അഞ്ചോ ദിവസം നീണ്ടുനില്ക്കുന്ന ഈ പ്രക്രിയ ചിലരിൽ ആറും ഏഴും ദിവസങ്ങൾ വരെ നീണ്ടുനില്ക്കാറുണ്ട്. 'അസംതൃപ്തയായ ഗർഭപാത്രത്തിന്റെ

രോദന'മെന്ന വിശേഷണം ആർത്തവത്തിനുണ്ട്. സ്ത്രീവർഗ്ഗത്തിൽപ്പെട്ട എല്ലാവരിലും ആർത്തവം ഒരേ കാലത്ത് അല്ല സൃഷ്ടിക്കപ്പെടുന്നതെങ്കിലും സാമാന്യമായി ഭൂരിപക്ഷം പേരിലും കൗമാരഘട്ടത്തിലാണ് ആർത്തവമുണ്ടാകുന്നത്. ഏകദേശം 12-13 വയസ്സു കാലയളവിലാണ് പെൺകുട്ടികൾക്ക് ആർത്തവം ആരംഭിച്ചിരുന്നതെങ്കിൽ വർത്തമാനകാലത്ത് അത് 8-9 വയസ്സായി മാറിയിട്ടുണ്ട്. പുതിയ കാലത്തിന്റെ ജീവിതസംസ്കാരവും ഭക്ഷണശീലങ്ങളുമാണ് പെൺകുട്ടികളിൽ ഇത്തരം മാറ്റങ്ങളുണ്ടാക്കുന്നതെന്ന് ഡോക്ടേഴ്സ് ചൂണ്ടിക്കാണിക്കുന്നു. കൗമാരഘട്ടത്തിൽ തുടങ്ങുന്ന ആർത്തവം മധ്യവയസ്സിനുശേഷമുള്ള ഘട്ടത്തിൽ പൊതുവേ അവസാനിക്കാറുണ്ട് (ആർത്തവ വിരാമം).

വെള്ളിത്തിരയിലെ ആർത്തവ ജീവികളും ആർത്തവ ഭാവനകളും

പൊതുസദാചാരഭാവനകളോടും സങ്കല്പങ്ങളോടും മലയാള സിനിമ പ്രതികരിച്ചു തുടങ്ങുന്ന കാലത്താണ് സ്ത്രീകളുടെ ആർത്തവം സൂചനകളായി വെള്ളിത്തിരയിൽ പ്രത്യക്ഷപ്പെടുന്നത്. ഭരതൻ - പത്മരാജൻ ടീമിന്റെ *രതിനിർവ്വേദം* (1978), ഐ വി ശശിയുടെ *ഇണ* (1982), ടി കെ രാജീവ് കുമാറിന്റെ *പവിത്രം* (1994), ലോഹിതദാസിന്റെ *ഭൂതക്കണ്ണാടി* (1997), റോഷൻ ആൻഡ്രൂസിന്റെ *നോട്ട്ബുക്ക്* (2004), മനോജ് കാനയുടെ *ചായില്യം* (2012), ജയൻ ചെറിയാന്റെ *പപ്പിലിയോ ബുദ്ധ* (2013), *കബോഡി സ്കേപ്സ്* (2016), വിധു വിൻസെന്റിന്റെ *മാൻഹോൾ* (2016) എന്നിങ്ങനെ ഒരുനിര ചിത്രങ്ങൾ മലയാളത്തിൽ പ്രത്യക്ഷപ്പെട്ടിട്ടുണ്ട്. സമീപകാലത്ത് ഇന്ത്യൻ സമൂഹത്തിൽ ആർത്തവത്തെക്കുറിച്ചുള്ള സജീവ ചർച്ചകൾ സൃഷ്ടിച്ച ബോളിവുഡ് ചലച്ചിത്രമാണ് അക്ഷയ്കുമാറിനെ നായകനാക്കി ബാൽക്കി ഒരുക്കിയ *പാഡ്മാൻ* (2017).

മലയാള ചലച്ചിത്രലോകത്തും പ്രേക്ഷകസമൂഹത്തിലും ആർത്തവത്തെക്കുറിച്ചുള്ള ചർച്ചയ്ക്കുള്ള അവസരമൊരുക്കിയത് ഐ വി ശശിയുടെ *ഇണ*യായിരുന്നു. കൗമാര പ്രണയവും അതിന്റെ ദുരന്ത സംഘർഷങ്ങളുമാണ് *ഇണ* ദൃശ്യവല്ക്കരിച്ചത്. 1982 സെപ്റ്റംബർ ഒന്നിനു പ്രദർശനത്തിനെത്തിയ *ഇണ*യിലെ കൗമാര കമിതാക്കളെ അവതരിപ്പിച്ചത് മാസ്റ്റർ രഘുവും ദേവിയുമാണ്. അനിതയുടെയും വിനോദിന്റെയും യാത്രയ്ക്കിടയിൽ അനിത നദിയിൽ കുളിക്കുന്ന സന്ദർഭത്തിലാണ് ഋതുമതിയായി മാറുന്നത്. വെള്ളത്തിൽ പടർന്നൊഴുകുന്ന ചുവപ്പൻ രക്തത്തിന്റെ ദൃശ്യം അക്കാലത്തെ (യാഥാസ്ഥിതിക) മലയാളസിനിമയിലെ വിപ്ലവകരമായ സമീപനമായിരുന്നു. കൗമാര നായികയുടെ ആർത്തവം ചിത്രീകരിച്ച ചിത്രമെന്ന നിലയിലാണ് *ഇണ* കൂടുതൽ ശ്രദ്ധിക്കപ്പെട്ടതും ചർച്ച ചെയ്യപ്പെട്ടതും. കുളിക്കുന്ന നായികയെ ഋതുമതിയാക്കിയ വിദ്യ മേക്കപ്പമാൻ എം ഒ ദേവസ്യ തന്റെ ആത്മകഥയിൽ വിവരിക്കുന്നുണ്ട്. "ചുവന്ന ചായം കലക്കിയിട്ട് നീണ്ട ഒരു ട്യൂബ് ദേവിയുടെ അരക്കെട്ടിൽ ഘടിപ്പിച്ചു. ദേവി നദിയിലിറങ്ങി കുളിക്കുന്ന സന്ദർഭത്തിൽ പാറക്കെട്ടിന്റെ മറവിലി

രുന്ന് ഞാൻ ചുവന്ന ചായം ട്യൂബിലൂടെയൊഴിച്ച് ഊതിയൂതി വിട്ടുകൊണ്ടിരുന്നു. അങ്ങനെ നായികയ്ക്ക് ആർത്തവമുണ്ടായി.”

- (കടപ്പാട് - സിനിമ മംഗളം)

നായക കേന്ദ്രീകൃത സിനിമകളിൽ നായികയുടെ വൈകാരികാവസ്ഥകൾക്ക് പ്രാധാന്യം നല്കാനുള്ള ഔദാര്യങ്ങൾ മലയാളം സിനിമ അനുവദിച്ചിരുന്നില്ല. അതുകൊണ്ടുതന്നെയാണ് ആർത്തവംപോലുള്ള സ്ത്രീവിഷയങ്ങൾ അവതരിപ്പിക്കപ്പെടാത്തതും. പിൽക്കാലത്ത് ആർത്തവത്തെ കൗമാരക്കാർക്കിടയിലെ സംഘർഷങ്ങളിലൊന്നായി കരുതുന്ന കൗമാരബോധത്തെ റോഷൻ ആൻഡ്രൂസ് *നോട്ട്ബുക്കിൽ* അവതരിപ്പിക്കുന്നുണ്ട്. ഇണയിൽ നിന്നും കാലങ്ങളേറെ സഞ്ചരിച്ചാണ് മലയാള സിനിമ *നോട്ട്ബുക്കി*ലെത്തുന്നത്. മധ്യവർഗ്ഗത്തിന്റെ ആധിപത്യങ്ങൾ കേരളീയ സമൂഹത്തെ കീഴടക്കികഴിഞ്ഞ കാലയളവിലാണ് *നോട്ട്ബുക്ക്* നിർമ്മിക്കപ്പെടുന്നതെന്നുകൂടി സ്മരണീയമാണ്. ബോർഡിംഗ്സ്കൂൾ വിദ്യാർത്ഥികളുടെ ജീവിതത്തെ മുൻനിറുത്തി അവരുടെ വൈകാരിക സംഘർഷങ്ങളെയാണ് *നോട്ട്ബുക്ക്* ആവിഷ്കരിച്ചത്. *നോട്ട്ബുക്കി*നെത്തുടർന്ന് എത്തിയ *ചായില്യം* ആചാരാനുഷ്ഠാനങ്ങളും സ്ത്രൈണസ്വത്വവും തമ്മിലുള്ള സംഘർഷങ്ങളെയാണ് ചിത്രീകരിച്ചത്. *കബോഡിസ്കേപ്സ്* ആകട്ടെ സമകാലിക കേരളത്തിന്റെ പാർശ്വവല്കൃത ജനസമൂഹത്തിന്റെ രാഷ്ട്രീയാവസ്ഥകളെയാണ് ദൃശ്യവല്ക്കരിച്ചത്.

ഋതുമതി പൂജകളും വിശുദ്ധ വിലക്കിന്റെ തീണ്ടാരിപ്പുരകളും

ഋതുവാകുന്ന/രജസ്വലയാകുന്ന പെണ്ണിനെ സവിശേഷമായ പൂജകൾ നടത്തി ആദരിക്കുകയും അംഗീകരിക്കുകയും ചെയ്തിരുന്ന കീഴ്വഴക്കങ്ങൾ കേരളീയ സമൂഹത്തിലെ ഹൈന്ദവ സവർണ്ണ ഗൃഹങ്ങളിൽ സർവ്വസാധാരണമായിരുന്നു. പുതിയ വസ്ത്രങ്ങളും ആഭരണങ്ങളും ഋതുമതിക്കു നല്കുന്നതും അതേ സന്ദർഭത്തിൽ തന്നെയായിരുന്നു. ഗോത്രവർഗ്ഗക്കാർക്കിടയിലും തീണ്ടാരി ആഘോഷങ്ങൾ/ഉത്സവങ്ങൾ ആചാരാനുഷ്ഠാനങ്ങളോടെ നടത്തപ്പെട്ടിരുന്നു. തികച്ചും സ്വാഭാവികമെന്നു കരുതപ്പെടുകയും സവർണ്ണജനത ആഘോഷമാക്കുകയും ചെയ്ത ഋതുമതിപ്പൂജകളും ചടങ്ങുകളും നവോത്ഥാന ഘട്ടത്തോടുകൂടി പിൻതള്ളപ്പെടുന്നുണ്ട്. എന്നാൽ ഗോത്രവർഗ്ഗങ്ങൾക്കിടയിൽ ഇപ്പോഴും അവരുടേതായ തനത് ആർത്തവകാല ആചാരങ്ങൾ നിലനില്ക്കുന്നുണ്ട്.

തീണ്ടാരിയാകുന്ന സ്ത്രീയെ കുടുംബത്തിനുള്ളിലെ ഇടങ്ങളിൽ വിലക്കു കല്പിച്ച് തീണ്ടാരിപ്പുരകളിലേക്കു (പ്രത്യേകം നിർമ്മിച്ച കൂനാച്ചിപ്പുര) മാറ്റിനിർത്തുന്ന രീതിയും കേരളത്തിലെ കുടുംബങ്ങളിലുണ്ടായിരുന്നു. അശുദ്ധി മാറി കുളിച്ചു വൃത്തിയായതിനുശേഷമേ കുടുംബത്തിനുള്ളിലേക്കു കയറുവാനുള്ള സാഹചര്യം സ്ത്രീക്കു ലഭ്യമായിരുന്നുള്ളൂ. തീണ്ടാരിപ്പുരകൾ നിർമ്മിക്കാതെ വീടിനുള്ളിലെ ആളനക്കമില്ലാത്ത ഏതെങ്കിലും ചെറിയ മുറി ‘മാറി ഇരിക്കലി’നായുപയോഗപ്പെടു

ത്തിയിരുന്ന കുടുംബങ്ങളും നമ്മുടെ കേരളത്തിലുണ്ടായിരുന്നു. തീണ്ടാരിപ്പുരകൾ സാമൂഹ്യമായ വിലക്കുകളെയും വേർതിരിവുകളെയും അടയാളപ്പെടുത്തുന്ന 'വിലക്കിന്റെ ഇമേജ്' ആണ്. കുടുംബത്തിനുവേണ്ടി കഷ്ടപ്പെടുന്ന സ്ത്രീകൾക്ക് സുരക്ഷിതമായ വിശ്രമം ഒരുക്കുകയെന്ന ലക്ഷ്യമാണ് 'തീണ്ടാരിപ്പുര'കൾക്ക് ഉണ്ടായിരുന്നതെന്നു സവർണ്ണമധ്യവർഗ്ഗം തന്ത്രപരമായി സ്ഥാപിച്ചെടുത്തിരുന്നു. എന്നാൽ ഇത്തരം പ്രത്യേകം പുരകൾ അനാചാരത്തിന്റെ ചിഹ്നങ്ങളാണെന്നതിനാൽ തന്നെ അവയെ തുടച്ചു നീക്കുകയെന്ന സാമൂഹ്യധർമ്മത്തെ, നവോത്ഥാനവും പിന്നാലെ എത്തിയ ആധുനികതയും നടപ്പിലാക്കി. പുതിയകാലത്ത് തീണ്ടാരിപ്പുരകൾ അത്യപൂർവ്വങ്ങളിലപൂർവ്വമാണെങ്കിലും പാരമ്പര്യ കുടുംബസംവിധാനത്തിനുള്ളിലിപ്പോഴും ആർത്തവ വിലക്കുകൾ സ്ത്രീകളെ പിന്തുടരുന്നുണ്ട്.

'ആർത്തവാശുദ്ധി'യെന്ന പൊതുബോധത്തെ പിന്തുടരുന്ന സാമ്പ്രദായിക കുടുംബങ്ങൾ തീണ്ടാരിനാളുകളിൽ 'കൂട്ടിത്തൊടല്ലേ', 'പുറത്താ', 'തീണ്ടാരിയാ' 'അശുദ്ധിയാ' എന്ന (പെൺ നിലവിളികളിലൂടെ) വിളിച്ചുപറച്ചിലുകളിലൂടെ 'ആർത്തവ വിലക്കി'നെ നടപ്പിലാക്കിയെടുത്തിരുന്നു. 'നാലുകുളിക്കുന്നത്' വരെ 'കൂട്ടിത്തൊടൽ' നിഷേധിക്കപ്പെട്ടിരുന്ന സ്ത്രീകൾ തങ്ങൾ കൂട്ടിത്തൊടുന്നതിനെയെല്ലാം വെള്ളത്തിൽ മുക്കിക്കഴുകി ശുദ്ധീകരിച്ചെടുക്കേണ്ടിയിരുന്നു. അതിവൈകാരികത നിറഞ്ഞ ഇത്തരം ശുദ്ധിബോധത്തെ സൃഷ്ടിച്ചെടുത്ത സവർണ്ണവർഗ്ഗ കുടുംബങ്ങളിൽ, 'തീണ്ടാരിത്തുണി'യുടെ മുകളിലൂടെ ശുദ്ധിയുള്ള പാമ്പു സഞ്ചരിച്ചാൽ അത് അശുദ്ധിയാകുമെന്നും തൽഫലമായി നാഗ (സർപ്പ) ശാപം കിട്ടുമെന്നുമുള്ള വിശ്വാസത്തെ ഋതുമതിയാകുന്ന പെൺകുട്ടികളിൽ അടിച്ചേല്പിച്ചിരുന്നു.

സവർണ്ണ ഹൈന്ദവ ഗൃഹങ്ങളിൽ വർത്തമാനകാലത്തും ആർത്തവകാല വിലക്കുകൾ നിർബന്ധിതമായി നില്ക്കുന്നു. അടുക്കള, തെക്കിനി, വരാന്ത, പൂജാമുറി എന്നിവിടങ്ങളിൽ പ്രവേശനങ്ങൾ നിഷേധിക്കുക, കട്ടിലിനു പകരം ചാക്ക്/പരമ്പ്/തഴപ്പായ/പുൽപ്പായ എന്നിവ തറയിൽ വിരിച്ചുള്ള കിടപ്പും നാലു ദിവസത്തേക്കു മാത്രമായി പ്രത്യേക വസ്ത്രങ്ങൾ, പാത്രങ്ങൾ, ചെടികളിലും കിണറിലും സ്പർശന നിരോധനം എന്നിങ്ങനെ പോകുന്ന ആർത്തവ വിലക്കുകൾ അശ്ലീല - അധമബോധങ്ങളാണ് സ്ത്രീകളിൽ സൃഷ്ടിക്കുന്നത്. ആർത്തവമായിരിക്കുന്ന സ്ത്രീയോടു സംസർഗ്ഗം പാടില്ലായെന്നു വിശ്വസിക്കുന്നതും യാദൃച്ഛികമായി സംസർഗ്ഗമുണ്ടായാൽ കുളിച്ചു ശരീരശുദ്ധി വരുത്തുന്നതുമായ സവർണ്ണ പുരുഷന്മാർ കേരളീയ സമൂഹത്തിലുണ്ട്.

'ആർത്തവകാല വിലക്കുകൾ' സ്ത്രീസമൂഹം നേരിടുന്ന വലിയ വെല്ലുവിളികളിലൊന്നാണ്. ആർത്തവം സ്വാഭാവികമായ ശാരീരിക പ്രക്രിയ മാത്രമാണെങ്കിലും അതിനെ ശുദ്ധാശുദ്ധ സങ്കല്പനങ്ങളുമായി ചേർത്തുവെച്ച് ഊട്ടിയുറപ്പിച്ചത് ഫ്യൂഡൽപുരുഷാധികാര സാമൂഹ്യവ്യ

വസ്ഥിതികളായിരുന്നു. ആർത്തവമുള്ള സ്ത്രീ 'മലിന'യായും 'അശുദ്ധി' ഉള്ളവളായും 'മംഗള കർമ്മങ്ങളിൽ നിന്ന് മാറ്റി നിർത്തപ്പെടേണ്ടവളാ'യും 'ബഹിഷ്കൃതയായി നില്ക്കേണ്ടവളു'മാണ് എന്ന ആൺകോയ്മയുടെ ബോധം പൊതുബോധമായി സ്ഥാപിക്കപ്പെട്ടു. പാരമ്പര്യ ആചാരാനുഷ്ഠാനങ്ങളിലും മതവിശ്വാസങ്ങളിലും അടിയുറച്ചു വിശ്വസിക്കാൻ നിർബന്ധിതരായ സ്ത്രീവർഗ്ഗം ഇത്തരമൊരു പൊതുബോധത്തെ അന്ധമായി പിന്തുടരുകയും പില്ക്കാല തലമുറകളിലേക്ക് പകർന്നു കൊടുക്കുകയുമുണ്ടായി. പാരമ്പര്യമായി ലഭിക്കുന്ന അറിവുകൾക്കൊപ്പം പൊതുവിടങ്ങളിൽ നിന്നും പെൺ കൂട്ടായ്മകളിൽ നിന്നും നേടുന്ന ധാരണകളും പെൺകുട്ടികളെ ആർത്തവ വിലക്കുകൾ സ്വയമേവ പിന്തുടരാൻ മാനസികമായി പാകപ്പെടുത്തി. ആർത്തവ കാലത്ത് ആൺ ഇടങ്ങളിൽ നിന്നും തിരസ്കൃതയാകുന്നതിനൊപ്പം പൊതുവിഭാഗങ്ങളിൽ നിന്നുകൂടി സ്ത്രീകൾ മാറ്റി നിർത്തപ്പെട്ടു. *പവിത്രം, നോട്ട്ബുക്ക്* തുടങ്ങിയ ചിത്രങ്ങൾ അത്തരം സൂചനകൾ കൂടി നല്കുന്നുണ്ട്.

മധ്യവർഗ്ഗ ബോധങ്ങളും ആർത്തവാഘോഷങ്ങളും

ഫ്യൂഡൽ കാലത്തിനു മുമ്പേതന്നെ മധ്യവർഗ്ഗത്തിന്റെ ശുദ്ധാശുദ്ധി ബോധങ്ങൾക്ക് പ്രചാരണവും സ്വീകാര്യതകളും ലഭിച്ചിരുന്നു. മധ്യവർഗ്ഗത്തിന്റെ ഭയാശങ്കകളെ അന്ധമായി പിന്തുടരുകയെന്ന സ്വഭാവമാണ് കമ്പോളചലച്ചിത്രങ്ങൾ പുലർത്തുന്നത്. പെൺകുട്ടികൾ അതീവരഹസ്യമായി അമ്മയോടോ മറ്റേതെങ്കിലും സ്ത്രീകളോടോ പറയേണ്ടുന്നതും ആൺവർഗ്ഗത്തിൽനിന്നും അകലം പാലിച്ചു നില്ക്കേണ്ടതുമായ ഒന്നായി ആർത്തവകാലത്തെ ചലച്ചിത്രങ്ങൾ അവതരിപ്പിച്ചു.പൂന്തോട്ടത്തിൽ കാറ്റിൽ വിടർന്ന് ആടുന്ന പൂക്കൾ, ചുവന്ന പൂവിനുള്ളിൽ നിന്നും തെന്നി വീഴുന്ന വെള്ളത്തുള്ളികൾ എന്നിങ്ങനെയുള്ള ബിംബങ്ങളിലൂടെയാണ് പെൺകുട്ടിയുടെ ആർത്തവം വെള്ളിത്തിരയിൽ ദൃശ്യപ്പെട്ടത്.

*രതിനിർവ്വേദ*ത്തിൽ ഒരു പെൺകുട്ടിയുടെ ആർത്തവം അതീവ രഹസ്യമായി കൈകാര്യം ചെയ്യപ്പെടേണ്ടതാണെന്ന നിലയിൽ കുടുംബത്തിലെ സ്ത്രീകൾ സ്വകാര്യ/രഹസ്യമായി ചെവിക്കുള്ളിൽ പറയുന്ന ദൃശ്യങ്ങൾ ലഭ്യമാണ്. *രതിനിർവ്വേദ*ത്തിൽ നിന്നും *നോട്ടുബുക്കി*ന്റെ കാലത്തേക്ക് എത്തുമ്പോഴും ആർത്തവത്തെ സംബന്ധിച്ചുള്ള പൊതുബോധങ്ങൾ മാറുന്നില്ല. ക്ലാസ് റൂമിൽ വെച്ചു ശ്രീദേവിക്കു ആർത്തവമുണ്ടാകുമ്പോൾ തനിക്കുള്ള പാഡ് വാങ്ങിയത് സൂരജ് മേനോൻ ആണെന്നറിയുന്ന ശ്രീദേവി പിന്നീടുള്ള സന്ദർഭങ്ങളിലെല്ലാം ആൺവർഗ്ഗത്തിന്റെ മുമ്പിൽ ചൂളിച്ചുരുങ്ങി ഒതുങ്ങുന്നു. ലജ്ജാ വിവശനായി കടയിൽനിന്നും പാഡ് വാങ്ങിയ സൂരജ് വേണമെങ്കിൽ എനിക്ക് കൂട്ടുകാരോടു പറഞ്ഞു സ്റ്റാർ ആകാമായിരുന്നു എന്ന് ശ്രീദേവിയുടെ മുമ്പിൽ വീരസ്യം വിളമ്പുന്നുമുണ്ട്. പെൺകുട്ടികളുടെ ആർത്തവം ആൺകുട്ടികൾ അറിയേണ്ടതില്ലായെന്നും സ്ത്രീവർഗ്ഗത്തിനിടയിൽ അതീവ രഹസ്യമായി മാത്രം

വിനിമയം ചെയ്യപ്പെടേണ്ടതാണെന്നുമുള്ള സങ്കുചിത ധാരണയെ ശ്രീദേവിയിലൂടെ സിനിമ സൃഷ്ടിച്ചെടുക്കുന്നുണ്ട്. സമാനമായ രീതിയിൽ പാഡ് എന്നാൽ അശ്ലീലവല്ക്കരിക്കപ്പെട്ട വസ്തു (ബ്രഡ് എന്ന ആൺഭാവന) എന്ന രീതിയിലുള്ള ആൺ ഭാഷ്യങ്ങളും മലയാള സിനിമയിൽനിന്നും (*ശ്യാം/ചോക്കലേറ്റ്*) ലഭ്യമാണ്.

മഹാഭാരതത്തിൽ 'രജസ്വല' അപമാനിക്കപ്പെട്ടതാണ് കൗരവ - പാണ്ഡവ യുദ്ധത്തിലേക്കു നയിച്ച അടിസ്ഥാന ഘടകം. പുറത്താകലിന്റെ രസതന്ത്രം പെൺ കാമനകൾക്കു സുപരിചിതമാണെങ്കിൽ, പുരുഷാധികാര സാമൂഹ്യഘടനയ്ക്കു അതു അത്ര വശഗതമല്ല. അതുകൊണ്ടുതന്നെയാണ് രജസ്വലകളുടെ സർഗ്ഗാത്മകത ഊർജ്ജത്തെ ആൺകൂട്ടങ്ങൾ നിഷേധിക്കുന്നതും ആർത്തവത്തെ അശ്ലീവല്ക്കരിക്കുന്നതും. ആർത്തവ ക്ഷീണങ്ങൾ മറികടന്ന് നവോന്മേഷം കൈവരിക്കുന്ന പെണ്ണുടലിനെ ഭോഗിക്കുവാൻ ഇതേ ആൺവർഗ്ഗം തന്നെയാണ് മുൻകൈയെടുക്കുന്നതെന്ന വൈരുദ്ധ്യവും സമൂഹത്തിൽ നിലനില്ക്കുന്നു.

ആർത്തവകാല ആഘോഷങ്ങളെ ദൃശ്യവല്ക്കരിക്കുന്ന നിലപാടുകളിലേയ്ക്ക് മലയാളസിനിമ സഞ്ചരിക്കുവാൻ തയ്യാറായതിന്റെ സൂചനകൾ 2016 - 2018 കാലയളവിലെ ചലച്ചിത്രങ്ങളിൽ പ്രകടമാണ്. *മാൻഹോൾ* (വിധു വിൻസെന്റ്), *രക്ഷാധികാരി ബൈജു* (രഞ്ജൻ പ്രമോദ്) എന്നീ ചിത്രങ്ങളിൽ 'ഋതുമതി പൂജാചടങ്ങുകളുടെ' ദൃശ്യങ്ങളുണ്ട്. ബൈജുവിന്റെ മധ്യവർഗ്ഗ മലയാളി കുടുംബത്തിൽനിന്നും തമിഴ് കുടുംബത്തിലേയ്ക്കു ചേക്കേറിയ പെങ്ങളുടെ മകളുടെ 'വയസ് വരുവത് ആഘോഷ'ത്തിലാണ് ബൈജുവും കുടുംബവും പങ്കെടുക്കുന്നത്. ചക്ലിയ സമുദായത്തിന്റെ തൊഴിലിനെ മുൻനിറുത്തി അവരുടെ പ്രതിസന്ധികളെ അവതരിപ്പിച്ച *മാൻഹോളിൽ* 'സമുദായത്തിന്റെ ആർത്തവ ആഘോഷങ്ങൾ' ദൃശ്യമാണ്. തമിഴ്നാട്ടിലാണ് ചക്ലിയസമുദായത്തിനു വേരുകളുള്ളത് എന്നതിനാൽ തന്നെ അവരും 'വയസ് വരുവത്' ആഘോഷമാണ് നടത്തുന്നത്.

കോർപ്പറേറ്റുകളും കമ്പോള താല്പര്യങ്ങളും ബദൽ മൂവ്മെന്റുകളും

ഇന്ത്യയിൽ ഹിന്ദുസ്ഥാൻ യൂണിലിവർ, ജോൺസൺ ആൻഡ് ജോൺസൺ, പ്രൊക്റ്റർ ആൻഡ് ഗാംബിൾ ഇന്ത്യ എന്നീ കോർപ്പറേറ്റു കമ്പനികളാണ് സാനിറ്ററി നാപ്കിൻ നിർമ്മാണരംഗത്തുള്ളത്. പ്രാചീന കാലങ്ങളിൽ മണ്ണും മരത്തോലുമൊക്കെ ഉപയോഗിച്ചിരുന്ന സ്ത്രീകൾ പില്ക്കാലത്ത് ആർത്തവ സമയത്ത് തുണികൾ ഉപയോഗിച്ചു തുടങ്ങി. നിരുപദ്രവകരമായ തുണികളിൽ നിന്നും സീറോ വേസ്റ്റ് അല്ലാത്ത സാനിറ്ററി പാഡുകളിലേയ്ക്ക് സ്ത്രീസമൂഹത്തെ വർണ്ണ ശബളമായ പരസ്യങ്ങളിലൂടെ ആകർഷിക്കുവാൻ കോർപ്പറേറ്റു കമ്പനികൾക്കു കഴിഞ്ഞു. ശുചിത്വം, സൗകര്യം, സുരക്ഷിതത്വം എന്നീ ഘടകങ്ങളെ ഉയർത്തിക്കാ

ട്ടിയ കോർപ്പറേറ്റുകൾ കോടികൾ വിപണിയിലിറക്കി ശതകോടികൾ ലാഭം കൊയ്യുന്നു. സ്റ്റേ ഫ്രീ സെക്യൂർ, കെയർ ഫ്രീ റെഗുലർ, വിസ്പർ ചോയ്സ്, വിസ്പർ XL വിംഗ്സ് എന്നീ ഉല്പന്നങ്ങൾ വമ്പൻ പരസ്യങ്ങളിലൂടെ വിപണി കീഴടക്കി കഴിഞ്ഞു. ആർത്തവകാലത്ത് ക്ഷീണമില്ലാതെ കായികാധ്വാനങ്ങളിലും മറ്റുള്ള പ്രവർത്തികളിലും നിരന്തരമായി ഏർപ്പെടുന്ന സ്ത്രീകളുടെ ദൃശ്യങ്ങളാണ് ടെലിവിഷൻ പരസ്യങ്ങളിലൂടെ കോർപ്പറേറ്റു കമ്പനികൾ നല്കിക്കൊണ്ടിരിക്കുന്നത്. ഒളിച്ചുവയ്ക്കേണ്ടതും സുരക്ഷിതമാക്കി വെയ്ക്കേണ്ടതുമായ ആർത്തവത്തിന്റെ സമ്പൂർണ്ണ സംരക്ഷണം തങ്ങൾ ഉറപ്പു നല്കുന്നുവെന്ന മിഥ്യാധാരണകളെയാണ് ഇവയിലൂടെ കോർപ്പറേറ്റു കമ്പനികൾ സ്ഥാപിച്ചെടുക്കുന്നത്. കമ്പോളത്തിന്റെ സ്വാധീന വലയത്തിൽപ്പെട്ടു പോകുന്ന സ്ത്രീകൾ അത്തരം കോർപ്പറേറ്റ് ഉല്പന്നങ്ങളെ സ്വാഭാവികമായും സ്വീകരിക്കുന്നു.

പ്ലാസ്റ്റിക്, വുഡ് പൾപ്പ്, സൂപ്പർ അബ്സോർബന്റ് പോളിമേസ് മിക്സ് എന്നിവ ചേർത്തു നിർമ്മിക്കുന്ന സാനിറ്ററി നാപ്കിനുകൾ പാരിസ്ഥിതിക ദുരന്തങ്ങൾക്കു വഴിവെക്കുന്നവയാണ്. ഒരേസമയം മണ്ണ്, ജലം. വായു എന്നിവയെ മലിനീകരിക്കുവാൻ കുഴിച്ചിടുന്നതും കത്തിക്കുന്നതുമായ നാപ്കിനുകൾക്കു കഴിയുമെന്നതിനാലാണ് പരിസ്ഥിതി സൗഹൃദപരമായ പാഡുകളുടെ നിർമ്മാണത്തിന്റെ അന്വേഷണങ്ങൾ ഇന്ത്യൻ സമൂഹത്തിൽ നിർവ്വഹിക്കപ്പെടുന്നത്. കോർപ്പറേറ്റുകളുടെ കമ്പോളരാഷ്ട്രീയത്തിനു ബദലായുള്ള മൂവ്മെന്റുകൾ ഉയർന്നുവരുന്നതും ഇത്തരം സന്ദർഭങ്ങളിലാണ്. തമിഴ്നാട് സ്വദേശി അരുണാചലം മുരുകാനന്ദന്റെ ജയശ്രീഇൻഡസ്ട്രീസ് ഇത്തരം ബദൽമൂവ്മെന്റുകളിൽ പ്രധാനപ്പെട്ട ഒന്നാണ്. കേരളത്തിൽ കോർപ്പറേറ്റു കമ്പനികൾക്കെതിരായ ബദൽ മൂവ്മെന്റിൽ മുമ്പിൽ നില്ക്കുന്ന സ്ഥാപനമാണ് എർത്ത് കെയർ. തൃശൂർ കേന്ദ്രീകരിച്ചുള്ള എർത്ത് (മാനേജിംഗ് ഡയറക്ടർ - രശ്മി രാജേഷ്) കെയർ പാരിസ്ഥിതിക പ്രശ്നങ്ങൾ സൃഷ്ടിക്കുന്ന സാനിറ്ററി പാഡുകൾക്കു പകരം വി കപ്പ് എന്ന പേരിലുള്ള ആർത്തവ കപ്പുകൾ വാണിജ്യാടിസ്ഥാനത്തിൽ ഉല്പാദിപ്പിച്ചു വിതരണം ചെയ്യുന്നു.

ഭാര്യയുടെ ആർത്തവകാല ശുചിത്വത്തിൽ ഉൽക്കണ്ഠ പ്രകടിപ്പിച്ച തമിഴ്നാട് സ്വദേശി അരുണാചലം മുരുകാനന്ദൻ സാനിറ്ററി പാഡ് പഞ്ഞികളുപയോഗിച്ചു ഭാര്യയ്ക്കു നിർമ്മിച്ചു നല്കിയെങ്കിലും ഉപയോഗപ്രദമല്ലെന്ന കാരണത്താൽ അവർ അതു നിഷേധിച്ചു. പിന്നീടുള്ള പരീക്ഷണങ്ങൾക്കു ഭാര്യയുടെ സഹകരണങ്ങൾ ലഭ്യമാകാത്ത സന്ദർഭത്തിൽ മൃഗരക്തം നിറച്ച പ്ലാസ്റ്റിക് ബാഗ് സ്വന്തം ശരീരത്തിൽ കെട്ടിവെച്ച് അതിൽ ദ്വാരമിട്ട് 'ആർത്തവം' സൃഷ്ടിച്ച് വ്യത്യസ്തമായ പരീക്ഷണങ്ങൾ അരുണാചലം നടത്തുകയുണ്ടായി. രതിവൈകൃതമെന്ന പേരിൽ നാട്ടുകാർക്കിടയിൽ പരിഹാസ്യനാകുമ്പോഴും തളരാതെ പരീക്ഷണങ്ങൾ നടത്തിയ മുരുകാനന്ദൻ ചിലവു കുറഞ്ഞ പാഡ് നിർമ്മാണവും പാഡ് നിർമ്മാണ യന്ത്രങ്ങളും സാധ്യമാക്കിയെടുത്തു. 'നാപ്കിൻ മാൻ' എന്ന

റിയപ്പെടുന്ന മുരുകാനന്ദത്തെ 2016 ൽ പത്മശ്രീ പുരസ്കാരം നല്കി ഗവൺമെന്റ് ആദരിച്ചു. അരുണാചലത്തിന്റെ സാഹസികവും യാതനാപൂർണ്ണവുമായ ജീവിതത്തെ അടിസ്ഥാനമാക്കി നിർമ്മിക്കപ്പെട്ട *പാഡ്മാൻ* ആഗോളതലത്തിൽ ആർത്തവത്തെക്കുറിച്ചുള്ള ചർച്ചകൾ സൃഷ്ടിച്ചു. നവമാധ്യമ കേന്ദ്രീകൃത സമൂഹത്തിൽപ്പോലും ആർത്തവത്തെക്കുറിച്ചും പാഡിനെക്കുറിച്ചും അതീവ രഹസ്യമായി സംസാരിക്കുന്ന ജനസമൂഹത്തിന്റെ മുമ്പിലാണ് *പാഡ്മാൻ* നിരന്തരമായ സംവാദങ്ങൾ സൃഷ്ടിച്ചത്. കോർപ്പറേറ്റുകൾ നിർമ്മിച്ച കമ്പോളത്തിന്റെ രാഷ്ട്രീയവും അതിനെ പ്രതിരോധിക്കേണ്ടതിന്റെ അനിവാര്യതയും *പാഡ്മാൻ* ഉയർത്തിക്കാട്ടുന്നുണ്ട്. കോർപ്പറേറ്റുകൾക്കു കീഴടങ്ങിയ ഇന്ത്യൻ സമൂഹത്തിനും ഭരണകൂടത്തിനും അത്തരമൊരു പ്രതിരോധത്തെ സൃഷ്ടിക്കുവാൻ സാധ്യമല്ലായെന്നു നരേന്ദ്രമോദി ഗവൺമെന്റ് തെളിയിച്ചു. ഇന്ത്യൻ മഹാത്ഭുതങ്ങളിലൊന്നായി നരേന്ദ്രമോദി ഗവൺമെന്റിനാൽ അവതരിപ്പിക്കപ്പെട്ട ജി എസ് ടിയിൽ സാനിറ്ററി പാഡുകളെ ആഡംബര വസ്തുക്കളുടെ പട്ടികയിൽ ഉൾപ്പെടുത്തി 12% നികുതി ഏർപ്പെടുത്തി. ഗർഭനിരോധന ഉറകൾക്കു ജി എസ് ടി ഒഴിവാക്കിക്കൊണ്ടാണ് സാനിറ്ററി പാഡുകൾക്കു നികുതി ഏർപ്പെടുത്തിയതെന്ന വൈരുദ്ധ്യമുണ്ട്. പൊതുസമൂഹത്തിലും നവമാധ്യമങ്ങളിലും ഇതിനെതിരെ പ്രതിഷേധങ്ങൾ ഉയരുകയും പെൺകുട്ടികൾ 'ബ്ലീഡ് വിത്ത് ഔട്ട് ഫിയർ, ബ്ലീഡ് വിത്ത് ഔട്ട് ടാക്സ്' എന്ന പ്രതിഷേധ കാമ്പയിൻ നടത്തുകയുമുണ്ടായി.

ആർത്തവമില്ലാത്ത സ്ത്രീകളും ആർത്തവമുള്ള പുരുഷന്മാരും

ആർത്തവമില്ലാത്ത സ്ത്രീകൾക്ക് ജൈവികമായ ഗുണങ്ങൾ ഇല്ലായെന്നു പൊതുസമൂഹം വിശ്വസിക്കുന്നതിനാൽ അത്തരം സ്ത്രീകളെ ഭിന്നവർഗ്ഗലൈംഗികതയുടെ സ്ഥാപനങ്ങളിൽ നിന്നും ബോധപൂർവ്വം മാറ്റി നിർത്താറുണ്ട്. ഗർഭപാത്രമില്ലാത്തതിനാലും മറ്റു ശാരീരിക വൈകല്യങ്ങളാലും സ്ത്രീകൾക്ക് ആർത്തവം ഇല്ലാതെ വരുമ്പോൾ ശാപം കിട്ടിയവളായി മുദ്രകുത്തുന്ന പ്രവണത പൊതുസമൂഹത്തിലുണ്ട്. പ്രത്യുല്പാദനം സാധ്യമല്ലാത്തതിനാൽ വിവാഹകമ്പോളത്തിൽ നിന്നും ഇക്കൂട്ടർ ബഹിഷ്കൃതരാകുന്നു.

സാധാരണ സ്ത്രീകളെ സംബന്ധിച്ചിടത്തോളം അവർക്കുണ്ടാകുന്ന ശാരീരിക വൈകല്യങ്ങളുടെ പ്രതിഫലനങ്ങളിലൊന്നാണ് ആർത്തവമില്ലായ്മ. ട്രാൻസ്ജന്ററിൽനിന്നും ട്രാൻസ്വുമൺ ആയി പരിവർത്തിക്കപ്പെടുന്ന വ്യക്തികൾക്കും ആർത്തവം ഉണ്ടാകാറില്ല. കൃത്രിമമായി സ്തനങ്ങളും യോനിയും നിർമ്മിച്ചെടുത്ത് സ്ത്രൈണതയുടെ 'ബാഹ്യരൂപത്തെ' പൂർത്തീകരിക്കുന്ന ട്രാൻസ്വുമണുകൾക്ക് ഗർഭപാത്രം ഇല്ലാത്തതിനാൽ ആർത്തവവും പ്രസവവും സാധ്യമല്ല. കൃത്രിമമായി ഗർഭപാത്രം വച്ചു പിടിപ്പിക്കാൻ കഴിയുമെന്ന വാർത്തകൾ പ്രത്യക്ഷപ്പെട്ടു

തുടങ്ങിയെങ്കിലും ഇന്ത്യൻ സമൂഹത്തിൽ അതിനെ സ്ഥിരീകരിച്ചിട്ടില്ല. ആർത്തവമില്ലാത്ത ട്രാൻസ്‌വുമണിനെ കേരളത്തിനകത്തും പുറത്തും കണ്ടെത്തുവാൻ കഴിയുന്നതാണ്. എന്നാൽ ആർത്തവമുള്ള ട്രാൻസ് പുരുഷന്മാരും നമ്മുടെ സമൂഹത്തിലുണ്ടായിരുന്നു. 'ഗർഭപാത്രമുള്ള പുരുഷൻ' എന്ന പേരിൽ വയനാട്ടിലെ ആദിവാസി രാജുവിന്റെ ജീവിതം മാധ്യമങ്ങൾ പൊതുസമൂഹത്തിൽ അവതരിപ്പിച്ചിരുന്നു.

തീക്കടി കോളനിയിൽ ജനിച്ച രാജുവിന്റെ ജീവിതം ദുരിതപൂർണ്ണമായിരുന്നു. എട്ടാംവയസ്സിൽ അമ്മ മരിക്കുകയും അച്ഛൻ വേറെ സ്ത്രീയെ വിവാഹം കഴിക്കുകയും ചെയ്തപ്പോൾ ഒറ്റപ്പെട്ടുപോയ രാജു സഹോദരങ്ങളുടെയൊപ്പം കാട്ടിൽ നിന്നും വിറകും കിഴങ്ങുകളും ശേഖരിച്ചു കഴിഞ്ഞുകൂടി. നിലമ്പൂര് അങ്ങാടിയിൽ ഹോട്ടൽ തൊഴിലാളിയായ രാജുവിനു തന്റെ പതിനെട്ടാമത്തെ വയസ്സിലാണ് ശാരീരികമായ അസ്വസ്ഥതകൾ തുടങ്ങുന്നത്.

പതിനെട്ടാം വയസ്സിലാ ആദ്യായിറ്റ് എനിക്ക് നാഭിക്കടച്ചില് തൊടങ്ങിയത്. ഒര് വെള്ളിയാഴ്ച. ഞാൻ പേന്റും ഷർട്ടുമിട്ട് ഹോട്ടല്ന്ന് പാത്രം കയ്ക്ന്ന തെരക്കിലായ്ര്ന്ന്. അടിവയറ്റീക്കൂടെ ഒര് വേദന ഒറ്റ മണ്ടല്. അതില് ഞാൻ പൊളിഞ്ഞ് തുള്ളിപ്പോയ്. മെല്ലെ മെല്ലെ നാഭീന്റെ അവ്ട്ന്ന് വേദന കൂടാൻ തൊടങ്ങി. ഇങ്ങനത്തെ ഒരു വേദന ഇതിന്റെ മുന്നേ എനിക്കിണ്ടായിട്ടില്ല. ആ വേദനയില് എന്ത് ചെയ്യണം എന്നറിയാതെ ഞാൻ കയ്കാനിട്ട പാത്രങ്ങള്ടെ എടേല് കൊയഞ്ഞിര്ന്നു. പിന്നേം ആറ് ദിവസം രക്തംപോക്കും വേദനേം ഉണ്ടെങ്കിലും ഞാൻ വിചാരിച്ച് അതെന്തോ ചെറിയ സൂക്കേടാന്ന്. ഏഴ് ദിവസം കയിഞ്ഞപ്പം ഒര്കൊയപ്പവുമില്ല. ശീണോക്കെ മാറി. നന്നായി ത്നാനും തൊടങ്ങി.

എന്നാ - അന്നേക്ക് മുപ്പത്തൊന്നാം ദിവസം പിന്നേം, മുമ്പത്തെ അതേ നാഭിക്കടച്ചില്. കൊറച്ച് കയിഞ്ഞപ്പം രക്തംപോയി. പിന്നെ അത് ഇത് വരെ ഓരോ മാസത്തിലും ഉണ്ടാവും. ചോരപോക്ക് തൊടങ്ങ്ന്നേന്റെ മുന്നേ ഒര് കടച്ചില് എല്ലാ മാസോം വരും. നാളയാ ചോരപോക്ക് ഉണ്ടാവ്ന്നേങ്കില് ഇന്നേ വേദനവരും. നാഭീമ്മലെ കടച്ചില് പൊറ്ക്കാനാവൂല. ഏയ് ദിവസോം ആ വേദനതന്നെ... രക്തം കൊറച്ചീച്ച കൊറച്ചീച്ചയേ പോവൂ.

ശരീരത്തിൽ നിന്നും രക്തം പോകുവാൻ തുടങ്ങിയപ്പോൾ ഭയന്ന രാജു എല്ലാവരിൽനിന്നും അക്കാര്യം മറച്ചുവെച്ചുവെങ്കിലും ഹോട്ടൽ മുതലാളി കണ്ടുപിടിച്ചു. നിലമ്പൂർ സർക്കാർ ഹോസ്പിറ്റൽ, മഞ്ചേരി ഹോസ്പിറ്റൽ എന്നിവിടങ്ങളിലെ പരിശോധനകൾക്കു ശേഷം കോഴിക്കോട് മെഡിക്കൽ കോളേജിൽവെച്ചുള്ള പരിശോധനകളിൽ രാജുവിന്റെ ശരീരത്തിനുള്ളിൽ ഗർഭപാത്രമുണ്ടെന്നു സ്ഥിരീകരിക്കപ്പെട്ടു. ഗർഭപാത്രമുള്ള പുരുഷനെ ഗർഭപാത്രം നീക്കം ചെയ്ത് പൂർണ്ണനായ പുരുഷനാക്കാതെ സ്ത്രീയായി മാറ്റിക്കളയാമെന്നു തീരുമാനിച്ച വ്യക്തികളും ഡോക്ടർമാരുംകൂടി ഒന്നാംഘട്ട ഓപ്പറേഷൻ നടത്തിവിടുകയും രണ്ടാം

ഘട്ട ഓപ്പറേഷൻ തീരുമാനം പറഞ്ഞുറപ്പിച്ച് രാജുവിനെ പറഞ്ഞയയ്ക്കുകയും ചെയ്തു. ഓപ്പറേഷന്റെ കെടുതികൾ അലട്ടുന്ന ശരീരം കൊണ്ട് ഭാരപ്പെട്ട പണികൾ ഒന്നും ചെയ്യുവാൻ സാധിക്കാതെ രാജു ഉപജീവനത്തിനായി ഭിക്ഷാടനത്തിനിറങ്ങേണ്ടിവന്നു. രാജുവിന്റെ ജീവിതത്തെ അടിസ്ഥാനപ്പെടുത്തിയാണ് ഉണ്ണികൃഷ്ണൻ ആവള *ഉടലാഴ* (2018)മെന്ന ചിത്രമൊരുക്കുന്നത്. കേരളത്തിലെ ആദ്യത്തെ ട്രൈബൽ ട്രാൻസ്ജന്ററിന്റെ ജീവിതത്തെ അവതരിപ്പിക്കുന്ന ഉടലാഴത്തിൽ രാജുവിനെ അവതരിപ്പിക്കുന്നത് ട്രൈബൽ ഹീറോയായ മണിയാണ്.

പെൺചുവപ്പിന്റെ രാഷ്ട്രീയപാഠങ്ങൾ

ആർത്തവത്തെ ഒരു രാഷ്ട്രീയ വ്യവഹാരമായി അവതരിപ്പിച്ച ചിത്രങ്ങളാണ് *ചായില്യവും കബോഡി സ്കേപ്സും*. ദുരന്തപൂർണ്ണവും സങ്കീർണ്ണവുമായ ജീവിതാവസ്ഥകളിലൂടെ സഞ്ചരിക്കേണ്ടി വരുന്ന ഗൗരിക്ക് ശാരീരിക മാനസിക സംഘർഷങ്ങൾ നിമിത്തം അകാലത്തിൽ നിലച്ചുപോയ തന്റെ ആർത്തവത്തെ വീണ്ടെടുക്കേണ്ടതിന്റെ ആവശ്യകതയെയാണ് *ചായില്യം* ഉയർത്തിക്കാണിക്കുന്നത്. *കബോഡി സ്കേപ്സ്* ആവട്ടെ, 2014 ഡിസംബറിൽ കൊച്ചി കാക്കനാട്ടെ അസ്മാറബ്ബേഴ്സ് എന്ന ഫാക്ടറിയിലെ ബാത്ത്റൂമിൽ ആർത്തവരക്തം പുരണ്ട നാപ്കിൻ കണ്ടെത്തിയതിനെത്തുടർന്നുണ്ടായ പ്രശ്നങ്ങളുടെ ദൃശ്യഭാഷ്യത്തെ ഉൾക്കൊള്ളിക്കുകയാണ് ചെയ്തത്. അസ്മാ റബ്ബേഴ്സിൽ കണ്ട നാപ്കിന്റെ ഉടമസ്ഥയെ കണ്ടെത്താൻ സൂപ്പർ വൈസർമാർ നാല്പതു വനിതാജീവനക്കാരെ നഗ്നരാക്കി പരിശോധന നടത്തിയത് മാധ്യമങ്ങളിൽ വാർത്തയായിരുന്നു. ശബരിമലയ്ക്കു സർവ്വീസ് നടത്തുന്ന കെ എസ് ആർ ടി സി ബസ്സിൽനിന്നും വനിതാ യാത്രക്കാരിയെ ഇറക്കിവിട്ട സംഭവവും ഉണ്ടായി. ആചാരാനുഷ്ഠാനങ്ങളും മതവിശ്വാസങ്ങളുമായി ബന്ധപ്പെട്ടുകൊണ്ട് ആർത്തവം വലിയ പ്രശ്നങ്ങൾ സൃഷ്ടിക്കാറുണ്ട്. ശാരീരിക ശുദ്ധിയില്ലാത്ത സ്ത്രീകളുടെ സാന്നിധ്യം ആരാധനാലയങ്ങളുടെ ‘ചൈതന്യം’ പരിശുദ്ധി’ എന്നിവയെ തകർക്കുമെന്ന ഹൈന്ദവ വിശ്വാസങ്ങളാണ് സ്ത്രീകൾക്ക് വിലക്കുകൾ ഏർപ്പെടുത്തുന്നത്.

ആർത്തവചക്രമുള്ള സ്ത്രീകൾ ശബരിമലയിൽ കയറുന്നുണ്ടോ എന്നറിയാൻ സ്കാനർ വയ്ക്കണമെന്നു പറഞ്ഞ ശബരിമല തന്ത്രിയുടെ നാടുകൂടിയാണ് കേരളം. പൂനെയിലെ ചില പെൺകുട്ടികൾ നടത്തിയ ‘ഹാപ്പി ടു ബ്ലീഡ് കാംപെയിൻ’ കേരളത്തിൽ സജീവമാകുന്നത് ഇത്തരം പ്രശ്നങ്ങളുടെ അടിസ്ഥാനത്തിലാണ്. ഹാപ്പി ടു ബ്ലീഡ് കാംപെയ്ന്റെ പ്രതികരണങ്ങളാണ് *കബോഡി സ്കേപ്സി*ലൂടെ അവതരിപ്പിക്കുന്നത്. ആർത്തവരക്തം പുരണ്ട പാഡ് ഫെയ്സ്ബുക്ക് പ്രൊഫൈലിൽ ചേർത്തുകൊണ്ട് സിയ നടത്തിയ പ്രവർത്തനങ്ങൾ കേരളത്തിനകത്തും പുറത്തും നടന്ന നവമാധ്യമചർച്ചകളേയും ഇടപെടലുകളേയും പെൺകൂ

ട്ടായ്മകളേയും ഓർമ്മിപ്പിക്കുന്നതാണ്. ഒരു സ്ത്രീയെന്ന നിലയിൽ സ്ത്രൈണതയുടെ ആഘോഷങ്ങൾ നടത്തുന്ന സിയ ഫ്യൂഡൽ പുരുഷാധികാര രൂപങ്ങളെ നിരാകരിക്കുന്നു. ആർത്തവത്തിന്റെ രാഷ്ട്രീയ ചർച്ചകൾക്ക് വലിയൊരു പ്ലാറ്റ്ഫോം ഒരുക്കിയെടുത്തു നല്കിയത് സോഷ്യൽ മീഡിയയാണ്. 'ഹാപ്പി ടു ബ്ലീഡ് കാംപെയ്ൻ', 'സസ്റ്റെയ്നബിൾ മെസൻട്രേഷൻ കാംപെയ്ൻ' എന്നിവ ലൈവ് - ആയതു സോഷ്യൽ മീഡിയയിലൂടെയാണെങ്കിൽ ശബരിമല പ്രവേശനവുമായി ബന്ധപ്പെട്ട 'ആർത്തവ - അശ്ലീലതകളെ' സംബന്ധിച്ച സംവാദങ്ങൾ അതിന്റെ തുടർച്ച സൃഷ്ടിച്ചു. ആർത്തവത്തെ ഒരു രാഷ്ട്രീയ കാംപെയ്ൻ നടത്തുന്നതിനുള്ള മാധ്യമമായിട്ടാണ് *കാബോഡി സ്കേപ്സി*ലെ സിയ ഉപയോഗപ്പെടുത്തുന്നത്. *ചായില്യ*ത്തിലെ ഗൗരിയാകട്ടെ ഫ്യൂഡൽ പുരുഷാധികാര ഘടനകളെ നിരാകരിക്കാൻ കഴിയാത്ത സ്ത്രീയാണ്. പക്ഷേ, അകാലത്തിൽ നിലച്ചുപോയ ആർത്തവത്തെ വീണ്ടെടുക്കാൻ ഗൗരി നടത്തുന്ന പരിശ്രമങ്ങളിൽ സ്ത്രീയുടെ രാഷ്ട്രീയമുണ്ട്. ആർത്തവം തിരിച്ചുപിടിക്കുന്ന ഗൗരി അതുവഴി പാരമ്പര്യ വിശ്വാസസമ്പ്രദായങ്ങളിൽനിന്നും ആത്മീയ കമ്പോള വിപണിയിൽ നിന്നും സ്വതന്ത്രയാകുന്നു. ആർത്തവം അകാരണമായി നിലച്ചതിന്റെ പ്രതിഷേധങ്ങൾ തീണ്ടാരിത്തുണി അടുപ്പിലിട്ട് കത്തിച്ച് അമർഷം പ്രകടിപ്പിക്കുന്ന ഗൗരി സ്ത്രൈണതയുടെ വീണ്ടെടുപ്പിന്റെ പ്രാർത്ഥനയായാണ് തെയ്യത്തിനുവേണ്ടിയുള്ള വ്രതാനുഷ്ഠാനത്തെ കാണുന്നത്. അടയാളം വാങ്ങിയ ഗൗരിക്ക് സാധാരണമായ സ്ത്രീ ജീവിതത്തിലെ നെറ്റിയിൽ പൊട്ടുതൊടൽ, മുടി ചീകിക്കെട്ടൽ എന്നിവയുൾപ്പെടെയുള്ള അടിസ്ഥാനകാര്യങ്ങൾ നിഷിദ്ധമാകുന്നു. ഗൗരി പൊട്ടിച്ചിതറിയ കണ്ണാടിയിൽ നോക്കി പൊട്ട് മായ്ക്കുന്നതും കണ്ണാടി കമിഴ്ത്തി വെക്കുന്നതും പ്രതിഷേധത്തിന്റെ തെളിവുകളായി കാണുവാൻ കഴിയും. സ്ത്രീയുടെ മേൽ അധികാര ആധിപത്യങ്ങൾ പുലർത്തുന്ന പുരുഷനിർമ്മിത സമ്പ്രദായങ്ങളായ ദാമ്പത്യം, മതാചാരങ്ങൾ, വിശ്വാസങ്ങൾ എന്നിവയെ പ്രതിരോധിച്ചുകൊണ്ട് സ്ത്രീ വ്യക്തിത്വത്തിന്റെ നിലപാടുകൾ ഭദ്രമാക്കേണ്ടുന്നതിന്റെ പ്രതിരോധാത്മക രാഷ്ട്രീയത്തെയുമാണ് ചായില്യം അവതരിപ്പിക്കുന്നത്. "എല്ലാരും കൂടി എന്നെ ജീവിക്കാൻ സമ്മതിക്കൂച്ചാല് ഞാൻ എന്നതാ ചെയ്യല്. ആ മിച്ചഭൂമിയില് പട്ടിണി കിടന്ന് ചത്താ മതിയേന്. ചിലരെന്നെ ജീവനോടെ ദൈവാക്കും. ചിലരെന്നെ ദേവിക്ക് അർപ്പിക്കാൻ തീരുമാനിക്കും. എന്റെ ജീവിതം തീരുമാനിക്കാൻ എനിക്ക് ഒരവകാശല്ലാ പറഞ്ഞാല് പിന്നെ എങ്ങനാ സഹിക്കല്. എനക്ക് നാട്ടിപ്പതിനായിരത്തിന്റെയെല്ലാം അമ്മയോ, ദേവിയോ ഒന്നും ആകണ്ട. എനക്ക് എന്റെ മോന്റെ അമ്മയായി ജീവിച്ചാ മതി. വിധവയാണെങ്കിലും ഞാനൊരു സ്ത്രീയല്ലേ. എനിക്ക് മനുഷ്യനായിത്തന്നെ ജീവിച്ചു മരിച്ചാമതി" എന്നു പറയുന്ന ഗൗരിയെ ജാതിമത സാമൂഹ്യസംവിധാനങ്ങളിലൂടെ ദുർബലയാക്കുവാൻ മത - സമുദായ പ്രമാണിമാർ ശ്രമിക്കുന്നു. ന സ്ത്രീ സ്വാതന്ത്ര്യമർഹതിയെന്ന

മനുസ്മൃതി ശാസനത്തെ പിന്തുടരുന്ന ഹൈന്ദവബോധമാണ് ഗൗരിയുടെ സ്ത്രൈണ കർതൃത്വത്തെ നിയന്ത്രണ വിധേയമാക്കുന്നത്.

ചലച്ചിത്രങ്ങൾക്കൊപ്പം ആർത്തവ വിലക്കുകളെ ചോദ്യം ചെയ്യുന്ന സാഹിത്യപഠനങ്ങളും ഡോക്യുമെന്ററികളും നാടകങ്ങളും കേരളീയ സമൂഹത്തിൽ സൃഷ്ടിക്കപ്പെടുകയുണ്ടായിട്ടുണ്ട്. സാനിറ്ററിപാഡ് രഹസ്യമായി കൊണ്ടുനടക്കേണ്ടതാണെന്ന പെൺബോധത്തെയാണ് *ഏകാന്തസഞ്ചാരങ്ങൾ* എന്ന കഥയിലൂടെ സിതാര ചോദ്യംചെയ്യുന്നത്. കേരളീയ സമൂഹത്തിലെ തെയ്യമുൾപ്പെടെയുള്ള കലാരൂപങ്ങളിൽ പെൺ വേഷം കെട്ടുന്നത് പുരുഷന്മാരാണ്. സ്ത്രീകളെ അത്തരം വേഷങ്ങളിൽ നിന്നും മാറ്റിനിറുത്തുന്നത് ആർത്തവ അശുദ്ധി ബോധങ്ങളുടെ അടിസ്ഥാനത്തിലാണ്. ഇത്തരമൊരു പാരമ്പര്യബോധത്തെ ചോദ്യം ചെയ്യുന്ന ഡോക്യുമെന്ററിയാണ് ഉണ്ണികൃഷ്ണൻ ആവളയുടെ *വിമെൻസസ്*. ആർത്തവ വിലക്കുകൾ അനാചാരങ്ങളാണ് എന്ന പുരോഗമനാത്മകമായ നിലപാടാണ് *വിമെൻസസ്* ആവിഷ്കരിച്ചിരിക്കുന്നത്. ഇത്തരമൊരു സന്ദർഭത്തിൽ നവോത്ഥാന കാലഘട്ടത്തിൽ നടന്ന ചരിത്രപരമായ ഇടപെടലുകൾ കൂടി സ്മരണീയമാണ്. നമ്പൂതിരി സമുദായത്തിൽ പെൺകുട്ടികൾക്ക് ആർത്തവമായാൽ പഠിപ്പുനിർത്തി ഇല്ലത്തിനുള്ളിൽതന്നെ കഴിയാൻ വിധിക്കുന്ന സമ്പ്രദായങ്ങളുടെ പശ്ചാത്തലത്തിലാണ് എം പി ഭട്ടതിരിപ്പാട് *ഋതുമതി* (1938)യെന്ന നാടകം എഴുതുന്നത്. വി ടി ഭട്ടതിരിപ്പാടിന്റെയും എം ആർ ബിയുടെയും രചനകൾ സൃഷ്ടിച്ച വിപ്ലവത്തിന്റെ തുടർച്ച എം പി ഭട്ടതിരിപ്പാടിന്റെ *ഋതുമതി*യിലും സാധ്യമായി.

ആർത്തവം ജൈവികമായ ഒരു പ്രക്രിയ ആണെങ്കിൽ തന്നെയും അതിനെ ആ തലത്തിൽ അംഗീകരിക്കുവാൻ പൊതുസമൂഹം തയ്യാറല്ല. ഒരു സാംസ്കാരിക പ്രശ്നമായി ആർത്തവത്തെ അവരോധിക്കുകയും അശ്ലീലവല്ക്കരിക്കുകയും ചെയ്ത ഫ്യൂഡൽ പുരുഷാധികാര മത പൗരോഹിത്യ ബോധങ്ങളെ അട്ടിമറിക്കാൻ സ്ത്രീ സമൂഹത്തിനു കഴിഞ്ഞില്ലെന്നു മാത്രമല്ല സാമൂഹ്യമായ വിലക്കുകളെ സ്വമേധയാ ഏറ്റെടുക്കുവാനും പിന്തുടരുവാനും തയ്യാറാകുകയും ചെയ്തു. അതുകൊണ്ടുതന്നെയാണ് ആർത്തവത്തെ സംബന്ധിച്ച രാഷ്ട്രീയ ചർച്ചകൾ കൂടുതലായി സൃഷ്ടിക്കപ്പെടാഞ്ഞതും. ഭക്തിയുമായി ബന്ധപ്പെടുത്തി ആർത്തവ വിലക്കുകളെ അതേപടി നിലനിർത്തുകയെന്ന പൗരോഹിത്യ നിലപാടുകളെ സ്ത്രീ സമൂഹം പിന്തുടരാൻ തയ്യാറാകുന്നു. 'ആർത്തവത്തെ' സംബന്ധിച്ചുള്ള ചർച്ചകളിൽ ഭൂരിപക്ഷവും സവർണ്ണ മധ്യവർഗ്ഗ സ്ത്രീകളിലാണ് കേന്ദ്രീകരിക്കുന്നതെന്ന പരിമിതിയുണ്ട്. ആചാരാനുഷ്ഠാനങ്ങളോട് കൂടുതൽ ചേർന്നുനില്ക്കുന്നതും 'ശുദ്ധി'യെയും 'വൃത്തി'യെയും സംബന്ധിച്ച 'ആശങ്കകൾ' പ്രകടിപ്പിക്കുന്നതും (കമ്പോള മാധ്യമങ്ങൾ ഫോക്കസ് ചെയ്യുന്നതും) സവർണ്ണ മധ്യവർഗ്ഗ സ്ത്രീകളാണ്. അതേസമയം കോർപ്പറേറ്റ് കമ്പനികളുടെ 'സുഗന്ധപൂരിതമായ സുരക്ഷാ പാഡുകളുടെ' ലോകത്ത് എത്താത്ത ദളിത്/ആദിവാസി സ്ത്രീസമൂഹവും അവ

രുടെ ആർത്തവകാല വിഹ്വലതകളും ആർത്തവത്തിന്റെ രാഷ്ട്രീയ ചർച്ച കളിൽ ഉയർന്നുവരേണ്ടതുണ്ട്. 'ശുദ്ധിയിലും' 'വൃത്തി'യിലും 'ആചാര' ത്തിലും 'സംസ്കാര'ത്തിലും മുൻപന്തിയിൽ നില്ക്കുന്നുവെന്ന് അഭി മാനിക്കുന്ന കേരളീയ സമൂഹം ആർത്തവകാല ശുചിത്വത്തിൽ മൂന്നാം സ്ഥാനത്താണെന്ന് ദേശീയ കുടുംബ - ആരോഗ്യ സർവ്വേ തെളിയി ക്കുന്നു. (*മാതൃഭൂമി ദിനപത്രം 2018 ജനുവരി 29*) ആർത്തവകാലത്തെ സംബന്ധിച്ചുള്ള സന്ദിഗ്ധതകളെ പരിഹരിക്കുന്നതിലൂടെ മാത്രമേ സ്ത്രീ സമൂഹത്തിന് ആരോഗ്യമേഖലയിൽ ബഹുദൂരം സഞ്ചരിക്കാനാവൂ. ആർത്തവത്തെ സംബന്ധിച്ചുള്ള യാഥാസ്ഥിതിക ബോധങ്ങളെ മറികട ക്കേണ്ടതിന്റെ ആവശ്യകതയെയാണ് ആർത്തവ രാഷ്ട്രീയം ഉയർത്തി ക്കാണിക്കുന്നത്.

ആർത്തവമൊരു 'പൊളിറ്റിക്കൽ ബിംബ'മാണ്. പുരുഷനെ വിലക്കി ക്കൊണ്ട് സ്ത്രൈണഉടലിന്റെ ആഘോഷങ്ങളാണ് സ്ത്രീയുടെ ആർത്ത വത്തിലൂടെ സൃഷ്ടിക്കപ്പെടുന്നത്. ജന്തുവർഗ്ഗത്തിൽ മറ്റൊന്നിനും അവ കാശപ്പെടുവാനില്ലാത്ത ഈ അപൂർവ്വ നേട്ടത്തെ സ്ത്രീവർഗ്ഗം പുരുഷ വർഗ്ഗത്തെ ഉപരോധിക്കുന്നതിനായി ഉപയോഗപ്പെടുത്തുന്നു. ഈയൊരു രാഷ്ട്രീയത്തിന്റെ പ്രതിഫലനം *കബോഡി സ്കേപ്സി*ലുണ്ട്. പുരുഷ നിർമ്മിതമായ ആചാരങ്ങളിൽനിന്നും രക്ഷ നേടുന്നതിന് ആർത്തവ ത്തിന്റെ പ്രതിരോധരാഷ്ട്രീയത്തെയാണ് *ചായില്യ*വും ഉപയോഗപ്പെടു ത്തുന്നത്. ആർത്തവം അശ്ലീലമല്ല എന്ന അനിവാര്യമായ പൊതുബോ ധത്തെ സൃഷ്ടിച്ചെടുക്കേണ്ടതിന്റെ ആവശ്യകതയെയാണ് ഇത്തരം ചിത്ര ങ്ങൾ ബോധ്യപ്പെടുത്തുന്നത്. 'ആർത്തവം' കേരളത്തിനകത്തും പുറത്തും വ്യാപകമായി ചർച്ച ചെയ്യപ്പെടുന്നതിനുള്ള അവസരമുണ്ടാ ക്കിയത് 2018 സെപ്റ്റംബർ 28 ലെ സുപ്രീംകോടതി വിധിയാണ്. ശബരി മലയിലെ സ്ത്രീ പ്രവേശനത്തെ സംസ്ഥാനസർക്കാരും പുരോഗ മനപ്രസ്ഥാനങ്ങളും ആവേശത്തോടെ സ്വീകരിച്ചപ്പോൾ എൻ എസ് എസ് അടക്കമുള്ള സാമുദായിക സംഘടനകളും ബി ജെ പി - ആർ എസ് എസ് സംഘ്പരിവാർ സംഘടനകളും വിധിക്കെതിരെ സംഘടി തമായ പ്രതിഷേധങ്ങൾ നടത്തി. സ്ത്രീയുടെ ജൈവപരമായശേഷിയുടെ മേൽ ഭരണഘടനാപരമായ വിവേചനം അടിച്ചേല്പിക്കുന്നതിനെയാണ് സുപ്രീംകോടതി നീക്കം ചെയ്തത്. സ്ത്രീയുടെ തുല്യതയെന്ന അവ കാശത്തെ സുപ്രീംകോടതിവരെ അംഗീകരിക്കുമ്പോൾ 'സ്ത്രീവിശ്വാസി സമൂഹം' അതിനെതിരായ പ്രതിഷേധങ്ങൾ നടത്തി. ശബരിമലയിൽ സ്ത്രീപ്രവേശനം അനുവദിച്ച സുപ്രീംകോടതി വിധിക്കു മുൻപ് മുംബൈ ഹൈക്കോടതി ശ്രദ്ധേയമായ വിധികൾ നടപ്പിലാക്കിയിട്ടുണ്ട്. മഹാരാഷ്ട്ര അഹമ്മദ്നഗർ ജില്ലയിലെ ശനിശിംഗനപുർ ക്ഷേത്രത്തിൽ 400 വർഷ മായി നിലനിന്ന സ്ത്രീ പ്രവേശനവിലക്കിനെതിരെ 2016 മാർച്ചിൽ ബോംബെ ഹൈക്കോടതി വിധി പുറപ്പെടുവിച്ചു. മുംബൈയിലെ ഹാജി അലി ദർഗയിൽ പുരുഷന്റെ കബറിടത്തിനരികെ സ്ത്രീകൾക്ക് പ്രവേ

ശനം വിലക്കപ്പെട്ടിരുന്നുവെങ്കിൽ മുംബൈ ഹൈക്കോടതി 2016 ആഗസ്റ്റിൽ സ്ത്രീ പ്രവേശനം അനുവദിച്ചുകൊണ്ട് വിധി പുറപ്പെടുവിച്ചു. ആർത്തവത്തെ അശ്ലീലമായി കാണുന്ന മതവിശ്വാസികൾ ആർത്തവത്താൽ വിശ്വാസങ്ങളും ആചാരങ്ങളും ലംഘിക്കപ്പെടുമെന്നും അതുവഴി ഗുരുതരമായ പ്രത്യാഘാതങ്ങൾ ഉണ്ടാകുമെന്നും അന്ധമായി വിശ്വസിക്കുന്നു. ഇതേ ജനസമൂഹം തന്നെയാണ് ചെങ്ങന്നൂർ ദേവീക്ഷേത്രത്തിലെ 'തൃപ്പൂത്ത്' ഉത്സവത്തെ ആഘോഷമാക്കുന്നതും. ദേവി ഋതുമതിയാകുന്നതിനെത്തുടർന്നുള്ള ആഘോഷ ചടങ്ങുകളാണ് 'തൃപ്പൂത്ത്' ഉത്സവത്തിലൂടെ നടത്തപ്പെടുന്നത്. ആർത്തവമെന്ന വിഷയത്തെ കേന്ദ്രീകരിച്ചു നില്ക്കുന്ന വിശ്വാസങ്ങളിലെ വിരുദ്ധ ദ്വന്ദ്വങ്ങളിലൊന്നാണിത്.

അശ്ലീലവല്ക്കരിക്കപ്പെട്ടതും നിഗൂഢവല്ക്കരിക്കപ്പെട്ടതും ഒളിച്ചു കടത്തപ്പെടുന്നതുമായ ആർത്തവഭീതികളിൽനിന്നും മുക്തമാകണമെന്ന ആർത്തവത്തിന്റെ രാഷ്ട്രീയത്തെ കേരളത്തിനകത്തും പുറത്തുമുള്ള നിരവധി കാംപെയ്നുകൾ ഏറ്റെടുത്തു പ്രചരിപ്പിക്കുന്നുണ്ട്. ആർത്തവവിലക്കുകളെ മറികടക്കുന്നതിനായി പുതുതലമുറ സ്ത്രീകൾ സോഷ്യൽ മീഡിയയിലൂടെ 'മെൻസ്ട്രൽ ആക്ടിവിസം' നടത്തിവരുന്നു. രക്തം പുരണ്ട ഇമോജികൾ മുതൽ ആർത്തവ ചിത്രങ്ങൾ വരെ പോസ്റ്റു ചെയ്തുകൊണ്ടാണ് മെൻസ്ട്രൽ ആക്ടിവിസം നടപ്പിലാക്കപ്പെടുന്നത്. അവയുടെ പ്രതിഫലനങ്ങളാണ് വെള്ളിത്തിരയിൽ പ്രത്യക്ഷപ്പെട്ടത്. സദാചാര ശുദ്ധി സങ്കല്പങ്ങളിൽനിന്നു വിടുതൽ പ്രാപിക്കാത്ത ഇന്ത്യൻ സിനിമ മുന്നോട്ടുള്ള കാലത്ത് ആർത്തവത്തിന്റെ രാഷ്ട്രീയത്തെ ഏറ്റെടുക്കാനുള്ള സാധ്യതയുണ്ടോ എന്ന ചോദ്യമാണ് ഇനി അവശേഷിക്കുന്നത്.

റഫറൻസ്

I.1. ജീവൻ ജോബ് തോമസ് - *രതിരഹസ്യം*, ഡി സി ബുക്സ്, കോട്ടയം, സെപ്റ്റംബർ 2013.

2. കെ എം ബീന - *സാനിറ്ററി പാഡിന്റെ അന്തിമരഹസ്യം*, ചിന്ത പബ്ലിഷേഴ്സ്, തിരുവനന്തപുരം, ആഗസ്റ്റ് 2017.

3. നാട്ടറിവിലെ പെണ്ണ് - കേരളീയതയുടെ നാട്ടറിവ് - 5, ഫോക്‌ലോർ ത്രൈമാസിക, 1996 നവംബർ - ഡിസംബർ 1997 ജനുവരി, പുസ്തകം 2, ലക്കം 5.

4. മുരളി സഹ്യാദ്രി - *ആചാരങ്ങൾക്ക് കിറുക്കു പിടിക്കുമ്പോൾ*, യെസ് പ്രസ് ബുക്ക്സ്, പെരുമ്പാവൂർ, ആഗസ്റ്റ് 2017.

5. ഉണ്ണികൃഷ്ണൻ ആവള (എഴുത്ത്), *വിപരീതം*/രാജു, ഡി സി ബുക്ക്സ്, കോട്ടയം, ജനുവരി 2012.

6. സി എസ് ചന്ദ്രിക, *ആർത്തവമുള്ള സ്ത്രീകൾ*, ഫേബിയൻ ബുക്സ്, മാവേലിക്കര, 2008.

II.1. *Period is a Period*, R Mohan (Deccan Chronicle), Kerala

Chronicle, Saturday 20 October 2018.

2. *ആർത്തവം അശുദ്ധിയാണോ*, മാനസി, ദേശാഭിമാനി വാരിക 29 മെയ് 2016, ലക്കം 2, പുസ്തകം 48.
3. *ഒളിച്ചു കടത്തേണ്ടതല്ല ആർത്തവം* - മാതൃഭൂമി സ്പെഷ്യൽ പതിപ്പ് 2015 ജനുവരി 25-31, പുസ്തകം 92, ലക്കം 45.
4. *ആർത്തവം അമ്മ മകളോട് പറയേണ്ടത്* - മനോരമ ആരോഗ്യം സ്പെഷ്യൽ പതിപ്പ്, 9 ജൂൺ 2016, പുസ്തകം 11.
5. *ആർത്തവം കോർപ്പറേറ്റുകൾക്ക് ലാഭമുണ്ടാക്കാനുള്ളതല്ല* - ശ്രദ്ധ ശ്രീജയ/ജംഷാന മുല്ലപ്പാട്ട്, കേരളീയം, ഏപ്രിൽ 2017, ലക്കം 4, പുസ്തകം 18.

9

ചലച്ചിത്രകലയിലെ 'നഗ്നഭാവനകൾ' സംസ്കാരവും നഗ്നതയുടെ രാഷ്ട്രീയവും

ആദിമ മനുഷ്യന്റെ ചരിത്രത്തിൽ നിന്നാണ് നഗ്നതയുടെ (Nude) പാഠങ്ങൾ ആരംഭിക്കുന്നത്. ശരീരത്തെക്കുറിച്ച് ബോധമുണ്ടാകുന്ന ഘട്ടത്തിൽ മനുഷ്യൻ പച്ചിലകൾ പറിച്ച് നഗ്നത മറച്ചിരുന്നു. *ബൈബിൾ* പഴയ നിയമത്തിലെ ആദം - ഹവ്വ കഥാസാരം നഗ്നതയെയും ഉടലിനേയും സംബന്ധിച്ച സൂചനകളാൽ സമ്പന്നമാണ്. നഗ്നത പാപമാണെന്ന ധാരണയെ പങ്കുവെക്കുന്നതും ഇതേ ബൈബിൾ കഥാസാരമാണ്. ആദിമമനുഷ്യന്റെ ജീവിത പ്രയാണത്തിനിടയിൽ പച്ചിലകൾ മരത്തോൽ, മൃഗത്തോൽ, മൃഗരോമങ്ങൾ തുടങ്ങിയവ നഗ്നതയെ മറയ്ക്കാൻ ഉപയോഗിച്ചിരുന്നു. മനുഷ്യർ നഗ്നത മറയ്ക്കാൻ തുടങ്ങിയത് 70000 വർഷങ്ങൾക്കു മുമ്പായിരുന്നു എന്ന് ഫ്ളോറിഡാ യൂണിവേഴ്സിറ്റിയിലെ ഡേവിഡ് റീഡ് നടത്തിയ പഠനങ്ങളിൽ പറയുന്നു. എന്നാൽ അടുത്ത കാലത്തു നടന്ന *ഡി എൻ എ പഠനങ്ങൾ* തെളിയിക്കുന്നത് 170000 വർഷങ്ങൾക്കു മുമ്പുതന്നെ മനുഷ്യർ വസ്ത്രങ്ങൾ ധരിച്ചിരുന്നുവെന്നാണ്.[1] വസ്ത്രവും നഗ്നതയും തമ്മിൽ ചേരുന്നതോടുകൂടി നഗ്നതയെ നിർവ്വചിക്കാൻ വസ്ത്രത്തിന്റെ പ്രയോഗസാധുതകളെ പരിഗണിക്കേണ്ടിവരുന്നു. പുതിയകാലത്ത് സമ്പൂർണ്ണമായ 'വസ്ത്ര നിരാസ'ത്തെയാണ് നഗ്നതയെന്നു നിർവ്വചിക്കപ്പെടുന്നത്. ഇന്ത്യൻ സമൂഹത്തിന്റെ സമകാലിക സാഹചര്യത്തിൽ നഗ്നതയെ അശ്ലീലം/പാപം/വൃത്തികേട് എന്നീ നിലകളിലാണ് പരിഗണിക്കുന്നത്. ലോകരാഷ്ട്രങ്ങളുടെ ചരിത്ര പാഠങ്ങളിൽ നിന്നു വ്യക്തമാകുന്നത് നഗ്നത പ്രാചീന ഗ്രീക്കിൽ ആഢ്യത്വത്തിന്റെയും കുലമഹിമയുടെയും വിജയത്തിന്റെയും പ്രതീകമായി ആഘോഷിക്ക

1. എം കമറുദീൻ, *വസ്ത്രവും നഗ്നതയും* (പുറം 10), ചിന്ത പബ്ലിഷേഴ്സ്, തിരുവനന്തപുരം മെയ് 2017.

പ്പെട്ടിരുന്നുവെന്നാണ്. റോമിലും നഗ്നശരീരത്തിന്റെ ആഘോഷങ്ങളുണ്ടായിരുന്നു. എന്നാൽ പ്ലോട്ടിനസിന്റെ കാലഘട്ടത്തിലെത്തുമ്പോൾ സമൂഹം നഗ്നതയെ പാപബോധവുമായി ബന്ധിപ്പിക്കുന്നുണ്ട്. ഇംഗ്ലണ്ടിലാകട്ടേ വിക്ടോറിയ രാജ്ഞിയുടെ ഭരണകാലത്ത് നടപ്പിലാക്കപ്പെട്ട സദാചാര സമ്പ്രദായങ്ങൾ നഗ്നതയെ ഹീനമായി പ്രതിഷ്ഠിച്ചു. ബ്രിട്ടീഷ് ആധിപത്യത്തോടെ വിക്ടോറിയൻ മൊറാലിറ്റി ഇന്ത്യൻ സമൂഹത്തിൽ പടരുകയും ശ്ലീല - അശ്ലീല സങ്കല്പനങ്ങൾക്ക് വ്യക്തമായ രാഷ്ട്രീയമാനങ്ങളുണ്ടാകുകയും ചെയ്തു.

നഗ്നത കലയിലും സാഹിത്യാദി മാധ്യമങ്ങളിലും ആവിഷ്കരിക്കപ്പെട്ടത് ചരിത്രപരമായ ഇത്തരമൊരു പശ്ചാത്തലത്തിനു മുമ്പിലാണ്. ഈ അദ്ധ്യായത്തിൽ നഗ്നത/അർദ്ധ നഗ്നതയെ ആവിഷ്കരിച്ച ചലച്ചിത്രങ്ങളെ മുൻനിറുത്തി നഗ്നതയുടെ രാഷ്ട്രീയത്തെ വിശകലന വിധേയമാക്കുകയാണ് ലക്ഷ്യം.

അശ്ലീലവും നഗ്നതയും

അശ്ലീലത്തെ പ്രധാനമായും രണ്ടു തലങ്ങളിൽ ക്രമപ്പെടുത്താവുന്നതാണ്. ഒന്ന് ദൃശ്യത്തെ (കാഴ്ചയെ) അടിസ്ഥാനമാക്കിയാണ് നിർവ്വചിക്കപ്പെടുന്നതെങ്കിൽ മറ്റൊന്ന് ഭാഷയുടെ അടിസ്ഥാനത്തിലാണ്. ശ്ലീലമല്ലാത്ത കാഴ്ചകളും ഭാഷണങ്ങളുമെല്ലാം അശ്ലീലത്തിന്റെ പരിധിയിലാണ് ഉൾപ്പെടുന്നത്. സമൂഹത്തിന്റെ 'പൊതുസദാചാര ഭാവനകൾക്കു സ്വീകാര്യമല്ലാത്ത'തും 'മാന്യത'യേയും 'മര്യാദ'യേയും അതിലംഘിക്കുന്നവയുമായ ദൃശ്യങ്ങളും ഭാഷ്യങ്ങളുമാണ് അശ്ലീലമായി മാറുന്നത്. ഇന്ത്യൻ പീനൽകോഡിലെ 294-ാം വകുപ്പ് പ്രകാരം പൊതുസ്ഥലങ്ങളിലോ അതിനടുത്തോ അശ്ലീല പ്രദർശനങ്ങളോ പ്രവൃത്തികളോ നടത്തുകയോ അശ്ലീല ചുവയുള്ള വാക്കുകളോ പാട്ടുകളോ ചിഹ്നങ്ങളോ കാണിക്കുകയോ ചെയ്താൽ മൂന്നു മാസം വരെ തടവും പിഴയും ലഭിക്കാവുന്ന കുറ്റകൃത്യമാണ്. ഇത്തരമൊരു വ്യവസ്ഥയിൽ ഭരണകൂട - നിയമ സംവിധാനത്തിന്റെ ഭാഗമായി നില്ക്കുന്ന വ്യക്തി നല്കുന്ന അശ്ലീലത്തിന്റെ നിർവ്വചനത്തിലും അർത്ഥ വ്യാപ്തിയിലുമാണ് ശിക്ഷ ക്രമീകരിക്കപ്പെടുന്നത്. മനുഷ്യന്റെ നഗ്നത അശ്ലീലമായിട്ടാണ് പൊതുവിൽ പരിഗണിക്കപ്പെടുന്നത്. സ്ഥല കാല ബദ്ധമായിട്ടാണ് നഗ്നത അശ്ലീലമായി ചോദ്യം ചെയ്യപ്പെടുന്നത്. ശൈശവ ഘട്ടത്തിലുള്ള ഒരു കുട്ടിയുടെ നഗ്നത അശ്ലീലമല്ല, മറിച്ച് അതിലൊരു നിഷ്ക്കളങ്കതയാണുള്ളത് എന്നതുകൊണ്ടുതന്നെ കുട്ടിയുടെ നഗ്നത കുടുംബത്തിലുള്ളവർക്കും പൊതുസമൂഹത്തിലുള്ളവർക്കും അശ്ലീലമോ പ്രകോപനമോ ആകുന്നില്ല. ശൈശവഘട്ടം പിന്നിട്ട് ബാല്യഘട്ടത്തിലേയ്ക്കു കടക്കുന്ന അതേ കുട്ടിയുടെ നഗ്നത മനുഷ്യർക്കു അല്പ സ്വല്പം അസ്വസ്ഥതകൾ സൃഷ്ടിക്കുന്നു. അതേസമയം 'അണ്ടർവെയർ' നല്കുന്ന അർദ്ധനഗ്നതയ്ക്ക് സ്വീകാര്യതയുമുണ്ടായിരുന്നു. പെറ്റിക്കോട്ടിന്റെ അർദ്ധനഗ്ന സ്വാതന്ത്ര്യം

ബാല്യഘട്ടത്തിലെ പെൺകുട്ടികൾക്ക് അനുവദനീയമായിരുന്നെങ്കിലും വർത്തമാനകാലത്ത് അത്തരം സ്വാതന്ത്ര്യങ്ങൾ വളരെ ചെറിയൊരു ശതമാനം കുടുംബങ്ങളിലേ ലഭ്യമാകുന്നുള്ളൂ. വർദ്ധിച്ചുവരുന്ന ബാലലൈംഗിക പീഡനങ്ങളും വസ്ത്ര വിപണിയുടെ ബ്രഹ്മാണ്ഡ പരസ്യങ്ങൾ സൃഷ്ടിക്കുന്ന ആകർഷണീയതയും ഉടലിനെ വസ്ത്രങ്ങൾക്കുള്ളിൽ സുരക്ഷിതമാക്കേണ്ടുന്നതിന്റെ ആവശ്യകതയെ ബോധ്യപ്പെടുത്തുന്നു. കുട്ടികളുടെ നഗ്നത ഇത്തരത്തിലാണ് പരിഗണിക്കപ്പെടുന്നതെങ്കിൽ മുതിർന്നവരുടെ, (സ്ത്രീ/പുരുഷൻ) നഗ്നത 'പൊതുഇടങ്ങളിൽ' അശ്ലീലമാകുമ്പോൾ 'സ്വകാര്യ ഇടങ്ങളിൽ' അശ്ലീലമാകുന്നില്ല. ഭാര്യാ - ഭർതൃബന്ധത്തിൽ, കാമുകീ - കാമുകന്മാരുടെ സ്വകാര്യതയിൽ, ലൈംഗികവേഴ്ച ആഗ്രഹിക്കുന്ന സ്ത്രീ - പുരുഷന്മാരുടെ സ്വകാര്യ നിമിഷങ്ങളിൽ നഗ്നത അശ്ലീലമാകുന്നില്ലെന്നു മാത്രമല്ല അവ ആസ്വാദ്യകരവുമാകുന്നു.

ജാതി/മതം/വംശം/വർഗ്ഗം/ലിംഗപദവി എന്നിവയെ അടിസ്ഥാനമാക്കി നഗ്നത 'ദൃശ്യപ്പെടുന്നത്' വ്യത്യസ്ത തോതുകളിലാണ്. ഫ്യൂഡൽ വ്യവസ്ഥിതികൾ നിലനിന്നിരുന്ന കാലയളവിൽ നഗ്നത ജാതിഘടനയുമായി ചേർന്ന് പ്രത്യക്ഷപ്പെട്ടിരുന്നു. അക്കാലയളവിലെ നഗ്നത 'നിർബന്ധിത'മായ 'നഗ്നത'യായിരുന്നു ജാതി - മത - വർഗ്ഗ വിവേചനങ്ങൾ അതിതീവ്രമായി നിലനിന്നിരുന്ന കാലഘട്ടങ്ങളിൽ ദളിതർ ഉൾപ്പെടെയുള്ള കീഴാളവിഭാഗങ്ങൾക്ക് മതിയായരീതിയിൽ വസ്ത്രം ധരിക്കാനുള്ള സ്വാതന്ത്ര്യമോ അവകാശമോ ഉണ്ടായിരുന്നില്ല. മുട്ടിനു മുകളിലോ മുട്ടുവരെയോ എത്തുന്ന പരുക്കൻ വസ്ത്രമായിരുന്നു ദളിതർക്കായി വിധിക്കപ്പെട്ടിരുന്നത്. ദളിത് സ്ത്രീകളുടെ 'നഗ്നമായ മുലകൾ' സവർണ്ണവർഗ്ഗത്തിന്റെ ആസ്വാദനത്തിനുള്ളവയായിരുന്നു. അവർണ്ണവർഗ്ഗത്തിൽ പെട്ടവരുടെ നഗ്നത ഇത്തരത്തിൽ പ്രകടമായിരുന്നപ്പോൾ സവർണ്ണ വർഗ്ഗത്തിൽപെട്ട സ്ത്രീകളും നഗ്നമാറിടം പ്രദർശിപ്പിക്കേണ്ട സാമൂഹ്യാചാരങ്ങളും നിലനിന്നിരുന്നു. നായർ വിഭാഗത്തിൽപ്പെട്ട സ്ത്രീകൾ നമ്പൂതിരിക്കു മുമ്പാകെയും നമ്പൂതിരി സ്ത്രീകൾ വിഗ്രഹങ്ങൾക്കു മുമ്പിലും നഗ്നമായ മാറിടങ്ങളുമായി നില്ക്കേണ്ടിയിരുന്നു. നായർ/നമ്പൂതിരി തറവാടുകളുടെ അകത്തളങ്ങളിൽ സ്ത്രീകൾ അർദ്ധ നഗ്നത കാട്ടി യഥേഷ്ടം പെരുമാറിയിരുന്നു. കീഴാളവർഗ്ഗത്തിൽപ്പെട്ടവർ മാറുമറച്ചു നടക്കുവാൻ ശ്രമിച്ചപ്പോഴെല്ലാം സവർണ്ണവർഗ്ഗത്തിന്റെ സംഘടിതമായ ആക്രമണങ്ങൾ നേരിട്ടു. അതിനെത്തുടർന്നുണ്ടായ പ്രക്ഷോഭങ്ങളാണ് ചാന്നാർ ലഹള (ചാന്നാർ കലാപം/മേൽമുണ്ട് സമരം/മാറുമറയ്ക്കൽ സമരം) എന്നറിയപ്പെടുന്നത്.

ദലിത് ബന്ധു എൻ കെ ജോസ്, *ചാന്നാർ ലഹള*, ഹോബി പബ്ലിഷേഴ്സ്, കോട്ടയം 2010.

ഡോ. അജയ്ശേഖർ, ഡോ. എസ് ആർ ചന്ദ്രമോഹനൻ (എഡി), *കേരള നവോത്ഥാനം പുതുവായനകൾ*, റെയ്‌വൻ പബ്ലിക്കേഷൻസ്, തിരുവനന്തപുരം, 2017.

കലയിലെ നഗ്ന ഭാവനകൾ

നഗ്നത (Nude) ചിത്ര/ശില്പ/ ചലച്ചിത്രകലകളിൽ ആവിഷ്കരിക്കപ്പെടുകയുണ്ടായിട്ടുണ്ട്. ചിത്രകലയിൽ സവിശേഷമായ ആവിഷ്കാരമെന്ന നിലയിലാണ് നഗ്നത പരിചരിക്കപ്പെട്ടതെങ്കിൽ ചലച്ചിത്രകലയിൽ അത് പരിഗണിക്കപ്പെട്ടത് നിഗൂഢ താല്പര്യങ്ങളുടെ അടിസ്ഥാനത്തിലാണ്. കലയിലെ നഗ്നതാ ആവിഷ്കാരങ്ങളെ വിശകലനം ചെയ്യുമ്പോൾ ഖജുരാഹോയിലെ 'രതി ശില്പങ്ങൾ', കാനായി കുഞ്ഞിരാമന്റെ 'യക്ഷി', 'മത്സ്യ കന്യക', എം എഫ് ഹുസൈന്റെ 'നഗ്നസരസ്വതി' എന്നിവയാണ് അതിവേഗം സ്മൃതിപഥത്തിലെത്തുന്നത്. കലയുടെ സ്വതന്ത്രമായ ആവിഷ്കാരങ്ങൾക്ക് സമൂഹം നല്കിയ അംഗീകാരത്തിന്റെ തെളിവാണ് ഖജുരാഹോയിലെ രതിചിത്രങ്ങൾ. ഹിന്ദുമിഥോളജിയിലെ 'യക്ഷി'യെ നഗ്നസൗന്ദര്യത്തിൽ സൃഷ്ടിച്ചുകൊണ്ടാണ് കാനായി കുഞ്ഞിരാമൻ മലമ്പുഴയിൽ യക്ഷിയെ സ്ഥാപിച്ചെടുത്തത്. അതിന്റെയൊരു തുടർച്ചയായിരുന്നു തിരുവനന്തപുരം ശംഖുമുഖംബീച്ചിലെ 'മത്സ്യകന്യക'. കൈകളുയർത്തി കാലുകൾ വിടർത്തിയിട്ട് ഇരിക്കുന്ന യക്ഷി ഇന്ത്യയിലെ ആദ്യത്തെ ഏറ്റവും വലിയ (കേരളത്തിലെ ആദ്യത്തെ വലിയ നഗ്നശില്പവും) ഔട്ട്ഡോർ ശില്പമാണ്. മത്സ്യകന്യകാരൂപത്തിലുള്ള കൂറ്റൻ നഗ്ന സ്ത്രീ ശരീര ശില്പമാണ് ശംഖുമുഖത്തേത്. പ്രകൃതി നഗ്നമാണെന്നുള്ള ബോധ്യത്തിന്റെ അടിസ്ഥാനത്തിലാണ് കാനായി കല്ലിൽ നഗ്നശില്പങ്ങൾ സൃഷ്ടിക്കുന്നത്. പൂർണ്ണ നഗ്നയായി മുട്ടുമടക്കി മുടി ഉലച്ചിട്ട് ചെരിഞ്ഞു കിടക്കുന്ന സ്ത്രീയെയാണ് എം എഫ് ഹുസൈൻ ഭാരത് മാതയായി ആവിഷ്ക്കരിച്ചത്.

മിഥോളജിയും മതസ്ഥാപനങ്ങളും

നഗ്നതയെ പാപമായി കാണുന്ന പൊതുബോധത്തെ സൃഷ്ടിച്ചെടുത്തത് ക്രൈസ്തവ മതസ്ഥാപനങ്ങളാണ്. അതേ സമയം നഗ്നതയെ കലകളിൽ ആവിഷ്കരിക്കുന്നതിനും മഹത്വവല്ക്കരിക്കുന്നതും ഹിന്ദു മത സ്ഥാപനങ്ങൾ പൊതുസമ്മതി നല്കിയിരുന്നു. സ്ത്രീ - പുരുഷ നഗ്നതയെ ദൈവികമായി പരിഗണിച്ചിരുന്ന പ്രാചീന ഹൈന്ദവ സമൂഹത്തിന്റെ വിശാല മനസ്ഥിതിക്കുള്ള തെളിവുകളാണ് ക്ഷേത്ര ചുമരുകളിലെ രതിശില്പങ്ങൾ.

'ലിംഗപൂജ/യോനീപൂജ/നഗ്നപൂജ' എന്നിവയെല്ലാം പ്രാചീന ഭാരതത്തിൽ നടത്തപ്പെട്ടിരുന്നു. താന്ത്രികാരാധനയുടെ ഭാഗമായിട്ടാണ് ഇത്തരം 'രതിപൂജകൾ' നടത്തപ്പെട്ടിരുന്നത്. പുരുഷ - പ്രകൃതി സംയോഗമാണ് താന്ത്രികാരാധനയുടെ അടിസ്ഥാനമെന്നിരിക്കേ ഇത്തരം പൂജകൾ സർവ്വ സാധാരണമായിരുന്നു. ശിവക്ഷേത്രങ്ങളിൽ ഇപ്പോഴും ശക്തിയുടെ പ്രതീകമായി 'ശിവലിംഗ'ത്തെയാണ് ഹിന്ദുമതസ്ഥർ ആരാധിക്കുന്നത്. നഗ്നപൂജ ആഭിചാര ക്രിയകൾക്കായി ഉപയോഗപ്പെടുത്തുന്നതെന്ന

സൂചനകൾ ജനപ്രിയ സാഹിത്യവും (അനന്തഭദ്രം) ചലച്ചിത്രങ്ങളും (അഥർവ്വം, ശ്രീകൃഷ്ണപ്പരുന്ത്) പങ്കുവെയ്ക്കുന്നുണ്ട്.

നഗ്നതയെ വിശകലനം ചെയ്യുമ്പോൾ ദിഗംബരന്മാർ, അഘോരികൾ, നാഗസന്ന്യാസികൾ എന്നിവരും പരാമർശമർഹിക്കുന്നു. ജൈനമതസ്ഥരിലൊരുവിഭാഗമാണ് ദിഗംബരന്മാർ. കർശനബുദ്ധികളായ ദിഗംബരന്മാർ നഗ്നരായാണ് ആദ്ധ്യാത്മികാന്വേഷണങ്ങൾ നടത്തുന്നത്. ആകാശത്തെ അംബരമാക്കിയ നാഗസന്ന്യാസിമാർ ഗംഗാതീരത്തെ മഹാ 'കുംഭമേള'യിൽ പ്രത്യക്ഷപ്പെട്ടുകൊണ്ട് ആരാധനയുടെ ഭ്രമാത്മകലോകത്തെ വെളിപ്പെടുത്തുന്നു. നാസിക്കിലെ ത്രിംബയേശ്വരം ക്ഷേത്രത്തിലെ കുംഭമേള ഗംഗാതീരത്തെ കുംഭമേള പോലെതന്നെ പ്രശസ്തമാണ്. ഭക്തിയുടെയും ലഹരിയുടെയും ഭ്രമിപ്പിക്കുന്ന ലോകത്തിലൂടെ സഞ്ചരിക്കുന്ന അഘോരികൾ/നഗ്ന സന്ന്യാസിമാർ അതിവിചിത്രമായ ഭക്ത്യാരാധനയെയാണ് പ്രകടമാക്കുന്നത്.

ആധുനിക മുതലാളിത്തത്തിന്റെ കമ്പോള താല്പര്യങ്ങളും സാമ്പത്തിക ക്രയവിക്രയങ്ങളുമെല്ലാം കൂടിചേർന്ന പശ്ചാത്തലത്തിലാണ് നഗ്നതയുടെ കമ്പോള അജണ്ടകൾ പ്രസക്തമാകുന്നത്. വായനയൊരു ഹരമായി കാണുന്ന മലയാളിയുടെ രതിഭാവനകൾക്ക് ഉത്തേജനം നല്കുന്നതിനായി ചലച്ചിത്ര വാരികകളിൽ അർദ്ധനഗ്ന സ്ത്രീയുടലുകൾ ഡ്രീം ഗേൾ/ ഫാഷൻ ഗേൾ/സ്റ്റാർ ഓഫ് ദ വീക്ക് എന്നു തുടങ്ങി നിരവധി പേരുകളിൽ സെന്റർ സ്പ്രെഡുകളായി പ്രത്യക്ഷപ്പെട്ടു. തുടർന്ന് കൊച്ചുപുസ്തകങ്ങൾ/കമ്പി പുസ്തകങ്ങളിലെ ബ്ലാക്ക് ആൻഡ് വൈറ്റ് നഗ്നചിത്രങ്ങൾ, മുത്ത് - മുത്തുച്ചിപ്പികളിൽ 'രതി'ക്കഥകൾക്കൊപ്പം പ്രത്യക്ഷപ്പെട്ട അർദ്ധ നഗ്നചിത്രങ്ങൾ, നന്ദകുമാറിന്റെ ക്രൈം വാരികയിലെ ബ്ലാക്ക് ആൻഡ് വൈറ്റ് നഗ്നചിത്രങ്ങൾ, ഫയറിലെ കളർ ചിത്രങ്ങൾ (ഇക്കിളിക്കഥകൾക്കൊപ്പം) എന്നിവ കൗമാര - യൗവ്വനക്കാരെ പ്രലോഭിപ്പിച്ചിരുന്നു. എന്നാൽ ഇന്റർനെറ്റിന്റെ വ്യാപകമായ പ്രചാരം വാരിക/മാസികകളിലെ നിശ്ചല ചിത്രങ്ങളേക്കാളും വീഡിയോ കാസറ്റുകൾ നല്കിയിരുന്ന പരിമിത വിഭവങ്ങളുടെ കാഴ്ചയേക്കാളും വലിയ തോതിലുള്ള കാഴ്ചച്ചരക്കുകൾ പൊതുജനത്തിനു നല്കി. വാത്സ്യായനന്റെ *കാമസൂത്ര*ത്തിന്റെ വമ്പിച്ച വില്പന, രതിയെയും നഗ്നതയെയും സംബന്ധിച്ചുള്ള മലയാളിയുടെ ഒളിനോട്ടങ്ങളെയും അത്യാഗ്രഹങ്ങളെയും വെളിപ്പെടുത്തുന്നു. കാമസൂത്രത്തിന്റെ പെൺവായനയായ *സ്ത്രൈണ കാമസൂത്ര*ത്തിന്റെ (കെ ആർ ഇന്ദിര) വ്യാപക സ്വീകാര്യതയുടെ അടിസ്ഥാന ഘടകങ്ങളിലൊന്ന് പുസ്തകത്തിൽ ആദ്യാവസാനം വരെയുള്ള നഗ്നരതി ചിത്രങ്ങളായിരുന്നു.

'നഗ്നത' രതിഭാവനകളുമായി ബന്ധപ്പെട്ട് ആകർഷണീയമാകുന്നതിനാൽ അതിന്റെ കമ്പോളസാധ്യതകൾ പരസ്യമേഖല തിരിച്ചറിഞ്ഞതിന്റെ തെളിവാണ് പരസ്യങ്ങളിലെ അർദ്ധനഗ്നത ഉടലുകൾ. ഓട്ടോ

കെ ആർ ഇന്ദിര, *സ്ത്രൈണ കാമസൂത്രം*, ഡി സി ബുക്സ്, കോട്ടയം 2012.

മോട്ടീവ്, ഹോം അപ്ലയൻസസ്, ഇലക്ട്രിക്കൽസ്. ഹെൽത്ത് എന്നിങ്ങനെ ഒട്ടനവധി മേഖലകളെ കേന്ദ്രീകരിച്ചു നിർമ്മിക്കപ്പെടുന്ന പരസ്യങ്ങളിൽ ഹോട്ട് പാന്റ് + സ്ലിപ്സ്, മൈക്രോ മിഡി, മിനി സ്കർട്ട് + സ്ലീവ്ലെസ് ടോപ്പ്, ബിക്കിനി ഡ്രസുകളിലായി പെണ്ണുടലിന്റെ അഴകളവുകൾ പ്രത്യക്ഷപ്പെട്ടു. കോണ്ടത്തിന്റെയും പെർഫ്യൂമുകളുടെയും അടിവസ്ത്രങ്ങളുടെയും പരസ്യചിത്രങ്ങളിലും ആൺ/പെൺ അർദ്ധനഗ്ന ഉടലുകൾ ധാരാളമായി പ്രത്യക്ഷപ്പെട്ടിരുന്നു.

'നഗ്നതയെ' കച്ചവടക്കാരായി കമ്പോളവല്ക്കരിച്ച മുതലാളിത്ത സമൂഹം അതിലൂടെ സ്ത്രീയെക്കൂടി വിപണന വസ്തുവാക്കി മാറ്റുകയുണ്ടായി. സ്ത്രീ പുരുഷ നഗ്നത, നഗ്നബിംബങ്ങൾ എന്നിവ തുല്യതയാർന്ന രീതിയിൽ പരിഗണിക്കപ്പെട്ട ഒരു കാലത്തുനിന്നും സ്ത്രീ നഗ്നതയ്ക്കു മാത്രം മുന്തിയ പരിഗണനയും സ്വീകാര്യതയും ലഭിക്കുന്ന ഘട്ടത്തിലേക്ക് എത്തിയതിനു പിന്നിൽ മുതലാളിത്തത്തിന്റെ വാണിജ്യയുക്തിയാണുള്ളത്. ചിത്ര - ശില്പ - ചലച്ചിത്ര സാഹിത്യകലകളുടെ മുഖ്യ ഉപഭോക്താവ് പുരുഷനായതുകൊണ്ടും ഇത്തരം കലകൾക്കു മുമ്പിൽ നിർമ്മിതമാകുന്ന ആൾക്കൂട്ടത്തിന്റെ അടിസ്ഥാനവും പുരുഷസമൂഹമാണെന്നതിനാലും സ്ത്രീയുടൽ സൃഷ്ടിക്കുന്ന ലൈംഗിക ഉത്തേജനങ്ങളും ലൈംഗിക ഭാവനകളും കമ്പോളത്തിനു നേട്ടമായി മാറി.

'നഗ്നത'യും 'ഐറ്റം' നമ്പറും 'തുണ്ടു' പടങ്ങളും

കമ്പോളസിനിമ 'നഗ്നത'യെ വ്യത്യസ്തമായ രീതിശാസ്ത്രത്തിലൂടെയാണ് ഏറ്റെടുത്തത്. കാബറേ ഡാൻസുകൾ/ഐറ്റം ഡാൻസുകൾ, ബെഡ്റൂം - ബലാത്സംഗ സീനുകൾ, തുണ്ടുപടങ്ങൾ/കമ്പിപ്പടങ്ങൾ എന്നിവയിലൂടെയാണ് അർദ്ധനഗ്നത/നഗ്നതയെ ചലച്ചിത്രങ്ങൾ പരിചരിച്ചത്. ബോളിവുഡ് ചിത്രങ്ങളുടെ ചുവടുപിടിച്ച് മലയാളത്തിലെത്തിയ കാബറേഡാൻസുകൾ എഴുപതുകളുടെ രണ്ടാം പാദത്തിലും എൺപതുകളിലും കമ്പോളസിനിമയുടെ അനിവാര്യഘടകമായി പ്രത്യക്ഷപ്പെട്ടിരുന്നു. തൊണ്ണൂറുകളുടെ രണ്ടാം പാദത്തിലെത്തുമ്പോൾ കാലം ചെയ്ത കാബറേയ്ക്കു പകരമെന്ന നിലയിൽ ഐറ്റം ഡാൻസുകൾ അവതരിപ്പിക്കപ്പെട്ടു. കാബറേ/ഐറ്റം ഡാൻസിനായി വിപണിമൂല്യമുള്ള 'സ്പെഷ്യലിസ്റ്റുകളായ നടികൾ' ഉണ്ടായിരുന്നുവെന്നത് ശ്രദ്ധേയമാണ്. സാധന, ജ്യോതിലക്ഷ്മി, ജയമാലിനി, ശ്രീലത പില്ക്കാലത്ത് നായികാപദവിയിലേക്കുയർത്തപ്പെട്ട സീമ, സിൽക്ക് സ്മിത എന്നിവർ അവരിൽ ചിലരാണ്. ബാറുകൾ/ഹോട്ടലുകൾ/ക്ലബ്ബുകൾ/കൊള്ളസങ്കേതങ്ങൾ എന്നിവിടങ്ങളിൽ ഇറുകിപ്പിടിച്ച അല്പ വസ്ത്രങ്ങളുമായി അരക്കെട്ടും മാറിടങ്ങളും ഇളക്കിയാട്ടി ആൺകാമനകളെ ഉദ്ദീപിപ്പിക്കുവാൻ കാബറേ ഐറ്റം ഡാൻസേഴ്സിനു കഴിഞ്ഞിരുന്നു. സിനിമയ്ക്കു പുറത്ത് ഇതേ കാലയളവിൽ കേരളത്തിലെ പട്ടണങ്ങളിൽ (കോഴിക്കോട്, കൊല്ലം മുതലായവ) കാബറേ ഡാൻസുകൾ ഹോട്ടലുകളിൽ ടിക്കറ്റ് വെച്ച് നടത്തി

യിരുന്നു. തസ്കരൻ മണിയൻപിള്ളയുടെ ആത്മകഥ (2014 ജൂലൈ, ഡി സി ബുക്സ്) കെ കെ ബാബുരാജിന്റെ അനുഭവക്കുറിപ്പ് (*മാഞ്ഞും മറന്നും പോയ ജീവിതങ്ങളുടെ ചെറുചരിത്രം*, മാതൃഭൂമി ആഴ്ചപ്പതിപ്പ് 2017 ജനുവരി 8-14) എന്നിവയിൽ ഇവയുടെ സൂചനകൾ ലഭ്യമാണ്. മുംബൈ ഉൾപ്പെടെയുള്ള മെട്രോ നഗരങ്ങളിൽ ഡാൻസ്ബാറുകൾ സജീവമായിരുന്നത് ഇവിടെ സ്മരണീയമാണ്. താബു മുഖ്യകഥാപാത്രത്തെ അവതരിപ്പിച്ച *ചാന്ദ്നിബാർ* ഡാൻസ് ബാറിലെ സ്ത്രീജീവിതങ്ങളെ മുൻനിറുത്തി ആവിഷ്കരിക്കപ്പെട്ട ചലച്ചിത്രമാണ്. അർദ്ധനഗ്നത പരമാവധി പ്രദർശിപ്പിച്ച് ആടിത്തിമിർത്തിരുന്ന കാബറേക്കാരികൾ ഉദാത്ത നായികാ മാതൃകകളോടും സ്ത്രീ സദാചാരസങ്കല്പനങ്ങളോടും കലഹിച്ചു കൊണ്ടിരുന്ന 'ചന്തപ്പെണ്ണുങ്ങളാ'യിരുന്നു. കാബറേക്കാലങ്ങൾ അസ്തമിച്ചതിനുശേഷം ഉദയം കൊണ്ട 'ഐറ്റം നമ്പർ' ഡാൻസുകളിൽ അന്യഭാഷകളിൽ നിന്നും 'മാർക്കറ്റ് വാല്യു' ഉള്ള ഇറക്കുമതി ചരക്കുകളെയാണ് (ചലച്ചിത്ര മേഖലയിലെ സ്ത്രീവിരുദ്ധഭാഷ്യം) കമ്പോളസിനിമ ഉപയോഗപ്പെടുത്തിയത്. മലയാളത്തിൽ അൽഫോൺസ, ബാബിലോണ തുടങ്ങിയവർ ഐറ്റം നമ്പറുകളുമായി പ്രത്യക്ഷപ്പെട്ടു. മില്ലേനിയമനന്തര ഘട്ടത്തിലെത്തുമ്പോൾ മലയാള സിനിമയിൽ അന്യഭാഷാ നടിമാർക്കൊപ്പം മലയാളത്തിലെ മുൻനിര നടിമാരും ഐറ്റം നമ്പർ കളിച്ച് പ്രേക്ഷകരെ തൃപ്തിപ്പെടുത്താനെത്തി. മുംതാസ് (*താണ്ഡവം*), ശ്വേതാമേനോൻ (*കാക്കകുയിൽ*), നയൻതാര (*ട്വന്റി 20*), ജ്യോതിർമയി (*സാഗർ ഏലിയാസ് ജാക്കി*), പത്മപ്രിയ (*ബാച്ച്ലർ പാർട്ടി*), രമ്യാനമ്പീശൻ (*ബാച്ച്ലർ പാർട്ടി*), ലക്ഷ്മി റായ് (*ഇൻ ഗോസ്റ്റ് ഹൗസ് ഇൻ*), ഇലിയാന (*അമർ അക്ബർ അന്തോണി*) തുടങ്ങിയവ ഉദാഹരണം.

കൊമേർഷ്യൽ ചലച്ചിത്രങ്ങൾ ഇത്തരത്തിലാണ് നഗ്നതയുടെ കമ്പോള സാധ്യതകളെ പരീക്ഷിച്ചതെങ്കിൽ തുണ്ടുപടങ്ങൾ/കമ്പിപ്പടങ്ങൾ/മസാലപ്പടങ്ങൾ/നീലചിത്രങ്ങൾ/എ പടങ്ങൾ എന്നിങ്ങനെ അറിയപ്പെടുന്ന സോഫ്റ്റ് പോൺ ചലച്ചിത്രങ്ങൾ (ഇത്തരം ചലച്ചിത്രങ്ങൾ കൊമേർഷ്യൽ ചലച്ചിത്രങ്ങളാണെങ്കിൽ തന്നെയും അവ പൊതുവിൽ രണ്ടാംകിടയോ മൂന്നാംകിടയോ ആയി പരിഗണിക്കപ്പെട്ടിരുന്നു. മുഖ്യധാരയിൽ സജീവമായിരുന്ന അഭിനേതാക്കളിൽ തൊണ്ണൂറ്റിയഞ്ചു ശതമാനം പേരും അശ്ലീലമെന്ന ഇത്തരം ചിത്രങ്ങളിൽ അഭിനയിച്ചിരുന്നില്ല) നഗ്നതയുടെ വിപണിയെ സമ്പൂർണ്ണമായി ഉപയോഗപ്പെടുത്തി. മലയാള സിനിമയുടെ ചരിത്രത്തിൽ രണ്ടു വ്യത്യസ്ത കാലഘട്ടത്തിലാണ് തുണ്ടുപടങ്ങൾ ധാരാളമായി നിർമ്മിക്കപ്പെടുന്നത്. എൺപതുകളിൽ പി ചന്ദ്രമോഹൻ, കെ എസ് ഗോപാലകൃഷ്ണൻ, ശശിമോഹനൻ എന്നിവരടക്കമുള്ളവരിലൂടെ 'ഇക്കിളിപ്പടങ്ങൾ' എന്ന പേരിൽ ചലച്ചിത്രങ്ങൾ (*തമ്പുരാട്ടി, കായലും കയറും, കൈതപ്പൂ*) നിർമ്മിക്കപ്പെട്ടതാണ് ഒന്നാംഘട്ടമെങ്കിൽ രണ്ടായിരം മുതൽ രണ്ടായിരത്തി നാലുവരെയുള്ള കാലയളവിൽ ആർ ജെ പ്രസാദ്, യു സി റോഷൻ, എ ടി ജോയ്, ജയദേവൻ

എന്നിവരടക്കമുള്ളവരിലൂടെ തുണ്ടു ചിത്രങ്ങൾ (*കിന്നാരതുമ്പികൾ, കുളിർകാറ്റ്, കാതര, തങ്കത്തോണി, വേഴാമ്പൽ, കൗമാരം, മാമി, ലാസ്യം, ആലിലത്തോണി, ശിശിരം, കല്ലുവാതിൽക്കൽ കത്രീന, താരുണ്യം, യാമിനി, തരളം, യാമം*) ധാരാളമായി നിർമ്മിക്കപ്പെട്ടതാണ് രണ്ടാമത്തെ ഘട്ടം. ഷക്കീലയെന്ന 'താര'വും സജിനി, മറിയ, രേഷ്മ, ചാർമ്മിളി, സിന്ധു, അൽഫോൺസ തുടങ്ങിയവരും ഇക്കിളി ചിത്രങ്ങളുടെ ആകർഷണീയ ഘടകങ്ങളായി പ്രത്യക്ഷപ്പെട്ടത് രണ്ടാംഘട്ടത്തിലാണ്.

ഷക്കീലയും ഷക്കീലാനുബന്ധ നടിമാരും ചേർന്ന് അർദ്ധനഗ്ന ഉടലുകളുടെ പ്രദർശനത്തിലൂടെ ആൺകൂട്ടങ്ങളെ ആകർഷിച്ചുകൊണ്ട് തുണ്ടു ചിത്രങ്ങളെ വിജയിപ്പിച്ചെടുത്തു. സെൻസർ ബോർഡിനു മുമ്പിലെത്താത്തതും സെൻസർബോർഡ് മുറിച്ചു നീക്കിയതുമായ ബിറ്റുകളെ (തുണ്ടുകൾ) തിയറ്ററിൽ നിയമവിരുദ്ധമായി പ്രദർശിപ്പിച്ചുകൊണ്ടാണ് ഷക്കീല ചിത്രങ്ങൾ കമ്പോളവിജയം നേടിയിരുന്നത്. ഇത്തരം ചിത്രങ്ങളിൽ നടിമാരുടെ തുട, വയർ, മാറിട ഭാഗങ്ങളെ അല്പമാത്രമായി പ്രദർശിപ്പിച്ചിരുന്നുവെങ്കിൽ 'എക്സ്ട്രാ' ബിറ്റുകളിൽ അരയ്ക്കു മുകളിലേയ്ക്കുള്ള പൂർണ്ണ നഗ്നതയും അതിനോടനുബന്ധമായ ലൈംഗിക ബന്ധങ്ങളും പ്രദർശിപ്പിച്ചിരുന്നു. തുണ്ടുപടങ്ങളിൽ നഗ്നതയുടെ കലാപരമായ സാധ്യതകളോ പ്രസക്തിയോ ഇല്ലായിരുന്നുവെന്നു മാത്രമല്ല മറിച്ച് അവ മാംസകച്ചവടത്തിന്റെ കമ്പോള ലാഭത്തെയാണ് ലക്ഷ്യമിട്ടത്. ഷക്കീല തരംഗത്തിന്റെ കാലഘട്ടത്തിൽ നായിക/സഹനായിക/എക്സ്ട്രാ നടി ആയി പ്രത്യക്ഷപ്പെട്ടവരിൽ ഒരു വിഭാഗം ഉപജീവനാർത്ഥം ലൈംഗികതൊഴിലാളികളായി (ഉദാ: രേഷ്മ) മാറി എന്നതിവിടെ പ്രസക്തമാകുന്നു. ഷക്കീല ചിത്രങ്ങളുടെ നിർമ്മാണം ചെന്നൈയിലും കേരളത്തിലും സജീവമായിരുന്ന കാലയളവിലാണ് നീലചിത്രങ്ങളുടെ നിർമ്മാണവും വർദ്ധിച്ചത്.

മുഖ്യധാര/സമാന്തര ചലച്ചിത്രങ്ങളെ സംബന്ധിച്ചിടത്തോളം നഗ്നത ആവിഷ്കരിക്കപ്പെട്ട ചിത്രങ്ങൾ ഏതൊക്കെയാണ് എന്ന് അന്വേഷണം നടത്തിയാൽ *കരുമാടിക്കുട്ടൻ, കുട്ടിസ്രാങ്ക്, തന്മാത്ര, മകരമഞ്ഞ്, കഥകളി, ഒരാൾപ്പൊക്കം, പപ്പിലിയോ ബുദ്ധ, ചായം പൂശിയ വീട്, കാബോഡി സ്കേപ്സ്, ഞാൻ മേരിക്കുട്ടി* തുടങ്ങിയ ചലച്ചിത്രങ്ങളെ ചൂണ്ടിക്കാണിക്കുവാൻ കഴിയും.

മലയാള സിനിമയിൽ നഗ്നത ആവിഷ്കരിക്കപ്പെട്ടത് വ്യത്യസ്തതലങ്ങളിലായിരുന്നു. *കരുമാടിക്കുട്ടൻ, പപ്പിലിയോ ബുദ്ധ, ഞാൻ മേരിക്കുട്ടി* എന്നിവയിൽ നഗ്നത പ്രകടമായത് സാമൂഹ്യാതിക്രമങ്ങളുടെയും സംഘട്ടനങ്ങളുടെയും ബലാത്സംഗങ്ങളുടെയും ഫലമായിട്ടാണ്. മന്ദബുദ്ധിയും കരുത്തനുമായ കരുമാടിക്കുട്ടനെ (കരുമാടിക്കുട്ടൻ) സംഘട്ടനത്തിനിടയിലാണ് ഗുണ്ടകൾ നഗ്നനാക്കുന്നതെങ്കിൽ, ഓട്ടോഡ്രൈവർ മഞ്ജുശ്രീയെ (പപ്പിലിയോ ബുദ്ധ), ഓട്ടോ ഡ്രൈവർമാർ നടത്തുന്ന ബലാത്സംഗ ശ്രമത്തിനിടയിലാണ് നഗ്നയാക്കുന്നത്. ശങ്കരൻ (പപ്പിലിയോ

ബുദ്ധ) മേരിക്കുട്ടി എന്നിവർ പോലീസ് സ്റ്റേഷനിലെ മർദ്ദനങ്ങൾക്കൊടുവിൽ നഗ്നരാക്കപ്പെടുന്നു. ശാരീരികാക്രമണത്തിലൂടെ ഒരു വ്യക്തിയെ 'നഗ്നൻ' ആക്കുമ്പോൾ അത് അയാളുടെ ആത്മധൈര്യത്തെ, വ്യക്തിത്വത്തെ തകർത്തു കളയുന്നു. അയാളുടെ മാനസിക വ്യാപാരത്തെ താളം തെറ്റിക്കുന്നതിനുവരെ അതുകാരണമാകുന്നു.

നഗ്നതാ പ്രദർശനത്തിന്റെ പേരിൽ സൃഷ്ടിക്കപ്പെടുന്ന വിവാദങ്ങളെ കമ്പോള വിജയത്തിനായി പ്രയോജനപ്പെടുത്തുക എന്ന തന്ത്രത്തെ ചലച്ചിത്ര പ്രവർത്തകർ ഉപയോഗപ്പെടുത്തുന്നു. കമലഹാസന്റെ 'ആളവന്താൻ' നഗ്നതയുടെ പേരിൽ വിവാദ ചർച്ചകൾ സൃഷ്ടിച്ച ചലച്ചിത്രമായിരുന്നു. നഗ്നതയുടെയും ലൈംഗികതയുടെയും കാഴ്ചകൾ പരിമിത വിഭവമായിരുന്ന കാലയളവിൽ പ്രദർശനത്തിനെത്തിയ *ടൈറ്റാനിക്കി*ലെ (1997) നായിക കേറ്റ് വിൻസ്‌ലെറ്റിന്റെ 'നഗ്നത' മലയാളിയെ ആകർഷിച്ചിരുന്നു. പോർണോഗ്രഫിക്ക് വ്യാപക സ്വീകാര്യത ലഭിച്ചിരിക്കുന്ന വർത്തമാനകാല സമൂഹത്തിൽ ചലച്ചിത്രങ്ങളിലെ 'നഗ്നത'യെന്നത് പ്രേക്ഷക സമൂഹത്തിൽ യാതൊരുവിധ ചലനങ്ങളും പ്രലോഭനങ്ങളും സൃഷ്ടിക്കുന്നില്ല. അതേ കാലയളവിൽ മത സദാചാരവാദികളെ അവ പ്രകോപിപ്പിക്കുകയും ചെയ്യുന്നു. രഞ്ജിത് - ഉണ്ണി ആർ - ബിജുമേനോൻ ടീമിന്റെ *ലീല*യെ മലയാളി പ്രേക്ഷക സമൂഹം ഉറ്റുനോക്കിയിരുന്നത് കുട്ടിയപ്പൻ ആനയുടെ മസ്തകത്തിൽ നഗ്നയാക്കി ചേർത്തുനിറുത്തി ഭോഗിക്കാനൊരുങ്ങുന്ന പെണ്ണുടലിനെ സംബന്ധിച്ചുള്ള കൗതുകങ്ങളുടെ അടിസ്ഥാനത്തിലായിരുന്നു. ഇത്തരമൊരു കാഴ്ചപ്പാടിന്റെ പുറത്ത് *ലീല* ആണത്തത്തിന്റെ അഴിഞ്ഞാട്ടങ്ങളായി വ്യാഖ്യാനിക്കപ്പെട്ടു.

പോർണോഗ്രാഫിയും ജനപ്രിയ താരമൂല്യവും

നഗ്നതയുടെ വിപണിമൂല്യത്തെ ഏറ്റവുമാദ്യം തിരിച്ചറിഞ്ഞതും വിപണി പിടിച്ചെടുത്തതും പോൺ വീഡിയോസാണ്. പാശ്ചാത്യ രാഷ്ട്രങ്ങളിൽ പോൺ ചിത്രനിർമ്മാണം ഒരു പ്രൊഫഷനും ആക്ടേഴ്സ് പ്രൊഫഷണൽ താരങ്ങളുമാണ്. 'അതിലൈംഗികതയുടെ' 'സുദീർഘ'വും 'വ്യത്യസ്ത'വും 'നിരന്തര'വുമായ ലൈംഗിക വേഴ്ചകളാണ് പോൺ വീഡിയോസിൽ ആവിഷ്കരിക്കപ്പെട്ടിരിക്കുന്നത്. വീഡിയോ കാസെറ്റുകളുടെ കാലത്തുനിന്നും ഇന്റർനെറ്റിന്റെ കാലത്തേക്ക് എത്തുമ്പോഴാണ് പോൺ ഫിലിംസ് വിപണിയിൽ വമ്പൻ കുതിച്ചു ചാട്ടങ്ങൾ സൃഷ്ടിച്ചത്. ചൈനീസ്, കൊറിയൻ, ഇംഗ്ലണ്ട്, അമേരിക്കൻ, ഇന്ത്യൻ, ബംഗ്ലാദേശ്, സൗത്ത് ഇന്ത്യൻ, നോർത്ത് ഇന്ത്യൻ, മല്ലു എന്നീ സംജ്ഞകളിൽ തന്നെ ഉല്പന്നത്തിന്റെ വൈവിദ്ധ്യത്തെ പോൺസൈറ്റുകൾ വെളിപ്പെടുത്തികൊണ്ട് ഉപഭോക്താവിനു തിരഞ്ഞെടുക്കൽ പ്രക്രിയയെ ലഘൂകരിച്ചു നല്കുന്നു. നിരവധി പോൺ സ്റ്റാറുകൾ ഉണ്ടെങ്കിലും അവർക്കിടയിൽ നിന്നും ജനപ്രിയതാരമായി മാറുവാൻ കഴിഞ്ഞ ഇന്ത്യൻ താരമാണ് സണ്ണിലിയോൺ. ആഗോളതലത്തിൽ, ഗൂഗിളിൽ ഏറ്റവും കൂടു

തൽ സേർച്ച് ചെയ്യപ്പെടുന്ന 'ഹോട്ട് അഡൾട്ട് സ്റ്റാർ' സണ്ണി ലിയോൺ മുഖ്യധാരാ ബോളിവുഡ് സിനിമയുടെ ഭാഗമായി മാറി പുതിയൊരു ചരിത്രം സൃഷ്ടിച്ചു. ഇന്ത്യൻ ടെലിവിഷൻ രംഗത്തെ ഏറ്റവും വലിയ റിയാലിറ്റി ഷോ ആയ ബിഗ്ബോസ് തുറന്നു കൊടുത്ത സാധ്യതകളിലൂടെയാണ് സണ്ണി ലിയോൺ ബോളിവുഡിലേക്ക് എത്തുന്നതും *ജിസം 2, രാഗിണി എസ് എം എസ്, മസ്തിസാദേ, ഏക് ബെഹലീ ലീലാ, കുച് കുച് ലോചാഹെ, വൺനൈറ്റ് സ്റ്റാൻഡ്* എന്നിങ്ങനെയുള്ള ചിത്രങ്ങളിൽ അഭിനയിക്കുന്നതും. സണ്ണി ലിയോണിനു ലഭിച്ച ജനപ്രീതിയുടെ പിന്നാലെ പ്രിയ അഞ്ജലി റോയ്, ശാന്തി ഡൈനാമെറ്റ് എന്നീ പോൺ സ്റ്റാറുകളും കമ്പോളസിനിമയുടെ ഭാഗമാകുകയാണ്. പോൺഫിലിംസിന്റെ 'അമാന്യതയും' ബോളിവുഡ് ഫിലിംസിന്റെ 'മാന്യതയും' തമ്മിലുള്ള ദൂരത്തെയാണ് സണ്ണിലിയോൺ അടക്കമുള്ള പോൺസ്റ്റാറുകൾ ലഘൂകരിച്ചത്. ഷാരൂഖ്ഖാൻ ചിത്രമായ *റായീസിൽ* ലൈല.... ഓ ലൈല എന്ന ഗാനത്തിനു തിയറ്റുകളിൽ ലഭിച്ച സ്വീകാര്യതയും കൊച്ചിയിലെ സ്വകാര്യ സ്ഥാപനത്തിന്റെ ഉദ്ഘാടനത്തിനെത്തിയ (2017 ആഗസ്റ്റ് 17) സണ്ണിയെ കാത്തുനിന്ന ജനക്കൂട്ടവും പോൺസ്റ്റാറിനോടുള്ള അയിത്തമില്ലായ്മയ്ക്കുള്ള തെളിവാണ്. വീരമോ ദേവി, രംഗീല തുടങ്ങിയ ചിത്രങ്ങളിലൂടെ മലയാളത്തിലേക്ക് എത്തുകയാണ് സണ്ണി. നീലച്ചിത്രങ്ങളിൽ നിന്നു സണ്ണിക്കു മുഖ്യധാരാ സിനിമയിൽ ഇടം ലഭിച്ചതുപോലെ തുണ്ടു ചിത്രങ്ങളിൽ നിന്ന് ഷക്കീലയും മുഖ്യധാരാ ചിത്രങ്ങളിൽ ഇടം നേടിയിരുന്നു. അൻവർ റഷീദിന്റെ *ചോട്ടാമുംബൈ,* ദീപു കരുണാകരന്റെ *തേജാഭായി & ഫാമിലി* എന്നിവ ഉദാഹരണം.

ഫിലിം സർട്ടിഫിക്കേഷനും നഗ്ന - ലൈംഗിക ദൃശ്യങ്ങളും

ഇന്ത്യയിൽ ശബ്ദചിത്രങ്ങൾ പ്രേക്ഷകന്റെ മുമ്പിൽ എത്തുന്ന കാലത്തിനുമുമ്പേ സിനിമയെന്ന കലാരൂപത്തെ നിയന്ത്രിക്കുവാനുള്ള ശ്രമങ്ങൾ നടന്നിരുന്നു എന്നതിന്റെ തെളിവാണ് 1918 ലെ 'സിനിമോട്ടോഗ്രാഫ് നിയമം.' താരതമ്യേന പ്രാകൃതവും അപരിഷ്കൃതവും ഇന്ത്യൻ പശ്ചാത്തലത്തിന് പൊരുത്തപ്പെടാനാവാത്തതുമായ ഈ നിയമത്തിൽ നിന്നും വ്യതിരിക്തമായ നിയമം 1920 ൽ രൂപീകരിക്കപ്പെട്ടു. ബ്രിട്ടീഷ് സംസ്കാരത്തെ അവഹേളിക്കുന്ന നിലപാടുകൾ, ലൈംഗികബന്ധങ്ങൾ, കുറ്റകൃത്യങ്ങൾ എന്നിവയെ നിരോധിക്കുകയെന്ന ലക്ഷ്യത്തോടെ ബ്രിട്ടീഷുകാർ അടിച്ചേല്പിച്ച നിയമമായിരുന്നു 1920 ലേത്. സമ്പൂർണ്ണമായ അർത്ഥത്തിൽ ഇന്ത്യൻ സമൂഹത്തെ യഥാർത്ഥത്തിൽ പരിഗണിക്കുന്ന നിയമം - സിനിമാട്ടോഗ്രാഫ് നിയമം 1952 ൽ പ്രാബല്യത്തിൽ വരികയും അവിടുന്നിങ്ങോട്ട് അത് കൃത്യമായി ഉപയോഗിക്കപ്പെട്ടുകൊണ്ടിരിക്കുകയും ചെയ്യുന്നു.

സെൻസർ ബോർഡിനെ ഫിലിം സർട്ടിഫിക്കേഷൻ ബോർഡ് എന്നു പുനർ നാമകരണം ചെയ്തിട്ടും അതിന്റെ അടിസ്ഥാന നിലപാടുകളിൽ

പ്രകടമായ വ്യതിയാനങ്ങൾ ഒന്നും വന്നിട്ടില്ല. ഫിലിം സർട്ടിഫിക്കേഷൻ ബോർഡ് കേന്ദ്ര ഭരണകൂടത്തിന്റെ അജണ്ടകളെ നടത്തിയെടുക്കാനുള്ള ഒരു ഏജൻസിയായി തരംതാണ് പ്രവർത്തിക്കുന്ന കാഴ്ച വർത്തമാന കാല ഇന്ത്യൻ സമൂഹത്തിൽ പ്രകടമാണ്. ഫിലിംസർട്ടിഫിക്കേഷൻ ബോർഡ് ഇന്ത്യൻ ദേശീയത, സംസ്കാരം, സദാചാരസങ്കല്പങ്ങൾ മൂല്യ ബോധങ്ങൾ, പാരമ്പര്യ ആചാരാനുഷ്ഠാനങ്ങൾ എന്നിവയെ പിന്തുട രുന്ന യാഥാസ്ഥിതിക ബോധ്യങ്ങളിലൂടെയാണ് സഞ്ചരിക്കുന്നത്. അതു കൊണ്ടുതന്നെ ജാതി-മത-വർണ്ണ-വർഗ്ഗ-ലിംഗ സദാചാരബോധങ്ങളെ ചോദ്യം ചെയ്യുന്നതോ പ്രകോപിപ്പിക്കുന്നതോ ആയ ദൃശ്യഖണ്ഡങ്ങളെ ചലച്ചിത്രത്തിന്റെ പരിശോധനകൾ നിർവ്വഹിക്കുന്നവർ യാതൊരുവിധ കലാബോധവുമില്ലാതെ മുറിച്ചുനീക്കി ചലച്ചിത്രങ്ങളെ വികൃതമാക്കുന്നു. നഗ്നത, സ്വവർഗ്ഗ ലൈംഗികത, ലിപ് ലോക്ക് ചുംബനങ്ങൾ, രാഷ്ട്രീയ വിശകലനങ്ങൾ, ആൾദൈവ വിമർശനങ്ങൾ തുടങ്ങിയവയെല്ലാം പുന രാലോചനകൾക്കു പോലും അവസരങ്ങൾ നല്കാതെ മുറിച്ചു നീക്കു വാനുള്ള വ്യഗ്രതയാണ് ഫിലിം സർട്ടിഫിക്കേഷൻ അംഗങ്ങൾ പ്രകടി പ്പിക്കുന്നത്. *ചായം പൂശിയ വീട്* (സതീഷ് ബാബുസേനൻ & സന്തോഷ് ബാബുസേനൻ) *കഥകളി* (സിജോ കണ്ണനാക്കൽ), *കാബോഡി സ്കേപ്സ്* (ജയൻ ചെറിയാൻ) എന്നീ ചിത്രങ്ങളെ നഗ്ന രംഗങ്ങളുടെ പേരിൽ വിയോജിപ്പുകൾ രേഖപ്പെടുത്തി സർട്ടിഫിക്കേഷൻ ബോർഡ് അത്തരം രംഗങ്ങൾ അവ നീക്കം ചെയ്യണമെന്നാവശ്യപ്പെട്ടു. ന്യൂഡ് ആയി ട്ടുള്ള സീനുകൾ ആ സിനിമയുടെ അത്യാവശ്യ ഘടകമാണെന്ന് തിരി ച്ചറിഞ്ഞ സംവിധായകർ കോടതിയിൽനിന്ന് അനുകൂലമായ വിധി സമ്പാ ദിച്ച് ചിത്രം പ്രദർശനത്തിനെത്തിച്ചു.

കല - സ്വാതന്ത്ര്യം - സംഘ്പരിവാർ അജണ്ടകൾ

വിക്ടോറിയൻ സദാചാര സങ്കല്പനങ്ങൾക്കൊപ്പം ഇന്ത്യൻ സമൂ ഹത്തിന്റെ ശുദ്ധാശുദ്ധി സങ്കല്പങ്ങളും കൂടിച്ചേർന്നാണ് രതി, നഗ്നത എന്നിവയെ ചോദ്യം ചെയ്യുന്നത്. രതി/നഗ്നത അശ്ലീലവും സദാചാരവിരു ദ്ധവുമാണെന്നു ഫാസിസ്റ്റു ശുദ്ധിവാദികൾ വിശ്വസിക്കുന്നതിനാൽ കലാ സാഹിത്യാദി മാധ്യമങ്ങളിലെ രതി - നഗ്നതാ ചിത്രീകരണങ്ങൾ സംഘ ടിതമായ എതിർപ്പുകളും ആക്രമണങ്ങളും നേരിടേണ്ടി വരുന്നു. നഗ്നത അശ്ലീലമാണ് എന്ന പൊതുബോധം സൃഷ്ടിക്കപ്പെട്ടതുകൊണ്ടാണ് കാനായിയുടെ *യക്ഷി*യും *സാഗരകന്യക*യും വിമർശനങ്ങൾ നേരിടേണ്ടി വന്നത്. ഇരുശില്പങ്ങളിലും കടുത്ത സ്ത്രീവിരുദ്ധതയെയാണ് സാമൂഹ്യ സദാചാരവാദികളും ഫെമിനിസ്റ്റുകളും ആരോപിക്കുന്നത്.

കാനായിക്ക് വിമർശനങ്ങൾ നേരിടേണ്ടിവന്നുവെങ്കിൽ എം എഫ് ഹുസൈനു ജീവനു ഭീഷണികൾ ഉയരുകയും ഇന്ത്യയിൽനിന്നും പലാ യനം ചെയ്യേണ്ടിവരികയുമുണ്ടായി. ഹിന്ദുമത വിശ്വാസികൾ ആരാധി ക്കുന്ന ലക്ഷ്മി/സരസ്വതി ദേവിമാരെ നഗ്നരായി ചിത്രീകരിച്ചു എന്ന

ആരോപണമുന്നയിച്ചുകൊണ്ടാണ് സംഘ്പരിവാർ സംഘടനകൾ അദ്ദേഹത്തിനെതിരെ ആക്രമണങ്ങൾ അഴിച്ചുവിട്ടത്. 1996 ഒക്ടോബർ 11 നു അഹമ്മദാബാദിലെ ചിത്ര ഗാലറിയിൽ സൂക്ഷിച്ചിരുന്ന എം എഫ് ഹുസൈന്റെ ചിത്രങ്ങൾ നശിപ്പിച്ചുകൊണ്ടാണ് ബജ്റംഗ്ദൾ ആക്രമണങ്ങൾ ആരംഭിക്കുന്നത്. 1998 മെയ് ഒന്നാം തീയതി മുംബൈയിലെ ഫ്ളാറ്റും ഗാലറിയും ബജ്റംഗ്ദൾ പ്രവർത്തകർ അടിച്ചുതകർത്തു. ഹുസൈനു നേരെയുള്ള ആക്രമണങ്ങളെ ശിവസേനാ തലവൻ ബാൽതാക്കറെ മഹത്വവല്ക്കരിച്ചപ്പോൾ ഹുസൈന്റെ തലയെടുക്കുന്നവർക്ക് പതിനൊന്നര ദശലക്ഷം ഡോളർ സമ്മാനം പ്രഖ്യാപിച്ചുകൊണ്ടാണ് തീവ്രഹിന്ദുത്വ സംഘടന തങ്ങളുടെ വർഗ്ഗീയ വിദ്വേഷ അജണ്ടകൾ വെളിപ്പെടുത്തിയത്. എഴുപതുകളിൽ ഹുസൈൻ വരച്ച ചിത്രങ്ങളിൽ രണ്ടു പതിറ്റാണ്ടിനുശേഷമാണ് സാംസ്കാരിക ദേശീയതയെന്ന പ്രതിലോമകരമായ അജണ്ടയ്ക്കുവേണ്ടി നിലകൊള്ളുന്ന സംഘ്പരിവാർ സംഘടനകൾ അശ്ലീലം കണ്ടെത്തുന്നതും വർഗ്ഗീയമായ ആക്രമണങ്ങൾ സൃഷ്ടിക്കുന്നതും. 'ഒരു മുസ്ലീംചിത്രകാരൻ ഹിന്ദുദേവതകളെ അശ്ലീലമായി ചിത്രീകരിച്ചു'വെന്ന തീവ്ര ഹിന്ദുത്വവാദികളുടെ പ്രചരണങ്ങൾ വിശ്വസിച്ച ഹിന്ദുസമൂഹം അതിവൈകാരികമായി ഹുസൈനെതിരെ പ്രതികരിച്ചുകൊണ്ട് സംഘ്പരിവാർ സംഘടനകൾക്കു പിന്തുണ പ്രഖ്യാപിച്ചു. ഇന്ത്യയിൽ നിന്നു പലായനം ചെയ്യേണ്ടിവന്ന ഹുസൈൻ മരണംവരെയും മറ്റുരാജ്യങ്ങളിൽ അഭയാർത്ഥിയെപോലെ കഴിയേണ്ടിവന്നു.

വെള്ളിത്തിരയിലെ പ്രണയ/ലൈംഗികബന്ധങ്ങൾ, നഗ്നത/ചുംബനങ്ങൾ എന്നിവയോടെല്ലാം 'കടുത്ത' അസഹിഷ്ണുതകൾ പുലർത്തുന്ന ഹിന്ദുത്വവാദികളുടെ നിലപാടുകളോട് ക്രിസ്റ്റ്യൻ/ഇസ്ലാം മതവിശ്വാസികളുടെ നിലപാടുകളും ചില സന്ദർഭങ്ങളിൽ ഒത്തുപോകാറുണ്ട്. *ഹേറാം, വിരുമാണ്ടി* എന്നിവയിലെ ചുംബന രംഗങ്ങൾ വിവാദമായപ്പോൾ, ഇന്ത്യൻ ക്ഷേത്രങ്ങളിലെ ശില്പങ്ങൾ എല്ലാം പ്ലാസ്റ്റിക് ഷീറ്റിട്ട് മൂടിവയ്ക്കേണ്ടിവരുമെന്ന് കമൽഹാസൻ അഭിപ്രായപ്പെട്ടത് ഇവിടെ സ്മരണീയമാണ്. നഗ്നതയെയും കലയേയും ഇന്ത്യൻ സമൂഹം ആഹ്ലാദാരവങ്ങളോടെ സ്വീകരിച്ചതിന്റെ തെളിവുകൾ ഖജുരാഹോയിലെയും കൊണാർക്കിലെയും രതിചിത്രങ്ങൾ നല്കുന്നു. കൊളോണിയൽ ഭരണകൂടത്തിന്റെ അധിനിവേശങ്ങളെത്തുടർന്നു പ്രചരിച്ച 'വിക്ടോറിയൻ മൊറാലിറ്റി' കലാഭാവനകളെയും ബാധിച്ചു. എങ്കിൽ തന്നെയും സർഗ്ഗാത്മക ആവിഷ്കാരം എന്ന നിലയിൽ നഗ്നത ശില്പ - ചിത്രകലയിൽ പ്രത്യക്ഷപ്പെടുകയുണ്ടായി. കാനായിയുടെയും എം എഫ് ഹുസൈന്റെയും കലാഭാവനകൾ സദാചാരവാദികളുടെ വിമർശനങ്ങൾക്ക് ഇരയായെങ്കിൽ പരസ്യങ്ങളിലെയും ചലച്ചിത്രങ്ങളിലെയും നഗ്നരംഗങ്ങളെ ഭരണകൂടം മുറിച്ചു നീക്കുകയോ അവയെ നിരോധിക്കുകയോ ചെയ്തു. ബോളിവുഡ് താരം പൂജ ബേദി അഭിനയിച്ച ഗർഭനിരോധന ഉറയുടെ പരസ്യം,

വിവേക് ഒബ്റോയിയും ബിപാഷ ബസുവും അഭിനയിച്ച പരസ്യചിത്രം സണ്ണി ലിയോണും ഭർത്താവും ഒന്നിച്ച കോണ്ടം പരസ്യം തുടങ്ങിയവ നിരോധിക്കപ്പെട്ട ചിത്രങ്ങൾക്കുള്ള ഉദാഹരണങ്ങളിൽ ചിലതുമാത്രം. 2017 ഗോവൻ ചലച്ചിത്രമേളയിൽ *സെക്സി ദുർഗ്ഗ*യ്ക്കൊപ്പം *ന്യൂഡും* (രവിജാദവ്, 2017) തിരസ്കരിക്കപ്പെട്ടിരുന്നു. നഗ്ന മോഡലിന്റെ ജീവിതം പ്രമേയമാക്കിയ *ന്യൂഡി*ന് കേന്ദ്ര വാർത്താവിതരണ പ്രക്ഷേപണമന്ത്രാലയമാണ് പ്രദർശനാനുമതി നിഷേധിച്ചത്.

'നഗ്നത'യുടെ ദൃശ്യഭാവനകളിൽ വിറളി പിടിക്കുന്ന മതയാഥാസ്ഥിതികർ അത് ഭക്തി, മിത്ത് എന്നിവയോടു ചേർന്നു വരുമ്പോൾ ഉദാത്തമായി അംഗീകരിക്കുന്നു. ക്ഷേത്രച്ചുമരുകളിലെ രതിശില്പങ്ങൾ, ദിഗംബരന്മാർ, അഘോരികൾ, കുംഭമേള, ശിവലിംഗാരാധന എന്നിവയെ സർവ്വാത്മനാ അംഗീകരിക്കുന്ന ഹിന്ദുത്വവാദികൾ ചിത്രകലയിലേയും ചലച്ചിത്രങ്ങളിലേയും നഗ്നരംഗങ്ങളിൽ പ്രകോപിതരായി പ്രതിഷേധങ്ങൾ നടത്തുന്നു.

നഗ്നതയുടെ രാഷ്ട്രീയം

'രാജാവ് നഗ്നനാണ്' എന്നു വിളിച്ചു പറഞ്ഞ കുട്ടിയുടെ കഥ ഏറെ പറഞ്ഞു പഴകിയ ഒന്നാണ്. എങ്കിൽതന്നെയും രാജാവിന്റെ നഗ്നത സൃഷ്ടിച്ച രാഷ്ട്രീയവും കുട്ടിയുടെ നിഷ്കളങ്കമായ ഊർജ്ജവും ഏതു കാലത്തും പ്രസക്തമാണ്. ഒരു ഭരണകൂടമെങ്ങനെ അശ്ലീലമാകുന്നു എന്നതിന്റെ ദൃശ്യബിംബമാണ് നഗ്നനായ രാജാവിന്റെ ചിത്രത്തിലുള്ളത്. നഗ്നതയുടെ വ്യത്യസ്തമായ ദൃശ്യ ചിത്രണങ്ങൾ കല/സാമൂഹ്യ രംഗങ്ങളിൽ പ്രത്യക്ഷപ്പെടുന്നത് കലയുടെ പാരമ്പര്യബോധങ്ങളെ അട്ടിമറിച്ചുകൊണ്ടാണ്. നഗ്നതയുടെ കലാപരമായ സാധ്യതകളെ ഉപയോഗപ്പെടുത്തുവാനാണ് ഒരു വിഭാഗം ചിത്രങ്ങൾ (*ചായം പൂശിയ വീട്, കഥകളി, കുട്ടിസ്രാങ്ക്*) ഉദ്യമിച്ചതെങ്കിൽ ഒരു വിഭാഗം ചലച്ചിത്രങ്ങൾ (*തന്ത്ര, ദേവദാസി, താണ്ഡവം*) നഗ്നതയുടെ കമ്പോള സാധ്യതകളെ, വിപണി മൂല്യത്തെ പരമാവധി ഉപയോഗപ്പെടുത്തുവാനാണ് ശ്രമിച്ചത്.

നഗ്നതയൊരു പ്രതിരോധ രാഷ്ട്രീയ ബിംബമായി അവരോധിക്കപ്പെടുന്നതിന്റെ കാഴ്ച ഇന്ത്യൻ സമൂഹത്തിൽ നിന്നും കണ്ടെടുക്കാവുന്നതാണ്. ബ്രിട്ടീഷ് കൊളോണിയൽ വാഴ്ചയ്ക്കെതിരെ നിരന്തരമായി സഹനസമരങ്ങൾ നടത്തിയ ഗാന്ധിജി അർദ്ധനഗ്നനായിരുന്നു. വിദേശി വസ്ത്രങ്ങളോടുള്ള വിയോജിപ്പുകളും കൊളോണിയൽ ഭരണകൂടത്തോടുള്ള പ്രതിഷേധങ്ങളും ഗാന്ധിയുടെ അർദ്ധ നഗ്ന ഉടലിൽ പ്രത്യക്ഷമായിരുന്നു. ആ അർദ്ധനഗ്നനായ ഫക്കീറിന്റെ അക്ഷീണമായ പ്രവർത്തനങ്ങളാണ് ബ്രിട്ടീഷുകാരെ ഇന്ത്യയിൽനിന്നും തുരത്തുന്നത്. കൊളോണിയൽ ഭരണകാലഘട്ടങ്ങളിൽ നിന്നും വർത്തമാനകാലത്തേക്ക് എത്തുമ്പോൾ ആൺഅധികാരത്തേയും പാരമ്പര്യബോധത്തേയും യാഥാസ്ഥിതികത്വത്തേയും വിറളി പിടിക്കുന്ന ഉടൽ നഗ്നതകൾ, സ്ത്രീ/പുരുഷൻ/

ട്രാൻസ്ജന്റർ വിഭാഗങ്ങൾ പ്രകടിപ്പിച്ചുകൊണ്ട് ഉടലിന്റെ രാഷ്ട്രീയം സ്ഥാപിച്ചെടുക്കുന്നുണ്ട്.

സ്വവർഗ്ഗ ലൈംഗികർ നഗ്ന ഉടലുകൾകൊണ്ട് ഭിന്നവർഗ്ഗ ലൈംഗികതയുടെ വ്യവസ്ഥാപിത രീതിശാസ്ത്രങ്ങളോടും ലൈംഗികതയെ സംബന്ധിച്ച പൊതുബോധങ്ങളോടും രാഷ്ട്രീയമായി കലഹിക്കുന്നു. ദീപ മേത്തയുടെ *ഫയർ*, ജയൻ ചെറിയാന്റെ *കബോഡി സ്കേപ്സ്*, രാജ് അമിത്കുമാറിന്റെ *ബ്ലമിഷിംഗ് ലൈറ്റ്* എന്നിവ ഉദാഹരണം. ഹാരിസ് - വിഷ്ണു സ്വവർഗ്ഗ പ്രണയത്തെ സംഘർഷാത്മകമാക്കുന്ന സംഘ്പരിവാർ സംഘടനകളോടും അവരുടെ 'അതിവിശുദ്ധ'വാദത്തോടും എതിർപ്പുകൾ പ്രകടിപ്പിക്കുന്ന ഹാരിസ് 'നഗ്നതയെ' ഒരു പ്രതിരോധ രാഷ്ട്രീയ ബിംബമായി ഉപയോഗപ്പെടുത്തുന്നു. ഉടൽബോധങ്ങളെ ഭയക്കുന്ന രാഷ്ട്രത്തിനു മുമ്പിൽ ഹാരിസ് സ്വതന്ത്രമായ നഗ്ന ഉടലുകളുടെ രാഷ്ട്രീയ നിലപാടുകളെ ചിത്രങ്ങളിലൂടെ സന്നിവേശിപ്പിക്കുന്നു. ഹിന്ദുത്വ തീവ്രവാദികൾ നടത്തുന്ന ആക്രമണത്തോടുള്ള പ്രതിഷേധമായി അവരുടെ ആരാധനാബിംബമായ ഹനുമാനെ പൂർണ്ണ നഗ്നനായി ചിത്രീകരിക്കുന്നു. അക്രമാസക്തമായ ആൾക്കൂട്ടത്തിനു മുമ്പിൽ വസ്ത്രമുരിഞ്ഞു പൂർണ്ണ നഗ്നനായി നിന്നു പ്രതിഷേധിക്കുന്ന ഹാരീസിന്റെ ഉടൽ മതയാഥാസ്ഥിതികരുടെ പൊതുബോധങ്ങളെയാണ് അട്ടിമറിക്കുന്നത്.

ഫ്യൂഡൽ ആണധികാരത്തിന്റെ സാമ്പ്രദായികമായ ജീവിതശൈലികളെയും അതിലൂടെ നിർവ്വഹിക്കപ്പെടുന്ന സ്ത്രീത്വത്തിന്റെ അവഹേളനങ്ങളെയും ചോദ്യം ചെയ്യുന്ന സമീപനമാണ് *ഫയറി*ലെ രാധ - സീത ബന്ധത്തിൽ സൃഷ്ടിക്കപ്പെടുന്നത്. അശോകിന്റെ സ്മൃതിപഥത്തിൽ തെളിയുന്ന ഇരുവരുടെയും (ഇണചേരുന്ന) നഗ്നമായ ഉടലുകൾ പാരമ്പര്യ ഹിന്ദുത്വബോധങ്ങളെ തകർക്കാൻ പര്യാപ്തമായിരുന്നു. സവർണ്ണ ഹൈന്ദവതയുടെ യാഥാസ്ഥിതിക കുടുംബസങ്കല്പനങ്ങളേയും അതിയാഥാസ്ഥിതിക സ്ത്രീ പുരുഷ സങ്കല്പനങ്ങളേയും 'ലെസ്ബിയനുകളുടെ നഗ്ന ഉടൽ സംയോഗങ്ങൾ' നിരാകരിച്ചു എന്നതിനാലാണ് സംഘ്പരിവാർ സംഘടനകൾ *ഫയറി*നെതിരെ പ്രതിഷേധങ്ങൾ നടത്തിയതും വ്യാപകമായ ആക്രമണങ്ങൾ അഴിച്ചുവിട്ടതും. *ഫയറി*നുശേഷം സൃഷ്ടിക്കപ്പെട്ട *ഗേൾഫ്രണ്ട്, സൈലന്റ്‌വാലി* ചിത്രങ്ങൾ പെണ്ണുടൽ നഗ്നതയുടെ കമ്പോളസാധ്യതകളെ പരമാവധി ചൂഷണം ചെയ്യുവാനാണ് ഉദ്യമിച്ചത്. അതുകൊണ്ടുതന്നെ ലെസ്ബിയനുകളുടെ നഗ്ന ഉടലുകൾ ഭിന്നവർഗ്ഗ ലൈംഗികതയുടെ ആധിപത്യ രാഷ്ട്രീയത്തെ പ്രതിരോധിക്കുന്ന നിലയിലേക്ക് ഉയരുകയുണ്ടായില്ല. പൊതുസമൂഹത്തിന് ജന്റർ ന്യൂനപക്ഷങ്ങളുടെ ഉടലുകളെ കേന്ദ്രീകരിച്ച് നിലനില്ക്കുന്ന ചില അവ്യക്തതകളുണ്ട്. അവയെ ഭാവനകളിലൂടെയും ലൈംഗികാതിക്രമങ്ങളിലൂടെയും അറിയുവാൻ വ്യഗ്രതപ്പെടുന്ന ആൺസമൂഹത്തിന്റെ നിലപാടുകളെ പുച്ഛിച്ചുകൊണ്ട് ട്രാൻസുകൾ തങ്ങളുടെ നഗ്ന ഉടലുകൾ പ്രദർശിപ്പിക്കുന്ന നിലപാടുകൾ തികഞ്ഞ രാഷ്ട്രീയബോധത്തോടുകൂടി കേര

ളീയ സമൂഹത്തിൽ പ്രകടമാകുന്നുണ്ട്. *ലിംഗഭേദത്തിനു പുറത്തെ ശരീര ഭാഷകൾ* എന്ന ഫോട്ടോ ഷൂട്ടിലാണ് ട്രാൻസ് ഉടലുകളുടെ നഗ്ന ശരീര ഭാഷ അവതരിപ്പിക്കപ്പെട്ടത്. (2016 ആഗസ്റ്റ്, *സംഘടിത ക്വീയർ സ്പെഷ്യൽ*)

ദേശം, പ്രാദേശികത, ജാതി, മതം, സ്വത്വരാഷ്ട്രീയം, വംശീയത, ലിംഗപദവി എന്നിവയോടെല്ലാം ചേർന്നു നില്ക്കുന്ന ഉടലിന്റെ നഗ്നത വിപ്ലവകരമായ സൂചനകളെ ഉള്ളടക്കം ചെയ്തിരിക്കുന്നു. കരിഞ്ഞുണങ്ങിയ ആദിവാസിയുടെ നഗ്ന ഉടലുകൾ, ദളിതരുടെ നഗ്ന - അർദ്ധനഗ്ന ഉടലുകൾ അവർ നേരിടേണ്ടിവരുന്ന വംശീയാതിക്രമങ്ങളുടെ പ്രതിബിംബമായി മാറുന്നു. ഗുജറാത്ത് ഉനയിൽ ചത്ത പശുവിന്റെ തോലെടുത്തതിന് നാലു ദളിതരെ മർദ്ദിച്ച ഗോ സംരക്ഷണ സേനാ പ്രവർത്തകർ അവരെ അർദ്ധനഗ്നരായി ചേർത്തുകെട്ടിയിട്ടാണ് പീഡനങ്ങൾ അഴിച്ചുവിട്ടത് (2016 ജൂലൈ 11). അർദ്ധനഗ്നരായി പീഡനങ്ങൾ ഏറ്റുവാങ്ങിയ ദളിതരുടെ പ്രതിഷേധങ്ങൾ ഇന്ത്യയൊട്ടുക്ക് വ്യാപിക്കുന്നതിന് 'ഉന' സംഭവം കാരണമായിമാറി. അട്ടപ്പാടിയിലെ അക്രമാസക്തരായ ആൾക്കൂട്ടം മർദ്ദിച്ചു കൊലപ്പെടുത്തിയ മധുവിനേയും ഉടുമുണ്ട് ഉരിഞ്ഞെടുത്താണ് ബന്ധനസ്ഥനാക്കിയിരുന്നത്. നവോത്ഥാനവും ആധുനികതയുമെല്ലാം ഇളക്കി മറിച്ച ഇതേ മണ്ണിലാണ് ദളിത്/ആദിവാസികളുടെ നഗ്ന ഉടലുകൾ പീഡിപ്പിക്കപ്പെടുന്നതും സവർണ്ണ ഉടലുകൾ പൊതു സാമൂഹ്യ അധികാരഘടനകളിൽ ആധിപത്യം ഉറപ്പിക്കുന്നതും. 'തുണി പൊക്കിക്കാണിക്കുക' യെന്ന രീതി മലയാളിയെ സംബന്ധിച്ചിടത്തോളം കരുത്തനായ പ്രതിയോഗിയെ അശ്ലീലമാക്കി വെറുപ്പിച്ച് പരാജയപ്പെടുത്തുന്ന തന്ത്രങ്ങളിലൊന്നാണ്. പരസ്യമായി നഗ്നതാ പ്രദർശനം നടത്തുന്ന വ്യക്തികളെ നിയമപാലകർ അറസ്റ്റുചെയ്യുന്നതും മാനസിക ദൗർബല്യമുള്ളവരായി പരിഗണിച്ച് ചികിത്സകൾ നല്കുന്നതും സമൂഹത്തിലെ മറ്റൊരു കാഴ്ചയാണ്. ഉത്തരേന്ത്യൻ സമൂഹത്തിൽ ഹിന്ദുത്വ തീവ്രവാദികളുടെ ആൾക്കൂട്ടം ദളിത് ആദിവാസി വിഭാഗങ്ങളെ, സ്ത്രീകളെ മർദ്ദിച്ച് നഗ്നരാക്കി നടത്തുന്നതും കൊലപ്പെടുത്തുന്നതുമായ കാഴ്ചകളുടെ റിപ്പോർട്ടുകൾ നമ്മുടെ മുമ്പിലുണ്ട്. ഒരു വ്യക്തിയുടെ വ്യക്തിത്വമില്ലാതാക്കാൻ നിർബന്ധിത നഗ്നയാക്കൽ പ്രക്രിയയ്ക്കു കഴിയുമ്പോൾ സ്വയം നഗ്നനായി സമൂഹത്തിനു മുമ്പിൽ നില്ക്കുന്ന വ്യക്തി ആ സമൂഹത്തിനോടുള്ള വിദ്വേഷങ്ങളെയും പ്രതിഷേധങ്ങളെയുമാണ് പ്രകടിപ്പിക്കുന്നത്. നഗ്നതയുടെ രാഷ്ട്രീയ പ്രതിരോധത്തെ സങ്കുചിത മലയാളി ജനസമൂഹത്തിനു ഗൗരവമായ രീതിയിൽ പരിചയമില്ല.

എം എഫ് ഹുസൈൻ മുതൽ കാനായി വരെയുള്ള ചിത്രകാരന്മാർ നഗ്ന ചിത്രീകരണങ്ങളിലൂടെ ഇന്ത്യൻ സമൂഹത്തിലെ പൊതുബോധത്തിലാണ് പിളർപ്പുകൾ സൃഷ്ടിച്ചത്. വ്യവസ്ഥാപിത സദാചാരമൂല്യങ്ങളെ പാടേ തകർത്തുകൊണ്ട് അവ കേവലം പൗരോഹിത്യ ഫ്യൂഡൽ ആണധികാരങ്ങളുടെ വ്യാജ നിർമ്മിതികളാണെന്നു ബോധ്യപ്പെടു

ത്തുന്നു. 'നഗ്നത അശ്ലീലമല്ലെ'ന്നും 'പെണ്ണുടൽ ഇറോട്ടിക്കായ' ഒരു വസ്തു മാത്രമല്ലെന്നും ബോധ്യപ്പെടുത്തുവാനുള്ള ശ്രമമാണ് കലാവിഷ്കാരങ്ങൾ. നഗ്നതയുടെ പ്രതിഷേധ രാഷ്ട്രീയം പ്രകടമാകുന്ന പ്രകടനങ്ങളിലൊന്നാണ് സ്ട്രീക്കിംഗ്. തെരുവിലൂടെ നഗ്നരായി കൂട്ടയോട്ടം നടത്തി പ്രതിഷേധിക്കുന്ന ഇത്തരമൊരു പ്രവണത ഇംഗ്ലണ്ടിൽ നിന്നാണ് തുടക്കം കുറിക്കുന്നത്. 1799 ൽ ഇംഗ്ലണ്ടിൽ നടന്ന സ്ട്രീക്കിംഗിനു യഥാർത്ഥത്തിൽ രാഷ്ട്രീയ പശ്ചാത്തലമില്ലായിരുന്നു. അതു കേവലം സുഹൃത്തുക്കൾ തമ്മിലുള്ള ബെറ്റിന്റെ അടിസ്ഥാനത്തിലാണ് അരങ്ങേറിയത്. ആയിരത്തി തൊള്ളായിരത്തി അറുപതുകളിലാണ് സ്ട്രീക്കിംഗ് പ്രതിഷേധ പരിപാടിയായി ലോകമൊട്ടാകെ വ്യാപിക്കുന്നത്. കേരളത്തിൽ എറണാകുളം ലോ കോളേജിലെ വിദ്യാർത്ഥികൾ പാശ്ചാത്യ ലോകത്തെ സ്ട്രീക്കിംഗിൽ ആകൃഷ്ടരായി എറണാകുളത്ത് അത്തരം ഒരു പ്രകടനം നടത്തുകയുണ്ടായി. ഷാജി കൈലാസിന്റെ *നീലക്കുറുക്കൻ* (1992) ഈ സ്ട്രീക്കിംഗിനെ ഓർമ്മപ്പെടുത്തുന്നുണ്ട്. കേരളീയ സമൂഹത്തിൽ അശ്ലീലത്തെക്കുറിച്ചും നഗ്നതയെക്കുറിച്ചും സദാചാരബോധത്തെക്കുറിച്ചും യാഥാസ്ഥിതിക ബോധങ്ങൾ ആഴത്തിൽ വേരുറച്ചു പോയതു കൊണ്ടുതന്നെ സ്ട്രീക്കിംഗ് ഒരു പ്രതിരോധമായിട്ടോ പ്രതിഷേധമായിട്ടോ തന്ത്രമായി ഉയർന്നു വരികയുണ്ടായില്ല. നില്പ് സമരം, ഇരിപ്പ് സമരം, മണിയടി സമരം, നിലവിളി സമരം എന്നു തുടങ്ങി വ്യത്യസ്തങ്ങളായ നിരവധി പ്രതിഷേധങ്ങൾ കേരളീയ സമൂഹത്തിൽ നടത്തപ്പെടുന്നുണ്ട്. പൊതുസമൂഹത്തിലെ സദാചാര ഗുണ്ടായിസത്തിനെതിരെയുയർന്നുവന്ന ചുംബനസമരം (കിസ് ഓഫ് ലൗ/2014 നവംബർ 2, കൊച്ചി), പ്രണയം, ലൈംഗികത, നഗ്നത, സ്വാതന്ത്ര്യം എന്നിവയെ സംബന്ധിച്ചുള്ള പുനരാലോചനകൾക്കുള്ള സാധ്യതകളെ സൃഷ്ടിച്ചു.

നഗ്നത ഒരു പ്രതിരോധ രാഷ്ട്രീയത്തിന്റെ സ്വഭാവം കൈവരിക്കുന്ന സമീപനങ്ങൾ ഇന്ത്യൻ സമൂഹത്തിൽനിന്നും കണ്ടെടുക്കാവുന്നത്. ഇന്ത്യൻ സൈന്യത്തിന്റെ കടന്നുകയറ്റങ്ങളിലും ആക്രമണങ്ങളിലും വീർപ്പുമുട്ടുന്ന മണിപ്പൂരി സ്ത്രീകൾ സൈന്യത്തിന്റെ ലൈംഗികാതിക്രമങ്ങളിൽ പ്രതിഷേധിച്ചുകൊണ്ട് നഗ്ന ഉടലുകളുമായി പ്രതിഷേധങ്ങൾ രേഖപ്പെടുത്തി. മണിപ്പൂരിൽ മനോരമ അടക്കമുള്ള സ്ത്രീകളെ ഇന്ത്യൻ സൈന്യം റേപ്പ് ചെയ്ത് കൊന്നതിൽ പ്രതിഷേധിച്ച്, ഇന്ത്യൻ ആർമി റേപ്പ് അസ് എന്ന ബാനറുമുയർത്തി സൈന്യത്തിന്റെ പ്രത്യേക അവകാശ നിയമത്തിനെതിരെ (അഫ്സപ) മണിപ്പൂരി സ്ത്രീകൾ നഗ്നരായി നടത്തിയ പ്രകടനം ചരിത്രത്തിൽ ഇടം പിടിച്ചു. നഗ്നതയുടെ പ്രതിഷേധ രാഷ്ട്രീയം ഉത്തരേന്ത്യൻ കർഷകർ അർദ്ധനഗ്നരായി ഡൽഹിയിലേക്കു നടത്തിയ മാർച്ചിൽ പ്രകടമായിരുന്നു. നവ ലിബറൽ നയങ്ങളുടെ ഭാഗമായി അതിദാരിദ്ര്യാവസ്ഥയിലേയ്ക്കു പിന്തള്ളപ്പെട്ട കർഷകന്റെ പ്രതിസന്ധികൾ അവന്റെ ഉടലിൽ നിന്നുതന്നെ വ്യക്തമാണ്. ഫാറൂഖ് കോളേജ് അദ്ധ്യാപകൻ പെൺകുട്ടികളുടെ വസ്ത്രധാരണത്തെ മുൻനി

റുത്തി നടത്തിയ വത്തയ്ക്കാ പരാമർശത്തിന്റെ പേരിൽ പുരോഗമന വിദ്യാർത്ഥി പ്രസ്ഥാനം നടത്തിയ വത്തയ്ക്കാ മാർച്ചും സോഷ്യൽ മീഡിയയിൽ നടന്ന വത്തയ്ക്കാ പ്രദർശനവും മത - ആണത്ത അധികാരങ്ങൾക്കെതിരെയുള്ള പ്രതിഷേധങ്ങളായിരുന്നു. ക്വീയർ ആക്ടിവിസ്റ്റ് രഹന ഫാത്തിമ അർദ്ധനഗ്നയായി മാറിൽ വത്തയ്ക്ക ചേർത്തുവെച്ചു നില്ക്കുന്ന ചിത്രവും വത്തയ്ക്ക മാറ്റി മുലകൾ പൂർണ്ണമായും തുറന്നിട്ടുകൊണ്ട് നഗ്നത പ്രകടിപ്പിക്കുന്ന ചിത്രവും (എഫ് ബി പോസ്റ്റ്/നാരദാ ന്യൂസ്, 2018 മാർച്ച് 19) നഗ്നതയുടെ പ്രതിരോധമായി പരിഗണിക്കാവുന്നതാണ്. ഓൺലൈനിൽ ലീക്കാകുന്ന പെണ്ണുടൽ നഗ്നതയുടെ പേരിൽ ജീവിതമവസാനിപ്പിക്കുന്ന സ്ത്രീകൾക്ക് മുമ്പിൽ ധൈര്യത്തോടെ ആർട്ടിസ്റ്റ് കനികുസൃതി നില്ക്കുന്നുണ്ട്. ലീക്കായ തന്റെ നഗ്ന ഫോട്ടോകളുടെ പേരിൽ വേവലാതികളില്ലാതെ നില്ക്കുന്ന കനി നഗ്നതയുടെ പേരിൽ ചൂളിച്ചുരുങ്ങി നിലവിളിക്കുകയോ ആൺകാമനകളുടെ സമൂഹത്തെ ഭയപ്പെടുകയോ ചെയ്യേണ്ടതില്ലെന്നു സമർത്ഥിച്ചു. (കന്യക, 2018 മാർച്ച് 31)

ശരീരത്തിന്റെ നഗ്നത പ്രശ്നവല്ക്കരിക്കപ്പെടുന്നത് അത് ലൈംഗികതയുമായി ബന്ധപ്പെടുത്തുമ്പോഴാണ്. നഗ്നതയെയും ലൈംഗികതയേയും പരസ്പര പൂരകമായോ ഏകഭാവമായിട്ടോ പരിഗണിക്കുന്ന പൊതുബോധത്തിന്റെ കാഴ്ചകളിലാണ് അത് അശ്ലീലമാകുന്നത്. നഗ്നതയെന്നത് ഒരു ഉടലിന്റെ സമ്പൂർണ്ണമായ വസ്ത്രനിരാസമായതുകൊണ്ടുതന്നെ നഗ്നമായ ഉടൽ പലവിധ വ്യവഹാരങ്ങളെ പ്രതിനിധീകരിക്കുന്നു. ഉടൽ ഒരു രാഷ്ട്രീയ സൂചകബിംബമായി മാറുന്നതും ഇത്തരം പശ്ചാത്തലത്തിലാണ്. ഇത്തരം പ്രതിഷേധങ്ങൾ സാധ്യമാകുമ്പോഴും നഗ്നതയെ സംബന്ധിച്ച യാഥാസ്ഥിതികബോധങ്ങൾ ഇന്ത്യൻ/കേരളീയ സമൂഹത്തിൽ ശക്തമായി തുടരുന്നു. നഗ്നതാ പ്രദർശനത്തിന്റെ പേരിൽ ചലച്ചിത്രങ്ങൾക്ക് ഫിലിം സർട്ടിഫിക്കേഷൻ ബോർഡ് കട്ടുകൾ നിർദ്ദേശിക്കുന്നതും സംഘ്പരിവാർ സംഘടനകൾ പ്രതിഷേധങ്ങൾ നടത്തുന്നതും ചലച്ചിത്ര പോസ്റ്ററുകൾ ഓൺലൈനിൽ നിന്നു നീക്കം ചെയ്യപ്പെടുന്നതും (ഉദാ: കേരളത്തിലെ ആദ്യ ഇന്റർസെക്ഷ്വൽ ചലച്ചിത്രമെന്ന പേരിൽ അവതരിപ്പിക്കപ്പെട്ട *ഏക*യിലെ രഹ്നാ ഫാത്തിമയുടെ നഗ്ന പോസ്റ്ററുകൾ) അതിന്റെ ഭാഗമാണ്. നഗ്നതയെ സംബന്ധിച്ചുള്ള യാഥാസ്ഥിതിക മനോഭാവങ്ങൾ മാറുന്നതിനൊപ്പം തന്നെ നഗ്നതയെ കമ്പോളവല്ക്കരിക്കുന്ന നിലപാടുകളും ചലച്ചിത്രമേഖലയിൽ നിന്നും നീക്കം ചെയ്യപ്പെടേണ്ടതുണ്ട്.

റഫറൻസ്

I.1. പി സോമൻ - *അധികാരം അശ്ലീലത സാഹിത്യം*, ചിന്ത പബ്ലിഷേഴ്സ്, തിരുവനന്തപുരം.

2. എസ് സുധീഷ് - *നഗ്നവും ആവിഷ്കാര സ്വാതന്ത്ര്യവും*, മേപ്പിൾ

ബുക്സ്, കൊല്ലം ഏപ്രിൽ 1999.
3. എം കമറുദ്ദീൻ - *വസ്ത്രവും നഗ്നതയും*, ചിന്ത പബ്ലിഷേഴ്സ്, തിരുവനന്തപുരം, മെയ് 2017.
4. കെ ആർ ഇന്ദിര, സ്ത്രൈണ കാമസൂത്രം, ഡി സി ബുക്സ്, കോട്ടയം, 2012.

II.1. *നഗ്ന വസ്തുതകൾ*, ഇ പി രാജഗോപാലൻ, ചലച്ചിത്ര സമീക്ഷ, ജൂലൈ 2018, വോള്യം ഒന്ന്, ഇഷ്യു 12.
2. *അടർത്തിമാറ്റിയ ചുണ്ടുകൾ മുറിവേറ്റ സിനിമകൾ*, എൻ പി സജീഷ്, മാതൃഭൂമി ആഴ്ചപ്പതിപ്പ് , 2016 ഫെബ്രുവരി 21-27, പുസ്തകം 93, ലക്കം 49.
3. *വലിയ ശില്പി വലിയ ശില്പങ്ങൾ*, എ ടി മോഹൻരാജ്, മലയാളം വാരിക, 2 ജനുവരി 2009.

ഭാഗം നാല്

കാഴ്ച/രാഷ്ട്രീയം/പ്രതിനിധാനം

10

തിരശീലയിലെ ചുവപ്പൻ വിപ്ലവങ്ങളും വലതുപക്ഷ അജണ്ടകളും

താത്വികമായ ഒരു അവലോകനമാണ് ഞാനുദ്ദേശിക്കുന്നത്. ഒന്ന് പ്രതിക്രിയാവാദികളും വിഘടനവാദികളും പ്രഥമദൃഷ്ട്യാ അകൽച്ചയിൽ ആയിരുന്നെങ്കിലും അവർക്കിടയിലെ അന്തർധാര സജീവമായിരുന്നു. രണ്ട് ബൂർഷ്വാസികളും തർക്കം പാർത്തിരിക്കുകയായിരുന്നു. അങ്ങനെ യാണ് നമുക്ക് തിരഞ്ഞെടുപ്പ് പ്രതികൂലമായി ഭവിച്ചത്.

- കുമാരപിള്ള/സന്ദേശം (1991)

ഒരു ലാൽസലാം പറയാൻ തോന്നുന്നുണ്ടോ സഖാവേ... പഴയ സോപ്പുപെട്ടി സിനിമാകഥയിലെ അച്ഛനുവേണ്ടിയുള്ള മകന്റെ പ്രതികാരം മാത്രമായിരുന്നില്ല. സ്മാരകങ്ങളും രക്തസാക്ഷിദിനവും ഉണ്ടാക്കാൻ ഇനി ഒരു മോഹനൻ വേണ്ട. ഉന്മൂലനം, ഇവനെപ്പോലെയുള്ളവന്റെ ഉന്മൂലനത്തിൽ വിശ്വസിക്കുന്നതുകൊണ്ട്.... അതുകൊണ്ടു മാത്രം... ഞാനൊരു കമ്യൂണിസ്റ്റാണ്. ലാൽ സലാം....

- രാമനുണ്ണി/രാമലീല (2017)

മലയാളത്തിന്റെ വെള്ളിത്തിരയിൽ നിറഞ്ഞ കൈയ്യടികൾക്കും സ്വീകാര്യങ്ങൾക്കും പാത്രമായ ജനപ്രിയചലച്ചിത്രങ്ങളിലെ ഇത്തരം ഡയലോഗുകൾ നല്കുന്ന സൂചനകൾ അത്യന്തം പ്രതിലോമകരമാണ്. വിപ്ലവ രാഷ്ട്രീയ പ്രമേയ ചലച്ചിത്രങ്ങൾക്കു കേരളീയ സമൂഹത്തിൽ വലിയ കമ്പോള സാധ്യതകൾ ഉണ്ടെന്നു തിരിച്ചറിഞ്ഞ ചലച്ചിത്ര പ്രവർത്തകരുടെ അജണ്ടകളിലാണ് ഇത്തരം ജനപ്രിയ രാഷ്ട്രീയ ചലച്ചിത്രങ്ങൾ നിർമ്മിക്കപ്പെട്ടത്. ചുവപ്പൻവിപ്ലവത്തെയും രാഷ്ട്രീയ പ്രവർത്തകരേയും അടിസ്ഥാനപ്പെടുത്തി നിർമ്മിക്കപ്പെട്ട ചലച്ചിത്രങ്ങളുടെ രാഷ്ട്രീയ അജണ്ടകളെയാണ് ഈ അദ്ധ്യായത്തിൽ വിശകലന വിധേയമാക്കുന്നത്.

മലയാള ചലച്ചിത്രങ്ങൾ വിപണിയടിസ്ഥാനത്തിൽ വ്യത്യസ്ത ജനുസ്സുകളിൽ ഉൾപ്പെടുന്ന ചലച്ചിത്രങ്ങളെ അവതരിപ്പിച്ചിരുന്നു. ആക്ഷൻ/കോമഡി/ഡ്രാമ/ത്രില്ലർ/ഫാമിലി സെന്റിമെന്റ്സ്/ഹൊറർ എന്നിങ്ങനെ നിരവധി ജനുസ്സുകളുണ്ട്. ഓരോ ജനുസ്സിലും അനവധി ഉപവിഭാഗങ്ങൾ കാണാവുന്നതാണ്. വ്യത്യസ്ത കാലയളവുകളിൽ ചലച്ചിത്ര പ്രേക്ഷകരുടെയും നിരൂപകരുടെയും മാധ്യമങ്ങളുടെയും സവിശേഷ പരിഗണനകൾ ലഭിക്കുന്ന ജനുസ്സുകളിലൊന്നാണ് പൊളിറ്റിക്കൽ ചലച്ചിത്രങ്ങൾ. പൊളിറ്റിക്കൽ സറ്റയർ/പൊളിറ്റിക്കൽ ത്രില്ലർ എന്നിങ്ങനെ സവിശേഷ സംബോധനകളോടെ (ടാഗ് ലൈൻ) ആവിഷ്കരിക്കപ്പെടുന്ന രാഷ്ട്രീയ ചലച്ചിത്രങ്ങൾ മുഖ്യധാരാ ഇടതു - വലതു രാഷ്ട്രീയപ്രമേയങ്ങളെയാണ് അടിസ്ഥാനപ്രമേയമായി സ്വീകരിക്കുന്നത്. കക്ഷി രാഷ്ട്രീയമെന്ന ഘടകത്തെ മുൻനിറുത്തി അവതരിപ്പിക്കപ്പെടുന്ന 'കമ്പോള ചലച്ചിത്ര'ങ്ങളെ 'രാഷ്ട്രീയചലച്ചിത്രങ്ങൾ' എന്നു മുദ്ര കുത്തുന്ന 'പൊതുബോധം' കേരളീയ സമൂഹത്തിൽ പ്രബലമാണ്. യഥാർത്ഥത്തിൽ മുദ്രാവാക്യസ്വഭാവത്തിലധിഷ്ഠിതമായി കക്ഷിരാഷ്ട്രീയ പ്രമേയങ്ങളെ ആധാരമാക്കി നിർമ്മിക്കപ്പെടുന്ന ചലച്ചിത്രങ്ങളല്ല രാഷ്ട്രീയചലച്ചിത്രങ്ങൾ. മനുഷ്യ ജീവിതത്തിന്റെ വ്യത്യസ്ത തലങ്ങളിൽ പ്രകടമാകുന്നതും നിലനില്ക്കുന്നതുമായ അധികാരത്തെ സൂക്ഷ്മമായി വിശകലനം ചെയ്യുന്നതും, സാംസ്കാരികാധിനിവേശങ്ങളെ വിമർശന വിധേയമാക്കുന്നതുമായ ചലച്ചിത്രങ്ങളെയാണ് രാഷ്ട്രീയചലച്ചിത്രങ്ങളെന്നു സാമാന്യമായി നിർവ്വചിക്കുന്നത്. കമ്പോളത്തിന്റെ താല്പര്യങ്ങൾക്കനുസരിച്ച് നിർമ്മിക്കപ്പെടുന്ന ചലച്ചിത്രങ്ങളെ രാഷ്ട്രീയചലച്ചിത്രങ്ങൾ എന്നു വിശേഷിപ്പിക്കുവാൻ കഴിയില്ലെങ്കിൽ തന്നെയും അച്ചടി ദൃശ്യമാധ്യമങ്ങളും സോഷ്യൽ മീഡിയയും കക്ഷി രാഷ്ട്രീയം പ്രമേയമായ ചലച്ചിത്രങ്ങളെ രാഷ്ട്രീയ ചലച്ചിത്രങ്ങൾ എന്നു പ്രചരിപ്പിച്ചുവരുന്നു.

ചലച്ചിത്രത്തിന്റെ കമ്പോള സാധ്യതയും വിപണി നേട്ടവും മലയാള സിനിമ തിരിച്ചറിയുന്നത് 1951 ലെ ജീവിതനൗകയുടെ അത്ഭുതാവഹമായ വിജയത്തോടെയാണെന്ന് (കടപ്പാട്: *മലയാള സിനിമയുടെ കഥ*/ വിജയകൃഷ്ണൻ) ലബ്ധപ്രതിഷ്ഠരായ ചലച്ചിത്ര നിരൂപകന്മാർ ചൂണ്ടിക്കാട്ടിയിട്ടുണ്ട്. *ജീവിതനൗക* നിർമ്മിക്കപ്പെട്ട് പ്രദർശനത്തിനെത്തിയ അതേ കാലയളവിലാണ് *നവലോക* (1951) മെന്ന ചലച്ചിത്രം പ്രദർശനത്തിനെത്തുന്നത്. എസ്റ്റേറ്റ് ഉടമയായ കുറുപ്പും തൊഴിലാളികളും തമ്മിലുള്ള സംഘർഷങ്ങളെയും തൊഴിലാളികളുടെ വിജയത്തെയും ദൃശ്യവല്ക്കരിച്ച *നവലോകം* 'കൃഷിഭൂമി കർഷകന്' ആശയത്തെയാണ് ഉയർത്തിപ്പിടിച്ചത്. പൊൻകുന്നം വർക്കി രചിച്ച് വി കൃഷ്ണൻ സംവിധാനം ചെയ്ത *നവലോകം* അക്കാലയളവിലെ ഇടതുപുരോഗമനമൂല്യങ്ങളെ പ്രകടമാക്കിയ ചലച്ചിത്രമാണ്. അതേസമയം *നവലോക*ത്തെ പുരോഗമന ചിത്രമായി വിലയിരുത്തുന്നതിൽ ചലച്ചിത്രത്തിന്റെ രചയിതാവിനെ (പൊൻകുന്നം വർക്കിയെ) സംബന്ധിച്ചുള്ള മുൻവിധികൾ കാര

ണമായിട്ടുണ്ടെന്ന് കെ പി ജയകുമാറിനെ പോലെയുള്ള ചലച്ചിത്ര നിരൂപകർ (*ജാതിവ്യവസ്ഥയും മലയാള സിനിമയും*) ചൂണ്ടിക്കാണിക്കുന്നുണ്ട്. *നവലോക*ത്തെത്തുടർന്ന് മലയാള സിനിമയിൽ ഇടതുരാഷ്ട്രീയത്തെ കേന്ദ്രപ്രമേയമാക്കി നിരവധിചിത്രങ്ങൾ നിർമ്മിക്കപ്പെട്ടു. വിവാദങ്ങളും കമ്പോളവിജയങ്ങളും (പരാജയങ്ങളും) സൃഷ്ടിക്കുവാൻ അവയ്ക്കു കഴിഞ്ഞു. 1951 (*നവലോകം*) മുതൽ 2018 (*ചന്ദ്രഗിരി*) വരെയുള്ള കാലയളവിൽ പ്രദർശനത്തിനെത്തിയ ഇടതുരാഷ്ട്രീയപ്രമേയ ചലച്ചിത്രങ്ങളെയാണ് ഈ പഠനത്തിലൂടെ വിശകലനം ചെയ്യുന്നത്. തീവ്ര ഇടതുപക്ഷത്തെ (നക്സലിസത്തെ) അടിസ്ഥാനമാക്കിയുള്ള ചലച്ചിത്രങ്ങളെ ഈ പഠനത്തിന്റെ പരിധിയിൽ നിന്നും ഒഴിവാക്കിയിട്ടുണ്ട്.

വർഗ്ഗസംഘർഷങ്ങളും ഇടതുമുന്നേറ്റങ്ങളും

ഉല്പാദനവ്യവസ്ഥയിൽ ഒരു വ്യക്തി വഹിക്കുന്ന പങ്കിന്റെ അടിസ്ഥാനത്തിലാണ് അയാൾ ഏതു വർഗ്ഗത്തിലാണ് ഉൾപ്പെടുന്നതെന്നു വ്യക്തമാകുന്നത്. ജാതി - സാമ്പത്തിക - അധികാരഘടനകളിൽ ഉയർന്നു നിന്നിരുന്ന വർഗ്ഗങ്ങൾ കീഴാള ഘടനയിലുള്ളവരെ ചൂഷണം ചെയ്തിരുന്നുവെന്നത് കേരളത്തിന്റെ ചരിത്രം നമ്മെ ബോധ്യപ്പെടുത്തുന്നു. അടിമത്തവ്യവസ്ഥിതിയുടെ കാലത്ത് അടിമകളും ഫ്യൂഡൽ വ്യവസ്ഥയിൽ കുടിയാന്മാരും മുതലാളിത്തവ്യവസ്ഥിതിയിൽ തൊഴിലാളികളും ബഹുവിധമായ ചൂഷണങ്ങൾക്ക് ഇരയായവരാണ്. ചൂഷണം ചെയ്യപ്പെടുന്ന വിഭാഗത്തിന്റെ സംരക്ഷണമാണ് കമ്യൂണിസ്റ്റുപാർട്ടി ലക്ഷ്യമിട്ടിരുന്നത്. ജന്മിമാർ അതിഭീകരമായ അതിക്രമങ്ങൾ കർഷകതൊഴിലാളികൾക്കു നേരെ അഴിച്ചുവിട്ടപ്പോൾ സംഘടിതമായ പ്രതിഷേധങ്ങൾ പാർട്ടി നടത്തുന്നുണ്ട്. കേരളത്തിലെ കർഷകസമരങ്ങളുടെ ചരിത്രത്തിൽനിന്നും ഇത്തരത്തിലുള്ള നിരവധി പ്രതിഷേധങ്ങൾ കണ്ടെടുക്കുവാൻ കഴിയുന്നതാണ്. 'കൃഷിഭൂമി കർഷകന്' എന്ന മുദ്രാവാക്യത്തെ ഉയർത്തുവാനും കാർഷികരംഗത്തെ പ്രശ്നങ്ങളിലിടപെടുവാനും അടിസ്ഥാനവർഗ്ഗത്തിനു പുതിയൊരു കാലത്തിന്റെ പ്രതീക്ഷകൾ സമ്മാനിക്കുവാനും പാർട്ടിക്കു കഴിഞ്ഞു. ഇത്തരമൊരു സന്ദർഭത്തിലാണ് പുരോഗമനപ്രസ്ഥാനത്തിന്റെ ഇടപെടലുകളെ കേന്ദ്രീകരിച്ചുള്ള സാഹിത്യ ചലച്ചിത്ര പാഠങ്ങൾ സൃഷ്ടിക്കപ്പെടുന്നത്.

രണ്ടിടങ്ങഴി (1958), *അവരുണരുന്നു* (1956), *തിരമാല* (1953), *മുടിയനായ പുത്രൻ* (1962), *തുലാഭാരം* (1968), *പുന്നപ്ര വയലാർ* (1967), *മൂലധനം* (1969), *നിങ്ങളെന്നെ കമ്യൂണിസ്റ്റാക്കി* (1970), *അനുഭവങ്ങൾ പാളിച്ചകൾ* (1971) എന്നിങ്ങനെയുള്ള ചലച്ചിത്രങ്ങൾ തൊഴിലാളികളുടെ സംഘർഷഭരിതമായ ജീവിതസന്ദർഭങ്ങളെ വിശകലന വിധേയമാക്കിയവയാണ്. *തിരമാല*യെന്ന ചിത്രത്തിൽ ഹോട്ടൽ തൊഴിലാളികളുടെ പണിമുടക്കിന്റെ സൂചനകളാണുള്ളതെങ്കിൽ *മുടിയനായ പുത്രനി*ൽ തൊഴിലാളികൾ സംഘടിത സ്വഭാവം കൈവരിക്കുകയും പുതിയ തൊഴി

ലുകൾ ഏറ്റെടുത്തു നടത്തുകയും ചെയ്യുന്നു. ചെല്ലമ്മയും വാസുവുമടങ്ങുന്ന തൊഴിലാളി സംഘം റോഡിന്റെ കരാറുപണികൾ ഏറ്റെടുത്ത് ചെയ്യുന്നതിനൊപ്പം മുതലാളിത്തത്തിന്റെ നിഗൂഢ തന്ത്രങ്ങളെ പ്രതിരോധിക്കുന്ന നിലപാടുകളും സ്വീകരിക്കുന്നു. നാല്പതുകൾ മുതൽ അറുപതുകൾ വരെയുള്ള കാലയളവിൽ കമ്യൂണിസ്റ്റു പാർട്ടി ചരിത്രപരമായ ഒട്ടനവധി സംഭവങ്ങളിലൂടെയാണ് കടന്നുപോകുന്നത്. 1945 ൽ മദിരാശി നിയമസഭയിലേക്കു നടന്ന പൊതുതിരഞ്ഞെടുപ്പിൽ ആദ്യമായി കമ്യൂണിസ്റ്റുപാർട്ടി മത്സരിച്ചു. മലബാറിലെ നാലുമണ്ഡലങ്ങളിലായി മത്സരിച്ച കമ്യൂണിസ്റ്റു പാർട്ടി ഇലക്ഷനിൽ ജയിച്ചില്ലെങ്കിലും ശക്തമായ സാന്നിധ്യമറിയിക്കുവാൻ കഴിഞ്ഞു. ഈ തിരഞ്ഞെടുപ്പുവേളയിലാണ് ഐക്യകേരളത്തെക്കുറിച്ചുള്ള കൃത്യമായ രൂപരേഖ പൊതുസമൂഹത്തിൽ കമ്യൂണിസ്റ്റുപാർട്ടി അവതരിപ്പിക്കുന്നതും. ദിവാൻ സർ സി പി സ്വതന്ത്ര തിരുവിതാംകൂർ എന്ന ആശയത്തെ മുൻനിറുത്തി നടപ്പിലാക്കാൻ ശ്രമിച്ച ജനവിരുദ്ധ നയങ്ങളിൽ പ്രതിഷേധിച്ചു പാർട്ടി നടത്തിയ പ്രവർത്തനങ്ങൾ പുന്നപ്ര വയലാർ വെടിവെയ്പിലാണ് കലാശിച്ചത്. കൊച്ചിയിലും തിരുവിതാംകൂറിലും മലബാറിലുമെല്ലാം ഭരണകൂടത്തിന്റെ നിരന്തരമായ ആക്രമണങ്ങൾ നേരിട്ട പാർട്ടി 1951 അവസാനമാകുമ്പോഴേക്കും പരസ്യമായ പ്രവർത്തനങ്ങൾ നടത്തി 1952 ലെ പൊതുതിരഞ്ഞെടുപ്പിൽ മത്സരിക്കുകയുമുണ്ടായി. ഐക്യകേരളം രൂപപ്പെട്ടതിനു ശേഷം 1957 മാർച്ചിൽ കമ്യൂണിസ്റ്റു പാർട്ടി അധികാരത്തിലെത്തി. നൂറ്റി ഇരുപത്തിയാറ് അംഗ നിയമസഭയിൽ കേവലം രണ്ട് അംഗങ്ങളുടെ ഭൂരിപക്ഷത്തിലാണ് ഇ എം എസിന്റെ നേതൃത്വത്തിൽ കമ്യൂണിസ്റ്റു മന്ത്രിസഭ അധികാരത്തിലെത്തുന്നത്. (1957 ഏപ്രിൽ 5) കേരളീയ പൊതുമണ്ഡലത്തിൽ സമൂല പരിവർത്തനങ്ങൾക്കു തുടക്കം കുറിച്ച കമ്യൂണിസ്റ്റു ഗവൺമെന്റിനെതിരെ ബൂർഷ്വാ വലതുപക്ഷ സംഘടനകൾ വിമോചന സമരം സംഘടിപ്പിച്ചു. 1959 ജൂലൈ 31 ന് കേന്ദ്ര ഗവൺമെന്റ് 356-ാം വകുപ്പ് ദുരുപയോഗം ചെയ്തുകൊണ്ട് ഇ എം എസ് മന്ത്രിസഭയെ പിരിച്ചുവിട്ടു. (എ കെ ജി, *കേരളം ഇന്നലെ ഇന്ന്*, ചിന്ത പബ്ലിഷേഴ്സ്, അഞ്ചാം പതിപ്പ്) ഇതിനുശേഷം കമ്യൂണിസ്റ്റുപാർട്ടി നേരിട്ട മറ്റൊരു പ്രധാന പ്രശ്നം 1964 ലെ പാർട്ടി പിളർപ്പായിരുന്നു. സി പി ഐയും സി പി എമ്മുമായി കമ്യൂണിസ്റ്റുപാർട്ടി വേർപ്പെട്ടു. ഇത്തരം പശ്ചാത്തലങ്ങളിലാണ് കമ്യൂണിസ്റ്റ് പ്രമേയ ചലച്ചിത്രങ്ങൾക്ക് പ്രസക്തിയേറുന്നത്. *മുടിയനായ പുത്രൻ, തുലാഭാരം, അവരുണരുന്നു, രണ്ടിടങ്ങഴി, പുന്നപ്ര വയലാർ* ഉൾപ്പെടെയുള്ള ചിത്രങ്ങൾ മുതലാളി - തൊഴിലാളിവർഗ്ഗ സംഘർഷങ്ങളേയും തൊഴിലാളികളുടെ സാമൂഹ്യ രാഷ്ട്രീയ ബോധത്തേയും സ്ഥാപിച്ചെടുത്ത ചിത്രമാണ്. പാർട്ടി പ്രവർത്തനം നടത്തിയ സഖാവിനു വ്യക്തിപരമായും കുടുംബപരമായും നേരിടേണ്ടി വന്ന വൈകാരിക സംഘർഷങ്ങളേയും ഭരണകൂട ഭീകരതകളേയും പ്രേക്ഷകന്റെ ഉള്ളിൽ ചെന്നു തട്ടുംവിധമാണ് *മൂലധനം* അവതരിപ്പിച്ചത്. പുതി

യൊരു കാലത്തിന്റെ പ്രതീക്ഷകളെക്കുറിച്ചാണ് ഇക്കാലയളവിലെ കമ്യൂണിസ്റ്റു പ്രമേയ ചലച്ചിത്രങ്ങൾ പങ്കുവെച്ചത്.

കേരളത്തിന്റെ സമരചരിത്രങ്ങളിലെ ചുവന്ന അദ്ധ്യായമായ *പുന്നപ്ര വയലാറി*നെ ആവിഷ്കരിക്കുവാൻ ശ്രമിച്ച ചലച്ചിത്രമാണ് കുഞ്ചാക്കോ നിർമ്മാണവും സംവിധാനവും നിർവ്വഹിച്ച *പുന്നപ്ര വയലാർ*. ചരിത്രത്തെ വികലവും വികൃതവുമാക്കിക്കൊണ്ടുള്ള ഒരു ആഖ്യാനത്തിനാണ് *പുന്നപ്ര വയലാർ* മുതിർന്നതെന്നിരിക്കേ ആ ചിത്രത്തിനു ചരിത്രത്തിന്റെ ചവറ്റുകുട്ടയിൽ സ്ഥാനം പിടിക്കുവാനേ കഴിഞ്ഞുള്ളൂ. കേരളത്തിലെ കമ്യൂണിസ്റ്റുപാർട്ടിയുടെ വളർച്ചയെ ത്വരിതവല്ക്കരിച്ച വലിയ ഘടകങ്ങളിലൊന്നായിരുന്നു *നിങ്ങളെന്നെ കമ്യൂണിസ്റ്റാക്കി*യെന്ന ജനകീയ നാടകം. 1950 ൽ പാർട്ടി നേതൃത്വത്തിൽ രൂപീകരിക്കപ്പെട്ട കെ പി എ സി 1952 ഡിസംബറിലാണ് *നിങ്ങളെന്നെ കമ്യൂണിസ്റ്റാക്കി*യുടെ രംഗാവിഷ്കാരത്തിനു തുടക്കമിടുന്നത്. ഈ നാടകത്തിന്റെ ചലച്ചിത്ര ഭാഷ്യം രൂപപ്പെടുന്നത് 1970 ലാണ്. ഇരുപതു വർഷങ്ങൾക്കു മുമ്പുള്ള കേരളീയ സമൂഹത്തിന്റെ കാഴ്ചകളാണ് അവതരിപ്പിക്കുന്നതെന്ന തോപ്പിൽ ഭാസിയുടെ ആമുഖത്തോടെയാണ് ചിത്രം വെള്ളിത്തിരയിൽ പ്രദർശനമാരംഭിക്കുന്നത്. അമ്പതുകളിൽ *നിങ്ങളെന്നെ കമ്യൂണിസ്റ്റാക്കി* - നാടകത്തിനു കേരളീയ സമൂഹത്തിൽ വലിയ ചലനങ്ങൾ സൃഷ്ടിക്കുവാൻ കഴിഞ്ഞിരുന്നുവെങ്കിൽ പില്ക്കാലത്തു സൃഷ്ടിക്കപ്പെട്ട ചലച്ചിത്രഭാഷ്യത്തിനു കാര്യമായ ജനപിന്തുണ ലഭ്യമാകാതെ പോയി.

ജന്മി-കുടിയാൻ സംഘർഷങ്ങളെയവതരിപ്പിച്ച ആദ്യകാല വിപ്ലവ ചലച്ചിത്രങ്ങൾ കുടിയാന്റെ പക്ഷത്തോടു ചേർന്നു നില്ക്കുന്ന നിലപാടാണ് സ്വീകരിച്ചത്. സൂക്ഷ്മമായി വിശകലനം ചെയ്താൽ അവയ്ക്കുള്ളിൽ ജന്മിക്കനുകൂല നിലപാടുകൾ കൂടി സാധൂകരിക്കപ്പെടുന്നതു കാണാവുന്നതാണ്. അമ്പതുകൾ മുതൽ എഴുപതുകൾ വരെയുള്ള കാലയളവിൽ കേരളീയ സമൂഹത്തിലുണ്ടായ രാഷ്ട്രീയ മുന്നേറ്റങ്ങളോട് സമരസപ്പെടുന്ന രീതിശാസ്ത്രത്തെയാണ് മലയാളത്തിലെ ജനപ്രിയ ഇടതുപക്ഷ രാഷ്ട്രീയ പ്രമേയ ചലച്ചിത്രങ്ങൾ അവതരിപ്പിച്ചത്.

തൊഴിലാളി സംഘടനകളും സാമൂഹ്യ ഇടപെടലുകളും

രണ്ടിടങ്ങഴി (1958) മുതലുള്ള ചലച്ചിത്രങ്ങളിൽ തൊഴിലാളികളുടെ സംഘടിത മുന്നേറ്റങ്ങൾ പ്രകടമാണെങ്കിലും എഴുപതുകൾക്കുശേഷമുള്ള കാലയളവിലാണ് ട്രേഡ് യൂണിയൻ സംഘടനകളും പണിമുടക്കു സമരങ്ങളും വെള്ളിത്തിരയിൽ ദൃശ്യവല്ക്കരിക്കപ്പെടുന്നത്. അടിയന്തരാവസ്ഥകാലത്തും അടിയന്തരാവസ്ഥാനന്തര ഘട്ടത്തിലും നിർമ്മിക്കപ്പെട്ട ചലച്ചിത്രങ്ങൾ ഇടതുപക്ഷത്തെയല്ല, തീവ്ര ഇടതുപക്ഷ നിലപാടുകളെ അടിസ്ഥാനപ്പെടുത്തിയുള്ളവയായിരുന്നു. *കബനീ നദി ചുവന്നപ്പോൾ* (1975), *ഇത്തിരിപൂവേ ചുവന്ന പൂവേ* (1984), *അമ്മ അറിയാൻ* (1986), *ആരണ്യകം* (1988), *പഞ്ചാഗ്നി* (1986), *ദിനരാത്രങ്ങൾ* (1988) എന്നി

ങ്ങനെയുള്ള ചിത്രങ്ങൾ തീവ്ര ഇടതുപക്ഷരാഷ്ട്രീയത്തിന്റെ ഐഡിയോളജികളെ പിന്തുടർന്ന വ്യക്തികളുടെ സംഘർഷഭരിതമായ ജീവിത സന്ദർഭങ്ങളിലേക്കു സഞ്ചരിച്ച ചലച്ചിത്രങ്ങളാണ്.

പണിമുടക്ക് (1971), *ഈ നാട്* (1982), *കൂലി* (1983), *ഇനിയെങ്കിലും* (1983), *ഉണരൂ* (1984), *മുഖാമുഖം* (1984), *മീനമാസത്തിലെ സൂര്യൻ* (1986), *അടിമകൾ ഉടമകൾ* (1987), *വരവേല്പ്* (1989) ഉൾപ്പെടെയുള്ള ചിത്രങ്ങളാണ് ഇക്കാലയളവിൽ നിർമ്മിക്കപ്പെട്ടത്. കർഷകതൊഴിലാളികളുടെ പ്രശ്നങ്ങൾ അവതരിപ്പിച്ചതിൽ നിന്നും വഴിമാറി ഫാക്ടറിതൊഴിലാളികളുടെ പ്രതിബന്ധങ്ങളിലേക്കാണ് ഇക്കാലയളവിലെ ചലച്ചിത്രങ്ങൾ സഞ്ചരിച്ചത്. ട്രേഡ്യൂണിയൻ സംഘടനകളും മുതലാളിത്തഗ്രൂപ്പുകളും തമ്മിലുള്ള സംഘർഷങ്ങൾ, തൊഴിലുടമകളുടെ കുത്സിത നീക്കങ്ങൾ, തൊഴിലാളി സംഘങ്ങൾക്കിടയിലെ പിളർപ്പുകൾ എന്നിവയെല്ലാം ഈ ചിത്രങ്ങൾ ദൃശ്യവല്ക്കരിക്കുന്നു. ഐ വി ശശി, ടി ദാമോദരൻ മാസ്റ്റർ ടീമിന്റെ കൊമേർഷ്യൽ പൊളിറ്റിക്കൽ ത്രില്ലറുകൾ അക്കാലത്തെ ജനങ്ങൾ സ്വീകരിച്ചു. *ഈ നാട്, അടിമകൾ ഉടമകൾ* ഉൾപ്പെടെയുള്ളവ ഉദാഹരണം. ചൂഷണവ്യവസ്ഥയിൽ നിന്നു തൊഴിലാളികൾക്കു മോചനമുണ്ടാകണമെങ്കിൽ സംഘടിതമായ പോരാട്ടങ്ങൾ അനിവാര്യമായിരുന്നു. അത്തരം സന്ദർഭത്തിലാണ് ട്രേഡ്യൂണിയൻ സംഘടനകൾ രൂപപ്പെടുന്നത്. തൊഴിലാളിസംഘടനകളിൽ എ ഐ ടി യു സിയാണ് ആദ്യം രൂപീകരിക്കപ്പെടുന്നത്. ബാലഗംഗാധരതിലകന്റെ അറസ്റ്റിൽ പ്രതിഷേധിച്ച് 1906 - 08 കാലയളവിൽ തൊഴിലാളികൾ രാഷ്ട്രീയപണിമുടക്കു നടത്തി. ഇതിനെത്തുടർന്ന് രാഷ്ട്രീയസമരങ്ങൾ ഇന്ത്യയുടെ വിവിധ ഭാഗങ്ങളിൽ ഉയർന്നുവന്നെങ്കിലും കൃത്യമായൊരു സംഘടനയുടെ സാന്നിധ്യം അവയിലില്ലായിരുന്നു. 1920 ഒക്ടോബർ 31 ന് ബോംബേ എംപയർ തിയറ്ററിൽ കോൺഗ്രസ് നേതാവ് ലാലാ ലജപത്റായിയുടെ അധ്യക്ഷതയിൽ ചേർന്ന സമ്മേളനത്തിൽ എ ഐ ടി യു സി രൂപീകരിക്കപ്പെട്ടു. 1921 നവംബർ 12 നു ദേശീയ തലത്തിൽ പണിമുടക്ക് എ ഐ ടി യു സി നടത്തി. 1970 ലാണ് സി ഐ ടി യു രൂപീകരിക്കപ്പെടുന്നത്. ബി ടി രണദിവെ, രാമമൂർത്തി എന്നിവരുടെ നേതൃത്വത്തിൽ, (മേയ് 28 - 31 ലെ കൽക്കത്ത സമ്മേളനത്തിലാണ്) സി ഐ ടി യു അതിന്റെ പ്രവർത്തനങ്ങൾക്കു നാന്ദികുറിച്ചു. എ ഐ ടി യു സി രൂപീകരണത്തിൽനിന്നും സി ഐ ടി യു രൂപീകരണത്തിലേയ്ക്കു എത്തുന്ന സുദീർഘമായ കാലയളവിനുള്ളിൽ തൊഴിൽ മേഖലകളിലും ഇന്ത്യൻ രാഷ്ട്രീയ മേഖലയിലും വൻതോതിലുള്ള പരിണാമങ്ങളാണ് സൃഷ്ടിക്കപ്പെട്ടത്.

തൊണ്ണൂറുകളിലും മില്ലേനിയനന്തര കാലഘട്ടത്തിലും നിർമ്മിക്കപ്പെട്ട കമ്യൂണിസ്റ്റു പ്രമേയ ചലച്ചിത്രങ്ങൾ *ലാൽസലാം* (1990), *സന്ദേശം* (1991), *ആയിരപ്പറ* (1993), *ഓർമ്മകളുണ്ടായിരിക്കണം* (1995), *ചീഫ് മിനിസ്റ്റർ കെ ആർ ഗൗതമി* (1994), *കണ്ണൂർ* (1996), *രക്തസാക്ഷികൾ സിന്ദാ*

ബാദ് (1998), *സ്റ്റാലിൻ ശിവദാസ്* (1999), *നെയ്ത്തുകാരൻ* (2002), *ഇരുവട്ടം മണവാട്ടി* (2005), *പൗരൻ* (2005), *ക്ലാസ്മേറ്റ്സ്* (2006), *അറബിക്കഥ* (2007), *വീണ്ടും കണ്ണൂർ* (2012), *ലോകനാഥൻ ഐ എ എസ്* (2005), *എം എൽ എ മണി പത്താം ക്ലാസും ഗുസ്തിയും* (2012) ഉൾപ്പെടെയുള്ളവയായിരുന്നു. സൂപ്പർതാരങ്ങൾ ഫിലിം ഇൻഡസ്ട്രിയെ നിയന്ത്രിച്ചു തുടങ്ങുന്നതും ഫാൻസ് അസോസിയേഷനുകളെ തൃപ്തിപ്പെടുത്തുന്ന ചലച്ചിത്ര പ്രമേയങ്ങൾ സ്വീകരിക്കുന്നതുമായ കാലഘട്ടത്തിലാണ് ഇത്തരം ചിത്രങ്ങൾ സൃഷ്ടിക്കപ്പെടുന്നത്. വർഗ്ഗീസ് വൈദ്യൻ, ടി വി തോമസ്, ഗൗരിയമ്മ എന്നിവരുടെ ജീവിതത്തെ മുൻനിറുത്തി വർഗ്ഗീസ് വൈദ്യന്റെ മകനായ ചെറിയാൻ കല്പകവാടിയൊരുക്കിയ തിരക്കഥയിലാണ് *ലാൽസലാം* ചിത്രീകരിക്കപ്പെട്ടത്. കേരളത്തിലെ കമ്യൂണിസ്റ്റു പാർട്ടിയുടെ വളർച്ച, ഇടതുപക്ഷ മന്ത്രിസഭയുടെ രൂപീകരണം, ഇടതു ഭരണകൂടം നേരിടുന്ന വെല്ലുവിളികൾ എന്നിവയ്ക്കൊപ്പം സ്റ്റീഫൻ നെട്ടൂരാൻ, ഡി കെ, സേതുലക്ഷ്മി എന്നിവരുടെ വൈകാരിക ബന്ധങ്ങളെ കൂടിയാണ് *ലാൽസലാം* അവതരിപ്പിച്ചത്. കെ ആർ ഗൗരിയമ്മയുടെ ജീവിതത്തിന്റെ ചിതറിയ ചില കാഴ്ചകളായിരുന്നു *ചീഫ് മിനിസ്റ്റർ കെ ആർ ഗൗതമി* (1994) അവതരിപ്പിച്ചതെങ്കിൽ *സ്റ്റാലിൻ ശിവദാസ്* (1999) പാർട്ടിക്കുള്ളിലും പുറത്തും ഒറ്റയാൾ പോരാട്ടങ്ങൾ നടത്തുന്ന സ്റ്റാലിൻ ശിവദാസിന്റെ സംഭവ ബഹുലമായ ജീവിതത്തെയാണ് ചിത്രീകരിച്ചത്.

ഇടതുപക്ഷത്തിന്റെ പ്രത്യയശാസ്ത്ര നിലപാടുകളെയും മാനവികബോധത്തെയും സഹിഷ്ണുതയെയും പ്രതിഫലിപ്പിക്കുന്ന ചിത്രമായി മാറുവാൻ മലയാളത്തിലെ ചുവപ്പൻ വിപ്ലവ ചിത്രങ്ങൾക്ക് കഴിഞ്ഞില്ല. വലതുപക്ഷത്തിന്റെയും വർഗ്ഗീയ സംഘടനകളുടെയും കെട്ടുപാടുകളിൽ നിന്നു വിട്ടുമാറുവാൻ കഴിയാത്ത ചലച്ചിത്രകാരന്മാർക്ക് കമ്പോളത്തിന്റെ താല്ക്കാലിക ആവശ്യകതകളെ നിറവേറ്റാനേ താല്പര്യമുണ്ടായിരുന്നുള്ളൂ. ചുവപ്പിന്റെ കമ്പോള സാധ്യതകൾ അറുപതുകളിലേ മലയാള സിനിമ തിരിച്ചറിഞ്ഞു. കുഞ്ചാക്കോയെപ്പോലെയൊരാൾ കച്ചവടക്കണ്ണോടെയാണ് *പുന്നപ്ര വയലാറി*നെ സമീപിച്ചതെന്ന് മാർക്സിസ്റ്റ് വിമർശകൻ ടി കെ രാമചന്ദ്രൻ ചൂണ്ടിക്കാണിക്കുന്നുണ്ട് (*കാഴ്ചയുടെ കോയ്മ*). 1946 ലെ പുന്നപ്ര വയലാർ സമരം കേരള ചരിത്രത്തിലെ ഐതിഹാസികമായ ഒരേട് ആയിരുന്നു. ദിവാന്റെ അമേരിക്കൻ മോഡൽ ഭരണഘടനാ പരിഷ്കാരത്തെ എതിർത്തുകൊണ്ട് ഉത്തരവാദ ഭരണത്തിനുവേണ്ടി കമ്യൂണിസ്റ്റു പാർട്ടി നടത്തിയ സമരത്തെ അതിഭീകരമായ വെടിവെയ്പിലൂടെ തിരുവിതാംകൂർ ഗവൺമെന്റ് അടിച്ചമർത്തി. കുഞ്ചാക്കോയുടെ *പുന്നപ്ര വയലാറി*നെ കൂടാതെ ഇതേ സമരത്തെ അടിസ്ഥാനമാക്കിയ മറ്റൊരു ചിത്രമായിരുന്നു വേണുനാഗവള്ളിയുടെ *രക്തസാക്ഷികൾ സിന്ദാബാദ്*. അതിബൃഹത്തായ കേരളീയ ഇടതുപക്ഷ ചരിത്രത്തെ അനായാസേന രണ്ടര മണിക്കൂറിനുള്ളിലേക്കു പരുവപ്പെടുത്തിയെടുത്ത *രക്തസാക്ഷികൾ സിന്ദാബാദ്* ചരിത്രത്തിന്റെ രാഷ്ട്രീയപാഠങ്ങളെ ഓർമ്മ

പ്പെടുത്തുവാനാണ് ഉദ്യമിച്ചത്. *ലാൽസലാം* നല്കിയ വിജയത്തിന്റെ തുടർച്ച ലക്ഷ്യമിട്ടുകൊണ്ട് വേണുനാഗവള്ളി - ചെറിയാൻ കല്പകവാടി ടീം മോഹൻലാൽ - സുരേഷ്ഗോപി - മുരളി എന്നിവരെ കേന്ദ്രസ്ഥാനത്തു നിർത്തിക്കൊണ്ട് അവതരിപ്പിച്ച *രക്തസാക്ഷികൾ സിന്ദാബാദ്* ഒരു പീരീഡ് സിനിമയുടെ ഗൗരവ സ്വഭാവത്തെയെല്ലാം നിരാകരിച്ചുകൊണ്ട് ചരിത്രവിരുദ്ധമായ വസ്തുതകളെ തനി കൊമേർഷ്യൽ ചട്ടക്കൂട്ടിനുള്ളിൽ സന്നിവേശിപ്പിച്ച ഒരു ഉല്പന്നം മാത്രമായിരുന്നു.

ചരിത്രത്തോടും കാലത്തോടും നീതി പുലർത്താതെ ചരിത്രത്തിന്റെ വളച്ചൊടിക്കലുകൾക്കു ശ്രമിക്കുന്ന വിപ്ലവ ചലച്ചിത്രങ്ങൾ, 'ചലച്ചിത്രാഖ്യാനത്തിനുള്ളിൽ സ്ഥാപിക്കപ്പെട്ടവ'യാണ് യാഥാർത്ഥ്യങ്ങളെന്നു ജനങ്ങളെ തെറ്റിദ്ധരിപ്പിക്കുന്നു. ഇടതുപ്രസ്ഥാനത്തിനു അടിത്തറ പാകിയ കണ്ണൂർ ജില്ലയെ രാഷ്ട്രീയ കൊലപാതകങ്ങളുടെ കേന്ദ്രമെന്നു വലതുപക്ഷ ബൂർഷ്വാസികളും സംഘികളും നടത്തുന്ന പ്രചരണങ്ങൾ ചലച്ചിത്രങ്ങൾക്കുള്ളിൽ പ്രകടമാണ്. കണ്ണൂരിന്റെ രാഷ്ട്രീയമൂല്യത്തെ കമ്പോളത്തിലേക്കു പരുവപ്പെടുത്തുവാൻ മലയാളസിനിമ അദ്ധ്വാനിച്ചതിന്റെ ഫലമാണ് *കണ്ണൂർ* (ഹരിദാസ്/1997), *വീണ്ടും കണ്ണൂർ* (റോബിൻ തിരുമല/2012) എന്നീ ചിത്രങ്ങൾ. *ഒരു മെക്സിക്കൻ അപാരത, ഒരു വടക്കൻ സെൽഫി* പോലെയുള്ള ചിത്രങ്ങൾ കണ്ണൂരെന്നാൽ രാഷ്ട്രീയഭീകരതയുടെ സ്ഥലമാണെന്ന ധാരണയെ ശക്തമായ രീതിയിൽ സ്ഥാപിച്ചെടുക്കുന്നു.

മില്ലേനിയമനന്തര ഘട്ടത്തിൽ പ്രദർശനത്തിനെത്തിയ ചലച്ചിത്രങ്ങൾ മുൻകാലങ്ങളിലെ കമ്യൂണിസ്റ്റുപ്രമേയ ചലച്ചിത്രങ്ങളുടെ സ്ഥിരം രീതിശാസ്ത്രങ്ങൾക്കുള്ളിലൂടെയാണ് നിർമ്മിക്കപ്പെട്ടത്. ഇടതു പ്രസ്ഥാനത്തെ സംബന്ധിച്ചുള്ള മാധ്യമ അജണ്ടകളുടെ തീർപ്പാക്കലുകളാണ് അവ ഏറ്റെടുത്തത്. *അറബിക്കഥ* (2007), *ലെഫ്റ്റ് റൈറ്റ് ലെഫ്റ്റ്* (2013), *റെഡ് വൈൻ* (2013) തുടങ്ങിയ ചിത്രങ്ങൾ ഇതിന് ഉദാഹരണം. 2016 ൽ പിണറായി വിജയന്റെ നേതൃത്വത്തിലുള്ള ഇടതുപക്ഷ ഗവൺമെന്റ് അധികാരത്തിലെത്തിയതിനുശേഷം കലാസാഹിത്യാദി സൃഷ്ടികളിൽ വിപ്ലവത്തിന്റെ ആവേശം കൂടുകയുണ്ടായി. മാർക്കറ്റ് വാല്യു ഉള്ള യുവതാരങ്ങളെ കേന്ദ്രീകരിച്ച് *ഒരു മെക്സിക്കൻ അപാരത* (2017), *സഖാവ്* (2017), *സി ഐ എ* (2017) എന്നീ ചിത്രങ്ങൾ നിർമ്മിക്കപ്പെട്ടു. ഇത്തരത്തിൽ ഇടതുപക്ഷ പ്രമേയ ചലച്ചിത്രങ്ങൾ സൃഷ്ടിച്ച തരംഗത്തിന്റെ തുടർച്ചയായിരുന്നു. *സഖാവിന്റെ പ്രിയസഖി* (2018), *പരോൾ* (2018), *ചന്ദ്രഗിരി* (2018) എന്നീ ചിത്രങ്ങളും. ഇടതുപക്ഷത്തിന്റെ പൊതുസ്വീകാര്യതയെ കമ്പോളലാഭത്തിനായി ഉപയോഗപ്പെടുത്താനുള്ള താല്പര്യങ്ങളായിരുന്നു അവയ്ക്ക് പിന്നിലുണ്ടായിരുന്നതെന്ന് ആ ചിത്രങ്ങൾ തെളിയിക്കുന്നു.

രണ്ടായിരത്തിനുശേഷമുള്ള കാലയളവിൽ നിർമ്മിക്കപ്പെട്ട വിപ്ലവ ചലച്ചിത്രങ്ങൾ കമ്യൂണിസ്റ്റുപാർട്ടി നേതൃത്വത്തിനുള്ളിൽ സംഘർഷ

ങ്ങളും ചേരിപ്പോരുകളും പണാധിപത്യങ്ങളും അതിതീവ്രമായി നിലനില്ക്കുന്നുവെന്ന വീക്ഷണത്തെയാണവതരിപ്പിച്ചത്. അത്തരം പ്രശ്നങ്ങളെ പരിഹരിക്കാൻ 'ക്യൂബ മുകുന്ദനെ'പ്പോലെയുള്ള അതിനിഷ്ക്കളങ്കരെയും 'അൻവറിനെ'പ്പോലുള്ള കരുത്തന്മാരെയും അനിവാര്യമാണെന്ന് *അറബിക്കഥ* പോലെയുള്ള ചിത്രങ്ങൾ സ്ഥാപിച്ചെടുക്കുന്നുണ്ട്. പാർട്ടിക്കുള്ളിൽ തിരുത്തൽ ശക്തിയായി നിന്നുകൊണ്ട് പാർട്ടിയെ നവീകരിച്ചെടുക്കാൻ 'സഖാവ് ദിവാകരനെ'പ്പോലെയുള്ളവർ ഉണ്ടാവേണ്ടതുണ്ടെന്നു *പൗരൻ* ഉൾപ്പെടെയുള്ള ചിത്രങ്ങൾ വ്യക്തമാക്കുന്നു. ഒരു യഥാർത്ഥ കമ്യൂണിസ്റ്റുകാരൻ വലതുപക്ഷത്തേക്കു കൂറുമാറി ഇടതുപക്ഷത്തെ നിരന്തരം പരിഹസിച്ചുകൊണ്ട് പാർട്ടി പ്രതിനിധികളെ അതിസാഹസികമായി ഉന്മൂലനം ചെയ്തെടുത്ത് ലാൽസലാം വിളിക്കേണ്ടതുണ്ടെന്ന വികലധാരണയെ രാമനുണ്ണിയെ മുൻനിറുത്തി *രാമലീല*യും പ്രസ്താവിക്കുന്നു.

ഇടതുപക്ഷ ഇടപെടലുകളും ഭാവുകത്വപരിണാമങ്ങളും

മലയാള സിനിമയിൽ ഇടതുപക്ഷത്തിന്റെ ഇടപെടൽ എപ്രകാരമായിരുന്നു (*കടപ്പാട്: എൻ പി സജീഷ്*) എന്ന് അന്വേഷണം നടത്തിയാൽ, മലയാള സിനിമയുടെ വികാസഘട്ടങ്ങളിൽ ഇടതുപക്ഷത്തിന്റെ വ്യക്തമായ ഇടപെടലുകളുണ്ടായിരുന്നുവെന്നതു വ്യക്തമാണ്. അതു രണ്ടു തരത്തിലായിരുന്നുവെന്നു മാത്രം. ഒന്ന് പുരോഗമനപ്രസ്ഥാനത്തിന്റെയും പുരോഗമനസാഹിത്യത്തിന്റെയും മേഖലയിൽ ഇടപെട്ടിരുന്നവർ ചലച്ചിത്രമേഖലയുടെ ഭാഗമായി മാറി. രണ്ട് ചലച്ചിത്രനിർമ്മാണപ്രവർത്തനങ്ങളും ചലച്ചിത്രനിരൂപണസമ്പ്രദായവും ഇടതുപക്ഷപ്രവർത്തകരിൽ നിന്നുമുണ്ടായി. നവോത്ഥാനസാഹിത്യമുന്നേറ്റങ്ങളുടെ ഭാഗഭാക്കായിരുന്നവർ ചലച്ചിത്രമേഖലയിൽ പ്രവേശിക്കുകയും അവരുടേതായ സംഭാവനകൾ നല്കുകയും ചെയ്തു. പി ഭാസ്കരനും വയലാർ രാമവർമ്മയും ഒ എൻ വിയും അവരിൽ ചിലരാണ്.

ചലച്ചിത്രമേഖലയെ കേന്ദ്രീകരിച്ചുള്ള ഇടതുപക്ഷത്തിന്റെ ശ്രദ്ധേയമായ ഇടപെടൽ 'ജനശക്തിഫിലിംസിന്റെ'യും 'കൈരളി ഫിലിം സൊസൈറ്റി'യുടെയും രൂപീകരണവും തുടർപ്രവർത്തനങ്ങളുമായിരുന്നു. എഴുപതുകളിൽ സജീവമായ നവസിനിമാസമൂഹത്തിൽ പുരോഗമനാത്മകമൂല്യങ്ങളുള്ള ചലച്ചിത്രപ്രവർത്തകർ ശ്രദ്ധേയമായ ഇടപെടൽ നിർവ്വഹിച്ചപ്പോൾ അക്കാലയളവിലെ യുവജനത അതിനെ പിന്തുണച്ചു. കലാതല്പരരായ ഈ യുവാക്കളെ പാർട്ടിയിലേക്കടുപ്പിക്കുക എന്ന ലക്ഷ്യത്തോടുകൂടിയാണ് പാർട്ടിയുടെയും ദേശാഭിമാനി സ്റ്റഡി സർക്കിളിന്റെയും ആഭിമുഖ്യത്തിൽ പി ഗോവിന്ദപ്പിള്ളയും ചാത്തുണ്ണി

ഡോ. ചന്തവിള മുരളി, *പിജിയും വൈജ്ഞാനിക സാഹിത്യവും*, ചിന്ത പബ്ലിഷേഴ്സ്, ജൂലൈ 2017.

മാസ്റ്ററും ഉൾപ്പെടെയുള്ളവർ ചേർന്ന് ജനശക്തി ഫിലിംസ് പ്രൈവറ്റ് ലിമിറ്റഡ് (1977 ജനുവരി 25) രൂപീകരിച്ചത്. ചലച്ചിത്രനിർമ്മാണ വിതരണരംഗത്ത് കൃത്യമായ രാഷ്ട്രീയ നിലപാടോടെ പ്രവർത്തിച്ച ജനശക്തി ഫിലിംസ് ഋത്വിക് ഘട്ടക്, മൃണാൾസെൻ, സത്യജിത് റായ്, ശ്യാംബെനഗൽ അടക്കമുള്ള മാസ്റ്റേഴ്സിന്റെ ക്ലാസിക് സിനിമകൾ തിയറ്ററുകളിലൂടെയും ഫിലിംസൊസൈറ്റികളിലൂടെയും വിതരണം നടത്തുകയും തിയറ്റർ റിലീസിങ്ങിന് സാഹചര്യം ലഭിക്കാതിരുന്ന *ഏകാകിനി* (ജി എസ് പണിക്കർ/1978), *അഗ്രഹാരത്തിൽ കഴുതൈ* (ജോൺ എബ്രഹാം/1977), *കബനീ നദി ചുവന്നപ്പോൾ* (ബക്കർ/1976) എന്നീ ചിത്രങ്ങൾ വിലയ്ക്കെടുത്ത് വിതരണം നടത്തുകയുമുണ്ടായി. ചെറുകാടിന്റെ *ദേവലോക*ത്തിനു ചലച്ചിത്രഭാഷ്യമൊരുക്കാൻ ജനശക്തി ഫിലിംസ് ശ്രമിക്കുകയുണ്ടായെങ്കിലും ആ സംരംഭം നടക്കാതെ പോയി. തിരുവനന്തപുരത്തെ സഖാക്കളുമായി ചേർന്നുകൊണ്ട് പി ജി രൂപീകരിച്ച കൈരളി ഫിലിം സൊസൈറ്റി ജനശക്തിയുടെ പ്രവർത്തനംപോലെ ചലച്ചിത്ര വിതരണവും നിർമ്മാണവും നടത്തുകയുണ്ടായി. എം ടി സംവിധാനം നിർവ്വഹിച്ച *മണ്ണിന്റെ മാറിൽ* കൈരളി ഫിലിംസൊസൈറ്റിയാണ് നിർമ്മിച്ചതെങ്കിലും ചിത്രം കൈരളിക്ക് സാമ്പത്തിക നഷ്ടം വരുത്തിവെക്കുകയുണ്ടായി. കേരളത്തിലാദ്യമായി അന്താരാഷ്ട്രചലച്ചിത്രോത്സവം എന്ന ആശയം അവതരിപ്പിച്ചതും പ്രാവർത്തികമാക്കിയതും ഇടതുപക്ഷമാണ്. പി ഗോവിന്ദപ്പിള്ള കേരള സ്റ്റേറ്റ് ഫിലിം ഡവലപ്മെന്റ് കോർപ്പറേഷൻ ചെയർമാനായിരുന്ന കാലയളവിലാണ് അന്താരാഷ്ട്ര ചലച്ചിത്രമേള (1988) നടത്തപ്പെടുന്നത്.

ചലച്ചിത്രമേഖലയിൽ ഇടതുപക്ഷപ്രവർത്തകർ നടത്തിയ ഇടപെടലുകൾ രണ്ടു തരത്തിലായിരുന്നു. ജനപ്രിയസിനിമകൾ സന്നിവേശിപ്പിച്ച ഹിന്ദുത്വനിലപാടുകളെ പ്രതിരോധിക്കുന്നതിനായി ഇടതുപക്ഷാഭിമുഖ്യമുള്ള ചലച്ചിത്രസംവിധായകർ പുരോഗമനോന്മുഖമായ കാഴ്ചപ്പാടുകളെ അവതരിപ്പിച്ചു. ലെനിൻ രാജേന്ദ്രൻ, പ്രിയനന്ദനൻ എന്നിവരുടെ ചലച്ചിത്ര സംഭാവനകൾ പ്രസക്തമായിത്തീരുന്നത് ഇത്തരമൊരു പശ്ചാത്തലത്തിലാണ്. ഇരുണ്ടകാലത്തിന്റെ അപ്രിയസത്യങ്ങൾ വിളിച്ചുപറയുന്ന ചലച്ചിത്രങ്ങൾ എന്ന നിലയിലാണ് ലെനിൻ രാജേന്ദ്രന്റെയും പ്രിയനന്ദനന്റെയും ചിത്രങ്ങൾ ശ്രദ്ധേയമായത്.

പുരോഗമന ഇടതുപക്ഷപ്രസ്ഥാനത്തിന്റെ സഹയാത്രികനാണ് (?) എന്നവകാശവാദമുന്നയിച്ച ഷാജികൈലാസിനെപ്പോലുള്ളവരാണ് സവർണ്ണ ആണത്തങ്ങളുടെ അധീശത്വവ്യവഹാരങ്ങളെ കടുംവർണ്ണങ്ങളിൽ വെള്ളിത്തിരയിൽ നിറച്ചതും പ്രേക്ഷകരുടെ മനോനിലകളെ അരാജകത്വത്തിലേയ്ക്കു നയിച്ചതും. *രുദ്രാക്ഷം* (1994), *മഹാത്മാ* (1996), *ആറാം തമ്പുരാൻ* (1997), *നരസിംഹം* (2000), *വല്യേട്ടൻ* (2000), *സിംഹാസനം* (2012) തുടങ്ങിയ ഷാജി കൈലാസ് ചിത്രങ്ങൾ വലതുപക്ഷ ഹിന്ദുത്വ അജണ്ടകളെ അതിലളിതമായി ജനസമൂഹത്തിനു മുമ്പിൽ

എത്തിച്ചവയാണ്. 'നായക സങ്കല്പങ്ങളുടെ പൂർണ്ണത' തേടിയ സവർണ്ണ ഫ്യൂഡൽ മാടമ്പിമാരുടെ പ്രതിയോഗികളിലൊരാൾ പുരോഗമന മൂല്യങ്ങൾക്ക് അനുഭാവം പ്രകടിപ്പിച്ചിരുന്ന സഖാക്കളായിരുന്നുവെന്നത് കേവലം യാദൃച്ഛികതയല്ല, മറിച്ച് ബോധപൂർവ്വമായ നിർമ്മിതിയായിരുന്നു.

മറ്റൊന്ന് പ്രേക്ഷകസമൂഹത്തെ മിഥ്യാബോധത്തിലേയ്ക്കു നയിക്കുന്ന കമ്പോളസിനിമയുടെ പ്രതിലോമ രാഷ്ട്രീയത്തെ ചൂണ്ടിക്കാട്ടിയത് ഇടതുപക്ഷ ചലച്ചിത്രനിരൂപകരാണ്. പ്രത്യയശാസ്ത്രാധിഷ്ഠിതമായ നിരൂപണരീതിശാസ്ത്രത്തിലൂടെ ചലച്ചിത്രത്തിന്റെ നിഗൂഢമായ അജണ്ടകളെ ചൂണ്ടിക്കാട്ടിയ നിരൂപകരാണ് രവീന്ദ്രൻ, ടി കെ രാമചന്ദ്രൻ, വി കെ ജോസഫ്, ജി പി രാമചന്ദ്രൻ, സി എസ് വെങ്കിടേശ്വരൻ ഉൾപ്പെടെയുള്ളവർ. കോഴിക്കോടനും സിനിക്കും എഴുതിയവതരിപ്പിച്ച ചലച്ചിത്രാസ്വാദനക്കുറിപ്പുകളേയും വിജയകൃഷ്ണനും ഐ ഷൺമുഖദാസ് ഉൾപ്പെടെയുള്ളവരുടെ ഇന്ത്യൻ - വിദേശ സിനിമകളുടെ താരതമ്യ വിശകലനങ്ങളേയും ക്ലാസിക്കൽ വിമർശനങ്ങളേയും മറികടന്നുകൊണ്ടാണ് ഇടതുപക്ഷ ചലച്ചിത്രനിരൂപകർ കലയുടെ - ലാവണ്യാനുഭവങ്ങളെ വിമർശന വിധേയമാക്കിക്കൊണ്ടിരുന്നത്. കേരളീയ സമൂഹത്തിൽ സാംസ്കാരികമായി ഇടതുപക്ഷത്തിനു ലഭിച്ച മുൻതൂക്കം കലാ സാംസ്കാരിക പ്രവർത്തനങ്ങളെ പുതിയൊരു ദിശാബോധത്തിലേക്ക് നയിച്ചു.

ഭൂതകാലക്കുളിർ നല്കുന്ന വിപ്ലവഗാനങ്ങളും കാല്പനിക ഭാവനകളും

ജീവൽ സാഹിത്യപ്രസ്ഥാനത്തിന്റെ ആരംഭം കേരളീയ സമൂഹത്തിൽ ശ്രദ്ധേയമായ ചലനങ്ങൾക്കുള്ള ചാലകശക്തിയായിരുന്നു. സാഹിത്യത്തിലും കലയിലും അതിന്റെ പ്രതിഫലനങ്ങളുണ്ടായി. അടിസ്ഥാനവർഗ്ഗങ്ങളുടെ സംഘർഷങ്ങളും പ്രതിരോധങ്ങളുമെല്ലാം അത്തരം കൃതികളിൽ പ്രത്യക്ഷപ്പെട്ടു. ഇടതുപക്ഷത്തിന്റെ പ്രവർത്തനങ്ങൾ പൂർവ്വാധികം ശക്തി പ്രാപിച്ച കാലഘട്ടത്തിലാണ്, 1950 ൽ കെ പി എ സി രൂപീകരിക്കപ്പെടുന്നത്. *നിങ്ങളെന്നെ കമ്യൂണിസ്റ്റാക്കി*യെന്ന നാടകത്തിന്റെ അവതരണത്തോടുകൂടി കെ പി എ സി അത്ഭുതകരമായ രീതിയിൽ വളർച്ച പ്രാപിച്ചു. കലയുടെ സാമൂഹികധർമ്മത്തെ ഉൾക്കൊണ്ടു പ്രവർത്തിച്ച കെ പി എ സിയുടെ നാടകഗാനങ്ങൾ അടിസ്ഥാനവർഗ്ഗ ജനവിഭാഗങ്ങളിൽ ആവേശം നിറയ്ക്കുകയുണ്ടായി. അത്തരമൊരു പശ്ചാത്തലത്തിന്റെ ചുവടുപിടിച്ചാണ് ചലച്ചിത്രങ്ങളിലും വിപ്ലവഗാനങ്ങൾ സൃഷ്ടിക്കപ്പെട്ടത്. സഖാക്കളേ മുന്നോട്ട്, (*പുന്നപ്ര വയലാർ*) നഷ്ടപ്പെടുവാൻ വിലങ്ങുകൾ (*തുലാഭാരം*), ഓരോ തുള്ളി ചോരയിൽ നിന്നും ഒരായിരം പേരുയരുന്നു (*മൂലധനം*), ഐക്യമുന്നണി, പല്ലനയാറിൻ തീരത്ത് (*നിങ്ങളെന്നെ കമ്യൂണിസ്റ്റാക്കി*), സർവ്വരാജ്യ തൊഴിലാളികളേ സംഘ

ടിക്കുവിൻ (*അനുഭവങ്ങൾ പാളിച്ചകൾ*), മരിക്കാൻ ഞങ്ങൾക്കു മനസ്സില്ല (*നീലക്കണ്ണുകൾ*), ഇങ്കിലാബിന്റെ മക്കൾ നമ്മൾ (*കൊടുമുടികൾ*) എന്നീ ഗാനങ്ങൾ പാർട്ടി സമ്മേളനങ്ങൾക്കും യോഗങ്ങൾക്കുമെല്ലാം ഉപയോഗപ്പെടുത്തി. സമ്മേളനത്തിനു മുന്നോടിയായി ജനങ്ങളിലൊരു ആവേശമുണർത്തുക എന്ന കർത്തവ്യമാണ് ഈ വിപ്ലവഗാനങ്ങൾ നിറവേറ്റിയത്.

തൊണ്ണൂറുകളിലും അതിനുശേഷമുള്ള കാലയളവുകളിലായി കിഴക്കു പുലരി ചെങ്കൊടി പാറി, നമ്മളു കൊയ്യും വയലെല്ലാം നമ്മുടേതാകും പൈങ്കിളിയേ (*രക്തസാക്ഷികൾ സിന്ദാബാദ്/1998*), ചോരവീണ മണ്ണിൽ നിന്നുയർന്നു വന്ന പൂമരം (*അറബിക്കഥ/2007*), കാൽകുഴഞ്ഞു കൈകുഴഞ്ഞു (*ലെഫ്റ്റ് റൈറ്റ് ലെഫ്റ്റ്/2013*), കലിപ്പ് കട്ടക്കലിപ്പ് (*ഒരു മെക്സിക്കൻ അപാരത/2017*) എന്നിങ്ങനെയുള്ള ഗാനങ്ങളും സൃഷ്ടിക്കപ്പെട്ടു. അനിൽ പനച്ചൂരാന്റെ 'ചോര വീണ മണ്ണിന്' കേരളീയ സമൂഹത്തിൽ വലിയ സ്വീകാര്യതകൾ ലഭിച്ചു. *അറബിക്കഥ*യുടെ കമ്പോളവിജയവും അതിന്റെ ചർച്ചകളും ചോരവീണ മണ്ണിന്റെ പ്രചാരണത്തെ കൂടുതൽ വിപുലമാക്കി. ഇക്കാലയളവിലും കെ പി എ സിയുടെ വിപ്ലവഗാനങ്ങൾ സമൂഹത്തിൽ ആഴത്തിൽ പതിഞ്ഞുകിടക്കുന്നു എന്നതിന്റെ തെളിവാണ് ബലികുടീരങ്ങളേയും പൊന്നരിവാളമ്പിളിയില് കണ്ണെറിയുന്നോളേയും ഇപ്പോഴും ഉപയോഗിക്കപ്പെടുന്നതും കേൾക്കപ്പെടുന്നതും. ഭൂതകാലത്തിന്റെ കുളിരിനെ ഉല്പാദിപ്പിക്കുകയെന്ന ലക്ഷ്യത്തോടുകൂടിയാണ് ഇത്തരം ഗാനങ്ങൾ പുതിയകാല ചിത്രങ്ങളിൽ [(*നീലാകാശം പച്ചക്കടൽ ചുവന്ന ഭൂമി (2013), സി ഐ എ (2017)*] ഉപയോഗിക്കപ്പെടുന്നത്. കെ പി എ സിയുടെ നാടക ഗാനങ്ങളും ഇടതു പ്രമേയചലച്ചിത്രങ്ങളിലെ വിപ്ലവഗാനങ്ങളും റേഡിയോയിലൂടെ കേട്ടു പരിചയിച്ച മലയാളി സമൂഹത്തിന്റെ മുമ്പിൽ, ഇടതുപാർട്ടികളുടെ സമ്മേളനങ്ങൾക്കും മറ്റും അതേ പാട്ടുകൾ കോളാമ്പികളിലൂടെയും ബോക്സുകളിലൂടെയും വയ്ക്കപ്പെട്ടു. അത്തരം ഗാനങ്ങൾ സാധാരണ ജനങ്ങൾ അത്യാവേശത്തോടു കൂടി സ്വീകരിച്ചു. വിപ്ലവഭൂതകാലത്തിന്റെ രണസ്മരണകൾ ഇപ്പോഴും ഉയർത്തപ്പെടുന്നത് ഇതേ ഗാനങ്ങളിൽ കൂടിയാണ്.

പടപ്പാട്ടുകൾ/വിപ്ലവഗാനങ്ങൾ സൃഷ്ടിച്ച വൈകാരികതയെപ്പോലെ പ്രേക്ഷകനെ അതിവൈകാരിക അവസ്ഥയിലെത്തിക്കുക എന്ന ലക്ഷ്യത്തോടെ നിർമ്മിക്കപ്പെട്ട ഇടതുചലച്ചിത്രങ്ങളിൽ ലളിത കോമള പദാവലികളാൽ കാല്പനിക ഭാവനകളെ ആലേഖനം ചെയ്യുകയായിരുന്നു നമ്മുടെ ചലച്ചിത്രകാരന്മാർ. ഒരു ഭാഗത്തു വിപ്ലവത്തിന്റെ ആവേശം നിറയ്ക്കുമ്പോൾ മറുഭാഗത്തു തരളമായ പ്രണയ കാമനകളെയും ഭാവനകളെയും ചലച്ചിത്രങ്ങൾ അവതരിപ്പിച്ചതിന്റെ തെളിവുകളാണ് *പുന്നപ്ര വയലാർ* (1968), *മൂലധനം* (1969), *മീനമാസത്തിലെ സൂര്യൻ (1986)* എന്നീ ചിത്രങ്ങൾ. കയ്യൂർ രക്തസാക്ഷിത്വത്തെ അടിസ്ഥാനമാക്കി ലെനിൻ രാജേന്ദ്രൻ *മീനമാസത്തിലെ സൂര്യൻ* ആവിഷ്കരിച്ചപ്പോൾ പ്രധാന

മായും ഉയർന്നുവന്ന ആരോപണം ചിത്രം അങ്ങേയറ്റം കാല്പനികമാണ് എന്നതാണ്. ചരിത്രത്തെ ലളിതവല്ക്കരിച്ചുകൊണ്ട് രക്തസാക്ഷിത്വത്തിന്റെ ഗൗരവം കളഞ്ഞു കുളിച്ചു എന്നിങ്ങനെയുള്ള ആക്ഷേപങ്ങളും വിമർശനങ്ങളും സൃഷ്ടിക്കപ്പെട്ടിരുന്നു.

കമ്യൂണിസ്റ്റുബോധത്തെ 'ജനപ്രിയപൈങ്കിളി'യായും 'തരള കാല്പനികത'യായും 'അതിനിഷ്ക്കളങ്കത'യായും 'പ്രായോഗിക ബോധമില്ലാത്ത'തായും പ്രതിഷ്ഠിച്ചെടുത്തുകൊണ്ടാണ് ചുവപ്പൻ വിപ്ലവ പ്രമേയ ചലച്ചിത്രങ്ങൾ നിർമ്മിക്കപ്പെട്ടതും വിപണി കീഴടക്കിയതും. പെണ്ണുകാണൽ ചടങ്ങിനു ചെല്ലുന്ന സഖാവ് കോട്ടപ്പിള്ളി (*സന്ദേശം*) പെണ്ണിനോടു വെടിയുണ്ടകൾക്കു മുമ്പിൽ വിരിമാറു കാട്ടിക്കൊടുക്കേണ്ടി വരുമെന്നു പറയുമ്പോൾ, പട്ടിണിയിൽ നിന്നു രക്ഷതേടി റസ്റ്റോറന്റിൽ പണിക്കു കയറുന്ന ക്യൂബ മുകുന്ദൻ (*അറബിക്കഥ*) ഞങ്ങൾ കൊക്കക്കോളയ്ക്ക് എതിരാണെന്നു പറയുമ്പോൾ, മൂലധനം തലയുടെ സമീപത്തു ചേർത്തു വെച്ചുറങ്ങുമ്പോൾ, മായഞ്ചേരി - ഉണ്ണുണ്ണി (*രക്തസാക്ഷികൾ സിന്ദാബാദ്*) സംഭാഷണത്തിൽ കമ്മിയായിട്ട് ഊണു കഴിക്കുന്നവനാണ് കമ്യൂണിസ്റ്റ് എന്നു പറയുമ്പോൾ, മിനോൺ രാഘവനോട് (*മുന്നറിയിപ്പ്*), ടീഷർട്ടിലെ ചെഗുവേര ചിത്രം വലിയൊരു ഡി വൈ എഫ് ഐക്കാരന്റേതാണെന്നു പറയുമ്പോൾ, എസ് വൈ എഫ്ക്കാരൻ (*മെക്സിക്കൻ അപാരത*) എ കെ ജിയുടെ ചിത്രം നോക്കി അതാരാണെന്നു ചോദിക്കുമ്പോൾ, പാർട്ടി താത്വികാചാര്യൻ (*സന്ദേശം*) ചായക്കാരനോട് കട്ടൻചായയും പരിപ്പുവടയും ഉണ്ടാക്കിക്കൊണ്ടു വരാൻ ആവശ്യപ്പെടുമ്പോൾ, വലതുപക്ഷത്തേയ്ക്കു കൂറുമാറുന്ന രാമനുണ്ണി (രാമലീല) അതിവൈകാരികമായ രീതിയിൽ ചുവപ്പൻ കരമുണ്ട് വേസ്റ്റ് ബക്കറ്റിലേക്ക് ഉപേക്ഷിക്കുമ്പോൾ എല്ലാം പൈങ്കിളിക്കാല്പനികതകൾ പ്രത്യക്ഷപ്പെട്ട് പ്രേക്ഷകരിൽ ചിരിയുണർത്തുന്നു. ഇവയുടെ മറുകാഴ്ച അരിയുണ്ടയെ ബോംബായി തെറ്റിദ്ധരിക്കുന്നതിലും (*മെക്സിക്കൻ അപാരത*) നടുമുറ്റത്തു കൊടിമരം സ്ഥാപിച്ച് റെഡ് സല്യൂട്ട് സമർപ്പിക്കുന്ന സ. കോട്ടപ്പള്ളിയുടെയും (*സന്ദേശം*) സഖാവ് മാത്യുവിന്റെയും (*വെള്ളിമൂങ്ങ*) ശുഷ്കാന്തിയിലും പ്രകടമാണ്. പൊള്ളുന്ന ജീവിതാനുഭവങ്ങളിലൂടെ കമ്യൂണിസ്റ്റ് പ്രസ്ഥാനത്തിന്റെ ഭാഗമായി സഞ്ചരിച്ചിരുന്ന സാധാരണപ്രവർത്തകരെ അതിലളിതവല്ക്കരിച്ച് കോമാളികളാക്കുന്ന കമ്പോളത്തിന്റെ അജണ്ടകളാണ് ഇവയിലൂടെ അവതരിപ്പിക്കപ്പെടുന്നത്.

വിമതശബ്ദങ്ങളും രക്തസാക്ഷികളും

ഇടതുപക്ഷ പ്രവർത്തകരെ ഊർജ്ജസ്വലരാക്കുന്ന ത്യാഗസ്മരണകളാണ് ഓരോ സഖാവിന്റെയും രക്തസാക്ഷിത്വമെന്നിരിക്കേ അത്തരമൊരു ജീവത്യാഗത്തെ വികലമാക്കുകയെന്ന അപകടകരമായ അജണ്ടയെയാണ് കമ്പോളത്തിലെത്തിയ വിപ്ലവചിത്രങ്ങൾ നടപ്പിലാക്കിയത്. അരുൺകുമാർ അരവിന്ദിന്റെ *ലെഫ്റ്റ് റൈറ്റ് ലെഫ്റ്റ്*, അരുൺ ഗോപി

യുടെ *രാമലീല* എന്നീ ചിത്രങ്ങൾ രക്തസാക്ഷികളെ സൃഷ്ടിച്ചെടുക്കുന്നതിന്റെ അടിസ്ഥാനം ഇടതുപക്ഷത്തിനുള്ളിലെ ചേരിപ്പോരുകളും വ്യക്തി വിദ്വേഷങ്ങളുമാണെന്നു സമർത്ഥിക്കുന്നു. എസ് എഫ് ഐയ്ക്ക് അടിത്തറയില്ലാത്ത കാമ്പസിൽ തന്ത്രപരമായി കൊടിമരം സ്ഥാപിച്ച് വനിതാ സഖാവിനെ ആ കാമ്പസിലെ വിദ്യാർത്ഥിയാക്കി പഠിക്കാൻ നിയോഗിക്കുന്ന ചെഗുവേര റോയി പാർട്ടിക്കുള്ളിൽ അനഭിമതനാകുന്നത് നേതൃത്വത്തിന്റെ നിലപാടുകളെ ചോദ്യം ചെയ്യുന്നതിനാലാണ്. എ ബി വി പിയുടെ പേരിൽ പാർട്ടി നേതൃത്വമാണ് റോയിയെ കൊട്ടേഷൻ കൊടുത്ത് വികലാംഗനാക്കി മാറ്റുന്നതെന്നു *ലെഫ്റ്റ് റൈറ്റ് ലെഫ്റ്റ്* സ്ഥാപിക്കുമ്പോൾ കമ്യൂണിസ്റ്റു ഡെമോക്രാറ്റിക് പാർട്ടി മെമ്പറും സജീവപ്രവർത്തകനുമായ സഖാവ് രാഘവനെ എൻ എസ് പിക്കാരെക്കൊണ്ടു കൊലപ്പെടുത്തി രക്തസാക്ഷിയാക്കി മാറ്റുന്നത് അമ്പാടി മോഹൻ ഉൾപ്പെടെയുള്ള പാർട്ടി നേതൃത്വമാണെന്ന് *രാമലീല*യും സമർത്ഥിച്ചെടുക്കുന്നു. സുന്ദർദാസ് സംവിധാനം ചെയ്ത *പൗരനിൽ* സഖാവ് ദിവാകരന്റെ നിലപാടുകളോട് വിയോജിപ്പുകളുള്ള പാർട്ടി നേതൃത്വം കൊട്ടേഷൻ ഗുണ്ടകളാൽ ദിവാകരനെ രക്തസാക്ഷിയാക്കി മാറ്റുന്നു.

കമ്യൂണിസ്റ്റുപാർട്ടിയുടെ പ്രത്യയശാസ്ത്രസ്വീകാര്യതയിലും സംഘടനാ അടിത്തറയിലും അസ്വസ്ഥരാകുന്ന ഒരു വിഭാഗം ആളുകൾ നിരന്തരമായി നടത്തുന്ന ഇടതുവിരുദ്ധപ്രചരണ കാമ്പയിനുകളോട് താദാത്മ്യപ്പെടുന്ന രീതിശാസ്ത്രമാണ് കമ്പോളസിനിമകൾ സ്വീകരിച്ചിരിക്കുന്നത്. വിപ്ലവ വിദ്യാർത്ഥിപ്രസ്ഥാനത്തിന്റെ സാഹസികമായ വളർച്ചയെ ആവിഷ്കരിക്കുന്ന ചിത്രമെന്ന ധ്വനിയുമായി എത്തിയ *ഒരു മെക്സിക്കൻ അപാരത* ഇടതു വിദ്യാർത്ഥിപ്രസ്ഥാനത്തിന്റെ ചരിത്ര വർത്തമാനകാലങ്ങളെ രണ്ടു തലങ്ങളിലാണ് അവതരിപ്പിക്കുന്നത്. അടിയന്തരാവസ്ഥക്കാലത്ത് പൊലീസ് വെടിവെയ്പ്പിൽ കൊല്ലപ്പെടുന്ന സഖാവ് കൊച്ചനിയന്റെ ദൃശ്യങ്ങളിലൂടെയാണ് *മെക്സിക്കൻ അപാരത* ആരംഭിക്കുന്നത്. എസ് എഫ് ഐയുടെ രക്തസാക്ഷി സഖാവ് കൊച്ചനിയൻ കൊല്ലപ്പെടുന്നത് 1992 ഫെബ്രുവരി ഇരുപത്തൊമ്പതിനാണ് എന്ന ചരിത്രവസ്തുതയെ തമസ്കരിച്ചുകൊണ്ടാണ് ചലച്ചിത്രത്തിൽ അടിയന്തരാവസ്ഥയിലെ സഖാവ് കൊച്ചനിയന്റെ നിർമ്മിതി. എന്റെ ജീവിതത്തിൽനിന്നു രാജിവെച്ചാലും എസ് എഫ് ഐയിൽ നിന്നും ഞാൻ രാജിവെക്കില്ലെന്നു പ്രഖ്യാപിച്ച സഖാവ് മുഹമ്മദ് മുസ്തഫയുടെ (അടിയന്തരാവസ്ഥക്കാലത്തു കൊല്ലപ്പെട്ട) ആവേശോജ്ജ്വലമായ സംഭാഷണങ്ങളെപ്പോലും കടമെടുത്തു കൊണ്ടാണ് കൊച്ചനിയന്റെ സംഭാഷണംപോലും തയ്യാറാക്കപ്പെട്ടിരിക്കുന്നത്. മഹാരാജാ കോളേജിൽ എസ് എഫ് ഐയ്ക്കു അടിത്തറയുണ്ടാക്കാൻ ഒരു രക്തസാക്ഷി അനിവാര്യമാണെന്നു പാർട്ടി നേതൃത്വത്തിലുള്ള വ്യക്തി സുഭാഷിനോടു പറയുകയും കൊട്ടേഷൻ ഗുണ്ടകളെ അതിനായി കാമ്പസിലെത്തിക്കുകയും ചെയ്യുന്നുണ്ട്. സഖാവ് മുഹ

മ്മദ് മുസ്തഫ മുതൽ സഖാവ് അഭിമന്യു വരെയുള്ള ധീര രക്തസാക്ഷികൾ ഭരണകൂടത്തിന്റെയും വലതുപക്ഷ വർഗ്ഗീയ തീവ്രവാദ സംഘടനകളുടെയും കൊലക്കത്തിക്ക് ഇരയായിത്തീർന്നവരാണ്. അത്തരം ചരിത്ര യാഥാർത്ഥ്യങ്ങളെയാണ് വിപ്ലവസിനിമകൾ നിരാകരിക്കുന്നത്.

കമ്യൂണിസ്റ്റ് പ്രമേയ ചലച്ചിത്രങ്ങളിൽ ഇടതു നേതാക്കളെ പ്രതിനിധീകരിക്കുന്ന കഥാപാത്രങ്ങൾക്ക് വില്ലന്മാരുടെ ശരീരഭാഷയും മാനറിസങ്ങളും ബോധപൂർവ്വമായി നിർമ്മിച്ചു നല്കുന്നുണ്ട്. അമ്പാടി മോഹൻ (*രാമലീല/2017*), കൈതേരി സഹദേവൻ (*ലെഫ്റ്റ് റൈറ്റ് ലെഫ്റ്റ്/2013*), കരുണൻ (*അറബിക്കഥ/2007*), കോമളൻ (*പൗരൻ/2005*), ശേഖരൻ (*അദ്വൈതം/1991*), പ്രഭാകരൻ (*വരവേൽപ്പ്/1989*) തുടങ്ങിയവ ചില ഉദാഹരണങ്ങൾ മാത്രം. ആദർശാത്മക കമ്യൂണിസ്റ്റു ജീവിതം പിന്തുടരുകയും സംഘടനയുടെ പ്രതിലോമകരമായ നിലപാടുകളെ ചോദ്യം ചെയ്യുകയും നേതൃത്വത്തെ പ്രകോപിപ്പിക്കുകയും ചെയ്യുന്ന വ്യക്തികളെ അധികാരം കൊണ്ട് നിശബ്ദരാക്കാനും നേതൃത്വത്തിനു കഴിയുന്നു. പൊതുസമൂഹത്തിൽ തെറ്റിദ്ധാരണകൾ വളർത്തിയെടുത്ത് ജനങ്ങളെ മാർക്സിസ്റ്റ് വിരുദ്ധരാക്കി മാറ്റുകയെന്ന ലക്ഷ്യത്തെ മുൻനിറുത്തുന്നതിനൊപ്പം കേരളീയ പൊതുമണ്ഡലത്തിൽ ആഴത്തിൽ വേരു പടർത്തിയ വലതുപക്ഷ വർഗ്ഗീയ രാഷ്ട്രീയ സംഘടനകളെ വെള്ളപൂശി ശുദ്ധീകരിച്ചെടുക്കുകയെന്ന താല്പര്യങ്ങളെക്കൂടി ഇത്തരം സിനിമകൾ മുമ്പോട്ടു വെയ്ക്കുന്നുണ്ട്.

നായകബിംബങ്ങളും ജീവചരിത്രാഖ്യാനങ്ങളും

കമ്യൂണിസ്റ്റുപാർട്ടിയുടെ സമാരാധ്യരായ നേതാക്കന്മാരായ പി കൃഷ്ണപിള്ള, എ കെ ജി, ഇ എം എസ്, ഇ കെ നായനാർ, ടി വി തോമസ്, വി എസ് അച്യുതാനന്ദൻ, പിണറായി വിജയൻ എന്നിവരുടെ ജീവിതം, രാഷ്ട്രീയ ഇടപെടലുകൾ എന്നിവയെ മുൻനിർത്തിക്കൊണ്ടോ ഓർമ്മപ്പെടുത്തിക്കൊണ്ടോ ചലച്ചിത്രങ്ങൾ നിർമ്മിക്കപ്പെട്ടിട്ടുണ്ട്. സഖാവ് കൃഷ്ണപിള്ളയുടെ ജീവിതത്തെയും രാഷ്ട്രീയ പ്രവർത്തനങ്ങളെയും സമഗ്രമായി അടയാളപ്പെടുത്തുവാനുള്ള ശ്രമമായിരുന്നു അനിൽ വി നാഗേന്ദ്രന്റെ *വസന്തത്തിന്റെ കനൽവഴികളിൽ* (2014) എങ്കിൽ സഖാവ് എ കെ ജിയുടെ കർമ്മപഥങ്ങളിലേയ്ക്കു സഞ്ചരിച്ച ചലച്ചിത്ര ഭാഷ്യമാണ് ഷാജി എൻ കരുണിന്റെ *എ കെ ജി.* വർഗ്ഗീസ് വൈദ്യന്റെ മകനായ ചെറിയാൻ കല്പകവാടി, ടി വി തോമസ്, ഗൗരിയമ്മ, വർഗ്ഗീസ് വൈദ്യൻ എന്നിവരുടെ ജീവിതത്തിന്റെ ചില ഏടുകളെ മുൻനിറുത്തി തിരക്കഥ രചിച്ച ചിത്രമായിരുന്നു *ലാൽസലാം* (1990). കുടുംബം, വ്യക്തിജീവിതം, സംഘടനാ പ്രവർത്തനങ്ങൾ എന്നിവയ്ക്കുള്ളിലെ സംഘർഷങ്ങൾ ഡി കെ യെയും സേതുലക്ഷ്മിയെയും രണ്ടു തട്ടിലാകുന്നതിനെ ആവിഷ്കരിച്ച *ലാൽസലാം* മുതലാളിവർഗ്ഗം പാർട്ടിക്കുള്ളിൽ സൃഷ്ടിക്കുവാൻ ശ്രമിക്കുന്ന ചേരിതിരിവുകളെക്കൂടി സൂചിപ്പിക്കുന്നുണ്ട്. കമ്യൂ

ണിസ്റ്റു പാർട്ടിയുടെ സഹയാത്രികയായിരിക്കുകയും പില്ക്കാലത്ത് ജെ എസ് എസ് രൂപീകരിച്ചു ഇടതുപക്ഷത്തോടു വിട പറയുകയും ചെയ്ത ഗൗരിയമ്മയുടെ ജീവിതത്തിന്റെ ചില ഏടുകളെ അവതരിപ്പിച്ച മറ്റൊരു ചിത്രമായിരുന്നു *ചീഫ് മിനിസ്റ്റർ കെ ആർ ഗൗതമി*യും. ഇരുചിത്രങ്ങളിലും ഗൗരിയമ്മയുടെ ക്യാരക്ടറായി പ്രത്യക്ഷപ്പെട്ടതു ഗീതയായിരുന്നത് യാദൃച്ഛികമല്ല. ടൈപ്പ് ക്യാരക്ടറുകൾ ഒരേ അഭിനേതാവിൽ തന്നെ അടിച്ചേല്പിക്കുന്ന പ്രവണത കമ്പോള സിനിമയുടെ നടപ്പു ശീലങ്ങളിലൊന്നാണെന്ന് ഇതു സാക്ഷ്യപ്പെടുത്തുന്നു.

വി എസ് അച്യുതാനന്ദനും പിണറായി വിജയനും ഉൾപ്പെടെയുള്ള കമ്യൂണിസ്റ്റു പാർട്ടി നേതാക്കളുടെ ക്യാരക്ടറുകൾ രൺജിപണിക്കർ സംവിധാനം ചെയ്ത *രൗദ്രം* (2008), അരുൺകുമാർ അരവിന്ദന്റെ *ലെഫ്റ്റ് റൈറ്റ് ലെഫ്റ്റ്* (2013) എന്നീ ചിത്രങ്ങളിൽ ബോധപൂർവ്വമായി ഉപയോഗിച്ചിട്ടുണ്ട്. കൈതേരി സഹദേവൻ (ലെഫ്റ്റ് - L), ജയൻ (റൈറ്റ് - R), ചെഗുവേര റോയി (ലെഫ്റ്റ് - L) എന്നിവരുടെ ജീവിതത്തെ മുൻനിറുത്തി കമ്യൂണിസ്റ്റു പാർട്ടിയുടെ മൂല്യച്യുതിയെ വിമർശനാത്മകമായി വിലയിരുത്തുന്ന ചിത്രമെന്ന ധ്വനിയുമായാണ് *ലെഫ്റ്റ് റൈറ്റ് ലെഫ്റ്റ്* (LRL) പ്രദർശിപ്പിക്കപ്പെട്ടത്. ഹരീഷ് പേരടിയെന്ന നടനിലേയ്ക്ക് പിണറായി വിജയന്റെ ശരീരഭാഷയും കണ്ണൂർ ഭാഷാശൈലിയും സന്നിവേശിപ്പിച്ചുകൊണ്ടാണ് കൈതേരി സഹദേവൻ തിരശീലയിൽ പ്രത്യക്ഷപ്പെടുന്നത്. *ഒരു മെക്സിക്കൻ അപാരത*യുൾപ്പെടെയുള്ള ചിത്രങ്ങളിൽ ഇതിന്റെ ആവർത്തനമുണ്ടാകുന്നുണ്ട്. *ലെഫ്റ്റ് റൈറ്റ് ലെഫ്റ്റി*ൽ വിജയരാഘവൻ വി എസിന്റെ ശരീരഭാഷയേയും പ്രകടിപ്പിക്കുന്നു. ആദർശശാലികളും കർമ്മനിരതരുമായ കമ്യൂണിസ്റ്റു പാർട്ടി നേതാക്കളെ അവതരിപ്പിച്ച മലയാള ചലച്ചിത്രങ്ങൾ അവരുടെ ജനകീയമായ സ്വീകാര്യതയെ തകർക്കുകയെന്ന നിഗൂഢ അജണ്ടയെയാണ് അവതരിപ്പിച്ചത്. *സ്മാർട്ട് സിറ്റി* (2006/രാജൻ പി ദേവ്), *രൗദ്രം* (2008/ജനാർദ്ദനൻ), *ലെഫ്റ്റ് റൈറ്റ് ലെഫ്റ്റ്* (2013/വിജയരാഘവൻ) എന്നിവയിലെ വി എസ് ക്യാരക്ടറും *ലെഫ്റ്റ് റൈറ്റ് ലെഫ്റ്റി*ലെ പിണറായി വിജയൻ ക്യാരക്ടറും ഇത്തരമൊരു വിശകലനത്തെ സാധൂകരിക്കുന്നു. കമ്യൂണിസ്റ്റു പാർട്ടിക്കുള്ളിൽ വി എസും പിണറായിയും തമ്മിൽ അഭിപ്രായ ഭിന്നതകളിലാണെന്ന വലതുപക്ഷ ബൂർഷ്വാ മാധ്യമങ്ങളുടെ ബ്രഹ്മാണ്ഡ പ്രചരണങ്ങളെ അന്ധമായി ഏറ്റെടുത്തു പ്രചരിപ്പിക്കുകയെന്ന ദൗത്യമാണ് മേല്പറഞ്ഞ ചിത്രങ്ങൾ ചെയ്തത്.

ആദർശാധിഷ്ഠിതകമ്യൂണിസവും പ്രായോഗികകമ്യൂണിസവും തമ്മിലുള്ള വൈരുദ്ധ്യങ്ങളുണ്ടാകുമെന്ന വലതുപക്ഷ ചിന്തയെ ഇടതു പ്രമേയചലച്ചിത്രങ്ങൾ ദൃശ്യവല്ക്കരിച്ചു. *സന്ദേശം* (1991), *അറബിക്കഥ* (2007), *സഖാവ്* (2017), *പരോൾ* (2018) എന്നീ ചിത്രങ്ങൾ അത്തരമൊരു ആഖ്യാനരീതിയാണ് സ്വീകരിച്ചിരിക്കുന്നത്. *സന്ദേശ*ത്തിലെ സഖാവ് കോട്ടപ്പള്ളി കമ്യൂണിസ്റ്റ് ആശയാദർശങ്ങളിൽ അടിയുറച്ചു വിശ്വസിക്കു

കയും പാർട്ടി താത്വികാചാര്യന്റെ വാക്കുകളെ അന്ധമായി അംഗീകരിക്കുകയും ചെയ്യുന്ന ആളാണ്. സാധാരണക്കാരനായ ഇടതുപക്ഷ സഖാവ് എന്ന ഇമേജ് (ശ്രീനിവാസൻ/മലയാള സിനിമയിലെ അതിസാധാരണക്കാരന്റെ സ്ഥിരം പ്രതീകം - അനവധി ചിത്രങ്ങൾ) ലഭിച്ച ശ്രീനിവാസനെ സഖാവായി പുനരാനയിച്ച ചിത്രമായിരുന്നു ലാൽജോസിന്റെ *അറബിക്കഥ*. *അറബിക്കഥ*യിലെ ക്യൂബ മുകുന്ദൻ ആദർശ കമ്യൂണിസ്റ്റിന്റെ ബിംബമാകുമ്പോൾ സഖാവ് കരുണൻ പ്രായോഗിക രാഷ്ട്രീയത്തിന്റെ ബിംബമാകുന്നു. സിദ്ധാർത്ഥ് ശിവയുടെ *സഖാവി*ലും ഇത്തരമൊരു വർഗ്ഗീകരണത്തിന്റെ ആവർത്തനം സഖാവ് കൃഷ്ണൻ, എസ് എഫ് കെ കാരനായ കൃഷ്ണകുമാർ എന്നിവരിലൂടെ കാണാവുന്നതാണ്. നല്ല സഖാവ്/ചീത്ത സഖാവ് എന്നിങ്ങനെയുള്ള വർഗ്ഗീകരണവും പഴയ തലമുറയുടെ സംഭാവനകളുടെ മഹത്വവല്ക്കരണവും പുതിയ തലമുറക്കാരുടെ ഇടപെടലുകളുടെ ഇകഴ്ത്തലുകളും സർവ്വ സാധാരണമായിത്തീർന്നിരിക്കുന്നു. ഭൂതകാലത്തെ മഹത്വവല്ക്കരിക്കുന്ന കമ്പോള യുക്തികളാണ് വിപ്ലവ ഭൂതകാലങ്ങളെ ഉദാത്തമായി പ്രതിഷ്ഠിക്കുന്നതും ആദർശബിംബങ്ങളെ വൻതോതിൽ 'ഗ്ലോറിഫൈ' ചെയ്യുന്നതും. മലയാള സിനിമ സവർണ്ണസൗന്ദര്യശാസ്ത്രത്തിന്റെ പശ്ചാത്തലത്തിൽ നന്മയുടെ പാഠങ്ങൾ എൺപതുകളിലും തൊണ്ണൂറുകളിലും നിരന്തരമായി സൃഷ്ടിച്ചിരുന്നു. അതിന്റെ പ്രാന്തവല്ക്കരിക്കപ്പെട്ട ഇടത്തിൽ കമ്യൂണിസ്റ്റ് നന്മകളേയും ഉൾപ്പെടുത്തുവാനുള്ള ഔദാര്യം മലയാള സിനിമ പ്രകടിപ്പിച്ചിരുന്നു. 'കമ്യൂണിസ്റ്റ് നന്മ'യെ പരിലാളിച്ച കമ്പോള സിനിമ അതിനു സമാന്തരമായി 'കമ്യൂണിസ്റ്റ് തിന്മ'യെന്ന വിഷ ബീജത്തെക്കൂടി സൃഷ്ടിച്ചെടുത്തിരുന്നു.

പുണ്യാളൻ അഗർബത്തീസ് (2013), *മലർവാടി ആർട്സ് ക്ലബ്* (2010), *ഒരു വടക്കൻ സെൽഫി* (2013), *ഇന്ത്യൻ പ്രണയകഥ* (2013), *വെള്ളിമൂങ്ങ* (2014), *ആട് ഒരു ഭീകരജീവിയാണ്* (2014), *കുട്ടനാടൻ മാർപ്പാപ്പ* (2018) എന്നു തുടങ്ങി ഒട്ടനവധി ചലച്ചിത്രങ്ങളിൽ പ്രത്യക്ഷപ്പെടുന്ന 'സഖാക്കൾ' അഴിമതിയും സ്വജനപക്ഷപാതവും ജാതിമതവർഗ്ഗബോധവും ഉള്ളവരാണ് എന്നു സ്ഥാപിക്കപ്പെടുകയാണുണ്ടായത്. വലതുപക്ഷത്തിന്റെ വ്യാജ പ്രചരണതന്ത്രങ്ങളെ അടിസ്ഥാനമാക്കി രൂപപ്പെട്ട ഇത്തരം ക്യാരക്ടറുകൾ നിഷ്കളങ്ക ഹാസ്യത്തിന്റെ ലേബലിലാണ് അവതരിപ്പിക്കപ്പെടുന്നതും.

ചുവപ്പൻ വിപ്ലവങ്ങളും വലതുപക്ഷ അജണ്ടകളും

അതിസങ്കീർണ്ണമായ സാമൂഹ്യാവസ്ഥകളിലൂടെയാണ് ഇന്ത്യൻ ജനതയുടെ ജീവിതം കടന്നുപൊയ്ക്കൊണ്ടിരിക്കുന്നത്. ഇന്ത്യാ - പാക് വിഭജനത്തിനും സ്വാതന്ത്ര്യത്തിനും ശേഷം ശക്തമായ വർഗ്ഗീയ ധ്രുവീകരണങ്ങൾ ഇന്ത്യയുടെ മതേതരത്വ സ്വഭാവത്തിലാണ് വിള്ളലുകൾ വീഴ്ത്തിയത്. ദളിത് വംശീയഹത്യകളും ഗോവധത്തിന്റെ പേരിൽ മുസ്ലീ

ങ്ങൾക്കു നേരെയുള്ള ആക്രമണങ്ങളും സദാചാര/സ്വാഭിമാന കൊലകളുമെല്ലാം ഹിന്ദുത്വ ഭരണകൂടസ്ഥാപനങ്ങളുടെ പിന്തുണയോടെ സംഘ്പരിവാർ സംഘടനകൾ നടപ്പിലാക്കുന്നു. സർവ്വകലാശാലകളും സാംസ്കാരികസ്ഥാപനങ്ങളുമെല്ലാം വർഗ്ഗീയ സംഘടനാ പ്രതിനിധികളാൽ നിറയ്ക്കപ്പെടുന്നു. നവഉദാരവല്ക്കരണ നയങ്ങളെ അതിരുവിട്ടു പ്രോത്സാഹിപ്പിക്കുന്ന നരേന്ദ്രമോദി ഗവൺമെന്റ് നോട്ടുനിരോധനത്തിലൂടെ രാജ്യത്ത് സാമ്പത്തിക അടിയന്തിരാവസ്ഥ നടപ്പിലാക്കിയെടുത്തു. കർഷക ആത്മഹത്യകളും തൊഴിലില്ലായ്മയും ദാരിദ്ര്യവും പെരുകുമ്പോൾ ആഗോള കോർപ്പറേറ്റുകൾക്ക് ഉദാരമായ പിന്തുണകൾ നല്കുന്നു. ഇത്തരം സങ്കീർണ്ണ സാഹചര്യങ്ങളിൽ കൃത്യമായ നയങ്ങളുടെയും പരിപാടികളുടെയും അടിസ്ഥാനത്തിൽ ശക്തമായ ജനകീയ പോരാട്ടങ്ങൾ നടത്തുന്നത് സി പി എം നേതൃത്വം നല്കുന്ന ഇടതുപക്ഷ കക്ഷികളാണ്. ഇടതുപക്ഷത്തിന്റെ പൊതുസ്വീകാര്യതയെ തകർക്കുകയെന്ന കോർപ്പറേറ്റുകളുടെയും സംഘ്പരിവാർ സംഘടനകളുടെയും ലക്ഷ്യത്തെ കലാ സാഹിത്യാദി മാധ്യമങ്ങൾ ഏറ്റെടുത്തു നടപ്പിലാക്കുന്നു. ഇത്തരമൊരു പശ്ചാത്തലത്തിലാണ് മലയാളത്തിലെ വിപ്ലവ സിനിമകളുടെ അജണ്ടകൾ കൂടുതൽ പ്രസക്തമായിത്തീരുന്നത്.

ഒരു സമ്പൂർണ്ണ രാഷ്ട്രീയ സിനിമയെന്ന അവകാശവാദവുമായി പ്രേക്ഷകരുടെ മുമ്പിലെത്തിയ *ലെഫ്റ്റ് റൈറ്റ് ലെഫ്റ്റ്* കേരളത്തിലെ കമ്യൂണിസ്റ്റു പാർട്ടിയുടെ രാഷ്ട്രീയ മൂല്യച്യുതികളെ വിലയിരുത്തുന്നു എന്ന പ്രതീതിയാണ് പ്രേക്ഷകനിൽ ജനിപ്പിച്ചത്. ഇടതുപക്ഷത്തിന്റെ രക്തസാക്ഷികൾ വർഗ്ഗീയ സംഘടനകളുടെ ആക്രമണങ്ങളിൽ നിന്നുണ്ടായതല്ല, മറിച്ച് ഇടതുപക്ഷത്തിനുള്ളിലെ ചില സ്ഥാപിത താല്പര്യക്കാർ ബോധപൂർവ്വം സൃഷ്ടിച്ചെടുത്തതാണെന്ന ആർ എസ് എസ് - ബി ജെ പി നിലപാടുകളെ അക്ഷരാർത്ഥത്തിൽ ശരിവെച്ചുകൊണ്ടാണ് *ലെഫ്റ്റ് റൈറ്റ് ലെഫ്റ്റ്* അതിന്റെ രാഷ്ട്രീയം വ്യക്തമാക്കുന്നത്. ഈ ചിത്രത്തിനു മുമ്പിലും പിമ്പിലുമായി മുരളി ഗോപി *ഈ അടുത്തകാലത്ത്* (2012), *ടിയാൻ* (2018) എന്നീ ചിത്രങ്ങളിലൂടെ സംഘ്പരിവാർ - ഹിന്ദുത്വ അജണ്ടകളെ അതിസൂക്ഷ്മമായി അവതരിപ്പിച്ചു എന്നതുകൂടി ചേർത്തു വായിക്കേണ്ടതാണ്. *ഈ അടുത്ത കാലത്തിൽ* വിഷ്ണുവെന്ന നാഗരിക നിഷ്കളങ്കന്റെ പ്രതിസന്ധികളിൽ 'രക്ഷ'യുടെ സാന്നിധ്യങ്ങളാകുന്നതു സംഘികളാണ്. ചേരി/കോളനികളിൽ സംഘ്പരിവാറുകൾ അയ്യപ്പസേവാ സംഘങ്ങളായും നാമജപ സംഘങ്ങളായും ക്ഷേത്രസംരക്ഷണസമിതിയായും മറ്റും ആധിപത്യമുറപ്പിക്കുന്നത് ഇവിടെ സ്മരണീയമാണ്. *ഈ അടുത്ത കാലത്തിൽ* സംഘികളെ രക്ഷക ബിംബമായി അവതരിപ്പിച്ചെങ്കിൽ *ലെഫ്റ്റ് റൈറ്റ് ലെഫ്റ്റി*ലെത്തുമ്പോൾ സംഘികളെ തന്ത്രപരമായി വെള്ളപൂശി നല്ലവരാക്കി മാറ്റിയെടുക്കുന്നുണ്ട്.

ഇടതു - വലതു ദ്വന്ദ്വങ്ങളെ മുൻനിറുത്തി കേരളത്തിലെ ഇടതുപക്ഷം സാംസ്കാരിക രാഷ്ട്രീയ ജീർണ്ണതകളെ നേരിടുന്ന പ്രസ്ഥാന

മായി അധഃപ്പതിച്ചു, നേതൃത്വത്തിനുള്ളിൽ ഗ്രൂപ്പിസവും സംഘർഷങ്ങളും അരങ്ങേറുന്നു, ആഗോള കുത്തകകൾക്കും മുതലാളിത്ത ശക്തികൾക്കും കീഴടങ്ങിയിരിക്കുന്നു എന്നിങ്ങനെയുള്ള ആരോപണങ്ങളെ സമർത്ഥി ച്ചെടുക്കുന്ന വിപ്ലവ സിനിമകൾ പ്രതിവിധിയായി നിർദ്ദേശിക്കുന്നത് വല തുപക്ഷത്തെയും തീവ്ര ഹിന്ദുത്വ രാഷ്ട്രീയപക്ഷത്തെയുമാണ്. ഇടതു -വലതുപക്ഷങ്ങൾ മാത്രമായി പാർശ്വവീക്ഷണം നടത്തുന്ന ചലച്ചിത്ര ങ്ങൾ കേരളത്തിലെ ജനകീയമുന്നേറ്റങ്ങളെ അതിനിഗൂഢമായി തമസ്ക രിച്ചുകൊണ്ട് കേരളീയ പൊതുമണ്ഡലത്തിൽ ആധിപത്യം പുലർത്തുന്ന സവർണ്ണ ഹിന്ദുത്വ രാഷ്ട്രീയ അജണ്ടകളുടെ പ്രചാരകരായി മാറുന്നു. ഇതേ കാലയളവിലാണ് കേരളത്തിൽ ആർ എസ് എസിനു സംഘടനാ പരമായി മുൻതൂക്കം ലഭിക്കുന്നതും പൊതുതിരഞ്ഞെടുപ്പുകളിൽ ബി ജെ പിയുടെ വോട്ടിംഗ് അക്കൗണ്ടിൽ വർദ്ധനവുണ്ടാകുന്നതും. ഉത്തരേ ന്ത്യൻ മോഡലിൽ കെ പി ശശികലയും കുമ്മനം രാജശേഖരനും ശോഭാ സുരേന്ദ്രനും 'വർഗ്ഗീയ പ്രചരണ' പ്രസംഗങ്ങൾ നടത്തുന്നതും ബലിദാ നികളുടെ ചിതാഭസ്മം വഹിച്ചുകൊണ്ട് കാസർഗോഡ് മുതൽ കന്യാ കുമാരിവരെ നിമജ്ജന ഘോഷയാത്രകൾ നടത്തുന്നതും ഇതേ കാല ഘട്ടത്തിലാണ്. ബി ജെ പിയുടെ പ്രചരണ മാധ്യമങ്ങളായ *കേസരി* വാരി കയും *ജന്മഭൂമി* ദിനപത്രവും ജനം ടി വിയും ഹിന്ദുത്വത്തിനു മാത്ര മാണ് ആത്യന്തികമായ സാധ്യതകളും നിലനില്പുകളുമെന്ന് ബ്രഹ്മാണ്ഡ പ്രചരണ കോലാഹലങ്ങളിലൂടെ സ്ഥാപിച്ചെടുക്കുന്നു.

ദേശീയതലത്തിൽ ഹിന്ദുത്വ ഭരണകൂടം നിർവ്വഹിക്കുന്ന ബഹുമു ഖമായ ആക്രമണങ്ങളെ പ്രതിരോധിക്കുന്നതിന് ഇടതുപക്ഷത്തിനു മാത്രമേ കഴിയുകയുള്ളൂ എന്ന രാഷ്ട്രീയബോധ്യത്തെ ഏറ്റെടുക്കുന്ന കേരളീയ ജനതയെ വർഗ്ഗീയമായി ധ്രുവീകരിക്കുക എന്ന നിലപാടു കൂടി ഹിന്ദുത്വത്തെ പിന്തുണയ്ക്കുന്ന കലയും മാധ്യമങ്ങളും സ്വീകരി ച്ചിട്ടുണ്ട്. കോർപ്പറേറ്റുകളും ഹിന്ദുത്വസംഘടനകളും ബി ജെ പി സംഘ്പ രിവാർ നേതൃത്വങ്ങളും കൈ കോർത്തുകൊണ്ട് ഉത്തരേന്ത്യൻ മേഖല യിൽ ഇടതുപക്ഷത്തെ സംഘടിതമായി ആക്രമിച്ചെടുക്കുവാൻ ശ്രമിച്ചു കൊണ്ടിരിക്കുന്നു. ബംഗാളിൽ ഇടതിനു ഭരണം നഷ്ടപ്പെട്ടതിനെ ആഘോഷമാക്കിയ ഹിന്ദുത്വ രാഷ്ട്രീയ ഭരണകൂടം ഇടതുപക്ഷബോ ധ്യത്തെ പിന്തുടരുന്ന കേരള സംസ്ഥാനത്തിനെ, ആ കാരണത്തിന്റെ അടിസ്ഥാനത്തിൽ അർഹമായ ആനുകൂല്യങ്ങൾ നിഷേധിക്കുന്നു. ഇത്തരം പശ്ചാത്തലത്തിലാണ് വിപ്ലവസിനിമകളിലെ വലതുപക്ഷ ഹിന്ദു ത്വത്തിന്റെ ന്യായീകരണ നീക്കങ്ങൾ പ്രസക്തമാകുന്നത്. സജി പാല മേലിന്റെ *ആറടി* (2016), സനൽകുമാർ ശശിധരന്റെ *എസ് ദുർഗ്ഗ* (2017), ഗിരീഷിന്റെ *അങ്കിൾ* (2018) എന്നീ ചിത്രങ്ങളിൽ കേരളീയ സമൂഹത്തിൽ സംഘികൾക്കുണ്ടായ വളർച്ചകളുടേയും ഇടപെടലുകളുടേയും സൂച നകൾ വ്യക്തമാണ്. ഇതേ കാലഘട്ടത്തിൽ അവതരിപ്പിക്കപ്പെട്ട വലതു പക്ഷ പ്രമേയചലച്ചിത്രങ്ങൾ, *ഒരു ഇന്ത്യൻ പ്രണയകഥ* ഉൾപ്പെടെയു

ള്ളവ ദുർബലമായ ന്യായീകരണങ്ങൾക്കും അവകാശവാദങ്ങൾക്കും ശ്രമിച്ച് ദയനീയമായി പരാജയപ്പെടുകയുണ്ടായി.

വെള്ളിത്തിരയിലെ ചുവപ്പൻ വിപ്ലവപ്രമേയങ്ങളെല്ലാം കമ്പോളത്തിന്റെ ലാഭങ്ങൾക്കുവേണ്ടി നിർമ്മിക്കപ്പെട്ടവയായതിനാൽ അവയ്ക്കു പറ്റിയ രസക്കൂട്ടുകളെ ഇടതുപ്രവർത്തകരുടെ ജീവിതത്തിൽനിന്നും കണ്ടെത്തുകയായിരുന്നു. മുദ്രാവാക്യ സ്വഭാവത്തിലധിഷ്ഠിതമായി ലളിതമായ രാഷ്ട്രീയ ഉത്തേജനം രണ്ട് - രണ്ടര മണിക്കൂർ നേരത്തിനുള്ളിൽ തിയറ്ററിന്റെ ഇരുളിൽ പ്രേക്ഷകനു പകർന്നു കൊടുക്കുകയെന്ന ലക്ഷ്യത്തെയാണ് മലയാളത്തിലെ വിപ്ലവസിനിമകൾ നിറവേറ്റിയത്. ചുവപ്പൻവിപ്ലവത്തിന്റെ കമ്പോള സാധ്യതകളെ അതിസമർത്ഥമായി ഉപയോഗപ്പെടുത്തുന്നതിനായി കമ്യൂണിസ്റ്റ് സഖാക്കളുടെ ജീവിതത്തെ പ്രമേയമാക്കിയ ചലച്ചിത്രങ്ങൾക്ക് ചരിത്രവുമായും രാഷ്ട്രീയവുമായും പാർട്ടി വ്യവഹാരങ്ങളുമായും ബന്ധപ്പെട്ട പദങ്ങളെ 'ടൈറ്റിലുകളായി' ക്രമപ്പെടുത്തുന്ന രീതിയും നിലവിലുണ്ട്. *പുന്നപ്ര വയലാർ* (1970), *ലാൽസലാം* (1990), *രക്തസാക്ഷികൾ സിന്ദാബാദ്* (1998), *സ്റ്റാലിൻ ശിവദാസ്* (1999), *ഒരു മെക്സിക്കൻ അപാരത* (2017), *സഖാവ്* (2017), *കല വിപ്ലവം പ്രണയം* (2018) തുടങ്ങിയ ടൈറ്റിലുകൾ ഉദാഹരണം. ചെങ്കൊടിയേന്തിയ ജനപ്രിയ നായക നടന്മാരുടെ [മോഹൻലാൽ (*ലാൽസലാം, രക്തസാക്ഷികൾ സിന്ദാബാദ്*), മമ്മൂട്ടി (*സ്റ്റാലിൻ ശിവദാസ്, പരോൾ*), ജയറാം (*പൗരൻ*), ടൊവിനോ തോമസ് (*ഒരു മെക്സിക്കൻ അപാരത*), നിവിൻ പോളി (*സഖാവ്*)] പോസ്റ്ററുകളും ഫ്ളെക്സുകളും കേരളത്തിലുടനീളം വ്യാപകമായി പ്രചരിപ്പിക്കുന്നതിലും ഓൺലൈനുകളിൽ വൈറൽ ആക്കുന്നതിനും കമ്പോളത്തിന്റെ വക്താക്കൾ വ്യക്തമായ 'പ്ലാനിങ്ങുകളോടെ' അധ്വാനിച്ചിരുന്നു. പൊളിറ്റിക്കൽ സിനിമ/പൊളിറ്റിക്കൽ ത്രില്ലർ/പൊളിറ്റിക്കൽ സറ്റയർ/പൊളിറ്റിക്കൽ ഡ്രാമ എന്നിങ്ങനെ വ്യത്യസ്ത ജനുസുകളിലായി ക്രമപ്പെടുത്തപ്പെടുന്ന, ജനപ്രിയ രാഷ്ട്രീയ ചലച്ചിത്രങ്ങൾ 'ലളിതമായ രാഷ്ട്രീയ ഉത്തേജനങ്ങൾക്കായി' വിപ്ലവ ഭൂതകാലങ്ങളേയും ആദർശാത്മക കമ്യൂണിസ്റ്റ് നായകബിംബങ്ങളേയും ഉപയോഗപ്പെടുത്തുകയാണ് ചെയ്തത്. ചരിത്രസംഭവങ്ങളെയും രാഷ്ട്രീയ ഇടപെടലുകളേയും വക്രീകരിച്ചുകൊണ്ടാണ് ഇത്തരം ചലച്ചിത്രങ്ങൾ ജനപ്രിയമായ ആഖ്യാനമാതൃകകൾ ചമച്ചതും. ഇടതുപക്ഷമെന്ന പൊതുബോധത്തെ സൃഷ്ടിച്ചുകൊണ്ട് ഇടതിനുള്ളിലെ 'ഇടതു' വിമർശകരായും സൈദ്ധാന്തികരായും മാറുന്ന വലതുപക്ഷക്കാരെ സ്വാഭാവികമായി നിർമ്മിച്ചെടുക്കാൻ മലയാളത്തിലെ കമ്പോള സിനിമകൾക്കു കഴിഞ്ഞു. ചാനൽ ചർച്ചകളിൽ പ്രത്യക്ഷപ്പെടുന്ന ഇടതു (വലതു) വിമർശകന്മാരുടെ നിലപാടുകൾ ഇതിന്റെ തുടർച്ചയാണ്.

ഓരോ കാലഘട്ടത്തിലും വില്പന മൂല്യമുള്ളത് സൃഷ്ടിച്ചെടുക്കുവാനാണ് കമ്പോളസിനിമ പ്രാഥമികമായി ലക്ഷ്യമിടുന്നത് എന്നതുകൊണ്ടുതന്നെ കമ്യൂണിസ്റ്റ് ജീവിതങ്ങൾ വിലയേറിയ വില്പന ചരക്കായി

മാറുന്നു. ഇത്തരം ചരക്കുവല്ക്കരണങ്ങൾ യഥാർത്ഥജീവിതത്തെയും ജീവിതപശ്ചാത്തലങ്ങളെയും അതിഭാവുകത്വത്തോടെയും അതിനാടകീയതയോടെയും കാണുവാൻ പ്രേക്ഷകസമൂഹത്തെ പ്രേരിപ്പിക്കുന്നു. കമ്യൂണിസ്റ്റ് പാർട്ടിയുടെ പ്രത്യയശാസ്ത്രപ്രചരണങ്ങൾക്കോ ബഹുജന പങ്കാളിത്തത്തെ വർദ്ധിപ്പിക്കുന്നതിനോ ഇത്തരം ചലച്ചിത്രങ്ങളുടെ ആവശ്യകതയേയില്ല. വിപ്ലവ ആവേശങ്ങൾ നിറയ്ക്കുവാൻ ഉദ്യമിക്കുന്ന ഇടതുപക്ഷ ചലച്ചിത്രങ്ങൾ ഇടതുപ്രസ്ഥാനങ്ങളെ സംബന്ധിച്ച വ്യാജ പ്രതിബിംബങ്ങൾ സൃഷ്ടിച്ചുകൊണ്ട് വലതുപക്ഷത്തിന്റെ അജണ്ടകളെ ഏറ്റെടുത്തു നടപ്പിലാക്കുന്നു. അവ കേരളീയ സമൂഹത്തിന്റെ മധ്യവർഗ്ഗ പൊതുബോധങ്ങളോട് ചേർന്നു നില്ക്കുന്നവയായതിനാൽതന്നെ അത്ഭുതകരമായ സ്വീകാര്യതകൾ നേടുന്നു.

റഫറൻസ്

I.1. *കേരളത്തിലെ കമ്യൂണിസ്റ്റുപാർട്ടിയുടെ ചരിത്രം* - ചിന്ത പബ്ലിഷേഴ്സ്, തിരുവനന്തപുരം, ഫെബ്രുവരി 2018.

2. അഡ്വ. കെ അനിൽകുമാർ - *സി പി ഐ (എം) ചരിത്രവഴികളിലൂടെ*, ചിന്ത പബ്ലിഷേഴ്സ്, തിരുവനന്തപുരം, ഫെബ്രുവരി 2017.

3. എ കെ ജി, *കേരളം ഇന്നലെ ഇന്ന്*, ചിന്ത പബ്ലിഷേഴ്സ്, തിരുവനന്തപുരം (ഫിഫ്ത്ത് എഡിഷൻ) ഫെബ്രുവരി 2016.

4. സി ഭാസ്കരൻ, *കമ്യൂണിസ്റ്റ് പ്രസ്ഥാനം കേരളത്തിൽ*, ചിന്ത പബ്ലിഷേഴ്സ്, തിരുവനന്തപുരം, നവംബർ 2007.

II.1. *ഇടതുപക്ഷത്തിന്റെ ഇടപെടൽ മലയാള സിനിമയിൽ*, എൻ പി സജീഷ്, ഭാഷാപോഷിണി വാർഷികപ്പതിപ്പ് 2017.

2. *സഖാക്കളേ മുന്നോട്ട്*, സിദ്ധാർത്ഥ് ശിവ/ഗിരീഷ് ബാലകൃഷ്ണൻ, ദേശാഭിമാനി വാരാന്തപ്പതിപ്പ് 2017 ഏപ്രിൽ 23.

3. *കമ്യൂണിസ്റ്റ് ഗന്ധമുള്ള സിനിമകൾ*, സാജു ചേലങ്ങാട്ട്, സിനിമാമംഗളം 2014 ഒക്ടോബർ 27.

III. കടപ്പാട്

സ.രാധാകൃഷ്ണൻ ചെറുവല്ലി (സബ് എഡിറ്റർ, ചിന്ത പബ്ലിഷേഴ്സ്) - സംഭാഷണങ്ങൾ.

11

ഹിന്ദുത്വ ഫാസിസവും ചലച്ചിത്രങ്ങളും വർഗ്ഗീയതയുടെ തിരക്കാഴ്ചകൾ

അന്തർദേശീയതലത്തിൽ വീക്ഷിക്കുമ്പോൾ എന്താണു ഫാസിസം, ഉല്പാദനത്തിന്റെയും കൈമാറ്റത്തിന്റെയും പ്രശ്നങ്ങൾ മെഷീൻ ഗണ്ണുകളും പിസ്റ്റളുകളിൽ നിന്നുള്ള വെടികളും കൊണ്ട് പരിഹരിക്കാനുള്ള ശ്രമമാണ്.

- അന്തോണിയോ ഗ്രാംഷി

"എല്ലാം മറക്കാനും പൊറുക്കാനും മന്നാഡിയാർ ബ്രാഹ്മണനോ വൈശ്യനോ ശൂദ്രനോ അല്ല ക്ഷത്രിയനാ, ക്ഷത്രിയൻ."

- നരസിംഹ മന്നാഡിയാർ, (ധ്രുവം/1992)

"ഇത് രാജസ്ഥാനാണ്. ഇവിടുത്തെ ജനങ്ങൾ അവരുടെ ചരിത്രത്തെക്കുറിച്ച് അങ്ങേയറ്റം അഭിമാനമുള്ളവരാണ്. ഈ സംസ്ഥാനത്തിൽ വെള്ളം കുറവായിരിക്കാം. പക്ഷേ ധാരാളം രക്തപ്പുഴകൾ ഇവിടെ ഒഴുകിയിട്ടുണ്ട്. ബെൻസാലി ഇതിനകം തന്നെ ചരിത്രം വളച്ചൊടിക്കുന്നതിന്റെ ഫലം എന്താണ് എന്നു തിരിച്ചറിഞ്ഞിട്ടുണ്ടാകും. ഞങ്ങളുടെ എതിർപ്പ് ചരിത്രത്തെ എതിർക്കുന്ന എല്ലാവർക്കും നേരേയുള്ളതാണ്. ചിത്രം ഇവിടെ റിലീസ് ചെയ്യില്ല. ബെൻസാലി വേണമെങ്കിൽ പാകിസ്ഥാനിൽ പോയി അയാളുടെ ചിത്രം റിലീസ് ചെയ്യട്ടെ.

- വീരേന്ദ്രസിങ്ങ് കല്യാൺവത്, (രജപുത്രകർണ്ണിസേന/2018)

"ഹിന്ദു വിശ്വാസത്തെ അപമാനിച്ച അയാൾക്ക് ഈ വിശുദ്ധ നാട്ടിൽ ജീവിക്കാൻ അവകാശമില്ല. കമൽഹാസനെപ്പോലെയുള്ളവർ കൊല്ലപ്പെടണം. എന്നാലേ ഇക്കൂട്ടർ പാഠം പഠിക്കൂ."

- അശോക് ശർമ്മ (അഖില ഭാരതീയ ഹിന്ദുമഹാസഭ ദേശീയ വൈസ് പ്രസിഡന്റ്/2018)

"സിനിമയുടെ ചിത്രീകരണത്തിന്റെ ഭാഗമായി മുഹമ്മദ് അലി ജിന്ന

യുടെ ചിത്രം ബസിൽ ഒട്ടിച്ചത് ചോദ്യം ചെയ്ത് തീവ്ര ഹിന്ദുത്വ സംഘടനകൾ ലൊക്കേഷനിൽ എത്തിയതോടെ ബംഗളൂരുവിൽ മലയാള സിനിമയുടെ ഷൂട്ടിംഗ് തടസ്സപ്പെട്ടു. നവാഗതനായ ജൂബിത്ത് സംവിധാനം ചെയ്യുന്ന ആഭാസം സിനിമയുടെ ചിത്രീകരണമാണ് തടസ്സപ്പെട്ടത്."

- ദേശാഭിമാനി (2017 ജൂലൈ 15 ശനി)

ഒരു സാംസ്കാരിക വ്യവഹാര രൂപമെന്ന നിലയിൽ സജീവവും സക്രിയവുമായ ഇടപെടലുകൾ നിർവ്വഹിക്കുന്ന ചലച്ചിത്രങ്ങൾ പൊതുമണ്ഡലത്തിലെ വ്യത്യസ്ത അധികാരശ്രേണികളോട് കാലാകാലങ്ങളിൽ സമരസപ്പെടാറുണ്ട്. ഒരുതലത്തിൽ ഇത്തരം സമരസപ്പെടലുകൾ കമ്പോള താല്പര്യങ്ങളുടെ സംരക്ഷണാർത്ഥമാണെങ്കിൽ മറ്റൊരു തലത്തിൽ അധികാര ശ്രേണികളുടെ പ്രത്യക്ഷവും നിഗൂഢവുമായ രാഷ്ട്രീയ അജണ്ടകളെ ഏറ്റെടുത്തു പ്രചരിപ്പിക്കുകയെന്ന ദൗത്യനിർവ്വഹണത്തിന്റെ ഭാഗമായി മാറുന്നു. 'ബഹുസ്വരതകളെ' ഉള്ളടക്കം ചെയ്യുന്ന 'മതേതരത്വജനാധിപത്യമൂല്യങ്ങൾ' ഉയർത്തിപ്പിടിക്കുന്ന സ്വതന്ത്ര രാഷ്ട്രമായ ഇന്ത്യയിൽ ഹിന്ദുത്വപ്രത്യയശാസ്ത്രങ്ങൾ വലിയ ഭീഷണിയായി ഉയർന്നുനില്ക്കുന്ന വർത്തമാനകാലത്തിലൂടെയാണ് നമ്മൾ കടന്നുപോകുന്നത്. മുൻപൊന്നുമില്ലാത്തവിധം ദേശീയത, ദേശസ്നേഹം, ഭക്ഷണം, വസ്ത്രം, ജാതി, മതം, ആചാരാനുഷ്ഠാനങ്ങൾ എന്നിവയെല്ലാം ചോദ്യം ചെയ്യപ്പെടുന്നു. ഇത്തരം സന്ദർഭത്തിൽ കലാസാഹിത്യാദി മാധ്യമങ്ങളെ ഹിന്ദുത്വപ്രത്യയശാസ്ത്രങ്ങളുടെ പ്രചാരണോപാധിയായി തന്ത്രപൂർവ്വം ഉപയോഗിക്കപ്പെടുന്നുണ്ട്.

ഇന്ത്യൻ സിനിമ പൊതുവിൽ ഹൈന്ദവ പശ്ചാത്തലങ്ങളോട് ചേർന്നു നില്ക്കാനുള്ള താല്പര്യങ്ങൾ പല കാലഘട്ടങ്ങളിലും പ്രകടിപ്പിച്ചിട്ടുണ്ട്. മലയാള സിനിമയെ സംബന്ധിച്ചിടത്തോളം എഴുപതുകൾ, മൃദുഹിന്ദുത്വത്തേയും തൊണ്ണൂറുകൾ തീവ്രഹിന്ദുത്വത്തേയും ആവേശത്തോടുകൂടി ഏറ്റെടുത്തിരുന്നു. കോടമ്പാക്കത്തുനിന്നും വള്ളുവനാട്ടിലേയ്ക്കു മലയാള സിനിമ പറിച്ചു നട്ടപ്പോഴാണ് സവർണ്ണ ഹൈന്ദവത വെള്ളിത്തിരയിൽ ആധിപത്യമുറപ്പിക്കുന്നത്. കേരളീയ തനിമകളെ സവർണ്ണബിംബങ്ങളിലേയ്ക്കു പരിവർത്തിപ്പിച്ച മലയാള സിനിമയുടെ ഉപജാപങ്ങളെ ജി പി രാമചന്ദ്രൻ, വി കെ ജോസഫ് മുതൽ എൻ പി സജീഷ് വരെയുള്ള ഒരുപറ്റം നിരൂപകർ വ്യത്യസ്ത കാലയളവുകളിൽ ചൂണ്ടിക്കാട്ടിയിട്ടുണ്ട്. അതിനിഷ്കളങ്കമെന്നു പൊതുജനം ധരിക്കുന്ന ചലച്ചിത്രങ്ങൾ സ്ഥാപിതതാല്പര്യക്കാരുടെ നിഗൂഢ അജണ്ടകളെ അവതരിപ്പിക്കുന്നതും ഹിന്ദുത്വദേശീയത ഉദ്ഘോഷിക്കുന്നതും വിശകലനം ചെയ്യേണ്ടതുണ്ട്.

വെള്ളിത്തിരയുടെ ഹൈന്ദവ സ്വീകാര്യതകളും മലയാളിത്തനിമകളും

ഇന്ത്യയെന്നാൽ ഹിന്ദുരാഷ്ട്രമെന്നു ഹിന്ദുത്വ തീവ്രവാദികൾ വാദി

ക്കുന്നതുപോലെ ഇന്ത്യൻ സിനിമയെന്നാൽ ഹൈന്ദവ പശ്ചാത്തലത്തിലുള്ള ചലച്ചിത്രങ്ങൾ എന്ന പൊതുബോധവും സൃഷ്ടിക്കപ്പെട്ടിട്ടുണ്ട്. പ്രാരംഭകാലം മുതലുള്ള ഇന്ത്യൻ സിനിമയുടെ ചരിത്രം പരിശോധിച്ചാൽ കമ്പോളത്തിൽ ഏറ്റവും കൂടുതൽ സ്വീകരിക്കപ്പെട്ടിട്ടുള്ളതും നിർമ്മിക്കപ്പെട്ടിട്ടുള്ളതും ഹൈന്ദവജീവിത കേന്ദ്രീകൃത ചലച്ചിത്രങ്ങളാണെന്നു വ്യക്തമാകും. തമിഴ്, തെലുങ്ക്, ഹിന്ദി ചലച്ചിത്രങ്ങളിൽ പുണ്യപുരാണ കഥനങ്ങൾ ആവുന്നത്ര മേൽക്കോയ്മ നേടിക്കൊണ്ടിരുന്നപ്പോൾ മലയാള ചലച്ചിത്രമേഖലയും അത്തരമൊരു പന്ഥാവിലേക്കു സഞ്ചരിക്കുകയുണ്ടായി. മലയാള സിനിമയുടെ വാണിജ്യാടിത്തറകളെ ശക്തിപ്പെടുത്തിയ ഉദയാ സ്റ്റുഡിയോ വടക്കൻപാട്ട് ചിത്രങ്ങളിലൂടെയും മെറിലാന്റ് സ്റ്റുഡിയോ പുരാണ ചിത്രങ്ങളിലൂടെയും മലയാളിയുടെ പൊതുബോധത്തിൽ ഹൈന്ദവതയുടെ അംശങ്ങളെ ബോധപൂർവ്വം സന്നിവേശിപ്പിച്ചു. മെറിലാൻഡിന്റെ *ഭക്ത കുചേല* (1961), *കുമാര സംഭവം* (1969), *ശ്രീഗുരുവായൂരപ്പൻ* (1989), *ദേവി കന്യാകുമാരി* (1974), *ചോറ്റാനിക്കര അമ്മ* (1976), *സ്വാമി അയ്യപ്പൻ* (1975), *അംബ അംബിക അംബാലിക* (1976) എന്നീ ചിത്രങ്ങൾ കേരളീയ ജനതയെ ഭക്തിയിൽ ആറാടിച്ച് കമ്പോള ലാഭങ്ങൾ നേടിയെടുത്തവയാണ്.

സ്റ്റുഡിയോ കാലങ്ങൾക്കുശേഷം വെള്ളിത്തിരയിൽ സജീവമായ എം ടിയുടെ വള്ളുവനാടൻ ഗ്രാമീണ തനിമകൾ ശുദ്ധ മലയാള സിനിമയെന്ന ധാരണയെ പ്രബലമാക്കിയെടുത്തു. പ്രത്യക്ഷത്തിൽ അതിനിഷ്കളങ്കമെന്നു ധ്വനിപ്പിക്കുന്ന വള്ളുവനാടൻ ചലച്ചിത്രങ്ങൾ ചാതുർവർണ്യത്തിന്റെ രാഷ്ട്രീയത്തെ ഉള്ളടക്കം ചെയ്തവയായിരുന്നു. *നിർമ്മാല്യ*ത്തിന്റെ വിമർശനാത്മക വായനയിൽ ജി പി രാമചന്ദ്രൻ, പ്രതിനായകനായ മയ്മുണ്ണി, ലൈംഗികചൂഷണത്തിനു വിധേയമാകുന്ന സുമിത്ര എന്നിവരെ മുൻനിറുത്തി വള്ളുവനാടിന്റെ ജാതിബോധങ്ങളെ ചൂണ്ടിക്കാണിക്കുന്നുണ്ട്. എൺപതുകളുടെ രണ്ടാം പാദത്തിൽ ആരംഭിക്കുകയും തൊണ്ണൂറുകളിൽ നിറഞ്ഞാടുകയും ചെയ്ത മലയാളത്തനിമ സമ്പൂർണ്ണ ഹൈന്ദവതയിലേക്കു പരിവർത്തിപ്പിക്കപ്പെടുന്ന കാഴ്ചകൾ മലയാളിയുടെ ആസ്വാദന മണ്ഡലത്തെ കാര്യമായി സ്വാധീനിച്ചു. *ധ്രുവ*ത്തിൽ (1992) തുടങ്ങി *പുലിമുരുക* (2016) നിലവസാനിക്കുന്ന സൂപ്പർതാര അമാനുഷിക വേഷങ്ങൾ ആക്രമണോത്സുക ഹൈന്ദവതയെ ഏകപക്ഷീയമായി സ്ഥാപിച്ചെടുത്തു. ജനപ്രിയ ചലച്ചിത്രാഖ്യാനങ്ങളിലെ നന്മ - തിന്മ ദ്വന്ദ്വ സംഘർഷങ്ങൾക്കൊടുവിൽ നന്മയുടെ പാഠങ്ങൾ സ്ഥാപിച്ചെടുക്കുന്ന നായകൻ ബ്രാഹ്മണ - ക്ഷത്രിയ ധർമ്മങ്ങളെക്കൂടി അവയിൽ സന്നിവേശിപ്പിക്കുമ്പോൾ അവിടെ സംഘ്പരിവാറിന്റെ അജണ്ടകൾ ലക്ഷ്യം കാണുന്നു.

വി മോഹനകൃഷ്ണൻ (എഡി), *നിർമ്മാല്യം വെളിച്ചപ്പെട്ടകാലം*, ചിന്ത പബ്ലിഷേഴ്സ്, തിരുവനന്തപുരം, ഡിസംബർ 2017.

മലയാള ചലച്ചിത്രങ്ങൾക്കൊപ്പം തമിഴ്, തെലുങ്ക് ചലച്ചിത്രങ്ങളും തീവ്ര ഹിന്ദുത്വ അജണ്ടകളുടെ പ്രചാരണം നിർവ്വഹിച്ചിരുന്നു. തമിഴ് - തെലുങ്ക് ചലച്ചിത്ര മേഖലയിൽ അത്ഭുതാവഹമായ വിജയങ്ങൾ നേടിയ ചലച്ചിത്രങ്ങളിൽ ഭൂരിപക്ഷവും സവർണ്ണ ഹൈന്ദവഗൃഹങ്ങളേയും ക്ഷേത്രങ്ങളേയും ആചാരാനുഷ്ഠാനങ്ങളേയും പശ്ചാത്തലമാക്കിയവയായിരുന്നു. മലയാളത്തിൽ അത്ഭുതാവഹമായ കമ്പോളവിജയം നേടിയ ചലച്ചിത്രങ്ങൾ (ഉദാ. ദൃശ്യം ഉൾപ്പെടെയുള്ളവ) തമിഴ്, തെലുങ്ക് ഭാഷകളിൽ പുനരവതരിപ്പിക്കപ്പെടുമ്പോൾ ക്രൈസ്തവ നായകൻ/നായിക ഹൈന്ദവ പശ്ചാത്തലങ്ങളിലേക്കു പറിച്ചു നടപ്പെടുന്നു. ക്രൈസ്തവ - ഇസ്ലാമിക പശ്ചാത്തലമുള്ള നായകന്മാരെ തമിഴ് തെലുങ്ക് ഇൻഡസ്ട്രിയിൽ സ്വീകരിക്കില്ലെന്ന സങ്കുചിത വാദത്തെ ഉയർത്തിയാണ് ഇത്തരം പശ്ചാത്തലങ്ങളുടെ മാറ്റത്തെ ചലച്ചിത്രപ്രവർത്തകർ ന്യായീകരിക്കുന്നത്.

ഹിന്ദുത്വ പ്രത്യയശാസ്ത്രവും സാംസ്കാരിക ദേശീയതയും

ബ്രിട്ടീഷ് അധിനിവേശ ഭരണകൂടത്തിന്റെ കിരാത വാഴ്ചക്കാലത്ത് ഇന്ത്യയിലെ ജനവിഭാഗങ്ങളുടെ കണക്കെടുപ്പിലാണ് ഹിന്ദുവെന്ന പരികല്പന ഉയർന്നുവന്നത്. ക്ഷേത്രകേന്ദ്രീകൃതമായ ആചാരാനുഷ്ഠാനങ്ങൾ പിന്തുടരുന്ന ജനവിഭാഗങ്ങൾ എല്ലാംതന്നെ 'ഹിന്ദു'വെന്ന് ഗണിക്കപ്പെട്ടു. താരതമ്യേന ആധുനികകാലത്തിന്റെ സൃഷ്ടിയായ ഹിന്ദുമതം പൊതുവിൽ സഹിഷ്ണുതയുള്ള മതമാണെന്നു ഹൈന്ദവ മതപണ്ഡിതർ ആധികാരികമായി ചൂണ്ടിക്കാട്ടുന്നു. ബഹുസ്വരതയുടെ ധാരകളെ 'ഹിന്ദുത്വ'മെന്ന ഏകശിലയിൽ കേന്ദ്രീകരിക്കുവാൻ ഹൈന്ദവമത - രാഷ്ട്രീയ സംഘടനകൾ നടത്തുന്ന പ്രവർത്തനങ്ങൾ യഥാർത്ഥത്തിൽ അക്രമത്തിന്റെയും ഹിംസകളുടെയും തുടർപരമ്പരകളെയാണ് സൃഷ്ടിക്കുന്നത്. ഏകസ്വരതയുടെ അപ്രമാദിത്വം പ്രഖ്യാപിക്കുക വഴിയാണ് ഹിന്ദുത്വം രാഷ്ട്രീയപ്രത്യയശാസ്ത്രമായി പൊതുമണ്ഡലത്തിൽ ഇടപെടലുകൾ നിർവ്വഹിക്കുന്നത്. ഹിന്ദുരാഷ്ട്രമെന്ന കേന്ദ്രമണ്ഡലം സ്ഥാപിക്കുകയെന്ന അടിസ്ഥാന ലക്ഷ്യത്തിലാണ് ഹിന്ദുത്വ പ്രത്യയശാസ്ത്രം അതിന്റെ നീരാളിക്കൈകൾ ഇന്ത്യയെന്ന രാഷ്ട്രത്തിനു മുകളിൽ ചുറ്റിവരിയുന്നത്. കേന്ദ്രത്തിൽ ബി ജെ പി ഗവൺമെന്റ് അധികാരം കൈയ്യാളുമ്പോഴെല്ലാം ഹിന്ദുത്വരാഷ്ട്രമെന്ന പരികല്പന പ്രാദേശികതലം തൊട്ട് അന്താരാഷ്ട്രതലങ്ങളിൽ വരെ വിപുലമായ രീതിയിൽ കൊണ്ടാടപ്പെടാറുണ്ട്. ഗുജറാത്ത് കൊലപാതകത്തിന്റെ പശ്ചാത്തലത്തിൽ ആഗോളതലത്തിൽ ശ്രദ്ധേയനായ നരേന്ദ്രമോദി ഇന്ത്യൻ ഭരണകൂടത്തിന്റെ സാരഥ്യം ഏറ്റെടുത്തതോടു കൂടിയാണ് ഹിന്ദുത്വം അതിതീവ്രമായി ഇന്ത്യൻ പൊതുമണ്ഡലത്തിൽ പ്രശ്നവല്ക്കരിക്കപ്പെടുന്നത്.

ഹിന്ദുവെന്ന പദത്തിന്റെ സ്വാഭാവികമായ അർത്ഥത്തെ ഓരോ കാലഘട്ടവും വ്യത്യസ്ത രീതികളിൽ സൃഷ്ടിച്ചിട്ടുണ്ട്. 'മത'മായും 'അഭി

പ്രായ'മായും 'നിലപാടാ'യും 'രീതിശാസ്ത്ര'മായും 'രാഷ്ട്രവാദ'മായും നിരവധി തലങ്ങളിൽ ഒരേസമയം ലളിതമായും സങ്കീർണ്ണമായും വ്യാഖ്യാനിക്കപ്പെട്ടിട്ടുണ്ട്. എന്നാൽ വർത്തമാനകാലത്ത് ഹിന്ദുവെന്നാൽ വർഗ്ഗീയതയുടെ, ഫാസിസത്തിന്റെ മൂർത്തിമദ്ബിംബമായി അവരോധിക്കപ്പെടുന്നു. കേവലമൊരു മതത്തിന്റെ പേരിൽ അത്യന്തം അപകടകരമായ സങ്കുചിത നിലപാടുകളെ സംപ്രേക്ഷണം ചെയ്തുകൊണ്ടാണ് ഹിന്ദുത്വത്തിന്റെ വളർച്ചയാരംഭിക്കുന്നത്. 1907 ൽ ഹിന്ദുമഹാസഭ രൂപീകരിച്ച റായി ബഹദൂർ ലാലാലാൽചന്ദിലൂടെയാണ് ഹിന്ദു പുനരുദ്ധാന വാദത്തിന്റെ രംഗപ്രവേശനം. ഇന്ത്യൻ സ്വാതന്ത്ര്യസമരത്തെ തള്ളിപ്പറഞ്ഞും വർഗ്ഗീയകലാപങ്ങൾ സൃഷ്ടിച്ചും മുന്നേറിയ ഹിന്ദുമഹാസഭ പ്രതിസ്ഥാനത്തു നിർത്തിയിരുന്നത് മുസ്ലീംവിഭാഗങ്ങളെയായിരുന്നു. ഹിന്ദുമഹാസഭയുടെ വളർച്ചാഘട്ടത്തിലാണ് രാഷ്ട്രീയ സ്വയം സേവക് സംഘം രൂപീകരിക്കപ്പെടുന്നത്. ഹിന്ദുമഹാസഭയുടെ പ്രധാന പ്രവർത്തകരായിരുന്ന ബി എസ് മൂഞ്ചേ, എൽ വി പരഞ്ജ്പെ, ബി ബി തക്കർ, ബാബുറാവു, സവർക്കർ എന്നിവരുടെ പിന്തുണയിൽ കേശവബലിറാം ഹെഡ്ഗേവറിന്റെ സംഘാടനത്തിൽ 1925 സെപ്തംബർ 27 നു ആർ എസ് എസ് ജന്മമെടുത്തു. മഹാത്മാഗാന്ധിയുടെ വധത്തെത്തുടർന്ന് ആർ എസ് എസ് നിരോധിക്കപ്പെട്ടുവെങ്കിലും അതിനെ അതിജീവിച്ചുകൊണ്ട് സാംസ്കാരിക സംഘടനയെന്ന ലേബലിൽ തിരിച്ചെത്തി. 1951 ഒക്ടോബർ 27 നു ആർ എസ് എസ് ഭാരതീയ ജനസംഘമെന്ന രാഷ്ട്രീയപാർട്ടി രൂപീകരിച്ചുകൊണ്ട് മുഖ്യധാരാ രാഷ്ട്രീയത്തിലേക്കിറങ്ങി. 1977 ൽ ജനതാപാർട്ടിയിൽ ലയിക്കാനായി ജനസംഘം പിരിച്ചുവിട്ടുവെങ്കിലും 1980 ഏപ്രിൽ അഞ്ചിന് ഭാരതീയ ജനതാപാർട്ടിയായി തിരിച്ചെത്തി. 'സൻസാർ ഭാരതി' മുതൽ 'സഹകാർ ഭാരതി' വരെയുള്ള ഒട്ടനവധി സംഘടനകളിലൂടെ ആർ എസ് എസ് തങ്ങളുടെ പ്രവർത്തനമണ്ഡലം വിപുലപ്പെടുത്തുന്നതിനൊപ്പം വിശ്വഹിന്ദു പരിഷത്ത്, ശിവസേന, ബജ്റംഗ്ദൾ എന്നീ അതിതീവ്ര ഹിന്ദുത്വസംഘടനകളുമായി ദൃഢബന്ധം പുലർത്തുകയും ചെയ്യുന്നു. ഹിന്ദുരാഷ്ട്രമെന്ന ലക്ഷ്യത്തിലേക്കു നീങ്ങുന്ന ആർ എസ് എസിന്റെ കരുത്ത് വ്യത്യസ്ത കാലഘട്ടങ്ങളിൽ സൃഷ്ടിച്ച വർഗ്ഗീയ കലാപങ്ങളായിരുന്നു.

ആർ എസ് എസിന്റെ ഹിന്ദുരാഷ്ട്ര സങ്കല്പനത്തെയാണ് ഭാരതീയ ജനതാപാർട്ടി സാംസ്കാരിക ദേശീയതയെന്നു വിശേഷിപ്പിച്ചത്. ബഹുസ്വരതയെ ഉള്ളടക്കം ചെയ്യുന്ന ഇന്ത്യൻ ഭൂപ്രദേശത്തെ ഹിന്ദുമുസ്ലീം സംഘർഷങ്ങളുടെ ചരിത്രകഥയാക്കി രേഖപ്പെടുത്തിയ കൊളോണിയൽ യുക്തിയെ പിന്തുടരുന്ന സംഘ്പരിവാർ സംഘടനകൾ ഹിന്ദുവിനപ്പുറത്തുള്ളവരെല്ലാം 'അപരന്മാരാ'യും 'ശത്രു'ക്കളായും പ്രഖ്യാപിക്കുന്നു. വ്യത്യസ്ത ജാതിമതവർഗ്ഗലിംഗബോധങ്ങളിൽ അധിഷ്ഠിതമായ ബൃഹത്

പി വി ഷെബി, *വർഗ്ഗീയ കലാപങ്ങളുടെ ചോര പൊടിഞ്ഞ ചരിത്രം*, ചിന്ത പബ്ലിഷേഴ്സ്, മാർച്ച് 2014.

ഇന്ത്യൻ ജനസമൂഹത്തെ മുഴുവൻ ഹിന്ദുവെന്ന പരികൽപ്പനയിൽ ഒതുക്കുവാനുള്ള ശ്രമങ്ങൾ നടക്കുന്നു. ഈ ദേശീയത രാജ്യമൊട്ടാകെ അസഹിഷ്ണുതയുടെ അന്തരീക്ഷമാണ് സൃഷ്ടിച്ചിരിക്കുന്നത്. ധബോൽക്കറും ഗോവിന്ദ് പൻസാരെയും കൽബുർഗിയും ഗൗരി ലങ്കേഷും ആ അസഹിഷ്ണുതകളുടെ ഇരകളായി തീർന്നു. ഇന്ത്യയുടെ സാംസ്കാരിക സവിശേഷതയെ സമഗ്രമായി അംഗീകരിക്കുന്ന ആർക്കും ഹിന്ദു രാഷ്ട്രത്തിന്റെ ഭാഗമായി മാറാമെന്നു സമർത്ഥിക്കുന്ന ആർ എസ് എസ് ഹിന്ദുസ്ഥാനിൽ ജീവിക്കുന്ന വ്യത്യസ്ത മതവിഭാഗങ്ങളിൽപ്പെട്ടവർ ഹിന്ദുക്കളായിത്തന്നെ പരിഗണിക്കപ്പെടുമെന്നു കൂടി വ്യക്തമാക്കുന്നുണ്ട്. പാശ്ചാത്യരാജ്യങ്ങളേക്കാൾ സഹിഷ്ണുതയുള്ളത് ഹിന്ദു രാഷ്ട്രത്തിനാണെന്നു സ്ഥാപിച്ചെടുക്കുന്ന ഹിന്ദുത്വവാദികൾ ചരിത്ര വസ്തുക്കളെ യഥാർത്ഥത്തിൽ തമസ്കരിക്കുന്നു. ചോരപുരണ്ട ഒട്ടനവധി വർഗ്ഗീയ കലാപങ്ങളിലൂടെ വളർച്ച നേടിയ ആർ എസ് എസ് എസിന്റെ ആത്യന്തിക ലക്ഷ്യം ഇന്ത്യയെ ഹിന്ദുരാഷ്ട്രമായി പ്രതിഷ്ഠിച്ചെടുക്കുകയെന്നതാണ് ആർ എസ് എസ് തലവൻ മോഹൻ ഭഗവത് അത് ആവർത്തിച്ചു വ്യക്തമാക്കുന്നുണ്ട്.

2014 മെയ് 26 നു നരേന്ദ്രമോദി ഗവൺമെന്റ് അധികാരത്തിലെത്തിയതിനെത്തുടർന്ന് കാവിദേശീയത അത്യന്തം അപകടകരമായ സ്ഥിതിവിശേഷത്തിലേക്കാണ് എത്തിയത്. ഘർവാപ്പസിയും ഗോവധ നിരോധനവുമെല്ലാം അതു തീവ്രമായി തെളിയിക്കുന്നു. ഭരണകൂടത്തിനെതിരായ പ്രതികരണങ്ങൾ സൃഷ്ടിക്കുവാൻ സാധ്യതയുള്ള ചാനലുകൾ, ചലച്ചിത്രങ്ങൾ, സാഹിത്യസൃഷ്ടികൾ എന്നിവയെ വരിഞ്ഞുമുറുക്കുകയോ വരുതിക്കു വരാത്തവരെ നിരോധിക്കുകയോ ചെയ്യുന്ന ഫാസിസ്റ്റു ഗവൺമെന്റ് അതേ മാധ്യമങ്ങളെത്തന്നെ തങ്ങളുടെ അജണ്ട നടപ്പിലാക്കുന്നതിനുപയോഗിക്കുന്നു. ഭാരതീയ ജനതാ പാർട്ടി വിശേഷിപ്പിച്ച സാംസ്കാരിക ദേശീയതയുടെ പ്രചാരകരായി മുഖ്യധാരാ ചാനലുകളും ചലച്ചിത്രങ്ങളും മാറിയ കാഴ്ച ഒരു പതിറ്റാണ്ടായി നമ്മുടെ മുമ്പിലുണ്ട്. സവർണ്ണ ഹൈന്ദവതയെ ആഘോഷിക്കുന്ന ചലച്ചിത്രങ്ങളാണ് മലയാളം, തമിഴ്, തെലുങ്ക്, ഹിന്ദി അടക്കമുള്ള ചലച്ചിത്ര മേഖലകളിൽ താരതമ്യേന കൂടുതലായി വൻവിജയം നേടിയത്. 'ആയോധന കല'കളെയും 'ഹൈന്ദവാചാര'ങ്ങളെയും ജാതി-ഉപജാതി വിവേചനങ്ങളെയും ശുദ്ധി ബോധത്തെയും പ്രേക്ഷകരിലേയ്ക്ക് അതിതീവ്രമായി അവ സന്നിവേശിപ്പിക്കുകയും ചെയ്തു.

ഹൈന്ദവ സ്വീകാര്യതയുടെ അടിത്തറയെ പ്രബലമാക്കുന്ന തരത്തിലാണ് ഹൈന്ദവേതിഹാസങ്ങളെ അടിസ്ഥാനപ്പെടുത്തി കൊണ്ടുള്ള മെഗാ ടെലിവിഷൻ പരമ്പരകൾ ഇന്ത്യൻ സമൂഹത്തിൽ നിർമ്മിക്കപ്പെട്ടതും സംപ്രേക്ഷണം ചെയ്യപ്പെട്ടതും. *മഹാഭാരതം, രാമായണം, ഓം നമശിവായ, ജയ്ഹനുമാൻ, ശ്രീകൃഷ്ണ* തുടങ്ങിയ മെഗാപരമ്പരകൾ വ്യാപകമായ രീതിയിൽ ഇന്ത്യൻ ജനതയെ സ്വാധീനിച്ചു. എൺപതുക

ളുടെ രണ്ടാം പകുതിയിലും തൊണ്ണൂറുകളിലും മില്ലേനിയത്തിന്റെ ആദ്യ പാദങ്ങളിലുമായി പ്രക്ഷേപണം ചെയ്യപ്പെട്ട ഈ മെഗാപരമ്പരകൾ ബി ജെ പി - ആർ എസ് എസ്, സംഘ്പരിവാർ സംഘടനകളുടെ രാഷ്ട്രീയ മുന്നേറ്റങ്ങൾക്ക് ഏറെ കരുത്തു പകർന്നു. രാമരാജ്യമെന്ന ആഹ്വാനവും രാമക്ഷേത്ര നിർമ്മാണമെന്ന ആവശ്യകതയെ മുൻനിറുത്തിയുള്ള കാമ്പയ്നുകളും ജനപങ്കാളിത്തത്തിൽ വൻവിജയമായതിനു പിന്നിൽ ഈ പരമ്പരകളുടെ സ്വാധീനമുണ്ടായിരുന്നു. 'ശ്രീകൃഷ്ണ'നെന്ന 'ബിംബ'മായി അവരോധിക്കപ്പെട്ട നിതീഷ് ഭരദ്വാജ് പാർലമെന്റിലേയ്ക്കു തിരഞ്ഞെടുക്കപ്പെട്ടതിന്റെ പശ്ചാത്തലവും ഇത്തരത്തിലുള്ളതായിരുന്നു. പുണ്യാവതാരങ്ങൾ ധർമ്മ സംസ്ഥാപനാർത്ഥം നടത്തുന്ന ഹിംസകളെ ആർപ്പുവിളികളോടെ സ്വീകരിച്ച ഇന്ത്യൻ ജനസമൂഹമാണ് പില്ക്കാലയളവിൽ ആൾക്കൂട്ട കൊലപാതകങ്ങൾ നിർഭയമായി നിറവേറ്റിയത്. രാമ - രാവണ, ശ്രീകൃഷ്ണ - കംസ, യുധിഷ്ഠിര - ദുര്യോധനൻ മാതൃകകളുടെ പുനർസൃഷ്ടികളായാണ് ജനപ്രിയ ചലച്ചിത്രങ്ങളിലെ നായക - പ്രതിനായക കഥാപാത്രങ്ങൾ പ്രത്യക്ഷപ്പെട്ടത്. പുരാണങ്ങളിലെ ദൈവങ്ങൾക്കു ലഭിക്കുന്ന സ്വീകാര്യതകൾപോലെ ഇന്ത്യൻ സമൂഹത്തിൽ ആൾദൈവങ്ങൾക്കും സ്വീകാര്യതകൾ നേടിയെടുക്കുവാൻ കഴിഞ്ഞു.

ക്ഷത്രിയ ധർമ്മങ്ങളും അവതാര ലക്ഷ്യങ്ങളും

നവോത്ഥാന സാഹിത്യപ്രതിഭകൾ ചലച്ചിത്രരംഗത്തേയ്ക്ക് എത്തിയതുകൊണ്ടുതന്നെ സാഹിത്യത്തിൽ പ്രതിഫലിച്ച പുരോഗമനാത്മകത ചലച്ചിത്രങ്ങളിലും സന്നിവേശിപ്പിക്കുകയുണ്ടായി. അതുവഴിയാണ് *നീലക്കുയിലും* *രണ്ടിടങ്ങഴി*യും *മുടിയനായ പുത്രനു*മടക്കമുള്ള ചിത്രങ്ങളിൽ ദളിത് ജീവിതങ്ങൾ ആവിഷ്കരിക്കപ്പെട്ടത്. കീഴാളന്റെ സാംസ്കാരിക പശ്ചാത്തലങ്ങളിലേയ്ക്കു ക്യാമറക്കണ്ണുകൾ നീണ്ടു ചെന്നെങ്കിലും അവയിൽ സവർണ്ണവർഗ്ഗത്തിന്റെ നിഷേധാത്മക കാഴ്ചപ്പാടുകളാണ് സമർത്ഥിക്കപ്പെട്ടത്. *കലക്ടർ മാലതി*യിലൂടെ (1967) ദളിത് സ്ത്രീ ജീവിതത്തിന്റെ മുന്നേറ്റങ്ങളെ അടയാളപ്പെടുത്തുന്നുവെങ്കിലും സവർണ്ണ ഫ്യൂഡൽ മേൽക്കോയ്മകളുടെ ദൈന്യതകളാണ് ചിത്രത്തിനുള്ളിൽ നിറഞ്ഞുനില്ക്കുന്നത്. നവോത്ഥാനാനന്തര സമൂഹത്തിൽ കീഴാളർ അല്പമെങ്കിലും പ്രകടമായ നേട്ടങ്ങളെ സ്വന്തമാക്കിയപ്പോൾ സവർണ്ണ മധ്യവർഗ്ഗത്തിലെ ഒരു വിഭാഗമാളുകൾ തകർച്ചയിലേയ്ക്കു വീണു പോവുകയുണ്ടായി. അതിന്റെ പ്രതിഫലനമാണ് രവിവർമ്മയെന്ന ക്ഷത്രിയനിലുള്ളത്. "കഷ്ടകാലത്തിനു ഞാനൊരു ക്ഷത്രിയനായിപ്പോയി" എന്നു വിലപിക്കുന്ന രവിവർമ്മയിൽ വ്യവസ്ഥിതികളെ അതിജീവിക്കുവാനാകാത്ത 'ആണത്തത്തിന്റെ വിലാപ'ങ്ങളാണുള്ളതെങ്കിൽ തുടർന്നുള്ള കാലഘട്ടത്തിൽ 'ആണത്തിന്റെ ഗർജ്ജന'ങ്ങളാണ് ക്ഷത്രിയ കേസരികളിൽ നിന്നുണ്ടായതെന്നു മലയാളസിനിമ സാക്ഷ്യപ്പെടുത്തുന്നു. രവിവർമ്മയിൽനിന്നു നരസിംഹമന്നാടിയാരിലേക്കും പൂവള്ളി ഇന്ദുചൂഡനി

ലേയ്ക്കും സൂര്യനാരായണവർമ്മയിലേക്കും മലയാളസിനിമ സഞ്ചരിക്കുമ്പോൾ കേരളീയ സമൂഹത്തിൽ ഹിന്ദുത്വവാദികൾ വൻതോതിലുള്ള ആധിപത്യം ഉറപ്പിച്ചു കഴിഞ്ഞിരുന്നു. സദാചാര ഭ്രംശനത്തിന്റെ പേരിൽ ഉത്തരേന്ത്യൻ സംസ്ഥാനങ്ങളിൽ 'കാവിപ്പട' യുവതീയുവാക്കളെ മർദ്ദിച്ചപ്പോൾ കേരളം പോലൊരു സംസ്ഥാനത്ത് ഇത്തരം ആക്രമണങ്ങൾ സാധ്യമാകില്ലെന്നു നിഷ്കളങ്കമായി വിശ്വസിച്ചിരുന്നവരുടെ മുമ്പിലാണ് ശിവസേനയുടെ സദാചാരാക്രമണം (2017 മാർച്ച് 8/വനിതാദിനം) കൊച്ചി മറൈൻ ഡ്രൈവിൽ നടന്നത്. കേരളീയ സമൂഹത്തിൽ 'ഉത്തരേന്ത്യൻ മോഡൽ' ശൈലിയിലേക്കു മാറുവാനുള്ള ഹിന്ദുത്വവാദികളുടെ തീരുമാനം പ്രാദേശിക ഇടത്തിലും ദേശീയ ഇടത്തിലും അവർക്കു ലഭിച്ച 'കരുത്തിന്റെ' പൂർണ്ണതയെക്കൂടി വിളിച്ചറിയിക്കുന്നു.

നീതിന്യായ ധർമ്മങ്ങൾ പരിപാലിക്കുകയെന്ന കർത്തവ്യം പതിച്ചു കിട്ടിയ ക്ഷത്രിയർ കായിക - ബുദ്ധിശക്തികളിലൂടെ തങ്ങളുടെ പ്രാഗത്ഭ്യം തെളിയിക്കുന്നത് ചരിത്രങ്ങളും പുരാണങ്ങളും നമ്മെ ബോധ്യപ്പെടുത്തുന്നു. ശ്രീരാമനും അർജ്ജുനനും അവരുടെ ക്ഷാത്രവീര്യത്താൽ പുകഴ്ത്തപ്പെട്ടവരുമാണ്. പില്ക്കാലത്ത് അവർ അതേ ബലവീര്യത്താൽ മിത്തുകളായി മാറ്റപ്പെട്ടു. പുരാണങ്ങളിലെ അമാനുഷിക കഥാപാത്രങ്ങളുടെ ചുവടു പിടിച്ചുകൊണ്ടാണ് ഇന്ത്യൻ സിനിമയിൽ ബഹുഭൂരിപക്ഷം വരുന്ന അമാനുഷിക നായകന്മാർ സൃഷ്ടിക്കപ്പെട്ടത്. മലയാള സിനിമയെ സംബന്ധിച്ചിടത്തോളം "നായകസങ്കല്പങ്ങളുടെ പൂർണ്ണത" നേടിയ ഭൂരിപക്ഷം കഥാപാത്രങ്ങളും സവർണ്ണ ഹൈന്ദവതയുടെ പശ്ചാത്തലത്തിൽ നിർമ്മിക്കപ്പെട്ടവയായിരുന്നു. സാമൂഹ്യ രാഷ്ട്രീയ പ്രശ്നങ്ങളെ അതിലളിതമായി പരിഹരിക്കാൻ കഴിയുന്ന, ബുദ്ധിവൈഭവവും ആയുധശേഷിയും അനുചരവൃന്ദങ്ങളുമുള്ള ക്ഷത്രിയന്മാർ ഒരു ജനതയുടെയും ദേശത്തിന്റെയും സംരക്ഷകരായി മാറുന്ന കാഴ്ച ഭൂമിയിലെ രാജാക്കന്മാർ, *ധ്രുവം, താണ്ഡവം* അടക്കമുള്ള ഒട്ടനവധിചിത്രങ്ങൾ കാട്ടിത്തരുന്നു. എല്ലാം മറക്കാനും പൊറുക്കാനും മന്നാഡിയാർ ബ്രാഹ്മണനോ വൈശ്യനോ ശൂദ്രനോ അല്ല.... "ക്ഷത്രിയനാ ക്ഷത്രിയൻ" എന്നു രോഷാകുലനാകുന്ന ഫ്യൂഡൽപ്രഭു ഹൈദരെ തൂക്കിലേറ്റിക്കൊണ്ട് ക്ഷത്രിയന്റെ ധർമ്മം പാലിക്കുന്നു. കോടതിയിൽ കുറ്റങ്ങളേറ്റു പറഞ്ഞ് ശിക്ഷ വാങ്ങുന്ന ഇതേ നരസിംഹ മന്നാടിയാർ അഭയം നല്കിയവനെ സംരക്ഷിക്കുന്ന ദൗത്യം കൂടി അവസാനം വരെ പാലിക്കുന്നുമുണ്ട്. ആധുനിക രാഷ്ട്രസംവിധാനങ്ങൾ പരാജയപ്പെടുന്നിടത്താണ് ക്ഷത്രിയന്മാരും നരസിംഹാവതാരങ്ങളും പ്രത്യക്ഷപ്പെട്ട് ധർമ്മപരിപാലനങ്ങൾ നിർവ്വഹിക്കുന്നത്. അമാനുഷിക കഥാപാത്രത്തിന്റെ പരിപൂർണ്ണതയിൽ ചാലിച്ചെടുത്ത പൂവള്ളി ഇന്ദുചൂഡൻ പവിത്രന്റെ കൈകാലുകൾ ചവിട്ടിയൊടിച്ച് 'ചോരവീഴ്ത്തൽ' എന്ന അവതാര ധർമ്മത്തിൽനിന്നു സ്വയം പിന്മാറുന്നുണ്ട്. അതേസമയം ലാൽകൃഷ്ണ വിരാടിയാർ നിയമത്തിന്റെ പഴുതുകളിലൂടെ പ്രതികളെ രക്ഷപ്പെടുത്തി സ്വന്തം കോടതിയുടെ വധശി

ക്ഷകൾ നടപ്പിലാക്കി നീതിന്യായത്തെ പരിപാലിക്കുന്ന കാഴ്ചയുമുണ്ട്. നിയമവാഴ്ചകളേക്കാൾ 'കോസ്മിക് ലോ'യ്ക്കു പ്രാമുഖ്യം കല്പിക്കുന്ന ലാൽകൃഷ്ണ വിരാടിയാർ മനുവിന്റെയും ബ്രഹസ്പതിയുടെയും വചനങ്ങളെയാണ് ആരാധിക്കുന്നതും.

അവതാര പുരുഷന്മാരായി സ്വയം പ്രഖ്യാപിക്കുന്ന അമാനുഷിക നായകർ ആധുനിക സമൂഹത്തിന്റെ ഭൗതിക സാഹചര്യങ്ങളെ ഒന്നാകെ ഉപയോഗപ്പെടുത്തുമ്പോൾതന്നെ അവയിലൂടെ നിർമ്മിതമാകേണ്ടുന്ന മൂല്യബോധങ്ങളെ നിഷേധിക്കുന്നു. അതോടൊപ്പം ഫ്യൂഡൽകാലത്തിന്റെ ആചാര അനുഷ്ഠാനങ്ങളെയും ജീവിതശീലങ്ങളെയും ബോധപൂർവ്വം ഒരുക്കിയെടുക്കുന്നു. നരസിംഹ മന്നാടിയാർ, കണിമംഗലം ജഗന്നാഥൻ, ലാൽകൃഷ്ണ വിരാഡിയാർ എന്നു തുടങ്ങി നിരവധി പേരെ ഉദാഹരണമായി ചൂണ്ടിക്കാട്ടുവാൻ കഴിയുന്നതാണ്.

ജന്മംകൊണ്ടു ബ്രാഹ്മണനാവുകയും കർമ്മംകൊണ്ട് ക്ഷത്രിയ സ്വഭാവം പുലർത്തുകയും ചെയ്യേണ്ടിവന്ന ദേവനും (*ആര്യൻ/1988*) ജഗന്നാഥനും (*ആറാംതമ്പുരാൻ/1997*) ബ്രാഹ്മണ്യത്തിനു നേരെയുണ്ടായ അതിക്രമങ്ങളെ പ്രത്യാക്രമണത്തിന്റെ ഭാഷയിൽ നേരിട്ടവരാണ്. ബ്രാഹ്മണ്യത്തിന്റെ മഹത്വവല്ക്കരണങ്ങൾ നടത്തുന്നവരുടെ തുടർച്ചയായിട്ടാണ് *പുതിയ മുഖ*ത്തിലെ കൃഷ്ണകുമാറും പ്രത്യക്ഷപ്പെടുന്നത് (2009). താളംകൊട്ടി ശീലിച്ച ശുദ്ധബ്രാഹ്മണന്റെ ചെറുത്തുനില്പുകൾ രാക്ഷസീയ ഭാവം കൈവരിക്കുമെന്നത് *പുതിയമുഖ*ത്തിൽ കണ്ടെത്തുവാൻ കഴിയും. നായക - പ്രതിനായക സംഘർഷങ്ങളിൽ ആത്യന്തിക വിജയം നായകനാണെന്നു ബോധ്യപ്പെടുത്തുന്ന കമ്പോളസിനിമയിൽ ക്ഷത്രിയ ധർമ്മത്തിന്റെയും ബ്രാഹ്മണ്യത്തിന്റേയും ഉദാത്ത പ്രഘോഷണങ്ങൾ ധാരാളിത്തത്തോടുകൂടി നടത്തപ്പെടുന്നത് ഹിന്ദുത്വ പ്രത്യയശാസ്ത്രങ്ങളുടെ ബോധപൂർവ്വമുള്ള പങ്കുവെക്കലുകളാണ്. സംഘ്പരിവാർ സംഘടനകൾ വിശ്വസിക്കുന്ന *മനുസ്മൃതി*യിലെ കാഴ്ചപ്പാടുകളാണ് ക്ഷത്രിയ - ബ്രാഹ്മണ കഥാപാത്രങ്ങളിലൂടെ കമ്പോളസിനിമ അതിനിഗൂഢമായി കേരളീയ പൊതുമണ്ഡലത്തിലേയ്ക്കു സന്നിവേശിപ്പിക്കുന്നത്. നായകസങ്കല്പങ്ങളുടെ പൂർണ്ണത പ്രകടിപ്പിക്കുന്ന അമാനുഷിക കഥാപാത്രങ്ങൾ നടപ്പിലാക്കുന്ന ശിക്ഷാവിധികളിൽപ്പോലും അതിന്റെ പ്രതിഫലനങ്ങൾ കാണുവാൻ കഴിയും.

മുസ്ലീം ഭീകരർ/പ്രതിനായക നിർമ്മിതികൾ

ഇന്ത്യൻ സമൂഹത്തിൽ ന്യൂനപക്ഷമായി മുദ്ര ചാർത്തപ്പെട്ട മുസ്ലീം വിഭാഗത്തെ പ്രതിനായകരായി പ്രതിഷ്ഠിച്ചതു ബ്രിട്ടീഷ് അധിനിവേശ സാമ്രാജ്യമായിരുന്നു. കൊളോണിയൽ ഭരണകൂടത്തിന്റെ അടിത്തറകളെ ഉറപ്പിക്കുന്നതിനായി വിഭജിച്ചു ഭരിക്കൽ തന്ത്രത്തെ നടപ്പിലാക്കിയപ്പോൾ ഹിന്ദുവിന്റെ പൊതുശത്രുവായി മുസ്ലീം പ്രതിഷ്ഠിക്കപ്പെട്ടു. ഇത്തരമൊരു ചരിത്രപശ്ചാത്തലത്തെ പിന്തുടർന്ന ഹൈന്ദവ സമൂഹം വർത്തമാനകാ

ലത്ത് അതിതീവ്രമായ മുസ്ലീം വംശീയ വിദ്വേഷങ്ങളെയാണ് ഉല്പാദിപ്പിച്ചു വിനിമയം ചെയ്യുന്നത്. ആർ എസ് എസ് സംഘപരിവാർ സംഘങ്ങളുടെ മുസ്ലീം വിരുദ്ധതന്ത്രങ്ങളെ അതിസമർത്ഥമായി മലയാള സിനിമ ഏറ്റെടുത്തു പ്രചരിപ്പിച്ചിട്ടുണ്ട്. അമ്പതുകൾ മുതൽ മുസ്ലീം കഥാപാത്രങ്ങൾ സജീവമായി അഭ്രപാളിയിലേക്കു പ്രവേശിക്കുന്നുണ്ട്. നിഷ്കളങ്കരും നിർദ്ദോഷികളുമായി പ്രത്യക്ഷപ്പെട്ട അവർ അടുത്ത കാലഘട്ടത്തിൽ ഫ്യൂഡൽ സംവിധാനങ്ങൾക്ക്, ഹൈന്ദവ വരേണ്യവർഗ്ഗങ്ങൾക്ക് ഭീഷണിയായി മാറുന്നുണ്ട്. ആധുനികസമൂഹത്തിൽ അപ്രസക്തമായി ത്തീർന്ന വെളിച്ചപ്പാടിന്റെ ആത്മസംഘർഷങ്ങളിൽ (*നിർമ്മാല്യം*/1973/ എം ടി) പ്രതിനായകനായി പ്രത്യക്ഷപ്പെടുന്ന മയ്മുണ്ണിയാണ് ഒരു തലത്തിൽ വെളിച്ചപ്പാടിന്റെ തകർച്ചയെ പൂർണ്ണമാക്കുന്നത്. പിന്നീടുള്ള ചിത്രങ്ങളിലും മുസ്ലീംകഥാപാത്രങ്ങൾ അതിനിഷ്കളങ്കരും ആർജ്ജവമുള്ളവരായും പ്രത്യക്ഷപ്പെടുന്നുണ്ടെങ്കിൽ തന്നെയും സവർണ്ണ ഹൈന്ദവതയുടെ അപ്രമാദിത്വങ്ങൾ വിളിച്ചറിയിച്ച ചലച്ചിത്രങ്ങളിലെല്ലാം പ്രതിനായകരായോ പ്രതിനായക സ്വഭാവമുള്ളവരായോ ഇവർ 'സ്ഥിര'പ്പെടുത്തപ്പെടുന്നുണ്ട്. നാടുവാഴിയുടെ അനുജനെ കൊല്ലുന്ന ഹൈദർ (*ധ്രുവം*), കോളനി അടക്കി ഭരിക്കുന്ന റാവുത്തർ (*വിയറ്റ്നാം കോളനി*) വല്യേട്ടന്റെ അനുജന്റെ ജീവനു വിലപറയുന്ന മമ്പറം ബാവ (*വല്യേട്ടൻ*), പരമേശ്വരനു ഭീഷണിയാകുന്ന യൂസഫ്ഷാ (*ഉസ്താദ്*) എന്നിങ്ങനെ പ്രതിനായകനിരകൾ നീളുന്നു.

പ്രാദേശികത്തനിമകൾക്കും സ്വച്ഛന്ദമായ ഫ്യൂഡൽ മാടമ്പി ജീവിതത്തിനും പ്രതിബന്ധങ്ങൾ സൃഷ്ടിക്കുന്ന ഹൈദരെ തൂക്കിലേറ്റി നരസിംഹ മന്നാടിയാർ തന്റെ ശപഥം പൂർത്തിയാക്കുന്നുവെങ്കിൽ *വിയറ്റ്നാം കോളനി*യെന്ന കീഴാള പൊതുമണ്ഡലത്തിന്റെ ഭരണാധികാരിയായ റാവുത്തറെ കൊലപ്പെടുത്തി ഒരു ജനതയെ കൃഷ്ണമൂർത്തി സംരക്ഷിക്കുന്നു. ഇത്തരത്തിൽ തലശ്ശേരിക്കാരൻ ബഷീറിനെ ജയിക്കുന്ന ബാലേട്ടനെയും ഖാലിദ് മുഹമ്മദിനെ പരാജയപ്പെടുത്തുന്ന സഹദേവനും മുസാഫിറിനെ തന്ത്രപരമായി കണ്ടെത്തി വധിക്കുന്ന ചന്ദ്രശേഖരനും (ടൈഗർ) ഹൈദരലിയെ നിഗ്രഹിക്കുന്ന ഭരത്ചന്ദ്രനും (ഭരത്ചന്ദ്രൻ ഐ പി എസ്) ആവർത്തിക്കുന്ന വേഷങ്ങളാണ്. കള്ളക്കടത്തുകാർ/ക്രിമിനലുകൾ/പെൺവാണിഭക്കാർ എന്നു തുടങ്ങി സാമാന്യജീവിതത്തിനു വിഘാതം സൃഷ്ടിക്കുന്ന മുസ്ലീംപ്രതിനായക കഥാപാത്രങ്ങളെ സവർണ്ണ ഹൈന്ദവ പശ്ചാത്തലമുള്ള ചിത്രങ്ങൾ സൃഷ്ടിച്ചു പരിപാലിക്കുന്നു. പ്രാദേശികതന്മയ്ക്കും അധികാര കുടുംബവാഴ്ചാ സംവിധാനങ്ങൾക്കും ഭീഷണിയായിത്തീരുന്ന മുസ്ലീങ്ങൾ ഇന്ത്യൻ ദേശീയതയ്ക്കു ഭീഷണി സൃഷ്ടിക്കുന്ന അതിഭീകരന്മാരാണ് എന്ന നിലപാടുകൾ ആവർത്തിച്ചാവർത്തിച്ചു നമ്മുടെ ചലച്ചിത്രങ്ങൾ സ്വീകരിക്കുന്നുണ്ട്. ഇത്തരം മാതൃകകൾ ഇന്ത്യയിലെ ഹൈന്ദവസമൂഹത്തെ തൃപ്തിപ്പെടുത്തുന്നതിനുവേണ്ടിയുള്ള നിർമ്മിതികളാകുമ്പോൾ അവയിൽ ചേർക്കപ്പെടുന്ന ചായക്കൂ

ട്ടുകൾ അങ്ങേയറ്റം മുസ്ലീംവിരുദ്ധമായി മാറുന്നു.

മുസ്ലീങ്ങളെ അതിലളിതമായി പ്രതിനായകരാക്കി ഇകഴ്ത്തിക്കാട്ടുന്ന ചലച്ചിത്രങ്ങളുടെ പെരുവെള്ളപ്പാച്ചിലുകൾക്കിടയിൽ നല്ല മുസ്ലീം/ചീത്ത മുസ്ലീം എന്ന ദ്വന്ദ്വ പരികല്പനകളെ സൃഷ്ടിച്ചെടുക്കുവാൻ സവർണ്ണ കേന്ദ്രിത പ്രമേയ ചലച്ചിത്രങ്ങൾക്കു കഴിഞ്ഞിരുന്നു. ഇസ്ലാമിന്റെ മഹത്വത്തെ ഉദ്ഘോഷിച്ച് ദേശീയബോധത്തെ ഉയർത്തിപ്പിടിക്കുന്ന ഇന്ത്യൻ മുസ്ലീമായി ദാദാസാഹേബും (ദാദാസാഹിബ്) മുഹമ്മദ് സർക്കാരും (എഫ് ഐ ആർ) ഫൈസിയുമെല്ലാം (കുരുക്ഷേത്ര) വെള്ളിത്തിരയിൽ നിറയുമ്പോൾ നല്ല മുസ്ലീമിന്റെ വാഴ്ത്തിപ്പാടലുകൾ അവിടെ പൂർണ്ണമാകുന്നു.

നാട്ടുരാജ്യങ്ങളിലെ സമാന്തര ഭരണകൂടങ്ങളും ചക്രവർത്തിമാരും

പുരോഗമന ജനാധിപത്യ സംവിധാനങ്ങളെ ഒന്നാകെ നിഷേധിച്ചുകൊണ്ട് സ്വന്തം നാട്ടുരാജ്യങ്ങൾ സൃഷ്ടിച്ചെടുത്ത് അവയ്ക്കുള്ളിൽ സ്വയംഭരണം നടത്തി വാഴുന്ന ഫ്യൂഡൽ പ്രഭുക്കളെ തൊണ്ണൂറുകളിലെ മലയാളസിനിമയിൽ ധാരാളമായി കാണുവാൻ കഴിയുന്നതാണ്. മംഗലശ്ശേരി നീലകണ്ഠൻ (*ദേവാസുരം*), കണിമംഗലം ജഗന്നാഥൻ (*ആറാം തമ്പുരാൻ*), നരസിംഹ മന്നാഡിയാർ (*ധ്രുവം*), ദേവർമഠം നാരായണൻ (*പ്രജാപതി*), അറയ്ക്കൽ മാധവനുണ്ണി (*വല്യേട്ടൻ*), അപ്പൂട്ടൻ (*കൊട്ടാരം വീട്ടിലെ അപ്പൂട്ടൻ*), വീരഭദ്രൻ (*അശ്വാരൂഢൻ*) ഗോപാലകൃഷ്ണപിള്ള (*മാടമ്പി*) തുടങ്ങിയവയെല്ലാം മനോധർമ്മമനുസരിച്ച് നീതിന്യായങ്ങൾ പരിപാലിച്ചു. കേരളീയ സമൂഹത്തിലെ ഇടതു വലതു രാഷ്ട്രീയ കക്ഷികളെ പ്രത്യക്ഷത്തിൽ നിരാകരിക്കുന്ന ഫ്യൂഡൽ പ്രഭുക്കളുടെ പൊതു ശത്രുവിന്റെ പട്ടികയിൽ ഇത്തരം രാഷ്ട്രീയക്കാർ കൂടി ഉൾപ്പെടുന്നത് യാദൃച്ഛികതയുടെ ഭാഗമല്ല. ആധുനിക ജനാധിപത്യ രാഷ്ട്രീയ സംവിധാനങ്ങളുടെ ഇടത്തിൽ കാലഹരണപ്പെട്ടുപോയ ഫ്യൂഡൽ സംവിധാനങ്ങളെക്കുറിച്ചു കൃത്യമായ ധാരണയുള്ള പ്രഭുക്കന്മാർ തന്നെയാണ് ഗൃഹാതുരത്വത്തിന്റെ പേരിൽ നിലനിർത്തിയിരുന്ന കോട്ടകൊത്തളങ്ങളിലൂടെ 'പഴയതായ' അധികാരഘടനകളെ പുത്തനായി പരിപാലിക്കാൻ ശ്രമിക്കുന്നതും. തങ്ങളുടെ സമാന്തര ഭരണകൂടത്തിൽ പ്രതിബന്ധങ്ങൾ സൃഷ്ടിക്കാൻ വരുന്ന ഉപജാപകന്മാരായാണ് രാഷ്ട്രീയക്കാരെ നരസിംഹ മന്നാടിയാരടക്കമുള്ളവർ കാണുന്നത്. ആധുനിക രാഷ്ട്രസംവിധാനങ്ങളിലല്ല പഴയ ഫ്യൂഡൽ അധികാര സംവിധാനങ്ങളിലാണ് പ്രജകളുടെ ക്ഷേമൈശ്വര്യങ്ങൾ നിലനില്ക്കുന്നതെന്നു ഏകപക്ഷീയമായി പ്രഖ്യാപിക്കുവാൻ വെള്ളിത്തിരയിലെ ഫ്യൂഡൽ നായകന്മാർക്കു കഴിഞ്ഞു.

രാഷ്ട്രീയക്കാരെ പുറംതള്ളുമ്പോൾ തന്നെ ബ്യൂറോക്രാറ്റുകളോട് ഇടപെടുവാനും അവരുടെ യാചനകളെ അനുകമ്പാപൂർവ്വം പരിഗണിച്ചു വിഘ്നങ്ങൾ ഉടനടി പരിഹരിച്ചു നല്കുവാനും അഭിനവ പ്രഭുക്കന്മാർക്കു

കഴിയുന്നുണ്ട്. നൊട്ടോറിയസ് ക്രിമിനലായ ഹൈദരെ പിടികൂടി പൊലീസിനു കൈമാറുന്നതും തൂക്കിലേറ്റാനുള്ള ആരാച്ചാരെ കണ്ടെത്തി അയാളെ സംരക്ഷിക്കുന്നതും നരസിംഹ മന്നാടിയാരാണെങ്കിൽ കാട്ടിപ്പള്ളി പപ്പനെ പിടികൂടി പൊലീസിനു നല്കുന്നതും അയാളുടെ പെങ്ങളെ സംരക്ഷിക്കുന്നതും മമ്പറം ബാവയുടെ ബംഗ്ലാവിൽ നിന്നു മാറോടി അബുവിനെ പോലീസിനു പിടിച്ചുകൊടുക്കുന്നതും അറയ്ക്കൽ മാധവനുണ്ണിയാണ്. ഐ പി എസ് റാങ്കിലുള്ള പോലീസ് ഓഫീസർമാർ ദുർബലരായി, കാഴ്ചക്കാരായി നില്ക്കുന്ന സന്ദർഭത്തിലാണ് ഫ്യൂഡൽ പ്രഭുവിനുള്ളിലെ ക്ഷാത്രവീര്യങ്ങൾ അതിവേഗത്തിലും അതിലളിതമായും വിജയിച്ചു കയറുന്നു.

മംഗലശ്ശേരി നീലകണ്ഠനും മുണ്ടയ്ക്കൽ ശേഖരനും തമ്മിലുള്ള യുദ്ധക്കളത്തിൽ പോലീസിന്റെ അസാന്നിദ്ധ്യമുണ്ടെങ്കിൽ ജഗന്നാഥനും കൊളപ്പുള്ളി അപ്പനും തമ്മിലുള്ള യുദ്ധക്കളത്തിൽ കൊളപ്പുള്ളി അപ്പന്റെ ഉപജാപത്തിലൂടെ നിയമപാലകർ അസന്നിഹിതരായി മാറുന്നുണ്ട്. നാട്ടുരാജാക്കന്മാരുടെ സമാന്തര ലോകത്തിൽ ആധുനികരായ ആളുകൾക്കും ആധുനികമായ നിയമസംവിധാനങ്ങൾക്കും ഇടമില്ലായെന്ന് ഇതു തെളിയിക്കുന്നു. പോരാടി ജയിക്കുന്നവന്റെ അപ്രമാദിത്വങ്ങൾ അവിടെ വാഴ്ത്തപ്പെടുന്നു. ഒരു ഗ്രാമത്തിലെ ജനങ്ങളൊന്നടങ്കം ഏതാനും ഗുണ്ടകളെ ഭയന്ന് തമ്പുരാന്റെ (നായകന്റെ) ക്രിയാത്മക ഇടപെടലിനായി നട്ടെല്ലും വളച്ചുവെച്ചു കാത്തിരിക്കുന്നത് കണിമംഗലത്തു മാത്രമേ കാണുവാൻ കഴിയുകയുള്ളൂ. ഭരണകൂടത്തിന്റെ അസാന്നിധ്യങ്ങളാണ് ജഗന്നാഥനും നീലകണ്ഠനുമൊക്കെ തേർവാഴ്ചയ്ക്കുള്ള അവസരമൊരുക്കുന്നതെങ്കിൽ ഭരണകൂടത്തിന്റെ നിയമവാഴ്ചകളുടെ പരാജയങ്ങളാണ് നിയമം കൈയിലെടുക്കാൻ നരസിംഹ മന്നാഡിയാരെയും അറയ്ക്കൽ മാധവനുണ്ണിയെയും പ്രേരിപ്പിക്കുന്നത്. പ്രാദേശികനന്മകൾക്കും ദേശീയതയ്ക്കുംവരെ ഭീഷണിയായ, ഭീഷണിയായിത്തീരാവുന്ന ക്രിമിനലുകളെയാണ് ഈ നായകന്മാർ കീഴ്പ്പെടുത്തുന്നതും ശിക്ഷവിധിക്കുന്നതും. ഭരണകൂട സംവിധാനങ്ങളേക്കാൾ ശേഷിയും കാര്യപ്രാപ്തിയും യോഗ്യതയും തങ്ങൾക്കു തന്നെയാണെന്നു ഇതിലൂടെ നായകന്മാർ തെളിയിക്കുന്നു.

ലിംഗസദാചാര ബോധങ്ങളും വംശശുദ്ധി വാദങ്ങളും

മനുസ്മൃതി സൃഷ്ടിച്ച സ്ത്രീ സമൂഹത്തെ ഇന്ത്യൻ സമൂഹത്തിൽ പ്രായോഗികമായി നടപ്പിലാക്കിയെടുക്കാനാണ് സംഘ്പരിവാർ സംഘടനകൾ ശ്രമിക്കുന്നത്. പ്രത്യുൽപാദന - കുടുംബ പരിപാലന ധർമ്മങ്ങളെ ഉദ്ഘോഷിച്ചുകൊണ്ടും ആധുനികസ്ത്രീ സ്വാതന്ത്ര്യങ്ങളിൽ നിന്നും അകലം പാലിച്ചുകൊണ്ടും ആൺ അധികാരഘടനകൾക്കു വഴിപ്പെട്ടു നില്ക്കുന്ന സ്ത്രീകളാണ് കുലീനവും ഉദാത്തവുമായ വനിതാരത്നങ്ങളായും പതിവ്രതാരത്നങ്ങളായും ചലച്ചിത്രങ്ങളിൽ ആഘോ

ഷിക്കപ്പെട്ടിട്ടുള്ളത്. വള്ളുവനാടൻ സിനിമകളിൽ 'ഉമ്മറത്തുവന്ന്' സ്വതന്ത്രമായ അഭിപ്രായങ്ങൾ പ്രകടിപ്പിക്കുവാൻ സാഹചര്യങ്ങൾ നിഷേധിക്കപ്പെട്ട നിരവധി സ്ത്രീരത്നങ്ങളെ കണ്ടെത്തുവാൻ കഴിയുന്നതാണ്. താന്തോന്നിയായ, അഴിഞ്ഞാടി നടക്കുന്ന സവർണ്ണ നായകന്മാരുടെ ആരാധകരായും ക്ഷേമൈശ്വര്യ പൂജകൾ നടത്തി കാത്തിരിക്കുന്ന ഉത്തമ സ്ത്രീ ബിംബങ്ങളായും അവരോധിക്കപ്പെട്ട സ്ത്രീകളുടെ സ്വയംനിർണ്ണയാധികാരങ്ങൾ "അദ്ദേഹമെന്ന സവർണ്ണ ആണത്തം" റദ്ദു ചെയ്തിരിക്കുന്നു. പുരുഷാധികാര ഘടനകൾക്കു പുറത്തേക്കുകുതിക്കാൻ വെമ്പിയ സ്ത്രീകളെ കുടുംബം/ദാമ്പത്യം/മതം/ആചാരാനുഷ്ഠാനങ്ങൾ എന്നിവയിൽ തന്ത്രപരമായി തളച്ചിടുവാൻ സവർണ്ണ മാടമ്പിമാർക്കു കഴിഞ്ഞിരുന്നു.

വംശീയത, കന്യാകത്വം, സദാചാരം, ലൈംഗികത, ശുദ്ധി എന്നിവയെ സംബന്ധിച്ചുള്ള വിശകലനങ്ങൾ നിർവ്വഹിക്കുന്ന സവർണ്ണ ഹൈന്ദവ ചലച്ചിത്രങ്ങൾ അവയ്ക്കെതിരായ കടന്നുകയറ്റങ്ങളെ അതിസമർത്ഥമായി പ്രതിരോധിച്ചിരുന്നു. കുലമഹിമയുള്ള സ്ത്രീകളുടെ ശരീരകേന്ദ്രീകൃതമായ ശുദ്ധിബോധങ്ങൾ മലയാള സിനിമയിൽ പ്രബലമാകുന്നതും ഇക്കാലയളവിലായിരുന്നു. ആധുനികതയുടെ പ്രതിരൂപമായ പരിഷ്കാരി പെണ്ണുങ്ങളിൽനിന്നും അകലം പാലിക്കുന്ന ജഗന്നാഥന്മാർ നിഷ്കളങ്കയും കുലീനയുമായ ഉണ്ണിമായയെപ്പോലുള്ള യുവതികളെയാണ് സ്വീകരിക്കുന്നതും സംരക്ഷിക്കുന്നതും. ആഢ്യനായികമാരുടെ കന്യകാത്വത്തെക്കുറിച്ചുള്ള ആശങ്കകൾ ഏറ്റെടുത്ത മലയാള സിനിമ അവയുടെ സംരക്ഷണത്തിനായി ആവശ്യത്തിൽ കൂടുതൽ അധ്വാനിക്കുകയും ചെയ്യുന്നുണ്ട്. *ചന്ദ്രോത്സവം, മാമ്പഴക്കാലം, ഗദ്ദാമ, കൽക്കട്ടന്യൂസ്* എന്നിങ്ങനെ നിരവധി ചിത്രങ്ങൾ ഇതിനു തെളിവാണ്. മറുവശത്ത് പീഡിത സ്ത്രീത്വങ്ങളായി മാറ്റപ്പെടുന്നത് കീഴാള പരിവേഷമുള്ളവരാണ്. വഴിപിഴച്ചുപോയ നായികയെ സ്വീകരിക്കുവാൻ മലയാളസിനിമ വിമുഖത പുലർത്തിയിരുന്നത് സവർണ്ണ സദാചാര ബോധങ്ങളുടെ പിന്നാലെ സഞ്ചരിച്ചതുകൊണ്ടാണ്. സവർണ്ണ നായകന്റെ സംരക്ഷണ വലയത്തിനു പുറത്താകുന്ന, പിഴച്ചു പോകുന്ന നായിക ആത്മഹത്യ ചെയ്യുകയോ അല്ലെങ്കിൽ പ്രതിനായകരാൽ കൊല്ലപ്പെടുകയോ ചെയ്യുന്നു. മറ്റൊന്ന് വിവാഹബന്ധത്തിൽ പങ്കാളിയാകുന്ന നായിക കന്യകാത്വം നഷ്ടപ്പെടാത്ത അനാഘ്രാത കുസുമമായി നായകനുമായി പുനഃസമാഗമിക്കുകയും (*ചന്ദ്രോത്സവം* (2005), *മാമ്പഴക്കാലം* (2004) മുതലായവ) സാമൂഹ്യാംഗീകാരങ്ങൾ നേടിയെടുക്കുന്നു. ഇത്തരം ആവിഷ്കരണങ്ങളിലൂടെ ജാതിയുടെയും ലിംഗത്തിന്റെയും അപ്രമാദിത്വങ്ങളെ പാരമ്പര്യ ബോധങ്ങൾക്കുള്ളിൽ തളച്ചിട്ടുകൊണ്ട് നിലനിർത്തുവാനാണ് മലയാള സിനിമ ഉത്സാഹിച്ചിരുന്നത്.

ദളിത് വംശഹത്യകളും വരേണ്യവർഗ്ഗ ആക്രമണങ്ങളും

അതിതീവ്ര ഹൈന്ദവതയെ ദൃശ്യവല്ക്കരിച്ച മലയാള ചലച്ചിത്രങ്ങൾ ദളിത് - കീഴാള വിഭാഗങ്ങളെ അസ്പൃശ്യരാക്കി നിലനിർത്തുകയെന്ന നിഗൂഢ അജണ്ട നടപ്പിലാക്കിയിരുന്നു. കായികശക്തിയിലും ബുദ്ധിശക്തിയിലും രൂപഭാവസൗന്ദര്യങ്ങളിലും താഴേക്കിടയിലായിപ്പോയ ദളിതരെ മാടമ്പിമാരുടെ ഔദാര്യങ്ങൾ ഏറ്റുവാങ്ങുന്ന അടിയാന്മാരായി ത്തന്നെ പിടിച്ചുനിർത്തുവാനുദ്യമിച്ചപ്പോൾ അതിൽനിന്നും കുതറിമാറലുകൾ നടത്താൻ തുടങ്ങിയവരെ പ്രതിയോഗികളാക്കി മാറ്റുകയും ചെയ്തു. ദളിത് സിനിമയായി പരിഗണിക്കപ്പെടുന്ന *മുടിയനായ പുത്രൻ* മുതൽ ഇത്തരത്തിലുള്ള കീഴാള അവഹേളനങ്ങൾ അനുസ്യൂതം നിർവ്വഹിക്കപ്പെടുന്നു. എം എൽ എ ആയ ശാസ്ത്രികൾ പടുവിഡ്ഢിയും നിരന്തരമായി പരഹസിക്കപ്പെടുന്നുവനുമാണ്. *കലക്ടർ മാലതി*യിൽ ദളിതർ ഉന്നതമണ്ഡലങ്ങളിൽ പ്രതിഷ്ഠിക്കപ്പെടുന്നതിന്റെ സവർണ്ണ അസ്വസ്ഥതകൾ കണ്ടെത്തുവാൻ കഴിയും. *കലക്ടർ മാലതി* പ്രദർശനത്തിനെത്തിയതിന്റെ പത്താം വർഷത്തിൽ നടപ്പിലായ മണ്ഡൽ കമ്മീഷൻ റിപ്പോർട്ടിനെതിരെ വ്യാപകമായ പ്രതിഷേധങ്ങളാണ് മധ്യവർഗ്ഗ സവർണ്ണവിഭാഗങ്ങളിൽ നിന്നും ഉയർന്നുവന്നത്. ക്ഷിതി ഗോസ്വാമിയുടെ ആത്മാഹുതിയടക്കമുള്ളവയെ സംഘടിത പ്രതിഷേധങ്ങളാക്കി ഉയർത്തിക്കൊണ്ടുവന്ന പ്രവർത്തികൾ ഇന്ത്യൻ സമൂഹത്തിലെ ജാതിബോധങ്ങളെ ഉറപ്പിക്കുകയായിരുന്നു.

*കലക്ടർ മാലതി*യിലെ രവിവർമ്മയുടെ ക്ഷത്രിയ വിലാപങ്ങളുടെ തുടർച്ചയും പ്രതിഷേധങ്ങളും എൺപതുകളിലെയും തൊണ്ണൂറുകളിലെയും സവർണ്ണ മധ്യവർഗ്ഗ സിനിമകൾ ധാരാളിത്തത്തോടെ കൊണ്ടാടിയിരുന്നു. *അടിവേരുകൾ* (1986) മുതൽ *മാണിക്യക്കല്ല്* (2011) വരെയുള്ള നൂറുകണക്കിന് ചിത്രങ്ങൾ സവർണ്ണ മധ്യവർഗ്ഗത്തിന്റെ കീഴാള പരിഹാസങ്ങൾ അതിന്റെ മൂർത്തിമദ്ഭാവങ്ങളിൽ പ്രകടമാണ്. ദളിത്/കീഴാള വിഭാഗങ്ങൾ സംവരണത്തിലൂടെ അക്കാദമിക - ഉദ്യോഗ മണ്ഡലങ്ങളിൽ കൂടുതലായി എത്തുന്നതിനോട്, സാമ്പത്തികോന്നതിയിൽ നിലനില്ക്കാൻ കഴിയാത്ത സവർണ്ണ വിഭാഗങ്ങൾ അമർഷവും പുച്ഛവും പ്രകടിപ്പിക്കുന്നത് കീഴാളരുടെ ചരിത്രപരമായ അധോഗതികളെയും ഒപ്പം സവർണ്ണ സമൂഹത്തിനു ലഭ്യമായിരുന്ന സ്ഥാനമാനങ്ങളെയും സുഖസൗകര്യങ്ങളെയും തമസ്കരിച്ചുകൊണ്ടാണെന്ന് കേരളീയ പൊതുമണ്ഡലത്തിലെ നിരവധി സംഭവങ്ങളിൽ നിന്നും കണ്ടെടുക്കാൻ കഴിയും. അധികാര സ്ഥാനമാനങ്ങളിൽ ദളിത് ജനവിഭാഗത്തിൽപ്പെട്ടവർ എത്തുമ്പോൾ അതിനെ പ്രതിഭയില്ലാത്തവരുടെ കടന്നുകയറ്റമായി വ്യാഖ്യാനിക്കുന്ന സവർണ്ണബോധങ്ങൾ ചലച്ചിത്രങ്ങളിൽ പ്രകടമാണ്. കീഴാളരായ എം എൽ എ, മന്ത്രി, പോലീസുദ്യോഗസ്ഥർ, കൺഫേഡ് ഐ പി എസുകാർ, സർക്കാർ ഗുമസ്തൻ, ദേവസ്വം ബോർഡ് മെമ്പർ, സ്കൂൾ

മാഷ്, പ്യൂൺ കഥാപാത്രങ്ങൾ നിഷ്ക്രിയരും ഭോഷ്കരുമായി മാറ്റപ്പെടുന്നു. ഗുരുവായൂർ ദേവസ്വം ബോർഡിൽ എത്തുന്ന ഹരിജൻ മെമ്പർക്കു നേരിടേണ്ടി വരുന്ന പരിഹാസങ്ങളുടെ ആവർത്തനങ്ങൾ വ്യത്യസ്ത സന്ദർഭങ്ങളിലായി വ്യത്യസ്ത ചിത്രങ്ങളിൽ പരിചരിക്കപ്പെടുന്നുണ്ട്. വ്യക്തിപരമായ കഴിവുകളേക്കാൾ ജാതിവാലിനു പ്രാമുഖ്യം വരുമ്പോഴാണ് പോലീസ് സൂപ്രണ്ട് കൺഫേർഡ് ഐപിസായും പാചകക്കാരനായും ലുക്കില്ലാത്ത പോലീസുകാരനായും സ്കൂൾ പ്യൂൺ (ഗസറ്റിലൂടെ തമ്പുരാനെന്ന പേര് ലഭിച്ചാലും) കുഞ്ഞിരാമനെന്നു തന്നെ വിളിക്കപ്പെടുന്നതടക്കമുള്ള നിരവധി കാഴ്ചകൾ സിനിമ സമ്മാനിക്കുന്നുണ്ട്. ബോധപൂർവ്വമായ കീഴാള അപഹാസ്യതകളിലൂടെ സവർണ്ണർ തങ്ങളുടെ അപ്രമാദിത്വങ്ങളെ സ്ഥാപിച്ചെടുക്കുന്നു.

വരേണ്യവർഗ്ഗവിഭാഗങ്ങൾ പുലർത്തിയ അപഹാസ്യ നിലകളെ, തമസ്കരണങ്ങളെ പുതിയൊരു കാലത്തിന്റെ ചലച്ചിത്രങ്ങൾ, പ്രതിരോധിക്കുവാൻ ശ്രമിക്കുന്നു. പൂണൂലിട്ടവനോടു കീഴാളനു തോന്നുന്ന തൊട്ടുകൂടായ്മയെ പ്രകടിപ്പിക്കുന്ന തൊഴിലാളി നേതാവ് സംഘടനാ പ്രവർത്തകൻ (ആര്യൻ), നായരെക്കൊണ്ട് സല്യൂട്ട് അടിപ്പിച്ച് പുളകം കൊള്ളുന്ന, പാചകം കുലത്തൊഴിലായ പോലീസ് ഓഫീസർ (ട്വന്റി ട്വന്റി) സംബോധനയിലെ വംശീയാധിക്ഷേപത്തെ മറികടക്കാൻ കുഞ്ഞിരാമനെന്ന പേര് തമ്പുരാനായി പരിഷ്കരിക്കുന്ന, ഹെഡ്മാഷിന്റെ തമ്പുരാൻ വിളിയിൽ പുളകിനാകുന്ന പ്യൂൺ (*മാണിക്യക്കല്ല്*), നായർ പണിക്കാരനോടു പുച്ഛം പ്രകടിപ്പിക്കുന്ന ദളിത് ക്രിസ്ത്യാനിയായ കോരമുതലാളി (*ഭയ്യ ഭയ്യ*) വരെയുള്ളവരിലൂടെ ഇത്തരം നിർമ്മിതികൾ നീങ്ങുന്നു.

യഥാർത്ഥത്തിൽ കീഴാള സ്വഭാവത്തിൽ നില്ക്കുന്ന ഇത്തരം കഥാപാത്രങ്ങളുടെ അതിപ്രകടനപരതകൾ, അതിവാചാലതകൾ, സവർണ്ണ വിരോധങ്ങൾ, നിഷ്കളങ്കമെന്ന് ധ്വനിപ്പിക്കുന്ന അല്പത്തരങ്ങൾ എന്നിവയിലൂടെ അവർ അപഹാസ്യരും നിന്ദ്യരും വെറുക്കപ്പെട്ടവരുമായി അവരോധിക്കപ്പെടുന്നു. അർഹതയില്ലാത്ത സ്ഥാനങ്ങളിൽ എത്തപ്പെടുന്നവരുടെ അല്പത്തരങ്ങളായി വ്യാഖ്യാനിക്കപ്പെടുന്ന ഇത്തരം ചലച്ചിത്രാഖ്യാനങ്ങൾ ബുദ്ധി, പ്രതിഭ, ശാരീരിക സൗന്ദര്യങ്ങൾ, ഔചിത്യബോധം എന്നിവയിൽ മികവ് പുലർത്തുന്നവർ സവർണ്ണകുലത്തിൽ പിറന്നു വളർന്ന വ്യക്തിത്വങ്ങളാണെന്ന പൊതുബോധത്തെ സൃഷ്ടിച്ചെടുക്കുന്നു. കുലത്തൊഴിലിന്റെ പേരിൽ അപഹാസ്യരായിത്തീരേണ്ടി വരുന്നവരെയും സാമൂഹ്യാഭിവൃദ്ധി കൈവരിച്ചാലും വംശത്തിന്റെ പേരിൽ ആജീവനാന്തം തിരസ്കൃതരാക്കപ്പെടുന്നവരെയും *മുടിയനായ പുത്രൻ* മുതൽ *മാൻഹോൾ* വരെയുള്ള ചിത്രങ്ങളിൽ നിന്നും കണ്ടെടുക്കുവാൻ കഴിയുന്നതാണ്. ഉന്നതവർഗ്ഗത്തിന്റെ തൊഴിലുകളെ മഹത്വവല്ക്കരിക്കുമ്പോൾതന്നെ കീഴാളരുടെ കുലത്തൊഴിലുകളെ അപഹസിച്ച് അവരെ അതിനുള്ളിൽ തളച്ചിടുവാൻ ഉള്ള നിഗൂഢ ശ്രമങ്ങൾ പ്രകടമാണ്. മുഖ്യധാരയിൽ ഇടപെടുന്ന അപരിഷ്കൃതരും അപഹാസ്യരുമായ ദളിതർ

തങ്ങളുടെ ഔദാര്യങ്ങൾക്കു കീഴിൽ പുളയ്ക്കേണ്ടുന്നവരാണെന്ന പൊതുസമൂഹത്തിന്റെ സവർണ്ണ നിലപാടുകൾ കൂടിയ തലങ്ങളിലാണ് ചലച്ചിത്രങ്ങൾ എടുത്തു പ്രയോഗിക്കുന്നതും പ്രേക്ഷകരിലേയ്ക്ക് പ്രക്ഷേപിപ്പിക്കുന്നതും.

ചലച്ചിത്രത്തിനുള്ളിൽ ദളിത്ഹത്യകൾ നടക്കുന്നതിന്റെ നൂറുമടങ്ങായി ഉത്തരേന്ത്യൻ ഗ്രാമങ്ങളിൽ ദളിതർ ഹിന്ദുത്വ തീവ്രവാദികളാൽ കൊല്ലപ്പെടുന്നത്. ഭരണകൂട അധികാര സംവിധാനങ്ങളെ തൃണവൽഗണിച്ചു കൊണ്ടാണ് ഇക്കൂട്ടർ പശുവിന്റെ പേരിൽ ദളിത് പീഡനങ്ങളും ദളിത് കൂട്ടക്കുരുതികളും നടത്തിക്കൊണ്ടിരിക്കുന്നത്. 2016 ജൂലൈ പതിനൊന്നിന് ഉനയിൽ ചത്ത പശുവിന്റെ തോൽ എടുത്ത ദളിതരായ അശോക് സർവ്വയ്യ, വിശ്രാം സർവ്വയ്യ, രമേഷ് സർവ്വയ്യ, ബേവ്വർ സർവ്വയ എന്നിവരെ അർദ്ധനഗ്നരാക്കി സംഘപരിവാറുകാർ ഭീകരമായ വിധത്തിൽ മർദ്ദിച്ചു. ഹരിയാനയിലും കർണ്ണാടകയിലും ബീഹാറിലും പശുക്കടത്തിന്റെ പേരിലും സദാചാരത്തിന്റെ പേരിലും ദളിതർ സംഘ്പരിവാറുകാരാൽ കൊലചെയ്യപ്പെടുന്നു. ആൾക്കൂട്ട കൊലപാതകങ്ങൾക്കു പുറമേ കൂട്ടബലാത്സംഗങ്ങളും ശിശു പീഡനങ്ങളും ഉത്തരേന്ത്യൻ മേഖലയിൽ സർവ്വ സാധാരണമാണ്. അത്യന്തം അപകടകരമായ സ്ഥിതിവിശേഷത്തിലേയ്ക്കു ഉത്തരേന്ത്യൻ ഗ്രാമങ്ങളിലെ ദളിതർ നീങ്ങുമ്പോൾ കേരളത്തിൽ സി കെ ജാനു (ഗോത്ര മഹാസഭ) വും കെ ബാബുവു (കെ പി എം എസ്) മൊക്കെ ഭാരതീയ ജനതാപാർട്ടിയുടെ ഉറ്റതോഴരായി മാറുന്ന വൈരുദ്ധ്യവും അരങ്ങേറുന്നു. കൊച്ചിയിലെ ദളിത് ജനവിഭാഗങ്ങൾക്കു സഞ്ചാര സ്വാതന്ത്ര്യമില്ലാതിരുന്നപ്പോൾ അതിനുള്ള ഇടം കണ്ടെത്താൻ ദളിതർ നടത്തിയ സമര പരിപാടിയായിരുന്നു 1913 ഒക്ടോബർ മാസത്തിലെ കൊച്ചി കായൽ സമ്മേളനം. പണ്ഡിറ്റ് കെ പി കറുപ്പന്റെ നിർദ്ദേശങ്ങളാൽ നടത്തപ്പെട്ട കായൽസമ്മേളനം സവർണ്ണ ഫ്യൂഡൽ മാടമ്പിമാരുടെ ധാർഷ്ട്യങ്ങളെ പരസ്യമായി വെല്ലുവിളിച്ചു. പക്ഷേ, കായൽ സമ്മേളനം നടത്തിയ ദളിത് ജനസമൂഹത്തിന്റെ പിൻതലമുറ ദളിത് വംശഹത്യകളുടെ സൂത്രധാരനായ നരേന്ദ്രമോദിയെ 2014 ഫെബ്രുവരി മാസത്തിൽ ഒരു നൂറ്റാണ്ടു പൂർത്തിയാക്കിയ കായൽ സമ്മേളനത്തിന്റെ ആഘോഷപരിപാടിയിലേക്കു ക്ഷണിച്ചു കൊണ്ടുവന്നു. ഇതുവഴി സംഘ്പരിവാറിന്റെ ഹിന്ദുത്വ അജണ്ടകളുടെ ഭാഗമായി പുലയർ മഹാസഭ (ബാബു വിഭാഗം) മാറുന്നു. കായൽസമ്മേളനത്തിന്റെ ചരിത്രത്തെ നിഷേധിച്ചുകൊണ്ടാണ് സംഘ്പരിവാറിന്റെയും നരേന്ദ്രമോദിയുടെയും ദളിത് പ്രീണനത്തിൽ ദളിതർ വീഴുന്നത്. ജാതി ഉപജാതി സമ്പ്രദായങ്ങളെ അതിതീവ്രമായി നിലനിർത്തുന്ന ഹിന്ദുത്വ തീവ്രവാദികൾ ദീർഘകാലത്തേയ്ക്കുള്ള അധികാരവാഴ്ചയ്ക്കു വേണ്ടി മാത്ര

കായൽ സമ്മേളനത്തിന്റെ നീക്കിയിരുപ്പ്, സുനിൽ പി ഇളയിടം, ചിന്ത വാരിക 2014 ഫെബ്രുവരി 21, പുസ്തകം 51 ലക്കം 28.

മാണ് ദളിത് പ്രീണനങ്ങൾ നടത്തുന്നതെന്നു ദളിതരിലൊരു വിഭാഗം ഇനിയും തിരിച്ചറിയേണ്ടതുണ്ട്.

പൗരോഹിത്യത്തിന്റെ പുനഃസ്ഥാപനങ്ങൾ

ഹൈന്ദവത ആഘോഷിച്ച വള്ളുവനാടൻ ചലച്ചിത്രങ്ങൾ പൗരോഹിത്യത്തിന്റെ പുനഃസ്ഥാപനങ്ങൾ സാധ്യമാക്കുവാനുള്ള ശ്രമങ്ങൾ ബോധപൂർവ്വം നടത്തിയിരുന്നു. കേരളീയ പൊതുമണ്ഡലത്തിൽ അരങ്ങേറിയ നവോത്ഥാന മുന്നേറ്റങ്ങളെ തമസ്കരിച്ചുകൊണ്ട് ഹൈന്ദവ ആചാരാനുഷ്ഠാനങ്ങളെ പ്രതിഷ്ഠിക്കുകയായിരുന്നു ഹൈന്ദവ കേന്ദ്രീകൃത സിനിമകൾ. *അദ്വൈതം* (1991/പ്രിയദർശൻ), *ആര്യൻ* (1988/പ്രിയദർശൻ), *ശ്രീകൃഷ്ണപ്പരുന്ത്* (1984/എ വിൻസെന്റ്), *ദേശാടനം* (1996/ജയരാജ്), *പൈതൃകം* (1993/ജയരാജ്), *ശാന്തം* (2001/ജയരാജ്), *അഥർവ്വം* (1989/ഡെന്നീസ് ജോസഫ്) തുടങ്ങിയ നിരവധി ചിത്രങ്ങൾ ചില ഉദാഹരണങ്ങൾ മാത്രം. ആധുനിക സമൂഹത്തിന്റെ നിലപാടുകൾ ആചാരാനുഷ്ഠാനങ്ങളെ തകർത്തുകളയുമെന്ന ബ്രാഹ്മണ്യഭീതിയെ എറിയോ കുറഞ്ഞോ അളവിൽ പ്രകടിപ്പിക്കുന്ന ഇത്തരം ചിത്രങ്ങൾ ജാതി വ്യവസ്ഥിതിയെ പുനരാനയിച്ചു ശക്തിപ്പെടുത്തുകയും ചെയ്യുന്നു.

ഹിന്ദുത്വത്തെ പ്രഘോഷിക്കുന്ന ചലച്ചിത്രങ്ങൾ ഇന്ത്യയിലെ ആത്മീയ കമ്പോളത്തിന്റെ സാധ്യതകളെ ചെറുതല്ലാത്ത വിധത്തിൽ പരിപോഷിപ്പിച്ചു. ഋഷിവര്യന്മാരും ബ്രാഹ്മണ പുരോഹിതന്മാരും കൂടുതലായി വാഴ്ത്തപ്പെടുകയും ആൾദൈവങ്ങളുടെ പദവിയിലേക്ക് ഉയർത്തപ്പെടുകയും ചെയ്യുന്ന കാഴ്ചകളെ ചലച്ചിത്രങ്ങൾ പ്രേക്ഷകനു സമ്മാനിച്ചു. ഇതേ കാലയളവിൽ തന്നെയാണ് എൺപതുകളിലും തൊണ്ണൂറുകളിലും പുതിയ പുതിയ ആൾദൈവങ്ങൾ ഇന്ത്യൻ സമൂഹത്തിൽ ഉടലെടുത്തതും പ്രൊഫഷണൽ ഹൈടെക് മാർക്കറ്റിംഗ് സംവിധാനങ്ങളെ ഉപയോഗപ്പെടുത്തിക്കൊണ്ട് ആത്മീയ വിപണിയുടെ അടിത്തറയെ ഉറപ്പിച്ചെടുക്കുന്നതും. സത്യസായിബാബ, ആസാറാം ബാപ്പു, സദ്ഗുരു രാംപാൽ മഹാരാജ്, ഗുർമീത് റാം റഹീം സിങ്ങ്, ബാബാരാംദേവ്, അമൃതാനന്ദമയി എന്നു തുടങ്ങി നിരവധി പേരെ ആൾദൈവങ്ങളായി കണ്ടെത്താൻ കഴിയും. ആത്മീയതയും ലൈംഗികവിപണിയും റിയൽ എസ്റ്റേറ്റ് മാഫിയയും അധോലോകവുമെല്ലാം ചേർന്നുള്ള ആൾദൈവ വിപണി ഇന്ത്യൻ സമൂഹത്തിൽ ആഴത്തിൽ വേരുറപ്പിച്ചു. ആൾദൈവങ്ങളെ മഹത്വവല്ക്കരിക്കുന്ന ചലച്ചിത്രങ്ങൾക്കൊപ്പം ഗുർമീത് റാം റഹീം നായകനായ *ദ മെസഞ്ചർ ഓഫ് ഗോഡ്* പോലെയുള്ള ചിത്രങ്ങളും അന്ധവിശ്വാസങ്ങളെ അതിതീവ്രമായി ജനസമൂഹത്തിലേയ്ക്ക് എത്തിച്ചു.

മലയാളത്തിലെ ഹൊറർ ചലച്ചിത്ര പരമ്പര സാമാന്യമായി ഹിന്ദുത്വ ആശയങ്ങളെ ഉള്ളടക്കം ചെയ്ത ചിത്രങ്ങളായിരുന്നു. മനുഷ്യർക്കു ഭീഷണിയായ 'യക്ഷി'യെ ഉച്ചാടനത്തിലൂടെയും ആവാഹനത്തിലൂടെയും തളയ്ക്കുന്ന 'ബ്രഹ്മദത്തൻ', 'ഭവത്രാതൻ', 'വിഷ്ണു ശർമ്മ' എന്നു തുടങ്ങി

'കാപ്ര'യടക്കമുള്ളവർ ആധുനിക ശാസ്ത്രീയയുക്തികളെ പാടേ നിരാകരിച്ചുകൊണ്ട് കപടയുക്തികളെയും മിഥ്യാധാരണകളെയും ഭ്രമകല്പനകളെയും നിലനിർത്തിയെടുക്കുന്നു. അന്ധവിശ്വാസങ്ങളിലൂടെ സഞ്ചരിക്കുന്ന സമൂഹത്തിലാണ് പൗരോഹിത്യത്തിന്റെ കമ്പോള സാധ്യതകൾ നിറഞ്ഞുനില്ക്കുന്നതെന്നു ഉറച്ച ബോധ്യമുള്ള ബ്രാഹ്മണവർഗ്ഗം അവയെ പരിപോഷിപ്പിച്ച് തങ്ങളിലൂടെയാണ് പരിഹാരമാർഗ്ഗങ്ങൾ എന്നു പൊതുജനത്തെ ബോധ്യപ്പെടുത്തി.

ലൈംഗിക/ജന്റർ ന്യൂനപക്ഷങ്ങളോടുള്ള വിദ്വേഷങ്ങൾ

ലൈംഗിക ന്യൂനപക്ഷങ്ങളായ ഗേ/ലെസ്ബിയനുകൾ, ജന്റർ ന്യൂനപക്ഷങ്ങളായ ട്രാൻസ്ജന്റർ വിഭാഗങ്ങൾ എന്നിവരോടുള്ള അസഹിഷ്ണുതകൾ ഹിന്ദുത്വ പ്രത്യയശാസ്ത്രത്തിന്റെ പ്രചാരകർ പ്രത്യക്ഷത്തിൽ പ്രകടിപ്പിക്കുന്നുണ്ട്. ഇന്ത്യൻ ഭരണഘടനയ്ക്കു ബദലായി സംഘ്പരിവാർ സംഘടനകൾ ഉയർത്തിക്കാട്ടുന്ന *മനുസ്മൃതി*യിൽ തന്നെ ലൈംഗിക/ജന്റർ ന്യൂനപക്ഷ വിരുദ്ധതകൾ പ്രകടമാണ്. രണ്ടു പുരുഷന്മാർ തമ്മിൽ ലൈംഗിക ബന്ധത്തിലേർപ്പെട്ടാൽ അതിനുള്ള ശിക്ഷാവിധി സ്നാനവും ഒന്നാം പിഴയുമാണ്. കൗടില്യന്റെ *അർത്ഥശാസ്ത്ര*ത്തിലും സമാനമായ ശിക്ഷാരീതികൾ തന്നെയാണ് പ്രതിപാദിച്ചിട്ടുള്ളത്. കന്യകകളല്ലാത്ത രണ്ടു യുവതികൾ തമ്മിൽ ലൈംഗികബന്ധത്തിലേർപ്പെട്ടാൽ ചെറിയ പിഴയാണ് ശിക്ഷയെങ്കിൽ കന്യകകളായ ലെസ്ബിയനുകളുടെ ബന്ധത്തിന് അതിക്രൂരമായ ശിക്ഷകളാണ് *മനുസ്മൃതി* കല്പിക്കുന്നത്. ലൈംഗികബന്ധം പുലർത്തുന്നതിനു ഇരുനൂറു പണം പിഴയും ചാട്ടവാറടി ശിക്ഷയുമാണെങ്കിൽ കന്യകാത്വം നഷ്ടപ്പെടുത്തുന്ന സ്ത്രീയ്ക്കു കൈവിരലുകൾ ച്ഛേദിച്ച് തലമൊട്ടയടിച്ച് കഴുതപ്പുറത്തു നടത്തിക്കുന്ന ശിക്ഷാവിധിയാണ് മനുസ്മൃതി കല്പിക്കുന്നത്.

*മനുസ്മൃതി*യെ അടിസ്ഥാന സംഹിതയായി വിലയിരുത്തുന്ന ഹൈന്ദവ വർഗ്ഗീയവാദികൾ ലൈംഗിക ന്യൂനപക്ഷളെ അടിച്ചമർത്തുന്നത് സ്വവർഗ്ഗലൈംഗികത ഭിന്നവർഗ്ഗലൈംഗികതയ്ക്കു ഭീഷണിയാകുമെന്ന ഭയത്തിന്റെ അടിസ്ഥാനത്തിലാണ്. ഹൈന്ദവവാദികൾ രാമനെ മിത്താക്കി പ്രതിഷ്ഠിക്കുന്നതിനുയർത്തി കാണിക്കുന്ന രാമായണത്തിൽപോലും സ്വവർഗ്ഗരതിയുടെ അംശങ്ങളുണ്ട്. ദീപാമേത്തയുടെ *ഫയർ* (1998) മുതൽ ജയൻ ചെറിയാന്റെ *കാബോഡി സ്കേപ്സ്* (2016) വരെയുള്ള വിമതലൈംഗിക ചലച്ചിത്രങ്ങൾ ഹിന്ദുത്വവാദികളുടെ ഭീകരമായ ആക്രമണങ്ങൾക്ക് ഇരയായിത്തീർന്നിട്ടുണ്ട്. ഡൽഹിയിലെ ഒരു മദ്ധ്യവർഗ്ഗ കുടുംബത്തിലെ സ്ത്രീകൾ ഭർത്താക്കന്മാരുടെ സ്നേഹം ലഭ്യമാകാത്ത സാഹചര്യത്തിൽ സ്വവർഗ്ഗാനുരാഗികളായി മാറുന്നതായിരുന്നു *ഫയറി*ന്റെ അടിസ്ഥാന പ്രമേയം. 1998 നവംബറിൽ പ്രദർശന

രേഷ്മ ഭരദ്വാജ്, *മിഥ്യകൾക്കപ്പുറം സ്വവർഗ്ഗലൈംഗികത കേരളത്തിൽ*, ഡി സി ബുക്സ് ആഗസ്റ്റ് 2009 (രണ്ടാം പതിപ്പ്)

ത്തിനെത്തിയ ഫയറിനെ ശിവസേനയും ബജ്റംഗ്ദളും ബി ജെ പിയും മറ്റു തീവ്ര ഹൈന്ദവ സംഘടനകളും നിരന്തരമായി ആക്രമിച്ചു. ശിവസേനയുടെ മഹിളാ ആഘാതിയെന്ന വനിതാ സംഘടന 1998 ഡിസംബറിൽ 2 ന് *ഫയർ* പ്രദർശനശാല ആക്രമിച്ചുകൊണ്ട് തുടങ്ങിയ ആക്രമണ പരമ്പരയെ ഡൽഹി, സൂററ്റ്, മഹാരാഷ്ട്ര, ബംഗാൾ എന്നിവിടങ്ങളിലേയ്ക്കു ബജ്റംഗ്ദളും ബി ജെ പിയും വ്യാപിപ്പിച്ചു. മഹാരാഷ്ട്ര മുഖ്യമന്ത്രിയായിരുന്ന മനോഹർജോഷി ഹിന്ദുത്വവാദികളുടെ ആക്രമണത്തെ അനുകൂലിച്ചത് ആക്രമണങ്ങൾ കത്തിപ്പടരുന്നതിനു കാരണമായി. സ്വവർഗ്ഗാനുരാഗികളുടെ ഹിന്ദുപേരുകൾക്ക് പകരം മുസ്ലിംപേരുകൾ നല്കുവാൻ ആവശ്യപ്പെട്ടത് ആക്രമണങ്ങൾക്കു നേതൃത്വം നല്കിയ ബാൽതാക്കറേ ആയിരുന്നു. ഇന്ത്യയിലെ രാഷ്ട്രീയ കോലാഹലങ്ങൾക്കിടയിൽ വീണ്ടും സെൻസർ ചെയ്യപ്പെട്ട *ഫയറിൽ*നിന്ന് ഒരു സീൻ പോലും മുറിച്ചുമാറ്റപ്പെടുകയുണ്ടായില്ല.

*ഫയറി*നുശേഷം നിർമ്മിക്കപ്പെട്ട ലെസ്ബിയൻ സിനിമകൾക്ക് (*ഗേൾഫ്രണ്ട്, സഞ്ചാരം, സൈലന്റ് വാലി* തുടങ്ങിയവ) *ഫയറി*നു നേരിടേണ്ടിവന്നയത്ര പ്രശ്നങ്ങൾ അഭിമുഖീകരിക്കേണ്ടി വന്നില്ല. സെൻസർ ബോർഡിനെ കാവിവല്ക്കരിച്ച സംഘ്പരിവാർ സംഘടനകൾ തങ്ങളുടെ ആവശ്യകതകൾ ഫിലിം സർട്ടിഫിക്കേഷൻ ബോർഡിലൂടെ നേടിയെടുത്തു കൊണ്ടിരിക്കുന്നു. രാജ്അമിത്കുമാറിന്റെ *ദ ബ്ലെമിഷിംഗ് ലൈറ്റ്* (2016) ലെസ്ബിയൻ ബന്ധത്തിന്റെ സംഘർഷങ്ങളെ ആവിഷ്കരിച്ചതുകൊണ്ടുതന്നെ ബോർഡ് പ്രദർശനാനുമതി നിഷേധിച്ചു. ഗേ പ്രണയത്തെ പ്രശ്നവല്ക്കരിക്കുന്ന ജയൻ ചെറിയാന്റെ *കബോഡി സ്കേപ്സി*നും സെൻസർ ബോർഡ് പ്രദർശനാനുമതി നിഷേധിച്ചുകൊണ്ട് തങ്ങളുടെ യാഥാസ്ഥിതിക മനോഭാവത്തെ വെളിപ്പെടുത്തി. സെൻസർ സർട്ടിഫിക്കറ്റ് നിർബന്ധമില്ലാത്ത കേരളത്തിലെ അന്താരാഷ്ട്ര ചലച്ചിത്രോത്സവവേദികളിൽ ഇരു ചിത്രങ്ങളും പ്രദർശിപ്പിക്കപ്പെട്ടിരുന്നു. പുരുഷ സ്വവർഗ്ഗ ലൈംഗിക താല്പര്യത്തിന്റെ പേരിൽ ജോലി നഷ്ടപ്പെട്ട പ്രൊഫസർ ശ്രീനിവാസ് രാമാനുജന്റെ ജീവിതത്തെ ആവിഷ്കരിച്ച *അലിഗഢിൽ*നിന്നും പലരംഗങ്ങളും മുറിച്ചു നീക്കണമെന്നാവശ്യപ്പെട്ട ബോർഡ് ചിത്രത്തിന് എ സർട്ടിഫിക്കറ്റ് നല്കുകയും ചെയ്തു.

ലൈംഗിക ന്യൂനപക്ഷങ്ങളോടെന്നപോലെ ജന്റർ ന്യൂനപക്ഷങ്ങളോടും പൊതുവിൽ അസഹിഷ്ണുതകളാണ് ഹിന്ദുത്വവാദികൾ പുലർത്തുന്നത്. ആണത്തത്തിന്റെയും പെണ്ണത്തത്തിന്റെയും ലക്ഷണശാസ്ത്രങ്ങളെ അതിലംഘിക്കുന്ന ട്രാൻസ്ജന്റർ വിഭാഗങ്ങളെ അപരിഷ്കൃതരായി ചാപ്പകുത്തി അവഹേളിക്കുവാനാണ് ഹൈന്ദവതയ്ക്കു മുൻതൂക്കം നല്കുന്ന ചലച്ചിത്രങ്ങൾ ശ്രമിച്ചിട്ടുള്ളത്. അതേസമയം അഹൈന്ദവ പശ്ചാത്തലത്തിലുള്ള ചലച്ചിത്രങ്ങളിലും ട്രാൻസ് വിഭാഗങ്ങൾ അതിരൂക്ഷമായ രീതിയിൽ അവഹേളിക്കപ്പെട്ടിട്ടുണ്ട്. ജന്റർന്യൂനപക്ഷങ്ങൾക്കുനേരെ നടക്കുന്ന ആക്രമണങ്ങൾക്കു പിന്നിൽ കപട സദാചാര

ബോധത്തിന്റെ പ്രയോക്താക്കളായ ഹിന്ദുത്വവാദികളുമുണ്ട് എന്ന് ട്രാൻസ്ജന്റർ വിഭാഗക്കാർ സാക്ഷ്യപ്പെടുത്തുന്നു. (അഭിമുഖം: കൽക്കി സുബ്രഹ്മണ്യം, ശ്യാമ/രശ്മി അനിൽ) ലൈംഗിക ന്യൂനപക്ഷ വിരുദ്ധതകളെ അടിച്ചേല്പിക്കുന്ന നരേന്ദ്രമോദി ഗവൺമെന്റ് ജന്റർ ന്യൂനപക്ഷങ്ങളുടെ ജീവിതത്തെയും നാശോന്മുഖമാക്കുകയെന്ന ലക്ഷ്യത്തോടുകൂടിയാണ് ട്രാൻസ്ജന്റർ ബിൽ തയ്യാറാക്കിയിരിക്കുന്നത്. രാജ്യസഭയിൽ തിരുച്ചി ശിവ അവതരിപ്പിച്ച ട്രാൻസ്ജന്റർ ബില്ലിനു ലഭിച്ച സ്വീകാര്യതയുടെ രാഷ്ട്രീയത്തെ തിരിച്ചറിഞ്ഞ മോദി ഗവൺമെന്റിന്റെ, നിഗൂഢവും അത്യന്തം അപകടകരവുമായ നീക്കങ്ങളിലൂടെ സൃഷ്ടിക്കപ്പെട്ട, ട്രാൻസ് വിരുദ്ധ ഉള്ളടക്കങ്ങളുള്ള ട്രാൻസ്ജന്റർ ബിൽ സഭയിലെ മൃഗീയ ഭൂരിപക്ഷത്തിൽ പാസാക്കപ്പെടുമെന്നത് അവിതർക്കിതമായ കാര്യമാണ്. ജന്റർന്യൂനപക്ഷ സംഘടനകളുടെ അഭിപ്രായങ്ങൾ പരിഗണിക്കാതെ തയ്യാറാക്കപ്പെട്ട ട്രാൻസ്ജന്റർ ബില്ലിൽ ഇന്റർസെക്ഷ്വൽസ് ഉൾപ്പെടെയുള്ള വിഭാഗങ്ങളുടെ കാര്യങ്ങൾ പരിഗണിക്കപ്പെടുന്നതേയില്ല. പൊതുസമൂഹത്തിൽ ആൺ - പെൺ ലിംഗ മാതൃകകളിലൂടെ സൃഷ്ടിക്കപ്പെടുന്ന ബന്ധങ്ങളും സദാചാരസംഹിതകളും മതിയെന്ന സംഘ് പരിവാറിന്റെ അജണ്ടകളെയാണ് മോദി ഗവൺമെന്റ് പ്രായോഗികമായി നടപ്പിലാക്കിക്കൊണ്ടിരിക്കുന്നത്.

നാടുകടത്തൽ ആഹ്വാനങ്ങളും - രാഷ്ട്രീയ അജണ്ടയും

ഹിന്ദുത്വ ദേശീയതയെന്ന സങ്കുചിത രാഷ്ട്രീയത്തോടു വിയോജിക്കുന്ന ചലച്ചിത്രകാരന്മാരെയും സാംസ്കാരികപ്രവർത്തകരെയും ദേശദ്രോഹികളായി ചാപ്പകുത്തി പാകിസ്ഥാനിലേയ്ക്കു നാടുകടത്തുകയെന്ന അത്യന്തം അപകടകരമായ രാഷ്ട്രീയ ആഹ്വാനങ്ങളാണ് സംഘ്പരിവാർ സംഘടനകൾ പുലർത്തുന്നത്. ഉത്തരേന്ത്യൻ സംസ്ഥാനങ്ങളിലേതുപോലെ കേരളത്തിലും സംഘടിതമായ ആക്രമണങ്ങളിലൂടെ ജനാധിപത്യത്തിന്റെ സ്വരങ്ങളെ നിശബ്ദരാക്കി, വിധേയത്വമുള്ള പ്രജകളെ സൃഷ്ടിച്ചെടുക്കാനാണ് ഹൈന്ദവ തീവ്രവാദി സംഘടനകൾ അതിതീവ്രമായി അധ്വാനിച്ചുകൊണ്ടിരിക്കുന്നത്. ബോളിവുഡിലെ ചലച്ചിത്ര പ്രതിഭകൾ മുതൽ മലയാളത്തിലെ ചലച്ചിത്ര പ്രവർത്തകർ വരെ തീവ്ര ഹിന്ദുത്വവാദികളുടെ 'പാകിസ്ഥാൻ നാടുകടത്തലിന്റെ' ആരോപണങ്ങൾക്കിരയായി തീർന്നിട്ടുണ്ട്. ഇന്ത്യയിലെ വർദ്ധിച്ചുവരുന്ന അസഹിഷ്ണുതകൾക്കെതിരെ പ്രതികരിച്ചതിന്റെ അടിസ്ഥാനത്തിലാണ് ഷാറൂഖ്ഖാൻ, അമീർഖാൻ എന്നിവരുടെ മുസ്ലീം സ്വത്വബോധങ്ങൾ ചോദ്യം ചെയ്യപ്പെട്ടതും ദേശദ്രോഹികളായി മുദ്ര കുത്തപ്പെട്ടതും. മുംബൈ ഭീകരാക്രമണ (2008) ത്തിനുശേഷം പാകിസ്ഥാൻ താരങ്ങളെ

ഖാൻ സാമ്രാജ്യങ്ങളുടെ ദേശീയ രാഷ്ട്രീയം, ഡോ. ടി കെ ജാബിർ, സമകാലിക മലയാളം വാരിക, 8 ജനുവരി 2016.

ഐ പി എല്ലിൽ ഉൾപ്പെടുത്താൻ ഇന്ത്യൻ അധികൃതർ അനുവദിക്കാതിരുന്ന സന്ദർഭത്തിൽ പാക്താരങ്ങൾക്കുവേണ്ടി ഷാരൂഖ്ഖാൻ അഭിപ്രായ പ്രകടനം നടത്തിയത് ഹൈന്ദവ സംഘടനകളെ അലോസരപ്പെടുത്തി. അസഹിഷ്ണുതയ്ക്കെതിരെയുള്ള പ്രതികരണമായി നടത്തപ്പെട്ട അവാർഡ് തിരിച്ചേല്പിക്കൽ മഹാമഹത്തിൽ പങ്കാളിയാകാൻ ഷാരൂഖ് താല്പര്യം പ്രകടിപ്പിച്ചത് ഇക്കൂട്ടരെ അതിതീവ്രമായി പ്രകോപിപ്പിച്ചു. ഷാരൂഖ് രാജ്യദ്രോഹിയായ പാകിസ്ഥാൻ ഏജന്റാണെന്നു സംഘടിതമായ പ്രചരണത്തിലൂടെ ഷാരൂഖ്ഖാന്റെ മുസ്ലീം ഐഡന്റിറ്റിയെ ദേശീയതലത്തിൽ അവഹേളിക്കുവാൻ ഹൈന്ദവ സംഘടനകൾ ഉത്സാഹിച്ചു. ഇന്ത്യൻ സ്വാതന്ത്ര്യസമരത്തിൽ പങ്കെടുത്ത തന്റെ പിതാവ് മിർതാജ് മുഹമ്മദ്ഖാന്റെ പശ്ചാത്തലത്തെ വെളിപ്പെടുത്തിക്കൊണ്ട് തന്റെ ദേശീയബോധത്തേയും പാരമ്പര്യത്തെയും തെളിയിച്ച ഷാരൂഖ് അതുവഴി തനിക്കെതിരെയുള്ള സംഘടിത ആക്രമണങ്ങളെ പ്രതിരോധിച്ചു. ഷാരൂഖ്ഖാനൊപ്പം ജനപ്രീതിയിൽ മുമ്പിൽ നില്ക്കുന്ന അമീർഖാൻ പൊതു സമൂഹത്തെ ബാധിക്കുന്ന നിരവധി സാമൂഹ്യ പ്രശ്നങ്ങളിൽ വ്യത്യസ്ത കാലഘട്ടങ്ങളിൽ ശക്തമായ നിലപാടുകൾ സ്വീകരിച്ചതിന്റെ പേരിൽ സംഘ് പരിവാറുകാരുടെ നോട്ടപ്പുള്ളിയായി. 'സത്യമേവ ജയതേ' യെന്ന ചാനൽ പ്രോഗ്രാമിലൂടെ വലതുപക്ഷ ഹൈന്ദവ രാഷ്ട്രീയ പ്രവർത്തകരെ പ്രകോപിപ്പിക്കുവാൻ കഴിഞ്ഞ അമീർഖാൻ ഇന്ത്യയിലെ അരക്ഷിതാവസ്ഥകളെ 2015 നവംബറിൽ തുറന്നു പറഞ്ഞതോടു കൂടിയാണ് ഹിന്ദുത്വ തീവ്രവാദികളുടെ ശത്രുതാ ലിസ്റ്റിൽ ഉൾപ്പെട്ടത്. സ്വയം പ്രഖ്യാപിത ആൾ ദൈവങ്ങളുടെ കമ്പോള രീതിശാസ്ത്രങ്ങളെ ആക്ഷേപഹാസ്യ രൂപത്തിൽ അവതരിപ്പിച്ച *പി കെ*യ്ക്കു (2014) ലഭിച്ച പൊതുസ്വീകാര്യത ബജ്റംഗ്ദൾ, വിശ്വഹിന്ദു പരിഷത്ത്, ശിവസേനയടക്കമുള്ള സംഘടനകളെ അക്രമാസക്തരാക്കിത്തീർത്തു. *പി കെ*യുടെ പ്രദർശനങ്ങളെ തടസ്സപ്പെടുത്തുവാൻ അവർക്കു കഴിഞ്ഞപ്പോൾ ഭരണകൂടം കുറ്റകരമായ നിശബ്ദത പുലർത്തിയിരുന്നുവെന്നതും ശ്രദ്ധേയാണ്. ഉറി ഭീകരാക്രമണത്തോടെ പാകിസ്ഥാൻ കലാകാരന്മാർക്ക് ഇന്ത്യ അപ്രഖ്യാപിത വിലക്ക് ഏർപ്പെടുത്തുകയും പാകിസ്ഥാൻ ഇന്ത്യൻ ചിത്രങ്ങളും ചാനലുകളും നിരോധിക്കുകയും ചെയ്തു.

ജാതി - മത വർഗ്ഗീയ ധ്രുവീകരണങ്ങൾ

സംഘ്പരിവാർ സംഘടനകളെ പ്രത്യക്ഷമായോ പരോക്ഷമായോ പ്രകോപിപ്പിക്കുന്ന ചലച്ചിത്രങ്ങളെയും വ്യക്തികളെയും സംഘടനകളെയും കടന്നാക്രമിക്കുന്ന നിലപാടുകളാണ് അവർ സ്വീകരിക്കുന്നത്. മലയാളികൾക്കു ജനപ്രിയ ചിത്രങ്ങൾ സമ്മാനിച്ച സംവിധായകൻ കമൽ, തമിഴകത്തിന്റെ ഇളയ ദളപതി വിജയ്, പ്രകാശ് രാജ്, ബോളിവുഡ് നടി ദീപിക പദുകോൺ, ഉലകനായകൻ കമൽഹാസൻ എന്നിവരെല്ലാം സംഘ്പരിവാർ സംഘടനകളുടെ അസഹിഷ്ണുതാ രാഷ്ട്രീയ

ത്തിന്റെ ഇരകളാണ്. കമ്പോള സിനിമയുടെ പതിവു വ്യാകരണ ചട്ടക്കൂടിനുള്ളിൽ നിന്നുകൊണ്ട് നിർമ്മിക്കപ്പെട്ട മാസ് മസാല എന്റർടെയ്ൻ ആയ ആറ്റ്ലി - വിജയ് ചിത്രം *മെർസൽ* (2017) ഫാസിസ്റ്റുകളുടെ ആക്രമണത്തിനിരയായിത്തീർന്നത് നരേന്ദ്രമോദി ഗവൺമെന്റിന്റെ ജനവിരുദ്ധ നയങ്ങളെ വിമർശിച്ചതു മൂലമാണ്.

"ഏഴു ശതമാനം ജി എസ് ടിയുള്ള സിംഗപ്പൂരിൽ ചികിത്സ സൗജന്യം. 28% വരെ ജി എസ് ടിയുള്ള നമ്മുടെ നാട്ടിൽ അതല്ല സ്ഥിതി. അമ്മമാരുടെ താലിയറുക്കുന്ന ചാരായത്തിനു ജി എസ് ടി യില്ല. അതേ സമയം, ജീവൻരക്ഷാ മരുന്നുകൾക്കു 12 ശതമാനമാണു ജി എസ് ടി. കോവിലുകളല്ല, മികച്ച ആശുപത്രികളാണ് ഇവിടെ വരേണ്ടത്. ഒരിടത്ത് ഓക്സിജൻ കിട്ടാതെ കുഞ്ഞുങ്ങൾ പിടഞ്ഞു മരിക്കുന്നു. മറ്റൊരിടത്ത് ഡയാലിസിസിനിടെ കറന്റ് പോയി രോഗികൾ മരിക്കുന്നു. രാഷ്ട്രീയക്കാരാണ് ഇതിനെല്ലാം ഉത്തരവാദികൾ. സ്വകാര്യ ആശുപത്രികൾക്കു കൊള്ളലാഭം ഉണ്ടാക്കാൻ അവർ സഹായിക്കുകയാണ്" എന്നീ ഡയലോഗുകളാണ് ബി ജെ പിയെ പ്രകോപിപ്പിച്ചത്. ആഗോള വ്യാപകമായി വിജയ് എന്ന താരത്തിനു ലഭ്യമാകുന്ന സ്വീകാര്യതയുടെ പശ്ചാത്തലത്തിൽ *മെർസലി*ലെ മോദി ഗവൺമെന്റ് നയ വിമർശനങ്ങളും വ്യാപകമായി പങ്കുവയ്ക്കപ്പെടുമെന്ന അപകടകരമായ തിരിച്ചറിവാണ് ബി ജെ പിയെ പ്രതിരോധത്തിലാക്കിയത്. ജി എസ് ടിയെക്കുറിച്ചു തെറ്റായ വിവരങ്ങളാണുള്ളതെന്നും വിജയ്‌യെ കള്ളം പറയാൻ അനുവദിക്കില്ലെന്നും കേന്ദ്ര സർക്കാരിനെതിരായ ഭാഗങ്ങൾ നീക്കം ചെയ്യണമെന്നും ബി ജെ പി തമിഴ്നാട് പ്രസിഡന്റ് തമിഴിസൈ സൗന്ദർരാജൻ ചൂണ്ടിക്കാട്ടിയപ്പോൾ ബി ജെ പി ദേശീയ സെക്രട്ടറി എച്ച് രാജ പ്രധാനമന്ത്രി നരേന്ദ്ര മോദിയോടുള്ള ജോസഫ് വിജയിന്റെ എതിർപ്പാണ് *മെർസൽ* എന്നു പ്രസ്താവിച്ചു. ദളപതിയുടെ പേര് ജോസഫ് വിജയ് എന്നു സ്ഥാപിച്ചെടുത്ത ഹിന്ദുത്വവാദികൾ അതുവഴി അദ്ദേഹത്തിന്റെ ജാതി - മത സ്വത്വബോധങ്ങളെ പൊതുമണ്ഡലത്തിൽ വേർതിരിച്ചെടുത്തു പരസ്യപ്പെടുത്തി.

വിജയെ ജോസഫ് വിജയ് ആയി കണ്ടുപിടിച്ച് അവതരിപ്പിച്ച അതേ സംഘ് പരിവാർ ശക്തികൾ തന്നെയാണ് സംവിധായകൻ കമലിനെ കമാലുദീനാക്കി പ്രതിഷ്ഠിച്ചതും. ബോളിവുഡ് താരങ്ങൾ മുസ്ലീം സ്വത്വത്തിന്റെ പേരിൽ വർഗ്ഗീയതാ ആക്രമണങ്ങൾക്കു വിധേയമായെങ്കിൽ സമാനമായ അവസ്ഥ സംവിധായകൻ കമലിനു (2016 ഡിസംബർ) നേരിടേണ്ടി വന്നു. 2016 ലെ 21-ാമത് ഇന്റർനാഷണൽ ഫിലിം ഫെസ്റ്റിവലിൽ ദേശീയഗാന വിവാദവുമായി ബന്ധപ്പെട്ട് സ്വതന്ത്രമായ അഭിപ്രായ പ്രകടനം നടത്തിയ കമലിനെ കമാലുദീനെന്ന മുസ്ലീം ഐഡന്റിറ്റിയിൽ ഉയർത്തിക്കാണിച്ച് ആർ എസ് എസ് വർഗ്ഗീയതാ വിദ്വേഷങ്ങൾ നടത്തിയപ്പോൾ ബി ജെ പി നേതാവ് രാധാകൃഷ്ണൻ കമൽ നാടുവിട്ട് പാകിസ്ഥാനിലേയ്ക്കു പോകണമെന്നു പരസ്യമായി പ്രഖ്യാപിച്ചു. വംശീയതാബോധത്തെ മുൻനിറുത്തി വ്യക്തിഹത്യ നടത്തുന്ന ഹിന്ദുത്വവാദികൾ

ചരിത്രപഥത്തിലെ ഹിന്ദു മുസ്ലീം വർഗ്ഗീയ സംഘർഷങ്ങളെ ഓർമ്മപ്പെടുത്തുന്നു.

ഭയചികതരായി നാവടക്കി കഴിയുന്ന ഒരു ജനതയെ സൃഷ്ടിച്ചെടുക്കുകയെന്ന ലക്ഷ്യമാണ് ഫാസിസ്റ്റുകൾ സ്വീകരിച്ചിരിക്കുന്നത്. അതുകൊണ്ടുതന്നെ ഹിന്ദുത്വ ഗവൺമെന്റിനെതിരായി പ്രതികരിക്കുന്നവരെ കൊലപ്പെടുത്തുമെന്ന് പരസ്യമായി അവർ ആഹ്വാനം ചെയ്യുന്നു. രാജ്യത്ത് ഹിന്ദുത്വ ഭീകരതയുണ്ടെന്ന് തമിഴ് വാരിക ആനന്ദവികടനിലൂടെ തുറന്നു പറഞ്ഞ കമൽഹാസനെ വെടിവച്ചു കൊല്ലണമെന്ന് ഹിന്ദുമഹാസഭ ആഹ്വാനം ചെയ്തു. ഹിന്ദു വിശ്വാസത്തെ അപമാനിച്ച കമൽഹാസന് ഈ വിശുദ്ധനാട്ടിൽ ജീവിക്കുവാൻ അവകാശമില്ല, കമൽഹാസനെപ്പോലുള്ളവർ കൊല്ലപ്പെട്ടാലേ ഇക്കൂട്ടർ ഒരു പാഠം പഠിക്കൂ എന്ന് അഖില ഭാരതീയ ഹിന്ദുമഹാസഭ ദേശീയ വൈസ് പ്രസിഡന്റ് അശോക് ശർമ്മ ദേശീയ മാധ്യമങ്ങളിലൂടെ അഭിപ്രായപ്പെട്ടു. ലക്ഷ്കർ തോയ്ബ സ്ഥാപകൻ ഹാഫിസ് സയീദിന്റെ സ്വരമാണ് കമൽഹാസനെന്നു ബി ജെ പി ദേശീയ വക്താവ് ജി വി എൽ നരസിംഹറാവുവും അഭിപ്രായപ്പെട്ടിരുന്നു. ഹിന്ദുത്വശക്തികളുടെ വെല്ലുവിളിയിൽ ഭയന്നോടില്ലെന്നും തന്നെ കൊന്നാൽ എല്ലാം അവസാനിക്കുമെങ്കിൽ മരിക്കാൻ തയ്യാറാണെന്നും കമൽഹാസൻ പ്രതികരിച്ചു. അഭിപ്രായ സ്വാതന്ത്ര്യങ്ങളെ അടിച്ചമർത്തുന്ന ഹിന്ദുത്വ ശക്തികൾ തങ്ങൾക്കെതിരായ പ്രതിഷേധങ്ങളെ സംഘടിതമായി അടിച്ചമർത്തുന്നു. ഉത്തരേന്ത്യൻ കാഴ്ചകൾ അതിനുള്ള തെളിവ് നല്കുന്നു.

ഗൗരി ലങ്കേഷ് വധത്തെത്തുടർന്നുണ്ടായ അരക്ഷിതാവസ്ഥയിലാണ് നടൻ പ്രകാശ് രാജ് രാജ്യത്ത് ഭീതിജനകമായ അവസ്ഥയുണ്ടെന്നു അഭിപ്രായപ്പെട്ടത്. അതോടുകൂടി സംഘ്പരിവാറുകൾക്ക് ആക്രമിക്കുന്നതിനായി മറ്റൊരു അഭിനേതാവിനെക്കൂടി ലഭിച്ചു. നിർഭയനായ പ്രകാശ് രാജ് കമൽഹാസനെ കൊല്ലണമെന്ന ഹിന്ദു മഹാസഭയുടെ പ്രസ്താവനയ്ക്കെതിരെ പ്രതിഷേധിച്ചു. മതത്തിന്റെ പേരിൽ ഭീതി പരത്തുന്നത് ഭീകരതയാണെന്ന് പ്രകാശ് രാജ് ടിറ്ററിലൂടെ ചൂണ്ടിക്കാട്ടി. വിവാദ ചിത്രമായ *പദ്മാവതി*യിലെ നായിക ദീപിക പദുകോണിന്റെ മൂക്കു ചെത്തുമെന്ന് കർണ്ണിസേന രാജസ്ഥാൻ പ്രസിഡന്റ് മഹിമാൽ സിങ്ങ് മക്രാന പ്രഖ്യാപിച്ചത് 2017 നവംബറിലാണ്. *പത്മാവതി* റിലീസ് ചെയ്താൽ സഞ്ജയ് ലീലാ ബൻസാലിയുടെ തല വെട്ടുമെന്ന ഭീഷണിയും അനുബന്ധമായി പുറത്തുവന്നു. തീർത്തും ഭയാനകമായ അവസ്ഥയാണിതെന്ന് ദീപിക പദുകോൺ മാധ്യമങ്ങൾക്കു മുമ്പിൽ തുറന്നു പറഞ്ഞു. ചലച്ചിത്ര താരങ്ങളെ കൊണ്ട് അത്തരത്തിൽ തുറന്നു പറയിപ്പിക്കുന്ന അവസ്ഥകൾ ഫാസിസ്റ്റുകൾ സൃഷ്ടിച്ചു എന്നതാണ് യാഥാർത്ഥ്യം. ദേശീയ അവാർഡ് ജേതാവ് സുരഭി ഓണാഘോഷത്തിന് ചാനൽ പരി

കമൽഹാസനെ വെടിവെച്ചു കൊല്ലണമെന്ന് ഹിന്ദുമഹാസഭ/ദേശാഭിമാനി 2017 നവംബർ 5.

പാടിയിൽ ബീഫ് കഴിച്ച് ഹിന്ദുക്കളെ അപമാനിച്ചുവെന്ന് ആരോപിച്ചു കൊണ്ട് സംഘികൾ അതിരൂക്ഷമായ സൈബർ ആക്രമണങ്ങൾ നടത്തിയതും ഇവിടെ സ്മരണീയമാണ്.

സംഘ്പരിവാറിന്റെ നാടുകടത്തൽ അജണ്ടയ്ക്കെതിരെ പുരോഗമന പ്രസ്ഥാനങ്ങളുടെ പ്രതിഷേധങ്ങളും കാമ്പയിനുകളും നടത്തപ്പെട്ടുവെങ്കിലും അവയിൽ ഏറ്റവും ശ്രദ്ധേയമായത് അലൻസിയർ ലോപ്പസിന്റെ ഒറ്റയാൾ പ്രകടനമായിരുന്നു. കാസർഗോഡ് ബസ് സ്റ്റാൻഡിൽ പാകിസ്ഥാനിലേയ്ക്കു പോകാൻ ആളെ അന്വേഷിച്ചു നടത്തിയ പ്രകടനം ദേശീയതലത്തിൽ വരെ ചർച്ചകൾ സൃഷ്ടിച്ചു. കലാകാരന്റെ അഭിപ്രായ സ്വാതന്ത്ര്യത്തിനും ആവിഷ്കാര സ്വാതന്ത്ര്യത്തിനും നേരെയുള്ള സംഘ്പരിവാർ സംഘടനകളുടെ കടന്നുകയറ്റങ്ങൾക്കെതിരെ ജനപ്രിയ നായക നടന്മാരെല്ലാവരും ബോധപൂർവ്വമായ നിശബ്ദത പാലിച്ചപ്പോൾ ചലച്ചിത്ര കമ്പോളത്തിന്റെ ബാധ്യതാ ഭാരങ്ങൾ ഒന്നുമില്ലാത്ത അലൻസിയർ തന്റെ പ്രതിഷേധങ്ങൾ രേഖപ്പെടുത്തി പുതിയൊരു 'ഇടപെടൽ ചരിത്രം' സൃഷ്ടിച്ചു. കമ്പോളത്തിലെ സുദീർഘമായ നിലനില്പ്പും ലാഭനഷ്ടങ്ങളും പുരസ്കാരങ്ങളുമൊക്കെ പ്രലോഭിപ്പിക്കുന്ന ഐറ്റങ്ങളായി ജനപ്രിയ താരങ്ങൾക്കു മുമ്പിൽ നില്ക്കുമ്പോൾ പുരോഗമന പ്രത്യയശാസ്ത്രങ്ങളുടെ അരികുപറ്റുന്നത് അപകടകരമാണെന്നു ജനപ്രിയതാരങ്ങൾക്കു നല്ല ബോദ്ധ്യമുണ്ട്.

അപഹരിക്കപ്പെടുന്ന സ്വാതന്ത്ര്യങ്ങൾ

ആവിഷ്കാര സ്വാതന്ത്ര്യം ഭരണഘടന വിഭാവന ചെയ്യുന്നുണ്ടെങ്കിൽ തന്നെയും അവ എത്രത്തോളം സാധ്യമാകുന്നുണ്ടെന്ന ചോദ്യം വർത്തമാനകാല ഇന്ത്യയിൽ പ്രസക്തമാണ്. ദളിത് - മുസ്ലീം - കീഴാള - സ്ത്രീ - ലൈംഗിക/ജന്റർ ന്യൂനപക്ഷങ്ങളോട് അവരുടെ ജീവിതാവിഷ്കാരങ്ങളോട് അസഹിഷ്ണുതകൾ പുലർത്തുന്ന ഇന്ത്യൻ സമൂഹം ബഹുസ്വരതകളെ നിരാകരിച്ചുകൊണ്ട് ഹിന്ദുരാഷ്ട്രമെന്ന ഏകസ്വരതയിലേക്കു കണ്ണിചേർക്കപ്പെടുന്നു. അക്കാദമിക് സമൂഹത്തിൽ കാവിയജണ്ട നടപ്പിലാക്കാൻ എ ബി വി പി, ആർ എസ് എസ് പിന്തുണയോടെ ഉത്സാഹിക്കുമ്പോൾ കോളേജ് മാഗസിനുകൾ ദേശവിരുദ്ധ ഉല്പന്നങ്ങളായി മാറുന്നു. *വിശ്വ വിഖ്യാതമായ തെറി* (കോഴിക്കോട് ഗുരുവായൂരപ്പൻ കോളേജ്), *മുല മുറിക്കപ്പെട്ടവർ* (പൊന്നാനി ഇ എം എസ് കോളേജ്), *പെല്ലറ്റ്* (ഗവ: ബ്രണ്ണൻ കോളേജ്, തലശ്ശേരി) എന്നിവയൊക്കെ അസഹിഷ്ണുതയുടെ വർത്തമാനകാല ഇരകളാണ്.

പരമ്പരാഗത മൂല്യബോധങ്ങളെ തെറിപ്പദങ്ങൾ നിരത്തി ചോദ്യം ചെയ്തതിന്റെ പേരിലാണ് *വിശ്വ വിഖ്യാത തെറി*ക്കെതിരെ എ ബി വി പിക്കാർ പ്രതിഷധങ്ങളുയർത്തിയത്. മുലയെന്ന പദത്തെ അശ്ലീലവല്ക്കരിച്ചുകൊണ്ടാണ് *മുല മുറിക്കപ്പെട്ടവർ* വിവാദത്തിൽപ്പെട്ടതെങ്കിൽ *പെല്ലറ്റി*ന്റെ വിവാദത്തിനടിസ്ഥാനം തിയറ്ററിലെ ദേശീയഗാന സമയത്ത്

സ്ത്രീയും പുരുഷനും ലൈംഗികബന്ധത്തിലേർപ്പെടുന്ന ചിത്രത്തെ ഉൾപ്പെടുത്തിയെന്നതാണ്. ബ്രാഹ്മണിക് മൂല്യങ്ങളെയും ക്ഷത്രിയധർമ്മങ്ങളെയും ഹിന്ദുരാഷ്ട്രം വിഭാവന ചെയ്യുന്ന നിർബന്ധിത ദേശീയതയെയും വിമർശനാത്മകമായി, നിഷേധാത്മകമായി തള്ളിക്കളയുവാൻ പുതിയ തലമുറ കാട്ടുന്ന ആർജ്ജവത്തെ ഹിന്ദുത്വ - ഭരണകൂട ഭീകരതകളിലൂടെ നിർമ്മാർജ്ജനം ചെയ്തെടുക്കുവാനാണ് സംഘ്പരിവാര സംഘടനകൾ ശ്രമിച്ചുകൊണ്ടിരിക്കുന്നത്. ജെ എൻ യു ഉൾപ്പെടെയുള്ള സർവ്വകലാശാലകളിൽ നടന്ന പ്രതിഷേധങ്ങൾ ദേശീയതയെ സംബന്ധിച്ചുള്ള പുനർവിചിന്തനങ്ങൾക്കു ഇന്ത്യൻ സമൂഹത്തെ പ്രേരിപ്പിച്ചത് ഇവിടെ സ്മരണീയമാണ്.

ഇന്ത്യൻ പൗരന്റെ ദേശീയബോധം ആർ എസ് എസ് സംഘ്പരിവാർ സംഘടനകളുടെ സർട്ടിഫിക്കറ്റിലൂടെയേ ഇന്ത്യൻ പൊതുമണ്ഡലത്തിനു ബോധ്യപ്പെടുത്താൻ കഴിയുകയുള്ളൂ എന്ന സ്ഥിതിവിശേഷത്തിൽ ലേഖനങ്ങൾ എഴുതാനും ചലച്ചിത്രങ്ങൾ നിർമ്മിച്ചു പ്രദർശിപ്പിക്കുവാനും അവരുടെ അനുവാദ സർട്ടിഫിക്കറ്റുകൾ അനിവാര്യമായി വന്നേയ്ക്കാം. ഏറെ കൊട്ടിഘോഷിക്കപ്പെട്ട കമൽ - വിദ്യാബാലൻ പ്രോജക്റ്റായ *ആമി*യിൽ (2018) നിന്നും വിദ്യാബാലന്റെ പിൻമാറ്റത്തിൽ സംഘ്പരിവാറിന്റെ നിഗൂഢ ഇടപെടലുകൾ ഉണ്ടായിരുന്നുവെന്ന് മുഖ്യധാരാ മാധ്യമങ്ങൾ ചൂണ്ടിക്കാട്ടിയിരുന്നു.

പാകിസ്ഥാൻ നടി അഭിനയിച്ചതിന്റെ പേരിൽ ശിവസേന *റായീസി*ന്റെ (2017) നിർമ്മാതാക്കളോടു ഗുണ്ടാപ്പിരിവു നടത്തിയെങ്കിൽ കേരളത്തിൽ മറ്റൊരു തലത്തിലാണ് ഹിന്ദുത്വ തീവ്രവാദികൾ ഇടപെട്ടത്. എം ടി - മോഹൻലാൽ - ശ്രീകുമാർ മേനോന്റെ മെഗാ പ്രോജക്റ്റായി അനൗൺസ് ചെയ്ത് *രണ്ടാമൂഴ*മെന്ന ചിത്രത്തിനു *മഹാഭാരതം* എന്നു പേരു നല്കിയാൽ സംഘടിതമായി എതിർക്കുമെന്നു ഹിന്ദു ഐക്യവേദി അദ്ധ്യക്ഷ കെ പി ശശികല പ്രഖ്യാപിച്ചു. എം ടിയുടെ ചലച്ചിത്രഭാഷ്യത്തിനു മഹാഭാരതമെന്നു പേരു നൽകണോ നൽകണ്ടയോ എന്നുള്ളതു എം ടിയുടെയും ചലച്ചിത്ര സംവിധായകന്റെയും വ്യക്തിപരമായ തീരുമാനമാണെന്നിരിക്കെ ഇനിയും നിർമ്മാണ പ്രവർത്തനങ്ങൾ നടത്തിത്തുടങ്ങിയിട്ടില്ലാത്ത ചിത്രത്തിനെതിരേ വാളോങ്ങുന്നതിനു പിന്നിൽ നിഗൂഢമായ ലക്ഷ്യങ്ങളുമുണ്ട്. "മഹാഭാരത ചരിത്രത്തെ വികലമായി അവതരിപ്പിച്ച സാഹിത്യ സൃഷ്ടിയാണ് *രണ്ടാമൂഴം*. ആ പേരിൽ തന്നെ ചലച്ചിത്രവും മതി. *രണ്ടാമൂഴം മഹാഭാരതം* എന്ന പേരിൽ തിയറ്ററുകളിൽ പ്രദർശിപ്പിക്കാൻ അനുവദിക്കില്ല. വിശ്വാസവുമായി ബന്ധപ്പെട്ടതാണ് *മഹാഭാരതം*. ചരിത്രത്തെയും വിശ്വാസത്തെയും വികലമാക്കുന്ന കൃതിക്ക് *മഹാഭാരതം* എന്ന പേര് അംഗീകരിക്കാനാവില്ല" എന്നു പ്രഖ്യാപിക്കുന്ന കെ പി ശശികല സ്വയം പ്രഖ്യാപിത സ്വേച്ഛാധിപത്യ ഭരണകൂടമായി മാറുന്നു. പുരാണങ്ങളെ ചരിത്രത്തോടു ചേർത്തുകെട്ടി മിത്താക്കുന്ന ഹൈന്ദവ തീവ്രവാദികൾക്ക് 'കല' യെന്ന മാധ്യമം നല്കുന്ന

സ്വാതന്ത്ര്യങ്ങളോടുള്ള അസഹിഷ്ണുതയ്ക്കു പിന്നിൽ നൂറ്റാണ്ടുകളായി സൃഷ്ടിച്ചെടുത്ത ദന്തഗോപുരങ്ങൾ തകർന്നു വീഴുമെന്ന ഭയംകൂടിയുണ്ട്. ചരിത്രത്തിന്റെ പുനർവായനകൾ കല്പിത ചരിത്രങ്ങളെയും പുരാണങ്ങളെയും വിശ്വാസങ്ങളെയും ഇഴകീറി തരംതിരിക്കുമെന്നുള്ളത് ഹിന്ദുത്വവാദികൾക്ക് കൃത്യമായി അറിയാവുന്നതാണ്. അതുകൊണ്ടുതന്നെ മിത്തായി മാറ്റിയ പുരാണങ്ങളെ കൂടുതൽ ജാഗ്രതയോടെ അവർ സംരക്ഷിക്കുകയും അടിച്ചേല്പിക്കുകയും ചെയ്യുന്നു. ഇത്തരത്തിൽ നിർബന്ധിതമാക്കപ്പെടുന്ന മതവിശ്വാസങ്ങളും ദേശീയതാവാദങ്ങളും പ്രതിരോധിക്കപ്പെടേണ്ടതുണ്ട്.

വ്യാജ ചരിത്രനിർമ്മിതിയും ഭരണകൂടവും

വ്യാജചരിത്രങ്ങൾ നിർമ്മിക്കുകയെന്നത് അധീശത്വ ഭരണകൂടങ്ങളുടെ നിക്ഷിപ്ത താത്പര്യങ്ങളിൽ ഒന്നാണ്. ഇന്ത്യയുടെ അഭിമാനമായ താജ്മഹലിനെ ഇന്ത്യയുടെ കളങ്കമെന്നാണ് ഉത്തർപ്രദേശ് ബിജെപി എംഎൽഎ സംഗീത് സോം വിശേഷിപ്പിച്ചത്. കൂടാതെ ഇന്ത്യയിലെയും ഉത്തർപ്രദേശിലെയും ഹിന്ദുക്കളെ ദ്രോഹിച്ച ഷാജഹാൻ നിർമ്മിച്ച കളങ്കങ്ങൾ ഇന്ത്യൻ ചരിത്രത്തിൽനിന്നും നീക്കം ചെയ്യാൻ ശ്രമിക്കുകയാണെന്നും സംഗീത് കൂട്ടിച്ചേർത്തു. ആയിരത്തി തൊള്ളായിരത്തി അറുപതുകൾ മുതൽ സംഘ്പരിവാർ താജ്മഹലിനെ ആക്രമിക്കുന്ന ചരിത്രത്തെയാണ് എം എൽ എയുടെ ഈ പ്രസ്താവന ഓർമ്മപ്പെടുത്തുന്നത്. മറ്റെല്ലാ വിഷയങ്ങളെയും മാറ്റിവച്ചുകൊണ്ട് ഇന്ത്യാചരിത്രത്തെ ഹിന്ദു മുസ്ലീം സംഘർഷങ്ങളുടെ കലാപഭൂമിയായി വ്യാഖ്യാനിച്ച കൊളോണിയൽ തന്ത്രങ്ങളെയാണ് ഇവർ പിന്തുടരുന്നത്. ഹിന്ദുമുസ്ലീം പ്രണയം ലവ് ജിഹാദായി മാറുന്നു. അത്തരം പ്രണയം മനോഹരമായി ആവിഷ്കരിച്ച മണിരത്നം ചിത്രം *ബോംബെ* (1995) ഹിന്ദുത്വവാദികൾക്കൊപ്പം മുസ്ലീം സംഘടനകളും എതിർത്തിരുന്നു. ചിത്രത്തിന്റെ പൊതുപ്രദർശനത്തിനു മുമ്പേ സംഘടനകളുടെ അധികാരികൾക്ക് മുന്നിൽ ചിത്രം പ്രദർശിപ്പിക്കാൻ മണിരത്നം നിർബന്ധിതനായി. വിഭജനകാലയളവിലെ സിഖ് മുസ്ലീം പ്രണയം ആവിഷ്കരിച്ച അനിൽശർമ്മയുടെ *ഗാദർ ഏക് പ്രേം കഥ*യും (2001) മുസ്ലീം സംഘടനകളുടെ എതിർപ്പിനെ തുടർന്ന് വിവാദത്തിൽപ്പെട്ട ചിത്രമാണ്.

ഈ വിവാദങ്ങൾ തെളിയിക്കുന്നത് ചലച്ചിത്രങ്ങൾ നിർമ്മിക്കുന്നതിന് സംവിധായകൻ, നിർമ്മാതാവ് എന്നിവരുടെ താല്പര്യം മാത്രം പോരാ; ജാതി മത സംഘടനകളുടെയും ഭരണകൂടങ്ങളുടെ താല്പര്യങ്ങളെയും പൊതിഞ്ഞുപിടിക്കുന്ന ചലച്ചിത്രങ്ങൾക്ക് മാത്രമേ പ്രദർശനസാധ്യതയുള്ളൂവെന്നാണ്. *നായരു പിടിച്ച പുലിവാൽ* മുതൽ *എസ് ദുർഗ്ഗ* വരെയുള്ള ചിത്രങ്ങൾ അവയുടെ ടൈറ്റിൽ മുതൽ പോസ്റ്റർ വരെയുള്ള ഘടകങ്ങൾ മൂലം വിവാദത്തിലായവയാണ്. സമുദായ വർഗ്ഗീയ വിദ്വേഷങ്ങൾ ഇത്തരം വിവാദങ്ങളിലൂടെ വളർത്തുന്നതിൽ ചിലർ വിജയിക്കു

കയും ചെയ്തു. ഇതിനൊപ്പം ശ്രദ്ധിക്കേണ്ടതാണ് രാഷ്ട്രീയ ചിത്രങ്ങളുടെ അവസ്ഥയും. സനൽകുമാർ ശശിധരന്റെ *എസ് ദുർഗ്ഗ*, രവിയാദവിന്റെ *ന്യൂഡ്* എന്നീ ചിത്രങ്ങൾ ഫിലിം സർട്ടിഫിക്കേഷൻ ബോർഡിന്റെ സർട്ടിഫിക്കറ്റുകൾ നേടിയെങ്കിലും 2017ലെ അന്താരാഷ്ട്ര ഗോവൽ ചലച്ചിത്രത്തിൽനിന്നും നാടകീയമായി നീക്കം ചെയ്യപ്പെട്ടു.

സെക്സി ദുർഗ്ഗയെന്ന പേര് ദുർഗ്ഗ എന്ന ഹൈന്ദവദേവതയുടെ പേരുമായി ബന്ധപ്പെട്ടതിനാൽ ചിത്രത്തിന്റെ പേര് മാറ്റണമെന്ന സെൻസർ ബോർഡിന്റെ നിർദ്ദേശത്തെ സംവിധായകനും നിർമ്മാതാവും സ്വീകരിച്ചതിനെ തുടർന്നാണ് ബോർഡ് പ്രദർശനാനുമതി നൽകുന്നത്. എന്നാൽ ചിത്രത്തിന്റെ സർട്ടിഫിക്കറ്റ് റീജിയണൽ സെൻസർ ബോർഡ് നാടകീയമായി റദ്ദാക്കി. അതുവഴി *എസ് ദുർഗ്ഗ* ഗോവൻ ചലച്ചിത്രമേളയിൽനിന്നും നിഷ്കാസനം ചെയ്യപ്പെട്ടു. സുജോയ് ഘോഷ് അധ്യക്ഷനായ ജൂറി ഏകകണ്ഠമായിട്ടാണ് എസ് ദുർഗ്ഗയെ ഇന്ത്യൻ പനോരമാ വിഭാഗത്തിലേയ്ക്ക് തിരഞ്ഞെടുത്തതെങ്കിലും സ്മൃതി ഇറാനിയുടെ അധികാരത്തിൻ കീഴിലുള്ള കേന്ദ്ര ഇൻഫർമേഷൻ അൻഡ് ബ്രോഡ്കാസ്റ്റിംഗ് മന്ത്രാലയത്തിന്റെ ഇടപെടൽ *എസ് ദുർഗ്ഗ*യ്ക്കു വിലങ്ങുതടിയായി. ജൂറി അദ്ധ്യക്ഷൻ പ്രതിഷേധം പ്രകടിപ്പിച്ച് സ്ഥാനം രാജിവച്ചുവെങ്കിലും അതിൽ നാണക്കേടു തോന്നാത്ത കേന്ദ്രഗവൺമെന്റ് ജൂറിയിൽ സംഘ്പരിവാർ അനുയായികളെ കൂട്ടിച്ചേർത്ത് *എസ് ദുർഗ്ഗ*യെ പടിക്കു പുറത്താക്കി.

സെൻസർ സർട്ടിഫിക്കറ്റല്ല സംഘ്പരിവാർ സർട്ടിഫിക്കറ്റ്

ഒരു ചിത്രം പൊതു സമൂഹത്തിനു മുമ്പിൽ പ്രദർശിപ്പിക്കപ്പെടണമെങ്കിൽ സെൻസർ സർട്ടിഫിക്കറ്റ് അനിവാര്യമാണ്. ഇന്ത്യയിലെ ആദ്യ ശബ്ദചിത്രമായ *ആലം ആര* റിലീസാകുന്നതിനു മുമ്പേ തന്നെ ഇന്ത്യയിൽ സിനിമാ സംബന്ധമായ നിയമം നിലവിൽ വന്നിരുന്നു. 1918 ലെ സിനിമാട്ടോഗ്രാഫ് നിയമം ഇന്ത്യൻ സാഹചര്യങ്ങൾക്കു പറ്റാത്തതായിരുന്നുവെന്നതിനാൽ ഇന്ത്യൻ സാഹചര്യങ്ങൾക്ക് അനുഗുണമായ നിയമം 1920ൽ നിലവിൽ വന്നു.

ഓരോ കാലത്തെയും സദാചാര സങ്കൽപ്പങ്ങളെ ചലച്ചിത്രത്തിനുള്ളിൽ അടിച്ചേൽപ്പിക്കാൻ സെൻസർബോർഡ് ശ്രമിച്ചിരുന്നു. കാലാകാലങ്ങളിൽ ഭരണത്തിലെത്തുന്ന സർക്കാരുകളുടെ നോമിനികൾ പരിഷ്കരിക്കപ്പെടാത്ത സെൻസർ നിയമങ്ങൾക്ക് വ്യക്തിപരമായ വിശദീകരണങ്ങൾ നല്കികൊണ്ട് ചലച്ചിത്രങ്ങളെ വികലമാക്കുന്നു. പൊതുസമൂഹം അങ്ങേയറ്റം അരക്ഷിതമാകുമ്പോഴും സിനിമ സദാചാര സങ്കല്പങ്ങളെ പരിലാളിക്കണമെന്ന നിർബന്ധബുദ്ധി വർഗ്ഗീയ പ്രത്യയശാസ്ത്രങ്ങളെ

സി എൻ ഗോപാലകൃഷ്ണൻ, *സിനിമ നിയമവും ഭാവനയും*, സാമ്രാട്ട് പബ്ലിഷേഴ്സ്, തൃശിവപേരൂർ മാർച്ച് 2004.

പിന്തുടരുന്നവർക്കുണ്ട്. സതീഷ് ബാബുസേനൻ, സന്തോഷ് ബാബു സേനൻ എന്നിവർ സംവിധാനം ചെയ്ത *ചായം പൂശിയവീട്* (2015), സൈജോ കണ്ണനാക്കലിന്റെ *കഥകളി* (2016), ജയൻ ചെറിയാന്റെ *കാബോഡി സ്കേപ്സ്* (2016) സനൽകുമാർ ശശിധരന്റെ *സെക്സി ദുർഗ്ഗ* (2017) എന്നിവ ഫിലിം സർട്ടിഫിക്കേഷൻ ബോർഡിന്റെ സദാചാര നിർബന്ധ ബുദ്ധികൾക്ക് ഇരയായ ചിത്രങ്ങളാണ്. ആദ്യത്തെ മൂന്നു ചിത്രങ്ങൾക്കു നഗ്നരംഗങ്ങൾ അവതരിപ്പിക്കുന്നു എന്നതിന്റെ പേരിലാണ് പ്രദർശനാനുമതി നിഷേധിക്കപ്പെട്ടത്. എന്നാൽ വർത്തമാനകാല ഇന്ത്യൻ സമൂഹത്തിൽ സംഘ്പരിവാർ സംഘടനകളുടെ സർട്ടിഫിക്കറ്റാണ് ചല ച്ചിത്രപ്രദർശനത്തിന് അനിവാര്യമായിരിക്കുന്നത്. കാരണം ബി ജെ പി ഗവൺമെന്റിന്റെ താല്പര്യപ്രകാരം നിയമിക്കപ്പെട്ടിട്ടുള്ള ഫിലിം സർട്ടി ഫിക്കേഷൻ ബോർഡ് അംഗങ്ങൾ നല്കുന്ന സർട്ടിഫിക്കറ്റിനെ നിർദാ ക്ഷിണ്യം തള്ളിക്കൊണ്ടാണ് ചിത്രങ്ങൾക്കെതിരെ സംഘ്പരിവാർ സംഘങ്ങൾ ഉപരോധങ്ങൾ കൈക്കൊള്ളുന്നത്. രണ്ടായിരത്തി പതിനെ ട്ടിൽ ഇത്തരം ഒരു ആക്രമണത്തിന് ഇരയായ ചിത്രമാണ് സഞ്ജയ് ലീല ബൻസാലി ഒരുക്കിയ *പത്മാവതി.* ചിത്രം ഷൂട്ടിംഗ് ആരംഭിച്ചതുമു തൽ പ്രമേയത്തോടുള്ള എതിർപ്പുമൂലം സംവിധായകനെ ആക്രമിക്കുക, ഷൂട്ടിംഗ് സെറ്റ് തീയിടുക തുടങ്ങി നിരവധി കലാപരിപാടികൾ നടന്നി രുന്നു. ഇത് കൂടാതെയാണ് ചിത്രത്തിന്റെ പ്രദർശനാനുമതി നിഷേധി ക്കുകയും തിയറ്ററുകളുകൾ കത്തിക്കുമെന്ന് ഭീഷണിപ്പെടുത്തുകയും നടീനടൻമാരുടെ തലയ്ക്ക് വിലപറയുകയും ചെയ്തത്. ഫയർ മുതൽ വലിയൊരു നിര ചിത്രങ്ങൾക്ക് ഇത്തരം നിരോധനങ്ങളുടെ ചരിത്രം പറ യാനുണ്ട്.

ഫിലിം സർട്ടിഫിക്കേഷൻ ബോർഡിനെക്കാൾ വലിയ സൂപ്പർ സെൻ സർമാരാണ് തങ്ങൾ എന്നു തെളിയിച്ച ബിജെപി തങ്ങൾക്കു അധികാര മേൽക്കോയ്മ ഉള്ള ഇടങ്ങളിൽ *പത്മാവതി* നിരോധിച്ചു. ബിജെപിയുടെ വർഗ്ഗീയ നയങ്ങൾക്കെതിരെ പ്രതിരോധങ്ങൾ സൃഷ്ടിക്കണമെന്ന് പ്രസം ഗിക്കുന്ന കോൺഗ്രസ്സും ഈ വിഷയത്തിൽ ബിജെപി അനുകൂല നില പാടു തന്നെയാണ് സ്വീകരിച്ചിരിക്കുന്നത്. പത്മാവതി വിഷയത്തിൽ ഉണ്ടായ ഈ പ്രതിഷേധങ്ങൾ ന്യായമാണെന്ന് അഭിപ്രായപ്പെട്ട അമരീ ന്ദർ സിംഗ് ഇതിനൊരു ഉദാഹരണം.

ഭരണകൂടത്തിനെതിരായ, തീവ്രഹിന്ദുത്വ ആശയങ്ങൾക്കെതിരായ നിലപാടുകളെ അടിച്ചമർത്തിക്കൊണ്ട് ഏകാധിപത്യ സമൂഹത്തെ സൃഷ്ടിക്കാനാണ് സംഘ്പരിവാർ ശ്രമിക്കുന്നത്. സർവ്വകലാശാലകൾ, ഫിലിം ഇൻസ്റ്റിറ്റ്യൂട്ടുകൾ, ചരിത്രഗവേഷണ കൗൺസിലുകൾ എന്നിവ യുൾപ്പെടെ കാവിവത്കരിച്ചുകൊണ്ടാണ് സംഘടന അത് നടപ്പിലാക്കി യെടുക്കുന്നത്. കാവി ദേശീയതയ്ക്കെതിരെ വിദ്യാർത്ഥി സമൂഹത്തിൽ ചലനങ്ങളുണ്ടാക്കിയ കനയ്യകുമാറിനും ഉമർഖാലിദിനും എതിരെ സ്പോൺസേർഡ് ആക്രമണങ്ങളാണ് നടന്നത്. ഇതിനൊപ്പം ചർച്ച

ചെയ്യേണ്ട ഒന്നാണ് പാഠപുസ്തകങ്ങളിൽ നിന്നും ഗാന്ധിജിയും നെഹ്റുവുമെല്ലാം പടിയിറങ്ങുന്നത്. ഇതിനെല്ലാം മാറ്റം അനിവാര്യമാണ്.

കലയും ആവിഷ്കാര സ്വാതന്ത്ര്യവും

ഭയത്തിന്റെ രാഷ്ട്രീയത്തെ ഇന്ത്യൻ സമൂഹത്തിൽ അടിച്ചേൽപ്പിക്കാൻ കരുത്തോടെ നിൽക്കുന്ന ബി ജെ പിയുടെയും അനുബന്ധ ഹിന്ദുത്വ സംഘടനകളുടെയും മുമ്പിൽ അടിയറവ് വയ്ക്കാനുള്ളതല്ല കലയുടെ സ്വാതന്ത്ര്യങ്ങൾ. ഇന്ത്യൻ ഭരണഘടന പൗരനും കലയ്ക്കും സ്വാതന്ത്ര്യങ്ങൾ നൽകുന്നുണ്ട്. ഭരണഘടനയ്ക്ക് പകരം ഗോൾവാക്കറിന്റെ ആശയസംഹിതകളെ പിന്തുടരുകയാണ് ബിജെപി. വിമർശിക്കുകയും തെറ്റുകൾ ചൂണ്ടിക്കാണിക്കുകയും ചെയ്യുന്ന മാധ്യമങ്ങളെയും വിമർശകരെയും നിശബ്ദരാക്കുകയെന്ന രീതിശാസ്ത്രമാണ് നരേന്ദ്ര മോദി പുലർത്തുന്നത്.

കലയ്ക്ക് നിർഭയമായും പക്ഷപാതിത്വങ്ങളില്ലാതെയും ആവിഷ്കരണങ്ങൾ/ വിമർശനങ്ങൾ നടത്താൻ കഴിയണം. കല സമൂഹത്തിന്റെ കണ്ണാടിയാണ്. വ്യത്യസ്ത ജനവിഭാഗങ്ങളെയും തലമുറകളെയും ആഴത്തിൽ സ്വാധീനിച്ച കലകൾ വർഗ്ഗീയ പ്രത്യയശാസ്ത്രങ്ങളുടെ മുമ്പിൽ അടിയറവു പറയേണ്ടതില്ല. ഒരുകൂട്ടം ആളുകളുടെ അധ്വാനത്തിന്റെ ഫലമാണ് ഒരു സിനിമ. ഡിജിറ്റൽ കാലത്ത് നിന്നുകൊണ്ട് ആലോചിക്കുന്ന അത്ര എളുപ്പമല്ല സെല്ലുലോയിഡിലെ ചലച്ചിത്ര നിർമ്മാണങ്ങൾ. ഇന്ത്യൻ ജനതയുടെ സ്വപ്നങ്ങളിൽ വൈവിദ്ധ്യങ്ങളുടെ നിറം പകർന്നു നൽകിയ ചലച്ചിത്രങ്ങളിൽ ഹിന്ദുത്വ അനുകൂല ആശയങ്ങൾ മാത്രമേ പാടുള്ളൂയെന്ന അജണ്ടയെ നിർമ്മാർജ്ജനം ചെയ്യപ്പെടേണ്ടതാണ്.

ബഹുസ്വരതയെ ഉള്ളടക്കം ചെയ്യുന്ന ഇന്ത്യൻ സംസ്കാരത്തെ ഹിന്ദുത്വ ദേശീയതയിലേയ്ക്കു പ്രതിഷ്ഠിക്കുന്ന ബി ജെ പിയുടേയും മറ്റ് അനുബന്ധ ഹിന്ദുത്വസംഘടനകളുടെയും അപകടരമായനിലപാടുകൾക്കെതിരെ സംഘടിതമായ പ്രതിഷേധങ്ങൾ ഉയർന്നു വരേണ്ടതുണ്ട്. സഞ്ജയ് ലീലാ ബൻസാലിയുടെ *പത്മാവതി* ആക്രമിക്കപ്പെട്ടപ്പോൾ അതിനോട് ഐക്യദാർഢ്യപ്പെട്ടുകൊണ്ട് കറുത്ത ദിവസം (ബ്ലാക്ക് ഡേ) സംഘടിപ്പിച്ച് ഒരു നിശ്ചിതസമയം ചലച്ചിത്ര പ്രവർത്തനങ്ങൾ നിർത്തിവയ്ക്കാൻ ബോളിവുഡ് തയ്യാറായി. *മെർസലി*നെതിരെ ബി ജെ പി പടയൊരുക്കം നടത്തിയപ്പോൾ പ്രതിരോധിക്കാൻ മുൻനിരയിൽ നിന്നത് നടികർ സംഘം പ്രസിഡന്റ് വിശാൽ ആയിരുന്നു. ഇതിനെതുടർന്ന് നടൻ വിശാലിന്റെ വീട്ടിലും ഓഫീസിലും വിജിലൻസ് റെയ്ഡ് നടത്തിച്ച് ബി ജെ പിക്കാർ പ്രതികാരം തീർത്തു. രജനീകാന്ത്, കമൽഹാസൻ, പ്രകാശ് രാജ് തുടങ്ങിയ മുൻനിര നടന്മാർ വിജയ് ചിത്രത്തിനു പിന്തുണ പ്രഖ്യാപിച്ചുകൊണ്ട് ഫാസിസത്തിനെതിരായ പ്രതിരോധത്തിൽ പങ്കാളികളായി.

അയൽ സംസ്ഥാനങ്ങളിൽ നിന്നും നമ്മുടെ കേരളത്തിലെത്തുമ്പോൾ ജയൻ ചെറിയാന്റെ *കാബോഡി സ്കേപ്സും* സനലിന്റെ

*സെക്സി ദുർഗ്ഗ*യും ഹിന്ദുത്വവാദികളുടെ ആക്രമണങ്ങൾ നിരന്തരമായി നേരിട്ടിരുന്നുവെന്നത് വ്യക്തമാകും. പക്ഷേ ഇരു ചിത്രങ്ങൾക്കും മലയാളം ഫിലിം ഇൻഡസ്ട്രി എത്രത്തോളം പിന്തുണ നല്കിയെന്ന അന്വേഷണം നടത്തിയാൽ അത് ഏതാനും ചില വ്യക്തികളുടെയും പുരോഗമന സംഘടനകളുടെയും പേരിൽ മാത്രമായി പരിമിതപ്പെട്ടുപോകും. കലയെന്നും കമ്പോളമെന്നുമുള്ള വേർതിരിവുകൾക്കും ചേർതിരിവുകൾക്കുമപ്പുറത്ത് മാധ്യമ സ്വാതന്ത്ര്യത്തെക്കുറിച്ചുള്ള രാഷ്ട്രീയ നിലപാടുകളാണ് *എസ് ദുർഗ്ഗ* ഉൾപ്പെടെയുള്ള ചിത്രങ്ങൾ ഉയർത്തിയതെന്ന് വ്യക്തമായപ്പോഴും അതിനു സ്വതന്ത്രമായി പിന്തുണ പ്രഖ്യാപിക്കാതിരുന്ന കമ്പോളതാരങ്ങളുടെയും ജനപ്രിയ/ജനപ്രിയേതര സംവിധായകരുടെയും നിലപാടുകൾ ചോദ്യം ചെയ്യപ്പെടേണ്ടതാണ്. വർത്തമാനകാലത്ത് സമാനതകളില്ലാത്ത വിധം പ്രതിസന്ധികളിലൂടെ ഇന്ത്യൻ ചലച്ചിത്രമേഖല സഞ്ചരിച്ചുകൊണ്ടിരിക്കുമ്പോൾ നിഷ്കളങ്കതയുടെയും നിഷ്പക്ഷതയുടെയും മുഖാവരണങ്ങൾ അണിഞ്ഞുകൊണ്ടു നിൽക്കുന്ന ചലച്ചിത്ര പ്രതിഭകൾ കമ്പോളത്തിന്റെയും ദേശീയ ഭരണകൂടത്തിന്റെയും ഔദാര്യങ്ങൾ സ്വീകരിക്കാൻ മാത്രം തയ്യാറായവരാണ്. കമലിനെ കമാലുദീനാക്കി പ്രതിഷ്ഠിച്ച വിഷയത്തിലും മറ്റും ഒറ്റയാൾ പോരാട്ടത്തിലൂടെ പ്രതികരിച്ച താര പദവിയില്ലാത്ത അലൻസിയറുടെ നിലപാട് കലാകാരന്റെ രാഷ്ട്രീയ പ്രതിബദ്ധതയെ തെളിയിച്ചു. പക്ഷേ, അലൻസിയർ മാത്രം നമുക്ക് മതിയോ എന്ന ചോദ്യം കമ്പോളതാരങ്ങളുടെ നിശബ്ദത ഓർമ്മപ്പെടുത്തിക്കൊണ്ടേയിരിക്കും. ആവിഷ്കാര സ്വാതന്ത്ര്യവും ജനാധിപത്യ മര്യാദകളും സംരക്ഷിക്കപ്പെടുന്നതിലൂടെയേ ഹൈന്ദവ വർഗ്ഗീയതയെ പ്രതിരോധിക്കാൻ കഴിയുകയുള്ളൂ. സാംസ്കാരികവും രാഷ്ട്രീയവുമായ ബഹുമുഖതയാണ് ഇന്ത്യൻ പൊതുമണ്ഡലത്തിന്റെ ഏറ്റവും വലിയ സവിശേഷത. ഇന്ത്യൻ സമൂഹത്തിന്റെ ബഹുസ്വരതയും ജനാധിപത്യാവകാശങ്ങളും സംരക്ഷിക്കപ്പെടുന്നതിനായി പുരോഗമന പ്രസ്ഥാനങ്ങളുടെ പ്രവർത്തനങ്ങൾ ശക്തിപ്പെടുത്തേണ്ടതുണ്ട്. *ഫയർ* മുതൽ *പത്മാവതി* വരെയുള്ള വിവാദങ്ങൾ തെളിയിക്കുന്നത് അതാണ്.

റഫറൻസ്

I. 1. കെ അരവിന്ദാക്ഷൻ, *ദേശീയ നായാട്ടിറങ്ങുമ്പോൾ*, ഡി സി ബുക്സ്, കോട്ടയം, ഫെബ്രുവരി 2017.

2. രാം പുനിയാനി, *വർഗ്ഗീയത* (പരിഭാഷ: അജിത് നരിക്കുനി) ചിന്ത പബ്ലിഷേഴ്സ്, തിരുവനന്തപുരം, മെയ് 2012 (ചിന്ത എഡിഷൻ)

3. വേണുഗോപാലൻ കെ എ, *വർഗ്ഗീയത ചരിത്രവും വർത്തമാനവും*, ചിന്ത പബ്ലിഷേഴ്സ്, തിരുവനന്തപുരം ജൂൺ 2014.

4. വേണുഗോപാലൻ കെ എ, *നവ ലിബറൽ ഹിന്ദുത്വം*, ചിന്ത പബ്ലിഷേഴ്സ്, തിരുവനന്തപുരം, ഫെബ്രുവരി 2016.

5. പി പി സത്യൻ, *ഫാസിസത്തിന്റെ രാഷ്ട്രീയ മനഃശാസ്ത്രം*, ചിന്ത

പബ്ലിഷേഴ്സ്, തിരുവനന്തപുരം, മെയ് 2017.
6. സച്ചിദാനന്ദൻ (എഡി) *ഇന്ത്യ ഫാസിസത്തിലേക്ക്*, ഡി സി ബുക്സ്, കോട്ടയം നവംബർ 2015.

II.1. *ആരുടെ ദേശം ആരുടെ ദേശീയത*, കെ എൻ പണിക്കർ, മാധ്യമം ആഴ്ചപ്പതിപ്പ്, 2016 ഏപ്രിൽ 11, പുസ്തകം 19.
2. *വർഗ്ഗീയ ഫാസിസത്തിന്റെ ദേശീയതാ നാട്യങ്ങൾ*, സുനിൽ പി ഇള യിടം, ദേശാഭിമാനി വാരിക 13 മാർച്ച് 2016, ലക്കം 43, പുസ്തകം 47.
3. *കാലത്തിന്റെ കലാപഭൂമികൾ*, വി അനീഷ് കുമാർ, ഉള്ളെഴുത്ത്, ഒക്ടോബർ 2016.
4. *ദീപികയുടെ മൂക്കും ഹിന്ദുത്വയുടെ ലക്ഷ്മണവേഷവും*, ജോണി എം എൽ, സമകാലിക മലയാളം വാരിക, 2017 നവംബർ 27, പുസ്തകം 21, ലക്കം 26.

III. കടപ്പാട്
1. കെ എൻ പണിക്കർ (അഭിമുഖം, സംഭാഷണങ്ങൾ)
2. കെ എൻ ഗണേഷ് (പ്രഭാഷണം)
3. സച്ചിദാനന്ദൻ (ചിന്തയുടെ 44-ാം ജന്മദിനത്തോടനുബന്ധിച്ച് നടത്തിയ പ്രഭാഷണം, 2017 സെപ്റ്റംബർ)

12

നവ സാങ്കേതിക സംസ്കാരവും ചലച്ചിത്രാനുഭവങ്ങളും

ഇന്ത്യൻ സിനിമയിലെ ബ്രഹ്മാണ്ഡ വിസ്മയം ബാഹുബലി രണ്ടാം ഭാഗം തലസ്ഥാനത്ത് റെക്കോർഡുകൾ സൃഷ്ടിക്കുന്നു. നഗരത്തിലെ മൾട്ടിപ്ലക്സായ ഏരീസ് പ്ളക്സ് സിനിമാസിൽ നിന്നുമാത്രം പത്തു ദിവസംകൊണ്ട് ഒരു കോടിരൂപ സ്വന്തമാക്കിയാണു ബാഹുബലി ഇതു വരെ തലസ്ഥാനത്തു നിന്നു വേഗതയിൽ ഒരു കോടി നേടിയ ചിത്ര ങ്ങളെ മുഴുവൻ ബഹുദൂരം പിന്നിലാക്കിയത്. നേരത്തേ വേഗത്തിൽ ഒരു കോടി നേടിയ ചിത്രങ്ങളിൽ ബാഹുബലി ഒന്നും പുലിമുരുകനുമാണ് ഉണ്ടായിരുന്നത്.

- മെട്രോ മനോരമ (2017 മെയ് 10 ബുധൻ)

വെള്ളത്തുണി വലിച്ചുകെട്ടി അതിൽ പ്രദർശിപ്പിച്ച നിശബ്ദ ചിത്ര ങ്ങളിൽ നിന്നാണ് ചലച്ചിത്രപ്രദർശനശാലകളുടെ ചരിത്രം ആരംഭിക്കു ന്നത്. വർത്തമാനകാലത്ത് അവ സിന്തറ്റിക് ഫൈബറിന്റെയും സിൽക്കി ന്റെയും സ്ക്രീനുകളിൽ പ്രദർശനങ്ങൾ നടത്തുന്ന മൾട്ടിപ്ലക്സുകളി ലെത്തി നില്ക്കുന്നു. ചലച്ചിത്ര പ്രദർശനത്തിന്റെ ചരിത്രത്തിന്റെ പ്രാരംഭം എഡിസന്റെ കൈനറ്റോസ്കോപ്പിൽ നിന്നും തുടർന്നുള്ള ലൂമിയർ സഹോദരന്മാരുടെ സിനിമാറ്റോഗ്രാഫിൽ നിന്നുമാണ്. ലൂയി ലൂമിയറും അഗസ്തെ ലൂമിയറും ചേർന്നു വികസപ്പിച്ചെടുത്ത സിനിമാറ്റോഗ്രാഫിന്റെ പ്രവർത്തനം ചലച്ചിത്രത്തിന്റെ വഴികളിലെ ഒരു നാഴികകല്ലായിരുന്നു. 1895 ൽ ഫ്രാൻസിലെ ഗ്രാന്റ് കഫേയിൽ ലൂമിയർ സഹോദരന്മാർ ചല ച്ചിത്ര പ്രദർശനം നടത്തിയതിനെ തുടർന്നുള്ള വർഷങ്ങളിൽ ചലച്ചിത്ര പ്രദർശനങ്ങൾ ഇന്ത്യയിലുമെത്തുകയുണ്ടായി. 1902 ൽ ജെ എഫ് മദ നാണ് കൊൽക്കത്തയിലെ ഒരു മൈതാനത്ത് ആദ്യമായി കൂടാരസിനിമ അവതരിപ്പിക്കുന്നത്. തുടർന്ന് 1904 ൽ ബോംബെയിൽ മനേക് ഡി സേഠ്ന

ഒരു ടൂറിംഗ് സിനിമാ കമ്പനി തുടങ്ങി. രണ്ട് റീലുള്ള ലൈഫ് ഓഫ് ക്രൈസ്റ്റ് ആണ് സേറ്ന തന്റെ കൂടാരങ്ങളിൽ പ്രദർശിപ്പിച്ചിരുന്നത്. 1905 മുതൽ സ്വാമിക്കണ്ണ് കോയമ്പത്തൂരിൽ ചലച്ചിത്ര പ്രദർശനങ്ങൾ നടത്തിയിരുന്നതായി ചരിത്രത്തിൽനിന്നും നമുക്ക് കണ്ടെടുക്കുവാൻ കഴിയും.

കൊട്ടകയെന്ന 'നൊസ്റ്റാൾജിയ'

കേരളത്തിലെ ചലച്ചിത്ര പ്രദർശനങ്ങളുടെ ചരിത്രം വിൻസന്റ് സ്വാമിക്കണ്ണിൽ തുടങ്ങുന്നുവെങ്കിൽ തുടർന്നു തെളിഞ്ഞുവരുന്ന പേരുകൾ കാട്ടൂക്കാരൻ വാറുണ്ണി ജോസഫിന്റെയും നെന്മാറ സ്വാമിമാരുടേതുമാണ്. ജോസ് കാട്ടൂക്കാരൻ ചലച്ചിത്ര പ്രദർശനത്തെ ജനകീയമാക്കിയപ്പോൾ അതിനെ വ്യാവസായികാടിസ്ഥാനത്തിൽ ഉപയോഗപ്പെടുത്തിയത് നെന്മാറ സ്വാമിമാരെന്നറിയപ്പെടുന്ന സഹോദരന്മാരായിരുന്നു. സ്ഥിരം പ്രദർശനശാലകളുടെ ആവിർഭാവത്തോടുകൂടി കൂടാരങ്ങളിലെ താല്ക്കാലിക പ്രദർശനങ്ങൾക്ക് വിരാമമായി. അക്കാലത്ത് തമിഴ് - ഹിന്ദി ചിത്രങ്ങളാണ് പ്രദർശനശാലകളിൽ പ്രദർശിപ്പിച്ചുകൊണ്ടിരുന്നതും ആളുകൾ സ്വീകരിച്ചിരുന്നതും. ജാതി മത കേന്ദ്രീകൃതമായ ശുദ്ധാശുദ്ധി ബോധങ്ങളെ താല്ക്കാലികമായി അകറ്റിനിർത്തുന്നതിനുള്ള ഇടം ഒരുക്കിയെടുത്ത ചലച്ചിത്ര പ്രദർശനശാലകൾ യഥാർത്ഥത്തിൽ ജനാധിപത്യത്തിന്റെ ഇടങ്ങളെയാണ് തുറന്നുകൊടുത്തത്. അദ്ധ്വാനശീലരായ കീഴാളർ ഉൾപ്പെടെയുള്ള അതിസാധാരണക്കാർ ചലച്ചിത്രത്തെ ആവേശത്തോടുകൂടി സ്വീകരിച്ചു. പ്രേക്ഷകർക്കിടയിൽ ജാതി-മതബോധങ്ങൾ പൊതുവിൽ അപ്രസക്തമായി എന്നു പറയുമ്പോൾപോലും പ്രദർശനയിടത്തിനുള്ളിൽ വർഗ്ഗപരമായി വേർതിരിവുകൾ നിലനിന്നിരുന്നു എന്ന കാര്യം വിസ്മരിക്കുവാൻ കഴിയുന്നതല്ല. നനഞ്ഞു കുഴഞ്ഞതും മൂത്രം വീണതും അഴുക്കുകളാൽ മലിനീകരിക്കപ്പെട്ടതുമായ ഭാഗം 'തറ'യെന്നു വിശേഷിപ്പിക്കപ്പെട്ട കീഴാള വിഭാഗങ്ങൾക്കായി നീക്കിവയ്ക്കപ്പെട്ടിരുന്നുവെങ്കിൽ പിന്നോട്ടുള്ള ശുചിത്വ പൂർണ്ണമായതും മുന്തിയതുമായ ഏരിയ ഉയർന്ന വർഗ്ഗക്കാരുടെ സാമൂഹ്യ നിലകളും പദവികളുമനുസരിച്ച് നല്കപ്പെട്ടിരുന്നു.

കൊട്ടകകളിൽ നിന്നും ഉയർന്നു കേൾക്കുന്ന കോളാമ്പിപ്പാട്ടുകൾ ചലച്ചിത്രം ആരഭിക്കാൻ പോകുന്നുവെന്ന സൂചനകൾ പ്രേക്ഷകർക്കു നല്കിയിരുന്നു. കോളാമ്പിപ്പാട്ടുകൾ കേൾക്കുമ്പോൾ അതിവേഗത്തിൽ തിയറ്ററുകളിൽ എത്താനുള്ള വെമ്പലുകൾ പ്രേക്ഷകനുണ്ടാകുമായിരുന്നു. സമാനമായ രീതിയിൽ പ്രേക്ഷകരെ ആകർഷിച്ച രണ്ടു ഘടകങ്ങളായിരുന്നു വർണ്ണക്കടലാസിലുള്ള നോട്ടീസുകളും പാട്ടു പുസ്തകങ്ങളും. ചലച്ചിത്രത്തെ സംബന്ധിച്ചുള്ള ഏകദേശ സൂചനകളെ നല്കുവാൻ പര്യാപ്തമായ നോട്ടീസുകൾ 'ശേഷം വെള്ളിത്തിരയിൽ' എന്ന കുറിപ്പോടുകൂടി പ്രേക്ഷകരിൽ ഉദ്വേഗം ജനിപ്പിക്കുകയും ചെയ്തിരുന്നു. ചലച്ചിത്ര മാർക്കറ്റിംഗിന്റെ പ്രാഥമിക രൂപങ്ങളിലൊന്നായിരുന്നു അത്തരം

നോട്ടീസുകളും പാട്ടുപുസ്തകങ്ങളും.

കൊട്ടകകളിൽ ബോയർ ഫിലിം പ്രൊജക്റ്ററിൽ ഫിലിം ലോഡു ചെയ്യുന്നതിന്റെ ശേഷിയനുസരിച്ചായിരുന്നു ചിത്ര പ്രദർശനത്തിനിട യിലെ ഇടവേളകൾ പ്രത്യക്ഷപ്പെട്ടിരുന്നത്. തുടർന്നുള്ള കാലയളവിൽ നാലിൽ നിന്നു മൂന്നിലേക്കും തുടർന്ന് രണ്ടിലേക്കും അവസാനമായി ഒറ്റ ഇടവേളയിലേക്കും പ്രദർശനശാലകൾ മാറുന്നുണ്ട്. തിയറ്ററുകളുടെ വ്യാപനകാലത്ത് ഡിജിറ്റൽ ഡോൾബി സ്റ്റീരിയോ സൗണ്ടും ഡി റ്റി എസും കേൾവിയുടെ പുതിയ അനുഭൂതി മണ്ഡലങ്ങൾ നല്കിയപ്പോൾ സാധാരണക്കാരനായ പ്രേക്ഷകൻ വെള്ളിത്തിരയിലെ കഥാപാത്രങ്ങൾ വാതിൽക്കൽ തട്ടുമ്പോഴും വാഹന ചെയ്സിങ്ങിന്റെ വേളയിലും പിന്നി ലേക്കു തിരിഞ്ഞു നോക്കിയിരുന്നു. 'എല്ലാം ക്യാമറാ ട്രിക്കാണെന്നേ' യെന്നു പറഞ്ഞ് വെള്ളിത്തിരയിലെ അത്ഭുതങ്ങൾക്ക് സമാധാന ഭാഷ്യം ചമച്ചിരുന്ന പ്രേക്ഷകർ സാങ്കേതികവിദ്യയുടെ വളർച്ചാ ഘട്ടത്തിൽ സിനി മയിലെ കാഴ്ചക്കൂട്ടുകൾ എല്ലാം വ്യാജമാണെന്നു തിരിച്ചറിഞ്ഞു. സിനി മയുടെ രഹസ്യ സ്വഭാവത്തെ അപ്പാടെ സാങ്കേതികവിദ്യയുടെ വളർച്ച പൊളിച്ചടുക്കി. അറ്റ്മോസ് സൗണ്ടും 4 കെ പ്രൊജക്ഷനും നല്കുന്ന മികച്ച ദൃശ്യാനുഭൂതികളെക്കുറിച്ചു വ്യക്തമായ ധാരണകളുള്ള പ്രേക്ഷക സമൂഹമാണ് വർത്തമാനകാലത്ത് തിയറ്റർ/മൾട്ടിപ്ലക്സുകളിൽ എത്തി ചേരുന്നത്.

മൾട്ടിപ്ലക്സ് - കാഴ്ചയുടെ വിസ്മയലോകങ്ങൾ

ഡിജിറ്റൽ മാധ്യമങ്ങളുടെ അതിവ്യാപനങ്ങൾ കീഴടക്കിയ പൊതു സമൂഹത്തിലെ പ്രേക്ഷകരുടെ അഭിരുചികളെ തൃപ്തിപ്പെടുത്തുന്ന ചല ച്ചിത്രാനുഭവങ്ങൾ പകർന്നു നല്കുവാൻ അവശേഷിക്കുന്ന കൊട്ടക കൾക്കു കഴിയാതെ വന്ന സന്ദർഭത്തിലാണ് മൾട്ടിപ്ലക്സുകൾ നിർമ്മി ക്കപ്പെടുന്നത്. 2005 മുതലുള്ള കാലഘട്ടത്തിൽ ഡിജിറ്റൽ ചലച്ചിത്ര നിർമ്മാണത്തിലേയ്ക്കു ചലച്ചിത്രലോകം പരിവർത്തിക്കപ്പെടുമ്പോൾ അവയോടനുബന്ധമായിട്ടാണ് മൾട്ടിപ്ലക്സ് ശൃംഖലകൾ രൂപപ്പെടുന്നത്. 2005 ൽ സന്തോഷ് ശിവന്റെ *അനന്തഭദ്രം* ആലപ്പുഴ ശാന്തിയിൽ ഡിജിറ്റ ലായി പ്രദർശിപ്പിക്കപ്പെട്ടു. 2006 ൽ വി കെ പ്രകാശിന്റെ *മൂന്നാമതൊ രാൾ* പ്രദർശനത്തിനെത്തുന്നതോടുകൂടി മലയാളസിനിമ ഡിജിറ്റൽ നിർമ്മാണ പ്രദർശന രീതികളിലേയ്ക്കു മാറി. യു എഫ് ഒ, ക്യൂബ് എന്നിവ വഴി ചലച്ചിത്രങ്ങൾ പ്രദർശിപ്പിക്കപ്പെടുമ്പോൾ ഫിലിം പെട്ടിയും ഫിലിം റീലുകളും പഴയ പ്രൊജക്റ്ററും ചരിത്രപഥത്തിലേക്കു മാറ്റിവെ ക്കപ്പെട്ടു. സെല്ലുലോയ്ഡിൽനിന്നും ഡിജിറ്റലിലേയ്ക്കുള്ള ചലച്ചിത്ര ത്തിന്റെ മാറ്റങ്ങൾ ചലച്ചിത്രനിർമ്മാണത്തിന്റെ പരിമിതികളെ പരിമിതി കളല്ലാതാക്കിത്തീർത്തതിനൊപ്പം സാങ്കേതികത്തികവിന്റെ പൂർണ്ണതകൾ അതിന്റെ പരമാവധി സാധ്യതകളിൽ നല്കുകയുണ്ടായി. മൾട്ടിപ്ലക്സു കൾ സാമ്പത്തികലാഭം നേടിക്കൊടുക്കുന്ന വിപണി ആയതോടുകൂടി

റിലയൻസ്, പിരമിഡ് സായ്മിറ, പി വി ആർ ഗ്രൂപ്പ്, കാർണിവൽ എന്നിങ്ങനെയുള്ള വൻകിട കമ്പനികളും ഗ്രൂപ്പുകളും ദേശവ്യാപകമായി മൾട്ടിപ്ലക്സുകളുടെ ശൃംഖലകൾ സ്ഥാപിച്ചു. മൾട്ടിപ്ലക്സുകളുടെ കാലത്താണ് ആഗോള മൂലധനകുത്തകകൾ ചലച്ചിത്ര നിർമ്മാണ വിതരണ പ്രദർശനരംഗങ്ങളിൽ കടന്നുവരുന്നതും ചലച്ചിത്ര നിർമ്മാണത്തിലെ പാരമ്പര്യശീലങ്ങളെ അട്ടിമറിക്കുന്നതും. റിലയൻസ്, യു ടി വി, പിരമിഡ് സായ്മിറ, മോസർ ബയർ മുതൽ നിരവധി കമ്പനികൾ മലയാളം, തമിഴ്, തെലുങ്ക് ചലച്ചിത്ര മേഖലകളിൽ എത്തുകയും കമ്പോള സാധ്യതകൾ ഉള്ള ചലച്ചിത്രങ്ങൾ നിർമ്മിച്ചുകൊണ്ട് ആഗോളീയമായ വിപണിയെ തേടുകയും ലാഭങ്ങൾ നേടിയെടുക്കുകയും ചെയ്തു.

അട്ടിമറിക്കപ്പെടുന്ന കാഴ്ചാനുഭവങ്ങൾ

ചലച്ചിത്ര പ്രദർശനരംഗത്ത് വർഷങ്ങളായി നിലനില്ക്കുന്ന കേന്ദ്രീകൃത സമയവ്യവസ്ഥാ സമ്പ്രദായത്തെ പാടേ നിരാകരിച്ചുകൊണ്ട് മൾട്ടിപ്ലക്സുകൾ നവമായൊരു പ്രദർശന സമയഘടനയെ രൂപപ്പെടുത്തിയെടുത്തിരിക്കുന്നു. നൂൺഷോ (10 am/10.30 am) മാറ്റിനി (2 pm/2.30 pm) ഫസ്റ്റ് ഷോ (6 pm/6.30 pm) സെക്കന്റ് ഷോ (9 pm/9.30 pm) അപൂർവ്വമായ മോർണിംഗ് ഷോകൾ (8 am/9 am) എന്നിവയിലൂടെ കൊട്ടകകളിൽ നാലു മുതൽ അഞ്ചു വരെയുള്ള പ്രദർശനങ്ങൾ നടത്തപ്പെടുമ്പോൾ മൾട്ടിപ്ലക്സുകൾ ആറു മുതൽ ഏഴുവരെയുള്ള പ്രദർശനങ്ങൾ നടത്തി പ്രേക്ഷകരെ ആകർഷിക്കുന്നു. പരമ്പരാഗത പ്രദർശന സമയ സമ്പ്രദായത്തെ പിന്തുടരുന്ന സാദാ തിയറ്ററുകൾ സൂപ്പർ താരങ്ങളുടെയും അന്യഭാഷാതാരങ്ങളുടെയും അപൂർവ്വം ചില ചിത്രങ്ങൾ ഫാൻസുകാർക്കുവേണ്ടിയും ഉത്സവസീസണുകളിലും അഞ്ചു പ്രദർശനങ്ങൾ നടത്താറുണ്ട് എന്നതൊഴിച്ചാൽ ദിവസേന 4 പ്രദർശനങ്ങൾ എന്ന കീഴ്വഴക്കത്തെ മറികടക്കാറില്ല. മൾട്ടിപ്ലക്സുകൾ വ്യത്യസ്ത ഭാഷകളിലുള്ള നാലോ അഞ്ചോ ചിത്രങ്ങൾ മാറിമാറി നിരന്തരം പ്രദർശിപ്പിക്കുമ്പോൾ സാദാ തിയറ്ററുകൾ ന്യൂൺഷോ/മാറ്റിനി, ഫസ്റ്റ് ഷോ/ സെക്കൻഡ് ഷോ എന്നീ പാറ്റേണുകളിലായി രണ്ടു ചിത്രങ്ങൾ അപൂർവ്വമായി പ്രദർശിപ്പിക്കാറുണ്ട്.

തിയറ്റുകളിൽ നിന്നും മൾട്ടിപ്ലക്സുകളിലേയ്ക്കുള്ള പരിണാമങ്ങൾ സ്ഥലത്തെയും സമയത്തെയും കാഴ്ചയെയും ചലച്ചിത്രാനുഭവത്തെയും സംബന്ധിച്ചുള്ള കാഴ്ചപ്പാടുകളെ അടിമുടി മാറ്റിമറിച്ചുകൊണ്ടായിരുന്നു. വ്യവസ്ഥാപിതമായ സമയവ്യവസ്ഥയ്ക്കുള്ളിൽ മുൻകൂട്ടി തയ്യാറായി, സിനിമ കാണലിനായി മാനസികമായി പാകപ്പെട്ട് വരുന്ന പ്രേക്ഷകർക്കു മാത്രമേ തിയറ്ററിലെ ചലച്ചിത്രങ്ങൾ കാണുവാൻ കഴിയുള്ളു എങ്കിൽ മൾട്ടിപ്ലക്സുകളിൽ ഏതു സമയത്തും (രാവിലെ എട്ടുമണി മുതൽ രാത്രി പന്ത്രണ്ടുമണി വരെ) ഏതെങ്കിലും ചലച്ചിത്രം കാണുവാനുള്ള അവസരങ്ങൾ പ്രേക്ഷകനു ലഭിക്കുന്നു. തിയറ്ററുകളിലെ ടിക്കറ്റിനെ

സംബന്ധിച്ചുള്ള ഘടനാപരമായ വേർതിരിവുകൾ മൾട്ടിപ്ലക്സുകളിൽ അപ്രസക്തമാകുന്നുണ്ട്. ഒറ്റ നിരക്കു മാത്രമുള്ള സീറ്റുകളുമായി പ്രദർശനങ്ങൾ നടത്തുന്ന മൾട്ടിപ്ലക്സുകൾ മുതൽ കിടന്നു കാണുവാൻ സൗകര്യമുള്ള സോഫാ കം ബെഡ് വരെയുള്ള ക്ലാസ് സൗകര്യം നല്കുന്ന മൾട്ടിപ്ലക്സുകൾ വരെ കേരളത്തിലെ നഗരങ്ങളിലുണ്ട്. മൾട്ടിപ്ലക്സുകളുടെ കാലത്ത് ടിക്കറ്റുകൾ ഹോം ഡെലിവറിയായി ലഭ്യമാകുന്ന സാഹചര്യങ്ങളുണ്ട്. സിനിമ കാണലിനു മുന്നോടിയായുള്ള ശ്രമകരവും മുഷിപ്പനുമായ അദ്ധ്വാനങ്ങളെ അപ്രസക്തമാക്കിക്കൊണ്ട് ന്യൂമീഡിയ നല്കുന്ന സാങ്കേതിക സൗകര്യങ്ങൾ (www.bookmyshow.com, www.justickets.in, www.ticketnews.com, www.chithranjali.in) കുടുംബങ്ങളെ പ്രദർശനശാലകളോട് കൂടുതൽ അടുപ്പിക്കുന്നുണ്ട്. ചലച്ചിത്രത്തെക്കുറിച്ച് യാതൊരുവിധ ധാരണകളുമില്ലാതെ പ്രദർശനശാലയിൽ എത്തിയിരുന്ന പ്രേക്ഷകരിൽനിന്നും ഷൂട്ടിംഗ് വാർത്തകൾ മുതൽ ഓൺലൈൻ മീഡിയയിൽ ചലച്ചിത്രത്തിന്റെ റേറ്റിംഗ് എത്രയെന്നുവരെ കൃത്യമായി പരിശോധിച്ചതിനുശേഷം തിയറ്റർ/മൾട്ടിപ്ലക്സിലെത്തുന്ന പ്രേക്ഷകരായി ജനസമൂഹം മാറുന്നുണ്ട്.

തിയറ്ററുകൾ നല്കിവന്ന പരമ്പരാഗത കാഴ്ചാനുഭവങ്ങളിൽ നിന്നും മുന്തിയതും പകിട്ടേറിയതും ആധുനിക സാങ്കേതികവിദ്യകൾ നല്കുന്ന ഭ്രമകല്പനാനുഭൂതികൾ നിറഞ്ഞതുമായ ചലച്ചിത്രാനുഭവങ്ങളാണ് മൾട്ടിപ്ലക്സുകൾ വിഭാവനം ചെയ്യുന്നത്. പ്രേക്ഷകർക്കു സൗകര്യപ്രദമായ രീതിയിൽ ഇരുന്നും കിടന്നുമൊക്കെ ചലച്ചിത്രങ്ങൾ കണ്ട് ആസ്വദിക്കുന്നതിനുള്ള അവസരങ്ങൾ നൽകുന്ന മൾട്ടിപ്ലക്സുകൾ 64 ചാനൽ അറ്റ്മോസ് ശബ്ദവിന്യാസവും ഡബിൾ പ്രൊജക്റ്ററും പടുകൂറ്റൻ സിൽവർ സ്ക്രീനുമെല്ലാമായി അത്യാകർഷണീയ കാഴ്ചാ കേന്ദ്രമാക്കി പ്രേക്ഷകരെ ആകർഷിക്കുന്നു. തിരുവനന്തപുരം നഗരത്തിലെ എസ് എൽ തിയേറ്റർ കോംപ്ലക്സ് ഏരീസ് വിസ്മയ മാക്സ് സ്റ്റുഡിയോ ഗ്രൂപ്പ് ഏറ്റെടുത്തു നവീകരിച്ചതോടു കൂടിയാണ് ഇന്ത്യയിലെ തന്നെ ഏറ്റവും മികച്ച 'ഡി മാക്സ്' തിയറ്ററായി മാറി. കേരളത്തിൽ മൾട്ടിപ്ലക്സ് തിയേറ്ററുകളിൽ ഏറ്റവും കൂടുതൽ കളക്ഷൻ തേടുന്ന തിയേറ്റർ എന്ന ഖ്യാതി (ബാഹുബലി പത്തു ദിവസംകൊണ്ട് ഒരു കോടി) എസ് എൽ ഏരീസ് പ്ലസിനു മാത്രം സ്വന്തമാണ്. സാങ്കേതികത്തികവിന്റെ പൂർണ്ണതയെ പ്രദാനം ചെയ്യുന്ന മൾട്ടിപ്ലക്സുകളെ നാഗരിക സമൂഹം അതിവേഗത്തിൽ സ്വീകരിച്ചുകൊണ്ട് തങ്ങൾക്ക് സാമ്പത്തികമല്ല, മികച്ച കാഴ്ചാനുഭവമാണ് പ്രധാനമെന്നു വ്യക്തമാക്കി.

മൾട്ടിപ്ലക്സ് സംസ്കാരവും നവ മധ്യവർഗ്ഗ ചലച്ചിത്രഭാവനകളും

നഗര കേന്ദ്രിതമായ മൾട്ടിപ്ലക്സുകൾ മധ്യ/ഉപരിവർഗ്ഗ സമൂഹത്തിന്റെ ഉപഭോഗ താല്പര്യങ്ങളെ തൃപ്തിപ്പെടുത്തുന്ന സംവിധാനങ്ങളെയാണ് മൾട്ടിപ്ലക്സ് ശൃംഖലകളിലൂടെ ക്രമീകരിച്ചിരിക്കുന്നത്.

ഷോപ്പിംഗ്മാൾ സംസ്കാരത്തോടു ചേർന്നു നില്ക്കുന്ന മൾട്ടിപ്ലക്സുകൾ ഫുഡ് കോർട്ടുകൾ, റെസ്റ്റ് റൂമുകൾ, ഗെയിം സോൺ, പാർക്കിംഗ് ഏരിയകൾ എന്നിവ നല്കിക്കൊണ്ട് പ്രേക്ഷകർക്ക് എന്റർടെയ്ൻമെന്റ് കം ഷോപ്പിംഗിന്റെ ഒരു 'പാക്കേജ്' ആണ് നല്കുന്നത്. ഇത്തരമൊരു സമ്പ്രദായത്തിന്റെ ഗുണഭോക്താവാകുവാൻ മധ്യ - ഉപരിവർഗ്ഗ വിഭാഗങ്ങൾക്കു മാത്രമേ കഴിയുകയുള്ളൂ. സാദാ തിയറ്ററുകളിൽ എൺപതു മുതൽ നൂറുവരെയാണ് ടിക്കറ്റ് ചാർജ്ജ് എങ്കിൽ മൾട്ടിപ്ലക്സുകളിൽ അത് നൂറ്റമ്പതു മുതൽ അറുനൂറു രൂപ വരെയാകുന്നു. നാലുപേരടങ്ങുന്ന ഒരു ശരാശരി ഫാമിലിക്കു ചലച്ചിത്ര കാഴ്ചയുടെ പേരിൽ 1000 മുതൽ 1500 വരെ ടിക്കറ്റ് ചാർജ്ജും ഒപ്പം യാത്രാക്കൂലിയും മറ്റു ചിലവുകളുമടക്കം വൻതുക ചിലവാക്കേണ്ടിവരുന്നു. അതുകൊണ്ടുതന്നെ സാധാരണക്കാരിൽ ഒരു വിഭാഗം മൾട്ടിപ്ലക്സുകളേക്കാൾ കൂടുതലായി സാദാ തിയറ്ററുകളെ ആശ്രയിക്കുമ്പോൾ സാമ്പത്തിക ചിലവുകളെക്കുറിച്ച് ഉത്ക്കണ്ഠകൾ ഇല്ലാത്ത മധ്യവർഗ്ഗ ജനത അനായാസമായി മൾട്ടിപ്ലക്സുകളുടെ രീതിശാസ്ത്രങ്ങളോടു പൊരുത്തപ്പെടുകയും സ്വീകരിക്കുകയും ചെയ്യുന്നു. ഇത്തരം നവ മധ്യവർഗ്ഗത്തിന്റെ അഭിരുചികളെ തൃപ്തിപ്പെടുത്തുന്ന ചലച്ചിത്രങ്ങൾ കൂടുതലായി നിർമ്മിക്കുവാൻ ചലച്ചിത്ര മേഖല നിർബന്ധിതമായിത്തീർന്നു എന്നതിന്റെ തെളിവുകളാണ് 2010 മുതൽ 2015 വരെ കൊണ്ടാടപ്പെട്ട ന്യൂജനറേഷൻ ചലച്ചിത്രങ്ങൾ.

ന്യൂജനറേഷൻ എന്ന പേരിൽ താലോലിക്കപ്പെട്ട പുത്തൻ താരകേന്ദ്രിത ജീവിതാഖ്യാനങ്ങൾ മലയാളിയുടെ പുതിയ ഭാവുകത്വ പരിസരങ്ങളെയാണ് അവതരിപ്പിച്ചത്. ഐ ടി പ്രൊഫഷനുകൾ, മൾട്ടിനാഷണൽ കമ്പനികളിലെ ജീവിതങ്ങൾ, ആഘോഷിക്കപ്പെടുന്ന യുവത്വങ്ങൾ, വസ്ത്ര വിപണിയിലും ഫാഷനിലും വന്ന പുതിയ ട്രെൻഡുകൾ, മ്യൂസിക് ബാൻഡുകളുടെ കടന്നുവരവ്, ലിംഗപരമായ അതിർവരമ്പുകളെ റദ്ദുചെയ്ത പുതിയകാല യുവത്വത്തിന്റെ ജീവിതങ്ങൾ എന്നിവയിലേക്കു സഞ്ചരിച്ച ചലച്ചിത്രങ്ങൾ പരമ്പരാഗത മലയാളിയുടെ പൊതുബോധങ്ങളെ പ്രകോപിപ്പിച്ചവയായിരുന്നു. പച്ചയായ ജീവിതാവിഷ്കാരങ്ങൾ എന്ന അവകാശ വാദത്തോടെ എത്തിയ ഇത്തരം ചലച്ചിത്രങ്ങൾ എൺപതുകളിലും തൊണ്ണൂറുകളിലുമായി ചലച്ചിത്രങ്ങൾ സൃഷ്ടിച്ചെടുത്ത വംശീയ ലിംഗ സദാചാര - ശുദ്ധി സങ്കല്പങ്ങളെ അപ്രസക്തമാക്കിക്കൊണ്ട് ഡേറ്റിംഗ് - കോഹാബിറ്റേഷൻ - ലിംവിംഗ് ടുഗദർ ബന്ധങ്ങൾ, സ്വവർഗ്ഗരതി ജീവിതങ്ങൾ എന്നിവയെ സ്വതന്ത്രമായി ആവിഷ്കരിച്ചു. മൂടിവെയ്ക്കപ്പെടേണ്ടത്/ ഒളിച്ചുവെക്കപ്പെടേണ്ടത് എന്നിങ്ങനെയുള്ള ധാരണകളിൽ പതിപ്പിച്ചുവെച്ചിരുന്ന സകല കാര്യങ്ങളെയും ബെഡ്റൂം മുതൽ ബാത്ത്റൂം വരെ സൗഹൃദം മുതൽ ലൈംഗികബന്ധംവരെ, തെറി മുതൽ അശ്ലീലം വരെ പച്ചയായി ആവിഷ്കരിച്ച മൾട്ടിപ്ലക്സ് സിനിമകൾ അത്യന്താധുനിക സാങ്കേതികവിദ്യകളെ ചലച്ചിത്ര നിർമ്മാണത്തിനായി ഉപയോഗപ്പെടുത്തിയെങ്കിലും ചലച്ചിത്ര സൗന്ദര്യ

ശാസ്ത്രപരമായി മികവ് പുലർത്തിയിരുന്നുവെന്ന് അവകാശപ്പെടുവാൻ കഴിയില്ല.

സാങ്കേതികരംഗത്തെ പുത്തൻകാൽവെപ്പുകൾ

മൾട്ടിപ്ലക്സുകളുടെ കാലത്ത് ചലച്ചിത്രരംഗത്ത് സാങ്കേതികരംഗത്തും നിർമ്മാണരംഗത്തും വിപണതന്ത്രങ്ങളിലും പുതിയ കാൽവെയ്പ്പുകൾ ഉണ്ടായി എന്നതു ശ്രദ്ധേയമാണ്. സെവൻ ഡി പോലുള്ള ക്യാമറകൾ ഉപയോഗിച്ചുകൊണ്ട് ചലച്ചിത്ര നിർമ്മാണം നടത്തുവാൻ അതിലളിതമായി സാധിക്കുമെന്നു വന്നപ്പോൾ ധാരാളം ചെറുചിത്രങ്ങൾ നിർമ്മിക്കപ്പെടുകയും ചലച്ചിത്രാഭിനിവേശമുള്ള പുതുതലമുറക്കാർ ചലച്ചിത്ര സാങ്കേതികരംഗത്ത് സജീവമാകുകയുമുണ്ടായി. സ്പോട്ട് എഡിറ്റിംഗ് പോലെയുള്ള പുരോഗതികളും സാധ്യമായതോടുകൂടി ചിത്രനിർമ്മാണത്തിൽ കൂടുതൽ പെർഫെക്ഷൻ കടന്നുവന്നു. മറ്റൊരു ശ്രദ്ധേയമായ മാറ്റം ചലച്ചിത്ര സംവിധാനരംഗത്തും മറ്റു സാങ്കേതികരംഗത്തും സ്ത്രീകൾ ധാരാളമായി കടന്നു വന്നുവെന്നുള്ളതാണ്. എഴുപതുകൾ മുതൽ തൊണ്ണൂറുകൾ വരെയുള്ള കാലയളവിൽ വിജയ നിർമ്മല (*കവിത*) ഷീല (*യക്ഷഗാനം, ശിഖരം*) എന്നിവരെ മാത്രമേ സംവിധായികമാരായി ചൂണ്ടിക്കാണിക്കുവാനുണ്ടായിരുന്നുവെങ്കിൽ തുടർ കാലയളവുകളിൽ സുമ ജോസഫൈൻ (*ജന്മദിനം*), ലിജി പുല്ലപ്പിള്ളി (*സഞ്ചാരം*), അഞ്ജലി മേനോൻ (*മഞ്ചാടിക്കുരു, ബാംഗ്ലൂർ ഡേയ്സ്, കൂടെ*), രേവതി എസ് വർമ്മ (*മാഡ് ഡാഡ്*), ശാലിനി ഉഷാനായർ (*അകം*), ശില്പ (*മണൽ ചിത്രങ്ങൾ*), പ്രീതി പണിക്കർ (*തിലോത്തമ*), ശ്രീബാല കെ മേനോൻ (*ലവ് 24 X 7*), വിധുവിൻസെന്റ് (*മാൻഹോൾ*), റോഷ്നി ദിവാകർ (*മൈ സ്റ്റോറി*), സൗമ്യ സദാനന്ദൻ (*മംഗല്യം തന്തു നാനേനി*) എന്നിവരിലൂടെ സംവിധായികമാരുടെ മുന്നേറ്റങ്ങളുണ്ടായി. സംവിധാനരംഗത്ത് എന്നപോലെ നിർമ്മാണരംഗത്ത് സന്ധ്യാരാജേന്ദ്രൻ (കാളിദാസ ഇന്റർനാഷണൽ ഫിലിംസ്), സാന്ദ്രാ തോമസ് (ഫ്രൈഡേ ഫിലിം ഹൗസ്) എന്നിവരും ഛായാഗ്രഹണരംഗത്ത് അഞ്ജലി ശുക്ല (*കുട്ടിസ്രാങ്ക്*), ഫൗസിയ ഫാത്തിമ (*ഗുലുമാൽ*), കലാസംവിധാനരംഗത്ത് ജയശ്രീ ലക്ഷ്മീ നാരായണൻ (*നീന, ചാർളി*), വസ്ത്രാലങ്കാരം സബിത ജയരാജ് (*ശാന്തം, ഒറ്റാൽ*), സമീറ സനീഷ് (*ഡാഡികൂൾ* മുതൽ നിരവധി ചിത്രങ്ങൾ), സരിത ജയസൂര്യ (*ഫ്രുക്രി*), മേക്കപ്പ് രംഗത്ത് മിറ്റ ആന്റണി (*ഉടലാഴം*) എന്നിവരുടെ കടന്നുവരവുകളും പ്രവർത്തനങ്ങളും ചലച്ചിത്രമേഖലയിലെത്താൻ താല്പര്യപ്പെടുന്ന വനിതകൾക്കുള്ള പ്രചോദനങ്ങളാണ്.

നവ സാങ്കേതികവിദ്യകളുടെ ആധിപത്യകാലത്ത് പരമ്പരാഗതമായ ചലച്ചിത്ര നിർമ്മാണ വിതരണ സമ്പ്രദായങ്ങൾ അപ്രസ്കതമായതുപോലെ ചലച്ചിത്ര വിപണനരംഗത്തും കാതലായ വ്യതിയാനങ്ങളുണ്ടായി. കോളാമ്പി അനൗൺസ്മെന്റുകളിലൂടെയും പത്രവാരികകളിലൂടെയും

റേഡിയോകളിലൂടെയും നല്കപ്പെട്ടിരുന്ന പരസ്യങ്ങളെ പിന്തള്ളി യുട്യൂബ്, ഫെയ്സ്ബുക്ക്, വാട്ട്സ് ആപ്, ടിറ്റർ എന്നിവയിലൂടെ ലക്ഷകണക്കിനു പ്രേക്ഷകരിലേക്ക് സാമ്പത്തിക ബാധ്യതകളില്ലാതെ ചലച്ചിത്രങ്ങൾ വിപണനം ചെയ്യപ്പെടുന്നു. മോഷൻ പോസ്റ്റർ, ടീസർ, ട്രെയ്‌ലർ തുടങ്ങിയവ വമ്പൻ ഫങ്ഷനുകളിലൂടെ റിലീസ് ചെയ്തുകൊണ്ട് പരമാവധി പബ്ലിസിറ്റി സംഘടിപ്പിക്കുന്ന പ്രവണത മൾട്ടിപ്ലക്സ് കാലത്തെ ഫാഷനുകളിലെന്നാണ്. മൾട്ടിപ്ലക്സുകളുടെ കാലത്ത് ചലച്ചിത്രത്തിന്റെ പരമ്പരാഗത കച്ചവടരീതിയായ തിയറ്ററുകളിൽ ഓടി കളക്ട് ചെയ്യുന്ന രീതിയെ പിന്തള്ളി തിയറ്ററിനു പുറത്തെ കച്ചവട സമ്പ്രദായങ്ങളിലൂടെ (സാറ്റലൈറ്റ് റൈറ്റ്സ്, ചലച്ചിത്രത്തിനുള്ളിൽ ഉൾപ്പെടുന്ന പരസ്യങ്ങൾ) ചലച്ചിത്ര വിപണനം ചെയ്തെടുക്കുന്ന രീതികൾ മുൻകാലങ്ങളേക്കാൾ കൂടുതൽ സജീവമാകുകയും ചെയ്തു. അതുകൊണ്ടുതന്നെ മൾട്ടിപ്ലക്സുകളിലെ പ്രദർശനങ്ങളിലൂടെ ലഭ്യമാകുന്ന സാമ്പത്തികം ചിത്രങ്ങളുടെ അധിക ലാഭത്തിലേക്കുൾപ്പെടുന്നു.

മൾട്ടിപ്ലക്സുകളുടെ കാലത്ത് ബ്രഹ്മാണ്ഡ തമിഴ്, തെലുങ്ക്, കന്നഡ, ഇംഗ്ലീഷ്, ഹിന്ദിചിത്രങ്ങൾക്ക് കമ്പോളസാധ്യതകൾ കൂടുതലായതുകൊണ്ടുതന്നെ മലയാളത്തിലെ ചെറു ചിത്രങ്ങൾക്ക് പ്രദർശന സാധ്യതകൾ വിരളമായിത്തീർന്നിരിക്കുന്നു. കലാസിനിമയുടെ വളർച്ചയെ ലക്ഷ്യമിട്ടു സ്ഥാപിക്കപ്പെട്ട ചലച്ചിത്ര വികസന കോർപ്പറേഷന്റെ കീഴിലുള്ള (പതിനാല്) തിയേറ്ററുകളും ബ്രഹ്മാണ്ഡ ചിത്രങ്ങളെ സ്വീകരിച്ചുകൊണ്ട് ചെറു ചിത്രങ്ങളുടെ സാധ്യതകളെ നിരാകരിക്കുന്നു. എഴുപതുകളിലും എൺപതുകളിലും കേരളീയ പൊതുമണ്ഡലത്തിൽ കാര്യക്ഷമമായി നടത്തപ്പെട്ടിരുന്ന ബദൽ ചലച്ചിത്ര പ്രദർശനങ്ങൾ നവ സാങ്കേതികവിദ്യകളുടെ കാലത്ത് രാഷ്ട്രീയ ബോധമുള്ള ആൾക്കൂട്ടത്തെ സൃഷ്ടിക്കുവാൻ കഴിയാത്ത നാമമാത്രമായ പ്രദർശനങ്ങളായി മാറ്റപ്പെട്ടു. ഇതേ കാലയളവിൽ തന്നെയാണ് കേരളത്തിലെ അന്താരാഷ്ട്ര ചലച്ചിത്രമേളകൾ ഓരോ എഡിഷനു ശേഷവും ആൾക്കൂട്ടത്തിന്റെ ബാഹുല്യത്തിന്റെയും സംഘാടക മികവിന്റേയും അടിസ്ഥാനത്തിൽ കൂടുതൽ വിപുലീകരിക്കപ്പെടുന്നതും ജനകീയമായിത്തീരുന്നതെന്നുമെന്ന വൈരുദ്ധ്യവുമുണ്ട്. തിയറ്റർ/മൾട്ടിപ്ലക്സ് ഉടമകളും ചലച്ചിത്ര വ്യവസായത്തിലൂടെ മികച്ച ലാഭം നേടുമ്പോൾ തിയറ്റർ ജീവനക്കാർ മുതൽ പോസ്റ്ററൊട്ടിപ്പുകാർ വരെ നാമമാത്രമായ തുകയ്ക്കുവേണ്ടി പണിയെടുത്ത് തന്റെ സാമ്പത്തികാസമത്വങ്ങളോട് പടവെട്ടേണ്ടിവരുന്നു. സാങ്കേതികവിദ്യയുടെ അടിസ്ഥാനത്തിൽ ചലച്ചിത്രമേഖലയിൽ അത്ഭുതാവഹമായ വികാസങ്ങൾ ഉണ്ടാകുമ്പോഴും തൊഴിൽ മേഖലയെന്ന നിലയിൽ അരക്ഷിതാവസ്ഥകളും അസ്ഥിരതകളും അസമത്വങ്ങളും വർഗ്ഗപരമായ വേർതിരിവുകളും തുടർന്നുകൊണ്ടേയിരിക്കുന്നു.

മൊബൈൽ ഫോൺ സ്ക്രീനുകളിലേക്ക്

തിയറ്ററുകളുടെയും മൾട്ടിപ്ലക്സുകളുടെയും വലിയ സ്ക്രീനുകളിൽനിന്നും മൊബൈൽഫോൺ സ്ക്രീനിലേയ്ക്കു ചുരുക്കപ്പെട്ടിരിക്കുന്ന പ്രേക്ഷകസമൂഹത്തിന്റെ മുമ്പിലേയ്ക്കാണ് ഹോം റിലീസും ഓൺ ലൈൻ റിലീസുകളും എത്തുന്നത്. തിയറ്റർ/മൾട്ടിപ്ലക്സുകളിൽ റിലീസ് ചെയ്യപ്പെടുന്ന റിലീസ്ചിത്രങ്ങൾ അതേ ദിവസമോ അതിനടുത്ത ദിവസമോ ഓൺലൈൻ സൈറ്റുകളിൽ എത്തുക വഴി ചലച്ചിത്ര വ്യവസായത്തെ സാരമായി ബാധിക്കുന്നുണ്ടെങ്കിലും ഫലപ്രദമായി അവയെ പ്രതിരോധിക്കുന്നതിനോ നിയമനടപടികൾ സ്വീകരിക്കുന്നതിനോ കഴിയാത്ത സാഹചര്യങ്ങളാണുള്ളത്. ടോറന്റ്, തമിൾ റോക്കേഴ്സ്, സിപ്പി മൂവീസ്, ഡി വി ഡി വാപ്, സിനിമാവല്ലി. നയൻ എക്സ് റോക്കേഴ്സ് എന്നീ സൈറ്റുകളിൽ പുത്തൻ റിലീസ് ചിത്രങ്ങൾ തിരയുന്ന യുവത്വത്തിന്റെ എണ്ണം അനുദിനം വർദ്ധിച്ചു കൊണ്ടിരിക്കുന്നു. 'സാംസങ്' മുതൽ 'ഒപ്പോ' വരെയുള്ള മൊബൈലുകൾ നല്കുന്ന സ്ക്രീനുകളിൽ എച്ച് ഡി ക്വാളിറ്റിയിൽ ചലച്ചിത്രങ്ങൾ പ്രേക്ഷകർക്കു കാണുവാൻ കഴിയുമ്പോൾ, വി ആർ ഹെഡ്സെറ്റ് ഉപയോഗിച്ചാൽ തിയറ്റർ ഫീൽ കൂടി ലഭ്യമാകുന്നതാണ്. ഐഡിയ ഉൾപ്പെടെയുള്ള വൻകിട കമ്പനികൾ നല്കിയിരുന്ന ഓഫറുകളെ നിഷ്പ്രഭമാക്കിക്കൊണ്ടാണ് ജിയോ ഫോർ ജി 2016 ജൂലൈ മുതൽ അൺലിമിറ്റഡ് നെറ്റ്, കോൾ, എസ് എം എസ് ഓഫറുകളുമായി അവതരിപ്പിച്ചതും വിപണി കീഴടക്കിയതും. സാമ്പത്തിക ബാധ്യതകളൊന്നുമില്ലാതെ പുതിയ ചിത്രങ്ങൾ അനായാസം ഡൗൺലോഡു ചെയ്ത് സൗകര്യപ്രദമായ സമയങ്ങളിലും സന്ദർഭങ്ങളിലും ചിത്രങ്ങൾ കാണുവാനുള്ള അവസരങ്ങൾ ലഭിച്ച പ്രേക്ഷകർ തിയറ്റർ/മൾട്ടിപ്ലക്സുകളിൽ നിന്ന് അകലം പാലിക്കുന്നത് സ്വാഭാവികമാണ്. *ബാഹുബലി*യോ, *ജംഗിൾബുക്കോ*, *പുലിമുരുക*നോ പോലെ ത്രസിപ്പിക്കുന്ന ചലച്ചിത്ര വിസ്മയങ്ങൾക്കേ മൊബൈൽ സ്ക്രീനുകളിൽ നിന്നും പ്രേക്ഷകരെ പിടിച്ചെടുത്ത് തിയറ്ററുകളിലെത്തിക്കാൻ സാധിക്കുകയുള്ളൂ.

സാങ്കേതികമായി ഉന്നതങ്ങളിലേയ്ക്കു നീങ്ങിക്കൊണ്ടിരിക്കുമ്പോൾ തന്നെ സാമൂഹ്യമായി നമ്മൾ ആർജ്ജിച്ചെടുത്ത ശീലങ്ങളും കാഴ്ചകളും കാഴ്ചപ്പാടുകളും നിലപാടുകളുമെല്ലാം വിസ്മൃതിയിലേക്കു തള്ളപ്പെട്ടു കൊണ്ടിരിക്കുന്ന വർത്തമാനകാലത്തിലൂടെയാണ് നമ്മൾ സഞ്ചരിച്ചുകൊണ്ടിരിക്കുന്നത്. മാനുഷിക മൂല്യങ്ങളും പൊതുഇടങ്ങളുമെല്ലാം അപ്രസക്തമാകുകയോ അപ്രത്യക്ഷമാകുകയോ ചെയ്തുകൊണ്ടിരിക്കുമ്പോൾ തികച്ചും സ്വകാര്യമായ തുരുത്തുകളിലേക്ക് മനുഷ്യർ മാറിക്കൊണ്ടിരിക്കുന്ന കാലത്തിന്റെ സൂചകങ്ങളാണ് മൾട്ടിപ്ലക്സുകളും ഫോർ ജി മൊബൈലുകളും. ജൈവികമായ ആഹ്ലാദാനുഭൂതികൾ വിനിമയം ചെയ്യപ്പെട്ടു കൊണ്ടിരുന്ന കൊട്ടകകളിൽനിന്നു മൾട്ടിപ്ലക്സ് സ്ക്രീനുകളിലേക്കുള്ള മാറ്റങ്ങൾ ആഹ്ലാദാരവങ്ങളെ നിയന്ത്രിക്കുകയും നിരീ

ക്ഷണ വിധേയമാക്കുകയും ചെയ്യുന്ന മധ്യവർഗ്ഗ ഉപഭോക്തൃ മേഖലക ളിലേയ്ക്കുള്ള സഞ്ചാരങ്ങൾ കൂടിയായിരുന്നു. ഏറ്റവും മികച്ച കാഴ്ചാ നുഭവങ്ങൾ നല്കുന്ന മൾട്ടിപ്ലക്സുകൾ സിനിമ നല്കുന്ന പൊതുകൂ ട്ടായ്മകളെ അപ്രസക്തമാക്കുകയും ആഘോഷങ്ങളിലൂടെ സന്തോഷ ങ്ങൾ പ്രകടിപ്പിക്കുന്ന സാധാരണ ജനത്തിന്റെ ഇടപെടലുകളെ അപരി ഷ്കൃതമാക്കി മുദ്രകുത്തി അകറ്റി നിർത്തുകയും ചെയ്യുന്നു.

ചലച്ചിത്രസാങ്കേതികവിദ്യയെക്കുറിച്ചു യാതൊരുവിധ ധാരണകളി ല്ലാതിരിക്കുകയും വെള്ളിത്തിരയിൽ കാഴ്ചപ്പെടുന്നതെല്ലാം യാഥാർത്ഥ്യ മാണെന്നു വിശ്വസിക്കുകയും ചെയ്തിരുന്ന നിഷ്കളങ്കമായ പ്രേക്ഷക സമൂഹമായിരുന്നു ആദ്യകാലത്തുണ്ടായിരുന്നതെങ്കിൽ ചലച്ചിത്ര സാങ്കേ തികവിദ്യയെക്കുറിച്ചു വ്യക്തമായ അവബോധമുള്ളതും നവമാധ്യമങ്ങ ളിൽ നിരന്തരം ഇടപഴകി സ്വന്തം അഭിരുചികളെയും കാഴ്ചപ്പാടുക ളെയും അനുനിമിഷം നവീകരിച്ചുകൊണ്ടിരിക്കുന്നതും ആഗോളതല ത്തിലെ സാങ്കേതികമാറ്റങ്ങളെ അടുത്തറിഞ്ഞുകൊണ്ടിരിക്കുന്നതുമായ പ്രേക്ഷകസമൂഹമാണ് വർത്തമാനകാലത്തുള്ളത്. ജനകീയ കൂട്ടായ്മ കളെയും രാഷ്ട്രീയ സംഘാടകത്വങ്ങളെയും ജനകീയ മുന്നേറ്റങ്ങളെയും നിരാകരിക്കുകയും പ്രതീതിലോകത്തിൽ പുത്തൻ അനുഭവങ്ങൾ തേടി ക്കൊണ്ടിരിക്കുന്നതുമായ ഈ യുവ സമൂഹത്തെ ലക്ഷ്യമിട്ടുകൊണ്ടാണ് പുതിയ കാല ചിത്രങ്ങൾ നിർമ്മിക്കപ്പെടുന്നത്. അതുകൊണ്ടുതന്നെ ജന കീയ മുന്നേറ്റങ്ങളും വർഗ്ഗസമരങ്ങളും സ്വത്വരാഷ്ട്രീയവും ലൈംഗിക/ ജന്റർ ന്യൂനപക്ഷ പ്രതിസന്ധികളും സ്ത്രീയവസ്ഥകളുമെല്ലാം ക്ലീഷേ കളോ, നൊസ്റ്റാൾജിയകളോ, ഉപരിപ്ലവമായ ആഖ്യാനങ്ങളോ വ്യാജ നിർമ്മിതികളോ ആയി മാത്രം അവതരിപ്പിക്കപ്പെടുന്നു.

കൊട്ടകകളിൽ നിന്നും മൾട്ടിപ്ലക്സുകളിലേയ്ക്കുള്ള മാറ്റങ്ങൾ സാങ്കേതികവിദ്യയുടെ ചരിത്രപരമായ വളർച്ചകളെ അടയാളപ്പെടു ത്തുന്നു. അതേസമയം സിനിമയ്ക്കുണ്ടായിരുന്ന ജനകീയ സ്വഭാവ ങ്ങളിലും ജനസമൂഹത്തിന്റെ പിന്തുണകളിലും കലയെന്ന നിലയിൽ ചലച്ചിത്രത്തിനുണ്ടായിരുന്ന സാധ്യതകളിലും സാംസ്കാരികമായുണ്ടാ യിരുന്ന മുന്നേറ്റങ്ങളിലും പ്രകടമായ വ്യതിയാനങ്ങളുണ്ടാകുന്നുണ്ട്. കൈപ്പിടിയിലൊതുക്കുന്ന മൊബൈലിലൂടെ ഏതൊരു വ്യക്തിക്കും പുതിയ ലോകത്തിന്റെ ആവശ്യകതകളെയും ഇടപാടുകളെയും നടത്തി യെടുക്കാമെന്നിരിക്കേ പരമ്പരാഗത തിയറ്റർ ഇടങ്ങൾ/മൾട്ടിപ്ലക്സുകൾ വഴി നടത്തപ്പെടുന്ന ചലച്ചിത്ര പ്രദർശനങ്ങൾ എത്രനാൾ സാധ്യമാകും?. പുതിയൊരു കാലത്തിന്റെ ആവശ്യകതകളിലേക്കു ചലച്ചിത്ര നിർമ്മാണ - വിതരണ - പ്രദർശന സംവിധാനങ്ങൾ കാലോചിതമായ പരിഷ്കാര ങ്ങളിലൂടെ നിലനില്ക്കുവാൻ ശ്രമിച്ചാലും നവ സാങ്കേതികതയുടെ സാധ്യതകൾക്കു മുമ്പിൽ അവ വഴിമാറേണ്ടിവരിക തന്നെചെയ്യും. കമ്പ്യൂട്ടറിന്റെയും ഇന്റർനെറ്റിന്റെയും കടന്നുവരവ് സാങ്കേതികവിദ്യയുടെ എക്സ്ട്രീമായി കണ്ടിരുന്ന കാലത്തു നിന്നാണ് എല്ലാം ഫോണിലൂടെ

സാധ്യമാക്കിയെടുക്കാവുന്ന സ്മാർട്ട് ഫോൺ യുഗത്തിലേയ്ക്ക് ജനസമൂഹം എത്തിയിരിക്കുന്നത്. സാങ്കേതികവിദ്യയുടെ അത്ഭുതങ്ങൾ ഇനിയും കടന്നു വരാനുണ്ടെന്നിരിക്കേ ചലച്ചിത്ര പ്രദർശനങ്ങളുടെയും പ്രദർശനശാലകളുടെയും സാമ്പ്രദായിക രീതിശാസ്ത്രങ്ങൾ മാറ്റപ്പെടുമെന്നുള്ള സൂചനകൾ ശക്തമാണ്. ഇവിടെയാണ് ഓൺ ഡിമാൻഡ് വീഡിയോ സ്ട്രീമിങ് സംവിധാനങ്ങൾക്കു ലഭിക്കുന്ന സ്വീകാര്യതകൾ പ്രസക്തമാകുന്നതും.

റഫറൻസ്

I.1. വിജയകൃഷ്ണൻ - *മലയാള സിനിമയുടെ കഥ*, മാതൃഭൂമി ബുക്സ്, കോഴിക്കോട് 2004.

2. ചേലങ്ങാട് ഗോപാലകൃഷ്ണൻ - *മലയാള സിനിമ ചരിത്രം വിചിത്രം*, ചിന്ത പബ്ലിഷേഴ്സ്, തിരുവനന്തപുരം (ചിന്ത എഡിഷൻ) ഡിസംബർ 2013

3. സി എസ് വെങ്കിടേശ്വരൻ - മലയാള സിനിമ പഠനങ്ങൾ, ഡി സി ബുക്സ്, കോട്ടയം 2011.

II.1. രാകേഷ് എസ്, സമകാലിക മലയാളം വാരിക 2014 ഏപ്രിൽ 18.

2. സാജു ചേലങ്ങാടൻ, സിനിമാ മംഗളം 2017 ജനുവരി.

3. കെ പി ജയകുമാർ, മലയാള സിനിമ - മാറുന്ന കാലങ്ങൾ, കാഴ്ചകൾ, കേരളഭൂഷണം 2016.

4. രശ്മി അനിൽകുമാർ, *ജനകീയ സിനിമ*, ഒരുമ പബ്ലിക്കേഷൻസ്, തിരുവനന്തപുരം ഡിസംബർ 2015.

III. കടപ്പാട്

1. ശ്രീ. വിജയകൃഷ്ണൻ (സംവിധായകൻ/നിരൂപകൻ)

Selected Bibiliography

1. കെ അരവിന്ദാക്ഷൻ - *ദേശീയത നായാട്ടിനിറങ്ങുമ്പോൾ*, ഡി സി ബുക്സ്, കോട്ടയം, ഫെബ്രുവരി 2017.
2. സി എസ് വെങ്കിടേശ്വരൻ - *മലയാളിയുടെ നവമാധ്യമ ജീവിതം*, ഡി സി ബുക്സ്, കോട്ടയം, മാർച്ച് 2018.
3. സി എസ് വെങ്കിടേശ്വരൻ - *ഉടലിന്റെ താരസഞ്ചാരങ്ങൾ*, ഡി സി ബുക്സ്, കോട്ടയം, നവംബർ 2011.
4. കെ എൻ പണിക്കർ - *സെക്കുലർ പാഠങ്ങൾ*, ചിന്ത പബ്ലിഷേഴ്സ്, തിരുവനന്തപുരം, മേയ് 2007.
5. ഡോ. പി എസ് രാധാകൃഷ്ണൻ - *ദൃശ്യഹർഷത്തിന്റെ സമയരേഖകൾ ഇന്ത്യൻ സിനിമയുടെ നൂറ് വർഷങ്ങൾ*, സാഹിത്യ പ്രവർത്തക സഹകരണ സംഘം, കോട്ടയം, ഡിസംബർ 2013.
6. കെ പി ജയകുമാർ - *ജാതിവ്യവസ്ഥയും മലയാള സിനിമയും*, ഒലിവ് പബ്ലിക്കേഷൻസ്, കോഴിക്കോട്, ഡിസംബർ 2014.
7. വിനോദ് പായം - *അവൾ സിനിമയെ നോക്കുന്നു ഇന്ത്യൻ സ്ത്രീ സംവിധായകർ*, ചിന്ത പബ്ലിഷേഴ്സ്, തിരുവനന്തപുരം, ഡിസംബർ 2013.
8. കെ എം അനിൽ (എഡി) - *സംസ്കാര നിർമ്മിതി*, പ്രോഗ്രസ് ബുക്സ്, കോഴിക്കോട്, ജനുവരി 2017.
9. ചേലങ്ങാട് ഗോപാലകൃഷ്ണൻ - *മലയാള സിനിമ ചരിത്രം വിചിത്രം*, ചിന്ത പബ്ലിഷേഴ്സ്, തിരുവനന്തപുരം (ചിന്ത എഡിഷൻ), ഡിസംബർ 2013.

10. സച്ചിദാനന്ദൻ, ചന്ദ്രലേഖ, വി കെ ജോസഫ്, ദീപക് എം കാംബോജ് - *ദൃശ്യകലയും ശ്രവ്യകലയും ഒരു മാർക്സിസ്റ്റ് വിചിന്തനം*, ചിന്ത പബ്ലിഷേഴ്സ്, തിരുവനന്തപുരം, ഡിസംബർ 1992.

11. കെ ഇ എൻ - *കേരളീയ നവോത്ഥാനത്തിന്റെ ചരിത്രവും വർത്തമാനവും*, ചിന്ത പബ്ലിഷേഴ്സ്, തിരുവനന്തപുരം (ചിന്ത എഡിഷൻ), ജൂൺ 2016.

12. വി കെ ജോസഫ് - *കാഴ്ചയുടെ സംസ്കാരവും പൊതുബോധ നിർമ്മിതിയും*, സാഹിത്യ പ്രവർത്തക സഹകരണ സംഘം, കോട്ടയം.

13. ഡോ. അജയ് ശേഖർ, ഡോ. എസ് ആർ ചന്ദ്രമോഹനൻ (എഡിറ്റേഴ്സ്) - *കേരള നവോത്ഥാനം പുതുവായനകൾ*, റെയ്‌വൻ പബ്ലിക്കേഷൻസ്, തിരുവനന്തപുരം, 2017.

14. മധു ഇറവങ്കര, *മലയാള സിനിമയും സാഹിത്യവും*, ഡി സി ബുക്സ്, കോട്ടയം, ഡിസംബർ 1999.

15. ഡോ. ജിനേഷ്കുമാർ എരമം - *നവോത്ഥാനമൂല്യങ്ങളും മലയാള സിനിമയും*, കേരള ഭാഷാ ഇൻസ്റ്റിറ്റ്യൂട്ട്, തിരുവനന്തപുരം, മാർച്ച് 2018 (സെക്കൻഡ് എഡിഷൻ)

16. ഡോ. ജോസ് കെ മാനുവൽ - *മാറുന്ന മലയാള സിനിമ ഭാഷ, സംസ്കാരം, സമൂഹം*, സാഹിത്യ പ്രവർത്തക സഹകരണ സംഘം, കോട്ടയം, നവംബർ 2015.

17. ജി എൻ എം പിള്ള (മാനേജിംഗ് എഡിറ്റർ), *മലയാള സിനിമാ ഡയറക്ടറി*, കൊമേർഷ്യൽ ആർട്ട്സെന്റർ, കോട്ടയം 1970 ഡിസംബർ.

18. എം ജയരാജ് - *മലയാള സിനിമ പിന്നിട്ട വഴികൾ*, മാതൃഭൂമി ബുക്സ്, കോഴിക്കോട്, ജനുവരി 2018.

II. 1. *മലയാളി ജീവിതത്തിന്റെ ജനപ്രിയ മുദ്രകൾ*, മാധ്യമം (ആഴ്ചപ്പതിപ്പ്) പുതുവർഷപതിപ്പ് 2009.

2. *ഇന്ത്യൻ സിനിമ നൂറ് വർഷം*, സമകാലിക മലയാളം വാരിക, ചലച്ചിത്ര പതിപ്പ് 31 മെയ് 2013.

3. കേരള ഭൂഷണം *ചലച്ചിത്രോത്സവപതിപ്പ്*, ഡിസംബർ 2016.

4. സമകാലിക മലയാളം വാരിക *ഓണപ്പതിപ്പ്*, 2013 സെപ്റ്റംബർ 13.

5. *സിനിമാപതിപ്പ്*, സംസ്കാര കേരളം ത്രൈമാസികം, 1995 ഒക്ടോബർ 1996 മാർച്ച്, പുസ്തകം 10 ലക്കം 1.

6. *ദാദയ്ക്ക് 90, സിനിമയ്ക്ക് 100, സാഹുവിന് 101 - ഇന്ത്യൻ സിനിമയുടെ ശതാബ്ദി ചരിത്രം*, മാതൃഭൂമി വാർഷികപ്പതിപ്പ് 2013.

www.ingramcontent.com/pod-product-compliance
Lightning Source LLC
LaVergne TN
LVHW090052181026
850499LV00038B/849
* 9 7 8 9 3 8 8 4 8 5 0 4 3 *